தற்செயல் பிரதமர்

மன்மோகன் சிங்

தற்செயல் பிரதமர்

மன்மோகன் சிங்

சஞ்சய பாரு

தமிழில்: B.R. மகாதேவன்

கிழக்கு

தற்செயல் பிரதமர்: மன்மோகன் சிங்
Tharcheyal Prathamar: Manmohan Singh
Sanjaya Baru ©

First Edition: October 2016
368 Pages
Printed in India.

ISBN 978-81-8368-972-4
Kizhakku - 942

Kizhakku Pathippagam
177/103, First Floor,
Ambal's Building, Lloyds Road,
Royapettah, Chennai 600 014.
Ph: +91-44-4200-9603

Email : support@nhm.in
Website : www.nhm.in

kizhakkupathippagam
kizhakku_nhm

Cover Image: © Getty Images

Kizhakku Pathippagam is an imprint of New Horizon Media Private Limited.

என் ஆசான்கள்
ஹெச்.ஒய். சாரதா பிரசாத்,
கே. சுப்பிரமணியம்
ஆகியோரின் நினைவாக

உள்ளே

அறிமுகம்

நான் எழுதத் தீர்மானித்த புத்தகம்

பிரதமரின் அலுவலகத்தில் வேலை செய்த என் முன்னோடிகள் யாருமே தங்களின் பணிக்காலம் தொடர்பாக முழுமையாக எந்தப் புத்தகத்தையும் எழுதியதில்லை. என்னைவிடப் புகழ்பெற்ற பத்திரிகையாளர்களாக இருந்த குல்தீப் நய்யார், பி.ஜி. வர்கீஸ், பிரேம் சங்கர் ஜா, எச்.கே.துவா போன்றவர்களும் எழுதியதில்லை. அதிகாரிகளாக இருந்து இதே வேலையைச் செய்த ஜி.பார்த்தசாரதி, ராம் மோகன் ராவ், பி.வி.ஆர்.கே.பிரசாத் ஆகியோரும் எழுதியதில்லை. நய்யார், வர்கீஸ் ஆகியோரின் புத்தகங்களின் ஒரு பகுதி அவர்கள் பிரதமர் அலுவலகத்தில் இருந்த காலத்தைப் பற்றிப் பேசுகிறது. சௌத் பிளாக்கில் பணியில் இருந்தது குறித்து தெலுங்குப் பத்திரிகை ஒன்றில் பிரசாத் தொடர் கட்டுரைகள் எழுதியுள்ளார். ஆனால், யாருமே பிரதமர் அலுவலகத்தில் தாம் இருந்த காலத்தில் நடந்ததுபற்றி ஒரு முழுமையான புத்தகத்தை எழுதியதில்லை. பிரதமரின் குணாதிசயம், கொள்கைகள் ஆகியவைபற்றியும் விளக்கியதில்லை.

இந்த மௌனம், இந்தியாவுக்கே உரியது. அமெரிக்காவிலும் பிரிட்டனிலும் அதிபர் அல்லது பிரதமரின் பத்திரிகைச் செயலர்கள் பலரும் தங்கள் வேலையைப் பற்றியும் தங்கள் தலைவரைப் பற்றியும் சுதந்தரமாக எழுதியுள்ளனர். இந்தியாவில் பத்திரிகைச் செயலர் பணியை மிகத் திறமையுடன் செய்த முன்னோடியான ஹெச்.ஒய்.சாரதா பிரசாத், வேறு கருத்து உடையவர். அவர் பதினாறு ஆண்டுக் காலம் இந்திரா காந்தியின் தகவல் ஆலோசகராக, உரைகளை எழுதித் தருபவராக, நம்பிக்கைக்கு உரியவராக இருந்தும், அதிகம் வெளியில் தெரியாமல் இருந்தவர். பல ஆண்டு தொடர் வற்புறுத்தலுக்குப் பிறகே பிரதமர் அலுவலகத்தில் தான் இருந்த காலம் பற்றிச் சில கட்டுரைகளை எழுத முன்வந்தார்.

புகழ்பெற்ற சாரதா பிரசாத்தை 1981-ல்தான் முதன்முதலில் நேரில் சந்தித்தேன். அப்போது அவர் தன் பணியின் உச்சத்தில் இருந்தார். 1977

படுதோல்விக்குப் பிறகு 1980-ல் மாபெரும் வெற்றியைப் பெற்று மிகுந்த சக்தியுடன் விளங்கிய இந்திரா காந்தியின் அலுவலராக இருந்தார். எனக்குத் திருமணம் ஆன சில வாரங்களில், என் மனைவி ரமாவுடன் தில்லி வந்திருந்தேன். சாரதா பிரசாத், ரமாவின் குடும்ப நண்பர். ரமா அவரை 'ஷெளரி மாமா' என்றுதான் அழைப்பாள். ஷெளரி மாமாவையும் அவர் மனைவி கமலாம்மாவையும் நான் சந்திக்கவேண்டும் என்று ரமா விரும்பினார். கமலாம்மாவை தில்லியின் பசுமை பொங்கும் லோதி தோட்டத்தில் உள்ள அவர்கள் வீட்டில் சந்தித்தேன். ஆனால் சாரதா பிரசாத்தைச் சந்திப்பது மிகவும் கடினமாக இருந்தது. ஏனெனில், அவர் வீட்டிலேயே இருக்கவில்லை. இறுதியில் அவருடைய அலுவலகத்தில் அவரைச் சந்தித்தேன்.

அப்போதெல்லாம் பிரதமர் அலுவலகம் செல்ல, குடியரசுத் தலைவர் மாளிகையை நோக்கிய அதன் முதன்மை வாயிலில் உள்ள பிரம்மாண்டமான படிக்கட்டுகள் மீது ஏறி ஒருவர் செல்ல முடியும். ஆனால், இப்போது மிகச் சாதாரணமான அதன் பக்க வாசல் வழியாகத்தான் செல்லமுடிகிறது. நான் முதன்மை வாயில் வழியாகத்தான் சென்றேன். இருபதாண்டுகள் கழித்து நான் வேலை செய்யப்போகிற அலுவலகத்தில் அவரைச் சந்தித்தேன். நான் அதுவரை வேலை செய்திருந்த செய்தித்தாள் அலுவலகங்களின் தலைமை ஆசிரியரின் அறையைப்போல நான்கு மடங்கு பெரிதாக இருந்த அவருடைய அறை, நிதியமைச்சகம் இருக்கும் நார்த் பிளாக்கின் மேற்குப் பகுதியைப் பார்த்தபடி இருந்தது.

சாரதா பிரசாத்துடன் சில நிமிடங்களை மட்டுமே கழித்தேன். அந்த மாபெரும் அறையில் அவர் மிகச் சாதாரணமானவராக, மிக அடக்கமானவராகக் காட்சியளித்தார். அவரைப் பொறுத்தமட்டில் நான் ரமாவின் கணவன் என்பதால் பேச்சு முழுதுமே ரமாவையும் அவளுடைய குடும்பத்தையும் பற்றி மட்டுமே இருந்தது. அந்த பிரம்மாண்டச் சூழலின் பிரமிப்பில் சிக்கிய நான் அதிகம் பேசவில்லை. பிறகு 1990-ல் எகானமிக் டைம்ஸ் பத்திரிகையின் தில்லி அலுவலகத்தில் வேலைக்குச் சேர்ந்தபிறகு, என் மகளின் முதல் பிறந்தநாள் விழாவுக்கு அவர் வந்திருந்தார். 1993-ல் எகானமிக் டைம்ஸிலிருந்து டைம்ஸ் ஆஃப் இந்தியா நாளிதழுக்கு நான் மாறியபோது எங்கள் பத்திரிகையில் பத்தி எழுதுமாறு அவரைக் கேட்டுக்கொண்டேன். சமகால நிகழ்வுகள் குறித்து எந்தக் கருத்தையும் சொல்ல விரும்பவில்லை என்று மறுத்துவிட்டார். சற்றும் மனம் தளராமல், பிரதமர் அலுவலகத்தில் அவர் வேலை செய்த காலம் குறித்து எழுதுமாறு பலமுறை அவரைக் கேட்டேன். ஒவ்வொரு முறையும், 'பிரதமர் அலுவலகத்தில் நடந்த அனைத்தும்

எனக்குத் தெரியாது. உண்மையின் அனைத்துப் பக்கங்கள் மட்டுமல்ல, உண்மைக்கு எத்தனை பக்கங்கள் உண்டு என்றுகூட எனக்குத் தெரியாது' என்ற ஒரே பதிலையே சொல்லித் தட்டிக் கழித்துக் கொண்டிருந்தார்.

கடைசியாக, 1990-களின் இறுதியில் ஏசியன் ஏஜ் பத்திரிகையில் இந்திரா காந்தியுடன் தான் இருந்த நாட்கள் குறித்து அவர் ஒரு பத்தி எழுதலானார். பிறகு அந்தப் பத்திக் கட்டுரைகளையெல்லாம் தொகுத்து, The Book That I won't be Writing and Other Essays என்ற புத்தகமாக வெளியிட்டார். பதவியில் இருந்து ஓய்வு பெற்றபின் ஒருவர் எழுதும் புத்தகம், ஒரு காலத்தில் தாங்கள் அனுபவித்த, ஆனால் தற்போது இழந்துவிட்ட, அதிகாரத்தைத் திரும்பப் பெற முனையும் ஒரு முயற்சி என்று எழுதினார். அதை அவர் தவிர்க்க விரும்புவதாகவும் எழுதினார். 'உங்களை நீங்களே முன்னிறுத்திக் கொள்ள விரும்பவில்லை என்றால், கடவுள் மனிதர்களை நடத்துவதை அல்லது ஒரு மனிதர் பிற மனிதர்களை நடத்துவதை யெல்லாம் நீங்கள் நியாயப்படுத்த விரும்பவில்லை என்றால், உங்களுக்குத் தெரிந்தது எல்லாம் ரஷோமான்போல், குழப்பமான நிகழ்வுகளின் முழுமையும் உண்மையாக இல்லாத வடிவங்கள் என்றால் நீங்களும் நான் எடுத்த முடிவுக்கே வந்துசேர்வீர்கள். நாம் எழுதவேண்டும் என்று நம் நண்பர்கள் எதிர்பார்க்கும் புத்தகத்தை நீங்களும் எழுதமாட்டீர்கள்.'

அவருடைய வார்த்தைகள் என்னுள் பெரும் தாக்கத்தை ஏற்படுத்தின. 2004 முதல் 2008 வரையில் பிரதமர் அலுவலகத்தில் டாக்டர் மன்மோகன் சிங்கின் ஊடக ஆலோசகராக நான் வேலை செய்த காலத்தைப்பற்றி நான் எந்தப் புத்தகத்தையும் எழுத விரும்பவில்லை. அதனால்தான் நான் நாட்குறிப்பு எதையும் எழுதிவைக்கவில்லை. சில முக்கியமான நிகழ்வுகள் பற்றி மட்டும் அவ்வப்போது குறிப்புகள் எழுதிவைத்திருந்தேன். பதிப்புலகில் உள்ள நண்பர்கள் மிகவும் வற்புறுத்தியும், 2012 வரைகூட, அந்தக் காலகட்டம் குறித்துப் புத்தகம் எழுதும் நோக்கம் எனக்கு இல்லை.

ஆனால், பெங்குவின் இந்தியாவின் சிக்கி சர்க்காரும் காமினி மகாதேவனும் என் மனத்தை மாற்றிவிட்டனர். மன்மோகன் சிங்கின் இரண்டாவது ஆட்சிக் காலத்தில் அவரைக் கேலிக்குரிய பொருளாக அனைவரும் கருதியது எனக்குப் பெரும் வருத்தத்தை ஏற்படுத்தியது. இது நான் இந்தப் புத்தகத்தை எழுதியதற்கு இன்னொரு காரணம். கேரவான் இதழ் 2011-ல் டாக்டர் சிங் பற்றிய அட்டைப்படக் கட்டுரைக்காக என்னிடம் பேசியபோது நான் இதனைப் பற்றிச் சொல்லியிருந்தேன். ஓர் அரசியல் தலைவர் மதிக்கப்படலாம் அல்லது

வெறுக்கப்படலாம்; ஆனால் எக்காரணம் கொண்டும் கேலிக்கு உரியவராக மட்டும் ஆகிவிடக்கூடாது. டாக்டர் சிங்கின் வீழ்ச்சி மிகப் பெரியதாக இருந்தது. 2008-ல் பிரதமர் அலுவலகத்திலிருந்து நான் விலகியபோது, தொலைக்காட்சி சேனல்கள் எல்லாம் 'சிங் ஈஸ் கிங்' (சிங்தான் ராஜா) என்ற இந்திப் படப் பாடல் வரியைக் கொண்டு அவரைப் புகழ்ந்துகொண்டிருந்தார்கள். நான்கு ஆண்டுகள் கழித்து ஓர் இதழ், அதே வரிகளைச் சற்று மாற்றி - சிங் ஈஸ் சிங்'கிங்' (சிங் மூழ்கிக்கொண்டிருக்கிறார்) என்று அவரைப் பற்றித் தீர்ப்பு எழுதியது.

இந்த நிலை அவருக்கு வந்திருக்கவேண்டாம். அவரிடம் நிறையக் குறைகள் இருந்தன. அவற்றை இந்தப் புத்தகத்தில் ஆவணப்படுத்த நான் தவறவில்லை. ஆனால் அவர் அடிப்படையில் நல்ல மனிதர் மட்டுமல்ல, ஒரு நல்ல பிரதமராகவும் இருந்தார். அதுவும் முக்கியமாக அவருடைய முதல் ஆட்சிக்காலத்தில் அவருடைய பணி சிறப்பாக இருந்தது. அவர் இப்போது இருக்கும் மோசமான நிலையில்கூட, காங்கிரஸிலோ வெளியிலோ இருக்கும் அவருடைய போட்டி யாளர்களைவிட ஒரு படி மேலேதான் இருக்கிறார். காங்கிரஸின் எந்த ஒரு தலைவரும் மன்மோகன் சிங்கின் தனிப்பட்ட ஒழுக்கம், ஆட்சி அனுபவம், சர்வதேச நாடுகளில் அவருக்கு இருக்கும் மரியாதை, பெரும்பான்மை மக்களின் ஒப்புதல் ஆகியவற்றுக்கு அருகில்கூட வர முடியாது. இதில் கட்சித் தலைவர் சோனியா காந்தியும் 'இளவரசர்' ராகுல் காந்தியும் அடக்கம்.

2004-2009-ல் காங்கிரஸ் தலைமையிலான ஐக்கிய முற்போக்குக் கூட்டணி (ஐ.மு.கூ 1) ஆட்சியின்போது டாக்டர் சிங்கின் இந்தக் குணாதிசயங்கள் வெளிப்படையாகவே தெரிந்தன. ஆனால், ஐ.மு.கூவின் இரண்டாவது ஆட்சிக்காலத்தில் (ஐ.மு.கூ 2) வரிசை யாகச் சில ஊழல்கள் வெளியே வரத் தொடங்கியபோது மன்மோகன் சிங்கின் திறன்கள் பொதுக்களத்தில் மறைய ஆரம்பித்தன. வருத்தம் தரத்தக்க வகையில், அவருடைய அலுவலகமே திறனற்றதாக ஆகி, அரசியல் கதையாடல்மீதான கட்டுப்பாட்டை இழந்துபோனது.

டாக்டர் சிங்கின் பிம்பம் பொதுக்களத்தில் விழத்தொடங்கியதும், அதன் விளைவுகளைக் கட்டுப்படுத்துவது கடினமானது. 2011-ல், அப்போதைய நிதியமைச்சரும், பின்னர் குடியரசுத் தலைவராக ஆனவருமான பிரணாப் முகர்ஜியை நாடாளுமன்ற வளாகத்தில் சந்தித்தேன். என்னை அவருடைய அறைக்குத் தேநீர் அருந்த வருமாறு அழைத்தார். அப்போது அவர் என்னிடம், 'பிரதமரின் பிம்பம் நன்றாக இருக்கும்வரை, அரசின் பிம்பமும் நாட்டின் பிம்பமும் நன்றாக இருக்கும். ஆனால், பிரதமரின் பிம்பம் குலையும்போது அரசின் பிம்பமும் நாட்டின் பிம்பமும் குலையத்தான் செய்யும்' என்றார்.

ஐ.மு.கூ 2-ன்போது டாக்டர் சிங் பல்வேறு அரசியல் பிரச்னைகளை எதிர்கொள்ளவேண்டியிருந்தது. அவருடன் நெருங்கி வேலை செய்தவன் என்ற காரணத்தால் விமான நிலைய வளாகங்களில் என்னை எதிர்கொள்ளும் பத்திரிகையாளர்கள், அரசியல்வாதிகள், தூதரக அதிகாரிகள், தொழில்துறைத் தலைவர்கள், நண்பர்கள், ஏன் முற்றிலும் அந்நியமானவர்கள்கூட கேள்விக்கணைகளால் துளைத் தெடுத்தனர். ஏன் ஐ.மு.கூ 1, ஐ.மு.கூ 2-ஐவிட வெற்றிகரமாக இயங்கியது? ஏன் பிரதமரின் பிம்பம் இந்த அளவுக்கு அடி வாங்கியுள்ளது? காங்கிரஸ் கட்சித் தலைவர் சோனியா காந்திக்கும் பிரதமர் மன்மோகன் சிங்குக்கும் இடையேயான உறவு எப்படிப் பட்டது? மன்மோகன் சிங் எதைத் தன் சாதனையாக விட்டுச் செல்லப் போகிறார்? நீங்கள் ஏன் பிரதமர் அலுவலகத்திலிருந்து விலகினீர்கள்?

இந்தப் புத்தகம் கடைசிக் கேள்விக்கான பதிலைச் சொல்லப் போவதில்லை. ஆகஸ்ட் 2008-ல் பிரதமர் அலுவலகத்திலிருந்து நான் விலகியது முற்றிலும் என் சொந்தக் காரணங்களுக்காக. டாக்டர் சிங்குக்கும், என் குடும்பத்தவர்களுக்கும், என் நெருங்கிய நண்பர் களுக்கும் காரணம் நன்றாகத் தெரியும். பிறருக்கு நான் எதையும் விளக்கிச் சொல்லவேண்டிய அவசியம் இல்லை. அப்படியும் மீறி வற்புறுத்துபவர்களுக்கு வேளாண் விஞ்ஞானி எம்.எஸ்.சுவாமிநாதன் கூறிய பதிலையே நான் சொல்வேன். அவர் பிரதமர் இந்திரா காந்தியின் ஆலோசகர் பதவியிலிருந்து விலக விரும்பியபோது இந்திரா காந்தி அவரிடம், ஏன் இத்தனை நல்ல பங்களிப்புக்குப்பின் விலக விரும்புகிறீர்கள் என்று கேட்டாராம். அதற்கு அவர், ‘மேடம், எப்போது விலகப்போகிறாய் என்று கேட்கும்போது விலகுவதை விட, ஏன் விலகப்போகிறாய் என்று கேட்கும்போது விலகுவதே உத்தமம்’ என்றாராம்.

இந்தப் புத்தகம் பிற நான்கு கேள்விகளுக்குமான பதிலைச் சொல்ல முற்படும். நான் ஐ.மு.கூ 1-ன்போது பிரதமர் அலுவலகத்தில் இருந்த காலகட்டத்தில் நிகழ்ந்த நிகழ்வுகள், சந்தித்த நபர்கள் ஆகியவற்றை அடிப்படையாக வைத்து எழுதுவதாலும், ஐ.மு.கூ 2-ஐப் பற்றி எனக்கு அதிகம் தெரியாது என்பதாலும் ஐ.மு.கூ 1-ஐப் பற்றி மட்டும்தான் எழுதப்போகிறேன். அடுத்துவரும் அத்தியாயங்களில் ஐ.மு.கூ 2-ஐப்போல் அல்லாது ஐ.மு.கூ 1-ல் மன்மோகன் சிங் வெறும் பொம்மைப் பிரதமராக இருக்கவில்லை என்பதை விவரிக்கப் போகிறேன். அவரே தான் பார்க்கும் அனைவரிடமும் சொன்னது போல் அவர் தற்செயலாகப் பிரதமர் ஆனவர்தான். ஆனாலும் அவர் தன் இருக்கைக்கு மரியாதையுடனும் திறமையுடனுமே நடந்து கொண்டார்.

மன்மோகன் சிங்கும் சோனியா காந்தியும் மூடிய கதவுகளின்பின் எப்படிச் சந்தித்துக்கொண்டார்கள் என்பது குறித்து எனக்கு எதுவும் தெரியாது. ஆனால் நான் பார்த்ததன் அடிப்படையில் அவர்களிடையே நிலவிய சிக்கலான உறவு குறித்துச் சொல்லியிருக்கிறேன். இந்த உறவின் சிக்கல்தான் டாக்டர் சிங்கின் வெற்றிக்கும் தோல்விக்கும் அடிப்படைக் காரணமாக இருக்கிறது. இந்த உறவை, பிறரைவிடத் திறம்பட நிர்வகித்ததுதான் அவருடைய இரு பதவிக் காலங்களுக்கும் அடிப்படையாக அமைந்தது. நேரு-காந்தி குடும்பத்தவர்களுக்கு அடுத்தபடியாக இரண்டு முழுப் பதவிக்காலத்தை வெற்றிகரமாக முடித்தவர் இவர் ஒருவரே. அதே சமயம், இதை இவர் சாதித்ததே, கேள்வியே கேட்காத கீழ்ப்படிதலினால்தான் என்று மக்கள் நினைத்ததுதான், அவருடைய பிம்பம் பாதிக்கப்படுவதற்கும், அதன் காரணமாக அவர் பல தொல்லைகளுக்கு ஆட்பட்டதற்கும் முக்கியமான காரணம்.

டாக்டர் சிங்கின் பிம்பம் குறித்தும் அவருடைய செயல்கள் குறித்தும் குறுகிய பார்வை கொண்டவர்கள், அவருடைய சாதனைகளைக் குறித்துக் கேள்விகளை எழுப்புகிறார்கள். ஜனவரி 2014-ல் தேசிய பத்திரிகையாளர் சந்திப்பின்போது டாக்டர் சிங்கே சொன்னதுபோல, சமகால விமர்சகர்கள்போல் அல்லாது, வரலாறு அவரை அதிகக் கருணையுடன் நடத்தும். அவருடைய வாழ்க்கை குறித்தும் சாதனைகள் குறித்தும் முழுமையான புத்தகங்கள் வெளிவரும்போது அவர் இப்போது இருப்பதைவிட அதிக நியாயத்துடன் மதிப்பிடப் படுவார். மின்சாரமும் குடிநீரும் இல்லாத காஹ் என்ற தொலைதூர கிராமத்தில் மிகச் சாதாரணமான வீட்டிலிருந்து தொடங்கிய அவருடைய பயணம், கேம்பிரிட்ஜ், ஆக்ஸ்ஃபோர்ட் பல்கலைக் கழகங்களில் உயர்ந்த கல்விச் சாதனைகள் ஊடாக, பொதுச் சேவையிலும் தேசியச்சேவையிலும் பெரும் உயரத்தை எட்டியது என்பது மாபெரும் மன எழுச்சியூட்டும் கதை.

நான் ஒருமுறை அவரிடம், அவருடைய வாழ்க்கை, பராக் ஒபாமாவின் வாழ்க்கைக்கு ஒப்பானது; அவருடைய சாதனைகள், ஒபாமா செய்தவற்றைவிட உயர்ந்தவை என்று சொன்னேன். ஒபாமா அமெரிக்காவின் முதல் கருப்பினக் குடியரசுத் தலைவராகி, வரலாறு படைத்தார். டாக்டர் சிங்கும் இந்தியாவின் முதல் சிறுபான்மைச் சமூகத்தைச் சேர்ந்த பிரதமர் என்று வரலாறு படைத்தார். பிரதமர் ஆவதற்குமுன்பு இந்தியப் பொருளாதாரக் கொள்கையை உருவாக்கும் அனைத்து முக்கியப் பதவிகளையும் வகித்திருந்தார். ஆனால், ஒபாமா, தன்னுடைய ஆட்சிக்கு மக்களின் ஆதரவை நேரடியாகப் பெற்றிருந்தார். டாக்டர் சிங் இதனைத் தனக்கெனப் பெற முயற்சி

செய்யவே இல்லை. அதுதான் இருவருடைய தனிப்பட்ட சாதனைகளுக்கும் இடையிலான வித்தியாசம்.

2009-ல் டாக்டர் சிங், மக்கள் ஆதரவை நேரடியாகப் பெற்றிருந்திருக்க முடியும். அந்த ஆண்டு ஐ.மு.கூ பெற்ற வெற்றிக்குக் காரணகர்த்தா அவர்தான் என்பதில் எந்தச் சந்தேகமும் இல்லை. ஆனால் துரதிர்ஷ்டவசமாக, அவர்மீது இந்திய மக்கள் வைத்திருந்த நம்பிக்கையைப் பயன்படுத்தி, காங்கிரஸ் கட்சிக்குள் தன்னை வலுப்படுத்திக்கொண்டு, பிரதமர் பதவியைத் தன் கட்டுப்பாட்டுக்குள் கொண்டுவர அவர் முயற்சி செய்யவில்லை. இந்தத் தவறான செயலால், ஐ.மு.கூ 2-ல் அவருடைய அதிகாரம் மிகவும் பலவீனமாக ஆனது. ஐ.மு.கூ 1-ன்போது அவர் பதவியில் இருந்தார், ஆனால் அதிகாரத்தில் இல்லை. ஐ.மு.கூ 2-ல் அவர் பதவியுடன் சேர்ந்து அதிகாரத்தையும் பெற்றிருந்திருக்க முடியும்.

என்னதான் இருந்தாலும், பிரதமராக அவர் செய்த சாதனைகளைப் பற்றிச் சொல்ல டாக்டர் சிங்கிடம் ஒரு வலுவான கதை இருந்தது. ஆனால் அதை வெளியில் சொல்வதற்கு அவருடைய தயக்கம் தடையாக இருந்தது. நான் அவருடைய ஊடக ஆலோசகராக இருந்த காலத்தில் அவரை முன்னிறுத்த முயற்சி செய்தபோதெல்லாம் அவர் என்னைத் தடுத்துவிட்டார். ‘என் வேலையே எனக்காகப் பேசட்டும்’ என்று சொல்லிவிட்டார். ஒருவேளை, தன்னை முன்னிறுத்தியதுதான் நரசிம்ம ராவின் அழிவுக்குக் காரணமாக இருந்தது என்று அவர் நினைத்தார் போலும். நரசிம்ம ராவ் 1991-ல் பிரதமராக இருந்தபோது தான் டாக்டர் சிங்கை அரசியலுக்குக் கொண்டுவந்து, நிதியமைச்சராக ஆக்கினார். 2004-ல் ராவ் இறந்தபோது டாக்டர் சிங் இதயத்திலிருந்து வெளிப்படுத்திய இரங்கல் செய்தியில் அவரைத் தன் அரசியல் குரு என்றார். அவரிடமிருந்துதான் அரசியல் குறித்துத் தான் அறிந்த எல்லாவற்றையுமே கற்றுக்கொண்டதாக டாக்டர் சிங் அப்போது சொன்னார். ஆனால் நரசிம்ம ராவை, சோனியா காந்தி குடும்பத்தினரும் அவர்களுக்கு நெருக்கமானவர்களும் விரோதத்துடனேயே பார்த்தனர். கட்சியின் அதிகாரபூர்வ நினைவுகளில் யாரும் பார்க்க வாய்ப்பு இல்லாத ஒரு மூலையே ராவுக்கு ஒதுக்கப்பட்டது.

டாக்டர் சிங்கின் ஊக்குவிப்பு இல்லாதபோதும், நான் அவருடைய பணிகளையும் அவருடைய ஆளுமையையும் பரப்பினேன். அதுதான் என் வேலையின் முக்கியமான நோக்கம் என்றே நினைத்தேன். அதன் காரணமாக எனக்குப் பெரும் பிரச்னை ஏற்பட்டது. நான் பிரதமரை முன்னிலைப்படுத்துவது, சோனியா காந்தி குடும்பத்தை அவமதிப்பதற்கு ஒப்பாகும் என்று கருதி குடும்ப விசுவாசிகள் என்மீது சினத்தைக் கக்கினர்.

இந்தப் புத்தகம், ஐ.மு.கூ 1-ன்போது நடந்த அனைத்தையும் பற்றியது அல்ல. ஆனால், ஐ.மு.கூ 1-ன் பிரதமருடைய கண்களும் காதுகளுமாக இருந்து, பிரதமர் தன் பணியில் வெற்றி அடையவேண்டும் என்று விசுவாசத்துடன் நடந்துகொண்ட ஒருவனுடைய பார்வையில் தென்பட்ட சில விஷயங்களைப் பற்றியது. ஒரு பக்கச் சார்புடைய என் பார்வையில், முக்கியமான கொள்கைகள், பிரச்னைகள் என்று நான் கருதியவற்றை ஓரளவுக்கு எந்தச் சார்புகளும் இன்றி நடுநிலையாக அலச முயற்சி செய்துள்ளேன். என்னிடமிருந்த குறிப்புகள் ஓரளவுக்கு இதற்குத் துணை புரிந்தாலும் பெரும்பாலும் இவை என் நினைவி லிருந்து வந்தவை. அத்துடன் செய்தித்தாள்களிலிருந்து தேதிகளையும் தகவல்களையும் சரிபார்த்திருக்கிறேன். அந்தக் காலகட்டத்தில் முக்கியமான வேலைகளைச் செய்த சிலரிடம் பேசி என் ஞாபகத்தைக் கிளறியிருக்கிறேன். அவர்கள் இந்தப் புத்தகத்தில் பெயரற்றவர் களாகவே இருப்பார்கள். அவர்களுடைய நேரத்துக்கு என் நன்றி. இந்தப் புத்தகத்தில் காணப்படும் மேற்கோள்கள் சில வார்த்தைக்கு வார்த்தை அப்படியே சொல்லப்பட்டதல்ல, ஆனால் சொன்னதன் சாரம் சரியாக இருக்கும்.

பிரதமர் அலுவலகத்தில் நான் இருந்தபோது, அரசாங்கக் கோப்பு களை, அதுவும் முக்கியமாக ரகசியக் கோப்புகளைப் பார்வையிட எனக்கு வாய்ப்புகள் இருக்கவில்லை. கோப்புகளுக்குபதில், பிரதமருடன் நேரடியாகப் பேசி, எந்தப் பிரச்னையிலும் அவருடைய கருத்து என்ன என்பதை அறியவே விரும்பினேன். முதல் சில வாரங்களில் பிரதமரை நான் சந்திப்பதை மட்டுப்படுத்த பிரதமர் அலுவலக அதிகாரிகள் முனைந்தனர். ஆனால் டாக்டர் சிங் தலையிட்டு, அவருடைய கதவுகள் எப்போதும் எனக்காகத் திறந்திருக்குமாறு செய்தார். அமெரிக்க அதிபர் ஜான் கென்னடியின் ஊடகச் செயலராக இருந்த பத்திரிகையாளர் பியர் சாலிங்கர் பற்றிய இரங்கல் கட்டுரை லாஸ் ஏஞ்சல்ஸ் டைம்ஸ் பத்திரிகையில் வெளியாகியிருந்தது. என் ஆராய்ச்சி உதவியாளர் விஜய் குமார், அக்டோபர் 2004-ல் அதனை எனக்கு இணையத்திலிருந்து எடுத்துத் தந்தார். நான் பிரதமர் அலுவலகத்தில் பட்டதுபோலவே, சாலிங்கருக்கும் வெள்ளை மாளிகையிலிருந்து தகவல்கள் பெறுவதில் சிக்கல்கள் இருந்திருக்கின்றன. அப்போது சாலிங்கர் கென்னடியிடம், 'ஒரு பத்திரிகைச் செயலர், உள்வட்ட விவாதங்களில் ஈடுபட வேண்டும். அப்போதுதான் பொதுமக்களுக்கு எதைச் சொல்வது, எதைச் சொல்லாமல் இருப்பது என்பது அவருக்குத் தெரிய வரும்' என்று சொல்லியிருக்கிறார். இது அந்த இரங்கல் கட்டுரையில் குறிப்பிடப்பட்டிருந்தது.

நான் இதனை டாக்டர் சிங்கிடம் காட்டினேன். அவர் அதனை ஏற்றுக் கொண்டு, கென்னடி செய்ததுபோலவே தன் வீட்டிலும் அலுவலகத்திலும் நான் வருவதற்கு முழுமையான அனுமதியை அளித்தார். ஆனால் கேபினட் கூட்டங்களிலோ காங்கிரஸ் உட்குழுக் கூட்டங்களிலோ உட்கார எனக்கு அனுமதி கிடையாது.

பசியுடன் உள்ள ஊடகங்களுக்கு எப்போதும் ஏதாவது தீனி கொடுத்துக்கொண்டே இருக்கவேண்டும் என்பதால், டாக்டர் சிங்குடனான நேரடித் தொடர்பு என் வேலையைத் திறனுடன் செய்ய உதவியது. அத்துடன் பிரதமரின் சிந்தனை, அவருக்குக் கிடைக்கும் ஆலோசனைகள் ஆகியவை குறித்த நுண்ணறிவும் எனக்குக் கிடைத்தது. அதே நேரம், இது என்மீது கடுமையான சுமையையும் வைத்தது. எனக்குக் கிடைக்கும் தகவல்கள் அனைத்தையும் அலசி, அவற்றில் எவற்றையெல்லாம் பத்திரிகைக் குறிப்புகளாக அனுப்புவது, எவற்றைக் கதைகளாகத் திரித்துத் தருவது, எவற்றை யாருக்கும் சொல்லாமல் எனக்குள்ளேயே வைத்திருப்பது என்று நான் முடிவு செய்யவேண்டியிருந்தது. இதுகுறித்து நான் என் சக ஊழியர்களிடம் பேசுவேன். அதுவும் முக்கியமாக, பிரதமரின் அந்தரங்கச் செயலர்களிடம் பேசுவேன். அவர்களுக்கு, எவையெல்லாம் ஊடகங்களுக்குச் செல்லலாம், எவை செல்லக்கூடாது என்பது நன்கு தெரிந்திருந்தது.

ஊடகங்களிடம் எதைச் சொல்லலாம், எதைச் சொல்லக்கூடாது என்பதைத் தீர்மானிக்கும் சுதந்தரத்தை எனக்குக் கொடுத்திருந்தாலும், டாக்டர் சிங், அவ்வப்போது சில விஷயங்களை முழுவதும் ரகசியமாக வைத்திருக்குமாறு சொல்வார். சிலவற்றை, பிரதமர் அலுவலகத்தில் இருக்கும் பிற அலுவலர்களிடம்கூடப் பகிர்ந்து கொள்ளக்கூடாது என்று சொல்வார். சில சமயங்களில், அவர் சார்பாகச் சிலரைச் சந்திக்குமாறு, தகவல்களை எடுத்துச் செல்லுமாறு, அல்லது ரகசியக் கடிதங்களை எழுதுமாறு சொல்வார். அவை குறித்த தகவல்களை வெளியே பகிர்ந்துகொள்ளக்கூடாது என்பார். இன்று வரை அதன்படியே நடந்துவந்திருக்கிறேன். டாக்டர் சிங்கிடம் ரகசியமாக வைத்திருப்பதாக நான் வாக்குறுதி அளித்த எந்தத் தகவலும் இந்தப் புத்தகத்தில் கிடையாது. இந்தப் புத்தகத்தில் இருக்கும் எதுவும் ரகசியப் பாதுகாப்புச் சட்டத்தின் விதிமுறைகளுக்கு எதிரானது அல்ல. என் அலுவலைச் செய்வது தொடர்பாக எனக்குக் கிடைத்த அதிகாரபூர்வத் தகவல்கள் எதையும் நான் இந்தப் புத்தகத்தில் பயன்படுத்தவில்லை. அதன் காரணமாக இந்தப் புத்தகத்தில் ஆங்காங்கே, முக்கியமாகக் கொள்கை குறித்துப் பேசும் அத்தியாயங்களில், சில இடைவெளிகள் இருக்கும்.

இறுதியாக, இந்தப் புத்தகத்தின் உள்ளடக்கத்தை, அது பிரசுரம் ஆவதற்கு முன்பாக நான் டாக்டர் சிங்கிடம் பகிர்ந்துகொள்ள வில்லை. இந்தப் பக்கங்களில் நான் எழுதியிருக்கும் பலவற்றை அவர் ஏற்றுக்கொள்ளமாட்டார். சொல்லப்போனால், இந்தப் புத்தகத்தை நான் எழுதுவதற்கே அனுமதித்திருக்கமாட்டார். அதன் காரண மாகவே, இந்தப் புத்தகம் பிரதமருடன் நான் இருந்த காலகட்டத்தை மிகச் சரியாகப் பிரதிபலிக்கவேண்டும், நான் பார்த்ததை, எது நடந்தது என்று நான் நினைத்ததைச் சரியாக எழுதவேண்டும் என்ற சுமையை என் தோளின்மீது ஏற்றிவைத்திருக்கிறது.

அரசில் பணியாற்றி ஓய்வு பெற்றவர்கள் ‘அவர்கள் காலத்தில் அனைத்தும் ஒவ்வொன்றும் சரியாக நடக்கவில்லை என்பதை அறிவார்கள். ஆனாலும் அவர்களுடைய அறிவுரையை மட்டும் கேட்டு நடந்திருந்தால், அனைத்தும் சரியாக நடந்திருக்கும் என்று நம்மை நம்பவைக்கப் பார்ப்பார்கள்’ என்று சாரதா பிரசாத் சொல்வார். அதை மனத்தில் வைத்து, எந்த விருப்பு வெறுப்பும் இல்லாமல், சொல்லவேண்டியே ஆகவேண்டும் என்று நான் நினைத்தவற்றை யெல்லாம் சொல்ல முயற்சி செய்துள்ளேன்.

1

பிரதமர் அலுவலகத்திலிருந்து வந்த அழைப்பு

'டாக்டரைக் கூப்பிடுங்கள்!'

- ஃபைனான்ஷியல் எக்ஸ்பிரஸ் தலையங்கத்தில்,
19 மே 2004

2004 மே ஒன்று. நள்ளிரவை நெருங்கிக்கொண்டிருந்தது. புது தில்லியின் ரஃபி மார்கில் AIFACS கட்டடத்தின் மேல் மாடியில் பிபிசியின் ஸ்டூடியோவில் ஜே.என்.தீட்சித்தும் நானும் பொதுத் தேர்தல் முடிவுகள் குறித்து அலசிக்கொண்டிருந்தோம். தேர்தலின் இறுதிக் கட்டம் அப்போது நடந்துகொண்டிருந்தது. தேர்தல் முடிவுகள் எவ்வாறு இந்தியாவின் அயலுறவுக் கொள்கையையும் பொருளாதாரக் கொள்கையையும் பாதிக்கும் என்பது குறித்து நாங்கள் பேசிக்கொண்டிருந்தோம். தேர்தலின் தொடக்கத்தில் பிரதமர் அடல் பிகாரி வாஜ்பாயின் தலைமையிலான தேசிய ஜனநாயகக் கூட்டணியே மீண்டும் ஆட்சிக்கு வரும் என்றுதான் பலரும் கருதினர். ஆனால், இறுதிக்கட்டத்தில் போட்டி உயிர் பெறத் தொடங்கியது. இந்தியாவின் பொருளாதார வாய்ப்புகளை மனத்தில் கொண்டு 'இந்தியா ஒளிர்கிறது' என்ற பிரசாரத்தை தேசிய ஜனநாயகக் கூட்டணியின் முதன்மைக் கட்சியான பாரதிய ஜனதா தொடங்கியது. வெற்றிவாய்ப்பு பிரகாசமாக இருப்பதாகக் கருதிய வாஜ்பாய் தேர்தலை ஆறு மாதம் முன்னதாகவே வைத்தார். ஆனால், ஆந்திரத்திலும் மகாராஷ்டிரத்திலும் பருத்தி விவசாயிகள் பெரும் எண்ணிக்கையில் தற்கொலை செய்துகொண்டது தே.மு.கூவின் பிம்பத்தை வெகுவாகப் பாதித்திருந்தது. இப்போது முக்கிய எதிர்க்கட்சியான இந்திய தேசிய காங்கிரஸுக்கும் அதற்கும் இடையே போட்டி கடுமையாக இருக்கும் என்று எதிர்பார்க்கப்பட்டது.

தீட்சித், வெளியுறவுச் செயலராக இருந்து ஓய்வுபெற்றவர். தன் துறையில் மிகத் திறமை வாய்ந்தவராக இருந்தார். ஓய்வுக்குப்பின் காங்கிரஸ் கட்சியில் சேர்ந்து, 2000-க்குப் பிறகு சோனியா காந்திக்கு அயலுறவு சார்ந்த விஷயங்களில் ஆலோசகராக இருந்தார். மணி தீட்சித் சோனியா காந்தியின் ஆலோசகராக ஆவதற்கு முன், சோனியாவின் அயலுறவுக் கொள்கை ஆலோசகராக இருந்தவர் கே. நட்வர் சிங். இவர் தன் அரசுப் பணிக்காலத்தில் இந்திரா காந்தியுடன் நெருங்கி வேலை செய்து, பின் காங்கிரஸ் கட்சியில் சேர்ந்திருந்தார். நட்வர் சிங், நேருவின் கொள்கைகளை உள்வாங்கிக்கொண்டவர். பனிப்போர் காலச் சிந்தனைகளாலும் அணி சேராக் கொள்கையாலும் உருவாக்கப்பட்டவர். மணி தீட்சித்தின் கருத்துகளோ, பனிப்போரின் முடிவு, வளர்ந்த நாடுகளுடன் இந்தியா மேற்கொண்ட உறவு ஆகியவற்றால் தாக்கம் பெற்றிருந்தன. 1990-களின் தொடக்கத்தில் நரசிம்ம ராவின் ஆட்சிக் காலத்தில் அயலுறவுச் செயலராகப் பணியாற்றிய தீட்சித், பனிப்போரின் முடிவையும் சோவியத் ரஷ்யாவின் அழிவையும் இந்தியா எப்படி எதிர்கொள்ளவேண்டும் என்பதற்கான செயல்திட்டங்களை உருவாக்கினார். நரசிம்ம ராவின் ‘கிழக்கே பார்’ கொள்கைக்கும் தென் கொரியா, இஸ்ரேல் ஆகிய நாடுகளுடனான உறவுக்கும் இவரே காரணம்.

2003-ல், சோனியா காந்தி, அயலுறவுக் கொள்கை, தேசியப் பாது காப்புக்கொள்கை ஆகியவை குறித்த மாற்றுப் பார்வையை உருவாக்க ஒரு விவாதக் குழுவை ஏற்படுத்துமாறு தீட்சித்தைப் பணித்தார். அந்தக் குழுவில் காங்கிரஸ் கட்சியின் மாநிலங்கள் அவையின் தலைவராக இருந்த மன்மோகன் சிங், ஓய்வுபெற்ற பாதுகாப்புச் செயலர் என்.என்.வோரா, அயலுறவு மற்றும் பாதுகாப்பு தொடர்பான இந்தியாவின் தலைசிறந்த சிந்தனையாளராக விளங்கிய கே.சுப்பிரமணியம் ஆகியோருடன் நானும் உறுப்பினராக இருந்தேன். அப்போது நான் ஃபைனான்ஷியல் எக்ஸ்பிரஸ் பத்திரிகையின் தலைமை ஆசிரியராக இருந்தேன். தில்லியின் மேட்டுக்குடி அதிகார வர்க்கம் கூடிப் பேசும் இந்தியா இண்டெர்னேஷனல் செண்டரில் தனி அறை ஒன்றில் நாங்கள் கூடிப் பேசுவோம்.

மணிக்கு இந்தப் பொறுப்பு வழங்கப்பட்டிருந்ததால், காங்கிரஸ் கட்சி தில்லியில் ஆட்சிக்கு வந்தால் அவர் அரசில் முக்கியமான பாத்திரத்தை வகிப்பார் என்று நினைத்தேன். அதனால்தான், பிபிசி ஸ்டூடியோவில் அன்று விவாதம் முடிவுறும்போது தீட்சித் கோடையைக் கழிக்க ஒரு மலைப்பிரதேசத்துக்குச் செல்லப் போவதாகச் சொன்னது எனக்கு ஆச்சரியமாக இருந்தது. தேர்தல் சீக்கிரம் முடிவடைய இருந்தது. காங்கிரஸ் ஆட்சி அமைக்கலாம்

என்று சிலர் எதிர்பார்த்தனர். ஒருவேளை புதிய அரசுக்கு நீங்கள் தேவைப்படமாட்டீர்களா, தில்லியில் இருக்கப்போவதில்லையா என்று அவரிடம் கேட்டேன்.

அவர் சிரித்தார். 'காங்கிரஸ் ஆட்சிக்கு வந்தாலும் நட்வர் சிங்தான் அரசில் அங்கம் வகிப்பார், நான் அல்ல' என்றார். அத்துடன் என்னிடம், 'நாங்கள் ஜெயிப்போம் என்று நினைக்கிறாயா?' என்றும் கேட்டார். தில்லியில் அப்போது நிலவிவந்த கருத்தை அவருடன் பகிர்ந்துகொண்டேன். தேர்தல் முடிவுகள் மிகவும் நெருக்கமாக இருக்கும்; வாஜ்பாயே மீண்டும் ஆட்சிக்கு வருவார் என்றேன். அவரும் அதனை ஒப்புக்கொண்டார்.

ஸ்டூடியோவை விட்டு வெளியேறும்போது, நான் அவரிடம், 'நீங்கள் மலைப்பிரதேசத்துக்குச் செல்லுங்கள், நான் வாஷிங்டன் டிசிக்குப் போகவேண்டும்' என்று சொல்லிவிட்டுச் சென்றேன்.

ஒரு மாதத்துக்குள் நாங்கள் இருவரும் பிரதமர் அலுவலகத்தில் சக அலுவலர்களாக இருப்போம் என்று இருவருமே அந்த மே மாத இரவில் எதிர்பார்க்கவில்லை.

அடுத்த நாளே, ஒரு கூட்டணி ஆட்சியை உருவாக்கக்கூடிய எண்ணிக்கையை சோனியா காந்தியின் காங்கிரஸ் கட்சி பெற்றிருக்கிறது என்பது தெளிவானது. வாஷிங்டன் டிசியில் வரலாற்றாளர் சுனில் கில்னானி ஏற்பாடு செய்திருந்த மாநாட்டில் பேசுவதற்காகக் கிளம்பிச் செல்லுமுன்னர், 'அரசு குறித்த சிந்தனைகள்' என்ற தலையங்கத்தை எழுதி அனுப்பினேன். அது 15 மே அன்று வெளியானது. எல்லா ஆசிரியர்களும் பொதுவாக எழுதும் தலையங்கம் போன்றதுதான் அது. அரசியல்வாதிகள் என்ன செய்ய வேண்டும் என்று சொல்லியிருந்தது. வெற்றி பெற்றிருந்த காங்கிரஸ் தலைவர் சோனியா காந்திக்கு நான் அளித்திருந்த ஆலோசனை இதுதான்: 'டாக்டர் மன்மோகன் சிங்கை பிரதமராக ஆகுமாறு அழையுங்கள். காங்கிரஸூம் கூட்டணிக் கட்சிகளும் சேர்ந்த கூட்டமைப்பின் தலைவராக நீங்கள் இருந்து அரசின் செயல்பாட்டை மேற்பார்வையிடுங்கள்.'

டாக்டர் மன்மோகன் சிங்கை பிரதமர் ஆக்குவது என்னும் என் ஆலோசனை புதிது கிடையாது. சரியாக ஐந்தாண்டுகளுக்குமுன், 25 மே 1999-ல் டைம்ஸ் ஆஃப் இந்தியாவில் எழுதிய பத்தியில் நான் இதனைக் குறிப்பிட்டிருந்தேன். பாஜக கூட்டணி அரசு கவிழ்ந்ததும் சோனியா காந்தி காங்கிரஸ் தலைமையிலான ஆட்சி ஒன்றை உருவாக்க முனைந்து தோல்வி அடைந்தபோது இதனை எழுதியிருந்தேன். அப்போது சோனியா, 'எங்களிடம் 272 பேர் இருக்கிறார்கள். மேலும்

பலர் வந்து சேருவார்கள்' என்று சொல்லியிருந்தார். என் பத்தியின் தலைப்பு, 'சோனியா காந்தி பிரதமர் ஆவதன் அபாயங்கள்' என்று இருந்தது. அதில், காங்கிரஸ் ஆட்சி அமைக்கும் நிலை ஏற்பட்டால், பிரதமர் ஆகும் ஆசையை சோனியா கைவிடவேண்டும்; மன்மோகன் சிங்கைப் பிரதமராக ஆக்கவேண்டும் என்று குறிப்பிட்டிருந்தேன்.

1999-ல் நான் எழுதியதைப் பார்த்து என்னைக் கண்டித்த நண்பர்கள், இப்போது 2004-ல் நான் எழுதிய தலையங்கத்தைப் படித்துவிட்டு, மன்மோகன் சிங்கைப் பிரதமராக்கும் என் பிரசாரத்தை நான் இன்னும் கைவிடவில்லை என்று கேலி செய்தனர். ஆனால் நான் இதனை சோனியாவின் பார்வையிலிருந்துதான் எழுதியிருந்தேன். சோனியாவின் இத்தாலியப் பின்னணி ஏற்படுத்திய சர்ச்சையை அவர் புதைக்கவேண்டும். அவருடைய மகனோ மகளோ வளர்ந்து பொறுப்பை ஏற்கும்வரையில் கட்சியை அவர் தன் கைக்குள் வைத்திருக்கவேண்டும். அதற்கு, விசுவாசமான, நம்பகமான, அதே நேரம் தகுதிவாய்ந்த ஒருவர் அரசின் தலைவராக ஆகவேண்டும்.

ஓர் அரசியல்வாதி, தனக்கென சொந்த அரசியல் அபிலாஷைகளை வைத்திருப்பார். எனவே அவர் சோனியா குடும்பத்தைப் பின்னுக்குத் தள்ளலாம். அதிகம் வெளியில் தெரியாமல் இருந்த நரசிம்ம ராவ், பிரதமர் ஆனவுடன் தனக்கெனத் தனிப் பாதையை வகுத்துக் கொண்டார் அல்லவா? இதன் அடிப்படையில், பிரதமர் பதவிக்கு ஆசைப்படும் அர்ஜுன் சிங், பிரணாப் முகர்ஜி ஆகியோரை விலக்கி விடலாம். மீதம் உள்ளவர்களில் சிலருக்கு மட்டும்தான் வேண்டிய அனுபவம் இருந்தது. உதாரணமாக, கேரளாவின் ஏ.கே.ஆண்டனியைச் சொல்லலாம். சோனியா காந்திக்கு அவரைப் பிடித்திருந்தது. ஆனால் அவருக்கு அனுபவம் போதாது. எனவே, டாக்டர் சிங்குக்குத்தான் அதிகபட்ச வாய்ப்பு என்று நான் தீர்மானித்தேன்.

15 மே அன்று வாஷிங்டன் டிசி வந்து சேர்ந்தபோது, சோனியா காந்தி, தான் பிரதமர் ஆகலாமா கூடாதா என்ற இரு வேறு மனநிலைகளில் இருப்பதாகச் செய்திகள் தெரிவித்தன. துதிபாடிக் கூட்டமான காங்கிரஸில் அனைவரும் சோனியாதான் பிரதமர் ஆகவேண்டும் என்று வேண்டினர். மற்றொரு பக்கம், பாஜகவின் சுஷ்மா ஸ்வராஜோ, இத்தாலியர் சோனியா பிரதமர் ஆனால் தன் தலையை மொட்டை அடித்துக்கொள்வேன் என்று சூளுரைத்தார்.

நான் கலந்துகொண்ட மாநாட்டில் இரண்டு நாள்களுமே உணவு இடைவேளையிலும் தேநீர் இடைவேளையிலும் பேச்சுகள் எல்லாம் இந்தியாவின் புதிய அரசு உருவாக்கம் குறித்தே இருந்தது. மாநாட்டின் இறுதி நாள், 18 மே அன்று, கில்னானியும் மாண்டேக் சிங்

அலுவாலியாவும் என்னுடன் மேடையில் இருந்தனர். பொருளாதார நிபுணரான அலுவாலியா ராஜீவ் காந்தியுடன் பணியாற்றியிருக்கிறார். டாக்டர் சிங் நிதியமைச்சராக இருந்தபோது நிதிச் செயலராக இருந்திருக்கிறார். தற்போது வாஷிங்டன் டிசியில் சர்வதேச நிதியத்தில் (ஐ.எம்.எஃப்) வேலை செய்துகொண்டிருந்தார்.

மாண்டேக்தான் முதலில் பேசினார். அவர் பேச ஆரம்பித்த சில விநாடிகளிலேயே, ஃபைனான்ஷியல் எக்ஸ்பிரஸின் தில்லி ஆசிரியராக இருக்கும் ரோஹித் பன்சாலிடமிருந்து எனக்கு ஒரு குறுஞ்செய்தி வந்தது. ‘தான் பிரதமர் ஆகப்போவதில்லை என்று சோனியா சொல்லிவிட்டார்’ என்பதுதான் அது. முதல் படி, சோனியா பிரதமர் ஆகப்போவதில்லை; இரண்டாவது படி, அவர் டாக்டர் சிங்கை பிரதமர் ஆக்கப்போகிறார் என்று எனக்குள்ளேயே சொல்லிக் கொண்டேன்.

என் முறை வரும்போது நான் அவையோரிடம் அந்தச் செய்தியைப் பகிர்ந்துகொண்டேன். சோனியா மன்மோகன் சிங்கை பிரதமர் ஆக்குவார் என்றால், சற்று முன்னர்தான், எதிர்கால இந்திய பிரதமரின் முதன்மைச் செயலர் பேசி அமர்ந்திருக்கிறார் என்று விளையாட்டாகச் சொன்னேன். மாநாடு முடிந்ததுமே, கூட்டம் மாண்டேக் சிங்கைச் சூழ்ந்துகொண்டது. பின்னர் அதே நாள், டாக்டர் சிங் கூட்டணி ஆட்சியின் தலைவராக இருப்பார் என்று சோனியா அறிவித்தார். அடுத்த நாள், மாண்டேக்கையும் அவருடைய மனைவியும் பொருளாதார நிபுணருமான இஷரையும் சர்வதேச நிதியத்தின் தலைமையகத்தில் மதிய உணவுக்காகச் சந்தித்தேன். தில்லியிலிருந்து வந்திருந்த செய்தி அவர்களை மகிழ்ச்சியில் ஆழ்த்தியிருந்தது. மன்மோகன் சிங் பிரதமர் ஆவதால் நாட்டுக்கு என்னவெல்லாம் நடக்கும் என்பது குறித்து நாங்கள் உணவின்போது பேசிக்கொண்டிருந்தோம்.

தில்லி ஸ்கூல் ஆஃப் எகானமிக்ஸில் டாக்டர் சிங்கிடம் பாடம் பயின்றவர் இஷர். மாண்டேக்கோ, 1970-கள் முதற்கொண்டே டாக்டர் சிங்குடன் இணைந்து பணியாற்றியவர். உலக வங்கியில் சில காலம் இருந்துவிட்டு அவர் இந்தியா திரும்பி, நிதியமைச்சகத்தில் ஆலோசகராகப் பணிக்குச் சேர்ந்தார். அப்போது டாக்டர் சிங் நிதியமைச்சகத்தில் செயலராக இருந்தார். பின்னர், 1992-96 காலகட்டத்தில் நரசிம்ம ராவ் அரசில் டாக்டர் சிங் நிதியமைச்சராக இருந்தபோது மாண்டேக்கை மீண்டும் நிதியமைச்சகத்துக்குக் கொண்டுவந்தார். புதிய அரசில் மாண்டேக் என்ன பாத்திரம் வகிப்பார் என்பதுபற்றி நாங்கள் ஊகங்கள் எதையும் பேச விரும்பவில்லை. டாக்டர் சிங்கை அழைத்துப் பேசினாரா என்று மட்டும் மாண்டேக்கிடம் கேட்டேன். அவரை அழைத்து வாழ்த்தியதாக மாண்டேக் சொன்னார்.

இறுதியாக இனிப்பு சாப்பிடும்போது மாண்டேக்கிடம், சர்வதேச நிதியத்தின் வேலையை விட்டுவிட்டு இந்தியா வருவீர்களா என்று கேட்டேன். 'நிச்சயமாக' என்றார் இஷர், மாண்டேக் சார்பாக.

புதிய அரசு குடியரசுத் தலைவர் மாளிகையில் பதவி ஏற்பதைப் பார்ப்பதற்குச் சரியான நேரத்துக்கு நான் இந்தியா வந்துவிட்டேன். அதுதான் நான் நேரில் பார்க்கும் முதல் பதவியேற்பு. டாக்டர் சிங், பதவிப் பிரமாணம் எடுத்துக்கொள்ளும்போது பதற்றத்துடனும் தயக்கத்துடனும் காணப்பட்டார். ஆறு ஆண்டுகளுக்குப் பிறகு மீண்டும் பதவிக்குத் திரும்புவதால் மிகுந்த மகிழ்ச்சியுடன் இருந்த காங்கிரஸ் தலைவர்கள் பெரும் எண்ணிக்கையில் வந்திருந்தனர். காங்கிரஸ்காரர்கள் மிகச் சிலர்தான் தேர்தலில் வெல்வோம் என்று நினைத்திருந்தனர். அதிக இடங்கள் கிடைத்தாலும் கூட்டணி ஆட்சியை ஏற்படுத்த முடியுமா என்று சந்தேகத்தில் இருந்தனர். அந்த இடமே விழாக்கோலம் பூண்டிருந்தது.

டாக்டர் சிங்கின் பெண்கள், பேரப் பிள்ளைகள் என்று அவரது குடும்பத்தினர் அனைவரும் வந்திருந்தனர். ஆனால் அமைதியாகப் பின்னணியில் இருந்தனர். பதவியேற்பு முடிந்ததும் டாக்டர் சிங்கைச் சந்தித்து வாழ்த்தலாம் என்று முயற்சி செய்தேன். ஆனால் எதிர்பார்த்ததுபோலவே காங்கிரஸ் தலைவர்களும் நல்ல துறையை எதிர்பார்த்திருக்கும் அமைச்சர்களும் பத்திரிகையாளர்களும் அவரைச் சூழ்ந்துகொண்டிருந்தனர். அமைச்சரவை இலாகாக்கள் இன்னமும் ஒதுக்கப்பட்டிருக்கவில்லை. நான் அவரைத் தூரத்திலிருந்து பார்த்து, கைகளைக் கூப்பி வணங்கினேன். அவர் புன்னகை செய்தார்.

புதிய பிரதமரைச் சுற்றியுள்ள கூட்டத்தைத் தவிர்த்துவிட்டுச் சுவையான செய்திகளைத் தேடியபடி வெளியே வந்தேன். அங்கே மகாராஷ்டிரத்தைச் சேர்ந்த காங்கிரஸ் அரசியல்வாதி பிருத்விராஜ் சவானைச் சந்தித்தேன். அவரை எனக்குச் சுமார் பத்தாண்டுகளாகத் தெரியும். இந்தியா இண்டர்னேஷனல் செண்டரில் 'சனிக்கிழமைக் குழு' என்று அழைக்கப்படும் வாராந்திர மதிய உணவுச் சந்திப்பில் நாங்கள் இருவரும் வழக்கமாகச் சந்திப்பவர்கள். பிருத்வி, இணையமைச்சராக (மினிஸ்டர் ஆஃப் ஸ்டேட்) பதவிப் பிரமாணம் எடுத்திருந்தார். அவருக்கு என்ன துறை கிடைக்கப்போகிறது என்று கேட்டேன். நிதித்துறை என்று பிரதமர் அவரிடம் சொன்னதாகத் தெரிவித்தார். இது முதல் பக்கச் செய்தி. அப்படியானால் யார் புதிய நிதி அமைச்சர் என்று கேட்டேன். பிருத்வி என் அருகில் வந்து,

பிரதமரே நிதித்துறையைத் தன்னிடம் வைத்துக்கொள்ளப்போகிறார் என்றார். எனக்குத் தலைப்புச் செய்தி கிடைத்துவிட்டது.

இலாகாக்கள் பற்றிய அதிகாரபூர்வத் தகவலுக்காக இரவு வெகு நேரம் விழித்திருந்தேன். ஆனால் செய்திகள் ஏதும் வரவில்லை. இறுதியில், டாக்டர் சிங் நிதியைத் தன்னிடமே வைத்துக்கொள்வார் என்றும் சவான் நிதித்துறை இணையமைச்சர் ஆவார் என்றும் செய்தியை வெளியிட்டோம்.

எங்கள் பத்திரிகை வெளியானதும் காலையில் மூத்த காங்கிரஸ் தலைவர் ப.சிதம்பரத்திடமிருந்து எனக்குத் தொலைப்பேசி அழைப்பு வந்தது. அவர் 1996-ல் குறைந்த காலம் மட்டுமே ஆட்சியில் இருந்த கூட்டணி அரசில் நிதியமைச்சராக இருந்தவர். அப்போது அவர் காங்கிரஸிலிருந்து பிரிந்த ஒரு கட்சியில் இருந்தார். 2004 தேர்தலுக்குமுன் மீண்டும் காங்கிரஸில் இணைந்திருந்தார். சில ஆண்டுகளாக எங்கள் செய்தித்தாளில் பத்தி எழுதிவந்தார். மே 2004-ல் அரசில் சேரும்வரை தொடர்ந்து எங்களுக்காக எழுதினார்.

‘உங்கள் செய்தி உண்மையானதா?’ என்று என்னிடம் கேட்டார். சம்பந்தப்பட்ட நபரிடமிருந்தே நேரடியாகச் செய்தி எனக்குக் கிடைத்தது என்றேன்.

‘பிரதமரிடமிருந்தேவா?’ என்று அவர் மீண்டும் கேட்டார். இல்லை, இணையமைச்சரிடமிருந்து என்றேன். பிரதமர் நிதியைத் தன்னிடம் வைத்துக்கொண்டால் எனக்கு என்ன கிடைக்கும் என்று அவர் சத்தமாகவே தன்னைக் கேட்டுக்கொண்டார்.

பொதுவாகவே தன்னம்பிக்கை அதிகம் உள்ள சிதம்பரம் அப்படித் தன்னைக் கேட்டுக்கொண்டது எனக்கு ஆச்சரியம் அளித்தது. அவருக்கு வர்த்தகம் அல்லது தொலைத்தொடர்பு கிடைக்கும் என்று ஊடக வட்டாரங்களில் பேசப்பட்டது. அதை நான் அவரிடம் சொன்னேன்.

அவர் கோபத்துடன் வெடித்தார். ‘நான் ஏற்கெனவே நிதியமைச்சராக இருந்திருக்கிறேன். அதைவிடக் குறைந்த ஒரு கேபினட் அந்தஸ்தை ஏற்றுக்கொள்வேன் என்று நினைக்கிறீர்களா?’

பிரதமருடன் நிதியமைச்சர், அயலுறவுத் துறை அமைச்சர், பாதுகாப்புத் துறை அமைச்சர், உள்துறை அமைச்சர் ஆகியோர் ரெய்சினா ஹில் அலுவலகத்தில் இருப்பார்கள். தில்லியின் நார்த் பிளாக், சௌத் பிளாக்கின் முக்கியமான அலுவலகங்கள் இவை. பாதுகாப்புக்கான கேபினட் குழுவில் இவர்கள் அனைவரும் உறுப்பினர்கள். இந்தக் குழு, தேசியப் பாதுகாப்பும் அணு சக்தியும் முக்கியத்துவம் பெற்றுள்ள இந்தக் காலத்தில் மிக முக்கியமான, சக்தி வாய்ந்த குழு.

ரெய்சினா ஹில் அமைச்சரவை கிடைக்காவிட்டால் என்ன செய்வீர்கள் என்று சிதம்பரத்திடம் கேட்டேன்.

‘கடைசி பெஞ்சில் உட்கார்ந்துகொள்வேன்’ என்றார்.

‘நல்லது. அப்படியானால் நீங்கள் ஃபைனான்ஷியல் எக்ஸ்பிரஸில் உங்கள் பத்தியை வாராவாரம் தொடர்ந்து எழுதலாம்’ என்று கிண்டல் அடித்தேன்.

அன்று மாலை இலாகாக்கள் அறிவிக்கப்பட்டபோது பெரும் மாற்றங்கள் நிகழ்ந்திருந்தன. சிதம்பரம் நிதியமைச்சராக அறிவிக்கப் பட்டிருந்தார். பிருத்விராஜ், பிரதமர் அலுவலக இணையமைச்சராக அறிவிக்கப்பட்டார். பிருத்வியை அழைத்து, என்ன நடந்தது என்று தெரிந்துகொள்ள விரும்பினேன். கூட்டணி ஆட்சியை நடத்த வேண்டிய பெரும் பொறுப்பு அவருடைய நேரத்தை எடுத்துக் கொள்ளும் என்பதால், கனமான இலாகாவான நிதியை அவரிடம் வைத்துக்கொள்வது நல்லதல்ல என்று பிரதமருக்கு ஆலோசனை தரப்பட்டது என்றார். ஆனால் பிருத்விக்கு இதனால் பெரிய வருத்தம் ஏதும் இல்லை. டாக்டர் சிங்கின்கீழ் நிதித்துறையில் இணையமைச் சராக இருப்பதற்கு பதிலாக பிரதமர் அலுவலகத்தில் இணையமைச் சராக ஆகியிருந்தார். அரசின் கருவறைக்குள் நுழைந்துவிட்டார்.

அமைச்சரவை இடத்துக்காக இல்லாவிட்டாலும் குறிப்பிட்ட இலாகா கிடைத்ததற்காவது பிருத்வி, டாக்டர் சிங்குக்கு நன்றி சொல்ல வேண்டும். ஆனால் அமைச்சர்கள் பலருக்கும் அப்படி இருக்க வில்லை. ஐ.மு.கூ 1-ல் காங்கிரஸின் கூட்டணிக் கட்சிகள் அனைத்தும் தத்தம் அமைச்சர்களின் பட்டியலைத் தாங்களே சோனியாவிடம் கொடுத்துவிட்டன; டாக்டர் சிங்கிடம் அல்ல. இது தொடர்பான பேரங்கள், அரசியல் கள நிலையை உணர்த்தின. எப்பேர்ப்பட்ட பெரிய தலைவராக இருந்தாலும் சரி, அவருடைய கட்சிக்கு மக்களவையில் அதிக இடங்கள் இல்லை என்றால், அவருக்கோ அவருடைய கட்சியினருக்கோ வேண்டிய அமைச்சரவை இலாகாக்கள் கிடைப்பது சாத்தியமில்லை என்பதுதான் நிலையாக இருந்தது. இதனால்தான், நரசிம்ம ராவ் அமைச்சரவையில் பாதுகாப்பு அமைச்சராக இருந்த சரத் பவார், ரெய்சினா ஹில்லுக்குச் செல்ல முடியாமல் விவசாயத் துறை அமைச்சராகத் திருப்தி அடைய வேண்டியிருந்தது. ஏனெனில், அவருடைய தேசியவாத காங்கிரஸ் கட்சிக்கு மக்களவையில் ஒன்பது இடங்கள் மட்டுமே இருந்தன. மாறாக, திராவிட முன்னேற்றக்கழகம், தான் போட்டியிட்ட 16 இடங்களையும் வென்றிருந்தது. எனவே அதற்கு பேச்சு வழக்கில் சொல்லக்கூடிய ‘ஊழல் செய்யத் தோதான’ பொருளாதாரம் தொடர்பான இலாகாக்கள் கிடைத்தன.

காங்கிரஸ் தலைவர்களைப் பொறுத்தமட்டில் அவர்கள் தங்கள் கேபினட் இடங்களுக்கு சோனியா காந்தியையே முழுமையாக நம்பியிருந்தனர். அவர், பெயர்களை இறுதி செய்வதற்குமுன், டாக்டர் சிங்கிடமும் பிற நெருங்கிய ஆலோசகர்களிடமும் பேசி விட்டுத்தான் செய்தார். ஐ.மு.கூ 1-ன் இடைக்காலத்தில் அமைச் சரவையில் மாற்றங்கள் செய்தபோது டாக்டர் சிங்கின் கருத்துக்கு அதிக மதிப்பு கொடுக்கப்பட்டது. ஆனாலும் யாரும் தங்கள் இலாகாக் களுக்குப் பிரதமர்தான் காரணம் என்பதுபோல நடந்துகொள்ள வில்லை. காலம் செல்லச் செல்ல, பிரதமரால் நேரடியாகத் தேர்ந் தெடுக்கப்பட்ட பிருத்விராஜ் சவான்கூட கட்சித் தலைமைக்கு விசுவாசமாக இருப்பதாகக் காட்டிக்கொள்ளலானார். பிருத்வி, டாக்டர் சிங்கின் சீடர்தான். ஆனாலும் தன் அரசியல் வாழ்க்கைக்கு சோனியா, ராகுல் ஆகியோரிடம் விசுவாசமாக இருப்பது அவசியம் என்பதை உணர்ந்திருந்தார்.

அவருடைய எதிரிகள் நினைப்பதுபோல் இல்லாமல், டாக்டர் சிங் அரசியலில் மிகச் சாதுரியமானவர். தன் பிரதமர் அதிகாரம் எப்படி மட்டுப்படுத்தப்பட்டுள்ளது என்பதை நன்கு அறிந்திருந்திருப்பார். இதற்கு முந்தைய கூட்டணி ஆட்சிகளில்கூட பிரதமர்கள், அமைச்சர் களை நியமிப்பதிலான தங்கள் அதிகாரத்தை கூட்டணிக் கட்சித் தலைவர்களுடன் பகிர்ந்துகொண்டிருந்தார்கள். பாஜக-வில் அடல் பிகாரி வாஜ்பாய் மிகப் பிரபலமான தலைவராக இருந்த காரணத்தால், தே.ஜ.கூ கூட்டணியில் வலுவான அதிகாரத்தைப் பெற்றிருந்தார். ஆனால் டாக்டர் சிங், 1990-களின் நடுப்பகுதியில் இருந்த ஐக்கிய முன்னணியின் பிரதமர்களான எச்.டி.தேவ கௌடா, ஐ.கே.குஜ்ரால் ஆகியோரைப்போலத் தன்னைக் கட்டமைத்துக்கொண்டார். மேலும் பிற பிரதமர்களைப்போல் அல்லாமல், அவர் தன் கட்சிக்காரர்கள்மீது தனக்குக் குறைவான அதிகாரமே இருந்தது என்பதை இயல்பாக எடுத்துக்கொண்டார். காரணம், அவர் தன்னைத் 'தற்செயலான பிரதமர்' என்று கருதிக்கொண்டதுதான். அதாவது, தான் அந்தப் பதவிக்கு இயல்பாகத் தேர்வானவர் என்று அவர் கருதவில்லை. சோனியா காந்தி மட்டும் இத்தாலியராக இல்லாதிருந்தால் அவரல்லவா பிரதமராகியிருப்பார்? வெளிநாட்டில் பிறந்த காரணத்தால்தான் சோனியா வேறு ஒருவரைப் பிரதமராகத் தேர்ந் தெடுக்கவேண்டியிருந்தது. அப்படி அவர் தேர்ந்தெடுத்தவர்தான் டாக்டர் சிங்.

மன்மோகன் சிங் பிரதமராக ஆகவேண்டும் என்று எதிர்பார்த்துக் காத்திருக்கவில்லை. அப்படிப்பட்ட வாய்ப்பு என்றாவது ஒருநாள் தனக்குக் கிடைத்தாலும் கிடைக்கலாம் என்று ஒருவேளை அவர்

நினைத்திருக்கலாம். டாக்டர் சிங் பெரும் வாழ்க்கைக் குறிக்கோள் கொண்டவரா என்று பலரும் என்னிடம் பலமுறை கேட்டிருக் கிறார்கள். தான் எந்த இடத்தை அடையவேண்டும் என்று அவர் பெரும் குறிக்கோளை வெளிக்காட்டியதில்லை. ஆனால் அவருக்குத் தன் திறன்மீது நம்பிக்கை இருந்தது. தான் சுயமாக முன்னுக்கு வந்தவன் என்பதில் அவருக்குப் பெருமிதம் இருந்தது. அதை அவர் வெளிக்காட்டிக்கொண்டதில்லை. தன்னைத் 'தற்செயல் பிரதமர்' என்று அவர் சொல்லிக்கொண்டாலும் அந்த வேலையைச் செய்வதற் குரிய திறன் தன்னிடம் இருப்பதாகவும், சோனியாவைச் சுற்றியுள்ள பிற மூத்த தலைவர்களை விடவும் தன்னால் அதைச் சிறப்பாகவே செய்யமுடியும் என்றும் கருதினார்.

அதற்கு முந்தைய எட்டு ஆண்டுகளில் அவர் தீவிர அரசியலில் தன் ஈடுபாட்டைத் தெளிவாக்கியிருந்தார். நரசிம்ம ராவ் 1991-ல் அவரை நிதியமைச்சர் ஆக்கியபோது அவர் ஓர் அதிகாரியாகத்தான் இருந்தார். ஆனால் 1996-ல் ராவ் தேர்தலில் தோற்கடிக்கப்பட்டு, பின்னர் காங்கிரஸ் கட்சியால் மறக்கப்பட்டபோது, மன்மோகன் மீண்டும் தனக்கு நன்கு தெரிந்த உலகத்துக்குத் திரும்பவில்லை. கட்சியின் விசுவாசியாகத் தொடர்ந்து இருந்தார். மாநிலங்கள் அவையில் எதிர்க்கட்சித் தலைவராகப் பணியாற்றினார். கட்சியின் அரசியல் நிகழ்வுகளில் பங்கெடுத்துக்கொண்டார். அதிகாரபூர்வமாகச் சொல்லப்படாவிட்டாலும், சோனியாவுக்கு அடுத்து கட்சியின் இரண்டாவது தலைவர் என்ற அந்தஸ்தில் இருந்தார். 1999-ல் சோனியா தன் தலைமையில் கூட்டணி ஆட்சி அமைப்பதில் தோல்வி அடைந்ததும், அடுத்து வந்த நாடாளுமன்றத் தேர்தலில் போட்டியிடு மாறு அவருக்குச் சொல்லப்பட்டதும், தனக்குப் பெரிய அரசியல் பணி காத்திருக்கிறது என்பது அவருக்குத் தெரிந்திருக்கவேண்டும். அந்தத் தேர்தலில் அவர் தோல்வி அடைந்தாலும் 1999-க்கும் 2004-க்கும் இடைப்பட்ட காலத்தில் அவர் சோனியாவின் வலதுகரமாக உருவானார். வெளிநாட்டுத் தலைவர்களை சோனியா சந்திக்கும் போதெல்லாம் மன்மோகன் சிங்தான் அவருடன் இருந்தார்; அர்ஜுன் சிங்கோ பிரணாப் முகர்ஜியோ அல்ல. எனவே, தான் பிரதமர் ஆக வேண்டும் என்று டாக்டர் சிங் காய் நகர்த்தாவிட்டாலும், அவருக்கு அந்தப் பதவி கிடைத்தபோது அவர் அதிர்ச்சி ஒன்றும் அடையவில்லை.

இதுதான் காங்கிரஸ் கட்சி முதல்முறையாக ஒரு கூட்டணி ஆட்சியை தில்லியில் நடத்துவது. 14 கட்சிகள் அடங்கிய கூட்டணி ஆட்சியை நடத்துவதை வெளியிலிருந்து இடதுசாரிகள் அளித்த ஆதரவு மேலும் சிக்கலாக்கியது. இந்த இடதுசாரிக் கட்சிகள், டாக்டர் சிங்

நிதியமைச்சராக இருந்தபோது அவருடைய கொள்கைகளை மிகக் கடுமையாகச் சாடியிருந்தன. இடதுசாரிகள் சிலர் ஆட்சியில் பங்கு கொள்ளலாம் என்று நினைத்தனர். மார்க்சிஸ்ட் கம்யூனிஸ்ட் கட்சியின் சீதாராம் யெச்சூரி, இடதுசாரி - காங்கிரஸ் கூட்டணியில் ரயில்வே அமைச்சராக ஆக விரும்புவதாகச் சொல்லியிருந்தார். இந்திய கம்யூனிஸ்ட் கட்சியும் கூட்டணியில் பங்குபெற விரும்பியது. 1990-களில் தேவ கௌடா, குஜ்ரால் ஆட்சிகளில் இந்தக் கட்சி பங்கெடுத்திருந்தது. இக்கட்சியின் இந்திரஜித் குப்தா இந்தியாவின் முதல் கம்யூனிஸ்ட் உள்துறை அமைச்சராக இருந்தார். ஆனால் மார்க்சிஸ்ட் கம்யூனிஸ்ட் கட்சி, இடதுசாரிகள் அரசில் பங்கு பெறுவதை ஏற்றுக்கொள்ளவில்லை.

24 மே அன்று புதிய அமைச்சர்கள் தங்கள் இலாகாக்களின் பொறுப்பு களை ஏற்றுக்கொண்டனர். புதிய அரசின் செயல்திட்டம் ஒவ்வொரு நாளும் செய்தித்தாள்களின் முதல் பக்கச் செய்தியாக ஆனது. இந்திய ஆட்சிப் பணியில் அதிகம் வெளியே தெரிந்திராத, பஞ்சாப் பிரிவைச் சேர்ந்த டி.கே.ஏ. நாயர் என்பவர் அதிமுக்கியமான பதவியான பிரதமர் அலுவலக முதன்மைச் செயலர் என்ற பதவிக்கு நியமிக்கப் பட்டிருக்கிறார் என்ற செய்தி ஒரு நாள் காலை வெளியானது.

இது எனக்கு ஆச்சரியத்தை அளித்தது. அந்தப் பதவி மாண்டேக் சிங்குக்குத்தான் செல்லும் என்று எதிர்பார்த்திருந்தேன். மாண்டேக் - மன்மோகன் உறவு அப்படிப்பட்டது. எனவே, மாண்டேக் வாஷிங்டனிலிருந்து இந்தியா வரவேண்டும் என்றால் அப்படிப்பட்ட பெரிய பதவியாகத்தான் இருக்கும் என்று நினைத்திருந்தேன்.

அந்த வார இறுதியில் ஒரு வார விடுப்பில் நான் என் மகள் தன்விகாவுடன் ஹைதராபாத் சென்றேன். பெற்றோருடன் என் ஐம்பதாவது பிறந்தநாளைக் கழிப்பதாகத் திட்டம். என் மனைவி ரமா, கனடாவில் ஆராய்ச்சிப் பணியில் ஈடுபட்டிருந்தாள். மே 28, வெள்ளிக்கிழமை, என் ஐம்பதாவது பிறந்த நாள் அன்று என் பெற்றோரின் வீட்டில் என் செல்பேசி அடித்தது.

'சஞ்சய பாருவா? பிரதமரின் முதன்மைச் செயலர் திரு நாயர் உங்களுடன் பேசுவார்' என்று ஒரு அதிகார வர்க்கக் குரல் தில்லியி லிருந்து பேசியது.

நாயர் தன்னை அறிமுகம் செய்துகொண்டார். 'திரு பாரு, நாம் இதுவரை சந்தித்ததில்லை. நான் பிரதமரின் முதன்மைச் செயலர். பிரதமர் உங்களைச் சந்திக்க விரும்புகிறார். இன்று மாலை வர முடியுமா?'

நான் ஹைதராபாதில் இருப்பதாகவும் வார இறுதியில்தான் திரும்பப் போவதாகவும் அவரிடம் சொன்னேன். மீண்டும் அழைப்பதாகச் சொன்ன அவர் சிறிது நேரம் கழித்து, திங்கள் கிழமை காலை சந்திப்புக்கு நேரம் குறித்துக்கொண்டார்.

அன்று மாலை, வீட்டில் விருந்து நடக்கும்போது, தில்லியிலிருந்து இன்னோர் அழைப்பு வந்தது. கூப்பிட்டவர் உள்துறை, பாதுகாப்பு ஆகிய துறைகளின் முன்னாள் செயலராகவும் ஐ.கே.குஜ்ரால் பிரதமராக இருந்தபோது அவரது முதன்மைச் செயலராக இருந்த என்.என்.வோரா. அவர் இந்தியா இண்டர்னேஷனல் செண்டரின் இயக்குநராக 1990-களின் இறுதியில் இருந்தபோது எனக்கு நன்கு பரிச்சயமானவர். அந்த மையத்தின் பொருளாதார விவாதக் குழுவை நான் நடத்தினேன். இருவரும் 1998 முதல் 2001வரை தேசியப் பாதுகாப்பு ஆலோசனைக் குழுவின் உறுப்பினர்களாக இருந்துள்ளோம். மேலும் வாஜ்பாய் அரசின் அணுச் சோதனைக்குப் பிறகு இந்தியாமீது விதிக்கப்பட்டிருந்த பொருளாதாரத் தடைகளை மேற்கத்திய அரசுகள் விலக்கிக்கொள்ளவேண்டும் என்று வற்புறுத்து வதற்காக உலகின் பல தலைநகரங்களுக்கும் சென்ற குழுவில் நாங்கள் இருவரும் இருந்தோம். அரசுப் பணியிலும் உளவுப் பணியிலும் பல காலம் இருந்த வோரா, தன் அனுபவங்களின் அடிப்படையில் நகைச் சுவையாகப் பேசி எங்களை மகிழ்ச்சியில் ஆழ்த்துவார். டோக்கி யோவில் பல நடை பயணங்களின்போது எங்கள் இருவருக்கும் பல விஷயங்களில் ஒத்த கருத்து இருப்பதைத் தெரிந்துகொண்டோம். அதனால் வயது இடைவெளி அதிகமாக இருந்தும் இருவரும் நல்ல நண்பர்கள் ஆனோம். அதன் பிறகு மணி தீட்சித்தின் அயலுறவுக் கொள்கைக் குழுவில் உறுப்பினர்களாக இருந்தோம்.

‘சஞ்சய, நீ பிரதமரை திங்கள் கிழமை சந்திக்கப் போகிறாய். அவர் உன்னைத் தன் அலுவலகத்தில் பணியில் சேரச் சொல்லுவார். உன்னைப்பற்றி என்னிடம் கேட்டார். நீ ஒரு நல்ல ஆசாமி என்று சொன்னேன்' என்றார்.

தனக்கே உரிய பிரத்யேகச் சிரிப்புடன் தொடர்ந்த வோரா, ‘உன்னைத் தன் ஊடகத் தொடர்பு ஆலோசகராக நியமிக்க இருப்பதாக பிரதமர் என்னிடம் சொன்னார். அவர் சரியான ஆளைத்தான் தேர்ந்தெடுத்திருக் கிறார் என்று சொன்னேன்’ என்றார்.

வோரா என்மீது வைத்திருந்த நம்பிக்கைக்கு நன்றி சொல்லிவிட்டு மீண்டும் விருந்தில் கலந்துகொண்ட எனக்கு உணர்ச்சிக் கொந்தளிப் பாக இருந்தது. அதுநாள்வரையான என் பணி வாழ்க்கை குழப்பங்களும் திருப்பங்களும் கொண்டதாக இருந்தது. எனக்கு 36 வயதாகும்போது

ஹைதராபாத்தில் பொருளாதாரம் சொல்லித்தரும் அமைதியான பேராசிரியர் பணியிலிருந்து விலகி அரசியலிலும் பொருளாதாரத்திலும் பெரும் மாற்றங்கள் ஏற்பட்டுக்கொண்டிருந்த இந்தியாவின் முரட்டுத்தனமான பத்திரிகைத் துறை வாழ்க்கைக்குள் நுழைந்தேன். பின்னர் தேசியப் பாதுகாப்பு ஆலோசனைக் குழுவில் உறுப்பினராக ஆனேன். இப்போது இன்னும் ஒரு மாற்றம். ஆனால் நான் அதற்குத் தயாராகத்தான் இருந்தேன்.

மன்மோகன் சிங்கை ஒரு மனிதராகவும் திறமையுள்ள தொழில் வல்லுனராகவும் மதித்த நான், அவர் தலைமையிலான பிரதமர் அலுவலகத்தில் கிடைக்கும் வாய்ப்பை ஒருபோதும் உதறியிருக்க மாட்டேன். வோராவின் தகவலை என் பெற்றோருக்கு மட்டும் சொன்னேன். அன்று, எங்கோ தூரத்தில் இருக்கும் தில்லியைப்பற்றி அதிகம் யோசிக்காமல் என் உறவினர்களுடனும் நண்பர்களுடனும் பிறந்த நாள் கொண்டாட்டத்தில் மட்டும் கவனத்தைச் செலவிட்டேன்.

2

டாக்டர் சிங்கைப் புரிந்துகொள்வது

'சில நேரங்களில் வாழ்க்கையில்
முட்டாளாக இருப்பதே விவேகமானது.'

ராவுல் பிரபிஷ் மன்மோகன் சிங்கிடம் - 1969

1991-ல் புது தில்லியின் பகதூர் ஷா ஸஃபர் மார்கில் உள்ள பல்கலைக்கழக மானியக் குழுவின் (யு.ஜி.சி) அலுவலகத்தில்தான் மன்மோகன் சிங்கை முதன்முதலில் சந்தித்தேன். அதற்கு எதிராகத் தான் டைம்ஸ் ஹவுஸின் என் அலுவலகம் இருந்தது. அப்போது நான் எகானமிக் டைம்ஸ் பத்திரிகையின் இணை ஆசிரியராக இருந்தேன். அதன் 30-வது ஆண்டுவிழா மார்ச் 1991-ல் கொண்டாடப்பட இருந்தது. அதற்காக ஒரு சிறப்பு இதழைக் கொண்டுவருவதாக இருந்தோம். அதை உருவாக்கும் பொறுப்பு என்னிடம் கொடுக்கப் பட்டிருந்தது. கடந்த முப்பது ஆண்டுகளில் கொள்கைகளை உருவாக்குவதற்கு முக்கியக் காரணிகளாக இருந்த பொருளாதார நிபுணர்களைப் பேட்டி எடுத்து அந்த இதழில் வெளியிடுவது என்று முடிவு செய்தோம். இதற்காக நாங்கள் தேர்ந்தெடுத்தவர்கள் கே.என்.ராஜ், பி.ஆர்.பிரம்மானந்தா, மன்மோகன் சிங் ஆகியோர். தில்லி ஸ்கூல் ஆஃப் எகானமிக்ஸில் பாடம் நடத்திய ராஜிடம் ஜவாஹர்லால் நேரு, இந்திரா காந்தி ஆகியோர் ஆலோசனை பெற்றார்கள். பிரம்மானந்தா இதற்கு மாற்றுக் குழுவான பாம்பே ஸ்கூல் ஆஃப் எகானமிக்ஸ் எனப்படுவதன் பிரதிநிதி. மன்மோகன் சிங், தில்லி ஸ்கூலில் ராஜிடம் பயின்றவர்; நாங்கள் எடுத்துக்கொண்ட காலகட்டத்தில் மூன்றில் இரண்டு பங்கு காலம் அரசில் பல்வேறு கொள்கைகளைத் தீர்மானிக்கும் பதவிகளில் இருந்தவர்.

எப்படிப் பார்த்தாலும் மன்மோகன் சிங்கின் பணிக்காலம் மிகவும் பிரகாசமானது என்றுதான் சொல்லவேண்டும். பஞ்சாப் பல்கலைக் கழகத்தில் பொருளாதாரத்தில் பட்டம் பெற்ற அவர், கேம்பிரிட்ஜ் பல்கலைக்கழகத்தில் பொருளாதாரத்தில் ஹானர்ஸ் பட்டம் பெற்றார். சில ஆண்டுகள் கழித்து ஆக்ஸ்ஃபோர்ட் பல்கலைக் கழகத்தில் முனைவர் பட்டமும் பெற்றார். பின்னர், தான் பயின்ற பஞ்சாப் பல்கலைக்கழகத்திலேயே பொருளாதாரம் பயிற்றுவிக்கும் வேலையில் சேர்ந்தார். 1960-களில் அமிர்தசரஸில் அவருடைய பக்கத்து வீட்டுக்காரரான எழுத்தாளர் முல்க் ராஜ் ஆனந்த் மன்மோகனை தில்லி அழைத்துச் சென்று நேருவிடம் அறிமுகப் படுத்தினார். நேரு அந்த இளம் பொருளாதார நிபுணரை அரசில் சேரச் சொன்னார். ஆனால் டாக்டர் சிங்கால் அப்போது அதனைச் செய்ய முடியவில்லை. ஏனெனில், அவர் வெளிநாடு சென்று படிப்பதற்காக நிதி உதவி செய்திருந்த கல்லூரியில் அவர் குறிப்பிட்ட காலம் வேலை செய்தாகவேண்டும் என்ற ஒப்பந்தம் இருந்தது.

டாக்டர் சிங்கின் முனைவர் பட்ட ஆய்வேடு, 'இந்திய ஏற்றுமதிகளின் போக்கும் எதிர்கால வாய்ப்புகளும்' என்பது குறித்து இருந்தது. 1966-ல் மன்மோகன் ஜெனீவாவில் உள்ள வர்த்தகம் மற்றும் வளர்ச்சிக்கான ஐக்கிய நாடுகள் குழுவில் (UNCTAD) வேலைக்குச் சேர்ந்தார். ஆனால் மூன்று ஆண்டுகளுக்குள்ளாக, கே.என்.ராஜ் அழைத்ததன்பேரில் இந்தியா திரும்பி வந்து தில்லி ஸ்கூல் ஆஃப் எகானமிக்ஸில் பேராசிரியராகச் சேர்ந்தார். கே.என்.ராஜின் தலைமையில் தில்லி ஸ்கூல் உலகப் புகழை அடைந்தது. அதன் ஆசிரியர்களில் அமர்த்தியா சென், ஜகதீஷ் பகவதி, சுகமோய் சக்ரவர்த்தி ஆகியோர் இருந்தனர். வளர்ந்துகொண்டிருக்கும் இளைய மன்மோகன் சிங்கின் முடிவைக் கேட்டு அதிர்ந்துபோன UNCTAD-ன் தலைவரான ராவுல் பிரபிஷ், அவரை தில்லி ஸ்கூலுக்குச் செல்லவேண்டாம் என்றும் ஜெனீவாவி லேயே இருக்குமாறும் கேட்டுக்கொண்டார். மன்மோகன் சிங்கோ, தில்லி ஸ்கூல் மிகவும் புகழ்பெற்றது என்றும் பேராசிரியர் ராஜ் அழைத்தபின் தான் போகாமல் இருக்க முடியாது என்றும் சொன்னார்.

'நீ முட்டாள்தனமாக நடந்துகொள்கிறாய்' என்று பிரபிஷ் மன்மோகனைக் கடிந்துகொண்டார். பின்னர் சிறிது யோசித்துவிட்டு, 'சில நேரங்களில் வாழ்க்கையில் முட்டாளாக இருப்பதே விவேகமானது' என்றார்.

இதே வார்த்தைகளை, பல ஆண்டுகளுக்குப்பின், புது தில்லியின் ரேஸ் கோர்ஸ் சாலையில் உள்ள பிரதமர் வீட்டில், ஒரு மேசையும் இரண்டு நாற்காலிகளும் மட்டுமே உள்ள எளிமையான அறை ஒன்றில் இருந்தபடி, வெளியே புல்வெளியில் மயில்கள் அங்கும் இங்கும்

அலைந்துகொண்டிருப்பதைப் பார்த்தபடி டாக்டர் சிங் சொல்லக் கேட்டிருக்கிறேன். அமெரிக்காவுடனான சிவில் அணு சக்தி உடன்பாடு குறித்த ஒப்பந்தத்தைக் கைவிடுமாறு அவருடைய நெருங்கிய ஆலோசகர்கள் அனைவருமே அவரிடம் கேட்டுக் கொண்டிருந்தனர். ஆனால் டாக்டர் சிங் அந்த ஆலோசனைகளைக் கேட்கவில்லை. சிரித்துக்கொண்டே என்னிடம் சொன்னார்: 'மீண்டும் முட்டாளாக இருக்கவேண்டிய நேரம் வந்துள்ளது.'

ஆனால், *1991* பிப்ரவரியில் அவரை முதலில் சந்தித்தபோது, மன்மோகன் சிங்கிடம் அப்படி என்ன சிறப்பாக உள்ளது என்று எனக்குப் புரியவில்லை. கே.என்.ராஜ்மீது எனக்கு மிகுந்த மதிப்பு இருந்தது. நானும் அவரிடம்தான் பாடம் பயின்றேன். டாக்டர் சிங்கும் என்னைப் போல இன்னொரு மாணவர். தன் வாழ்க்கையின் பெரும் பகுதியை அரசுத் துறைகளில் கழித்திருந்தார். பல மிக முக்கியமான பதவிகளை வகித்திருந்தார் என்பது உண்மைதான். இந்திய அரசின் முதன்மை பொருளாதார ஆலோசகர், மத்திய நிதி அமைச்சகத்தின் பொருளாதாரத்துக்கான செயலர், இந்திய ரிசர்வ் வங்கியின் ஆளுநர், திட்டக் குழுவின் துணைத் தலைவர், சௌத் கமிஷனின் பொதுச் செயலர் ஆகியவை தவிர்த்து, அப்போதுதான் பிரதமர் சந்திரசேகரின் ஆலோசகர் என்ற பதவியிலிருந்து விலகியிருந்தார். ஆனால், இதுபோன்ற பதவிகளையெல்லாம் கண்டு மிரள்வது என் வழக்கமல்ல.

நான் மிரளாமல் இருந்ததற்கு வேறு ஒரு காரணமும் இருந்தது. நான் வளர்ந்த சூழலும் அப்படிப்பட்டதே. டாக்டர் சிங் தில்லியில் நிதியமைச்சகத்தில் இருந்த காலகட்டத்தில்தான் என் தந்தை ஆந்திரப் பிரதேசத்தில் நிதித்துறைச் செயலராகவும் திட்டச் செயலராகவும் இருந்தார். அதே காலத்தில்தான் என் மாமனார், தில்லியில் திட்டக் குழுவில் உறுப்பினராக இருந்தார். அவருக்கு டாக்டர் சிங்கை மிக நன்றாகத் தெரியும். பொருளாதார நிபுணர் கே.என்.ராஜ், கல்வியாளர் அம்ரீக் சிங், கம்யூனிஸ்ட் மோஹித் சென் என என் தந்தைக்கும் டாக்டர் சிங்குக்கும் சில பொது நண்பர்கள் இருந்தனர்.

பகதூர் ஷா ஸஃபர் மார்கைக் குறுக்காகத் தாண்டி யூ.ஜி.சி அலுவலகத்துக்குள் நுழையும்போது தில்லி தர்பாரின் மற்றுமொரு வி.ஐ.பியை, இறுமாப்புகொண்ட ஓர் அரசு அதிகாரியைத்தான் சந்திக்கப்போகிறேன் என்று நினைத்துக்கொண்டிருந்தேன். ஆனால் மன்மோகன் சிங்கை முதலில் ஒரு பேட்டிக்காகப் பார்த்தபோது என்னைத் தொட்டது அவருடைய மென்மையான குணம்தான். என்னை அன்பாக வரவேற்று, அவருடைய இருக்கையிலிருந்து எழுந்துவந்து சோஃபாவில் உட்காரலாம் என்று சொன்னார். தேநீர் கொண்டுவரச் சொன்னார். நான் என் டேப் ரெகார்டரை ஆன்

செய்துவிட்டு கேள்விகளைக் கேட்க ஆரம்பித்தேன். சில நிமிடங்களில் டேப் ரெகார்டர் வேலை செய்வதை நிறுத்திவிட்டது. அதனால் பாதிக்கப்பட்ட நான் அதனை அப்படியும் இப்படியுமாகி ஆட்டிப் பார்த்தேன். பேட்டரியை எடுத்துவிட்டு மீண்டும் போட்டுப் பார்த்தேன். ம்ஹூம். எதுவும் உதவவில்லை. டாக்டர் சிங் பொறுமை யாக உட்கார்ந்திருந்தார். ஆனால், அடுத்து வேறொரு நபரைச் சந்திக்க வேண்டியிருக்கிறது என்பதை மட்டும் மென்மையாகச் சொன்னார். அதனையடுத்துப் பல நாள்கள் அவர் வெளியில் பயணம் செய்ய வேண்டியிருப்பதையும் சுட்டிக்காட்டினார். எனவே, பேட்டியை விரைவாக முடித்துவிடலாம் என்றார்.

அவர் சொல்லும் பதில்களையெல்லாம் நானே முழுதாக எழுதி விடலாம் என்று முடிவெடுத்தபோதுதான் எனக்குச் சட்டென்று அந்த யோசனை வந்தது. எதிர்த்தாற்போல் இருந்த எங்கள் அலுவலகத்தி லிருந்து ஆனந்த் என்ற ஸ்டெனோகிராபரை அழைத்துவரச் சொன்னேன். அவர் விரைவில் வந்துசேர்ந்து டாக்டர் சிங்கின் பதில்களைச் சுருக்கெழுத்தில் குறித்துக்கொண்டார். பேட்டி முடிந்ததும், வரைவைத் தன்னிடம் காட்டியபிறகு அச்சுக்கு அனுப்பச் சொன்னார். டாக்டர் சிங் பயணத்தில் இருந்ததால் ஒரு வாரம் கழித்தே அவருக்கு வரைவை அனுப்பினேன். அவரும் அதில் நிறைய மாற்றங் களைத் தெளிவாக, புரியக்கூடிய கையெழுத்தில் எழுதி அனுப்பி வைத்தார். ஆனந்திடம் அந்த மாற்றங்களை அனுப்பி அவற்றைச் சேர்த்ததும் இதழ் தயாரிப்பவரிடம் அனுப்புமாறு சொல்லிவிட்டு வேறு வேலைக்காக தில்லியிலிருந்து கிளம்பிவிட்டேன்.

மார்ச் 5, எகானமிக் டைம்ஸின் சிறப்பிதழ் வெளியான அன்று காலை இதழ் என் கைக்கு வந்து சேர்ந்து நான் அதைத் திறப்பதற்குள், எனக்குத் தொலைபேசி அழைப்பு வந்தது. மன்மோகன் சிங்தான் அழைத்திருந்தார். அவருடைய குரல் சீராகத்தான் இருந்தது, ஆனால் அதில் கோபம் இருந்தது தெளிவாகவே தெரிந்தது. 'நான் கொடுத்த எந்த மாற்றத்தையும் நீங்கள் சேர்க்கவில்லை. நான் ஒரு புதிய பாராவையே எழுதிக் கொடுத்திருந்தேன். நான் சொல்ல வந்ததற்கு அது மிகவும் முக்கியமானது. அதனை நீங்கள் சேர்க்கவில்லை. இது மிகவும் பொறுப்பற்றது. நீங்கள் இப்படி கவனக் குறைவாக இருப்பீர்கள் என்று நான் எதிர்பார்க்கவில்லை.'

நான் இதழை இன்னமும் பார்க்கவில்லை என்று சொல்லியபடியே என் மன்னிப்பைத் தெரிவிக்கும்போது அவர் தொலைபேசியைப் பட்டென்று வைத்துவிட்டார்.

அதுதான் மன்மோகன் சிங் என்னைக் கடுமையாகக் கண்டித்த இரண்டு தடவைகளில் முதலாவது. இரண்டாவது, பதினாறு ஆண்டுகளுக்குப்

பிறகு நடந்தது. ஒரு முக்கியமான முடிவுக்கான பெருமை ராகுல் காந்திக்குச் செல்லவேண்டும் என்று காங்கிரஸ் கட்சி விரும்பியது. நான் அதனை மன்மோகன் சிங்குக்கு அளித்துச் செய்தி கொடுத்திருந்தேன். அதைத்தான் டாக்டர் சிங் கண்டித்தார்.

பொதுவாக, செய்தித்தாள்களில் நடக்கும் பிரச்னைதான் அந்த முதல் தவறுக்குக் காரணம். ஆனந்த் தன் வேலையை ஒழுங்காகத்தான் செய்திருந்தார். ஆனால், இதழ் தயாரிப்பவர் முந்தைய வரைவைத் தவறாக எடுத்து இதழைத் தயாரித்துவிட்டார். அப்படி டாக்டர் சிங் என்னதான் மாற்றிக் கொடுத்திருந்தார் என்பதைப் பார்க்க எனக்கு ஆவலாக இருந்தது. அவர் தென் கொரியா சென்று வந்தது குறித்தும், தென் கொரியாவின் வளர்ச்சி மாதிரியிலிருந்து இந்தியா என்ன தெரிந்துகொள்ளவேண்டும் என்பது குறித்தும் அதில் எழுதியிருந்தார். தென் கொரியா கல்வியில் நிறைய முதலீடு செய்திருக்கிறது என்பதையும் அது ஒரு திறந்த பொருளாதாரமாக இருக்கிறது என்பதையும் குறிப்பிட்டிருந்த டாக்டர் சிங், இந்தியாவும் அவ்வாறே செய்யவேண்டும் என்று சொல்லியிருந்தார்.

அது விடுபட்டுப் போனதற்கு டாக்டர் சிங் ஏன் அவ்வளவு கோபப்பட வேண்டும் என்பது எனக்குப் பல வருடங்களுக்குப் பின்னர்தான் புரியவந்தது. அவர் தன் முனைவர் பட்ட ஆய்வேட்டில் பல ஆண்டு களுக்கு முன்பே வெளிநாடுகளுடனான வர்த்தகம் குறித்தும் உலகப் பொருளாதாரத்தில் அதிக வெளிப்படையாக இணைவதுதான் இந்தியாவின் வளர்ச்சிக்கு உதவும் என்பது குறித்தும் எழுதியிருந்தார். அதனை இந்த பதில் மேலும் உறுதி செய்திருந்தது. அதுவரையில் இந்தியாவின் எந்த நிபுணரும் தென் கொரியாவை முன்மாதிரியாகத் தூக்கிப் பிடிக்கவில்லை. 1980-களில் உலக வங்கியின் ஹங்கேரியப் பொருளாதார நிபுணர் பேலா பலாஸா கிழக்காசிய நாடுகளின் வளர்ச்சி மாதிரிகளை உயர்த்திப் பேசியிருந்தார். அதனைக் கடுமை யாக எதிர்த்து பேராசிரியர் ராஜ் எழுதியிருந்தார். இந்தியாவில் பொருளாதாரம் கற்ற எங்களைப் போன்றவர்களுக்கு கொரிய மாதிரி பயனற்றது என்று சொல்லித்தரப்பட்டது. அமெரிக்கப் பொருளாதாரத்தால் பயனடையும் சிறிய பொருளாதாரங்களின் வழிமுறைகள் இந்தியா போன்ற பெரிய நாடுகளுக்குப் பலனளிக்காது எனப்பட்டது. எதிர்பாராதவிதமாக நிதியமைச்சராக ஆக்கப்படு வதற்குச் சில வாரங்கள் முன்னதாக, பிப்ரவரி 1991-லேயே டாக்டர் சிங் வர்த்தகம் பற்றியும் வளர்ச்சி பற்றியும் தன் கருத்துகளைத் தெளிவாக முன்வைத்திருந்தார்.

அவருடைய விமர்சகர்கள் சித்திரிப்பதுபோல் இல்லாமல், டாக்டர் சிங் திறந்த மனம் கொண்டவராகவே இருந்தார். சில விமர்சகர்கள்,

அவர் நிதியமைச்சராக ஆனபிறகுதான் தாராளமயமாக்கலின் ஆதரவாளராக ஆனார் என்கிறார்கள். ஆனால் உண்மையில் அவர் எப்போதுமே வர்த்தகத்தை தாராளமாக்குவதற்கு ஆதரவாக இருந்தார். ஏற்றுமதியால் பயனில்லை என்ற கருத்துக்கு எதிரானவராக இருந்தார் (உலகப் பொருளாதாரத்துக்குத் தருவதற்கு இந்தியாவிடம் ஒன்றும் இல்லை என்பதால் இந்தியா உலகத்திடமிருந்து எதையும் இறக்குமதி செய்யாமல் இருக்கவேண்டும் என்று ஒரு கருத்து முன்னர் புழங்கிவந்தது. இப்போது அது அர்த்தமற்றது என்று நிரூபிக்கப் பட்டுவிட்டது.)

மார்ச் 1991 பேட்டியில் மன்மோகன் என்னிடம் இவ்வாறு சொல்லியிருந்தார்:

> ஏற்றுமதியால் பயனில்லை என்ற 1950-களில் நிலவிய கருத்தைக் கடுமையாக எதிர்த்தேன். ஆனால் 1957 அந்நியச் செலாவணிச் சிக்கலின்போது என் கருத்தில் சிறிய மாற்றம் ஏற்பட்டது. இரண்டாவது திட்டத்தின்போதுதான் ஏற்றுமதி ஒரு பெரிய வாய்ப்பாக இருக்காது என்று கருதப்பட்டது என்பதை நினைவில் கொள்ளுங்கள். அப்போது ஜவுளியும் பொறியியல் பொருள் உற்பத்தியும்தான் முதன்மைத் தொழிற் சாலைகளாகக் கருதப்பட்டன. 1945-ல் இந்தியாதான் உலகிலேயே முதன்மைத் துணி ஏற்றுமதி நாடாக இருந்தது. ஆனால், நாம் தொழில்துறையை நவீனமாக்காததால் நம் இடத்தை விட்டுவிட்டோம்.
>
> மாறாக, 1950-களில்தான் தென் கொரியா போன்ற நாடுகள் ஏற்றுமதிக்கு வந்தன. ஆனால், நவீனமயமாக்கலால் முதன்மை ஜவுளி ஏற்றுமதி நாடுகளாக இவை மாறின. தொழிலாளர்களை அதிகமாகப் பயன்படுத்தித் தயாரிக்கப் படும் உற்பத்திகளுக்கு உலகச் சந்தையில் இடம் இருக்காது என்று கருதியதால், 1960-களின் வர்த்தக வளர்ச்சியை நம்மால் அனுபவிக்க முடியவில்லை. தொழில்நுட்ப மாற்றங்களின் தாக்கத்தையும் அதற்கு ஏற்ப வர்த்தகக் கொள்கைகளை உருவாக்கவேண்டிய தேவையையும் நம்மால் புரிந்துகொள்ள முடியவில்லை. தனி நபர் கணக்கின் அடிப்படையில் நம் நாட்டில் வேண்டிய இயற்கை வளங்கள் இல்லை என்பதையும் இந்த இடைவெளியை வர்த்தகம் மூலமாக மட்டுமே நிரப்பமுடியும் என்பதையும் குறித்து நம் நாட்டில் தேவையான புரிதல் இல்லை.

வர்த்தக தாராளமயமாக்கல், தொழில்துறைக் கொள்கை ஆகியவை குறித்து அப்போது நாட்டில் நடந்துகொண்டிருந்த விவாதத்தில் தன்

தரப்பை எடுத்துவைக்க டாக்டர் சிங் முயன்றார்; ஆனால், துரதிர்ஷ்டவசமாக அவர் சொல்லவந்த சில கருத்துகள் பேட்டியில் வெளியாகவில்லை. பிரதமர் சந்திரசேகரின் ஆலோசகராக பிரதமர் அலுவலகத்தில் மன்மோகன் சிங் அளித்துவந்த ஆலோசனைகளைப் பிடிக்காத பிரதமரின் இடதுசாரி நண்பர்களின் தலையீட்டால்தான் அவர் வெளியே தள்ளப்பட்டார். யூ.ஜி.சியில் இருந்தபடி இப்போது அவர் தன் கருத்துகளைத் தெளிவாக மக்கள்முன் வைக்க விரும்பினார். ஆனால் நான்தான் அதைக் குலைத்துவிட்டேன்.

ஜுன் 1991-ல் அவர் நிதியமைச்சராகும்வரை அதுதான் டாக்டர் சிங் கடைசியாக என்னுடன் பேசியது. தேர்தல் இன்னமும் நடந்து கொண்டிருக்கும் நிலையில், மே 1991-ல் ராஜீவ் காந்தி கொல்லப் பட்டதும், நரசிம்ம ராவ் காங்கிரஸ் கட்சியின் தலைவரானார். இந்தியா, வெளிநாடுகளுக்கு அந்நியச் செலாவணியில் பணம் தரவேண்டியிருந்தது; ஆனால் கையில் போதிய பணம் இல்லை. ராவ் ஒரு நல்ல நிதியமைச்சரைத் தேடினார். சர்வதேச அளவில் நம்பிக்கை பெற்றவராகவும் சர்வதேச நிதியத்திடம் கடன்களைப் பெறவேண்டிப் பேசக்கூடியவராகவும் அவர் இருக்கவேண்டும். ராவின் முதல் குறி, ஐ.ஜி.படேல் மீதுதான் இருந்தது. நிதியமைச்சகத்தில் முன்னாள் செயலராக இருந்த அவர் அப்போதுதான் லண்டன் ஸ்கூல் ஆஃப் எகானமிக்ஸில் இயக்குநராக இருந்துவிட்டு இந்தியா திரும்பி யிருந்தார். இந்திரா காந்தியின் பல்வேறு கொள்கைகளைக் கடுமையாக எதிர்த்த அவர், 1980-களில் எழுதிய ஒரு முக்கியமான கட்டுரையில், ‘கட்டுப்பாடுகளைக் கொளுத்தவேண்டும்’ என்று சொல்லியிருந்தார். ஆனால் படேல் பொதுவாழ்வுக்கு வர விரும்ப வில்லை. தன் ஊரான வடோதராவுக்கு ஓய்வெடுக்கச் சென்று விட்டார். அதன்பிறகு, பி.சி.அலெக்சாண்டர்தான் நரசிம்ம ராவிடம் டாக்டர் சிங்கின் பெயரைப் பரிந்துரைத்தார். அலெக்சாண்டர், ராஜீவ் காந்தி பிரதமராக இருந்தபோது அவருடைய முதன்மைச் செயலராக இருந்தவர். அலெக்சாண்டர் டாக்டர் சிங்கை அழைத்து அவர்தான் அடுத்த நிதியமைச்சராக ஆகப்போகிறார் என்று சொன்னார். ஆனால் டாக்டர் சிங் அதைத் தீவிரமாக எடுத்துக்கொள்ளவில்லை, அல்லது பிரதமர் வாயாலேயே நேரடியாகத் தெரிந்துகொள்ள விரும்பினார். எனவே, அவர் வீட்டிலேயே இருந்துவிட்டார். குடியரசுத் தலைவர் மாளிகையில் இருந்தபடி, நரசிம்ம ராவ் அவரை அவசர அவசரமாக அழைத்து பதவிப் பிரமாணம் செய்துவைத்தார்.

டாக்டர் சிங் பதவி ஏற்றுக்கொண்ட அன்று நான் அவரது வீட்டுக்கு போன் செய்து, அவரை வாழ்த்தித் தகவல் தெரிவித்திருந்தேன். அன்று இரவு உணவு முடித்துவிட்டு உட்கார்ந்திருந்தபோது எனக்கு ஓர்

அழைப்பு வந்தது. 'சஞ்சய, நான் மன்மோகன் பேசுகிறேன்' என்றார் புதிய நிதியமைச்சர். 'உங்களுடைய வாழ்த்து கிடைத்தது. நன்றி. கொஞ்சம் பரபரப்பு அடங்கியதும் உங்களை நேரில் சந்திக்கிறேன்' என்றார். எகானமிக் டைம்ஸ் பேட்டியில் நடந்த குளறுபடியை அவர் மறந்துவிட்டார் அல்லது மன்னிக்க முடிவுசெய்துவிட்டார் என்பது எனக்குப் பெரும் நிம்மதியைக் கொடுத்தது. ஒரு பெரும் சிக்கலை எதிர்கொண்டிருக்கும் நிதியமைச்சர் ஒரு பொருளாதாரப் பத்திரிகையாளருடன் நல்லுறவு கொண்டிருக்கவேண்டும் என்பதும் ஒரு காரணமாக இருக்கலாம்.

அடுத்த ஆறு மாதங்களுக்கு நான் அவருடன் நல்ல உறவில்தான் இருந்தேன். அந்தக் காலகட்டம் இந்தியாவில் ஒரு பொருளாதார இதழாளருக்கு மிகவும் பரபரப்பான நேரம். ஜூலை 1, ஜூலை 3 ஆகிய இரு தினங்களிலும் இந்திய ரூபாயின் மதிப்பு குறைக்கப்பட்டது. டாக்டர் சிங்கும் ரிசர்வ் வங்கியின் துணை ஆளுநர் சி.ரங்கராஜனும் அதனை 'தாவித் தத்திக் குதித்தல்' என்று குறிப்பிட்டனர். தொடர்ந்து, பெரும் கொள்கை அறிவிப்புகள் வந்தபடியே இருந்தன. இந்தியாவின் மிக மோசமான லைசென்ஸ் பெர்மிட் ராஜ் ஒழிக்கப்பட்டது. எல்லாத் துறைகளிலும் இறக்குமதி வரிகள் குறைக்கப்பட்டன.

ஜூலை 24, 1991 அன்று தன் முதல் நிதிநிலை அறிக்கை உரையை வாசித்துவிட்டு, விக்டர் ஹூகோவின் மிகப் பிரபலமான மேற்கோளுடன் முடித்தார்: 'ஒரு கருத்துக்கான நேரம் வந்துவிட்டால் உலகின் எந்தச் சக்தியாலும் அதைத் தடுத்து நிறுத்தமுடியாது. இந்த உயர்ந்த அவைக்கு நான் இதனைச் சொல்லிக்கொள்ள விரும்புகிறேன். உலகில் மிக முக்கியமான பொருளாதார சக்தியாக இந்தியா உருவாகும் என்பது அப்படிப்பட்ட ஒரு கருத்து. இந்த உலகம் இதனைத் தெளிவாகவும் சத்தமாகவும் கேட்கட்டும். இந்தியா இப்போது முழுவதுமாக விழித்துக்கொண்டிருக்கிறது. நாம் மேலோங்குவோம். நாம் வெற்றி பெறுவோம்.'

எகானமிக் டைம்ஸில் நாங்கள் அரசின் முயற்சிகளுக்குப் பொதுவாக ஆதரவு அளித்துவந்தோம். ஆனாலும் எங்களில் சிலர், பொருளாதார தாராளமயமாக்கத்தால் வளர்ச்சியும் நலத்திட்டங்களும் நல்ல தாக்கம் பெறுமா என்பதில் சந்தேகம் கொண்டிருந்தோம். மத்திய அரசின் முதன்மை பொருளாதார ஆலோசகராக இருந்த தீபக் நய்யார் 1980-களில் என்னுடன் ஜவாஹர்லால் நேரு பல்கலைக்கழகத்தில் (ஜே.என்.யு) பொருளாதாரத் துறையில் பணியாற்றியவர். அவருடனான உரையாடல்களில், நிதியமைச்சகத்தில் உள்ளேயே என்ன செய்வது என்பது குறித்துப் பெரிய வித்தியாசங்கள் இருந்தன என்பதைத்

தெரிந்துகொண்டேன். அந்நியச் செலாவணிக் கொள்கை குறித்துப் பெரிய வேறுபாடுகள் இருந்தன. சி.ரங்கராஜனும் அப்போது மத்திய நிதியமைச்சகத்தில் இணைச் செயலராக இருந்த ஒய். வேணுகோபால் ரெட்டியும் அந்நியச் செலாவணியில் சிறிது சிறிதாகவே மாற்றங்கள் செய்யவேண்டும் என்று கருதினர். மாண்டேக் போன்றவர்கள் பெரும் பாய்ச்சலில் மாற்றங்கள் கொண்டுவரவேண்டும் என்று நினைத்தனர்.

இந்த வித்தியாசங்கள் எல்லாம் பொதுத் தளத்துக்கு வந்தன. சிறிது சிறிதான மாற்றமா பெரும் பாய்ச்சல் மாற்றமா, எது சிறந்தது என்று செய்தித்தாள்கள் விவாதம் செய்தன. என் பத்தியில் நான் சிறு சிறு மாற்றங்களுக்கு ஆதரவளித்தேன். அதே கருத்துடையவர்கள் அதனால் கவரப்பட்டார்கள். அப்படிப்பட்ட ஒருவர் சார்லஸ் கிளிஃப்ட். தில்லியில் உள்ள பிரிட்டிஷ் ஹை கமிஷனில் கடைநிலை அதிகாரியாக இருந்தார். அவர் சஸ்ஸக்ஸ் பல்கலைக்கழகத்தில் பொருளாதாரத்தில் முனைவர் பட்டத்தை பிப்லப் தாஸ்குப்தாவின்கீழ் பெற்றிருந்தார். பிப்லப் ஒரு மார்க்சியப் பொருளாதாரவாதி. அவர் இந்தியா திரும்பி, மார்க்சிஸ்ட் கம்யூனிஸ்ட் கட்சி சார்பில் போட்டியிட்டு நாடாளுமன்றத்துக்குத் தேர்ந்தெடுக்கப்பட்டார் (இவர் 2005-ல் இறந்துபோனார்). இந்திய நிதியமைச்சகம் சர்வதேச நிதியத்துக்கு அனுப்பும் ஒவ்வோர் ஆவணமும் சர்வதேச நிதியத்தின் அனைத்து இயக்குநர்களுக்கும் அனுப்பப்படும் என்று சார்லஸ் என்னிடம் சொன்னார். மேலும், தங்களுக்குக் கிடைக்கும் எந்த ஆவணத்தையும் பிரிட்டிஷ் அரசு, சம்பந்தப்பட்ட நாடுகளில் உள்ள தங்கள் தூதரகத்துக்கு அனுப்பிவைக்கும் என்றும் சொன்னார்.

அப்படியென்றால் டாக்டர் சிங் சர்வதேச நிதியத்தின் நிர்வாக இயக்குநர் மைக்கல் காம்டெஸுவுக்கு அனுப்பும் ஒவ்வொரு கடிதமும் தில்லியில் உள்ள பிரிட்டிஷ் ஹைகமிஷனுக்கு வந்துவிடும். மார்க்சிஸ்ட் கம்யூனிஸ்ட் கட்சியின் உறுப்பினரான பிப்லப் தாஸ்குப்தா, நிதியமைச்சரும் சர்வதேச நிதியமும் பேசுவதை யெல்லாம் பொதுத்தளத்தில் வைக்க மிகவும் மகிழ்ச்சி அடைவார். ஒருமுறை பிப்லப் என்னை சார்லஸுக்கு அறிமுகம் செய்துவைக்கும் போது, நான் என் மாணவப் பருவத்தில் ஹைதராபாத் பல்கலைக் கழகத்தில் மார்க்சிஸ்ட் கம்யூனிஸ்ட் கட்சியில் இருந்திருக்கிறேன் என்பதைக் குறிப்பிட்டிருந்தார். எனவே, சார்லஸ் தயக்கமே இல்லாமல் சில ஆவணங்களை எனக்குத் தர ஆரம்பித்தார். அவற்றைக்கொண்டு நான் சுவாரசியமான செய்திகளையும் பத்திகளையும் எழுத ஆரம்பித்தேன்.

பிப்ரவரி 1992-ல் டாக்டர் சிங்கின் இரண்டாவது நிதிநிலை அறிக்கையின் முதல் நாள் இந்தியன் எக்ஸ்பிரஸில் டாக்டர் சிங் சர்வதேச நிதியத்துக்கு எழுதிய சில கடிதங்கள் வெளியாகியிருந்தன.

இந்தியாவின் பட்ஜெட் ரகசியங்கள் எல்லாம் நாடாளுமன்றத்தில் வெளியிடப்படும் முன்னதாகவே சர்வதேச நிதியத்துக்குச் சொல்லப் பட்டுவிட்டது என்பதுதான் செய்தி. நான் உடனே சார்லஸை அழைத்து அந்தச் செய்தியில் உள்ள ஆவணங்கள் எல்லாம் அவரிடம் இருக்கின்றனவா என்று விசாரித்தேன். அவர் அனைத்தையும் எனக்குக் கொடுத்துவிட்டார். எகானமிக் டைம்ஸில் நான் அவற்றைக்கொண்டு அடுத்தடுத்து எழுத ஆரம்பித்தேன். டாக்டர் சிங் வேறு வழியின்றி அனைத்து ஆவணங்களையும் பட்ஜெட்டை வழங்குவதற்கு முன்னதாக பிப்ரவரி 26 அன்றே நாடாளுமன்றத்தில் வைக்கவேண்டியிருந்தது.

29-ம் தேதி காலை, பட்ஜெட் உரை நடக்கவேண்டிய அன்று, எகானமிக் டைம்ஸ் அதன் முதல் பக்கத்தில் நான் எழுதிய கட்டுரை ஒன்றை வெளியிட்டது. சார்லஸ் கொடுத்திருந்த ஆவணங்களின் அடிப்படையில், இந்திய அரசு சர்வதேச நிதியத்திடம் கொடுத்திருந்த வாக்குறுதிகளை எடுத்துக்காட்டி, இந்தியாவின் பட்ஜெட் கொள்கை பற்றி சர்வதேச நிதியத்தின் அலுவலர்களுக்கு முன்னமேயே தகவல் தெரிந்திருப்பது அரசின் இறையாண்மையைப் பாதிக்கும் நிகழ்வு என்று எழுதியிருந்தேன்.

இரும்பின் விலையைக் கட்டுப்பாட்டிலிருந்து விலக்கிவிடுவோம் என்று டாக்டர் சிங், சர்வதேச நிதியத்திடமும் உலக வங்கியிடமும் வாக்குறுதி அளித்திருந்தார் என்று எழுதினேன். அதுவரையில் அரசுதான் இரும்பின் விலையை நிர்ணயித்துவந்தது. அதுகுறித்த முடிவு கேபினட்டில் ஒப்புதலுக்காகக் காத்திருந்தது. டாக்டர் சிங் தன் பட்ஜெட் உரையைப் பேச எழுந்திருந்தபோது மார்க்சிஸ்ட் கம்யூனிஸ்ட் தலைவர் சோம்நாத் சாட்டர்ஜி எழுந்து எகானமிக் டைம்ஸ் பத்திரிகையை ஆட்டி, நிதியமைச்சர் பட்ஜெட் தகவலை வெளியாருக்குத் தெரிவித்ததற்காக அரசுக்கு எதிராக உரிமைப் பிரச்னையை முன்னெடுத்தார். டாக்டர் சிங் எரிச்சல் அடைந்தார் என்பதைத் தனியே சொல்லவேண்டியதில்லை.

நாடாளுமன்றத்தில் நிதிநிலை அறிக்கையைத் தாக்கல் செய்ய எழுந்த டாக்டர் சிங், இந்தக் குற்றச்சாட்டுகளுக்கு பதில் சொல்ல வேண்டியிருந்தது. சர்வதேச நிதியம், உலக வங்கி ஆகியவற்றின் தொடக்ககால உறுப்பினராக அவற்றிடமிருந்து கடன் பெறுவதற்கு இந்தியாவுக்கு உரிமை இருக்கிறது என்றார் சிங். ‘ஆனால் கடன் தருவதற்குமுன் அவர்கள், அந்தக் கடனைத் திருப்பித் தரும் திறன் இந்தியாவுக்கு இருக்கிறதா என்பதை உறுதி செய்துகொள்ளவேண்டும். அங்குதான் கட்டுப்பாடுகள் வருகின்றன. கடன் வாங்கும் நாடுகள் அனைத்துமே எந்தத் திட்டங்களுக்காகக் கடன் வாங்குகின்றனவோ அந்தத் திட்டங்கள் நீடித்து நிலைக்கக்கூடியவை என்பதை

நிரூபிக்கவேண்டும். நாங்களும் இது தொடர்பாக அவர்களுடன் பேச்சுவார்த்தை நடத்தியிருக்கிறோம்' என்றார். ஆனால் அத்துடன் அவர் நாடாளுமன்றத்துக்கு வாக்குறுதி அளித்தார்: 'நாங்கள் ஏற்றுக் கொண்டிருக்கும் கட்டுப்பாடுகள் அனைத்தும் நான் ஏற்கெனவே சர்வதேச நிதியத்துக்கும் உலக வங்கிக்கும் அனுப்பியுள்ள கடிதங்களில் இருப்பவை மட்டுமே. மேலும் இவை இந்தியாவின் தேசிய நலனுடன் ஒத்துப்போகக்கூடியவையே. இவை பெரும்பாலும் எங்கள் கட்சியின் தேர்தல் அறிக்கையில் குறிப்பிடப்பட்டிருப்பவையே. அரசு, எக்காரணம் கொண்டும் தேசிய நலன்களை விட்டுக்கொடுக்காது. இறையாண்மையை விட்டுக்கொடுக்கும் என்ற பேச்சுக்கே இடமில்லை.'

அதன்பிறகு டாக்டர் சிங் என்னைச் சந்திக்க மறுத்துவிட்டார். அதற்கடுத்த மாதங்களில் நான் அரசின் பொருளாதாரக் கருத்துகள் குறித்து எழுதிவந்தேன். ஆனால் அவரது கதவுகள் எனக்கு மூடிவிட்டன. நிதியமைச்சகத்தில் இணைச் செயலர்களாக இருந்த ஹைதராபாத்காரர்களான ஒய்.வி.ரெட்டி, வல்லூரி நாராயண், துவ்வூரி சுப்பாராவ் மற்றும் தீபக் நய்யார் ஆகியோர் மட்டுமே என்னுடன் தொடர்பில் இருந்தனர். அந்த ஆண்டின் இறுதியில் மாண்டேக் சிங்குடனான வேறுபாடு காரணமாக தீபக் அரசிலிருந்து வெளியேறியபோது 'மாற்றுக்கருத்துகளின் முக்கியத்துவம்' என்று ஒரு கட்டுரை எழுதியிருந்தேன். டாக்டர் சிங் அந்தக் கட்டுரையினால் கடும் எரிச்சல் அடைந்தார் என்றும், ஒருவரிடம், நிதியமைச்சகம் என்பது பள்ளிக்கூட விவாதக்களம் அல்ல என்று சொன்னார் என்றும் பின்னர் கேள்விப்பட்டேன்.

எகானமிக் டைம்ஸிலிருந்து டைம்ஸ் ஆஃப் இந்தியாவுக்கு நான் மாறிய சில நாள்களில், *1993*-ன் தொடக்கத்தில், செய்தித்தாளில் பொருளாதார ஆசிரியர் திலீப் பட்காவோங்கர் என்னிடம் நிதியமைச்சரை பேட்டி எடுக்கச் சொன்னார். டாக்டர் சிங் சந்திப்பதற்கு அனுமதி மறுத்துவிடுவார் என்று திலீப்பிடம் சொன்னேன். தானே அவரை அழைத்து நேரம் குறித்துவிடுவதாகச் சொன்னார். தொலைபேசியில் பேசும்போது, அவருடன் நானும் வருவதாக திலீப் சொன்னதும் டாக்டர் சிங் திடீரென அமைதியானார். பிறகு அவர் திலீப்பிடம், அவருடைய கருத்துகளை நான் நியாயமாக, சரியாக வெளிப்படுத்துவேன் என்ற நம்பிக்கை அவருக்கு இல்லை என்பதைச் சொன்னார். எகானமிக் டைம்ஸின் *30*-வது ஆண்டு சிறப்பிதழில் நடந்த குளறுபடியைச் சுட்டிக்காட்டினார். பேட்டியை அவருக்குக் காண்பித்துவிட்டுதான் பதிப்பிப்போம் என்று திலீப் உறுதி அளித்ததன்பேரிலேயே எங்களைச் சந்திக்க ஒப்புக்கொண்டார்.

அடுத்த நாள் டாக்டர் சிங்கின் நார்த் பிளாக் அலுவலகத்துக்கு நாங்கள் வந்தபோது, முடிந்தவரை திலீப்பின் பின்னால் ஒளிந்துகொண்டு,

அதிகம் கவனத்தைக் கவராமல் பார்த்துக்கொண்டேன். ஆனால் ஆச்சரியமாக, டாக்டர் சிங் நேராக என்னிடம் வந்து, என் தோளில் கை வைத்து, தன் பிரத்யேக புன்னகையுடன், நான் எப்படி இருக்கிறேன் என்று என்னை விசாரித்தார். தன் பொருளாதார ஆசிரியரும் நிதியமைச்சரும் நல்ல சுமுகமான உறவில் இருப்பது திலீப்புக்குப் பெரும் ஆசுவாசத்தை அளித்தது. பல ஆண்டுகளுக்குப் பின், அவருடன் நெருங்கிப் பழகும்போதுதான், அந்த நட்புறவான புன்னகையைத் தன் எதிரிகளுக்கும் விமர்சகர்களுக்கும் மட்டும் டாக்டர் சிங் ஒதுக்கிவைத்திருக்கிறார் என்பது தெரியவந்தது. இடது முன்னணித் தலைவர்கள், அவரைக் கடுமையாக விமர்சிக்கும் பத்திரிகையாளர்கள், காங்கிரஸ் கட்சியில் அவருக்கு எதிராக அவதூறுக் கதைகளை விதைப்பவர்கள் ஆகிய அனைவரையும் மன்மோகன் இந்தப் புன்னகையுடன்தான் வரவேற்பார்.

அடுத்த நாள், நிதியமைச்சரின் அலுவலகத்திலிருந்து, இரவு விருந்துக்கான அழைப்பு வந்தது. ஒரு ஐந்து நட்சத்திர விடுதியின் பிரத்யேக உணவறையில் முக்கியமான சில நபர்களோடு இருக்கும் வாய்ப்பு கிடைத்தது. டாக்டர் சிங்குடன் நான் இருந்த மேசையில் எங்களைத் தவிர நான்கு பேர்கள்தான் இருந்தனர்: ப. சிதம்பரம், மாண்டேக் சிங், அவர் மனைவி இஷர் மற்றும் இந்துஸ்தான் டைம்ஸ் பத்திரிகையின் தலைவர் ஷோபனா பர்த்தியா. உட்காரும்போது, நான் மீண்டும் டாக்டர் சிங்கின் நற்புத்தகத்தில் இடம் பெற்றுவிட்டேன் என்பதை உணர்ந்தேன்.

இந்திரா காந்தி, எப்படி தன்னுடைய எதிரியை ஒரு புன்னகையாலோ ஒரு பிரத்யேகச் செயலாலோ கவர்ந்து தன் பக்கம் இழுத்துவிடுவார் என்றெல்லாம் புழங்கிவந்த கதைகளை ஒரு பத்திரிகையாளனாக நான் நிறையவே கேள்விப்பட்டிருக்கிறேன். என் இளம் வயதில் ஒரு கம்யூனிஸ்டாக இருந்தபோது, ஸ்டாலின் எவ்வாறு தன் சகா ஒருவரை அவர் சைபீரியாவுக்கு அனுப்புவதற்குமுன் அல்லது சுட்டுக் கொல்வதற்குமுன் இரவு உணவுக்குத் தன் வீட்டுக்கு அழைப்பார் என்றும் கேள்விப்பட்டிருக்கிறேன். டாக்டர் சிங் ஸ்டாலின் அல்ல; இந்திராவும் அல்ல. ஆனால் இந்திராவிடமிருந்து, எப்படி நண்பர்களைப் பெறுவது, எப்படி விமர்சகர்களைக் கவர்வது என்பது குறித்து ஓரிரு விஷயங்களைத் தெரிந்துகொண்டிருக்கிறார் என்று எனக்குத் தோன்றியது.

பின்னர், அவருடன் நெருக்கமாக வேலை செய்யும்போது, டாக்டர் சிங் அவர் வேலை பார்த்திருந்த பிரதமர்களிடமிருந்து எவ்வளவு கற்றுக்கொண்டிருக்கிறார் என்பதை என்னால் பார்க்க முடிந்தது. பத்திரிகையாளர்களின் யாரைச் சந்திப்பது, யாரைத் தவிர்ப்பது

என்பதில் தெளிவாக இருந்தாலும் அவ்வப்போது தன் தீவிர விமர்சகரை நடத்தும்விதத்தில் அவர்களை ஒரேயடியாகக் கவிழ்த்து விடுவார். தன் ஆலோசகர்களிடையே கருத்துகளில் வித்தியாசங்கள் இருப்பதை அவர் மதிக்கக் கற்றுக்கொண்டார். ஒரு பிரதமராக, அவர் அனைவர் சொல்வதையும் கவனமாகக் கேட்டுக்கொண்டார். யாரையும் நேரடியாக மறுத்துப் பேசமாட்டார். அப்படிப் பேசினால் அவர்கள் மனத்தில் தோன்றியதைச் சொல்லாமல் இவர் விரும்பு வதைச் சொல்வார் என்பதுதான் காரணம். ஒரு கொள்கை குறித்த தன் சொந்தக் கருத்தைக் கடைசிவரை வெளிப்படுத்தாமல், அவசியம் ஏற்படும்போது மட்டும் வெளிப்படுத்துவது என்பதை அவர் முந்தைய பிரதமர்களிடமிருந்து கற்றுக்கொண்டிருந்தார் என்பது தெரிந்தது.

அந்த இரவு உணவு எங்கள் உறவில் பெரிய திருப்புமுனையாக இருந்தது. அதற்குள் நான் என் பார்வையை மாற்றியிருந்தேன். அவருடைய கொள்கைகளின் முக்கியத்துவம் எனக்குப் புரியத் தொடங்கியிருந்தது. அவருக்கும் தன் விமர்சகர்களுடன் உறவை வலுப்படுத்திக்கொள்ளவேண்டும் என்பது புரிந்திருந்தது. நரசிம்ம ராவ், மலைபோல அவருக்கு ஆதரவு கொடுத்தார். பொதுவெளியில் அவருடைய கொள்கைகளுக்கு முழுமையான அரசியல் ஆதரவைத் தெரிவித்தார். ஆனால் தனியாக, காங்கிரஸ் கட்சியின் அரசியல் நலன்களை எப்படியாவது ஏற்றுக்கொள்ளுமாறு டாக்டர் சிங்குக்கு அறிவுரை கூறினார். அவரும் தன் நிலையைச் சற்றே தளர்த்திக் கொள்ளக் கற்றுக்கொண்டார்.

அரசியல் நெளிவு சுளிவுகளை அவர் கற்றுக்கொள்ளும் அதே நேரம், பொதுவில் தான் தாக்கப்படுவதை அவரால் சரியாகக் கையாள முடியவில்லை. ஆகஸ்ட் 1991-லும் மார்ச் 1992-லும் அவர் பதவியி லிருந்து விலகுவதாக அறிவித்தார். முதல்முறை, அரசு, மோசமான பின்னணிகொண்ட ஒரு குறிப்பிட்ட வங்கிக்கு ஆதரவு தருவதாகக் குற்றச்சாட்டு எழுந்தது. இரண்டாவது முறை, அவருடைய கேபினட் சகாக்கள் அர்ஜுன் சிங் தலைமையில் அவருடைய கொள்கைகளைத் தாக்கிப் பேசினர். சோனியா குடும்ப விசுவாசியும் பிரதமர் பதவிக்குக் குறிவைத்திருந்தவருமான அர்ஜுன் சிங், ராவை எதிரியாகப் பார்த்தார். பின்னர் டாக்டர் சிங் பிரதமர் ஆனபோது அவரையும் எதிரியாகப் பார்த்தார். இரண்டு முறையும் ராவ், டாக்டர் சிங்கை முற்றிலுமாக ஆதரித்தார். அத்துடன் அவரிடம் இந்தத் தாக்குதல்கள் எல்லாம் பிரதமரான தன்னைக் குறிவைத்தவை என்பதால் இவற்றைத் தீவிரமாக எடுத்துக்கொள்ளவேண்டாம் என்று டாக்டர் சிங்கிடம் சொன்னார். ஆனால் டிசம்பர் 1993-ல், நாடாளுமன்றக் குழு ஒன்று, பங்குச் சந்தை, வங்கிகள் ஆகியவற்றில் நிகழ்ந்த ஊழலை

நிதியமைச்சகம் சரியாகக் கையாளவில்லை என்று கண்டித்தபோது டாக்டர் சிங் மூன்றாவது முறையாகப் பதவி விலக விரும்புவதாகச் சொன்னபோது ராவ் கோபமடைந்தார்.

ஆந்திரப் பிரதேச ஐ.ஏ.எஸ் அதிகாரியான பி.வி.ஆர்.கே பிரசாத், பிரதமரின் ஊடகச் செயலராகவும் இருந்தார். அவர் என்னிடம் இந்தச் சம்பவம் குறித்த முழு விவரங்களையும் பகிர்ந்துகொண்டார். ராவ், டாக்டர் சிங்கை நேரடியாக அணுகி, அவரை விலகவேண்டாம் என்று கேட்டுக்கொள்ளவில்லை. அதே நேரம், டாக்டர் சிங் விலகினால் அந்த இடத்தைப் பிடிக்க சிதம்பரம், பிரணாப் முகர்ஜி ஆகியோர் காய்களை நகர்த்துவது ராவுக்குப் பிடிக்கவில்லை. டாக்டர் சிங் ஓர் அரசியல்வாதி இல்லை என்பதால் அவரை வேறு மாதிரி கையாள வேண்டும் என்று ராவ் பிரசாதிடம் சொன்னாராம். 'அவரது முடிவை மாற்றிக்கொள்ள, ஓர் அரசியல்வாதியை அனுப்பிச் சமரசம் செய்தால் நடக்காது. அப்படி அனுப்பினாலும் அவர் மாறமாட்டார்'' என்றாராம் ராவ். எனவே அந்த வேலையைச் செய்ய பிரசாதை அனுப்பினார்.

ராவ் 1971-ல் ஆந்திரப் பிரதேசத்தின் முதல்வராக இருந்தபோது, பிரசாத் அவருடைய அந்தரங்கச் செயலராக இருந்தார். அவர் ராவ் சார்பில் பல சிக்கலான விஷயங்களில் ஈடுபட்டிருக்கிறார். எனவே பிரசாத்மீது ராவுக்கு நம்பிக்கை இருந்தது. பிரசாத் டாக்டர் சிங்கைப் பலமுறை சந்தித்தார். இறுதியாக, டாக்டர் சிங்கின் மனைவி குர்ஷரன் கௌர் முன்னிலையில் பேச்சுவார்த்தை நடந்தது. மனைவியின் உந்துதலின்பேரில் டாக்டர் சிங் இறுதியில் பதவி விலகலைத் திரும்பப் பெற்றுக்கொண்டார். இதில் பெரும்பாலானவற்றை நான் டைம்ஸ் ஆஃப் இந்தியாவில் செய்தியாக வெளியிட்டேன். ராவ், பிரசாத் ஆகியோருக்கு நான் நெருக்கமானவன் என்பது டாக்டர் சிங்குக்குத் தெரிந்திருந்தது. மேலும் பிரதமர் ராவ், தன் பல உரைகளை என் தந்தையைக் கொண்டு எழுதியிருக்கிறார் என்பதும் டாக்டர் சிங்குக்குத் தெரியும். இவை காரணமாகவும் அவர் என்னுடன் நெருங்க ஆரம்பித்தார். நாளடைவில் என்னை நம்பவும் தொடங்கினார்.

1995-ல், நிதியமைச்சரின் பிற குணாதிசயங்களைத் தெரிந்துகொள் வதற்கு எனக்கு ஒரு வாய்ப்பு கிடைத்தது. சர்வதேச நிதியம், உலக வங்கி இரண்டும் தங்களுடைய ஆண்டுக் கூட்டத்தை ஸ்பெயின் நாட்டின் மேட்ரிட் நகரில் நடத்தியது. ஓர் இதழாளராக நான் அங்கு போனேன். இம்முறை இவை தொடங்கி ஐம்பதாவது ஆண்டு விழா என்பதால் சிறப்பாகக் கொண்டாடத் திட்டமிடப்பட்டிருந்தது. இந்தியக் குழுவுக்கு டாக்டர் சிங் தலைமை தாங்கினார். இப்போது அவர் உலகப் புகழ் பெற்றவராகியிருந்தார். பல சர்வதேச விருதுகளை வாங்கியிருந்தார். பிற நாடுகளின் நிதியமைச்சர்கள் இவரை ஒரு

பிரபலமாகப் பார்த்தனர், இவருடன் நீண்ட உரையாடலில் ஈடுபட்டனர் என்பதை நான் கவனித்தேன். டாக்டர் பேசியபோது, மிகுந்த தன்னம்பிக்கையுடனும் அதிகாரத்துடனும் பேசினார். மரியாதையுடன் கவனிக்கப்பட்டார். வளர்ச்சிக்கான உதவிகள் குறித்தும் வளரும் பொருளாதாரங்களுக்கான சிறப்புக் கடன் வசதி குறித்தும் அவருடைய கருத்துகளே இறுதியாக ஏற்றுக்கொள்ளப் பட்டன.

சர்வதேசக் கூட்டங்களால் அவருடைய தன்னம்பிக்கை அதிகரித்தாலும், சொந்த நாட்டில் எந்தத் தொல்லையிலும் மாட்டிக்கொள்ளக்கூடாது என்று கவனமாகவே இருந்தார். இந்திய நிதியமைச்சரைப் பாராட்டி ஒரு விருந்து தருவதாக ஸ்பெயினின் சிந்தி மக்கள் சங்கம் முடிவு செய்திருந்தது. என்னையும் அதில் கலந்துகொள்ள அழைத் திருந்தார்கள். விழா அன்று காலை, உலக வங்கி, சர்வதேச நிதியச் சந்திப்பில் பிரகாஷ் இந்துஜாவைப் பார்த்தேன். அவர் இரானின் நிதியமைச்சருடன் தீவிரமான விவாதத்தில் ஈடுபட்டிருந்தார். அந்த நாட்டில் அவர் குடும்பத்துக்கு நிறையத் தொழில் உறவு இருந்தது. என்னைப் பார்த்த இந்துஜா என்னிடம் வந்து அன்று இரவு டாக்டர் சிங்குக்கு அவர் ஒரு விருந்து அளிப்பதாகச் சொன்னார். அன்று இரவுதான் சிந்தி மக்கள் சங்கம் ஏற்கெனவே ஒரு விருந்தை ஏற்பாடு செய்திருக்கிறதே என்றேன். இரண்டும் ஒன்றுதான் என்றார் அவர். 'நாங்கள்தான் சிந்தி மக்கள் சங்கம்' என்றார்.

அன்று மதியம், டாக்டர் சிங்கைப் பார்த்த நான் அவரிடம் இதனைத் தெரிவித்தேன். அவர் உடனே கவலை அடைந்தார். இந்தியத் தூதரை அழைத்து, இரவு விருந்துக்குச் செல்லலாமா, வேண்டாமா என்று ஆலோசனை கேட்டார். சிந்தி மக்கள் சங்கம்தான், இந்துஜா அல்ல என்பதை உறுதி செய்துகொண்ட பின்னரே அதற்குப் போவதற்கு முடிவு செய்தார். இந்துஜா சகோதரர்கள், ஐரோப்பாவைத் தலைமை யிடமாகக் கொண்டு இயங்குபவர்கள். போஃபர்ஸ் பீரங்கி ஊழலில் இடைத்தரகர்களாகச் செயல்பட்டார்கள் என்ற குற்றச்சாட்டு இவர்கள்மீது இருந்தது. விசித்திரமாக, பின்னர் இந்திய அமெரிக்க அணு ஒப்பந்தத்தின்போது, ஒரு பக்கம் அமெரிக்க நாடாளுமன்ற உறுப்பினர்களிடம் பேசிக்கொண்டிருக்கும் அதே நேரம், இந்துஜா சகோதரர்கள் வாயிலாகத்தான் அதிகாரபூர்வமாக அல்லாமல், இரானிய அரசிடமும் பேசவேண்டியிருந்தது. இதற்குள் இந்துஜா சகோதரர்கள் போஃபர்ஸ் வழக்கிலிருந்து விடுவிக்கப்பட்டிருந்தனர்.

1996 பொதுத்தேர்தலில் காங்கிரஸ் தோல்வி அடைந்தபிறகு, மாநிலங்கள் அவை உறுப்பினராக இருந்த டாக்டர் சிங், சோனியா உருவாக்கியிருந்த அமைப்பான ராஜீவ் காந்தி அறக்கட்டளையின் (ஆர்.ஜி.எஃப்) வேலைகளில் ஈடுபட ஆரம்பித்தார். ஓய்வு பெற்ற அரசு அதிகாரியும், இந்தியாவுக்கான அமெரிக்க தூதராக இருந்தவரும், ஹைதராபாத்தைச் சேர்ந்தவருமான அபித் ஹுசைன், ஆர்.ஜி.எஃப்பின் தலைமைப் பொறுப்பை ஏற்றுக்கொண்டிருந்தார். அதன் சகோதர அமைப்பான ராஜீவ் காந்தி சமகால நிகழ்வுகள் ஆராய்ச்சிக் கழகத்தின் ஆராய்ச்சி வேலைகளில் ஈடுபடுமாறு என்னைக் கேட்டுக்கொண்டார். இதன் காரணமாக டாக்டர் சிங்கை நான் தொடர்ந்து சந்தித்து வந்தேன். ஹுசைன் ஏற்பாடு செய்த உரைகள், கருத்தரங்குகள், மதிய உணவுச் சந்திப்புகள் ஆகியவற்றில் நாங்கள் இருவரும் கலந்துகொண்டோம். இப்போது நிதியமைச்சராக இல்லாத காரணத்தால், அதுவும் நாடாளுமன்ற அமர்வுகள் நடக்காத போது டாக்டர் சிங்கிடம் நிறைய நேரம் இருந்தது. எனவே, நாங்கள் நிறைய விவாதங்களில் ஈடுபட்டோம். எனக்குச் சரியான ஆலோசனை தேவைப்படும்போது அவரிடம் செல்லத் தொடங்கினேன். 1997-ல் இதழியியலிருந்து நீண்ட விடுப்பு எடுத்துக்கொள்ளலாம் என்று நான் யோசித்தபோது, அப்போது அவர் தலைவராக இருந்த அணிசேரா மற்றும் பிற நாடுகளுக்கான ஆராய்ச்சி மற்றும் தகவல் அமைப்பு (ஆர்.ஐ.எஸ்) என்பதில் சேர்ந்துகொள்ளுமாறு என்னை அழைத்தார். அவருடைய ஆலோசனையில்பேரில்தான் நான் ஆர்.ஐ.எஸ்ஸிலிருந்து சர்வதேசப் பொருளாதார உறவுகள் குறித்த ஆராய்ச்சிக்கான இந்தியக் கழகத்தில் சேர்ந்தேன். அங்கு அப்போதுதான் இஷர் அலுவாலியா இயக்குநராகச் சேர்ந்திருந்தார்.

கிழக்கு மற்றும் தென்கிழக்கு ஆசிய நாடுகளின் பொருளாதாரங் களுடனான இந்திய உறவு குறித்து டாக்டர் சிங்தான் என்னை ஆராய்ச்சி செய்ய ஊக்குவித்தார். அது அவருக்குப் பிடித்தமான ஒரு தலைப்பு. அந்த ஆராய்ச்சியின் விளைவாக தென்கிழக்கு ஆசிய நாடுகளுடனான வர்த்தகம் குறித்து ஓர் ஆராய்ச்சிக் கட்டுரையை எழுதினேன். 1997-ல், இந்தியா ஹேபிடாட் செண்டரின் (ஐ.எச்.சி) ஆட்சிக்குழுத் தலைவராக டாக்டர் சிங் ஆனவுடன், அதன் வேலைகளில் என்னையும் இழுத்துக்கொண்டார். அதன் காரணமாக எனக்குச் சுவையான ஒரு வேலை கிடைத்தது. வானிலை மாற்றம் குறித்த ஆய்வுகளை மேற்கொள்ளும் ஆர்.கே. பச்செளரி, இன்னும் பிறர் ஆகியோருடன் சேர்ந்து ஐ.எச்.சி.யில் உள்ள பல்வேறு உணவகங்களை நடத்த விரும்பி விண்ணப்பிப்போர் தயாரிக்கும் உணவு வகைகளை ருசி பார்ப்பதுதான் அது!

1999-ல் தெற்கு தில்லி மக்களவைத் தொகுதிக்கான வேட்பாளராக டாக்டர் சிங்கை காங்கிரஸ் கட்சி நியமித்தபோது, இஷர் அலுவாலியா, ஜி.எஸ். பல்லா, இன்னபிற கல்வியாளர்களுடன் நானும் சேர்ந்துகொண்டு அவருக்காக வீடு வீடாகச் சென்று பிரசாரம் செய்தேன். நானும் என் மகளும் எங்கள் பகுதியில் உள்ள வீடுகள் அனைத்துக்கும் சென்று துண்டுப் பிரசுரங்களை விநியோகித்தோம். ஆனால் துரதிர்ஷ்டவசமாக, டாக்டர் சிங், அதிகம் சாதித்திராத அரசியல்வாதியான பாஜகவின் விஜய் குமார் மல்ஹோத்ராவிடம் சுமார் 30,000 வாக்குகள் வித்தியாசத்தில் தோற்றுப்போனார். 1984-ல் இந்திரா காந்தி கொலைக்குப்பின் நடந்த சீக்கியர்களுக்கு எதிரான வன்முறையில் தில்லியில் சுமார் 3,000 சீக்கியர்கள் கொல்லப் பட்டிருந்தனர். இந்தக் கொலைகளைக் கடுமையாகக் கண்டித்திருந்த டாக்டர் சிங், இந்தக் கொலைகளுக்குக் காரணம் காங்கிரஸ், ஆர்.எஸ்.எஸ். இருவருமேதான் என்று சொல்லியிருந்தார். இதனை சீக்கிய வாக்காளர்கள் ஏற்கவில்லை.

ஏனெனில், உள்ளூர் காங்கிரஸ் குண்டர்கள் சீக்கியர்களைத் தாக்க வந்தபோது ஆர்.எஸ்.எஸ்தான் அவர்களைக் காப்பாற்றியிருந்தது. இதனால் தில்லியின் சீக்கிய சமுதாயம் ஆர்.எஸ்.எஸ்ஸுக்கு நன்றியுடையதாக இருந்தது. அவர்களுடைய கோபம் முற்றிலும் காங்கிரஸ்மீதுதான் இருந்தது. காங்கிரஸோ, டாக்டர் சிங்கின்மீது கோபமாக இருந்தனர். ஏனெனில் அவர்கள் அதுநாள்வரை இந்திரா கொலைக்குப் பிறகான சீக்கியர்களுக்கு எதிரான வன்முறை என்பது தன்னெழுச்சியாக உருவானது, திட்டமிட்டுச் செய்யப்பட்டதல்ல என்று சொல்லிவந்திருந்தனர். ஆனால் இது சார்பாக நியாயமான ஒரு நிலையை எடுக்க டாக்டர் சிங் முன்வந்தது, கட்சியையே நேராகத் தாக்குவதற்கு இணையானது என்று அவர்கள் கருதினர். ஆக, டாக்டர் சிங் அனைவரையும் ஒருசேரப் பகைத்துக்கொண்டார்.

ஆனால், டாக்டர் சிங்கின் தோல்விக்குக் காரணம், உள்ளூர்த் தலைவர்களின் உள்ளடி வேலைகளே என்று டாக்டர் சிங்கின் குடும்பத்தவர்களும் நெருங்கிய நண்பர்களும் கருதினர். உள்ளூர்த் தலைவர்கள், டாக்டர் சிங் ஜெயிப்பதற்காக எதுவும் செய்யவில்லை என்று அவர்கள் குற்றம்சாட்டினர். மன்மோகனைத்தான் சோனியா காந்தி அடுத்த பிரதமராக ஆக்க முடிவு செய்துள்ளார் என்று ஒரு சிலர் சந்தேகித்திருக்கவேண்டும். அதனை முளையிலேயே கிள்ளிவிட வேண்டும் என்று அவர்கள் கருதியிருக்கவேண்டும். இறுதியில், டாக்டர் சிங்கின் பிரசாரத்தை அவருடைய நண்பர்கள் மட்டுமே செய்தனர். அதுவும் தோல்வியில் முடிவடைந்தது. அதன்பின் டாக்டர் சிங் மக்களவைத் தேர்தல் எதையும் சந்திக்கவில்லை. மாநிலங்கள் அவைமூலமே நாடாளுமன்றம் செல்வது என்ற முடிவுக்கு

வந்துவிட்டார். தில்லியில் ஏற்பட்ட தோல்வி அவருடைய குடும்பத்தினருக்கு மாறாத வடுவாக ஆனது. டாக்டர் சிங் இதுகுறித்து ஒருமுறைகூட என்னிடம் பேசவில்லை என்றாலும் அவருடைய குடும்பத்தினர் என்னிடம், எந்த அளவுக்கு இந்த நம்பிக்கைத் துரோகம் அவருக்குக் கசப்பைத் தந்தது என்பது குறித்துப் பேசியிருக்கிறார்கள்.

பல ஆண்டுகளாக டாக்டர் சிங்கை எனக்குத் தெரியும் என்றாலும், அவர் ஒரு புரியாத புதிராகவே இருந்தார். வெகு சில வார்த்தைகளே பேசுவார். ஒருபோதும் அந்தரங்கமான விஷயங்களை அவர் பேசியதே இல்லை. கொள்கைகள் அல்லது நடப்பு நிகழ்வு குறித்துப் பேசுவது அவருக்கு எளிதாக இருந்தது, ஆனால் அதையும் ஆவேச மாகப் பேசமாட்டார். நான் அவர்கீழ் வேலை செய்ய ஆரம்பித்த போது, அவரைச் சந்திக்க வருவோரிடம் அவர் உணர்ச்சிகளை வெளிக் காட்டாமல், அமைதியாக, சில நேரங்களில் கொஞ்சம் சங்கடத்துடன் பேசாமல் உட்கார்ந்திருப்பதைப் பார்த்திருக்கிறேன். கொல்கத்தா அல்லது அமிர்தசரஸில் உறவினர்களைச் சந்திக்கும்போது அல்லது ஜெனீவாவில் பழைய நண்பர்களைப் பார்க்கும்போது என்ன பேசுவது என்றே தெரியாமல் டாக்டர் சிங் தடுமாறுவதையும் திருமதி கௌர் இடையிட்டு உரையாடல் தொடருமாறு செய்வதையும் பார்த்திருக் கிறேன். அவருடைய நண்பர்களான ஜகதீஷ் பகவதி, ஐ.ஜி.படேல் ஆகியோருடன்கூட அவர் அதிகம் பேசமாட்டார். அவர்கள்தான் பேசிக்கொண்டே இருப்பார்கள்.

ஒருமுறை வெளிப்படையாகப் பேசிய டாக்டர் சிங், பிபிசி நிருபர் மார்க் டுல்லியிடம் சொன்ன கதையை என்னிடம் சொன்னார். கேம்பிரிட்ஜ் பல்கலைக்கழகத்தின் 'கேம்' என்ற இதழுக்காக டுல்லி அவரைப் பேட்டி எடுத்தார். செயிண்ட் ஜான்ஸ் கல்லூரியில் மாணவராக இருந்த மன்மோகன், பிற மாணவர்கள் எழுந்திருப்பதற்கு முன்பாகவே குளியலறைக்குச் சென்று குளித்துவிட்டு வந்து விடுவாராம். பொதுக் குளியலறையில் பிற மாணவர்களுக்குமுன் தலையில் உள்ள டர்பனைக் கழட்ட அவருக்கு வெட்கமாக இருந்தது தான் காரணம். அவர் போகும் அதிகாலை நேரத்தில் வெந்நீர் கிடைக்காது. இருந்தாலும் பச்சைத் தண்ணீரிலேயே குளித்துவிடு வாராம். நண்பர்கள் கேட்டால், பச்சைத் தண்ணீரில் குளித்தால்தான் சளி பிடிக்காது என்று சொல்லி சமாளித்துவிடுவாராம்.

அவர் பிறரைச் சந்திக்கும்போது, நட்பாக இல்லை அல்லது உணர்ச்சிகளை வெளிக்காட்டுவதில்லை என்ற குற்றச்சாட்டுகளுக்கு

அவர் ஆளாவதன் காரணமே இந்தக் கூச்ச சுபாவம்தான். தேர்ந்த அரசியல்வாதிகள் இரட்டை வேடம் போடுபவர்கள். எப்போது நட்பாகவும் உணர்ச்சிபூர்வமாகவும் காட்டிக்கொள்வது, எப்போது நட்பின்றி, உணர்ச்சிகளை வெளிக்காட்டாமல் இருப்பது என்பது அவர்களுக்கு நன்கு தெரியும். மிகவும் தேர்ந்தவர்கள் ஒரு விநாடியில் ஒரு முகத்திலிருந்து இன்னொரு முகத்துக்கு மாறிவிடுவார்கள். டாக்டர் சிங்குக்கு இம்மாதிரியான மாறும் திறன் இருக்கவில்லை. தன் விமர்சகர்களை மதிக்கவைக்கும் திறனை அவர் கற்றுக்கொண்டிருந் தாலும், பத்திரிகையாளர்களைத் தன் அந்தரங்க நண்பர்கள்போல நினைக்கவைத்து, அவர்களைத் தன்னுடைய கடைக்கண் பார்வைக் காக ஏங்கவைக்கும் திறனை அவர் ஒருபோதும் கற்கவில்லை. அதைவிட மோசம், அவரால் உணர்ச்சிபூர்வமாக எதையும் வெளிப் படுத்தவே முடியவில்லை. இந்த கூச்சத்துக்குக் காரணம் எது என்று யோசித்திருக்கிறேன். சிறு வயதில் அவருடைய தாய் இறந்ததும், அவருடைய தந்தை பெரும்பாலும் வீட்டில் இருப்பதில்லை என்பதால் அவர் தன் உறவினர்கள் வீட்டில் வசிக்கவேண்டியிருந்தது. அவர்களுக்கும் பிள்ளைகள் இருந்தன. எனவே, மன்மோகன் தன்னைத் தானே கவனித்துக்கொள்ள வேண்டியிருந்தது. இது ஒருவேளை காரணமாக இருக்கலாம். டாக்டர் சிங் அமிர்தசரஸில் தன் மாணவப் பருவத்தையும் ஆசிரியப் பருவத்தையும் குறித்து மகிழ்ச்சி யான நினைவுகளைக் கொண்டிருந்தார். ஆனால் அவர் காஹ் கிராமத்தில் தன் குழந்தைப் பருவம் பற்றிப் பேசியதே கிடையாது.

பிரதமர் அலுவலகத்தில் வேலை செய்தபோது, அவருடைய உள்ளொடுங்கிய இயல்பைப் பார்த்திருந்த நான், அவர் வீட்டிலும் அப்படியே இருப்பதைக் கண்டேன். தம் தந்தை பல்வேறு விஷயங்கள் குறித்து என்ன நினைக்கிறார் என்பதைத் தங்களால் அறிந்துகொள்ள முடியவில்லை என்று அவருடைய மகள்கள் சொன்னார்கள். அவர் தன் குடும்ப வாழ்க்கையையும் வேலையையும் இறுக்கமாகத் தனித்தனி மன அறைகளில் பூட்டிவைத்திருந்தார். வீட்டில் இருக்கும்போது தன் சிந்தனைகள், விருப்பங்கள், விரக்திகள் ஆகியவை குறித்துப் பேசுவதே இல்லை. திருமதி கௌர் என்னிடம் ஒருமுறை சொன்னதுபோல, 'அவர் அனைத்தையும் முழுங்கி விடுகிறார், வெளியே உமிழ்வதே இல்லை.'

வீட்டில் பேசுவதைவிட, அவர் வேலையில் இன்னமும் குறைவாகப் பேசினார். அவர் வெளியில் பேசாமல் இருப்பது, வீட்டில் பேசாமல் இருப்பதன் நீட்சிதான். அதனை ஊடகங்கள் கடுமையாகக் குறை கூறின. அந்நிய நாடுகளின் தலைவர்கள் இந்தியா வரும்போது என்ன பேசவேண்டும் என்பது குறித்து அவர் முன்னதாகவே எழுதி, பள்ளி

மாணவர்கள் போல அதனை மனப்பாடம் செய்தும் விடுவார். பிறகு அதில் கேபினட் கூட்டங்களில் அல்லது பிற கூட்டங்களில் அவருடைய மௌனம் மிகப் பிரசித்தி பெற்றது. அவர் பெரும்பாலும் கேட்டுக்கொண்டே இருப்பார். அதிகபட்சம் சில வார்த்தைகள் பேசுவார். ஆனால் அனைவரும் பேசியபிறகு இறுதியில் தன் கருத்தைப் பேச்சில் கூறாது, கோப்பில் எழுதிவைப்பதே அவருடைய பாணியாக இருந்தது. மற்றவரைத் தூண்டி அவர்களைப் பேசவைத்து விட்டு, தான் அமைதியாக உட்கார்ந்து கேட்பதே அவருக்குப் பிடித்த மானதாக இருந்தது. ஆனால், அவர் அவ்வப்போது கேள்விகள் கேட்பார். அந்தக் கேள்விகள் அவருடைய மனத்தை வெளிப்படுத்து பவையாக இருந்தன.

பிரதமர் பதவியில் சில காலம் இருந்தபிறகு தைரியமடைந்த அவர், புதிய உத்தி ஒன்றைப் பின்பற்றத் தொடங்கினார். விவாதங்களில் அவர் யாருடைய கருத்தை ஏற்றுக்கொள்கிறாரோ, அவர் பேசுவதற்கு அதிக நேரம் கொடுப்பார். யார் கருத்தை ஏற்கவில்லையோ, அவர்கள் பேசுவதை நிறுத்திவிடுவார். சில சமயங்களில், யாருடைய கருத்து இவருக்கு ஏற்புடையதாக இருக்கிறதோ ஆனால் பிறருக்கு ஏற்புடையதாக இல்லையோ, அவரைத் தொடர்ந்து பேசச் சொல்வார். இதில் உள்ளடங்கிய சமிக்ஞை, அந்தக் கருத்தை ஏற்றுக் கொள்ளுங்கள் என்று பிறரை வற்புறுத்துவது. இப்படிப்பட்ட பல உத்திகளை அவர் பயன்படுத்தினாலும், ஒருபோதும் தெளிவாகத் தன் கருத்தைப் பட்டென்று அவர் சொன்னதே இல்லை. ஆரம்பத்தில் இயல்பான குணங்களாக இருந்த சங்கோஜமும் மௌனமும் காலம் செல்லச் செல்ல, உத்திகளாக ஆகிவிட்டன.

நான் பிரதமர் அலுவலகத்தில் நுழைந்தபோது மன்மோகன் சிங்கின் சங்கோஜம்பற்றி அறிந்திருந்தேன். அவருடைய ஊடக ஆலோசகராக, அவர் சார்பாக ஊடகங்களிடம் திறம்படத் தொடர்புகொள்ள வேண்டும் என்றால் புதுமையாகச் சிந்திக்கவேண்டும் என்று அறிந்திருந்தேன். அவருடைய கண்களாகவும் காதுகளாகவும் இருப்பது எளிது. அதைத்தான் அவர் என்னிடம் எதிர்பார்த்திருந்தார். ஆனால், கடினமான வேலை ஒன்று இருந்தது: அவருடைய குரலாக ஒலிப்பது.

3

மன்மோகனின் பிரதமர் அலுவலகம்

'நீங்கள் என் கண்களாகவும் காதுகளாகவும் இருக்கவேண்டும். நான் எதைத் தெரிந்துகொள்ளவேண்டுமோ, அதை யாரைக்கண்டும் அஞ்சாமல் யாருக்கும் ஆதரவாக இல்லாமல் என்னிடம் சொல்லவேண்டும்.'

- மன்மோகன் சிங், 30 மே 2004

திங்கள் கிழமையன்று, டாக்டர் சிங்கைச் சந்திக்க, லுட்யன்ஸ் தில்லியின் விளிம்பில், தூதரகங்கள் இருக்கும் பகுதியில், பிரதமரின் அதிகாரபூர்வ வீடு இருக்கும் இடமான 7, ரேஸ் கோர்ஸ் ரோடுக்கு (7 ஆர்.சி.ஆர்) சென்றேன். ராஜீவ் காந்தி கொலைக்குப் பிறகு பிரதமரின் அதிகாரபூர்வ வீட்டைச் சுற்றிக் கடுமையான பாதுகாப்பு போடப் பட்டுள்ளது. அந்த வீட்டின் உள்ளே நுழைவது இப்போது மிக மிகக் கடினமாகியுள்ளது. 1985-ல் இந்திரா காந்தி படுகொலை செய்யப் பட்டபின், பிரதமரைக் காப்பதற்கென்றே உருவாக்கப்பட்டுள்ள சிறப்புப் பாதுகாப்புப் படையான எஸ்.பி.ஜி, பிரதமரின் தனிச் செயலர் கொடுக்கும் பட்டியலில் உள்ள நபர்களை மட்டுமே உள்ளே அனுமதிக்கிறது. வெளியில் இருக்கும் முதல் வாயிலை நாம் வந்திருக்கும் வண்டியில் கடந்து, இரண்டாவது வாயிலை அடைந்ததும் கீழே இறங்கிவிடவேண்டும். அமைச்சர்கள், அனுமதி பெற்ற அதிகாரிகள், வெளிநாட்டுத் தலைவர்கள் ஆகியோர் மட்டும் தான் இரண்டாவது வாயிலையும் தாண்டி வண்டியில் போய் இறங்கி, எஸ்.பி.ஜியின் வண்டியில் ஏறி கடைசி சில நூறு அடிகளைத் தாண்டி பிரதமர் அலுவலகம் போக முடியும். மற்றவர்கள் எல்லாம் சிறிது தூரம் நடந்து விருந்தினர் அறைக்குச் சென்று தங்களுடைய செல்பேசிகளை வைத்துவிட்டு, பாதுகாப்புச் சோதனைக்கு

உட்படவேண்டும். அதன்பின் எஸ்.பி.ஜியின் மாருதி கார்களில் பிரதமர் அலுவலகத்துக்கு அழைத்துச் செல்லப்படுவார்கள்.

அப்படித் தாண்டி வந்தவுடனேயே என்னை டாக்டர் சிங் இருக்கும் அறைக்கு அனுப்பிவைத்தனர். அவர் விருந்தினர்களைச் சந்திக்கும் அறையில் வலது பக்கம் எப்போதும் பிரதமர்கள் அமர்ந்திருக்கும் இடத்தில் அமர்ந்திருந்தார். என்னைப் புன்சிரிப்புடன் வரவேற்றார். நான் அவருக்கு இடதுபுறம் இருந்த இருக்கையில் அமர்ந்தேன்.

'நான் இந்தப் பதவிக்குத் தயாராக இருக்கவில்லை' என்று அவர் வெளிப்படையாகவே சொன்னார். 'இது புது அனுபவம். இது எளிதாக இருக்கப்போவதில்லை. நாங்கள் சிறுபான்மை அரசு. இடதுசாரிகள் வெளியிலிருந்துதான் ஆதரவு அளிக்கப்போவதாகச் சொல்லி யுள்ளனர். காங்கிரஸ் கட்சி இதுவரையில் கூட்டணி அரசை நடத்தியதே இல்லை. நான் இதனை வெற்றிகரமாகச் செய்து காட்ட வேண்டும். எனக்கு ஊடகச் செயலர் ஒருவர் தேவை. எனக்கு உங்களைத் தெரியும். எனவே இங்கே வேலை செய்ய ஏற்றுக் கொண்டால் மகிழ்ச்சி அடைவேன். வருமானம் குறைவாகத்தான் இருக்கும். ஆனால் தேசத்துக்கு உழைக்கக் கிடைத்த வாய்ப்பு என்று நீங்கள் இதனைக் கருதவேண்டும்.'

வோரா என்னிடம் இதுகுறித்து ஏற்கெனவே சொல்லிவிட்டார் என்பதை அவருக்குத் தெரிவித்தேன். பிகு செய்துகொள்ளாமல், அவரிடம் வேலை செய்ய ஒப்புக்கொண்டேன். பதவி, பட்டம் ஆகியவை குறித்து விவாதம் திரும்பியது. முந்தைய பிரதமர் அடல் பிகாரி வாஜ்பாயின் அலுவலகத்தில் ஊடகங்களைக் கையாண்ட இருவர், சிறப்புப் பணி அலுவலர்கள் என்ற பெயரில் வேலை செய்தார்கள் என்பதைச் சுட்டிக்காட்டினேன். ஆனால் பத்திரிகை யாளர்கள் இந்தப் பணியை முன்பு செய்திருந்தபோது அவர்கள், 'பிரதமரின் தகவல் ஆலோசகர்கள்' என்ற பெயரில் இருந்ததையும் சொன்னேன். 'ஊடக ஆலோசகர்' என்ற பெயரையே நான் விரும்பு வதாகச் சொன்னேன். இன்று ஊடகங்கள் என்பது செய்திப் பத்திரிகைகள், தொலைக்காட்சி எனப் பலவற்றையும் உள்ளடக்கி விட்டன என்றும், அச்சு, தகவல் போன்ற பெயர்கள் பழமையைக் குறிப்பவை என்றும் சுட்டிக்காட்டினேன். அவர் ஏற்றுக்கொண்டார்.

இறுதியாக, அவர் என்னிடம் என்ன எதிர்பார்க்கிறார் என்பதைக் கேட்டேன். சில விநாடிகள் யோசித்துவிட்டு, 'இங்கே உட்கார்ந்தபடி, உலகிலிருந்து நான் தனிமைப்படுத்தப்பட்டிருப்பேன். எனவே, நீங்கள் என் கண்களாகவும் காதுகளாகவும் இருக்கவேண்டும். நான் எதைத் தெரிந்துகொள்ளவேண்டுமோ, அதை யாரைக் கண்டும்

அஞ்சாமல் யாருக்கும் ஆதரவாக இல்லாமல் என்னிடம் சொல்ல வேண்டும்' என்றார்.

இந்த வார்த்தைகள் என் மனத்துக்குள் நுழைந்துவிட்டன. நான் அவருடன் இருந்த நான்கு ஆண்டுகளில், மோசமானதோர் உண்மையை அல்லது இக்கட்டான ஒரு விஷயத்தை அவரிடம் சொல்லத் தயங்கும்போதெல்லாம் இந்த வார்த்தைகளை நினைத்துக் கொள்வேன். தைரியம் அடைவேன். பிரதமர் அலுவலகத்திலிருந்து விலகியபிறகும் எனக்கிருந்த இந்த சலுகையைப் பயன்படுத்திக் கொண்டு அவர் தெரிந்துகொள்ளவேண்டும் என்று விரும்பியதை அவருக்குத் தெரிவித்துவந்தேன்.

இந்திரா காந்தியின் தகவல் ஆலோசகராக இருந்த சாரதா பிரசாத் என் குடும்ப நண்பர் என்றும் நான் அவரைச் சந்தித்து அவருடைய ஆலோசனையைக் கேட்கவேண்டும் என்று டாக்டர் சிங்கிடம் தெரிவித்தேன். 'ஆமாம், சாரதா நல்ல மனிதர். அவருடன் தொடர்பில் இருந்துகொண்டு அவருடைய ஆலோசனையை எடுத்துக் கொள்ளுங்கள்' என்று ஒப்புக்கொண்டார்.

தன் அணியை உடனடியாக உருவாக்கவேண்டும் என்ற அவசரத்தில் அவர் என்னை உடனடியாகச் சேருமாறு கட்டாயப்படுத்தினார். இன்னும் ஒரு வாரத்தில் புதிய நாடாளுமன்றக் கூட்டம் நடக்க விருந்தது. இரண்டு நாள்களில் சேர்வதாக அவரிடம் சொன்னேன்.

என் வாழ்க்கை புதிய திருப்பத்தில் இருக்கும் நேரத்தில் என் மனைவி ரமா எங்கோ தொலைதூரத்தில் கனடாவிலும் என் மகள் தன்விகா ஹைதராபாதிலும் இருந்தனர். என் வீட்டில் யாரும் இல்லை. எனவே, முதலில் என் பெற்றோரை அழைத்துச் செய்தியைப் பகிர்ந்து கொண்டேன். பின்னர், நான் பணிபுரியும் ஃபைனான்ஷியல் எக்ஸ்பிரஸ் செய்தித்தாளை நடத்தும் எக்ஸ்பிரஸ் குழுமத்தின் தலைமை அதிகாரி சேகர் குப்தாவை அழைத்தேன். சேகர் அப்போது இஸ்தான்புல்லில் ஒரு மாநாட்டில் பங்கெடுத்துக்கொண்டிருந்தார். நான் உடனடியாக வெளியேறுவது அவருக்குச் சங்கடத்தைக் கொடுத்தது தெளிவாகத் தெரிந்தது. இருந்தும் அவர் அனுமதி அளித்தார். அத்துடன், இடதுசாரிகளுடனான புதிய கூட்டணிப் பரிசோதனை தோல்வியிலேயே முடியும் என்ற காரணத்தால், என் இடத்தில் வேறு யாரையும் நியமிக்காமல் இருக்கப்போவதாகவும் சொன்னார்.

'நீங்கள் போகும் பணி, நன்றிகெட்ட ஒரு வேலை. இந்த அரசு அதன் முழுக் காலத்தையும் தாங்காது. ஒரே ஆண்டில் நீங்கள் வேலை யில்லாதவராக இருக்கப்போகிறீர்கள்' என்றார்.

சொன்ன வார்த்தை மாறாமல், கிட்டத்தட்ட ஆறு மாதங்களுக்கு அவர் ஃபைனான்ஷியல் எக்ஸ்பிரஸ் ஆசிரியர் பதவிக்கு யாரையும் கொண்டு

வரவில்லை. ஆனால், மன்மோகன் சிங் அரசு அனைவரும் எதிர்பார்த்ததைவிட அதிக காலம் தாங்கும் என்பதை அறிந்துகொண்டு, தனக்கு முழுநேர ஆசிரியர் ஒருவர் வேண்டும் என்று முடிவு செய்தார்.

திங்கள் மாலையே என் பணி ஆணை கிடைத்தது. தொலைக் காட்சியில் இதுகுறித்துச் செய்திகள் ஓடத் தொடங்கின. என் வாழ்க்கை முற்றிலுமாக மாறியது. அன்றிலிருந்து என் செல்பேசி தொடர்ந்து ஒலிக்கத் தொடங்கியது.

பிரதமர் அலுவலகத்தில் சேர்ந்ததற்கு அடுத்த நாள், எச்.ஒய்.சாரதா பிரசாத்தைச் சந்தித்து அவரிடம் ஆசீர்வாதம் வாங்கவும் ஆலோசனை பெறவும் சென்றேன். சிறிய உருவம், விரும்பத்தக்க மனிதர். அவரிடமிருந்து அறிவு பெருகிக்கொண்டிருந்தது. அவருடைய சிறிய வீடு புத்தகங்களாலும் பொதுவாழ்க்கையில் அவர் இருந்தபோது பெற்ற விருதுகளாலும் நிரம்பியிருந்தது. காந்தி, நேரு ஆகியோரின் அபூர்வமான புகைப்படங்கள் சுவரை அழகுபடுத்தியிருந்தன. அவர் மிக மென்மையாக, வார்த்தைகளைத் தேர்ந்தெடுத்து, அளவோடும் கவனத்தோடும் பேசினார்.

‘உனக்கு எந்த அறையை ஒதுக்கியிருக்கிறார்கள்?’ என்று கேட்டார். பிரதமர் அலுவலகம் பற்றி நன்கு அறிந்திருந்த அவர், ஒருவருக்கு எந்த அறை ஒதுக்கியிருக்கிறார்கள் என்பதிலிருந்து அவர் பிரதமருக்கு எவ்வளவு நெருக்கத்தில் இருக்கிறார், அவருடைய அதிகாரமும் செல்வாக்கும் எவ்வளவு இருக்கும் என்பதை எளிதில் அறிந்து கொள்ளக்கூடியவர்.

1981-ல் அவரை நான் சந்தித்தபோது அவர் எந்த அறையில் அமர்ந்திருந்தாரோ, அதே அறையைத்தான் எனக்கு ஒதுக்கியிருக் கிறார்கள் என்றேன். ஆனால் அந்த அறையில் சில மராமத்து வேலைகள் நடந்துகொண்டிருப்பதால், முதல் மாடியில் பிரதமர் அலுவலகத்துக்கு அடுத்து உள்ள கேபினட் அறைக்கு அடுத்து உள்ள மூலை அறையைத் தாற்காலிகமாக ஒதுக்கியிருக்கிறார்கள் என்றேன்.

‘ஆஹா! அது வரலாற்றுச் சிறப்பு வாய்ந்த அறை. அதுதான் சுதந்தர இந்தியாவின் முதல் பிரதமரின் முதல் அலுவலக அறை!’ என்றார்.

ஜவாஹர்லால் நேரு பிரதமர் ஆனதும் தன் முதல் சில நாள்களை அந்தச் சிறிய அறையில்தான் கழித்திருக்கிறார். ஏனெனில் அவருக்கான அறையை, வெளியுறவு அமைச்சரகத்தின் பொதுச் செயலர் சர் கிரிஜா

சங்கர் பாஜ்பாய் பயன்படுத்திக்கொண்டிருந்தார். பாஜ்பாய் அந்த அறையை விட்டு வெளியேறுவதற்கும் அந்த அறையை இந்தியாவின் முதல் பிரதமருக்கு ஏற்றதாக மாற்றுவதற்கும் சில தினங்கள் தேவைப் பட்டன.

'என் காலத்தில் நான் பெரிய செய்தித்தாள்களின் ஆசிரியர்களைத் தொடர்ந்து சந்திப்பது வழக்கம்' என்றார் சாரதா பிரசாத் என்னிடம். 'அப்போதெல்லாம் ஐந்தே ஐந்து ஆசிரியர்கள்தான் முக்கிய மானவர்கள். ஸ்டேட்ஸ்மன், டைம்ஸ் ஆஃப் இந்தியா, இந்து, இந்தியன் எக்ஸ்பிரஸ், இந்துஸ்தான் டைம்ஸ் ஆகிய இந்த ஐந்து பத்திரிகைகளின் ஆசிரியர்கள். இன்றோ, ஏகப்பட்ட பத்திரிகைகள் உள்ளன. முடிந்தவரை முக்கியமானவர்களைச் சந்திக்கப் பாருங்கள். நல்லவிதமாக ஏதேனும் பத்திரிகையில் எழுதப்பட்டிருந்தால், பிரதமரைக் கொண்டு அந்தப் பத்திரிகையின் ஆசிரியரையோ கட்டுரையை எழுதியவரையோ பாராட்டச் செய்யுங்கள். தேசத்தின் அனைத்து மொழிப் பத்திரிகைகளையும் தொடர்புகொள்ளுங்கள். ஒவ்வொரு நாள் காலையிலும் முக்கியமான தலைப்புச் செய்திகளை பிரதமருக்குத் தாருங்கள். பிரதமருடைய உரைகளை எழுதுவதில் ஏதேனும் பங்களிப்பைத் தாருங்கள். அதிகாரிகளுக்கு இது பிடிக்காது. ஆனால், பத்திரிகையில் வேலை செய்த காரணத்தால் உங்களிடம் எழுத்துத் திறன் இருக்கும். அது பிரதமருக்கு உபயோகமாக இருக்கும். எனவே, அதனைப் பயன்படுத்துங்கள்.'

பிரதமர் பத்திரிகையாளர் சந்திப்பில் பேசவேண்டுமா என்று அவரிடம் கேட்டேன்.

'நிச்சயமாக. ஆனால் இப்போது இல்லை. அடுத்த மாதம், சிறு சிறு குழுக்களாக ஆசிரியர்களையும் பதிப்பாளர்களையும் சந்திக்குமாறு செய்யுங்கள். இவையெல்லாம் அதிகாரபூர்வ சந்திப்புகளாக இருக்கக் கூடாது. அவர்கள் பிரதமரைப் பற்றித் தெரிந்துகொள்ளவேண்டும். இரண்டு மாதங்கள் கழித்து, ஒரு பத்திரிகையாளர் சந்திப்புக்கு ஏற்பாடு செய்யுங்கள். நீங்கள் அதனை நடத்துமாறு பார்த்துக்கொள்ளுங்கள். அடுத்த நாள் எம்மாதிரியான தலையங்கங்கள் வரவேண்டும் என்பதை முதலிலேயே யோசித்து வைத்துக்கொள்ளுங்கள். தலையங்கம் பற்றி யோசிக்காமல் ஊடகங்களோடு சந்திப்பை ஒருபோதும் ஏற்படுத்தாதீர்கள்' என்றார்.

அடுத்த சில வாரங்களில் அவர் எனக்குச் சொன்ன ஒவ்வொரு அறிவுரையையும் நான் அப்படியே செய்தேன். முக்கியமான பத்திரிகை ஆசிரியர்கள், பதிப்பாளர்கள், தொலைக்காட்சி நிகழ்ச்சி நடத்துவோர் ஆகியோருடன் காலையுணவுச் சந்திப்புகளை ஏற்பாடு

செய்தேன். காலையில் சீக்கிரமே எழுந்திருப்பவரான டாக்டர் சிங், எட்டரை மணிக்கு காலையுணவுச் சந்திப்புவேண்டும் என்பார். பத்திரிகை ஆசிரியர்களும் தொலைக்காட்சிக்காரர்களும் தாமதமாகத் தூங்கி தாமதமாக எழுந்திருப்பவர்கள். ஆனால், சரியான நேரத்துக்கு வந்துவிடுவார்கள். இந்தச் சந்திப்புகளுக்கு தாமதமாக வந்தவர்கள் இரண்டே இரண்டு பேர்தான். இந்துஸ்தான் டைம்ஸின் பதிப்பாளர் ஷோபனா பர்த்தியா, தன் தலைமுடியைக் காயவைக்க நேரம் ஆனது என்றார். டைம்ஸ் ஆஃப் இந்தியா தலைவர் இந்து ஜெயின், காலையில் பூஜையை முடிக்கத் தாமதமானது என்றார்.

எப்போதெல்லாம் பிரதமர் மாநிலத் தலைநகரங்களுக்குப் போகிறாரோ, அப்போது அங்குள்ள ஊடகங்களுடன் சந்திப்பை நடத்துவேன். பிரதமருக்கு இது முக்கியமான தொடர்பாக ஆனது. தில்லியில் இருக்கும் ஆங்கில ஊடகங்களுடன் இருக்கும் உறவுக்கு மாற்றாக இது ஆனது. இந்திய மொழி ஊடகங்களின் ஆசிரியர்களும் இதழாளர்களும் டாக்டர் சிங்குடன் தொடர்புகொண்டு அவர் எப்படிப் பட்டவர் என்பதை நேரடியாகத் தெரிந்துகொள்ளப் பெரும் வாய்ப்பை இது ஏற்படுத்திக்கொடுத்தது. 2004 முதல் 2008 வரை, டாக்டர் சிங், அந்தமான் நிகோபார் தலைநகரான போர்ட் பிளேர் உட்பட தான் சென்ற அனைத்து மாநிலத் தலைநகரங்களிலும் பத்திரிகையாளர் சந்திப்பில் கலந்துகொண்டார். இவ்வாறு உருது சேர்த்தியாக பிராந்திய மொழி ஊடகங்களுடன் கொண்டிருந்த நட்பு, இந்திய அமெரிக்க அணு சக்தி ஒப்பந்தம் தொடர்பான தேசிய விவாதத்தின் போதும் பிரதமரை தில்லி ஊடகங்கள் தாக்கும்போதும் மிகவும் பயனுள்ளதாக அமைந்தது. பிரதமரின் விமானப் பயணங்களின் போது, தில்லி ஆசிரியர்களின் வேண்டுதலைத் தவிர்த்து, பிராந்திய மொழி ஊடக ஆசிரியர்களுடன் பிரத்யேகப் பேட்டிகளை நான் ஏற்பாடு செய்த காரணத்தால், தில்லி நட்சத்திர இதழாளர்களின் கோபத்தைச் சம்பாதிக்கவேண்டியிருந்தது.

என் புதிய வேலையில் சேர்ந்தவுடன் நான் இறுதியாகச் சென்ற மரியாதை நிமித்தச் சந்திப்பு, பி.வி.நரசிம்ம ராவுடனாக இருந்தது. அவர் பிரதமராக இருந்தபோது ஹைதராபாத்தைச் சேர்ந்த இரண்டு ஆசிரியர்கள்தான் அப்போது தில்லியில் இருந்தனர். ஒருவர் ஃபைனான்ஷியல் எக்ஸ்பிரஸின் எம்.எம்.குஸ்ரோ. இன்னொருவர் நான். அவருக்கு எங்கள் இருவரையும் நன்கு தெரியும். ராவ் அரசியலி லிருந்து விலகியபிறகும் நான் அவருடன் தொடர்பு வைத்திருந்தேன். என் இறுதிச் சந்திப்பின்போது அவர் தனியாக உட்கார்ந்து ஒரு புத்தகத்தைப் படித்துக்கொண்டிருந்தார். அவருடைய நெடுநாள் உதவியாளர் காண்டேகர் என்னை உள்ளே அழைத்துச் சென்றார்.

பிஸ்கட்டுடன் தேநீர் அருந்திக்கொண்டே பிரதமர் அலுவலகத்திலிருந்து அழைப்பு வந்தது, நான் டாக்டர் சிங்கைச் சந்தித்தது, சாரதா பிரசாத் எனக்கு அளித்த அறிவுரைகள் ஆகியவை குறித்து அவரிடம் விவரித்தேன்.

டாக்டர் சிங், ஓர் அரசியல் இதழாளருக்கு பதில், ஒரு பொருளாதார இதழாளரை வேலைக்கு எடுத்திருப்பது ராவுக்கு முக்கியமானதாகப் பட்டது. 'அவருக்கு வித்தல் தெரிந்தவர். அதனால் இருக்கலாம்' என்றார் ராவ். வித்தல் என் தந்தை. அதன் காரணமாக இந்தத் தேர்வு இருந்திருக்கலாம் என்பது ராவின் கருத்து.

'நல்லது. மன்மோகனுக்கு உன் உதவி தேவை' என்றார் ராவ், தேநீரைச் சுவைத்துக்கொண்டே.

பிரதமர் அலுவலகத்தில் டாக்டர் சிங்கின் மூன்று முக்கிய உதவியாளர்களும் மலையாளிகளாக அதிலும் குறிப்பாக நாயர்களாக இருந்தது தற்செயல்தான். புதிய தேசியப் பாதுகாப்பு ஆலோசகர் ஜே.என். 'மணி' தீட்சித், முதன்மைச் செயலர் டி.கே.ஏ. நாயர், உள்நாட்டுப் பாதுகாப்புக்கான சிறப்பு ஆலோசகர் எம்.கே.நாராயணன்.

பிரதமரின் முதன்மைச் செயலரின் சக்தியும் முக்கியத்துவமும், பிரதமரின் அரசியல் அதிகாரத்தைப் பொறுத்தும் ஆட்சிப் பணி அலுவலர்களுக்கு இடையே செயலரின் இடத்தைப் பொறுத்துமே அமைகின்றன. பிரதமருக்கும் மூத்த அமைச்சர்களுக்கும் அரசுச் செயலர்களுக்கும் இடையே பாலமாக இருப்பதால் இவருக்குக் கணிசமான அதிகாரமும் கொள்கைகளை வழிநடத்துவதற்கான செல்வாக்கும் கிடைக்கிறது. பெரும்பாலான முதன்மைச் செயலர்கள், மிகத் திறமையானவர்கள். அவர்களுடைய சக அதிகாரிகளாலும் அவர்களுக்குக்கீழ் வேலை செய்பவர்களாலும் மிகவும் மதிக்கப் பட்டவர்கள். உதாரணத்துக்கு, இந்திரா காந்தியின் பி.என். ஹக்சர், ராஜீவின் பி.சி.அலெக்சாண்டர், நரசிம்ம ராவின் ஏ.என்.வர்மா, தேவ கௌடாவின் சதீஷ் சந்திரன், ஐ.கே.குஜ்ராலின் என்.என்.வோரா, வாஜ்பாயின் பிரஜேஷ் மிஸ்ரா ஆகியோரைச் சொல்லலாம். ஆனால் அவ்வப்போது, அதிகம் அறியப்படாத அல்லது குறைந்த திறன் கொண்ட யாரேனும் இந்த வேலைக்கு வந்துவிடுவதும் உண்டு.

தேசியப் பாதுகாப்பு ஆலோசகர் என்ற பதவி, வாஜ்பாயின் முதல் ஆட்சிக் காலத்தில் உருவாக்கப்பட்டது. அப்போதுதான் இந்தியா அணு ஆயுத நாடாக ஆகியிருந்தது. தேசியப் பாதுகாப்பு கவுன்சில்

உருவாக்கப்பட்டிருந்தது. இந்த கவுன்சிலின் செயல் தலைவராக இருக்கும் தேசியப் பாதுகாப்பு ஆலோசகர், பிரதமர் அலுவலகத்தில் இருந்தபடி பாதுகாப்பு அமைச்சகம், அயலுறவு அமைச்சகம், முப்படைத் தளபதிகள், உளவு அமைப்புகள், அணு சக்தித் துறை ஆகியவற்றுடன் தொடர்பு கொள்வார். மன்மோகன் சிங்கின் பிரதமர் அலுவலகத்தில் சிறப்பு ஆலோசகராக நாராயணனும் நியமிக்கப் பட்டிருந்ததால், தேசியப் பாதுகாப்பு ஆலோசகரின் செயல்பாடான நாட்டுப் பாதுகாப்பு அவரிடமிருந்து பிரிக்கப்பட்டு நாராயணனிடம் தரப்பட்டிருந்தது.

மூவரில், எந்த சந்தேகமும் இல்லாமல், மணி தீட்சித்தான் ஆளுமை அதிகம் உள்ளவர். அதன் காரணமாக, முந்தைய செயலர்கள் எவ்வளவு செல்வாக்குடன் இருந்தார்களோ அவ்வளவு 'முதன்மை'யானவராக டி.கே.ஏ.நாயர் இருக்கவில்லை. நாயருக்கு முன் இருந்த பிரஜேஷ் மிஸ்ரா, முதன்மைச் செயலராக மட்டும் இருக்கவில்லை. ஒருமுறை நான் விளையாட்டாக டாக்டர் சிங்கிடம், வாஜ்பாய் காலத்தில் முதன்மைச் செயலர் பிரதமர்போலவும், இப்போது டாக்டர் சிங் காலத்தில் பிரதமர் முதன்மைச் செயலர்போலவும் நடந்துகொள்கிறார் என்றேன். ஏனென்றால், டாக்டர் சிங், ஒவ்வொரு விஷயத்தையும் நுணுக்கமாகப் பார்ப்பார். நீண்ட, நெடிய கூட்டங்களில் அதிகாரி களுடன் உட்கார்ந்திருப்பார். வாஜ்பாய் இதையெல்லாம் செய்ய வேயில்லை. டாக்டர் சிங், நான் சொன்னதைக் கண்டுகொள்ளாமல் விட்டுவிட்டார். ஏனெனில் அது, அவருடைய உண்மையான அரசியல் தலைவர் சோனியாதான் என்பதை வெளிப்படுத்தி, அவரைச் சீண்டுவதுபோல் ஆகிவிட்டது.

டாக்டர் சிங், நாயரைத் தன் முதல் தேர்வாகக் கொள்ளவில்லை. அவர் என்.என்.வோராவைத்தான் விரும்பினார். அவரும் டாக்டர் சிங்கைப்போல இப்போது பாகிஸ்தானின் பகுதியாக இருக்கும் மேற்கு பஞ்சாபிலிருந்து அகதியாக இந்தியா வந்தவர். இருவரும் பஞ்சாப் பல்கலைக்கழகத்தில் வேலை செய்திருந்தனர். வோராவும் ஆக்ஸ்ஃபோர்ட் பல்கலைக்கழகம் சென்றார். ஆனால் டாக்டர் சிங் சென்ற சில ஆண்டுகள் கழித்துத்தான். வோரா, லண்டன் செல்வதாக இருந்த ஒரு பயணத்தைக்கூட பிரதமர் அலுவலக வேலைக்காக ரத்து செய்திருந்தார். ஆனால் சோனியா காந்தி, ஓய்வுபெற்ற ஒரு தமிழ்நாட்டு ஐ.ஏ.எஸ் அதிகாரியை இந்தப் பணிக்காகக் குறித்து வைத்திருந்தார். அவர் பெயரை நான் வெளியிட முடியாது. இவர் ராஜீவ் காந்தியுடன் வேலை செய்திருந்தார். மிகவும் திறமையானவர், நாணயமானவர் என்று பெயர் பெற்றவர். ஆனால் அவர் சோனியா காந்தியின் அழைப்பை ஏற்கவில்லை. ஓய்வுபெற்றபின் மீண்டும் அரசு

வேலைக்குப் போகமாட்டேன் என்று தன் தந்தையிடம் வாக்களித்திருந்தாராம்.

இந்த இருவரும் இல்லை என்று முடிவானதும், டாக்டர் சிங், நாயரைத் தேர்ந்தெடுத்தார். நாயர் ஐ.ஏ.எஸ் அதிகாரியாக இருந்து ஓய்வு பெற்றவர். குஜ்ரால் பிரதமராக இருந்தபோது அவருடைய செயலராகச் சில காலம் பணியாற்றியிருக்கிறார். பஞ்சாபின் தலைமைச் செயலராக இருந்திருக்கிறார். டாக்டர் சிங்கின் குடும்ப நண்பரும், சண்டிகரில் இருக்கும் ஊரக மற்றும் தொழில்துறை வளர்ச்சிக்கான ஆராய்ச்சி மையத்தின் தலைவருமான ரஷ்பால் மல்ஹோத்ரா நாயரின் பெயரை வெகுவாகப் பரிந்துரை செய்தார். இந்த மையத்தின் தலைவராக டாக்டர் சிங்கே இதற்குமுன் இருந்திருக்கிறார். நாயர் இந்த மையத்தின் ஆட்சிக்குழு உறுப்பினராக இருந்திருக்கிறார். குஜ்ரால் பிரதமர் அலுவலகத்தில் இருந்ததைத் தவிர நாயர், ரெய்சினா ஹில்லின் முக்கியமான அமைச்சகங்களான உள்துறை, நிதி, பாதுகாப்பு ஆகியவற்றில் வேலை செய்திருக்க வில்லை. அதிகாரம் குறைந்த ஊரக வளர்ச்சி, சுற்றுச்சூழல், காடுகள் ஆகிய துறைகளில்தான் அவர் வேலை செய்திருந்தார். சுருக்கமாகச் சொன்னால், அதிகாரமட்டத்தில் அவர் கனமில்லாதவர்.

குள்ளமாக, சிறியதாக, மிகச் சரியாக ஆடை அணிந்தவராக இருக்கும் நாயரிடம், பிரஜேஷ் மிஸ்ராவிடம் இருந்த கம்பீரமான, அனைவரையும் கவனிக்க வைக்கக்கூடிய தோற்றம் இருக்கவில்லை. நாயர் ஒருபோதும் தெளிவான, தைரியமான கருத்தைக் கோப்புகளில் வைக்கவில்லை. மாறாக, 'தயவுசெய்து விவாதிக்கவும்' என்று எழுதி விட்டு, இணைச் செயலர்கள், துணைச் செயலர்கள் போன்ற இளைய அதிகாரிகளை நேரில் சந்தித்து, வாய்மொழிமூலம் அவர்களுக்கு உத்தரவு தருவதையே விரும்பினார். அவர்கள் பின்னர் இந்த உத்தரவு களைத் தங்கள் ஆலோசனைகளாக இந்தக் கோப்புகளில் எழுத வேண்டும். தொல்லைகளிலிருந்து தப்பிப்பதற்கு அதிகாரவர்க்கம் பயன்படுத்தும் வழிமுறைதான் இது. முக்கியமான கொள்கை முடிவு களைப் பொறுத்தவரை, ராஜீவ் காந்தி, சோனியா ஆகியோரிடம் பணியாற்றியிருந்த புலோக் சாட்டர்ஜி என்ற இணைச்செயலரைத் தான் நாயர் அதிகம் நம்பியிருந்தார்.

நாயரைப் போலவே புலோக்கையும் அவருடைய சக அதிகாரிகள் திறமைசாலியாகப் பார்க்கவில்லை. பணியில் இருக்கும் ஐ.ஏ.எஸ். அதிகாரியான அவர், முக்கியமான எந்த அமைச்சகத்திலும் வேலை செய்ததில்லை. உத்தர பிரதேசத்தில் ராஜீவ் காந்தியின் தொகுதியான அமேதியில் வேலை செய்துவந்த இவர், ராஜீவின் கவனத்தைக் கவர்ந்திருக்கிறார். உடனே ராஜீவ் இவரைத் தன் பிரதமர்

அலுவலகத்துக்குத் துணைச்செயலராகக் கொண்டுவந்துவிட்டார். ராஜீவின் இறப்புக்குப் பிறகு, இவர் ராஜீவ் காந்தி அறக்கட்டளையில், சமூக வளர்ச்சிக்கான சில நல்ல பணிகளைச் செய்தார். இதன் காரணமாக, அவர் அரசுக்கு வெளியில் இருப்பதாக மட்டுமல்ல, காந்தி குடும்பத்துடன் ஒட்டியவர் என்ற பெயரைப் பெற்றுவிட்டார். புலோக் மீண்டும் அரசுப் பணிக்கு வந்தபோதுகூட, மக்களவையில் எதிர்க்கட்சித் தலைவராக இருந்த சோனியா காந்தியின் பணியாளர்களில் ஒருவராகத்தான் வந்தார்.

மன்மோகன் சிங்கின் பிரதமர் அலுவலகத்தில் புலோக், சோனியா காந்தியின் விருப்பத்தின்பேரில் சேர்த்துக்கொள்ளப்பட்டார். புலோக் கிட்டத்தட்ட தினமும் சோனியாவைச் சந்திப்பார். அப்போது, அந்நாளின் முக்கியமான கொள்கை முடிவுகள்பற்றி சோனியாவுக்கு விளக்கிச் சொல்வதோடு, பிரதமர் எந்தக் கோப்புகளையெல்லாம் செயல்படுத்தவேண்டும் என்பது குறித்த சோனியாவின் ஆணைகளைப் பெற்றுவருவார் என்றும் சொல்லப்பட்டது. உண்மையில், சோனியாவுக்கும் பிரதமருக்கும் இடையிலான மிக முக்கியமான ஒருங்கிணைப்பாளராக புலோக் செயல்பட்டார். அவர்தான் பிரதமர் அலுவலகத்துக்கும் தேசிய ஆலோசனைக் குழுவுக்குமான முதன்மைத் தொடர்பாகவும் இருந்தார். இந்த அமைப்புதான், சமூக ஆர்வலர்களை உறுப்பினர்களாகக்கொண்டு, சோனியா காந்தியின் தலைமையில் இயங்கியது. சில நேரங்களில், இது நிழல் மந்திரிசபை என்றே அழைக்கப்பட்டது.

இந்தக் கூட்டங்களில் பங்குபெறாதபோது, பைப் புகைக்கும் பழக்கம் கொண்ட, நட்பான புலோக், சௌத் பிளாக்கில் தன் அலுவலக அறைக்குள்ளேயே அடைந்துகிடப்பார். பெரும்பாலும் அவர் தில்லியை விட்டு வெளியே சென்றதே கிடையாது. நான் பிரதமர் அலுவலகத்தில் இருந்த காலத்தில், அவர் ஒரே ஒருமுறைதான் டாக்டர் சிங்குடன் வெளிநாட்டுப் பயணம் ஒன்றில் சென்றிருக்கிறார். அதுவும் கியூபாவுக்கு. இடதுசாரிச் சாய்வுடைய புலோக், டாக்டர் சிங் அமெரிக்காவுடன் உறவுகளை வலுப்படுத்திக்கொள்வதை விரும்பவில்லை. டாக்டர் சிங்கும் சோனியாவும் ஒரே மேடையில் பேசும் நிலை இருக்கும்போது நானும் புலோக்கும் இருவருடைய உரைகளின் முன்வரைவையும் ஒப்பிட்டு, இருவரும் வெளியில் பேசும்போது ஒரேமாதிரியாகப் பேசுமாறு பார்த்துக்கொள்வோம். பிரதமரின் பேச்சுகளை நான்தான் எழுதுவேன். ஆனால் சோனியாவின் பேச்சுகளை காங்கிரஸ் கட்சி அரசியல்வாதிகள் அல்லது அவருடைய வேறு நெருங்கிய ஆலோசகர்கள் எழுதுவார்கள். எனவே, புலோக் அவற்றை என்னிடம் எடுத்துக்கொண்டுவந்து தருவார்.

கூட்டணி ஆட்சியின் முக்கியக் குறிக்கோளான தேசிய குறைந்தபட்சச் செயல்திட்டத்தின் செயல்பாட்டைக் கண்காணிக்கும் வேலை புலோக்கிடம் இருந்தது. இதனால், அவர் அனைத்து அமைச்சரவைகளிடமும் அவர்கள் என்ன செய்துகொண்டிருக்கிறார்கள் என்பது குறித்துத் தகவல் சேகரித்துக்கொண்டே இருப்பார். செயல்திட்டத்தில் நூறுக்கும் மேலான வாக்குறுதிகள் இருந்தன. அவை தொடர்பான விரிவான வரைபடங்களை உருவாக்கி, குறிப்பிட்ட திட்டங்களைச் செயல்படுத்த வெவ்வேறு அமைச்சரவைகளுக்குப் பொறுப்புகள் தருவதும் செயலாக்கம் குறித்த தகவல்களைப் பிரதமர் அலுவலகத்துக்குக் கொண்டுவருவதும் அவருடைய வேலையாக இருந்தது.

புலோக்குடன் கூட்டு சேர்ந்தது மட்டுமின்றி, பிரதமருக்கும் இடதுசாரிகளுக்கும் இடையேயான தொடர்பாகத் தன்னை முன்னிறுத்துக் கொள்வதன்மூலம் பிரதமருக்கு அரசியல்ரீதியாகப் பயனுள்ள நபராக நாயர் தன்னை நிறுவிக்கொள்ள முனைந்தார். கேரளாவில், தன் கல்லூரி நாள்களில், மார்க்சிஸ்ட் கம்யூனிஸ்ட் கட்சியின் இந்திய மாணவர் இயக்கத்தில் (எஸ்.எஃப்.ஐ) நாயர் உறுப்பினராக இருந்தார். பஞ்சாபில் இந்திய ஆட்சிப் பணியில் இருந்தபோது மார்க்சிஸ்ட் தலைவர் ஹர்கிஷன் சிங் சுர்ஜித்துடன் நெருக்கமாக ஆனதன்மூலம் நாயர் தன் தொடர்புகளைப் புதுப்பித்துக்கொண்டார். சுர்ஜித்துடனான நெருக்கம், குஜ்ராலின் பிரதமர் அலுவலகத்தில் நாயருக்கு வேலை பெற்றுத்தருவதில் உதவியது. இருவரும் பஞ்சாபிகள் என்பதைத் தாண்டி, குஜ்ராலும் சுர்ஜித்தும் நெருங்கிய நண்பர்களாக இருந்தனர். சுர்ஜித் மட்டுமல்லாது, மார்க்சிஸ்ட் கட்சியின் பொலிட்பீரோ உறுப்பினரான கேரளாவின் எஸ்.ஆர்.பிள்ளையுடனான தன் தொடர்பின்மூலமும் இடதுசாரிகளுடனான உறவை டாக்டர் சிங் நிர்வகிக்க நாயர் பெரிதும் உதவினார்.

இப்படி இரட்டையர்களாக இருந்தபோதும்கூட, நாயர்-புலோக் கூட்டணியால் வாஜ்பாயின் முதன்மைச் செயலராக இருந்த கம்பீரமான பிரஜேஷ் மிஸ்ராவின் அருகில்கூட வர முடியவில்லை என்று நினைத்தேன். மிஸ்ரா, மத்திய பிரதேசத்தின் முன்னாள் காங்கிரஸ் முதல்வரின் மகன். அயலுறவு அதிகாரியாகப் பயிற்சி பெற்றிருந்தாலும் அவருடைய ரத்தத்தில் அரசியல் கலந்திருந்தது. கூட்டணி ஆட்சியில் பிரதமரின் அதிகாரத்தை நிலைநிறுத்த எம்மாதிரியான வழிமுறைகளைப் பின்பற்றவேண்டும் என்று அவருக்கு மிகச் சரியாகத் தெரிந்திருந்தது. நாயரிடமும் புலோக்கிடமும் இல்லாத, மிஸ்ராவிடம் இருந்த மற்றொரு மிகச் சிறந்த தகுதி சவால்களைத் துணிச்சலாகச் சந்திப்பது. பல முக்கியமான நேரங்களில், பிரதமரின் சார்பில் மிகத் தைரியமாகச் சில முடிவுகளை மிஸ்ரா எடுத்தார். மே

1998-ல் வாஜ்பாயுடன் சேர்ந்து அணுகுண்டுச் சோதனைகளைச் செய்து இந்தியாவை அணு ஆயுத நாடாக அறிவித்ததன்மூலம் மிஸ்ரா, தன் மதிப்பை அதிகப்படுத்தினார். மிஸ்ரா, அரசாங்கத்தில் வாஜ்பாயின் செல்வாக்கை அதிகப்படுத்தினார். ஐ.எஃப்.எஸ் என்ற இந்திய அயலுறவுச் சேவையின் உறுப்பினராக இருந்தாலும், மிஸ்ராவை இந்திய ஆட்சிப் பணியான ஐ.ஏ.எஸ் அதிகாரிகள் மிகவும் மதித்தனர். மாறாக, மன்மோகனின் பிரதமர் அலுவலகத்தில் சவால்களைச் சந்திக்க விரும்பாத நாயரின் தன்மையும் டாக்டர் சிங்கின் கவனமான அணுகுமுறையும் ஒன்றுசேர்ந்து, பிரதமரின் அதிகாரத்தை மேலும் நீர்த்துப்போகச் செய்தன.

மூன்றாவது மலையாளியான எம்.கே.நாராயணன், தனக்குத்தான் தேசியப் பாதுகாப்பு ஆலோசகர் பதவியை சோனியா காந்தி தந்ததாகவும், சென்னையில் வசிக்கும் தன் வயதான தாயைப் பார்த்துக் கொள்ளவேண்டியிருப்பதால் அந்தப் பதவியை மணி தீட்சித்துக்குத் தரும்படித் தான்தான் சொன்னதாகவும் சொல்லிவந்தார். தான்தான் குர்காவோனில் இருந்த மணியின் வீட்டுக்குச் சென்று அவருக்கு அந்தப் பதவி வரப்போவதாகச் சொல்லி, அவரை வற்புறுத்தி அந்த வேலையை எடுத்துக்கொள்ளச் சொன்னதாகவும் சொல்லிவந்தார். ஆனால் மணியோ, சோனியா அந்தப் பதவியை நாராயணனுக்குத் தர விரும்பினார் என்றும், டாக்டர் சிங் தன்னை விரும்பியதாகவும் அதன் காரணமாக, ஒரு சமரச முயற்சியாக, நாராயணன் சிறப்பு ஆலோசகர் என்று உள்ளே கொண்டுவரப்பட்டதாகவும் சொன்னார்.

எனக்கு மணி சொல்வதுதான் சரி என்று பட்டது. டாக்டர் சிங்குக்கும் மணிக்கும் இடையே இருந்த வலுவான உறவு, நாராயணனுக்கும் அவருக்கும் இல்லை என்று எனக்குத் தோன்றியது. சோனியாவுக்கான சலுகையாகவே நாராயணன் பிரதமர் அலுவலகத்தின் மூன்றாவது தூணாகச் சேர்க்கப்பட்டிருக்கிறார் என்று தோன்றியது. எம்.கே., அல்லது அவருடைய சகாக்கள் கூப்பிடுவதுபோல், மைக், ராஜீவ் காந்தி காலத்திலும் நரசிம்ம ராவ் காலத்திலும் இண்டெலிஜென்ஸ் பீரோ (ஐ.பி) என்ற இந்தியாவின் உள்நாட்டு உளவுத்துறைக்குத் தலைவராக இருந்தார். 1957-ல், உலகிலேயே முதல்முறையாகத் தேர்தல் மூலம் தேர்ந்தெடுக்கப்பட்டிருந்த கம்யூனிஸ்ட் ஆட்சியான, ஈ.எம்.எஸ். நம்பூதிரிபாட் தலைமையிலான கேரள அமைச்சரவையைக் கவிழ்ப்பதில் பங்காற்றியிருந்தார். ராஜீவ் காந்தி படுகொலை செய்யப்பட்டபோது நாராயணன் ஐ.பி இயக்குனராக இருந்தார். அவருடைய விருப்பத்துக்குரிய மிரட்டல், 'உன்னைப் பற்றிய ரகசியக் கோப்பு ஒன்று என்னிடம் உள்ளது' என்பதுதான். அவர், தன்னைச் சந்திக்கும் அமைச்சர்கள், அதிகாரிகள், பத்திரிகையாளர்கள்

என் அனைவரிடமும் விளையாட்டாக இதைச் சொல்லிக்கொண்டே இருப்பார். ஆனால் அதைக் கேட்பவர்களோ, அவர் உண்மையிலேயே இப்படிச் சொல்கிறாரோ என்று சங்கடப்படுவதும் உண்டு. அவர் அனைவரையும் உளவு பார்க்கிறார் என்று சுற்றிக்கொண்டிருந்த வதந்திகளை அவரே ஊக்குவித்தார். பிரபல பத்திரிகை ஆசிரியர்களின் கிரெடிட் கார்ட் செலவுகளையெல்லாம் தான் கவனித்துக் கொண்டிருப்பதாகச் சொல்வதன்மூலம் நாராயணன் மிகுந்த மகிழ்ச்சி அடைந்தார். பிரதமரின் விமானப் பயணங்களின்போது, எவ்வாறு பல்வேறு பிரதமர்கள் அவரை அழைத்து, தங்கள் அமைச்சரவை சகாக்கள் குறித்து அவரிடம் தகவல் கேட்டனர் என்பது குறித்த கதைகளைச் சொல்லி எங்களையெல்லாம் சிரிக்க வைப்பார்.

அந்தக் கதைகள் எல்லாம் உண்மை என்றால், டாக்டர் சிங் ஒரு விதிவிலக்காக இருந்தார். அவர் தன் சகாக்களை உளவுபார்க்க விரும்பவே இல்லை. அத்துடன், உளவுத்துறைத் தலைவர்கள் தினமும் அவரிடம் தகவல்களை எடுத்துக்கொண்டு வரும்போதும் அவர்களைச் சந்திக்க விரும்பவில்லை. அவர்தான் அப்படிப்பட்ட முதல் பிரதமர். ஐ.பி, ரா என்ற இரு உளவுத்துறைகளின் தலைவர்களையும் தேசியப் பாதுகாப்பு ஆலோசகரிடம் சென்று பேசிக் கொள்ளுமாறு சொல்லிவிட்டார். பிரதமர் அல்லாத இன்னொருவரிடம் உளவுத்துறைத் தலைவர்கள் தங்கள் தகவல்களை முழுமையாகச் சொல்வார்கள் என்று நான் நினைக்கவில்லை. அவர்களும் பிரதமர் தங்களை நேரடியாகச் சந்திக்குமாறு கேட்டுக்கொண்டே இருந்தார்கள். அவ்வப்போது பிரதமர் அவர்களைச் சந்தித்தார். ஆனாலும் ஐ.மு.கூ ஆட்சியில் பிரதமர் அலுவலகத்தில் உளவுத் துறைகளின் உண்மையான தலைவர் தேசியப் பாதுகாப்பு ஆலோசகர் என்றுதான் இருந்தது.

தீட்சித்தை அடுத்து தேசியப் பாதுகாப்பு ஆலோசகராக ஆன நாராயணன், இதனை முழுமையாகப் பயன்படுத்திக்கொண்டார். அதனால் சர்ச்சைகளும் ஏற்பட்டன. ரா அதிகாரிகள், அவர் ஐ.பிக்குச் சாதகமாக நடந்துகொள்கிறார் என்று குற்றம்சாட்டினர். ஆனால் அவருடைய தொழில் திறன் காரணமாகவும் கீழ்மட்ட அதிகாரிகள் அவர்மீது கொண்டிருந்த மரியாதை காரணமாகவும் அவர் ஒட்டுமொத்த உளவு அமைப்பின்மீது ஒரு கட்டுப்பாட்டை வைத்திருந்தார். அவர், மேலிருந்து கீழ்நோக்கிச் செல்லவேண்டும் என்று இல்லாமல், எந்த மட்டத்தில் இருக்கும் அதிகாரியிடமும் நேரடியாகத் தொடர்பு கொண்டு தன் வேலையை முடிப்பதிலேயே குறியாக இருப்பார். நான் என் நண்பர்களுடன் பேசும்போது அவரை 'எட்' என்றே குறிப்பிடுவேன். அமெரிக்கக் குடியரசுத் தலைவர்களையே கதிகலங்க

அடித்துவந்த எஃப்.பி.ஐயின் ஜே.எட்கர் ஹூவரை அவர் நினைவு படுத்தியதுதான் காரணம். நாராயணன் பற்றி நன்கு அறிந்திருந்த டாக்டர் சிங், என்னிடம் மிகவும் முக்கியமான, ரகசியமான வேலைகளைக் கொடுக்கும்போது கவனமாக இருக்கச் சொல்லி எச்சரிப்பார்.

தேசியப் பாதுகாப்பு ஆலோசகர் பதவிக்கென்றே தான் விதிப்பட்டது போல் மணி தீட்சித் நடந்துகொண்டார். பிரதமர் அலுவலகத்தின் மூன்று மூத்த அதிகாரிகளில் அவர்தான் பிரதமரின் விருப்பத்துக் குரியவர். நரசிம்ம ராவின் அமைச்சரவையில் இருவரும் சேர்ந்து பணியாற்றியபோது இருவரும் ஒரு பொதுவான உலகப் பார்வையைப் பெற்றிருந்தனர். சமீபத்தில்தான் காங்கிரஸ் கட்சியின் உறுப்பினர்களாக, டாக்டர் சிங்கும் அவரும் கட்சிக்காக, 'பனிப்போருக்குப் பிந்தைய' அயலுறவுக் கொள்கை குறித்த ஓர் அறிக்கையைத் தயாரித்திருந்தனர். மணி, கருத்துரீதியாகவும் பங்களிக்கக்கூடியவர்; தன்கீழ் வேலை செய்வோரை விரட்டி வேலையும் வாங்கக்கூடியவர். கார்கில் போரின்போது பிரஜேஷ் மிஸ்ரா, பலதுறைகளையும் சேர்ந்தவர்களைக் கொண்டு ஒரு குழுவைக் கூட்டியிருந்தார். போரின் தினசரித் தேவைகள்மீது அரசு தன் கவனத்தைச் செலுத்திக்கொண்டிருக்கும்போது, முழுமையான களம் குறித்த ஆலோசனைகளைச் சொல்வதற்காக உருவாக்கப்பட்ட குழு அது. அந்தக் குழுவின் ஓர் உறுப்பினராக நான், கே.சுப்பிரமணியம், என்.என்.வோரா ஆகியோருடன் மணியின் மதிநுட்பத்தை அருகில் இருந்தபடியே பார்த்திருந்தேன்.

அயலுறவு, பாதுகாப்பு ஆகிய துறைகளில் இந்தியாவின் மிகச் சிறந்த சிந்தனையாளர்களில் ஒருவர் மணி என்பதில் சந்தேகமே இல்லை. இத்துறைகளின் தலைமை குரு போன்ற சுப்பிரமணியம் ஒருமுறை என்னிடம், நேருவுக்குப் பிந்தைய காலத்தில் இந்தியாவின் மிகச் சிறந்த அயலுறவுச் செயலர் மணிதான் என்றார். அவருக்கு வெறும் 35 வயதே ஆகியிருந்தபோது, அப்போதுதான் விடுவிக்கப்பட்டிருந்த வங்கதேசத்தில் இந்தியாவின் தூதரகத்தைக் கட்டியெழுப்பும் பணியை இந்திரா காந்தி அவரிடம் கொடுத்தார். டாக்டர் சிங்கின் தேசியப் பாதுகாப்பு ஆலோசகராக ஆனதும் மணி, மிஸ்ரா செய்து வந்த அனைத்து விஷயங்களையும் மிக விரைவில் புரிந்துகொண்டு அவற்றை மேலே எடுத்துச்செல்லும் முயற்சியில் இறங்கினார். அமெரிக்காவுடனான பேச்சுவார்த்தை, பாகிஸ்தானின் பெர்வேஸ் முஷாரஃபுடனான உறவு, சீனாவுடனான எல்லை குறித்த பேச்சு என அனைத்தும் இதில் அடங்கும்.

மணி இந்த அனைத்திலும் கணிசமான அளவு தகவல்களைச் சேகரித்துக் கொண்டிருந்ததால்தான், செப்டெம்பர் 2004-ல் டாக்டர்

சிங் நியூ யார்க் சென்றபோது அவரால் ஜார்ஜ் புஷ்ஷுடனும் முஷாரஃபுடனும் நல்ல பேச்சுவார்த்தைகளில் ஈடுபட முடிந்தது. அதேபோல பிரிட்டன் பிரதமர் பிளேர், ஜப்பான் பிரதமர் கொய்ஸுமி, தென்னாப்பிரிக்க அதிபர் எம்பெக்கி, பிரேஸில் அதிபர் லூலா போன்றோருடனும் சிறப்பான பேச்சுவார்த்தைகளை நடத்த முடிந்தது. மணி உறுதியான நபர் என்பதால், அயலுறவுத் துறையினர் அவரை மரியாதையுடனும் பயத்துடனும் பார்த்தாலும், புதிய அயலுறவுத் துறை அமைச்சர் கே. நட்வர் சிங், நாராயணன் ஆகியோருடன் உரசல் அதிகரித்தது.

தேசியப் பாதுகாப்பு ஆலோசகருக்கும் அயலுறவுத் துறை அமைச்சருக்கும் இடையே கருத்து முரண் என்பது இந்தப் பணிகளின் வரையறையிலேயே இருப்பதுதான். அமெரிக்காவிலும்கூட இதே பணிகளில் இருப்போரிடையே ஏற்பட்டுள்ள பிரச்னைகள் நன்கு தெரிந்தவையே. இந்தியாவில், அயலுறவு தொடர்பான கொள்கைகள் மீது பிரதமரே ஆதிக்கம் செலுத்துவார். அயலுறவு அமைச்சர், தினசரி நிகழ்வுகள்மீதுதான் தன் கட்டுப்பாட்டை வைத்திருப்பார். தேசியப் பாதுகாப்பு ஆலோசகர்களாக இருந்த மிஸ்ராவும் தீட்சித்தும் அயலுறவுச் சேவையிலிருந்து வந்தவர்கள் என்பதால் இத்துறை குறித்து முழுமையாக அறிந்திருந்தனர். எனவே பிரதமர் அலுவலகத்தில் இருந்தபடி, தினசரி நிர்வாகத்திலும் யாரை எந்தப் பணிக்கு அனுப்பலாம் என்பதிலும் தலையிட ஆரம்பித்தனர். ஜஸ்வந்த் சிங்குக்கும் பிரஜேஷ் மிஸ்ராவுக்கும் இடையேயான போராட்டம் நாடறிந்தது. அதேபோன்ற ஒரு நிலை நட்வர் - தீட்சித் இடையே உருவாவதைக் கவனித்தேன். அயலுறவுச் சேவையில் நட்வர் மணியைவிட மூத்தவர் என்ற காரணத்தால் இந்தப் போராட்டம் மேலும் வலுவானது.

நாராயணனுக்கும் மணிக்கும் இடையே குணாதிசயத்திலும் கருத்துகளிலும் பெரும் மோதல் இருந்தது. மணி, நடைமுறையாளர். இரு பக்கங்களையும் சீர்தூக்கிப் பார்த்து, எது நடப்பதற்கு வாய்ப்பு இருக்கிறதோ அதை ஆதரிப்பவர். நாராயணனோ, தீவிரவாதி. உளவுத் துறையில் பல காலம் இருந்த காரணத்தாலும், அயலுறவுத் துறையினர்மீது தன் அதிகாரத்தைப் பயன்படுத்தவேண்டும் என்ற எண்ணம் கொண்டவர் என்பதாலும் அவர் மிகவும் தீவிரமான ஒரு நிலையையே எப்போதும் எடுப்பார். இந்தியாவின் அரச அதிகாரத்தில் அயலுறவுப் பணி (ஐ.எஃப்.எஸ்), ஆட்சிப் பணி (ஐ.ஏ.எஸ்), காவல் பணி (ஐ.பி.எஸ்) ஆகிய துறைகளில் இருப்போரிடையே ஒரு விதமான பனிப்போர் எப்போதும் நிலவும். உலகெங்கும் சுற்றிவரும் ஐ.எஃப்.எஸ் ஆட்களும் உண்மையான அதிகாரத்தைக் கையில்

வைத்திருக்கும் ஐ.ஏ.எஸ் ஆட்களும், ஐ.பி.எஸ் ஆசாமிகளைக் கொஞ்சம் கீழானவர்களாகவே பார்ப்பது வழக்கம்.

வெறும் இரண்டு வயது வித்தியாசம் மட்டுமே உள்ள மணியும் நாராயணனும், பிரதமருக்கு முன்பாகவே கடுங்கோபத்துடன் சண்டையிட்டுக்கொள்வார்கள். ஒருமுறை நாராயணன் மணியைப் பார்த்து, 'அயலுறவுத் துறையில் இருந்ததால் உங்களுக்கு உலகத்தைப் பற்றித் தெரியும். ஆனால் இந்தியாவைப் பற்றி ஒன்றுமே தெரியாது' என்றார். மணி பதிலுக்கு நாராயணனிடம், அவர் ஒருபோதும் ஒழுங்கான காவல் பணியில் இருந்ததில்லை என்பதால் அவருக்கும் இந்தியாவைப் பற்றி ஒன்றுமே தெரியாது என்றார். நாராயணன் ஐ.பி.எஸ் அதிகாரியாக இருந்தாலும் களத்தில் முக்கியமான காவல் பணி எதையும் செய்திருக்கவில்லை. தன் பணியின் பெரும்பகுதியை ஐ.பியில்தான் கழித்திருந்தார். உளவு அமைப்புகள்மீது நாராயணன் அதிகக் கட்டுப்பாட்டை விரும்பினார். ஆனால் மணி அதனைத் தர விரும்பவில்லை. இதன் விளைவுதான் இந்தச் சண்டைகள் எல்லாம்.

இந்தச் சண்டைகளின்போதெல்லாம் டாக்டர் சிங், கவலை தோய்ந்த முகத்தோடு உட்கார்ந்திருப்பார். பொறுமையே வடிவான அவரால் கூட ஒருமுறை இந்தச் சண்டையைத் தாங்கிக்கொள்ள முடிய வில்லை. மணியும் நாராயணனும், ஒருவரது பணியில் இன்னொருவர் குறுக்கிடுவதாகக் கடுமையாகச் சண்டை போட்டுக்கொண்டிருந்தனர். ஒரு கட்டத்துக்குமேல் இதனைத் தாங்கிக்கொள்ள முடியாத டாக்டர் சிங், கடுமையான எரிச்சலுடன் சட்டென்று எழுந்து நின்றுவிட்டார். அதைச் சமிக்ஞையாக எடுத்துக்கொண்டு நாயர், மணி, எம்.கே மூவரும் வெளியே கிளம்பிச் சென்றனர். நான் பிரதமருடன் கிளம்பி எதிரே உள்ள அறைக்குச் சென்றேன். அங்குதான் அவர் கோப்பு களையும் கடிதங்களையும் படிப்பது வழக்கம்.

தன் முன்னமேயே இருவரும் கடுமையாகச் சண்டை போட்டது அவரை மிகவும் பாதித்திருந்தது. அதனால் அவருக்குக் கொஞ்சம் உற்சாகமூட்ட விரும்பினேன். வெவ்வேறு கருத்துகள் வெளியே வருவது நல்லதுதானே என்றேன். அப்போதுதான் எந்த வழியைத் தேர்ந்தெடுப்பது என்று பிரதமர் முடிவு எடுக்க முடியும். டாக்டர் சிங் நிதியமைச்சராக இருந்தபோது மாண்டேக்குக்கும் தீபக் நய்யாருக்கும் இடையே இதேபோல் கருத்து வேற்றுமை இருந்தது. அப்போது வெளிநாடுகளுக்கு இந்தியா நிறையக் கடன் பாக்கி தரவேண்டிய கடுமையான பிரச்னை இருந்தது. இந்தப் பிரச்னை இருக்கும்போது வீண் சச்சரவுகள் வேண்டாம் என்பதால் தீபக்கை டாக்டர் சிங் வெளியேற்றிவிட்டார். ஆனால், இப்போது அதுபோன்ற பிரச்னை இல்லை. புதிய குழு பதவி ஏற்றுள்ளது. எனவே 'ஆயிரம் பூக்கள்

மலரட்டும், அதிலிருந்து நூறு நல்ல கருத்துகள் வெளிவரட்டும்' என்று மா சே துங்கை மேற்கோள் காட்டிச் சொன்னேன்.

இந்திரா காந்தியும் நேருவும்கூடத் தங்களைச் சுற்றிப் பல அதிகாரி களையும் சகாக்களையும் வைத்திருந்தனர்; அவர்கள் ஒருவர் மற்ற வரோடு கடுமையாகக் கருத்து வேறுபாடு கொண்டவர்கள் என்பதை அவரிடம் சுட்டிக் காட்டினேன்.

அனைத்தையும் கேட்டதும் அவர் புன்னகையுடன் சொன்னார்: 'ஆனால் அவர்கள் ஒருவர் மற்றவரைப் பார்த்துச் சத்தம் போட்டிருப் பார்கள் என்று நான் நினைக்கவில்லை.'

பிரதமர் அலுவலகத்தின் உள் இயக்கங்கள் குறித்த பாடம், நான் வேலைக்குச் சேர்ந்த முதல் நாளே எனக்குக் கிடைத்துவிட்டது. என் மேசைக்கு முதலில் வந்துசேர்ந்த துண்டுக் காகிதத்தில், நாயரின் கையெழுத்தில் 'மிக சுவாரசியமானது' என்று எழுதப்பட்டிருந்தது. உள்ளூர் பத்திரிகையில் 'பிரதமர் அலுவலகத்தில் மியூசிக்கல் சேர்' என்று தலைப்புச் செய்தி இருந்தது. சௌத் பிளாக்கில் அறைக்காக நடக்கும் போட்டியைப் பற்றிய செய்தி அது.

பிரதமரது அறைக்கு மறு கோடியில் முதன்மைச் செயலரின் அறை இருந்தது. வாஜ்பாயின் காலத்தில் அந்த அறையில் இருந்த பிரஜேஷ் மிஸ்ரா, முதன்மைச் செயலராகவும் இந்தியாவின் முதல் தேசிய பாதுகாப்புச் செயலராகவும் இருந்தார். ஆனால் மன்மோகன் சிங்கின் பிரதமர் அலுவலகத்தில் ஒரு பிரச்னை இருந்தது. இந்த இரண்டு பதவிகளையும் இரண்டு வெவ்வேறு நபர்கள் இப்போது வகித்தனர். முதன்மைச் செயலர் நாயர் எங்கு உட்காருவார்? தேசியப் பாதுகாப்புச் செயலர் மணி தீட்சித் எங்கு உட்காருவார்? இந்தக் குழப்பம் போதாது என்று, புதிய சிறப்புச் செயலர் நாராயணனுக்கும் சம முக்கியத்துவம் உள்ள ஓர் அறையை ஒதுக்கவேண்டியிருந்தது.

நாயர், மணி, பிரதமர் அலுவலக இணையமைச்சர் பிருத்விராஜ் சவான் ஆகிய மூவருமே மூலையில் உள்ள அறையைக் குறிவைத்ததாகவும், நாயரே முதல் சுற்றில் வெற்றி பெற்றுள்ளார் என்றும் அந்தச் செய்தி தெரிவித்தது. பிரஜேஷ் மிஸ்ராவின் அறையைப் பெருமையுடன் எடுத்துக்கொண்டவர் நாயர். இந்தச் செய்தியை வட்டமிட்டு, தன் குறிப்புடன், மூன்று ஆச்சரியக்குறிகளுடன் நாயர் எனக்கு அனுப்பிவைத்தது எனக்குச் சிரிப்பை வரவழைத்தது. மிஸ்ராவின் அறை நாயருக்குத்தான் சென்றிருந்தது. மணி, பிரதமர் அலுவலகச்

செயலர் அறை ஒன்றை எடுத்துக்கொண்டார். அதே அளவுள்ள மற்றொரு அறை நாராயணனுக்கு ஒதுக்கப்பட்டிருந்தது.

வாஜ்பாய் காலத்தில் இருந்ததுபோல் அல்லாது முதன்மைச் செயலர், தேசியப் பாதுகாப்பு ஆலோசகர் என்ற இரண்டு பதவிகளையும் இருவேறு ஆட்களுக்குத் தரும்போது இம்மாதிரியான பிரச்னைகள் தான் வரும் என்று சிலர் எதிர்பார்த்திருக்கமாட்டார்கள். தேசியப் பாதுகாப்பு ஆலோசகர் என்ற பதவியை உருவாக்கவேண்டும் என்று முனைப்புடன் உழைத்த கே. சுப்பிரமணியத்தின் ஆலோசனையின் பேரில்தான் டாக்டர் சிங் இந்த முடிவை எடுத்திருந்தார். 1998-ல் அணு ஆயுதச் சோதனைக்குப்பின் தேசியப் பாதுகாப்பு ஆலோசகர் பதவிக்கு ஒருவரை நியமிக்கும் வேலைகள் தொடங்கின. வாஜ்பாய் அமைத்த குழு, மாறிவரும் காலத்துக்கு ஏற்ப இந்தியாவின் தேசியப் பாதுகாப்பை நிர்வகிக்க, தேசியப் பாதுகாப்புக் குழு, அதற்கான தனி அலுவலகம், அயலுறவு மற்றும் பாதுகாப்புக் கொள்கைக் குழு ஆகியவற்றை ஏற்படுத்தவேண்டும் என்பதை முன்வைத்தது. தேசியப் பாதுகாப்புக் குழு அலுவலகத்தின் தலைவராக தேசியப் பாதுகாப்பு ஆலோசகர் இருப்பார்.

இறுதி அறிக்கையை எழுதுவதற்குமுன் இக்குழு சுப்பிரமணியத்தைக் கலந்து ஆலோசித்திருந்தது. தேசியப் பாதுகாப்புக் குழு, திட்டக் குழுபோல இருக்கும் என்றும் அதன் பல்வேறு பிரிவுகளை வெவ்வேறு நிபுணர்கள் நிர்வகிப்பார்கள் என்றும் தேசியப் பாதுகாப்பு ஆலோசகர் ஒரு முழுநேர அதிகாரியாக இருப்பார் என்றும் இந்தக் குழு யோசித்திருந்தது. பிரதமர் அலுவலகத்திலிருந்து தொலைவில் யோஜனா பவனில் திட்டக் குழு இருப்பதுபோல் தேசியப் பாதுகாப்பு ஆலோசகரும் தேசியப் பாதுகாப்பு ஆலோசனைக் குழு அலுவலகமும் பிரதமர் அலுவலகத்துக்கு வெளியில் இருக்கும் என்றும் அவர்கள் நினைத்திருந்தனர்.

இந்தக் குழுவின் அறிக்கையின் சாரத்தை எடுத்துக்கொண்ட வாஜ்பாய், தேசியப் பாதுகாப்பு ஆலோசகராகத் தன் முதன்மைச் செயலர் பிரஜேஷ் மிஸ்ராவையே அறிவித்துவிட்டார். தேசியப் பாதுகாப்பு ஆலோசனைக் குழு அலுவலகத்தின் பொறுப்பு, துணை தேசியப் பாதுகாப்பு ஆலோசகரின்கீழ் பிரதமர் அலுவலகத்துக்கு வெளியே, அருகில் உள்ள சர்தார் படேல் பவனில் அமர்த்தப்பட்டது. பிரஜேஷ் மிஸ்ரா இரண்டு பதவிகளையும் ஒருசேர வகிப்பது சுப்பிரமணி யத்துக்குப் பிடிக்கவில்லை. பிரதமரின் முதன்மைச் செயலர், 24x7 மணி நேரமும் கடுமையான அழுத்தத்தில் தினசரிப் பிரச்னைகளை சமாளிக்கவேண்டியிருக்கும் என்பதால் அவரால் இந்தியாவின் தேசியப் பாதுகாப்பு நிர்வாகத்தை அவசர கதியில் செய்ய முடியாமல் போய், அது ஒதுக்கப்பட்டுவிடும் என்று அவர் கருதினார்.

பல ஆண்டுகளுக்குப் பிறகு, ஐ.மு.கூ.-1-ன் செயல்பாடுகளைப் பார்த்தபின், இரண்டு பதவிகளையும் பிரிப்பது குறித்த தன் கருத்தை சுப்பிரமணியம் மாற்றிக்கொண்டார். ஜனவரி 2012-ல் முதலாவது கே.சுப்பிரமணியம் நினைவு உரைக்குப் பின்னரான பிரத்யேக இரவு உணவின்போது, தற்போதைய தேசியப் பாதுகாப்பு ஆலோசகர் சிவ்சங்கர மேனனிடமும் என்னிடமும் மிஸ்ரா இதுகுறித்துப் பேசினார். ஒன்றோடு ஒன்று தொடர்பில்லாத இரு கிடங்குகளில் தனித்தனியாக வேலை செய்யும் இரு முக்கிய ஆலோசகர்களால் தேசப் பாதுகாப்பு குறித்த முழுமையான, அரசியல்ரீதியாகத் தகவல் செறிந்த ஆலோசனைகளைப் பிரதமருக்குத் தர இயலாது என்று இப்போது உணர்கிறேன்; இரண்டு பதவிகளையும் பிரிப்பது குறித்துப் பிரதமருக்குக் கொடுத்த தன் ஆலோசனை தவறு என்று தோன்றுகிறது என்று சுப்பிரமணியம் அவரிடம் சொன்னாராம்.

ஆனால், ஜூன் 2004-ல், டாக்டர் சிங் சுப்பிரமணியம் கொடுத்த யோசனையை ஏற்றுக்கொண்டது மட்டுமல்ல, மேற்கொண்டு ஒரு படி போய், தேசியப் பாதுகாப்பு ஆலோசகரின் வேலையை இரண்டாகப் பிரித்து, அயலுறவு, ராணுவம், அணு ஆயுதங்கள் ஆகியவை தொடர்பான பணிகளை மணி தீட்சித்துக்கும் உள்நாட்டுப் பாதுகாப்பை நாராயணனுக்கும் கொடுத்தார். ஆனால் தேசியப் பாதுகாப்பு ஆலோசகரையும் சிறப்பு ஆலோசகரையும் தேசியப் பாதுகாப்புக் குழு அலுவலகம் உள்ள சர்தார் படேல் பவனில் உட்காரச் சொல்லாமல், தன்னுடைய பிரதமர் அலுவலகத்திலேயே அமரச் செய்தார்.

அதன் முதல் சில வாரங்களில் மன்மோகன் சிங்கின் பிரதமர் அலுவலகத்தினர் ஒருவரோடு ஒருவர் இயைந்து போகவேயில்லை. அயலுறவு, உள்துறை, பாதுகாப்பு ஆகிய அமைச்சரகங்களின் கோப்புகள் அனைத்தும் தன்மூலமாகவே பிரதமருக்குச் செல்ல வேண்டும் என்று தேசியப் பாதுகாப்பு ஆலோசகர் விரும்பினார். ஆனால் இது முதல்முறையாக, முடிவெடுத்தலில் முதன்மைச் செயலரின் பங்கை வெகுவாகக் குறைத்திருக்கும். அதிலும் முக்கிய மாக, இந்த அமைச்சரவைகளில் யாரைப் பணிக்கு அமர்த்தலாம் என்பதில் அவருடைய பங்கை வெகுவாகக் குறைத்திருக்கும். சென்னையில் வசித்தபடி, வாரத்துக்குச் சில நாள்கள் தில்லிக்கு வந்து சென்ற நாராயணனும் தன் பங்குக்கு, உள்துறை அமைச்சகம் மற்றும் உள்நாட்டுப் பாதுகாப்பு அமைப்புகளின் கோப்புகள் அனைத்தையும் தான்தான் பார்க்கவேண்டும் என்று கேட்கத் தொடங்கினார்.

இந்த விஷயங்கள் எல்லாம் பிரதமர் அலுவலகத்தில் இருந்த இளைய அலுவலர்கள் வாயிலாக பிரஜேஷ் மிஸ்ரா காதுகளுக்குச் சென்று, அவர்மூலமாக மூத்த பத்திரிகையாளர் ஒருவரை அடைந்து,

அங்கிருந்து ஊடகங்கள் அனைத்துக்கும் தெரிந்துபோயின. இதைத் தொடர்ந்து, ஓர் அலுவலக ஆணை வழியாக நாயர், தீட்சித், நாராயணன் ஆகியோரது தனிப்பட்ட கடமைகள் என்னென்ன என்பதை விளக்குவது என்று முடிவானது. அதன்பின் இந்த ஆணை பொதுத்தளத்துக்குத் தெரியப்படுத்தப்பட்டது.

ஆனால், விவகாரம் இத்துடன் முடிவடையவில்லை. பிரதமரின் ஆலோசகர்களுக்கும் அவருடைய கேபினட்டின் மூத்த அமைச்சர்களான அயலுறவுத் துறை அமைச்சர் நட்வர் சிங், உள்துறை அமைச்சர் சிவ்ராஜ் பாட்டில் ஆகியோருக்கும் இடையே பிரச்னை என்று பத்திரிகைகளில் வந்த செய்திகள் தெரிவித்தன. மணி, நாராயணன் இருவரின் பணிகள் என்னென்ன என்றும் அவர்கள் தத்தம் அமைச்சக வேலைகளில் தலையிடுவார்களா என்றும் அமைச்சர்கள் பிரதமரிடம் விளக்கம் கேட்டிருக்கிறார்கள்.

ஒரு நாள் அயலுறவு அமைச்சர் நட்வர் சிங், சௌத் பிளாக்கில் இருக்கும் அவருடைய அறைக்கு என்னை அழைத்து, மணி தீட்சித்துக்கு எதிரான அவருடைய புகார்களையெல்லாம் கொட்டித் தீர்த்தார். இதைப் பற்றிப் பேசப் பேச அவருக்குக் கோபம் மேலும் மேலும் அதிகமானது. அயலுறவு அமைச்சகத்தின் வேலைகளில் மணி மிக அதிகமாகத் தலையிடுகிறார் என்பதுதான் அவருடைய முக்கிய மான புகார். நட்வர், மணி இருவருமே அயலுறவுத் துறை அதிகாரிகளாக இருந்து ஓய்வுபெற்றவர்கள். ஆனால் இருவருடைய கருத்துகளும் வெவ்வேறானவை. அயலுறவுக் கொள்கைமீது தாக்கம் செலுத்த இருவருமே ஒருவரோடு ஒருவர் போட்டியில் இருந்தார்கள் என்பதைப் புரிந்துகொள்ள முடிந்தது. சொல்லப்போனால் எப்படி வாஜ்பாய் ஆட்சிக் காலத்தில் பிரஜேஷ் மிஸ்ரா இருந்தாரோ அப்படியே, சீர்திருத்தத்தை விரும்பிய பிரதமருக்கும் மாற்றத்தை விரும்பாத அயலுறவு அமைச்சகத்துக்கும் இடைப்பட்டவராக மணி இருந்தார்.

பிரதமர் இந்தச் சிக்கலைத் தீர்ப்பதற்குள்ளாக, உள்துறை அமைச்சர் சிவ்ராஜ் பாட்டிலுக்கும் நாராயணனுக்கும் இடையில் பிரச்னை ஏற்பட்டுள்ளது என்று பத்திரிகைகளில் செய்தி வெளியானது. அவற்றில் பிரதமர் பெயரும் இழுக்கப்பட்டிருந்தது. பிரதமர்தான் தன் ஆர்வம் காரணமாகத் தன் ஆலோசகர்கள்மூலம் அமைச்சர்களின் பணியில் தலையிடுகிறார் என்று எழுதப்பட்டிருந்தது. டாக்டர் சிங் இதனை மறுக்க விரும்பினார். எனவே, என்னிடம் ஒரு வரைவை எழுதிவரச் சொன்னார். என்னுடைய வரைவு இவ்வாறு இருந்தது:

> ஜம்மு காஷ்மீர், வடகிழக்கு மாநிலங்கள், நக்சலைட் ஆதிக்கம் உள்ள பகுதிகள் ஆகியவற்றை பிரதமர் நேரடிக்

கட்டுப்பாட்டில் எடுத்துக்கொண்டிருக்கிறார் என்று ஊகங்களை முன்வைத்து, தவறான முறையில் ஊடகங்களில் சில செய்திகள் வெளியாகியுள்ளன. இந்தச் செய்திகள் அனைத்தும் தவறானவை. உள்நாட்டுப் பாதுகாப்பு தொடர்பான அனைத்து விஷயங்களையும் உள்துறை அமைச்சகமும் சம்பந்தப்பட்ட மாநில அரசுகளுமே நேரடியாகக் கவனித்துக் கொள்கின்றன. இந்த அமைப்பில் எந்த மாற்றமும் இல்லை.

இந்தக் குறிப்பை நாயர், மணி, நாராயணன் மூவருக்கும் காட்டச் சொல்லி பிரதமர் என்னிடம் கேட்டுக்கொண்டார். இது மூவருக்குமே ஏற்புடையதாக இருந்தது. அவர்களுடைய கையெழுத்துகளுடன் வரைவை நான் பிரதமரிடம் எடுத்துச் சென்றேன். அவர் புன்சிரிப்புடன் கோப்பை என்னிடம் தந்துவிட்டு, 'இதை என்ன வென்று சொல்வது? பத்திரிகைக் குறிப்பு என்றா அல்லது கூட்டறிக்கை என்றா?' என்று கேட்டார்.

பிரதமர் அலுவலக அமைப்பில், என் பதவி எந்தப் படிநிலையில் இருந்ததோ அதன் அடிப்படையில் என் அந்தஸ்து இருந்தது. எனக்கு அரசுச் செயலர் அந்தஸ்து தருமாறு நான் டாக்டர் சிங்கிடம் கேட்டிருந்தேன். டாக்டர் சிங் ஒப்புக்கொண்டாலும், நாயர் இதனை ஏற்கவில்லை. ஐம்பது வயதாகும் நான் அரசுச் செயலர் அந்தஸ்துக்கு மிகவும் இளையவன் என்பது அவர் கருத்து. பிற அரசு அதிகாரிகளைப் போல், அவரும் தன் ஐம்பதுகளின் இறுதியில்தான் அந்த அந்தஸ்தை எட்டியிருந்தார். பிறருடைய பொறாமையைத் தூண்டாவண்ணம், 'கூடுதல் செயலர்' என்னும் அந்தஸ்தை ஏற்றுக்கொள்ளுமாறு அவர் எனக்கு ஆலோசனை அளித்தார். முதலில் கூடுதல் செயலராகச் சேர்ந்துகொள்ளுமாறும், பின்னர் ஓராண்டுக்குள் பதவி உயர்வு தருவதாகவும் டாக்டர் சிங் சமரசம் செய்தார். ஓராண்டுக்குள் பதவி உயர்வு கிடைத்தது. ஆனால் அதனால் கிடைக்கும் ஒரே நன்மை, பிரதமருடன் பயணம் செய்யும்போது விடுதிகளில் உயர்ந்த தரத்திலான அறை கிடைக்கும் என்பதுதான். ஆனால், அரசு அதிகாரியின் மகனான எனக்கு, பதவி அந்தஸ்துதான் ஓர் அரசில் அனைத்துமே என்பது நன்றாகத் தெரியும். கூட்டங்களில் நீங்கள் எங்கே உட்காரவைக்கப்படுவீர்கள், பிரதமரின் வாகனப் பயணத்தின் போது நீங்கள் எந்த வண்டியில் வருவீர்கள் ஆகியவை மட்டுமல்ல, உங்களைப் பிறர் எப்படிப் பார்க்கிறார்கள், உங்களுக்கு எவ்வளவு அதிகாரம் இருக்கிறது என்று பிறர் கருதுகிறார்கள் என அனைத்துமே

அதனால்தான் தீர்மானிக்கப்படுகிறது. நான் அதிக அந்தஸ்தைக் கோரியதன் நோக்கமே ஒரு திறன்மிக்க ஊடக ஆலோசகராக இருக்க வேண்டும் என்பதற்காகத்தான். பிரதமர் அலுவலகத்தின் உயர் ஆட்கள் மூவரும் இணை அமைச்சர் அந்தஸ்தில் இருந்தார்கள். அவர்களைத் தவிர, புலோக் உட்படப் பிறர் அனைவருமே என்னை விடக் குறைந்த அந்தஸ்தில்தான் இருந்தார்கள் என்பது முக்கியம். இது பிறரிடையே கோபத்தை வரவழைக்கும் என்று நாயர் பயந்தார். ஆனால், என் ஐ.ஏ.எஸ் சகாக்களிடம் நான் எந்தக் கோபத்தையும் காணவில்லை. ஆனால் அந்தஸ்து முக்கியம் என்று நினைக்கும் ஐ.எஃப்.எஸ் ஆட்கள்தான் விஷமத்தில் ஈடுபட்டனர்.

அந்தஸ்து, அனுபவம் ஆகியவைமீது குறியாக இருந்த என் சில சகாக்கள் என்மீது விளையாடிய விளையாட்டு, செப்டெம்பர் 2004-ல் நியூ யார்க்கில், கவுன்சில் ஆன் ஃபாரின் ரிலேஷன்ஸ் (சி.எஃப்.ஆர்) என்ற இடத்தில் நிகழ்ந்தது. அங்கு டாக்டர் சிங் ஓர் உரை ஆற்று வதற்காக அழைக்கப்பட்டிருந்தார். உரை ஆற்றுவதற்கு முன்னதாக டாக்டர் சிங், சி.எஃப்.ஆரின் தலைவர்களுடன் மதிய உணவில் கலந்துகொள்வதாக இருந்தது. நாங்கள் அங்கே சென்றதுமே, என்னுடன் இருந்த மாண்டேக், மணி இருவரையும் சட்டென்று தனியாக அழைத்துச் சென்றுவிட்டனர். நாங்கள் மூவரும்தான் அந்த உரையை எழுதுவதில் சேர்ந்து வேலை செய்திருந்தோம். அதனால் நானும் அந்த மதிய உணவு நிகழ்வில் இருப்பேன் என்றுதான் நினைத்திருந்தேன். ஆனால், பிற பிரதமர் அலுவலக அதிகாரிகள் போல் என்னையும் வெளியே உட்காரச் சொல்லிவிட்டனர். நான் எதிர்ப்பதற்குள், அந்த மதிய உணவுக் கூட்டத்துக்கு அழைக்கப் பட்டிருந்த சி.எஃப்.ஆர் சீனியர் ஃபெல்லோவும் பொருளாதார நிபுணருமான ஜகதீஷ் பகவதி என்னைப் பார்த்துக் கை அசைத்தார். என் அருகே வந்து, என்னை இறுக அணைத்துக்கொண்டு, என் குடும்பத்தவர்களையும் மனைவி ரமாவையும் பற்றி விசாரித்தார். அவர்களை அவருக்குப் பல ஆண்டுகளாகப் பழக்கம். அப்படியே என் கையைப் பிடித்தபடி மதிய உணவு அறைக்கு அழைத்துச் செல்லத் தொடங்கினார். அறையில் வாயிலில் அயலுறவு அதிகாரிகள் இருவர், நான் அவர்களுடைய பட்டியலில் இல்லை என்று தடுத்தனர். பகவதி அவர்களிடம் நான் அவருடைய விருந்தாளி என்று சொல்லி என்னை அழைத்துச் சென்றுவிட்டார். இப்படியாக, குடும்பத் தொடர்பு, அதிகார பந்தாவை வென்றது.

இறுதியில், என்னுடைய பதவி அந்தஸ்தைவிட, பிரதமருடன் நான் கொண்டிருந்த நெருக்கமே பிரதமர் அலுவலகத்தில் அனுமதியையும் செல்வாக்கையும் எனக்குப் பெற்றுத்தந்தன. பிரதமர் அலுவலகத்தின்

மூன்று பெரும் தெய்வங்களுடனான என் உறவும் இதனால் பாதிக்கப்பட்டது. அம்மூவருக்கும் இடையே உள்ள பிரச்னைகளைக் களைய என்னை பிரதமர் நடுவராக நியமிக்கத் தொடங்கினார்.

1999-2000 காலகட்டத்தில் தேசியப் பாதுகாப்பு ஆலோசனைக் குழுவில் மணியும் நானும் சேர்ந்து பணியாற்றினோம். இந்தியாவின் 'டிராக்-2' ராஜாங்க அயலுறவுத் தேவைகளுக்காக வெளிநாடுகளுக்குச் சேர்ந்து சென்றிருந்தோம். அவர் 2000-ல் தேசியப் பாதுகாப்பு ஆலோசனைக் குழுவிலிருந்து விலகினாலும், நாங்கள் இருவரும் தொடர்ந்து தொடர்பில் இருந்துவந்தோம். காங்கிரஸ் கட்சிக்காக மாற்று அயலுறவுக் கொள்கைத் தொலைநோக்கு அறிக்கையை உருவாக்கும் முயற்சியில் அவர் என்னையும் இணைத்துக் கொண்டிருந்தார். இருவருக்கும் ஸ்காட்ச் விஸ்கி அருந்துவதும் சிகார் புகை பிடிப்பதும் பிடித்தமானது என்பதால் அவருடன்கூட இருப்பது எனக்கு மகிழ்ச்சியை அளித்தது.

ஆனால், பிரதமர் அலுவலகத்தில் மணியின் அதிகார தோரணை, அனைவருடனும் சமமாகப் பழகும் என்னுடைய பாணியுடன் முட்டி மோதியது. எங்களிடையேயான முதல் மோதல், பிரதமருடன் யார் அவருடைய விமானத்தில் போகலாம் என்பதில் ஏற்பட்டது. டைம்ஸ் ஆஃப் இந்தியாவின் இதழாளரும் பின்னர் இந்துவின் ஆசிரியருமாக ஆன சித்தார்த் வரதராஜனுடைய பெயரைப் பார்த்தவுடன் மணி எனக்கு ஒரு குறிப்பை அனுப்பினார். சித்தார்த் இந்தியக் குடிமகன் இல்லை, அமெரிக்கக் குடிமகன் என்பதால் அவர் பிரதமருடைய விமானத்தில் வர முடியாது என்றார். எனக்கு சித்தார்த்தின் குடியுரிமை பற்றித் தெரியும். நான்தான் அவரை டைம்ஸ் ஆஃப் இந்தியாவின் துணை ஆசிரியராகப் பதவியில் சேர்த்திருந்தேன். எனக்கு இது பெரிய விஷயமாகத் தெரியவில்லை. டைம்ஸ் ஆஃப் இந்தியாவின் பதிப்பாளரான பென்னெட், கோல்மன் அண்ட் கோ லிமிடெட் நிறுவனத்தின் துணைத் தலைவர் சமீர் ஜெயின், ஆசிரியர் நியமனத்தில் மிகவும் ஈடுபாடு கொண்டவர். அவருக்கும் இது பெரிய பிரச்னையாகத் தோன்றவில்லை. இப்போது இந்த விஷயம் பெரிதாக ஆனது.

சித்தார்த் சமீபத்தில்தான் நட்வர் சிங்குடன் அதிகாரபூர்வ விமானத்தில் வெளிநாட்டுக்குச் சென்றுவந்திருக்கிறார் என்றும் அதனால் பிரதமர் அலுவலகம் இதைப் பெரிதாக்க வேண்டாம் என்றும் நான் அந்தக் கோப்பில் எழுதி அனுப்பினேன். கோப்பு பிரதமரிடம் சென்று, அவரும் அதில் கையெழுத்திட்டார். பிரதமரிடமிருந்து குறிப்பு எதும் இல்லாமல் கையெழுத்து மட்டும் இருந்தது என்பதால் அவர் என்னுடைய கருத்தை ஆதரிக்கிறார் என்று ஆனது. மணி கோபமடைந்தார். மணி அந்தக் கோப்பில் என் கையெழுத்து சிவப்பு மையில் இருப்பதாகக்

கடுமையாக ஒரு குறிப்பை எழுதியிருந்தார். நான் அதனைக் கவனிக்காமல் கையெழுத்திட்டிருக்கிறேன். 'முப்படைத் தளபதிகள் தான் சிவப்பு மையில் கையெழுத்திடலாம்' என்று எழுதியிருந்தார்.

அந்தச் சுற்றில் வெற்றி எனக்குத்தான். ஆனாலும் எரிச்சல்கள் மிஞ்சியிருந்தன. அயலுறவு பற்றிய பிரதமரின் கருத்துகளை நான் நேரடியாக ஊடகங்களுக்கு அறிவிப்பது மணிக்குக் கோபமூட்டியது. அந்தக் குறிப்புகளெல்லாம் அவருக்கு அனுப்பப்பட்டு, அவருடைய அனுமதியுடன்தான் போகவேண்டும் என்பது அவரது விருப்பம். ஊடக ஆலோசகருக்கும் ஊடகங்களுக்கும் இடையில் அயலுறவு மற்றும் தேசப் பாதுகாப்பு தொடர்பான எந்த உரையாடலும் ஊடகக் குறிப்பும் தேசியப் பாதுகாப்பு ஆலோசகரின் அனுமதியுடனேயே நடைபெறவேண்டும் என்று மணி ஒரு நாள், ஓர் அலுவலக ஆணையைப் பிறப்பித்தார். என்னால் கோபத்தைக் கட்டுப்படுத்த முடியவில்லை.

மணியின் அறிக்கையைக் கையில் எடுத்துக்கொண்டு, 7 ரேஸ் கோர்ஸ் சாலையில் இருந்த பிரதமரின் அறைக்குள் எந்த முன் அறிவிப்பும் இன்றி வேகமாக நுழைந்தேன். இந்த அறிக்கைக்கு நீங்கள் ஒப்புதல் அளித்திருக்கிறீர்களா என்று கேட்டேன். அதைப் பார்த்து ஆச்சரியப் பட்ட பிரதமர், தான் இதற்கு ஒப்புதல் எதுவும் தரவில்லை என்றார். மணியைப் போலவே நானும் பிரதமருக்கு 'ஆலோசனை வழங்கும் நபரா'கவே இருப்பதாகச் சொன்னேன்.

'தேசியப் பாதுகாப்பு விஷயத்தில் மணி உங்களுக்கு ஆலோசகராக இருக்கிறார். நான் ஊடகத் தொடர்பு சார்ந்த விஷயத்தில் உங்களுக்கு ஆலோசகராக இருக்கிறேன். நாங்கள் இருவருமே உங்களுடைய ஆலோசகர்கள்தான். உங்களைத் தவிர வேறொருவருடைய அனுமதிக்காக நான் எதற்காகக் காத்திருக்கவேண்டும்?'

பிரதமர் என்னை அமைதிப்படுத்திய பிறகு நான் சில விஷயங்களை அவருக்கு விளக்கிச் சொன்னேன். பிரதமரின் குழுவில் இருக்கும் ஐ.ஏ.எஸ். அல்லாத ஒரே நபர் நான்தான். எனக்கு நட்பார்ந்த சக வயது பணியாளர்கள் யாரும் இல்லை. எனது மூத்த பணியாளர்களுக்கும் எனக்கும் இடையில் பத்து வருட இடைவெளி இருக்கிறது. எனவே, நான் பெரிதும் தனித்துவிடப்பட்டிருப்பதாக உணர்கிறேன். அந்தத் தனிமை உணர்வு சில நேரங்களில் எல்லை தாண்டிச் சென்று இந்த வேலையே பிடிக்காமல் போய்விடுகிறது. இந்த வேலையில் தொடர்ந்து இருக்கவேண்டுமென்றால், நான் பிரதமருக்கு மட்டுமே கட்டுப்பட்டவன் என்பதை அங்கிருப்பவர்கள் புரிந்துகொண்டாக வேண்டும். நடக்கும் விஷயங்கள் பற்றி பிரதமர் என்ன நினைக்கிறார்

என்பதை ஊடகங்களுக்கு நேரடியாகச் சொல்வதுதான் என்னுடைய வேலை என்று நினைக்கிறேன். இன்றைய பரபரப்பு நிறைந்த 24 X 7 காலகட்டத்தில் முடிவுகளை உடனுக்குடன் எடுத்தாக வேண்டி யிருக்கிறது. ஒவ்வொரு செய்திக்கும் தகவலுக்கும் குறிப்புகள் எழுதிக் கருத்துகள் கேட்டு அனுமதி பெற்றுக்கொண்டிருக்கவெல்லாம் நேரம் இருப்பதில்லை. பிரதமரின் ஊடக ஆலோசகர் என்ற நிலையில் பிரதமரின் செய்திகளை ஊடகங்களுக்கு நேரடியாக அனுப்பி அவருடைய குரலாக ஒலிக்க வேண்டிய பொறுப்பும் எனக்கு இருப்பதாக நான் கருதுகிறேன். முக்கியமான விஷயங்கள் தொடர்பாகக் கருத்துத் தெரிவிக்கும் முன்பாக பிரதமரை நிச்சயம் தொடர்பு கொள்வேன். ஆனால், வேறு நபர்களிடம் நான் எதற்கு அனுமதி கேட்கவேண்டும்?

நான் சொல்வது சரி என்று பிரதமர் சொன்னார். மணியிடம் பேசி பிரச்னையைத் தீர்ப்பதாகச் சொன்னார். அன்று இரவு மணி போன் செய்தார்.

சஞ்சய... நான் ஒரு தவறு செய்துவிட்டேன். நான் அனுப்பிய மடத்தனமான அறிக்கை உன்னைப் புண்படுத்திவிட்டதாக பிரதமர் சொன்னார். அந்த அறிக்கையைக் கிழித்துப் போட்டுவிடு. நாளை வா. இருவரும் சிகரெட் பிடிக்கலாம்.

அடுத்த நாள் அவருடைய அறைக்குச் சென்று காபி பருகினேன். இணைந்து புகைப்பிடித்தோம். பிரதமர் அலுவலகத்தில் புகைப் பிடிப்பது தடை செய்யப்பட்டிருக்கிறது அல்லவா? உங்கள் அலுவல கத்தில் எப்படி நீங்கள் புகைக்கிறீர்கள் என்று கேட்டேன்.

நான் எப்போதும் என் அலுவலகத்தில் புகைப்பிடிப்பேன். இதென்ன மடத்தனமான கட்டுப்பாடுகள்? நாம் இதுபோன்ற உத்தரவுகளை யெல்லாம் பொருட்படுத்த வேண்டியதில்லை என்று புகைத்தபடியே சொன்னார். எனக்கு சிகார் பாக்ஸ் ஒன்றையும் அவருடைய அம்மா ரத்னாமயி தேவி எழுதிய புத்தகம் ஒன்றையும் தந்தார். அவருடைய அம்மா அவர் மீது மிகுந்த தாக்கம் செலுத்தினார். அதன் பிறகு மணியை எனக்கு மிகவும் பிடித்துப்போய்விட்டது.

ஜுன் 2, 2004-ல் நாடாளுமன்றக் கூட்டத் தொடர் ஆரம்பித்தபோது பிரதமர் அலுவலகத்தின் பிரச்னைகள் தீர்ந்துவிட்டிருந்தன. ஆனால், அரசாங்கத்துக்குப் பிரச்னைகள் முளைத்தன. பிரதமர் தனது மந்திரிகள் குழுவை அவைக்கு அறிமுகப்படுத்தவோ வேறு ஏதேனும் பேசவோ

விடாமல் தடுக்கப்பட்டார். பி.ஜே.பி.யினால் தேர்தலில் கிடைத்த தோல்வியை ஜீரணிக்க முடியவில்லை. அதோடு காங்கிரஸ் வெகு லாகவமாக கூட்டணி ஆட்சி ஒன்றை உருவாக்கியதையும் அதற்கு ஒரு நம்பகமான தலைவரை நியமித்ததையும் பொறுத்துக்கொள்ள முடியவில்லை.

பிரதமர் அரசாங்க உருவாக்கத்தின் பலவீனமான கண்ணிகளைச் சரிப்படுத்தினார். இரண்டாம் நாளன்று செளத் பிளாக்கில் இருந்த அலுவலகத்தில் வந்து சந்திக்கும்படி பிரதமரிடம் இருந்து அழைப்பு வந்தது. புதிய திட்ட கமிஷன் பட்டியல் தயாரிக்க வேண்டும். ஒரு பட்டியல் தயாரித்துத் தாருங்கள் என்று கேட்டுக்கொண்டார்.

அடுத்த இரண்டு நாட்களில் ஒரு பட்டியல் தயார் செய்தேன். ஒரு மதியம் பிரதமரைச் சந்தித்தேன். அந்தக் கூட்டத்துக்கு நாயர், புலோக் ஆகியோரும் வந்திருந்தனர். நான் என் பட்டியலுடன் போயிருந்தேன். நாயர் ஒரு பட்டியல் கொண்டுவந்திருந்தார். நாங்கள் பெயர்களை வாசிக்க வாசிக்க பிரதமர் யார் யார் வேண்டும், யாரெல்லாம் வேண்டாம் என்பதைத் தெரிவித்தார். தேர்ந்தெடுக்கப்பட்டவர்களில் ஒரே ஒருவரைத் தவிர பிறரிடம் தகவலைச் சொல்லி சம்மதத்தைப் பெறும் பொறுப்பு நாயரிடம் விடப்பட்டது. தெர்மாக்ஸ் அமைப்பின் தலைவரான அனு ஆகாவிடம் சம்மதம் பெறும் பொறுப்பு என்னிடம் விடப்பட்டது.

அனு ஆகாவின் கணவர் ரோஹிண்டன் ஆகா இங்கிலாந்தில் டாக்டர் சிங்குடன் படித்தவர்.ரோஹிண்டனின் மறைவுக்குப் பிறகு குடும்ப கம்பெனியின் பொறுப்பை அனு ஏற்றுக்கொண்டு திறமையான கார்ப்பரேட் தலைவராக உயர்ந்திருந்தார். நான் அவரைத் தொலை பேசியில் தொடர்பு கொண்டபோது அவர் லண்டனில் இருந்தார். குடும்பத்தினரிடம் ஆலோசித்துவிட்டுச் சொல்வதாகச் சொன்னார். அடுத்த நாள் அவரே போன் செய்தார். டாக்டர் சிங்கின் அழைப்பை ஏற்று திட்ட கமிஷனில் சேர சம்மதம் தெரிவித்தார்.

ஆனால், அந்த விஷயத்தை நான் பிரதமரிடம் சொன்னபோது பிரதமர் கூனிக் குறுகியபடியே, இஸ்லாமிய எழுத்தாளரும் சமூக சேவகரு மான சைதா ஹமீதுவை அந்தப் பதவியில் நியமித்துவிட்டதாகவும் அனு ஆகாவுக்கு இடம் இல்லை என்றும் சொன்னார். சைதா ஹமீதின் நியமனத்தின் மூலம் பாலின, மத கணக்குகள் துல்லியமாக நிறைவேற்றப்பட்டிருந்தன. அனு ஆஹா தேர்ந்தெடுக்கப்பட வில்லை என்ற துயரமான செய்தியை அவரிடம் சொல்லும் தர்ம சங்கடமான பொறுப்பு எனக்குத் தரப்பட்டது. ஒரு பார்ஸியை நியமிப்பதைவிட ஒரு முஸ்லிமை நியமிப்பது கூடுதல் அரசியல்

நன்மைகளைத் தரும் என்பதை அனுவிடம் நிச்சயம் என்னால் சொல்ல முடியாது. டாக்டர் சிங் இந்தக் குழப்பத்தை சாதாரணமாக எடுத்துக் கொண்டார். எனக்கு அது ஆச்சரியமாக இருந்தது. முழு ஆயுளையும் அரசாங்கப் பணியில் செலவிட்ட ஒருவருக்கு இதுபோன்ற சறுக்கல்கள் சகஜம்தான். ஆனால், அனு ஆகாவுக்கு பதவி கொடுக்க வேண்டும் என்று மன்மோகன் சிங் ஆர்வத்துடன் இருந்தது உண்மை தான். ஆனால், ஐ.மு.கூ. இரண்டாம் கட்டத்தில் என்.ஏ.சி.யில் அவருக்கு சோனியாவே இடம் கொடுத்தார்.

திட்ட கமிஷன் நியமனங்கள் நடந்துகொண்டிருந்தபோது துணைத் தலைவராக யாரை நியமிக்கலாம் என்று பிரதமர் ஒரு நாள் மதியம் என்னிடம் கேட்டார். நான் மாண்டேக் சிங்கின் பெயரைச் சொன்னேன். அவர் அப்போது வாஷிங்டன் டி.சியில் உலக வங்கியில் பணிபுரிந்து வந்தார். இந்தியாவுக்கு வரும்படி அழைத்தால் வரத் தயாராக இருந்தார்.

திக்விஜய் சிங், எஸ்.எம்.கிருஷ்ணா, வீரப்ப மொய்லி இவர்களில் யாரையாவது நியமிக்கலாம் என்று கட்சி விரும்புவதாகச் சொன்னார். அவர்கள் அனைவருமே முன்னாள் முதலமைச்சர்கள். நாடாளு மன்றத்துக்குத் தேர்ந்தெடுக்கப்பட்டவர்களும் இல்லை. எனவே நாடாளுமன்ற உறுப்பினராக இல்லாத நிலையிலேயே கேபினட் ரேங்குக்கான வசதி வாய்ப்புகளை அனுபவிக்கத் தோதான இந்தப் பதவியை அவர்கள் மூவருமே நிச்சயம் விரும்புவார்கள் என்று மனதுக்குள் நினைத்துக்கொண்டேன்.

மூவருமே சரியான தேர்வுதான் என்று நாகரிகமாகச் சொன்னேன். நீங்கள் மாண்டேகுக்கு ஏதேனும் பதவி கொடுக்க விரும்பினால் இதுவே அவருக்குப் பொருத்தமாக இருக்கும் என்பதையும் சேர்த்துச் சொன்னேன். மந்திரிகளுக்கும் பிரதமருக்கும் இடையில் மட்டு மல்லாமல் ஒவ்வொரு மாநில முதல்வருக்கும் பிரதமருக்கும் இடையிலான பாலமாக மாண்டேக் திறம்படச் செயல்படவும் முடியும். மாநில முதல்வர்களுடன் பிரதமருக்கு நம்பகமான நட்புறவு இருந்தாகவேண்டியது மிகவும் அவசியம். வாஜ்பாய்க்கு தேசம் முழுவதிலும் இருந்த முதலமைச்சர்களுடன் நல்லுறவு இருந்தது. டாக்டர் சிங்குக்கு வெகு சிலரை மட்டுமே நன்கு தெரியும். நீங்கள் சொன்ன மூவரைப்போல் ஓர் அரசியல்வாதிக்கு மாநில முதல்வர் களுடன் நல்ல நட்புறவு இருக்கக்கூடும். ஆனால், பிரதமருக்கும் முதல்வர்களுக்கும் இடையிலான நம்பகமான பாலமாக அவர்கள் செயல்படுவார்களா என்று சொல்ல முடியாது என்று சொன்னேன்.

திட்ட கமிஷன் பதவிகளில் துறை சார்ந்த நிபுணர்களே இருந்த காலமெல்லாம் மலையேறிவிட்டிருந்தன. வடக்கு, தெற்கு, பட்டியல்

சாதியினர், பெண்கள், சிறுபான்மை எனப் பல்வேறு அரசியல், சமூகக் கணக்குகள் சார்ந்தே இடங்கள் நிரப்பப்பட்டன. கூட்டணி ஆட்சிகளின் காலகட்டத்தில் ஒவ்வொரு கட்சியும் தமது ஆட்களுக்கு அந்த இடம் கிடைக்கவேண்டும் என்று விரும்பின. பிரதமர் ஏற்கெனவே திட்ட கமிஷனின் துணைத் தலைவராக இருந்திருக்கிறார். எனவே, நம்பகமான ஒருவரை அந்தப் பதவியில் அமர்த்த முடிவு செய்தார்.

அந்தப் பதவிக்கு யாரை நியமிக்கலாம் என்பது பற்றிய என்னுடைய முடிவைத் தெரிந்துகொண்ட பிரதமர் நாயரையும் புலோக்கையும் அழைத்து அவர்களிடம் ஆலோசனை கேட்டார். நாயர் மவுனமாக இருந்தார். புலோக் சொன்னார்: கட்சி திரு மொய்லியை சிபாரிசு செய்திருக்கிறது (கட்சி என்றால் இந்த இடத்தில் சோனியா என்று அர்த்தம்).

டாக்டர் சிங் என்னைத் திரும்பிப் பார்த்தார். நான் மாண்டேக் சிங்கின் பெயரைச் சொன்னேன். இடதுசாரிகள் எதிர்ப்பார்கள் என்று நாயர் உடனே சொன்னார்.

மாண்டேக்கை நியமிப்பது தொடர்பான என் முடிவை நியாயப் படுத்தக் கிடைத்த வாய்ப்பாக நான் அதை எடுத்துக்கொள்ள வேண்டும் என்பது புரிந்தது: 'திட்ட கமிஷன் என்பது பிரதமரின் கட்டுப் பாட்டில்தான் இருக்கவேண்டும். நிதி அமைச்சகத்தின் மீதான கட்டுப் பாட்டை இழந்திருந்த நேரு நாட்டின் தொலைநோக்கு பொருளாதாரத் திட்டங்களை ஒரு நிர்வாக நிபுணர்குழு மூலம் முன்னெடுக்க விரும்பினார். அதனால்தான் இப்படி ஓர் அமைப்பை உருவாக்கினார். எனவே, பிரதமர் தனது விருப்பத்துக்கு ஏற்ப ஒருவரை நியமித்தால் அதை மற்றவர்கள் எப்படிக் கேள்விக்கு உட்படுத்த முடியும்? பிரதமரால் தனது துணைத்தலைவர் பதவிக்கு ஒருவரை நியமிக்கக்கூட முடியாதென்றால் பிற துறைகளின் தலைவர்களை நியமிப்பதில் அவருக்கு என்ன அதிகாரம்தான் இருக்கும்? 'கட்சி'க்கு இன்னரைவிட இன்னார் சிறந்தவர் என்ற கருத்துகள் இருக்கலாம். ஆனால், ஒரு பிரதமர்தான் தான் விரும்பும் யாரை வேண்டுமானாலும் ஒரு பதவிக்கு நியமிக்க முடியும்... பிரதமருடைய அலுவலகம் நீங்கலாக பிரதமரின் கட்டுப்பாட்டின் கீழ் வரும் ஒரே அமைப்பு திட்ட கமிஷன்தானே' என்றேன்.

பிரதமர் மவுனமாக இருந்தார். அதன் பிறகு அதைப் பற்றி யாரும் எதுவும் பேசவில்லை. அன்று மாலை மாண்டேக் சௌத் பிளாக்குக்கு வந்தார். பீஜிங்குக்குப் போகும் வழியில் தில்லியில் சில நாட்கள் தங்கத் திட்டமிட்டிருந்தார். நிதியமைச்சர் ப.சிதம்பரம் அவரை அவர்

முன்பு பார்த்த பழைய வேலையான நிதித்துறை செயலர் பதவிக்கு வரும்படி அழைத்திருந்தார் என்று கேள்விப்பட்டேன். நிச்சயமாக மாண்டேக் தொடர்பான பிரதமருடைய எதிர்பார்ப்புகள் எதுவும் ப.சிதம்பரத்துக்குத் தெரியாது. பிரதமர் அலுவலகத்தில் நடந்த உரையாடல் பற்றி மாண்டேக்கிடம் சொன்னேன். தனது உடனடி சம்மதத்தை 'பர்கிஸ் ஈஸ் வில்லிங்' என்ற டேவிட் காப்பர்ஃபீல்ட் நாவலில் வரும் புகழ் பெற்ற வரியைச் சொல்லித் தெரிவித்தார். இடதுசாரிகள் இந்த நியமனத்தை எதிர்க்கக்கூடும் என்று சொன்னேன். பிரபாத் பட்னாயக்கிடம் இது குறித்துப் பேசுகிறேன் என்று மாண்டேக் சொன்னார். முன்னணி இடதுசாரி அறிவுஜீவியான பிரபாத் பட்னாயக் மாண்டேக்கின் கல்லூரிக்கால நண்பர்.

அன்று மாலை நெடுநேரம் ஆன பிறகும் பிரதமர் சௌத் பிளாக்கிலேயே இருந்ததைப் பார்த்தேன். தினமும் ஏழுமணி வாக்கில் 7, ரேஸ் கோர்ஸ் சாலையைவிட்டு அவர் புறப்பட்டுச் சென்றுவிடுவார். அந்த நேரம் தாண்டியபிறகும் அவர் அங்கு இருப்பதைப் பார்த்து அங்கு என்ன நடக்கிறது என்பதைப் பார்க்க என் அறையில் இருந்து வெளியே வந்தேன். பார்வையாளர்கள் அறை திறந்திருந்தது. வரவேற்பறையில் சி.பி.எம். தலைவர் சீதாராம் யெச்சூரி காத்துக்கொண்டிருப்பதைப் பார்த்தேன். அவர் சி.பி.எம். பொதுச் செயலரான ஹர்கிஷன் சிங் சுர்ஜித்தை அழைத்துக்கொண்டு சௌத் பிளாகுக்குப் போவதைப் பார்த்தேன்.

பிரதமரும் சுர்ஜித்தும் உள்ளே சென்று பேசினார்கள். நான் யெச்சூரியுடன் சிறிது நேரம் பேசினேன். ஹைதராபாத்தில் இருவரும் பள்ளியில் சேர்ந்து படித்திருந்தோம். சீதா என்று அவரை அழைப்பேன். மாண்டேக் நியமனம் பற்றி இடதுசாரி கட்சிக்கு எதிர்ப்பு எதுவும் கிடையாது. எகானமிஸ்ட் அர்ஜுன் சென் குப்தாதான் எதிர்ப்பு தெரிவிப்பதாகச் சொன்னார். அர்ஜுன் (இப்போது இல்லை) நரசிம்ம ராவ் ஆட்சிக் காலத்தில் திட்ட கமிஷனில் இருந்திருக்கிறார். 1980களில் இந்திரா காந்தியின் பிரதமர் அலுவலகத்தில் பொருளாதார ஆலோசகராக இருந்திருக்கிறார். மேலும் அவர் பிரணாப் முகர்ஜியின் நண்பரும்கூட. இடதுசாரிகளுடன் அவருக்கு இருந்த நட்புறவைப் பயன்படுத்தி துணை சேர்மனாக முயற்சி செய்துவந்தார்.

சுர்ஜித்தும் சீதாராம் யெச்சூரியும் போனபிறகு பிரதமரைச் சந்தித்து என்ன முடிவெடுத்திருக்கிறார் என்பதைத் தெரிந்துகொள்ளப் போனேன். அவரோ வீட்டுக்குப் புறப்பட்டுவிட்டிருந்தார்.

அடுத்த நாள் காலையில் முதல் வேலையாக பிரதமருடைய அறைக்குச் சென்று சுர்ஜித் எதற்காக வந்து போனார் என்று கேட்டேன்.

மாண்டேக்தான் துணைத் தலைவராக இருப்பார் என்று சுருக்கமாகச் சொன்னார். ஆனால், அவர் முகத்தில் தென்பட்ட புன்னகையில் குறும்பும் ஒருவித வெற்றிப் பெருமிதமும் ஒளிந்திருந்தன. ஒரு தந்திரமான சீக்கியர் இன்னொரு தந்திரமான சீக்கியரின் ஆதரவைப் பெற்று மூன்றாவது சீக்கியர் ஒருவரைப் பதவியில் நியமித்துவிட்டார்!

டாக்டர் சிங்கின் அணுகுமுறை குறித்த சில சுவாரசியமான தடயங்களை இந்தச் சம்பவம் எனக்குத் தந்தது. பிரதமர் அலுவலகத்தில் எங்கள் மூவரை அழைத்து நடத்திய உரையாடலுக்கு முன்பே மாண்டேக்கைத்தான் அந்தப் பதவியில் நியமிக்கவேண்டும் என்ற முடிவை அவர் எடுத்திருந்தார். சுர்ஜித்தை அதற்கு சம்மதிக்க வைப்பதற்கு முன்பாக, கட்சி முன்வைக்கும் நபர்களையும் அர்ஜுன் சென்குப்தா போன்றவர்களையும் ஓரங்கட்டுவதற்குத் தோதான தர்க்க நியாயங்களை உருவாக்கிக்கொள்ளவேண்டிய தேவை அவருக்கு இருந்தது. என்னிடம் அந்தப் பொறுப்பு ஒப்படைக்கப்பட்டது. பின்னாளில் பல நேரங்களில் அப்படியான பொறுப்புகள் எனக்குத் தரப்பட்டன.

16 ஜூனில் மாண்டேக்கின் பதவி நியமனம் பற்றிய அறிவிப்பு வெளியானது. பெயர் தெரியாத சில 'இடதுசாரி தலைவர்கள்' இந்த நியமனத்துக்கு எதிர்ப்புத் தெரிவித்ததாக 18-ம் தேதி தி இந்து செய்தி வெளியிட்டது. சுர்ஜித் இந்த நியமனத்துக்கு அனுமதி கொடுத்ததை சி.பி.எம்மின் பிரகாஷ் காரத் கடுமையாக எதிர்த்ததாக எனக்குத் தெரியவந்தது. சுர்ஜித்துக்கும் காரத்துக்கும் இடையிலான கருத்து வேறுபாடுகளுக்கு ஆரம்பகட்ட அறிகுறியாக இந்தச் சம்பவம் இருந்தது. நிலைமையை சுமுகமாக்க இடதுசாரிகள் சார்பில் ஒருவரை சிபாரிசு செய்யும்படிக் கேட்டுக்கொள்ளப்பட்டது. ஜவாஹர்லால் நேரு பல்கலைக்கழகத்தைச் சேர்ந்த பேராசிரியர் அபிஜித் சென் பெயரை அவர்கள் முன்மொழிந்தார்கள்.

ஐ.மு.கூ-1 தொடங்கி ஆறு மாதங்கள் ஆன நிலையில் ஜனவரி, 3, 2005-ல் மணி தீட்சித் கடுமையான மாரடைப்பினால் உயிர் துறந்தார். அவருடைய திடீர் மரணம் டாக்டர் சிங்கை மிகுந்த வேதனைக்குள்ளாக்கியது. அயலுறவுத்துறைக் கொள்கைளுக்கு ஒரு பெரும் நெருக்கடியாகவும் அவருடைய மரணம் அமைந்தது. இந்திய அயலுறவுத் துறை நிர்வாக அமைப்பில் இருக்கும் பல்வேறு பழமைவாத விஷயங்களை எதிர்கொள்வதில் மணி திறமையானவர் என்பது டாக்டர் சிங்குக்குத் தெரியும். அவர் மறைந்ததைத் தொடர்ந்து

டாக்டர் சிங்கின் அயலுறவுக் கொள்கைகள் காங்கிரஸ் கட்சி மற்றும் சௌத் பிளாக் பழமைவாதிகள் கைக்குள் சிக்கிப் பின்னடைவைச் சந்தித்துவிடும் அபாயம் உருவானது. மணியிடம் நம்பி ஒப்படைத்த விஷயங்களை இனிமேல் நேரடியாக தானே கவனித்துக் கொள்ளவேண்டும் என்பது டாக்டர் சிங்குக்குப் புரிந்தது.

மணி இறந்த அன்று பிரதமருக்கு அகமதாபாத்தில் நடந்த இந்திய அறிவியல் மாநாட்டில் பேசவேண்டியிருந்தது. செய்தி கேள்விப் பட்டதும் முதலில் மணியின் வீட்டுக்குச் சென்று அவருடைய மனைவி அனுவையும் குடும்பத்தினரையும் சந்தித்தார். பிறகு நேராக விமான நிலையத்துக்குச் சென்றார். விமானத்தில் தனது கேபினில் தனியாக மிகுந்த சோகத்துடன் உட்கார்ந்திருந்தார். அன்று முழுவதுமே அவர் அந்த அதிர்ச்சியில் இருந்து மீண்டிருக்கவில்லை. தில்லி கண்டோன்மெண்டில் ராஜ மரியாதையுடன் அவருடைய இறுதிச் சடங்கு நடக்கவேண்டும் என்று உத்தரவிட்டார். தேசிய பாதுகாப்பு அமைப்பின் தலைவராக இருந்ததால் இயல்பாகவே, புதிதாக உருவாகி வந்திருக்கும் அணு ஆயுதத் தலைமையும் அவர் பொறுப்பிலேயே இருந்தது. அன்று மாலையே தில்லி திரும்பியதும் தேசியப் பாதுகாப்பு அமைப்பின் துணைத் தலைவரான சதிஷ் சந்திராவைத் தாற்காலிகத் தலைவராக்கினார்.

இதைத் தொடர்ந்து வேறு சிக்கல்கள் எழுந்தன. சந்திராவை தேசிய பாதுகாப்பு அமைப்பின் தாற்காலிகத் தலைவராக நியமித்ததை வெளியுறவு அதிகாரிகளான விக்ரம் துரைசாமி, சுஜாதா மேத்தா போன்றோர் விரும்பவில்லை. அயலுறவுத்துறை அதிகாரிகளில் யாரேனும் ஒருவரை நியமிக்கவேண்டும் என்று அவர்கள் விரும்பினர். டாக்டர் சிங்குக்கு அதில் விருப்பம் இல்லை. அடுத்த மூன்று வாரங்களுக்கு வேறு யார் பெயரையும் அவர் முன்வைக்கவும் இல்லை. பாகிஸ்தானுக்கான அயலுறவுத்துறை ஹைகமிஷனர் சதீந்தர் லம்பா, வாஷிங்டன் டி.சி.யில் இருக்கும் இந்தியத் தூதுவர் ரோனன் சென் மற்றும் பிரதமர் அலுவலகத்தின் எம்.கே.நாராயணன் என மூவரில் ஒருவரே தேசியப் பாதுகாப்பு அமைப்பின் தலைவராகப் போகிறார் என்று இந்துஸ்தான் டைம்ஸ் செய்தி வெளியிட்டது.

அந்தத் தலைவர் பதவி இந்திய அயலுறவுத் துறை அதிகாரிக்குத்தான் தரப்படவேண்டும் என்று அந்தத் துறை அழுத்தமாக விரும்பியது. பிரஜேஷும் மணியும்கூட இந்தத் துறையில் இருந்து வந்தவர்கள் தான். அப்படியாக இந்த அயலுறவுத்துறைக் குழுவானது எம்.கே.நாராயணனை ஓரங்கட்ட ஊடகத்தைத் திறமையாகப் பயன்படுத்திக்கொண்டது. இந்துஸ்தான் டைம்ஸின் பத்தி ஒன்றில் நாராயணன் மோசமான காவல் அதிகாரி என்று வீர் சங்வி எழுதினார்.

அதன்மூலம் தேசியப் பாதுகாப்பு அமைப்பின் தலைவராக ஓர் அயலுறவுத்துறை அதிகாரியே வரவேண்டும் என்று கோடிகாட்டினார். உள்ளரங்கில் என்ன நடக்கின்றன, யார் நியமிக்கப்படுவார் என்று பத்திரிகைகள் மிகுந்த ஆர்வத்துடன் பல பெயர்களை யூகங்களாக முன்வைக்கத் தொடங்கின.

யாரை நியமிப்பது என்று முடிவு செய்துவிட்டீர்களா என்று பிரதமரை ஒருநாள் கேட்டேன். இல்லை... நான் என்ன முடிவெடுக்கவேண்டும் என்று சுப்ரமணியம் நினைக்கிறார் என்று கேட்டுச் சொல்லமுடியுமா என்றார்.

வஸந்த் குஞ்சில் இருந்த சுப்ரமணியமின் டி.டி.ஏ.ஃபிளாட்டுக்கு அன்று மாலை போனேன். ஊடகங்களில் முன்வைக்கப்பட்ட நபர்களின் சாதக பாதகங்களை அலசிப் பார்த்தோம். சதீஷ் சந்திராவால் திறம்படச் செயல்பட முடியுமா முடியாதா என்று உறுதியாகச் சொல்ல அவரால் முடியவில்லை. ஆனால், சதீந்தர் லம்பா, ரோனன் சென் ஆகியோர் மீது மிகுந்த மரியாதை வைத்திருந்தார். எதுவாக இருந்தாலும் பிரதமருடைய உள் மனது யாரை நம்புகிறதோ அவரையே அந்தப் பதவிக்கு நியமிக்கவேண்டும். அந்த நீண்ட மாலை நேர உரையாடலின் முடிவில் தேநீர் பரிமாறியபடியே சுப்ரமணியம் மூன்று பெயர்களை சிபாரிசு செய்தார்.

முதல் பெயர்: பிரதமர் அலுவலகக் கட்டமைப்பில் இருந்து பிரித்து தேசிய பாதுகாப்பு அமைப்பைத் தனியாகச் செயல்படவைக்க இந்தச் சந்தர்ப்பத்தைப் பயன்படுத்திக்கொள்ளலாம். திட்ட கமிஷனின் துணைத்தலைவர் செயல்படுவதுபோல் தேசிய பாதுகாப்பு அமைப்பின் தலைவர் செயல்படும்படியாக அந்தப் பணியை மறு சீரமைக்கலாம். அப்படியானால் அந்த அமைப்பின் தலைவராக ஒரு ஐ.ஏ.எஸ், ஐ.எஃப்.எஸ். அல்லது ஐ.பி.எஸ். அதிகாரிதான் அந்த அமைப்பின் தலைவராக இருந்தாகவேண்டும் என்ற கட்டாயம் இல்லை. அவர் அந்தத் துறைகளில் இருந்து வந்தவராக இருக்கலாம். அல்லது ஏதேனும் விஞ்ஞான அமைப்பு அல்லது சிந்தனையாளர் பிரிவில் இருந்துகூட வரலாம்.

சுகமோய் (பொருளாதார நிபுணர்) திட்ட கமிஷனின் துணைத் தலைவராக ஆகமுடியும் என்றால் ரோத்தம் நரசிம்மா (விஞ்ஞானி) அல்லது ராஜா மோகன் (சர்வதேச உறவுகள் நிபுணர்) போன்றோர் ஏன் தேசியப் பாதுகாப்பு அமைப்பின் தலைவராகமுடியாது?

இது உண்மையிலேயே பழகிய பாதையில் இருந்து விலகிச் செல்லும் புதுமையான சிந்தனைதான். ஆனால், டாக்டர் சிங் இதை ஏற்றுக் கொள்ளமாட்டார். அவருக்கு இது ஒரேயடியாகத் தலைகீழாக மாற்றிப்போடும் செயலாகத் தோன்றும்.

இரண்டாவது வழி: எம்.கே.நாராயணனைத் தலைவராக ஆக்கிவிட்டு சதீஷ் சந்திராவை துணை தலைவராகச் செயல்படவைக்கவேண்டும். என்.எஸ்.ஸியின் அன்றாடச் செயல்பாடுகளை நிர்வகிக்கும் பொறுப்பை அவருக்குத் தந்துவிடவேண்டும்.

மூன்றாவது வழி: நாராயணனைப் பாதுகாப்பு ஆலோசகராக வைத்துக் கொண்டு தேசியப் பாதுகாப்பு அமைப்புக்கு வேறொருவரை தலைவராக நியமிக்கவேண்டும். மூன்றாவது வழிக்கு இரண்டு நபர்களின் பெயரை அவர் சொன்னார். ரோனன் சென், எஸ்.கே.லம்பா!

நான் சுப்பிரமணியத்திடமிருந்து விடைபெற்றுச் சென்றபோது மீண்டும் அழைத்தார். எம்.கே யைத்தான் நான் சிபாரிசு செய்ததாக பிரதமரிடம் சொல். அவரிடம்தான் பிரதமர் மனம் திறந்து தன் திட்டங்களைப் பேச முடியும். ஒருவேளை முதல் வழி அல்லது மூன்றாவது வழியை பிரதமர் தேர்ந்தெடுத்தால் அப்போதும் தேசியப் பாதுகாப்பு அமைப்பின் புதிய தலைவர் எம்.கேயை உறுப்பினராகக் கொண்ட குழுவின் ஓர் அங்கமாகத்தான் செயல்படவேண்டியிருக்கும்.

மறுநாள் காலையில் பிரதமரைச் சந்தித்து விஷயத்தைச் சொன்னேன். நாராயணனிடம் இதுபற்றிப் பேசிவிடுங்கள். அவர் என்ன சொல்கிறார் என்று பார்ப்போம் என்று சொன்னார்.

நாராயணன் அறைக்குச் சென்று நடந்த விவரங்களைச் சொன்னேன். பிரதமர் என் மூலமாக சுப்பிரமணியத்தின் ஆலோசனையைக் கேட்டார். சுப்பிரமணியம் மூன்று வழிகளைச் சொல்லியிருக்கிறார் என்று அனைத்தையும் சொன்னேன்.

எந்தச் சலனமும் இல்லாமல் நாராயணன் நான் சொல்வது முழுவதையும் கேட்டார். பிரதமர் என்ன முடிவெடுத்திருக்கிறார் என்று கடைசியில் கேட்டார்.

பிரதமர் இன்னும் முடிவெடுக்கவில்லை என்று சொன்னேன். 'சரி' என்று தலையசைத்தார். நான் என் அறைக்குத் திரும்பினேன்.

அடுத்த சில நாட்களுக்கு எந்தத் தகவலும் இல்லை. தேசியப் பாதுகாப்பு அமைப்புக்குத் தலைவராக யாரையேனும் தேர்ந்தெடுத்தாயிற்றா என்று பத்திரிகைகளில் இருந்து அவ்வப்போது கேள்விகள் வந்தன. என்னால் எந்த பதிலும் சொல்ல முடியவில்லை. சில நாட்கள் கழித்து நாராயணன், என்ன நடக்கிறது என்று என்னிடம் கேட்டார். ரோனன் தில்லிக்கு வரவிருக்கிறார் என்று எனக்கு செய்தி கிடைத்தது என்றேன். உடனே நாராயணன் கோபத்தில் கத்தினார்: எனக்கு இந்தப் பதவி தரப்படவிலையென்றால் நான் பதவி விலகிவிடுவேன் என்பது பிரதமருக்குத் தெரிந்திருக்கவேண்டும்.

சோனியா காந்தி இந்தப் பதவியை முன்பு அவருக்குக் கொடுக்க முன்வந்ததாகவும் சென்னையில் இருந்த தன் வயதான தாயைக் கவனித்துக் கொள்ளவேண்டி தான்தான் அந்தப் பதவியை அப்போது ஏற்காமல் மணியை சிபாரிசு செய்ததாகவும் சொன்னார். இப்போது அந்தப் பிரச்னைக்கு ஒரு தீர்வு கண்டுபிடித்திருக்கிறேன். அம்மாவையும் தில்லிக்கு அழைத்துவந்து வைத்துக்கொள்ளப் போகிறேன். எனவே என்னை தேசிய பாதுகாப்பு அமைப்பின் தலைவராக்கவேண்டும் என்று சொன்னார்.

இந்த தகவலை பிரதமரிடம் சொன்னேன். பிரதமர் உடனே சம்மதம் தெரிவித்தார்: ஆமாம். நாராயணனைத்தான் நியமிப்பதென முடிவு செய்துவிட்டிருக்கிறேன்.

அப்படியானால் அந்தத் தகவலை ஏன் நாராயணனிடம் சொல்ல வில்லை. சம்பந்தப்பட்டவர்களிடம் அதைச் சொல்லிவிட்டு அதை ஓர் அறிக்கையாக ஏன் வெளியிடவில்லை என்று கேட்டேன்.

அதற்கு என்ன அவசரம் என்று மெதுவாக என்னைப் பார்த்துக் கேட்டார்.

எனக்கு ஒன்றுமே புரியவில்லை. என்ன பதில் சொல்லவென்றே தெரியவில்லை. ஆனால், கீழ்க்கண்டவாறு சொன்னேன்:

இன்று தேதி 25. நாளை குடியரசு தினம். இன்றே நீங்கள் அவரை நியமித்தால் தேசிய பாதுகாப்பு அமைப்பின் தலைவராக குடியரசு தின பரேடிலும் ராஷ்டிரபதி பவனுக்கும் அவர் தலை நிமிர்ந்து செல்ல முடியும். அது அவருக்கு சந்தோஷத்தைத் தரும். அப்படியில்லை யென்றால் குடியரசு தினத்தன்று அவரைப் பார்க்கும் அனைவரும் தேசியப் பாதுகாப்பு அமைப்பு தலைமை பற்றித் தொடர்ந்து கேள்வி கேட்பார்கள். அவருக்கு அது எரிச்சலையே தரும். எதற்காக அவரை எரிச்சல் அடைய வைக்கவேண்டும்? அவரைத் தலைவராக நியமிப்பதாக முடிவெடுத்துவிட்டிருந்தால் அதை இன்றே அறிவியுங்கள்.

பிரதமர் தன் தொலைபேசியை எடுத்தார். நாயரை அழைக்கும்படி அந்தரங்கச் செயலரிடம் சொன்னார். அன்று மாலையே நாராயணனின் பதவி பற்றிய அறிவிப்பு வெளியானது. அடுத்த நாள் காலையில், குடியரசு தின விழாவில் எனக்கு ஒதுக்கப்பட்ட இருக்கையை நோக்கிப் போனேன். புதிய தேசியப் பாதுகாப்புத் தலைவருக்கு பல அதிகாரிகள் சல்யூட் வைப்பதைப் பார்த்தேன். நாராயணன் சாம்பல் நிற உடை அணிந்திருந்தார். புத்துணர்ச்சியுடன், மகிழ்ச்சியாக, அழகாக இருந்தார். தனக்கு கிடைத்த மரியாதையை ஏற்றுக்கொண்டு

சிவப்புக் கம்பளம் வழியாக கம்பீரமாக நடந்து சென்று கேபினட் அமைச்சர்களுடன் கை குலுக்கினார்.

நாராயணனை நியமிக்கும் முடிவு டாக்டர் சிங் தானாகவே எடுத்ததா சோனியாவிடம் பேசி எடுத்த முடிவா அல்லது சோனியாவின் முடிவு மட்டுமேயா என்று எனக்குத் தெரியாது. மூன்று நாட்களுக்குப் பிறகு நடந்த ஒரு விஷயம் நாராயணன் கூட சோனியாவின் மூலம்தான் அந்தப் பதவி கிடைத்தது என்று நம்பினார் என்று சொல்லும்படியாக இருந்தது. ராஜ்பத்தில் நடந்த ஒரு விழாவில் நாராயணனுக்கு நேர் பின்னால் இருந்த இருக்கை எனக்கு ஒதுக்கப்பட்டிருந்தது. நாராயணன் திடீரென்று எழுந்தார். முன் வரிசையில் அமர்ந்திருந்த சோனியா காந்தியை நோக்கிப் போனார். சோனியாவின் முன்னால் நின்றுகொண்டு ஒட்டுமொத்த கேபினட்டும், உயர் அதிகாரிகளும் அரசாங்கப் பிரமுகர்களும் பார்க்க தன் மரியாதையை வேண்டுமென்றே வெளிப்படையாகத் தெரிவிக்க விரும்பியதுபோல், சற்று முன்பக்கமாகக் குனிந்து, இரண்டு கைகளையும் குவித்து 'நமஸ்தே' என்றார்.

நாராயணனை நியமித்ததால் நாயரின் அந்தஸ்தில் எந்த மாற்றமும் வரவில்லை. மணியின் அறிவார்ந்த திறமையும் நிர்வாக சாமர்த்தியமும் நாயரைவிட மேலானவராகவே அவரை வைத்திருந்தன. அதுபோலவே நாராயணுக்கு காங்கிரஸ் கட்சியின் விருப்பத்துரிய உளவுத்துறை அதிகாரி என்றவகையிலும் ஐ.பி. மீதான அவருடைய கட்டுப்பாடு மிக அதிகம் என்ற வகையிலும் நாயரை விட நாராயணன் மிகப் பெரிய ஆளுமைதான். மணிக்கு அயலுறவு வட்டாரத்தில் நல்ல மரியாதை இருந்ததுபோல் நாராயணனுக்கு ஐ.பி.எஸ். வட்டாரத்தில் நல்ல மரியாதை இருந்தது. நாயருக்கு ஐ.ஏ.எஸ். வட்டாரத்தில் இப்படியான கவுரவம் இருந்திருக்கவில்லை. தான் தேர்ந்தெடுக்கப்படவேண்டும் என்பதற்காக தன்னுடைய இடதுசாரிச் சாய்வுகளை கொஞ்சம் சீர்திருத்திக்கொண்டும் ஐ.ஏ.எஸ். பிரிவில் இருக்கும் மலையாளிகளை அணுகியும் முயற்சிகள் மேற்கொண்டார். பொதுத் தொழில்துறை தேர்வுக் குழுவில் இருந்த காலம் முதல் அந்தத் துறை சார்ந்து செல்வாக்கும் நிபுணத்துவமும் பெற்றிருந்தார். அவருக்கு சாதகமான அம்சம் அது ஒன்று மட்டுமே.

அவர் பொதுத்துறையின் ஆதரவாளராக இருந்தார். அரசுக் கட்டுப்பாட்டில் நிறுவனங்கள் நடக்கவேண்டும் என்பதில் உறுதியான நம்பிக்கை கொண்டவராக இருந்தார். புலோக்குடன் அவருக்கு

இருந்த நட்புறவை தனக்கு சாதகமாகப் பயன்படுத்திக்கொண்டதோடு அவருக்கு பிரதமரின் அலுவலகத்தில் வேறு நண்பர்களின் ஆதரவும் கிடைத்தது: மேற்கு வங்காளப் பிரிவின் ஆட்சியரான சஞ்சய் மித்ரா. இவர் ஜோதி பாசுவின் செயலராகப் பணிபுரிந்திருக்கிறார். மத்திய பிரதேசத்தில் திக் விஜய் சிங்கின் செயலராகப் பணிபுரிந்த ஆர்.கோபால கிருஷ்ணன். இவர் கேரள கம்யூனிஸ்ட் தலைவர் ஈ.எம்.எஸ். நம்பூதிரிபாடின் உறவினரும்கூட. இன்னொரு நபர் நாயரைப் போலவே பஞ்சாப் பிரிவைச் சேர்ந்த ஆட்சியரான வினி மஹாஜன். இவர்கள் அனைவரும் திறமையான அதிகாரிகள். பிரதமர் அலுவலகத்தின் நிர்வாகப் பணிகளைச் செய்துவந்த முக்கிய மானவர்கள். இவர்களுடைய ஆதரவு நாயருக்கு இருந்தது.

டாக்டர் சிங்கின் முதல் ஆட்சி காலத்தின் முக்கியமான நபர்களுள் ஒருவர் அவருடைய அந்தரங்கச் செயலரான பி.வி.ஆர்.சுபிரமணியம். அவரை சுப்பு என்று அழைப்போம். ஒரு மலையாளி தன் வாழ்நாளில் சொல்லியிருக்கக்கூடிய மிகப் பெரிய பாராட்டை நாராயணன் ஒருமுறை சுப்புவுக்கும் எனக்கும் வழங்கினார்: தமிழ் பிராமணர்கள் தான் மிகவும் புத்திசாலி என்று நினைத்தேன். ஆனால், தெலுங்கு பிராமணர்களான நீங்கள் அவர்களைவிட புத்திசாலிகளாக இருக்கிறீர்கள்.

சுப்பு 1987-ல் மத்திய பிரதேச பிரிவில் இருந்து வந்த ஐ.ஏ.எஸ். சட்டீஸ்கரில் அவருக்கு பணி நியமனம் கிடைத்தது. கல்வித் திறமைகளும் அரசியல் புரிதலும் மிகுந்தவர். மிகவும் திறமை சாலியான அதிகாரியுமான அவர் டாக்டர் சிங்கின் முதல் ஆட்சிக் காலத்தின் மிக முக்கிய நபராக இருந்தார். சுப்புவுக்கு ஜோதிடத்தில் மிகுந்த ஆர்வம் உண்டு. எனவே, பிரதமரின் முக்கிய சந்திப்புகள், நிகழ்ச்சிகளுக்கு நாள், நேரம் குறித்துத் தரும் நபராகவும் இருந்தார்.

வெளிநாட்டுப் பயணங்கள், அதி முக்கிய அரசியல் சந்திப்புகள் இவற்றைத் தீர்மானிப்பதில் சுப்புவின் ஜோதிட கணிப்புகளுக்கு எந்த முக்கியத்துவமும் தரப்பட்டிருக்கவில்லை. ஆனால், திக் விஜய் சிங் ராஜ்ய சபாவுக்கு இரண்டாம் முறை தேர்ந்தெடுக்கப்பட வேட்பு மனு என்றைக்குத் தாக்கல் செய்யவேண்டும், 3,ஆர்.சி.ஆர். பங்களாவுக்குக் குடும்பத்துடன் என்றைக்கு குடிபுகவேண்டும் என்பதுபோன்ற சொந்த விஷயங்களில் 'நல்ல நாள்' குறித்துக் கேட்க சுப்புவையே பிரதமர் நாடினார்.

பிரதமருக்கு ஜோதிடத்தில் நம்பிக்கை கிடையாது. 2007-ல் முதல் முறையாக இடதுசாரிகள் ஆதரவை விலக்கிக் கொள்ளப் போவதாக மிரட்டல் விடுத்திருந்தனர். பா.ஜ.கவின் தலைவர் எல்.கே.அத்வானி

காங்கிரஸின் ஆட்சி கவிழவேண்டும் என்று யாகம் ஒன்றை நடத்துவதாக இந்தி ஊடகங்கள் எனக்குத் தகவல் தெரிவித்தன. நான் பிரதமரிடம் இதைச் சொன்னேன். அதைக் கேட்டதும் வெடிச் சிரிப்பு சிரித்தபடியே சொன்னார்: அவர்களுடைய யாகம் பலிக்காது. புரோகிதர்கள் என்னுடைய அதிகாரபூர்வ பிறந்த தேதியை வைத்து நடத்தும் யாகம் நிச்சயம் பலிக்காது. ஏனென்றால் அது உண்மையான பிறந்த தேதியே இல்லையே என்றார் ஒரு குழந்தைபோல.

டாக்டர் சிங்கின் பிறந்த தேதி குறித்துவைக்கப்பட்டிருக்கவே இல்லை. டாக்டர் சிங் குழந்தையாக இருக்கும்போதே அவருடைய அம்மா இறந்துவிட்டார். பள்ளியில் சேர்த்தபோது அப்பாவும் வெளியூரில் இருந்தார். எனவே, டாக்டர் சிங்கின் பாட்டி தன் மனதுக்குத் தோன்றிய ஒரு தேதியைத்தான் பிறந்த தேதியாகத் தந்திருந்தார். அப்படியாகத்தான் செப்டெம்பர் 26 என்பது டாக்டர் சிங்கின் அதிகாரபூர்வ பிறந்த தேதியாகிவிட்டிருக்கிறது. இந்து ஜோதிட சாஸ்திரம் ஒரு நபருடைய பிறந்த தேதி, நேரம் ஆகிய வற்றையே அடிப்படையாகக் கொண்டது. அதன் அடிப்படையி லேயே ஒருவருடைய நட்சத்திரம் தீர்மானிக்கப்படுகிறது. கோயில்களில் பிரார்த்தனை செய்யும்போதும் திருமணச் சடங்கு அல்லது யாகம் போன்றவை செய்யப்படும்போதும் சம்பந்தப்பட்ட நபர் பிறந்த நட்சத்திரத்தையே புரோகிதர்கள் கேட்பார்கள்.

எனவே, டாக்டர் சிங்கின் ஆட்சியைக் கவிழ்க்கவேண்டும் என்று அத்வானி செய்த யாகம் சரியான நட்சத்திரத்தைச் சொல்லாததால் தோல்வியைத் தழுவியது! அரசியல் விவகாரங்களில் ஜோதிடம் புறக்கணிக்கத்தக்க ஒன்று அல்ல என்ற சூழலில் டாக்டர் சிங்குக்கு வேதங்கள், சாஸ்திரங்கள், ஜோதிடங்கள் ஆகியவற்றில் பாண்டித்தியம் மிகுந்த சுப்பு போன்ற ஒருவர் அருகில் இருந்தது நல் வாய்ப்புத்தான். விரைவிலேயே நானும் சுப்புவும் நெருங்கிய நண்பர்களாகி இணைந்து பணியாற்றினோம்.

பிரதமரின் இரண்டாவது அந்தரங்கச் செயலரான விக்ரம் துரைசாமி அயலுறவுத் துறையில் இருந்து வந்தவர்தான். மிகவும் திறமை சாலியான அவர் உற்சாகம் மிகுந்தவரும்கூட. ஆனால், பெரும்பாலான அதிகாரிகளைப்போலவே விதிமுறைகளை இரும்புபோல் பின்பற்றக் கூடியவர். மன்மோகன் சிங்கின் பிரதமர் அலுவலகம் திறமையாகவும் சுமுகமாகவும் செயல்பட இந்த இருவரும் முக்கிய பங்காற்றினர். விக்ரமுக்குத் திறமைசாலியான மணி தீட்சித்துடன் பணிபுரியும் நல்ல வாய்ப்பு கிடைத்திருந்தது. ஆனால், சுப்புவுக்கு நாயருடைய திறமைக் குறைவுகள், பலவீனங்களுக்கு ஈடுகொடுத்துச் செயல்படவேண்டி யிருந்தது. நான் பிரதமர் அலுவலகத்தை விட்டு விலகிய அதே

நேரத்தில்தான் சுப்புவும் பதவி விலகினார். ஆனால், ஜெய்தீப் சர்க்கார் மற்றும் இந்து சதுர்வேதி என திறமையான நம்பகமான பணியாளர்கள் பிரதமருக்குக் கிடைத்துவிட்டனர்.

பல அதிகாரிகள் வந்து போனார்கள். ஆனால், டாக்டர் சிங்குடன் கடைசிவரை பணிபுரிந்த ஒரே நபர் முரளிதரன்தான். அவர்தான் டாக்டர் சிங்கின் வலதுகரமாகவும் திகழ்ந்த உதவியாளர். முரளிதரன் அதற்கு முன்பாக கேரள எம்.பி எம்.எம்.ஜேக்கபின் உதவியாளராக இருந்தார். ஜேக்கப் ராஜ்ய சபாவில் எதிர்க்கட்சித் தலைவராக ஆனதும் முரளிதரன் மன்மோகன் சிங்கின் உதவியாளராக ஆனார். கேரள காங்கிரஸ் கட்சியின் உறுப்பினரான முரளிக்கு கட்சி எப்படிச் செயல்படும் என்பது நன்கு தெரியும். வீட்டிலும் அலுவலகத்திலும் முரளி எப்போதும் பிரதமரின் அருகிலேயேதான் இருப்பார். கேரளத்தில் இருந்து பலர் அப்படி தில்லி அதிகாரிகளுக்கு உதவியாளர் களாக இருக்கிறார்கள். அந்த வலைப்பின்னலில் இருந்து வந்த முரளி மிகவும் திறமைசாலி. விசுவாசமானவர். எப்போது பிரதமர் உணவு உட்கொள்வார்... எப்போது பிரதமர் இன்சுலின் ஊசி போட்டுக் கொள்வார்... எப்போது ஓய்வெடுத்துக்கொள்வார். அதற்குத் தோதாக அறையில் இருப்பவர்களை எப்போது வெளியே அனுப்பவேண்டும் என்பதெல்லாம் அவருக்கு அத்துப்படி. பிரதமருடனான நெருக்கத்தை ஒருபோதும் முரளி தவறாகப் பயன்படுத்தியது கிடையாது. டாக்டர் சிங் மீது அவருடைய விசுவாசம் சந்தேகத்துக்கு அப்பாற்பட்டது. பிரதமரின் மனநிலையை நன்கு புரிந்துகொண்டவர். பிரதமர் சோர்வாகவோ கோபமாகவோ இருக்கும்போது அவருடைய மனதை இதமாக்க முரளிக்குத் தெரியும். நான் பிரதமர் அலுவலகத்தை விட்டு விலகிய பிறகு பிரதமருடன் எனக்கான நேரடித் தொடர்பாக முரளிதான் இருந்தார்.

7, ஆர்.சி.ஆர். என்ற பிரதமரின் முகவரி உண்மையில் 1, 3, 5, 7 மற்றும் 9 ஆர்.சி.ஆர். என ஐந்து எண்களை உள்ளடக்கியதுதான். 1, ஆர்.சி.ஆர். என்பது ஹெலிபேடின் நம்பர். 9, ஆர்.சி.ஆர் என்பது எஸ்.பி.ஜியின் எண். 3, 5, 7 ஆர்.சி.ஆர் என்பவை கிட்டத்தட்ட ஒரே மாதிரியான மிகப் பெரிய பங்களாக்கள். லுட்யன் தில்லியின் எல்லா மந்திரி பிரதானி களின் வீடுகளைப் போலவே பெரிய புல்வெளிகளைக் கொண்டது. மூன்று பங்களாக்களையும் ஒரு பாதை இணைக்கிறது. அது மூன்று பங்களாக்களின் சுவர்களினூடாகச் செல்கிறது. மூன்று பங்களாக் களுக்குள் நடக்கும் அசைவுகள் அனைத்தும் எஸ்.பி.ஜி.யால்

கண்காணிக்கப்படுகிறது. டாக்டர் சிங்கின் குடும்ப உறுப்பினர்கள், சோனியா காந்தி ஆகியோரைத் தவிர பிற அனைவரும் 9,ஆர்.சி.ஆர். லேயே தமது வாகனத்தில் இருந்து இறங்கிவிடவேண்டும். அதன் பிறகு எஸ்.பி.ஜியின் வாகனத்திலேயே பிற இடங்களுக்குச் செல்ல முடியும். பிரதமரின் குடும்பத்தினருக்கும் சோனியா காந்திக்கும் எஸ்.பி.ஜி.யின் பாதுகாப்பு உண்டு என்பதால் அந்த வாகனத்தில்தான் வருவார்கள். எனவே, அவர்கள் நேராக பிரதமருடைய பங்களாவுக்குள் எந்தவித பரிசோதனையும் இன்றி நுழைந்து விடமுடியும். பிரதமரைச் சந்திக்க அழைப்பு பெற்ற தலைவர்கள், அதிகாரிகளும் இதுபோல் நேராகச் சென்றுவிடமுடியும்.

பிரதமர் அலுவலகம் 7, ஆர்.சி.ஆரில் இருக்கிறது. பிரதமரின் தனிப்பட்ட பணிப்பிரிவில் சுமார் ஆறேழு அதிகாரிகள் இருப்பார்கள். பிரதமரை சந்திப்பது தொடர்பான முடிவுகள், கடிதத் தொடர்புகள் ஆகியவற்றை அவர்கள் கவனித்துக்கொள்வார்கள். அயல் நாட்டு பிரமுகர்கள் உட்பட அனைத்து அதிகாரபூர்வ நபர்களையும் பிரதமர் இந்த வீட்டில் வைத்துத்தான் சந்திப்பார். வாஜ்பாயின் காலகட்டத்தில் பஞ்சவடி என்ற பெயரில் ஒரு சந்திப்பு அறை உருவாக்கப்பட்டது. அதற்கு அடுத்ததாக இருக்கும் பங்களாவான 5, ஆர்.சி.ஆரில் பிரதமர் தலைமைச் செயலகப் பணியாளர்களை அலுவலகத்துக்குப் பிந்தைய நேரங்களில் அழைத்துப் பேசுவார். 3, ஆர்.சி.ஆரில்தான் பிரதமரும் அவருடைய குடும்பத்தினரும் வசித்தனர்.

எதிர்கட்சி உறுப்பினராக எட்டு வருடங்கள் இருந்த பிறகு அரசுக் கட்டிலில் ஏறிய பிரதமர் அந்தப் பொறுப்பை மிகுந்த அக்கறையுடன் எடுத்துக்கொண்டார். தினமும் அதிகாலையில் எழுந்துவிடுவார். காலை நடை, உடற்பயிற்சி, மிதமான காலை உணவு ஆகிய வற்றுக்குப் பிறகு எட்டே முக்காலில் இருந்து ஒன்பது மணிக்குள்ளாக 3, ஆர்.சி.ஆ.ரில் இருந்து 7, ஆர்.சி.ஆருக்கு நடந்தே வந்துவிடுவார்.

வாஜ்பாயுடன் பணிபுரிந்தவர்களுக்கு இந்த விஷயங்கள் மிகவும் புதிதாகத் தோன்றியிருக்கும். வாஜ்பாய் தனது கடைசி காலகட்டத்தில் வெகு தாமதமாகவே அலுவலகத்துக்கு வருவார். சீக்கிரமாகவே வீடு திரும்பிவிடுவார். காலை 9 மணியில் ஆரம்பித்து இரவு 9 மணிவரை டாக்டர் சிங் பணி புரிந்தார். மதியம் உனவுக்குப் பிறகு ஒரு மணி நேரம் ஓய்வு எடுத்துக்கொள்வார்.

மிகவும் சிக்கனமாகச் சாப்பிடுவார். பெரும்பாலும் சைவ உணவு வகைகள்தான். எப்போதாவது மீன் சாப்பிடுவார். பராத்தாவைவிட சப்பாத்தியே அதிகம் சாப்பிடுவார். பிரதமர் என்ன சாப்பிடுகிறார், எப்போது சாப்பிடுகிறார் என்பதையெல்லாம் திருமதி கௌர் மிகவும்

கறாராகக் கண்காணிப்பார். வாஜ்பாய் இருந்த காலகட்டத்தில் நொறுக்குத்தீனியாக சமோசாக்கள், கச்சோரிகள் உண்பது வழக்கமாக இருந்தது. டாக்டர் சிங்கும் ஒன்றிரண்டு சமோசாக்களைச் சாப்பிடுகிறார் என்ற செய்தி திருமதி கௌரை அடைந்ததும் சமோசாவுக்குப் பதிலாக தோக்லாவைத் தரும்படிச் சொன்னார்.

பணி நேரத்தில் டாக்டர் சிங்குக்கு புத்துணர்ச்சி தருவது ஒரு கோப்பைத் தேநீரும் மாரி பிஸ்கட்களும்தான். வந்த புதிதில் எடிட்டர் களுடனான முதல் காலை உணவு விருந்துக்கு முன்னதாக விக்ரம் துரைசாமி உணவாக எதை ஆர்டர் செய்ய என்று கேட்டிருக்கிறார். வழக்கமாக எது சாப்பிடுவீர்களோ அது என்று பிரதமர் சொல்லி யிருக்கிறார். வாஜ்பாயின் காலகட்டத்தில் வழக்கமான உணவு என்றால் மிகவும் விரிவான விருந்து என்று பொருள். எனவே, விக்ரம் ஆங்கிலேய பாணியிலான காலை உணவுக்குத் தேவைப்படும் பருப்புவகைகள், பழங்கள், முட்டைகள், தென்னிந்திய காலை உணவுகளான இட்லி, தோசை, உப்புமா என விதவிதமாக தயாரிக்கச் சொல்லியிருந்தார். எடிட்டர்கள் மூன்றடுக்கு காலை உணவின் முதல் கட்டத்தைத் தாண்டுவதற்கு முன்பாகவே பிரதமர் பழங்கள், டோஸ்ட் சாப்பிட்டு முடித்துவிட்டு தேநீர் கொண்டுவரும்படிச் சொல்லி விட்டார். டாக்டர் சிங்கின் சிக்கனத்தைப் பார்த்து மிரளவேண்டாம். தயங்காமல் விருப்பம்போல் முழுவதுமாகச் சாப்பிடுங்கள் என்று சமிக்ஞை காட்டினேன்.

சௌத் பிளாக்கில் இருந்து ஒரு பிரதமர் பணி புரிவது என்பதும் புதிய விஷயமாகவே இருந்தது. வாஜ்பாய் பெரும்பாலும் 7, ஆர்.சி.ஆரில் இருந்தே பணிபுரிந்தார். டாக்டர் சிங் காலையில் சௌத் பிளாக்கில் இருந்து அலுவல்களைப் பார்ப்பார். மதிய உணவுக்காக 1.30க்கு வீட்டுக்குச் செல்வார். 4 மணிக்கு 7, ஆர்.சி.ஆருக்கு அல்லது சௌத் பிளாக்குக்கு வந்துவிடுவார். இரவு உணவுக்குச் செல்வதுவரை வேலை செய்வார்.

சௌத் பிளாக்கில் பிரதமரின் பிரமாண்டமான அறையின் கூரைகள் வெகு உயரத்தில் இருக்கும். தென் திசையில் இருக்கும் ஜன்னல்கள் எப்பொதும் மூடியே இருக்கும். அந்த அறையையொட்டி வேறொரு பெரிய அறையும் இருக்கும். அதன் கதவு பிரதமரின் நாற்காலிக்குப் பின்னால் இருக்கும். ஆடம்பரங்கள் குறைவாக இருக்கும். ஒரே ஒரு டேபிளும் விருந்தினர்களுக்கான சோஃபாவும் மட்டுமே இருக்கும். தேக்கு மரத்தாலான அந்த அறையின் சுவர்கள் ஒவ்வொரு பிரதமரின் குரலையும் கேட்டிருக்கும். 7,ஆர்.சி.ஆரில் பிரதமரின் பணியிடம் ராஜீவ் காந்தியின் காலத்தில் இருந்துதான் பயன்பாட்டில் இருந்து வருகிறது. சௌத் பிளாக்கில் இருக்கும் அறைபோல் பிரமாண்ட

மானதாக இருக்காது. எனினும் புல்வெளியும் அதில் மேயும் மயில்களுமாக ரம்மியமாக இருக்கும்.

ஒவ்வொரு நாளும் ஒவ்வொரு வருடமும் டாக்டர் சிங் தனக்கான வேலைகளைக் கச்சிதமாகத் திட்டமிட்டு செய்துவந்தார். அவர் விடுப்பு எடுத்துக்கொண்டதே இல்லை. மீட்டிங்குகளுக்கு இடைப் பட்ட நேரங்கள், வெளிநாடுகளில் இருக்கும்போது விமானம் புறப்படுவதற்கு முந்தைய நேரங்கள் என கிடைக்கும் நேரங்கள் மட்டுமே அவருக்கு விடுமுறை போல இருக்கும். அந்த நேரங்களை அவர் புத்தகங்கள் படிக்கவும் குடும்பத்தினருடன் செலவிடவும் பயன்படுத்திக்கொள்வார்.

ஒருதடவை, மே 2006-ல் பிர்லா இண்ஸ்டிட்யூட் ஆஃப் டெக்னாலஜியில் புதிய வளாகம் ஒன்றைத் திறக்க கோவாவுக்குப் போகவேண்டியிருந்தது. விழா சனியன்று நடந்தது. அன்று காலை கோவாவுக்குச் சென்று மாலையே திரும்புவதாகத் திட்டம். சனிக்கிழமை இரவை கோவாவில் கழித்துவிட்டு ஞாயிறு மாலையில் புறப்பட்டு வீடு திரும்புவோம் என்று பிரதமரின் மகள் தமனிடம் சொன்னேன். அப்பா சம்மதிக்கமாட்டாரே என்றார். வேலை எதுவும் இல்லாமல் ஒரு நாள் பொழுதை கோவாவில் செலவிட அவரைச் சம்மதிக்க வைக்கமுடியாதே. என் அதிஷ்டத்தை சோதித்துப் பார்க்கத் துணிந்து அந்தத் திட்டத்தை பிரதமரிடம் சொன்னேன்.

'எதற்கு' என்று பிரதரமர் கேட்டார்.

'அவருடன் வந்திருப்பவர்கள் ஒரு சனிக்கிழமை மாலையையும் ஞாயிற்றுக் கிழமை காலைப் பொழுதையும் கடற்கரையில் கழிக்க' என்று சொன்னேன்.

'என்னது? என்ன செய்யலாம் என்று சொல்கிறீர்கள்' என்று அதிர்ந்தார் பிரதமர்.

பிரதமரின் சிக்கன வாழ்க்கை மற்றும் விடுப்பு இல்லாமல் உழைத்தல் ஆகியவை பற்றி ஊடகங்கள் ஆர்வத்துடன் நிறைய எழுதியிருக்கின்றன. அதிலும் வாஜ்பாயின் சற்று ஓய்வான செயல் பாடுகளுடன் டாக்டர் சிங்கின் செயல்பாடுகளை ஒப்பிட்டு எழுதுவதுண்டு. அவர்களுக்கு இது தொடர்பான கதைகளை வழங்குவதில் எனக்கு மிகுந்த உற்சாகம் பிறக்கும்.

காலையில் சீக்கிரம் எழுந்து இரவில் தாமதமாகத் தூங்கும் பிரதமரின் வழக்கம் ஒரு சில சாதகங்களையும் வேறு சில பாதகங்களையும் கொண்டிருந்தது. சாதகம் என்னவென்றால் அப்படி அவர் அதிகாலையில் எழுந்து பி.பி.சி. செய்தியைப் பார்த்ததால்தான் 2004

சுனாமி பேரலை தாக்கியபோது இந்திய அரசு போர்க்கால நடவடிக்கை எடுக்க முடிந்தது. பேரிடர் மேலாண்மையும் தேசிய பாதுகாப்பு அல்லது உளவுத்துறை அமைப்புகளும் சொல்வதற்கு முன்பே பிரதமர் அந்தத் துயரச் செய்தியைக் கேட்டுவிட்டிருந்தார்.

அன்று காலையில் எனக்கு வந்த முதல் தொலைபேசி அழைப்பு சென்னையில் இருந்த ரமாவின் தந்தையிடமிருந்துதான். அவர் அப்போதுதான் கடற்கரைக்குச் சென்று கடல் நீர் மட்டம் அளவுக்கு அதிகமாக இருப்பதைக் கண்டு அதிர்ந்து திரும்பியிருந்தார். அதைத் தொடர்ந்து உடனே சுப்புவிடமிருந்து அழைப்பு வந்தது. பி.பி.சி. செய்தியைக் கேட்டு அதிர்ச்சி அடைந்திருந்த பிரதமர் சொன்னதன் பேரில் சுப்பு ஒவ்வொரு அதிகாரியாகத் தொடர்புகொண்டு தகவலைச் சொல்லிவந்தார். டாக்டர் சிங் மூலம் எழுப்பப்பட்ட கேபினட் செயலர் பி.கே.சதுர்வேதி பேரிடர் மேலாண்மைக் குழுவை உடனே அவசரமாகக் கூட்டினார்.

டாக்டர் சிங் நீண்ட நேரம் வேலை பார்ப்பதன் சாதகமான அம்சம் இதுவென்றால் அதன் பாதகமான அம்சம் - குறிப்பாக அவருடைய ஊடக ஆலோசகருக்கு - என்னவென்றால் நள்ளிரவுகளில் வரும் திடீர் அழைப்புகள். நான் ஏதேனும் பார்ட்டியிலோ அல்லது தூங்கிக் கொண்டோ இருப்பேன். பிரதமரிடமிருந்து அழைப்பு வரும். ஒருமுறை அவரிடமிருந்து அகாலத்தில் ஒரு தொலைபேசி அழைப்பு வந்தது: முது பெரும் தலைவரும் சோஷலிஸ சார்புகொண்ட அரசியல் வாதியுமான மது தண்டவதே இறந்துவிட்டதாக தொலைகாட்சியில் செய்தி வெளியாகியிருக்கிறது. அவருக்கு ஒரு இரங்கல் அஞ்சலிக் குறிப்பு உடனே ஊடகத்தில் வெளியிடவும்.

4

கூட்டணியைச் சமாளித்தல்

அவர் ஒரு மிகைப்படுத்தப்பட்ட பொருளாதார நிபுணரா என்று எனக்குத் தெரியாது. ஆனால், குறைத்து மதிப்பிடப்பட்ட அரசியல்வாதி என்பது நிச்சயம் தெரியும்.

திக் விஜய் சிங் என்.டி.டி.வி.யில், 2012.

சோனியா காந்தி காங்கிரஸின் கட்டுப்பாட்டைக் கையில் எடுத்துக் கொண்டதற்கு இரண்டு ஆண்டுகள் கழித்து பத்தியாளர் மோஹித் சென் 'டைம்ஸ் ஆஃப் இந்தியா'வில் ஒரு கட்டுரை எழுதினார். அதில் சோனியா காந்தியிடம் ஒப்படைக்கப்படவிருக்கும் வரலாற்றுச் சிறப்பு வாய்ந்த செயல் பற்றியும் அதை அவர் ஏற்றுக்கொள்ள வேண்டும் என்பது பற்றியும் எழுதியிருந்தார். இந்திய தேசிய காங்கிரஸின் முதல் பெண் தலைவரான அன்னி பெசண்ட் ஒரு ஐரோப்பியப் பெண்மணிதான். எனவே அந்தக் கட்சி இன்னொரு ஐரோப்பிய பெண்மணியால் மீண்டும் வழி நடத்தப்படவேண்டும் என்று சொல்லியிருந்தார்.

அப்போது நான் டைம்ஸ் ஆஃப் இந்தியாவின் தலையங்கப் பக்க எடிட்டராக இருந்தேன். அந்தக் கட்டுரை என் மேஜைக்கு வந்ததும் ஆச்சரியப்பட்டேன். மோஹித் 'மாமா' ஹைதராபாத்தில் இருந்த காலத்தில் இருந்தே என் அப்பாவின் நண்பர். என்னுடைய முதல் மார்க்சியப் பாடங்களை அவரிடம்தான் கற்றிருந்தேன். காங்கிரஸ் கட்சியின் தலைமைப் பொறுப்பை சோனியா ஏற்றுக்கொள்ள வேண்டும் என்ற அவருடைய ஆலோசனை சற்றும் பொருத்த மில்லாதது என்று அவரைத் தொலைபேசியில் அழைத்துச் சொன்னேன். இந்திய சுதந்தரத்துக்காகப் போராடிய கட்சி என்ற வகையில் நேரு-காந்தி குடும்பத்தைச் சாராத ஒரு எதிர்காலத்தைத்தானே அந்தக்

கட்சி பெறவேண்டும். ராஜீவின் விதவை மனைவி என்ற ஒரே காரணத்துக்காக சோனியாவை காங்கிரஸ் கட்சியின் தலைமைப் பொறுப்பில் அமர்த்திவிடவேண்டுமா? மோஹித்தின் ஆலோசனையைக் கேட்டு மக்கள் விழுந்து விழுந்து சிரிப்பார்கள். எனவே அந்தக் கட்டுரையை வெளியிடவேண்டாம் என்று கேட்டுக்கொண்டேன். அவருக்குப் பெரும் கோபம் வந்தது. நாங்கள் பிரசுரிக்கவில்லையென்றால் வேறு பத்திரிகையில் அதைப் பிரசுரித்துக்கொள்ளப் போவதாகச் சொன்னார். கடைசியில் அவர்மீது இருந்த அன்பினாலும் மரியாதையினாலும் அந்தக் கட்டுரையைப் பிரசுரித்தேன்.

மோஹித்தின் அந்தக் கட்டுரைதான் சோனியா காந்தியை தலைமைப் பதவி ஏற்கும்படிப் பொதுவெளியில் கேட்டுக்கொண்ட முதல் கட்டுரை. சோனியாவுக்கு நெருக்கமாக ஆகியிருந்த மோஹித் பின்னாளில் டாக்டர் சிங்கின் மீது மதிப்பு கொண்டவராகவும் ஆனார். 1990களின் ஆரம்பகட்டத்தில் டாக்டர் சிங் கொண்டுவந்த பொருளாதார சீர்திருத்தங்களை மோஹித் எதிர்த்தார். ஆனால், பின்னாளில் சோனியா பிரதமராவதில் எந்தப் பிழையும் இல்லை என்றாலும் டாக்டர் சிங் மிகச் சிறந்த பிரதமராக ஆக முடியும் என்று ஏற்றுக்கொண்டார்.

இந்திய சர்வதேச மையத்தில் மோஹித்தின் சுய சரிதை நூலை டாக்டர் சிங்தான் வெளியிட்டார். மோஹித் 2003-ல் இறந்ததையொட்டி சோனியா எழுதிய அஞ்சலிக் குறிப்பில் மோஹித் தன் வாழ்க்கையில் தந்தைபோல் உயரிய இடத்தில் இருந்தவர் என்று குறிப்பிட்டிருக்கிறார். மோஹித் இறந்த பிறகு டாக்டர் சிங் அந்த இடத்தை எடுத்துக்கொண்டார். ஒருவகையில் பார்த்தால் டாக்டர் சிங் சோனியாவுக்கு தந்தை போன்ற இடத்தில் இருப்பவர் அல்ல. எனினும் அவர்களுடைய உறவில் நிச்சயம் மாமன் போன்ற இடத்தில் இருக்கிறார்.

மோஹித் அடிப்படையில் இந்திரா காந்தியின் விசுவாசி. இந்திரா காந்தியின் வாரிசுகள் மேல் விசேஷ மரியாதை கொண்டவர். மேலும் காங்கிரஸ் கட்சியின் தலைமைப் பொறுப்பில் நேரு - காந்தி குடும்பத்தைச் சேர்ந்த ஒருவர் இல்லையென்றால் அந்தக் கட்சி துண்டு துண்டாகச் சிதைந்துவிடும் என்று அவர் நினைத்ததால்தான் சோனியா காந்தி அரசியலுக்குள் கட்டாயம் நுழையவேண்டும் என்று விரும்பினார். சிவில் சர்வீஸின் பணியாளர்கள், அரசு அதிகாரிகள், பத்திரிகை எடிட்டர்கள், அறிவுஜீவிகள், வர்த்தகத் தலைவர்கள் என நேரு, இந்திரா, ராஜீவ் ஆட்சிகாலத்தில் பதவியில் இருந்தவர்கள் அல்லது அவர்களுக்கு நெருக்கமானவர்களைக்கொண்ட, தில்லி தர்பாரின் அதிகார மேட்டுக்குடியினர் சோனியா அரசியலுக்கு

வரவேண்டும் என்றே விரும்பினர். நேரு-காந்தி குடும்பத்தினரின் கட்டுப்பாட்டில் இருந்த பல அறக்கட்டளைகளில் இவர்கள் பணிபுரிந்தும் வந்தனர். காங்கிரஸில் முதல் குடும்பத்துக்கு விசுவாச மாக இருந்ததன் மூலம் ஏதோவொரு வகையில் இவர்கள் அனைவருமே ஆதாயம் அடைந்திருந்தனர்.

இந்தக் கருத்துக்கு மாறான ஒன்றை நரசிம்ம ராவ் போன்ற காங்கிரஸ் காரர்கள் கொண்டிருந்தனர். 'இன்சைடர்' (உள் வட்ட ஆள்) என்று தன்னுடைய பகுதி சுயசரிதைக்குத் தலைப்பிட்டிருந்தபோதிலும் நேரு-காந்தி அதிகார மேட்டுக்குடியினரின் மத்தியில் தன்னை ஒரு வெளியாளாகவே அவர் கருதினார். காங்கிரஸ் கட்சி நூறாண்டு கால வரலாறு கொண்டது. சுதந்தரத்துக்காகப் போராடிய கட்சி. காந்தியால் உந்துதல் பெற்று வழிநடத்தப்பட்டது. மகாத்மாவான அவருக்கும் இன்றைய காந்திகளுக்கும் எந்தச் சம்பந்தமும் கிடையாது. எனவே, காங்கிரஸ் கட்சியானது நேரு-காந்தி குடும்பத்தைத் தாண்டி சிந்திக்க ஆரம்பிக்கவேண்டும் என்று நரசிம்ம ராவ் போன்றோர் நினைத்தனர்.

பெரும்பாலான பிராந்திய கட்சிகள் நிலவுடைமைக்கால மதிப்பீடு களுடன் அல்லது சர்வாதிகாரத்துடன் குடும்பக் கட்சிகளாக ஆகியிருக் கலாம். ஆனால், காங்கிரஸ் போன்ற முதுபெரும் அரசியல் கட்சி ஒன்று எப்படி ஒற்றைக் குடும்பத்துடன் மட்டுமே தன் எதிர்காலத்தை முடக்கிக் கொள்ளமுடியும்? குடும்ப அரசியலுக்கு ஆதரவு தெரிவித்தவர்களில் யாரும் இதை ஏற்றுக்கொள்ளவில்லை. சீதாராம் கேசரி வெளியேற்றப்பட்டதைத் தொடர்ந்து கட்சிப் பொறுப்புகளுக்கு வந்தவர்கள் சோனியாவின் தலையில் கட்சியின் கிரீடத்தைச் சூட்டினார்கள்.

சோனியா காந்தி முழு நேர அரசியலுக்குள் தீவிரமாக ஈடுபட முடிவெடுத்து 1998-ல் காங்கிரஸ் கட்சியின் தலைவராக ஆனபோது கட்சித் தலைமைக்கும் அரசுக்கும் இடையிலான தொடர்புகள் எப்படியாக இருக்கும் என்று ஒரு சிலரே யோசித்திருந்தனர். சோனியாதான் பிரதமராகவும் ஆவார் என்பதால் இதில் எந்தப் பிரச்னையும் வராது என்று அவருடைய விசுவாசிகள் நம்பினர். ஆனால், வேறு சிலரோ அவரை காங்கிரஸ் கட்சியின் தலைவராக ஏற்றுக்கொள்ளத் தயாராக இருந்தனர். ஆனால், அவர் இத்தாலியர் என்பதால் தேசத்தின் பிரதமராவதற்கு எதிர்ப்பு தெரிவித்தனர். இதனால்தான் சரத் பவார் போன்றவர்கள் கட்சியில் இருந்து பிரிந்து சென்று என்.சி.பி. என்ற கட்சியை 1999-ல் ஆரம்பித்தனர்.

2004-ல் டாக்டர் சிங் பிரதமராகப் பதவியேற்றதை இந்தப் பின்னணியில் தான் நாம் பார்க்கவேண்டும். சோனியா வெறுமனே கட்சித் தலைவராக மட்டுமே இருந்துகொண்டு டாக்டர் சிங்கை பிரதமராகச் செயல்படச் சொல்வாரா? கட்சிக்குள்ளிருந்தே அவருக்கு எதிர்ப்புகள்

கிளம்பியிருந்தன. அவரால் தேர்தலில் கட்சியை வெற்றி பெறவைக்க முடியாது என்ற விமரிசனங்கள் எழுந்திருந்தன. இத்தனைக்குப் பிறகும் எதிர்கட்சியாக இருந்த கட்சியைப் போராடி ஆட்சிக்கட்டிலில் ஏற்றியிருக்கிறார். எனவே, கட்சித் தலைமை மட்டுமே போதும் என்று இருந்துவிடுவாரா?

டாக்டர் சிங்கின் வியூகம் என்னவாக இருக்கும்? சோனியா காந்தி கட்சியின் தலைவராக மட்டுமே இருக்கட்டும். கூட்டணிக் கட்சிகளின் தலைவராக இருந்து சரத் பவார் உள்ளிட்ட காங்கிரஸ் அல்லாத தலைவர்களைக்கொண்ட ஆட்சியை நடத்தி தனக்கென தனி செல்வக்கை உருவாக்கி ஆட்சி அதிகாரத்தைத் தன் கட்டுக்குள் எடுத்துக்கொள்வாரா? அல்லது தினம் தினம் ஜன்பத் 10க்கு காவடி எடுத்து சோனியாவின் கைப்பாவையாக இருந்து ஆட்சி செய்வாரா? சில முதலமைச்சர்கள் இதற்கு முன் தமது கட்சி தலைவர்களுக்கு இப்படி விசுவாசமாக நடந்துகொண்டிருக்கிறார்கள். ஜோதி பாசு தன்னுடைய ஆட்சியின் ஆரம்ப கட்டங்களில் கம்யூனிஸ்ட் கட்சித் தலைவர் பிரமோத் தாஸ் குப்தாவுடன் தினமும் கட்சித் தலைமையகத்தில் சந்தித்துப் பேசுவது வழக்கம். மகாராஷ்டிராவில் சிவ சேனாவின் மனோஹர் ஜோஷி கட்சித் தலைவர் பால் தாக்கரேயைத் தினமும் சந்திப்பார்.

சோனியா தொடர்பான விஷயங்களில் எப்படி நடந்துகொள்வது என்பதுதான் டாக்டர் சிங்கின் முதல் மற்றும் மிகப் பெரிய அரசியல் சவால். ஒரு முதல்வரை மாநில அளவில் எப்படிப் பார்க்கிறார்கள் என்பதற்கும் ஒரு பிரதமரை இந்தியா முழுவதிலும் மற்றும் உலக அளவிலும் எப்படிப் பார்க்கிறார்கள் என்பதற்கும் மிகுந்த வேறுபாடு இருக்கிறது. பிரதமர் என்பவர் தேசத்தின் தலைவர். உலகுக்கு ஒரு நாட்டின் சர்வதேச முகமாக, அடையாளமாகத் திகழ்பவர். அனைத்து அரசாங்கத் தலைவர்களுடனும் தொடர்பில் இருந்தாக வேண்டி யிருக்கும். சுயமாகச் செயல்படுபவராக மற்றவர்கள் அவரை மதிக்க வேண்டும். எல்லாவற்றுக்கும் மேலாக டாக்டர் சிங்கை கூட்டணி கட்சிகளின் அனைத்து தலைவர்களும் ஏற்றுகொண்டார்கள். அதனால் தான் அவரால் பிரதமராக முடிந்தது.

1999-ல் சோனியா காந்தி ஆட்சி அமைக்கப் போதிய உறுப்பினர்களின் ஆதரவு இருப்பதாகச் சொன்னபோது முலாயம் சிங் ஆதரவு தர மறுத்துவிட்டார். எனவே, எனது பணி என்பது டாக்டர் சிங்கை ஒரு பிரதமராக வலுவாக முன்னிறுத்தவேண்டும்; அதே நேரம் சோனியா மற்றும் கட்சியுடனான அவருடைய உறவைச் சுமுகமாக வைத்திருக்கவும்வேண்டும் என்று தீர்மானித்தேன்.

2004 ஆகஸ்டில் முதல் சிக்கல் முளைத்தது. பிரதமரின் முதல் சுதந்திர தின விழா அணிவகுப்பு ஒத்திகைக்கு எஸ்.பி.ஜி. அமைப்பினர் என்னை வரச் சொல்லியிருந்தார்கள். ஆர்.சி.ஆரில் இருந்து செங்கோட்டைக்கு பிரதமரின் காரில் செல்லவேண்டும். ராஜ்காட்டில் மகாத்மா காந்தி சமாதியில் மலர் வளையம் வைப்பதுபோல் பாவனை செய்யவேண்டும். பிற நேரு-காந்தி குடும்பத்தினரின் சமாதிகளுக்கும் அதுபோலவே செய்யவேண்டும். செங்கோட்டையில் 40 நிமிடங்களைச் செலவிடவேண்டும். பிறகு ஆர்.சி.ஆர். திரும்ப வேண்டும். இதுதான் ஒத்திகையின் நிகழ்ச்சி நிரல்.

பாதுகாப்பு அமைச்சக அதிகாரியுடன் எல்லா இடங்களுக்கும் பிரதமரின் நகல்போல் போனேன். விழாவுக்கு வருபவர்களுக்கு இருக்கைகள் எங்கு, எப்படிப் போடப்பட்டிருக்கின்றன என்பதை ஆர்வத்துடன் பார்த்தேன். மேடைக்கு அடுத்ததாக முதல் வரிசையில் முதல் இருக்கை பிரதமரின் மனைவி திருமதி கௌருக்கு ஒதுக்கப் பட்டிருந்தது. அதன் பிறகான இருக்கைகள் எல்லாம் பாதுகாப்பு அமைச்சகத்தின் சம்பிரதாய விதிமுறைகளுக்கு ஏற்ப இந்திய கெஸட்டில் சொல்லப்பட்டிருப்பவற்றுக்கு ஏற்ப ஒவ்வொரு வருக்கும் இடம் ஒதுக்கப்பட்டிருந்தன. மூத்த கேபினட் அமைச்சர்கள், எதிர்கட்சித் தலைவர், உச்ச நீதிமன்றத்தின் தலைமை நீதிபதி, பிற உயர் அதிகாரிகள் என வரிசைப்படி இடம் ஒதுக்கப் பட்டிருந்தன. முதல் வரிசையில் சோனியா காந்தியின் பெயரே காணப்படவில்லை. சோனியா காந்திக்கு எங்கு இடம் ஒதுக்கப் பட்டிருக்கிறது என்று பாதுகாப்பு அதிகாரியைக் கேட்டேன். தன்னிடம் இருந்த பட்டியலை எடுத்துப் படித்துப் பார்த்தவர் நான்காவது அல்லது ஐந்தாவது வரிசையில் நடுவில் ஓர் இடம் ஒதுக்கப்பட்டிருப்பதாகச் சொன்னார். அதுவும் முன்பு காங்கிரஸில் இருந்தவரும் தற்போது பி.ஜே.பி.யில் சேர்ந்துவிட்டவருமான நஜ்மா ஹெப்துல்லாவின் அருகில் இடம் ஒதுக்கப்பட்டிருந்தது.

நான் அதிர்ச்சியில் உறைந்துவிட்டேன். இப்படியான இருக்கை ஒதுக்கீடு பிரதமருக்கு மிகுந்த மன வருத்தத்தைத் தரும். சோனியாவோ இதைப் பார்த்தால் கொதித்துப் போவார். ராஷ்டிரபதி பவனில் நடக்கும் எல்லா நிகழ்வுகளிலும் சோனியா காந்தி முதல் வரிசையில் முதல் ஆளாக அமர்ந்திருப்பார் என்பதை நினைவுகூர்ந்தேன். உடனே பிரதமர் அலுவலகத்தின் ஊடகத்துறையைச் சேர்ந்த முத்துகுமார் என்ற அதிகாரியைக் கூப்பிட்டேன். ஜனாதிபதியின் செயலகத்துடன் தொடர்புகொண்டு, அங்கு நடக்கும் விழாக்களில் மட்டும் சோனியா காந்திக்கு முதல் வரிசையில் எப்படி அவர்களால் இருக்கை ஒதுக்க முடிந்தது. அவர் வெறும் ஒரு எம்பி.தானே என்று கேட்கச்

சொன்னேன். மேலும் தேசிய காங்கிரஸ் கட்சியின் தலைவரும் கேபினட் ரேங்கும்கொண்ட ஒருவருக்கு நான்காவது ஐந்தாவது வரிசையில்தான் இருக்கை ஒதுக்கப்படுமா என்பதையும் கேட்கச் சொன்னேன்.

ஜனாதிபதி சங்கர் தயாள் சர்மாவின் காலகட்டத்தில் ராஷ்டிரபதி பவன் ஒரு சிறிய மாற்றத்தைச் செய்திருக்கிறது. 1992-லிருந்து 1997வரை ஜனாதிபதியாக இருந்த சர்மா முன்னாள் பிரதமரின் மனைவிக்கும் முன்னாள் பிரதமருக்குத் தரப்படும் அதே மரியாதை தரப்பட வேண்டும் என்று ஒரு திருத்தம் கொண்டுவந்திருக்கிறார். முன்னாள் பிரதமர் பொதுவாக தன் மனைவியுடன் விழாவுக்கு வரும்போது இருவருக்கும் அருகருகே இடம் ஒதுக்குவதுதானே முறையாக இருக்கும் என்ற யோசனையின் அடிப்படையில் அந்த மாற்றம் செய்யப்பட்டிருந்தது. முந்தைய பிரதமர்கள் விஷயத்தில் இந்தப் பிரச்னை எதுவும் வந்திருக்கவில்லை. நேரு, இந்திரா, மொரார்ஜி தேசாய், நரசிம்ம ராவ் ஆகிய அனைவருடைய வாழ்க்கைத் துணைகளும் முன்பாகவே உயிர் துறந்துவிட்டனர். பிற இறந்துபோன பிரதமர்களின் மனைவியர் அரசு விழாக்களில் பொதுவாகப் பங்கெடுத்ததில்லை. அரசியல் வாழ்க்கைக்கு வந்த முதல் பிரதம விதவை சோனியா காந்திதான்.

சோனியாவுக்கு கேபினட் அந்தஸ்து உண்டு. ஜூன் 4, 2004-ல் ஐ.மு.கூ-1 ஆட்சிக்கு வந்ததுமே அந்த அந்தஸ்து தரப்பட்டுவிட்டது. மந்திரிகளுக்கு இணையான சம்பளம், ஊக்கத்தொகைகள், பிற சலுகைகள் என அனைத்துமே அவருக்கும் தரப்பட்டிருந்தன. பிரதமருக்கும் அவருடைய மனைவிக்கும் அடுத்த இடத்தில் சோனியாவுக்கு மரியாதை தரப்படவேண்டும் என்று சொல்லப்பட்டிருந்தது.

சோனியாவின் அந்தஸ்து தொடர்பான ப்ரோட்டோகால் பிரச்னை பிரதமர் - கட்சித் தலைவர் சமன்பாட்டில் எழுந்த புதிய சிக்கல் என்றாலும் வேறுவகையான பிரச்னைகள் இது தொடர்பாக முன்பே எழுந்துள்ளன. கட்சித்தலைவர் (கம்யூனிஸ்ட் கட்சியைப் பொறுத்த வரையில் பொதுச் செயலர்) மற்றும் அரசாங்கத்தின் தலைவர் இடையிலான உறவுச் சிக்கல்கள் உலகம் முழுவதிலுமே இருந்திருக் கின்றன. ஜனநாயகம் நிலவாத சோவியத் யூனியன், சீனா போன்ற இடங்களில் அரசாங்கத்தின் தலைவருக்கும் கம்யூனிஸ்ட் கட்சித் தலைவரின் அதிகாரத்துக்கும் இடையிலான உறவு மிகவும் சிக்கலானது. ஜனநாயக அமைப்புகளிலும் கூட கட்சித் தலைவர் வேறாகவும் அரசின் தலைவர் வேறாகவும் இருக்கும் இடங்களில் நிலைமை குழப்பத்துடனே இருக்கும்.

இந்தியாவில் இந்தப் பிரச்னை சுதந்தரம் பெற்ற முதல் நாளிலேயே தலைதூக்கிவிட்டது. சுதந்தரத்துக்குப் பிந்தைய முதல் காங்கிரஸ் கட்சியின் தலைவராக ஆச்சார்ய கிருபளானி இருந்தார். ஜவாஹர்லால் நேருவின் அமைச்சரவை முக்கியமான தீர்மானங்களை எடுக்கும் முன் தன்னிடமும் கலந்தாலோசிக்க வேண்டும் என்று கிருபளானி கேட்டுக் கொண்டார். நேரு இந்தக் கோரிக்கையை நிராகரித்துவிட்டார். அரசு எடுக்கும் பெரிய முடிவுகள் பற்றி கட்சியிடம் லேசாகச் சொல்லலாம். ஆனால், ரகசிய காப்பு பிரமாணம் எடுத்துக்கொண்டிருக்கும் அமைச்சர்கள் அரசாங்கக் கோப்புகளை கட்சித் தலைவரிடம் காட்ட முடியாது என்று சொல்லிவிட்டார். நேரு கிருபளானியை துறை இல்லாத அமைச்சராக ஆட்சியில் பங்கேற்கும்படிக் கேட்டுக்கொண்டார். அப்போதுதான் அவரிடம் அமைச்சர்கள் ஏதேனும் வெளிப்படை யாகப் பேச முடியும். இல்லையென்றால், ரகசிய காப்பு பிரமாணம் எடுத்திருக்கும் அமைச்சர்கள் மட்டுமல்ல பிரதமரும்கூட ஆட்சிக்கு அப்பாற்பட்டவர்களிடம் எந்தத் தகவலையும் பகிர்ந்துகொள்ள முடியாது. காங்கிரஸ் கட்சித் தலைவருக்கும்கூட இதுதான் நிலை.

கிருபளானி நேருவின் பதிலை ஏற்கவில்லை. அவர் கேட்டுக் கொண்டதுபோல் ஆட்சியிலும் பங்குபெறவில்லை. காங்கிரஸ் தலைவர் பதவியில் இருந்து விலகினார். 1950-ல் நேருவே அரசாங்கத்தின் தலைவராகவும் கட்சியின் தலைவராகவும் இரண்டு பொறுப்புகளையும் ஏற்றுக்கொண்டார். 1954வரை அப்படியே தொடர்ந்தார். அதன் பிறகு யு.என்.திபாரை கட்சித் தலைவராக ஆக்கினார். 1959-ல் கட்சித் தலைவரான இந்திரா காந்தி பின்னர் பிரதமராக ஆனபோது காமராஜ், ஜக்ஜீவன் ராம், சங்கர் தயாள் சர்மா என பல காங்கிரஸ் கட்சித்தலைவருடன் சுமுகமாகச் செயல் பட்டிருக்கிறார். 1977-ல் தோற்றதும் கட்சித் தலைவர் பதவியை அவர் எடுத்துக்கொண்டார். 1980-ல் ஆட்சிக்கு வந்த பிறகும் கட்சித் தலைவராகவே தொடர்ந்தார். ராஜீவ் காந்தியும் 1991வரை கட்சித் தலைமையைத் தன்வசமே வைத்திருந்தார்.

கட்சித் தலைமையையும் ஆட்சித் தலைமையையும் ஒரு சேரவைத் திருப்பதே நல்லது. அப்போதுதான் அரசாங்கத்தின் புதிய செயல் திட்டங்களுக்கு முழு ஆதரவு கிடைக்கும். கட்சிக் கொள்கையைவிட சுய முன்னேற்றங்களே, ஆதாயங்களே பிரதானமாகிவிட்டிருக்கும் காங்கிரஸ் கட்சியில் இரண்டு பதவிகளும் ஒருவரிடம் இருப்பதே நல்லது.

ராஜீவ் காந்தியின் மறைவுக்குப் பிறகு நரசிம்ம ராவ் கட்சித் தலைவரானார். 1991-ல் பிரதமரான பிறகும் அந்தப் பதவியைத் தொடர்ந்து வகித்தார். எனினும் 1992-ல் திருப்பதியில் நடந்த அகில இந்திய காங்கிரஸ்

கமிட்டிக்கூட்டத்தில் அர்ஜுன் சிங், என்.டி.திவாரி போன்றோர் இரண்டு பதவிகளையும் தனித்தனியாக இருவர் பார்த்துக்கொள்ள வேண்டும் என்று போர்க்கொடி எழுப்பினர். கட்சித் தலைவராக இரண்டாம் முறை தேர்ந்தெடுக்கப்பட நரசிம்மராவ் சிரமப்பட வேண்டியிருந்தது. அதில் வெற்றி பெற்றதும் 1996-ல் பொதுத் தேர்தலில் தோற்கடிக்கப்படுவதுவரை அந்தப் பதவியையும் தக்க வைத்திருந்தார். அவருக்குப் பிறகு சீதாராம் கேசரி கட்சித் தலைமையை ஏற்றுக்கொண்டார். 1998-ல் அந்தப் பொறுப்பை சோனியாவிடம் ஒப்படைத்தார். லோக் சபாவில் கட்சியின் தலைவராக இருந்த சோனியா ராஜ்ய சபாவில் கட்சியின் தலைவராக மன்மோகன் சிங்கை நியமித்தார். சோனியா மன்மோகன் சிங் மீது வைத்திருந்த மரியாதைக்கான ஆரம்பகட்ட அறிகுறி இது.

சோனியா, பிரதமர், அர்ஜுன் சிங், ஏ.கே.ஆண்டனி, பிரணாப் முகர்ஜி மற்றும் சோனியாவின் அரசியல் ஆலோசகர் அஹமது படேல் ஆகியோரைக்கொண்ட காங்கிரஸின் 'பிரதான குழு' வாரம் ஒரு தடவை கலந்து பேசும். சோனியா சொல்ல விரும்பும் சில செய்திகள் புலோக், படேல் மூலமாக மன்மோகனுக்குத் தெரியப்படுத்தப்படும். சில நேரங்களில் சோனியா டாக்டர் சிங்குடன் தொலைபேசியில் பேசுவார். இவை நீங்கலாக ஐ.மு.கூ. முதல் ஆட்சி காலத்தின்போது சோனியாவுக்கும் டாக்டர் சிங்குக்கும் இடையில் வேறு எந்தவித பரிமாற்றங்களும் இருந்திருக்கவில்லை. பிரதான குழு வாரந்தோறும் 7, ஆர்.சி.ஆரில் சந்தித்துப் பேசுவதுண்டு. சோனியா முதலில் கூட்டத்துக்கு வந்துவிடுவார். பத்து நிமிடம் மன்மோகன் சிங்குடன் தனியாகப் பேசுவார். அவர்கள் பேசி முடித்ததும் மற்றவர்கள் அழைக்கப்படுவார்கள். டாக்டர் சிங் அந்தப் பிரதான குழுக் கூட்டத்தில் பெரும்பாலும் எதுவும் பேசமாட்டார். மற்றவர்கள் பேசுவதைக் கேட்டுக்கொள்வார். அதன் பிறகு சோனியாவிடம் கலந்து பேசிய பிறகு ஒரு முடிவெடுப்பார்.

இரு தலைவர்களின் குடும்பத்தினரிடையும் எந்தவித தொடர்பும் இருந்திருக்கவில்லை. திருமதி கௌரும் சோனியாவும் மிகவும் அரிதாக பொது நிகழ்ச்சிகளில் மட்டுமே சந்தித்துக் கொண்டிருக் கிறார்கள். டாக்டர் சிங்கின் குழந்தைகளும் சோனியாவின் குழந்தைகளும்கூட இரு தலைவர்களுடன் கூட்டங்களில் பொது வாகக் கலந்துகொண்டதும் இல்லை. எப்போதாவது டாக்டர் சிங்கை சோனியா குடும்ப விவகாரங்கள் தொடர்பாக அழைத்துப் பேசுவார்.

சோனியா மிகவும் நெருக்கமாக உணர்ந்த அவருடைய அப்பாவும் அம்மாவும் இறந்துவிட்ட பிறகு வழிகாட்டவோ ஆதரவு சொல்லவோ முதியவர்களாக அவருக்கு யாரும் இருந்திருக்க வில்லை. ராஜீவின் நண்பர்கள் சதீஷ் சர்மா, சாம் பிட்ரோடா, சுமந்த் தூபே போன்றோர் எல்லாருமே சோனியாவின் சம வயதினர். ராகுல் காந்தியின் சொந்த வாழ்க்கை குறித்துப் பேச ஒரே ஒரு தடவை சோனியா டாக்டர் சிங்கைச் சந்திக்க வந்தார். அதைத் தொடர்ந்து டாக்டர் சிங் ராகுலை ஒரு நாள் தன்னுடன் மதிய உணவு அருந்த அழைத்துப் பேசினார்.

தனியாக இருக்கும்போது மன்மோகன் என்று பெயர் சொல்லியே சோனியா அழைப்பார். மேற்கத்தியப் பின்னணி கொண்ட அவருக்கு பிற எந்த தலைவர்களைவிடவும் மன்மோகனிடமே நெருக்கமும் அன்பும் அதிகம் என்பதை வெளிப்படுத்தும் ஒன்றுதான் அது. பதிலுக்கு டாகடர் மன்மோகன், எப்போதுமே சோனியாஜி என்றோ திருமதி காந்தி என்றோ பழங்கால முறைப்படி மரியாதையுடனே அழைப்பார். 7, ஆர்.சி.ஆர்-ல் நடக்கும் ஐ.மு.கூ வருடாந்தரக் கூட்டத்தில் சோனியா தன் இருக்கையில் இருந்து எழுந்து மைக் முன்னால் சென்று பேசப்போவதுவரை டாக்டர் சிங்கும் எழுந்து நின்று மரியாதை செய்வார். வேறு காங்கிரஸ்காரர்கள் யாரும் இதுபோல் செய்வது கிடையாது. ஒரு பெண்மணி எழுந்திருக்கும் போது ஆணும் எழுந்து மரியாதை கொடுப்பது மேற்கத்திய வழக்கம். அதே மேற்கத்திய வழக்கத்தில் ஆண் எழுந்து நின்றால் பெண் எழுந்து மரியாதை செய்ய வேண்டிய அவசியம் கிடையாது. எனவே, சோனியா எழுந்து நிற்கமாட்டார். ஆனால், தில்லியின் அரசியல் பத்திரிகையாளர்கள் இதுபோல் டாக்டர் சிங் அளவுக்கு அதிகமாக சோனியா மீது மரியாதையுடன் இருப்பதை நமட்டுச்சிரிப்புடன் வேடிக்கை பார்ப்பார்கள்.

சோனியாவுக்கு அறுபது வயதானபோது டாக்டர் சிங் தனிப்பட்ட முறையில் சோனியாவின் துணிச்சல் மற்றும் தன்னம்பிக்கையைப் பாராட்டி வாழ்த்து மடல் அனுப்பினார்: ‘இளம் வயதிலேயே கணவனை இழந்துவிட்டார். மிகவும் கடினமான சமூக, அரசியல் மற்றும் உயிராபத்து நிறைந்த சூழலில் இரண்டு குழந்தைகளை வளர்த்து ஆளாக்கும் பெரும் பொறுப்பு அவருக்கு இருந்தது. சோனியா தலைமைப் பொறுப்பை ஏற்காவிட்டால் கட்சி சிதைந்துவிடும் என்று பயந்த காங்கிரஸ்காரர்கள் தன்னைச் சந்தித்து தன் மனதை மாற்ற அவர் அனுமதி கொடுத்தார்.’ இதையெல்லாம் சொல்லி டாக்டர் சிங், சோனியாவின் துணிச்சலையும் நெருக்கடிகளையெல்லாம் எதிர்த்து கட்சியை மீண்டும் ஆட்சிக் கட்டிலில் அமர்த்திக்காட்டிய சாதனையையும் திறமையையும் பாராட்டினார்.

எப்போதாவது சோனியாவுக்கு உடல் நிலை மோசமாக இருந்தால் டக்டர் சிங் அக்கறையுடன் தொலைபேசியில் அழைத்து விவரம் கேட்பதுண்டு. இதில் இருந்தும் இருவருக்கிடையிலான இதமான நல்லுறவு வெளிப்பட்டது. டாக்டர் சிங்கும் சோனியாவும் பரஸ்பரம் முழு நம்பிக்கை கொண்டிருந்தார்கள் என்பதை நம்பாமலிருக்க என்னளவில் எந்தக் காரணமும் இல்லை. ஊடகங்களில் இருவருக்கும் இடையில் கருத்து வேறுபாடுகள் இருப்பதாகச் செய்திகள் வெளியாகும். சில பொறாமை பிடித்த காங்கிரஸ்காரர்கள் அல்லது கெடுமதிகொண்ட பத்திரிகையாளர்கள் இந்த விஷயங்களைச் சொல்லியிருப்பார்கள். சிலர் என்னைக்கூட அந்தக் கருத்து வேறு பாட்டுக்குக் காரணம் என்று சொல்வார்கள். கொள்கைகள் சார்ந்து இருவருக்குமிடையில் கருத்து மோதலே இருந்ததில்லை என்று அர்த்தமில்லை. அப்படி இருந்த கருத்து வேறுபாடுகளைத் தனிப்பட்ட சந்திப்பில் பேசித் தீர்த்துக்கொள்வார்களே தவிர பொது வெளியில் அப்படி எதுவும் எழ பிரதமர் ஒருபோதும் இடம் கொடுத்ததில்லை.

மந்திரி பதவி தொடர்பாக பிரதமர் சொல்லும் ஆலோசனைகளைக் காலப்போக்கில் சோனியா கேட்கத் தொடங்கினார்; என்றாலும் ஒரு கட்சித் தலைவர் என்ற நிலையில் மந்திரி பதவிகளை யாருக்குத் தரவேண்டும் என்று சொல்லும் அதிகாரம் சோனியாவுக்கு உண்டு என்பதை பிரதமர் ஒருநாளும் கேள்விக்கு உட்படுத்தியதில்லை. மந்திரி பதவிகளைத் தீர்மானிக்கும் முழு அதிகாரமும் பிரதமரிடமே இருக்கவேண்டும் என்று நான் சொல்வது நடைமுறை சாத்திய மில்லாத விஷயம்தான் என்றாலும் துணை அமைச்சர்கள் நியமனத்திலாவது பிரதமருக்கு அதிகாரம் இருக்கவேண்டும் என்று நினைத்தேன். நேரம் கிடைக்கும்போதெல்லாம் அதை பிரதமரிடம் சொல்லவும் செய்வேன்.

உதாரணமாக, ஜெய்ராம் ரமேஷை மந்திரி சபையில் சேர்க்கலாமா என்று 2005-ல் ஒருமுறை என்னிடம் கேட்டார். அவர் உங்கள்மீது கூடுதல் விசுவாசத்தை வெளிப்படையாகக் காட்டினால்தான் அவரை நியமிக்கவேண்டும் என்று சொன்னேன். சில நாட்கள் கழித்து டி.என்.நினன் வீட்டில் கிறிஸ்துமஸ் கொண்டாட்டத்தின்போது மாண்டேக் சிங் என்னைப் பார்த்து நீ ஏன் ஜெய்ராம் ரமேஷின் நியமனத்தை எதிர்க்கிறாய் என்று கேட்டார். இது எனக்கு அதிர்ச்சி யாக இருந்தது. நான் விளக்கமாகப் பதில் சொன்னேன்: நான் எதிர்க்க வில்லை. இளம் காங்கிரஸ் எம்பிக்கள் மந்திரியாக நியமிக்கப்படும் போது அது பிரதமர் மூலமாகக் கிடைத்த பதவி; சோனியா மூலமாக அல்ல என்று மதிக்கவேண்டும் என்றுதான் சொன்னேன் என்றேன்.

அதன் பிறகு என்ன நடந்தது என்று தெரியவில்லை. ஜனவரி 2006-ல் வர்த்தக அமைச்சராக ஜெய்ராம் ரமேஷ் நியமனம் பெற்றார். சோனியாவின் நண்பர் சுமன் துபேயைச் சந்தித்து ஜெய்ராம் நன்றி சொன்னதாக நான் கேள்விப்பட்டபோது ஆச்சரியப்படவில்லை.

அரசியல் என்பது அதிகாரம் மற்றும் சிபாரிசுகளைச் சார்ந்தது. மந்திரி பதவிகள் எல்லாம் ஒரு தனிப்பட்ட நபரின் திறமைகளை மட்டுமே பார்த்து தரப்படுவதில்லை. ஒரு தலைவருக்கு அவர் எந்த அளவுக்கு விசுவாசமாக இருக்கிறார் என்பதை வைத்தே தரப்படுகின்றன. காங்கிரஸ் கட்சியினரைப் பொறுத்தவரையில் அவர்கள் திருப்திப் படுத்த வேண்டிய தலைவர் சோனியாவே. பிரதமருக்கு விசுவாசமாக இருந்தாகவேண்டும் என்ற அரசியல் நிர்பந்தம் அவர்கள் யாருக்கும் இருந்திருக்கவில்லை. சோனியாவும் அவருடைய குழுவினரும் எதிர்பார்த்ததுபோல் யாரிடமிருந்தும் எந்தவித விசுவாசத்தையும் பிரதமரும் எதிர்பார்த்திருக்கவில்லை.

ஜெய்ராம் ரமேஷ் தனது விசுவாசம் யார் பக்கம் என்பதை மந்திரிப் பதவியேற்ற ஒரு சில வாரங்களிலேயே வெளிப்படுத்தினார். ASEAN உறுப்பு நாடுகளுடன் தடையற்ற வர்த்தகத்துக்கான ஒப்பந்தம் கையெழுத்திடப்படவேண்டும் என்பதில் பிரதமர் மிகுந்த ஆர்வம் கொண்டிருந்தார். ஆனால் இது தொடர்பாக எச்சரிக்கை தெரிவித்து பிரதமருக்கு சோனியா ஒரு கடிதம் எழுதியிருந்தார். ஜெய்ராம் ரமேஷ் அந்தக் கடிதத்தை ஊடகங்களுக்குக் கசியவிட்டார்.

ASEAN உறுப்பு நாடுகளுடன் தடையற்ற வர்த்தகம் தொடர்பான ஒப்பந்தம் கையெழுத்தானால் வேகமாக வளர்ந்துவரும் ஆசிய சந்தையில் சீனாவின் வளர்ச்சியை ஒரு கட்டுக்குள் கொண்டுவந்து இந்தியா பொருளாதார வல்லமை பெற உதவும் என்று பிரதமர் நினைத்தார். ஆனால், சி.பி.எம். கட்சியோ மேற்கு வங்காளம் மற்றும் கேரளாவில் இருக்கும் தோட்டத் தொழிலாளர்களின் நிலைமையை அது பாதிக்கும் என்று சொல்லி அந்த ஒப்பந்தத்தை எதிர்த்தது. இதனால் கேரள காங்கிரஸ் உறுப்பினர்களும் அந்த ஒப்பந்தத்தைக் கைவிடும்படி மத்திய தலைமைக்கு நெருக்கடி கொடுத்தனர். இந்த விஷயங்களையெல்லாம் சோனியா தன் கடிதத்தில் தெரிவித்திருந்தார். பொதுவாக இப்படியான கடிதங்களை சோனியா பிரதமருக்கு எழுதுவது கிடையாது. அஹமது படேல், புலோக் சட்டர்ஜி போன்ற நபர்கள் மூலமாகத் தனது கருத்துகளைத் தெரிவிப்பார். அல்லது நேரடியாகத் தானே பேசிவிடுவார். ஆனால், அவரே ஒரு கடிதம் எழுதிவிட்டதால் பிரதமரும் தடையற்ற வர்த்தகத்தை ஆதரித்து ஒரு கடிதம் எழுதவேண்டி வந்தது. அந்தக் கடிதத்தில்:

தடையற்ற வர்த்தக ஒப்பந்தம் உட்பட பிராந்திய வர்த்தக ஒப்பந்தங்கள் எல்லாம் நமது புவிசார் அரசியல் மற்றும் பொருளதார நலன்களின் அடிப்படையிலான நீண்ட ஆலோசனைக்குப் பிறகே உருவாக்கப்பட்டிருக்கின்றன. இந்தியாவின் உள்ளூர் சந்தை மிகப் பெரியது. என்றாலும் முந்தைய ஆட்சிகளின் உள்ளொடுங்கிய கொள்கைகள் மூலம் கிடைத்த அனுபவங்கள் மற்றும் சர்வதேச அனுபவங்கள் எல்லாமே சர்வதேச வர்த்தகத்துடன் பொருளாதார உறவுகள் கொள்வது நன்மை பயக்கும் என்றே தெரிவிக்கின்றன.

சிறிது நாட்கள் கழித்து பிரதமருக்கு சோனியா அனுப்பிய தனிப்பட்ட கடிதமானது 'பிஸினஸ் ஸ்டேண்டர்டு' பத்திரிகையில் முதல் பக்கச் செய்தியாக வெளியானது. டாக்டர் சிங்குக்குக் கோபம் வந்தது. யார் மூலம் அந்தக் கடிதம் ஊடகத்தில் வெளியானது என்பதைக் கண்டுபிடிக்கும்படி எனக்கு உத்த்ரவிட்டார். அதன் எடிட்டர் டி.என்.நினனிடம் கேட்டேன். யார் மூலம் கிடைத்தது என்ற தகவலைச் சொல்லமுடியாது என்று மறுத்துவிட்டார். அது தெரிந்த விஷயம்தான். ஆனால், எனக்குத் தெரிந்த ஒரு பத்திரிகையாளர் ஜெய்ராம் ரமேஷ்தான் அந்தக் கடிதத்தைக் கசியவிட்டார் என்ற தகவலைச் சொன்னார். நான் பிரதமரிடம் விஷயத்தைச் சொன்னேன். அவர் உடனே ஜெய்ராமை போனில் அழைத்துக் கடிந்துகொண்டார். ஆனால், ஜெய்ராம் ரமேஷோ தனக்கு எதுவுமே தெரியாது என்று சொன்னார்.

சோனியா பிரதமருக்கு அனுப்பிய கடிதம் பொது அரங்கில் வெளியிடப்பட்டதால், பிரதமர் சோனியாவுக்கு அனுப்பிய கடிதத்தையும் பொது அரங்கில் வெளியிடுவது சரியானதாகத்தான் இருக்கும் என்று பிரதமரிடம் சொல்லி சம்மதம் பெற்றேன். அந்தக் கடிதத்தை ஊடகங்களுக்குக் கொடுத்தேன். அவர்கள் இருவரிடையே யான இப்படியான கருத்து வேறுபாடுகள் பொது அரங்குக்கு வருவது மிகவும் அரிது. எனவே, குட்டையைக் குழப்ப நினைத்தவர்களின் கவனத்தை இந்த விவகாரம் ஈர்த்தது.

பிரதமருக்கும் சோனியாவுக்கும் இடையே அன்றாடச் செய்திகள், தகவல்கள் எல்லாம் அஹமது படேல் மற்றும் புலோக் சட்டர்ஜி மூலமாகவே பொதுவாக பரிமாறிக்கொள்ளப்படும். அரசியல் விவகாரங்கள் தொடர்பாகத் தகவல் சொல்வது, முக்கியமான அம்சங் களில் ஆலோசனை பெறுவது ஆகியவற்றுக்காக சோனியாவை புலோக் சந்திப்பது வழக்கம். சோனியாவுக்கும் டாக்டர் சிங்குக்கு இடையிலான அரசியல் தொடர்பாளராக அஹமது பட்டேல் இருந்தார். தேசியமயமாக்கப்பட்ட வங்கிகள், பொது அரசு நிறுவனங்கள் ஆகியவற்றில் காங்கிரஸ் கட்சியினரை நியமிக்கச்

சொல்லித்தான் புலோக்குடன் அஹமது சௌத் பிளாகுக்கு பெரும்பாலும் வருவார்.

படேல் பிரதமரை அவ்வப்போது சந்திப்பதுண்டு. அந்தச் சந்திப்பு எப்போதும் 7, ஆர்.சி.ஆரில் வைத்துத்தான் நடக்கும். எப்போதாவது இந்தச் சந்திப்புகள் அடிக்கடி நடந்ததென்றால் மந்திரி சபை மாற்றம் நடக்கவிருக்கிறது என்றுதான் அர்த்தம். யாரைப் புதிதாக நியமிக்க வேண்டும்... யாரை பதவியில் இருந்து நீக்கவேண்டும் என்ற பட்டியலை பட்டேல்தான் இருவருக்குமிடையே கொண்டுசெல்வார். பட்டேல் மிகவும் மரியாதையும் பணிவும் மிகுந்தவர். சோனியாவின் நம்பகமான நபராக இருந்த அவர் ஒருபோதும் தன் அதிகாரத்தை வெளிப்படுத்தியதில்லை. டாக்டர் சிங்குடன் அவர் மிகவும் பணிவாக மதிப்புடன் நடந்துகொள்வார். சோனியாவின் நம்பத்தகுந்த தூதராக விளங்கியதால் தீர்மானங்கள் எடுப்பதில் கடைசிகட்டம்வரை தன் செல்வாக்கைச் செலுத்துவார்.

ஒருதடவை புதிய மந்திரிகள் பட்டியல் ஜனதிபதிக்கு அனுப்பப்படவிருந்த கடைசி நிமிடத்துக்கு முன்பாக பிரதமருடைய அலுவலகத்துக்கு வந்து சேர்ந்தது. ஏற்கெனவே பட்டியலானது தயாரிக்கப்பட்டு பிரதமரின் கையெழுத்தும் பெறப்பட்டுவிட்டிருந்தது. ஜனாதிபதிக்கு அனுப்ப வேண்டியதுதான் பாக்கி. அஹமது பட்டேல் புதிதாக ஒரு பெயரைச் சேர்க்கச் சொன்னார். புதிதாக மீண்டும் தட்டச்சு செய்து நேரத்தை வீணாக்கவேண்டாம். ஏற்கெனவே இருக்கும் பெயரை வெண்ணிற மையினால் அழித்து அதன் மேல் இந்தப் பெயரை அடித்தால் போதும் என்று சொன்னார். அப்படியாக, உத்தராகண்ட் எம்.பி. ஹரீஷ் ராவத்தின் பெயர் அடிக்கப்பட்டு ஆந்திர எம்.பி. சுப்பிராமி ரெட்டியின் பெயர் சேர்க்கப்பட்டது. ஹரீஷ் ராவத் இப்போது உத்தராகண்டின் முதலமைச்சராக இருக்கிறார்.

அஹமது பட்டேலை நான் அதிகம் சந்தித்துப் பேசியதில்லை. ஆனால், பேசிய சந்தர்ப்பங்களில் எல்லாம் அவர் மிகவும் நட்பார்ந்த முறையில் இதமாகப் பேசுவார். நான் பிரதமரின் அலுவலகத்தில் இருந்த நாட்களில் இரண்டு முறை மட்டுமே அவருடன் கணிசமான நேரம் பேசியிருக்கிறேன். நரசிம்ம ராவ் இறந்ததைத் தொடர்ந்து முதல் சந்திப்பு நிகழ்ந்தது. நான் டாக்டர் சிங்குடன் தில்லியின் மோதிலால் நேரு மார்கில் இருந்த ராவின் இல்லத்துக்குச் சென்றேன். பிரதமர் உள்ளே நுழைந்ததும் அஹமது படேல் என்னைத் தனியாக அழைத்துச் சென்றார். பிற காங்கிரஸ் பிரதமர்களைப் போலவே ராவின் உடலையும் தில்லியிலேயே எரியூட்டவேண்டும் என்று அவருடைய குழந்தைகள் விரும்பினர்.

யமுனை நதிக்கரையில் மகாத்மா காந்தியின் நினைவிடத்துக்கு அருகில் நேரு, இந்திரா, ராஜீவ் என காங்கிரஸ் பிரதமர்களின் அருமை யான நினைவிடங்கள் அவர்கள் எரியூட்டப்பட்ட இடத்தில் கட்டப் பட்டிருந்தன. காங்கிரஸ் பிரதமராக இல்லாத சரண் சிங், வெறும் எம்பியாக மட்டுமே இருந்த சஞ்சய் காந்தி ஆகியோருக்குக் கூட அழகான நினைவிடங்கள் அங்கு கட்டப்பட்டிருந்தன. ஆனால், நரசிம்மராவின் உடலை ஹைதராபாத்துக்குக் கொண்டு செல்லும்படி அவருடைய குழந்தைகளான ரங்கா, பிரபாகர், வாணி ஆகியோரைச் சம்மதிக்கவைக்கும்படி என்னிடம் அஹமது படேல் கேட்டுக் கொண்டார். ராவின் நினைவிடம் தில்லியில் இருப்பதை சோனியா விரும்பவில்லை என்று எனக்கு நன்கு புரிந்தது.

அஹமது பட்டேல் என்னிடம் சொன்னதை யோசித்துப் பார்த்தேன். ராவின் குடும்பத்தினரிடம் இந்த தகவலை என்னால் சொல்லி சம்மதிக்க வைக்கமுடியாது. அவர்களுடைய கோரிக்கையில் ஒரு நியாயம் இருக்கிறது. அதைக் கேட்கும் உரிமை அவர்களுக்கு முழுவதுமாக இருக்கிறது. இந்த விஷயத்தில் நான் ஏன் தலையிட வேண்டும். ராவின் குழந்தைகளைச் சந்தித்து ஆறுதல் சொல்லிவிட்டு அவர்களிடம் வேறு எதுவும் பேசாமல் திரும்பிவிட்டேன். ஆந்திர முதல்வர் வொய்.எஸ்.ராஜசேகர ரெட்டியையும் உள் துறை அமைச்சர் சிவ்ராஜ் பாட்டிலையும் வைத்து ராவின் உடலை ஹைதராபாத்துக்குக் கொண்டு செல்ல அவருடைய குடும்பத்தினரிடம் சம்மதம் பெற்று விட்டதாக மாலையில் செய்தி கிடைத்தது. விமான நிலையத்துக்குக் கொண்டு செல்லும்வழியில் காங்கிரஸ் தலைமையகத்துக்குக்கூட உடலைக் கொண்டுவரக்கூடாது என்று காங்கிரஸ் தலைவர்கள் மறுத்துவிட்டனர். ஹைதராபாத்தில் நடந்த எரியூட்டலில் சோனியா பங்கெடுக்கவில்லை.

2007-ல் இதுபோல் மீண்டும் காங்கிரஸ் கட்சி இதே விஷயத்தை செயல்படுத்த முயன்றது. முன்னாள் பிரதமர் சந்திரசேகர் இறந்ததைத் தொடர்ந்து அவருடைய உடலை ஹரியானாவில் போண்ட்ஸியில் இருந்த அவருடைய பண்ணையில் எரியூட்டச் சொல்லி அவருடைய மகனிடம் சொல்லியிருக்கிறார்கள். அவரோ அதற்கு மறுத்துவிட்டார். என் தந்தையின் உடலை தில்லியில் உரிய அரசு மரியாதையுடன் எரியூட்டவில்லையென்றால் தில்லியில் இருக்கும் லோதி மயானத்தில் எரியூட்டிக்கொள்கிறோம் என்று சொல்லிவிட்டார். உடனே அரசு அவசரமாக தன் நிலைப்பாட்டை மாற்றிக்கொண்டு யமுனை நதிக்கரையில் ஏக்தா ஸ்தலத்தில் சந்திரசேகரின் உடலை எரியூட்டியது.

தெலங்கானா ராஷ்டிர சமிதி தலைவர் சந்திர சேகர ராவ் விவகாரம் தொடர்பாக அஹமது பட்டேன் என்னை இரண்டவது முறையாக சந்தித்துப் பேசினார். அப்போது சந்திர சேகர ராவ் கேபினட் அமைச்சராகவும் இருந்தார். பிரதமர் தன்னுடன் பேசியபோது ஒரு விஷயம் சொல்லியிருந்தார் என்று சந்திர சேகர ராவ் ஊடகங்களில் செய்தி வெளியிட்டிருந்தார். நான் அதை அரசு சார்பில் மறுத்து ஓர் அறிக்கை வெளியிட்டிருந்தேன். அதனால் என்னைப் பதவில் இருந்து நீக்க வேண்டும் என்று சந்திரசேகர ராவ் சொன்னார்.

ஒருமுறை பிரதமரைச் சந்தித்தபோது தெலுங்கானா விஷயத்தில் சீக்கிரம் முடிவெடுக்கும்படிக் கேட்டுக்கொண்டதாக சந்திர சேகர ராவ் சொல்லியிருந்தார். பிரதமரை அவர் சந்தித்தது உண்மைதான். ஆனால், தெலங்கானா பற்றி எதுவும் பேசியிருக்கவில்லை. அவர்கள் உண்மையில் என்ன பேசினார்கள் என்று தெலுங்கு ஊடகத்தினர் என்னை வற்புறுத்திக் கேட்டபோது இதை நான் சொன்னேன். நான் அமைச்சரிடம் மன்னிப்புக் கேட்டு பிரச்னைக்கு முடிவு கட்ட வேண்டும் என்று அஹமது படேல் என்னைக் கேட்டுக்கொண்டார். நான் சொன்னதுதான் உண்மை. எனவே மன்னிப்பு கேட்கவேண்டிய அவசியமே இல்லை. ஆனால், பிரதமர் மன்னிப்பு கேட்கச் சொன்னால் நிச்சயம் கேட்பேன் என்று சொன்னேன். அதாவது நான் பிரதமருடைய பேச்சுக்கு மட்டுமே கட்டுப்பட்டவன் என்பதை அவருக்குப் புரியவைத்தேன். அந்த விஷயம் அதோடு முடிந்தது.

ராவ் என்னைப் பலவிதமாகத் திட்டிவிட்டு அதன் பிறகு அமைதியானார். அதன் பிறகு சில வாரங்கள் கழித்து 7, ஆர்.சி.ஆரில் வைத்து சந்திர சேகர ராவைச் சந்தித்தேன். என்னை மிகுந்த நேசத்துடன் கட்டிப் பிடித்தார். ‘என் வீட்டுக்கு வாருங்கள். ஹைதராபாத் பிரியாணி சாப்பிடலாம். எந்த நாள் என்று சொல்லி அனுப்புகிறேன்’ என்றார். அந்த நாள் வரவே இல்லை.

சோனியாவின் ‘தியாகம்’ மேலான நோக்குடனோ ‘உள்ளுணர்வின் குரலாக’வோ வெளிப்பட்டதல்ல; அது வெறும் அரசியல் தந்திரம் மட்டுமே என்பது ஜூன் 2004-ல் என்.ஏ.சி. உருவாக்கப்பட்டபோது முதன் முதலில் புரிந்தது. 2004 பொதுத் தேர்தலில் காங்கிரஸ் கட்சியை வெற்றி பெற வைத்தபோதிலும் ஐ.மு.கூ. அரசின் தலைமையை அவர் ஏற்கவில்லை. டாக்டர் சிங்கை முன்மொழிந்தார். ஆனால், பதவி விட்டுக் கொடுக்கப்பட்டதே தவிர அதிகாரம் விட்டுக் கொடுக்கப்படவில்லை. பிரதமரின் பிரதான செயலர்களை

நியமித்தல், பிரதமர் அலுவலகத்தில் தனது நம்பிக்கைக்குரிய புலோக் சட்டர்ஜியை நியமித்தது என சோனியா செய்த விஷயங்கள் ஆட்சி மீது அவருடைய கட்டுப்பாட்டை உறுதிப்படுத்திக்கொள்ளும் வகையிலேயே முன்னெடுக்கப்பட்டன. ராஜீவ் காந்தியுடன் பணிபுரிந்த, ஓய்வு பெற்ற தமிழக அதிகாரி ஒருவரை சோனியா பிரதமரின் பிரதான செயலராக இருக்கும்படிக் கேட்டுக்கொண்டிருந்தார். அவரோ அதை மறுத்துவிட்டிருந்தார். மந்திரிகளை நியமிப்பதில் சோனியாவின் தீர்மானமே இறுதியானதாக இருந்தது.

என்.ஏ.சி.யின் உருவாக்கம், சோனியாவின் விருப்பத்துக்குரியவர்களை நியமித்தது போன்றவை அரசு சாரா நிறுவனங்களின் பெருகி வரும் முக்கியத்துவத்துக்குத் தரப்படும் அங்கீகாரம் என்று சொல்லப் பட்டது. அந்த நிறுவனங்கள் கொள்கை வடிவமைப்பில் சிவில் சமூகத்தின் பிரதிநிதிகளாக இருப்பதாகச் சொல்லப்பட்டன. ஆனால், நடைமுறையில் சிவில் சமூகத்தின் குரலாக சோனியாவும் அரசாங்கத்தின் பிரதிநிதியாக டாக்டர் சிங்கும் இருக்கும்வகையில் ஒரு இணை அதிகார மையத்தை உருவாக்குவதில்தான் போய்முடிந்தது. தனக்கு வேறு வழியில்லை என்பதை உணர்ந்திருந்த டாக்டர் சிங், அதுகுறித்து என்றுமே எந்தப் புகாருமே தெரிவித்ததில்லை. என்.ஏ.சி. மூலம் கிடைத்த ஆலோசனைகளில் இருக்கும் நல்ல அம்சங்களை எடுத்துகொள்வதில் ஆர்வத்துடன் இருந்தார் என்றாலும் ஆனால், அவருக்கு அது மிகவும் அசௌகரியமாகவே இருந்திருக்கும் என்றே எனக்குத் தோன்றியது.

மேல் மட்ட உத்தரவின் மூலம் நேரு திட்ட கமிஷனை உருவாக்கியது போலவேதான் என்.ஏ.சி. உருவாக்கப்பட்டிருந்தது. மந்திரி சபையல்லாமல் தனிப்பட்ட அமைப்பு ஒன்றை ஆலோசனைக் குழுவாக நேரு நியமித்ததில் பல மூத்த காங்கிரஸ் தலைவர்களுக்கு அதிருப்திதான். நேரு அந்த கமிஷனின் தலைவராகத் தன்னையே நியமித்துக்கொண்டிருந்தபோதிலும் அந்த அதிருப்தி பலருக்கு இருந்தது. ஜான் மத்தாய் நிதி அமைச்சர் பதவியைத் துறந்து தன் எதிர்ப்பை வெளிப்படுத்தினார். எனினும் என்.ஏ.சி.யின் முக்கியத்துவம் மற்றும் செயல்பாடுகள் குறித்து ஐ.மு.கூ. அரசில் யாரும் எதிர்த்து எதுவும் சொல்லவில்லை. இத்தனைக்கும் அதன் சம்பிரதாய தலைமைப் பதவியில்கூட பிரதமர் இல்லை.

என்.ஏ.சி.யுடனான அசௌகரியங்கள் நீங்கலாக, சோனியாவுக்கும் டாக்டர் சிங்குக்கும் இடையிலான கருத்து வேறுபாடுகள் எல்லாம் சோனியாவின் ஆதரவாளர்கள் மற்றும் விமர்சகர்கள் சொல்லும் அளவுக்கு கூர்மையாக இருந்திருக்கவில்லை. சோனியாவின் ஆதரவாளர்கள் இது பற்றிச் சொல்லியவை எல்லாம் சோனியாவின்

பிம்பத்தை உயர்த்தும் நோக்கிலும் நற்பெயர் உருவாக்க நோக்கிலும் மட்டுமே இருந்தன. ஏழைகள் மீது அக்கறைகொண்ட சோஷலிஸ்ட் என்ற வகையில் சோனியா முன்னிறுத்தப்பட்டார். நேர்மாறாக டாக்டர் சிங் பழமைவாதியாகவும் வர்த்தக நலனை மட்டுமே கருத்தில் கொண்டவராகவும் விமர்சிக்கப்பட்டார். ஜான் கெய்ன்ஸ் முன்வைத்த பொருளாதாரக் கொள்கைகளின் அடிப்படையில் செயல்படும் டாக்டர் சிங்கோ நவ தாராளமயவாதியாகத் தவறாகச் சித்திரிக்கப் பட்டார்.

இப்படியான இக்கட்டான சூழலில் சிக்கிக் கொண்டிருந்த பிரதமர், தன்னுடைய பொருளாதாரக் கருத்துகள் எல்லாம் ஜகதீஷ் பகவதி மற்றும் டி.என்.ஸ்ரீனிவாசன் போன்ற பொருளாதார நிபுணர்களுடை யதைப்போல் முழுக்கவுமே வர்த்தக நலன் சார்ந்தது அல்ல; மாண்டேக்கின் கொள்கைகளில்கூட சிலவற்றில் இருந்து வேறு பட்டவைதான் என்ற விஷயத்தை அழுத்தமாக முன்வைக்க விரும்பினார். செப்டெம்பர் 2004-ல் தனக்குக் கிடைத்த ஒரு சந்தரப்பத்தை இதற்குப் பயன்படுத்திகொண்டார். போஸ்டன் கன்சல்டிங் க்ரூப்பின் சேர்மன் அருண் மைரா, பொருளாதார நிபுணர் சுமன் பெரி போன்ற வர்த்தகர்களுக்கு சாதகமான மற்றும் நவ தாராளமயமாக்க கொள்கை கொண்டவர்களை திட்ட கமிஷனில் ஆலோசகர்களாக நியமித்திருப்பதாக மாண்டேக் சிங் அலுவாலி யாவை இடதுசாரிகள் விமர்சனம் செய்தனர். பிரதமர், மாண்டேக்கின் முடிவில் தனக்கும் முழு மகிழ்ச்சி இல்லை என்ற செய்தியைப் பொதுவெளியில் சொல்ல விரும்பினார். இப்படியான நேரங்களில் நான் அரசியல் விவகாரங்களில் புத்திசாலியான ஒரு பத்திரிகை யாளரை அழைத்து இந்த விஷயங்களை சாதாரணமாகப் பகிர்ந்து கொள்வேன். அதைப்பற்றி எதையும் எழுதும்படி நான் கேட்டுக் கொள்ளாமலேயே அவர் அதை வைத்து ஒரு கட்டுரை வெளியிட்டு விடுவார். மாண்டேக் தன் தீர்மானத்தை மாற்றிக்கொண்டார். எனினும் மைரா ஐ.மு.கூ. இரண்டில் திட்ட கமிஷன் உறுப்பினரானார்.

டாக்டர் சிங்கை எப்படி நீங்கள் நவ தாராளவாதி என்று குறைத்து மதிப்பிடமுடியும் என்று சி.பி.எம். கட்சியைச் சேர்ந்த மார்க்சியப் பொருளாதார நிபுணரான பிரபாத் பட்னாயக்கைக் கேட்டேன். டாக்டர் சிங் அடிப்படையில் ஒரு கெய்னீசியன் என்பதில் எந்த மாற்றுக்கருத்தும் இல்லை. ஆனால், அவர் கொண்டுவரும் செயல் திட்டங்கள் எல்லாம் நவ தாராளமயத்தையே முன்னிறுத்துகின்றன என்றார்.

சோனியாவுக்கும் டாக்டர் சிங்குக்கும் இடையில் நிறைய வேறுபாடு இருப்பதாகப் பேசுவதே நன்மை பயக்கும் என்று இடதுசாரிகளுக்குத்

தெரிந்திருந்தது. சோனியாவை ஒரு சோஷலிஸ்ட் என்று சித்திரித்தால் தான் சோனியா தலைமையிலான ஐ.மு.கூ. கூட்டணி அரசுக்கு இடதுசாரிகளால் ஆதரவு தரமுடியும். பிரதமர் தலைமையிலான அரசின் கொள்கை முடிவுகளை விமர்சித்தபடியே சோனியா தலைமையிலான ஐ.மு.கூ. அரசுக்கு ஆதரவு தருவதை அப்போதுதான் நியாயப்படுத்த முடியும்.

சோனியாவும் இடதுசாரிகளும் அல்லது சோனியாவின் ஆலோசகர் களும் இந்த வேறுபாட்டை இரண்டு கட்சிகளுக்கு இடையிலான பிணைப்பைத் தக்கவைத்துக்கொள்ள நல்ல முறையில் பயன்படுத்திக் கொண்டனர். ஏனென்றால் காங்கிரஸ் கட்சியும் இடதுசாரி கட்சிகளும் இதுவரை தொடர்ந்து தமக்குள் எதிர்த்துப் போரிட்டு வந்திருக்கின்றன. இன்று சக பயணிகளாகிவிட்டிருக் கின்றன. இடதுசாரிகள் 'இடதுசாரி' சோனியாவை ஆதரித்தும் 'வலதுசாரி' மன்மோகனை விமர்சித்தும் செயல்படுவார்கள். 2008- ஜூனில் இடதுசாரிகளா... தானா... யார் பக்கம் என்பதை சோனியா தீர்மானித்தாகவேண்டும் என்று முடிவெடுக்கும்படி சோனியாவை பிரதமர் நிர்பந்தித்ததுவரை இடதுசாரிகளின் இந்த விளையாட்டு தொடர்ந்து நடந்தது.

ஆசிய நாடுகளுடனான தடையற்ற வர்த்தகம் தொடர்பான விவகாரத்தில் இடதுசாரிகள் அரசியல் ஆதாயம் தேட முற்பட்டனர். இந்தியா அந்த ஒப்பந்தத்தில் கையெழுத்து இடுவதைத் தடுக்கச் சொல்லிக்கேட்டு பிரதமரை கேரள முதல்வர் வி.எஸ்.அச்சுதானந்தன் தலைமையில் கேரள நிதி அமைச்சர் தாமஸ் ஐசக், கேரள திட்ட கமிஷ னின் துணைத் தலைவரான பிரபாத் பட்னாயக் ஆகியோர் வந்தனர். ஆனால் பிரதமரோ தன்னுடைய முத்திரைச் சிரிப்பை உதிர்த்தபடியே, 'சோசலிஸ குடியரசான வியட்நாமில் இருக்கும் விவசாயிகளுக்கு தடையற்ற வர்த்தக ஒப்பந்தம் நன்மை பயக்கும் என்று என்னிடம் சொன்னார்களே' என்றார்.

வந்திருந்தவர்கள் அனைவரும் வாய்விட்டுச் சிரித்தனர். விஷயம் அதோடு முடிவடைந்தது.

சுர்ஜித் சிங் சி.பி.எம்மின் பொதுச் செயலராக இருந்ததுவரை இடதுசாரிகளைச் சமாளிப்பது வெகு எளிதுதான் என்று டாக்டர் சிங் நினைத்திருக்கக்கூடும். இரண்டு சர்தார்களும் நட்பார்ந்த உறவு கொண்டிருந்தனர். மாண்டேகின் நியமனத்துக்கு சுர்ஜித்தின்

சம்மதத்தைப் பெற்ற விஷயம் அந்த நல்லுறவுக்கான எடுத்துக்காட்டு. மேற்கு வங்காளத்தின் முதல்வர் பதவியில் இருந்து இறங்கி யிருந்தாலும் கட்சியில் மிகுந்த செல்வாக்குடன் இருந்த ஜோதி பாசுவுடனும் மன்மோகன் சிங் நல்லுறவையே கொண்டிருந்தார். பாசுவும் பிரதமரிடம் முழு ஐந்து ஆண்டு ஆதரவு தருவதாக ஒப்புக் கொண்டார். அந்தக் கூட்டணி நல்லவிதமாக நடக்க ஐ.மு.கூ- இடதுசாரி ஒருங்கிணைப்புக் குழு அமைக்கப்பட்டது.

புலோக் தலைமையிலான பிரதமர் அலுவலகப் பணியாளர்கள் குழு கேரளா, மேற்குவங்காளம் தொடர்பான சி.பி.எம்மின் செயல் திட்டங் களுக்கு கூடுதல் முக்கியத்துவம் தரும். பிரதமரும் பிரதமர் அலுவலகப் பணியாளர்கள் மூலமாக இடதுசாரிகளுடன் நேரடித் தொடர்பில் இருப்பார். சிவ் சங்கர் மேனன் வெளியுறவுத்துறைச் செயலராக 2006-ல் நியமிக்கப்பட்டபோது அவரும் இடதுசாரி களுக்கும் பிரதமருக்கும் இடையில் பாலமாகச் செயல்படுவார் என்று எதிர்பார்க்கப்பட்டது. ஏனென்றால் இடதுசாரி தலைவர்கள், சிந்தனை யாளர்களுடன் அவருக்கு நெருங்கிய நட்பு இருந்தது. சிவ்சங்கர் மேனனின் சகோதரி சரஸ்வதி மேனன் ஜே.என்.யு.வில் படித்தபோது அவருடன் படித்த சீதாராம் யெச்சூரி, பிரகாஷ் காரத் ஆகியோருடனும் சிவ்சங்கர் மேனனுக்கு நட்பு இருந்தது.

ஆரம்பகட்டத்தில் இடதுசாரிகளுடனான பிரதமரின் தொடர்புகள் சுமுகமாக இருந்தன. சி.பி.எம்மில் இருந்த பாசு மற்றும் சுர்ஜித்தின் ஆதரவாளர்கள் டாக்டர் சிங்கின் செயல்பாடுகளை அங்கீகரிப்பவர் களாக இருந்தனர். யெச்சூரி தலைமையில் இருந்த இந்தக் குழு இருந்தவரை இடதுசாரிகளுடன் மன்மோகன் சிங்குக்கு எந்தப் பெரிய பிரச்னையும் வரவில்லை. சி.பி.எம்மின் கட்டுப்பாடு பிரகாஷ் காரத் கைக்குப் போனதும் நிலைமை மாறத் தொடங்கியது. சுர்ஜித்திட மிருந்து அதிகாரத்தைக் கைப்பற்றும் காரத்தின் முயற்சியானது 2002-ல் நடந்த கம்யூனிஸ்ட் கட்சியின் 17வது தேர்தலிலேயே ஆரம்பித்து விட்டது. ஜோதி பாசு தலைமையிலான வங்காளக் குழுவில் புத்ததேவ் பட்டாச்சார்யா, சீதாராம் யெச்சூரி ஆகியோர் இருந்தனர். அவர்கள் காரத்தின் முயற்சிகளைத் தோற்கடித்தனர். சுர்ஜித்தே பொதுச் செயலராக நீடித்தார். அடுத்த ஆறு ஆண்டுகள் கழித்து சி.பி.எம். கட்சி மத்திய அரசு ஒன்றுக்கு மீண்டும் ஆதரவு கொடுக்கும் நிலைக்கு வந்தது. எனவே, கட்சியின் தில்லி தலைமை யார் கட்டுப்பாட்டில் இருக்கிறது என்ற விஷயம் இப்போது மீண்டும் முக்கியத்துவம் பெற்றது.

ஏப்ரல் 2005-ல் 18 வது கட்சித் தேர்தலுக்கு முந்தைய மாநாடு நடக்கவிருந்தபோது புத்ததேவ் டாக்டர் சிங்கைச் சந்தித்தார். தலைமைப் பதவியில் எந்த மாற்றமும் இருக்காது. சுர்ஜித்தே

தொடர்வார் என்று சொன்னார். 7, ஆர்.சி.ஆரில் புத்ததேவும் டாக்டர் சிங்கும் தனிப்பட்ட விருந்தில் பங்கெடுத்துக்கொண்டிருந்த அதே நேரத்தில், தனியார் தொலைக்காட்சி ஒன்று பரபரப்புச் செய்தி ஒன்றை ஒளிபரப்பியது: சி.பி.ஐ.எம் கட்சியின் பொதுச் செயலாளராக சுர்ஜித்துக்குப் பதிலாக இனி காரத்.

டாக்டர் சிங்கும் புத்ததேவ் பட்டாசார்யாவும் இரவு உணவு சாப்பிட்டுக் கொண்டிருந்தபோது, நான் 7, ஆர்.சி.ஆர். சாலை வீட்டில் வரவேற்பறையில் அமர்ந்துகொண்டு தொலைகாட்சி பார்த்துக் கொண்டிருந்தேன். நான் உடனே உள்ளே சென்று சுர்ஜித்துக்கு பதிலாக காரத் பதவி ஏற்கப் போகிறார் என்று என்.டி.டி.வியில் செய்தி ஒளிபரப் பானதைச் சொன்னேன். என்.டி.டி.விக்கு கம்யூனிஸ்ட் கட்சியின் உள் வட்டத்தொடு நெருங்கிய தொடர்பு உண்டு. என்.டி.டி.வி. பிரணாய் ராயின் மனைவி ராதிகா ராய் பிருந்தா காரத்தின் சகோதரி. பிருந்தா காரத் பிரகாஷ் காரத்தின் மனைவி.

பிரதமர் புத்ததேவ் பட்டாசார்யாவைக் கேள்விக்கணையுடன் பார்த்தார். அவரோ அதிர்ச்சியில் உறைந்து போயிருந்தார். பிறகு சிரித்தபடியே சொன்னார்: பார்க்கலாம் என்ன நடக்கிறதென்று.

இறுதியில் என்.டி.டி.வி.யில் வந்த செய்தி உண்மையானது. சி.பி.எம். கட்சி - காங்கிரஸ் நட்புறவு சுர்ஜித்துக்கு பதிலாக காரத் வந்ததும் முடிவுக்கு வந்தது. டாக்டர் சிங் மீது சுர்ஜித் கொண்டிருந்த மென்மை யான அணுகுமுறையைக் கட்சியின் தீவிரப் போக்காளர்களும் காரத்தும் விரும்பியிருக்கவில்லை. எனவே, இனி வரப்போகும் காலத்தில் நெருக்கடிகள் அதிகரிக்கும் என்பது எங்களுக்குப் புரிந்தது. மாண்டேக் நியமிக்கப்பட்டதற்கு எதிர்ப்பு தெரிவித்தவர்களில் காரத்தும் அடங்குவார். மேலும் அதற்கு சுர்ஜித் சம்மதம் தெரிவித்தது அதைவிட அதிக கோபத்தை உருவாக்கியிருந்திருக்கும். பிரதமருக்கும் இடதுசாரிகளுக்கும் இடையிலான தேனிலவு முடிவுக்கு வந்துவிட்டது புரிந்தது.

2008-ல் சுர்ஜித்தின் உடல் நலம் குன்றியது. அவர் இறந்துவிடும் பட்சத்தில் அவருக்கு இதமான அஞ்சலிக் குறிப்பு எழுதவேண்டும் என்று டாக்டர் சிங் சொன்னார். சுர்ஜித் மருத்துவமனையில் சேர்க்கப் பட்ட செய்தி கிடைத்ததும் இரங்கல் குறிப்பு எழுதும்படி என்னிடம் கேட்டுக்கொண்டார். ஆனால், அந்த தடவை சுர்ஜித் மருத்துவமனையில் இருந்து நலமுடன் திரும்பிவிட்டார். ஆனால், அதே ஆண்டு ஆகஸ்டில் டாக்டர் சிங் இலங்கையில் இருந்தபோது சுர்ஜித் உயிர் துறந்தார்.

டாக்டர் சிங்குக்கும் காங்கிரஸ் கட்சிக்கும் இணக்கமாக நடந்து கொள்ளும் பாசு-சுர்ஜித்-யெச்சூரி போன்றோர் ஓரங்கட்டப்பட்டு மறைந்த ஏ.கே.கோபாலன், பி.சுந்தரைய்யா போன்ற பழம் பெரும் சி.பி.எம் தலைவர்கள் முன்னிலை பெறத் தொடங்கினர். வங்காளத்தில் ஏற்பட்டுவரும் பின்னடைவுகளைச் சரிக்கட்டும் நோக்கில் சி.பி.எம். மேலும் இடதுபக்கம் நகரத் தொடங்குமென்றால் பிரதமருக்கு நெருக்கடிகள் அதிகரிக்கும் என்று அவரிடம் சொன்னேன்.

ஜூலை 2006-ல் இந்திய அமெரிக்க அணு ஒப்பந்தம் தொடர்பாக சி.பி.எம்.மின் தீவிரப் போக்கினர் பிரதமரைக் கடுமையாக விமர்சித்தனர். பிரதமர் உடனே ஜோதி பாசுவைச் சந்தித்துப் பேசினார். குறைந்தபட்ச செயல்திட்டத்தின்படி நடக்கும்வரை ஐந்து வருடங்கள் முழுவதுமாக ஆட்சி நடத்த அனுமதிப்போம் என்ற உறுதிமொழியில் ஏதேனும் மாற்றம் வந்திருக்கிறதா என்று கேட்டார். இல்லை என்று அவர் சொன்னார். ஆனால், பிரதமர் குறைந்தபட்ச செயல்திட்டத்தில் இருந்து துளியும் விலகாத நிலையிலும் அதில் இருந்து பிரதமர் விலகிவிட்டதாகச் சொல்லித்தான் இடதுசாரிகள் ஆதரவை விலக்கிக் கொண்டனர்.

'இந்தியாவின் அணு சக்தி பாதுகாப்பு' முக்கியம் என்று அந்தச் செயல்திட்டம் சொல்லியிருந்தது. அதை இந்திய அமெரிக்க ஒப்பந்தம் பூர்த்தி செய்யத்தான் செய்தது. மேலும், அமெரிக்காவுடன் நெருங்கிய உறவு கொள்ளும் நிலையிலும் இந்தியா பிராந்திய மற்றும் சர்வதேச விவகாரங்களில் தன்னுடைய அயலுறவுகொள்கையில் சுதந்தரமாகவே செயல்படவேண்டும் என்பதும் குறைந்தபட்ச செயல்திட்டத்தில் வரையறுக்கப்பட்டிருந்தது. அதையும் இந்திய அமெரிக்க ஒப்பந்தம் நிறைவேற்றவே செய்தது.

அரசு மற்றும் கல்வி மையங்களில் இடதுசாரிகளையே நியமனம் செய்யவேண்டும் என்பதுபோன்ற கோரிக்கைகளையும் இன்னபிற அதுபோன்ற நிபந்தனைகள், அதிருப்திகள் போன்றவற்றையும் சமாளிக்க பிரதமர் தயாராகவே இருந்தார். இப்படிச் செய்யும்போதும் தனது பதவிக்கு அவர்களால் வரவிருந்த ஆபத்துகளை நன்கு உணர்ந்தே இருந்தார். 1977-ல் இருந்து தான் பங்குபெற்ற கூட்டணி ஆட்சிகளின் பிரதமர்களைப் பதவி இறக்கம் செய்ததில் இடதுசாரிகளின் பங்குபற்றி டாக்டர் சிங்குக்கு நன்கு தெரியும்.

1979-ல் மொரார்ஜி தேசாயைப் பதவியில் இருந்து இறக்கி சரண் சிங்கை பிரதமர் ஆக்கியது. 'வர்த்தகத்துக்கு ஆதரவான பிரதமரை' நீக்கிவிட்டு 'விவசாயிகளின் தலைவரை' பதவியில் நியமித்திருப் பதாக இந்தச் செயலை கொள்கை சார்ந்து நியாயப்படுத்தியது.

உண்மையில் இந்தியாவின் பின் தங்கிய வறுமை மிகுந்த மாநிலங்களில் கம்யூனிஸ்ட் கட்சிக்கு எந்த ஆதரவும் இருந்திருக்க வில்லை. இந்தி பேசப்படும் அந்த மாநிலங்களில் தனது செல்வாக்கை அதிகரிக்கும் நோக்கிலேயே அந்தச் செயலைச் செய்தனர். 1990-ல் வி.பி.சிங்கை நீக்கிவிட்டு சந்திர சேகர் பிரதமராக சி.பி.எம். உதவியது. 1995-ல் ஆதரவு தந்து பதவியில் அமர்த்திய ஹெச்.டி.தேவகௌடாவை 1997-ல் நீக்கிவிட்டு ஐ.கே. குஜ்ராலை பிரதமராக்கியது.

இடதுசாரிகள் இதே தந்திரத்தை தம்மிடமும் பிரயோகிப்பார்கள். மேற்கு வங்காளத்திலும் கேரளாவிலும் தன்னுடைய நிலையைப் பலப்படுத்திக்கொள்ள ஒரு வங்காளி (பிரணாப் முகர்ஜி) அல்லது ஒரு மலையாளியை (ஏ.கே.ஆண்டனி) பிரதமராக்க முயற்சிசெய்வார்கள் என்பது டாக்டர் சிங்குக்கு நன்கு தெரிந்திருந்தது. அர்ஜுன் சிங் இடது சாரிகளைத் தனக்கு ஆதரவு தர வைக்கும்படி முயற்சிகள் மேற் கொண்டார். ஆனால் அவர்கள் அவரை ஒருபோதும் நம்பியதில்லை.

ஜுலை 2008 -ல் அவர்கள் ஆதரவை விலக்கிக் கொள்வதற்குக் கடைசி நிமிடம் வரையில் டாக்டர் சிங்கை ஒதுக்கிவிட்டு வேறொரு இடது சாய்வுகொண்ட பிரதமரை முன்வைக்கும்படி சோனியாவிடம் கடுமையாகப் போராடிப் பார்த்தார்கள். முந்தைய இடதுசாரி தலைவர்கள் வெற்றி பெற்றதுபோல் காரத்தால் வெற்றி பெற முடியவில்லை. ஏனென்றால், ஜுலை 2008 வாக்கில் எல்லாம் டாக்டர் சிங்கின் தனிப்பட்ட ஆளுமை வெகுவாக உயர்ந்துவிட்டிருந்தது. ஒருவேளை இடதுசாரிகளைத் திருப்திப்படுத்த வேண்டி சோனியா டாக்டர் சிங்கைக் கைவிட்டிருந்தால் காங்கிரஸின் செல்வாக்கு வெகுவாகக் காயப்பட்டிருக்கும்.

இடதுசாரிகளுடன் ஆலோசனைகள் நடத்துவதற்கென்று முறையான அமைப்பு இருந்தது என்றாலும் இடதுசாரிகளைக் கையாள்வது டாக்டர் சிங்குக்கு சிரமமாகவே இருந்தது. காரத் அணு ஒப்பந்தம் தொடர்பாக ஆட்சிக் கவிழ்ப்புக்கு முயற்சி செய்வதற்கு முன்புவரை டாக்டர் சிங் பிரதமர் அலுவலகப் பணியாளர்களுக்கு மிகவும் இறுக்கமான கட்டுப்பாடுகள் விதித்திருந்தார். எந்தவகையிலும் எங்களால் இடதுசாரிகளுடைய மனம் புண்பட்டுவிடக்கூடா தென்பதில் மிகவும் கறாராக இருந்தார். ஆனால் மந்திரிகளை அவரால் அப்படிக் கட்டுப்படுத்த முடிந்திருக்கவில்லை. ப.சிதம்பரம் தொடர்பான ஒரு விவகாரத்தில்தான் முதலில் நான் உள்ளிழுக்கப்பட்டேன்.

நிதியமைச்சர் சிதம்பரம் கொண்டுவந்த பட்ஜெட்டில் இருந்த சில திட்டங்களை பி.ஜே.பி. எதிர்த்தது. அந்த பட்ஜெட்டை அமல்படுத்த இடதுசாரிகளுடைய தயவு தேவை என்பதால் அந்த வாய்ப்பைப் பயன்படுத்தி அவரை அவர்களுடைய வழிக்குக் கொண்டுவர முயன்றார்கள். ப. சிதம்பரத்தின் சில திட்டங்களுக்கு ஆதரவு தரமுடியாது என்று சி.பி.எம். ஒருநாள் வெளிப்படையாக அறிவித்தது. இடதுசாரிகள் இந்த மிரட்டலில் எந்த அளவுக்கு தீவிரமாக இருக்கிறார்கள் என்பதைக் கண்டுபிடிக்கும்படி பிரதமர் என்னிடம் கேட்டுக்கொண்டார்.

நிதி நிலை அறிக்கை சுமுகமாகத் தாக்கல் செய்யப்பட்டால்தான் ஒரு அரசு தொடர்ந்து நடக்கமுடியும் என்பது அரசியல் சாசனம் வரையறுத்திருக்கும் விதிகளில் ஒன்று. இந்திய நாடாளுமன்றத்தின் விதிகளின்படி, ஓர் அரசு நம்பிக்கை வாக்கெடுப்பில் தோற்றாலோ பட்ஜெட் தாக்கல் செய்ய ஆதரவு கிடைக்காமல் போனாலோ அந்த அரசு ஆளும் உரிமையை இழந்துவிடும். எனவே, டாக்டர் சிங் எந்த அசம்பாவிதமும் நடந்துவிடக்கூடதென்பதில் மிகுந்த அக்கறையுடன் இருந்தார்.

ஜோதி பாசுவும் சுர்ஜித்தும் ஐந்து ஆண்டுகளுக்கு ஆதரவு உண்டு என்று உறுதியளித்திருந்ததால் அந்த ஆரம்பகட்டத்தில் அரசு கவிழ்ந்துவிடும் என்று பயப்படவில்லை. எனினும் பட்ஜெட்டுக்கு இடதுசாரிகளின் ஆதரவு கிடைத்தாகவேண்டும் என்பதில் உறுதியாக இருந்தார். சிதம்பரம் தனக்கு இடதுசாரிகளுடன் நல்ல நட்புணர்வு இருப்பதாகச் சொல்லியிருந்தார். இடதுசாாரிகளுக்கும் சிதம்பரம் மீது அதே நட்புணர்வு இருக்கிறதா, இடதுசாரிகள் அனைவருமே ஒருமித்த கருத்துடன் இருக்கிறார்களா என்று தெரிந்துகொள்ள பிரதமர் விரும்பினார்.

நான் யெச்சூரியைச் சந்திக்க சி.பி.எம். தலைமையகத்துக்குச் சென்றேன். காரத்துடன் பேசிவிட்டுச் சொல்வதாகச் சொல்லிவிட்டுக் கீழ்த்தளத்தில் இருந்த காரத்துடன் பேசச் சென்றார். காரத் வேறு வேலைகளில் மும்முரமாக இருக்கிறார். எனவே அவரிடம் இதுபற்றி விரிவாகப் பேச முடியவில்லை. எனினும் பிரதமரிடம் சொல்லச் சொல்லி ஒரு விஷயத்தைச் சொல்லியிருக்கிறார்: சி.பி.ஐ.(எம்) கூட்டணி அரசைக் கவிழ்க்காது. அதாவது பட்ஜெட்டுக்கு எதிராக வாக்களிக்காது. ஆனால், வங்கிகள், காப்பீடு, சேம நல நிதி போன்றவை தொடர்பாக நிதி அமைச்சர் சில திட்டங்கள் கொண்டு வரவிருக்கிறார். அதை மட்டும் நாங்கள் நிச்சயம் எதிர்ப்போம்.

இந்தச் செய்தியை என்னிடம் சொன்னபிறகு யெச்சூரி வாசல்வரை வந்து என்னை வழியனுப்பினார். வரும்வழியில் சொன்னார்: ஒரு

அரசுக்கு எதிராக வாக்களித்து அதை அகற்றமட்டுமே எங்களால் முடியும். நாடாளுமன்றத்தின் ஒப்புதல் இல்லாமலேயே ஒரு நிதி அமைச்சரால் பல விஷயங்களைச் செய்யமுடியும். அவர் அதைச் செய்துகொள்ளட்டும். நாங்கள் எதிர்ப்பு தெரிவிப்போம். ஆனால், எங்களால் அதைத் தடுத்து நிறுத்த முடியாது என்றார்.

அதாவது, ஊடகங்கள் பொதுவாகச் சொல்வதுபோல் இடதுசாரிகள் 'குரைப்பார்கள்' ஆனால் 'கடிக்கமாட்டார்கள்'. பொதுவெளியில் அரசின் திட்டங்கள் செயல்பாடுகளில் இருந்து தம்மை விலக்கிக் கொள்வார்கள். ஆனால், ஆட்சிக்கான ஆதரவை ஒருபோதும் விலக்கிக்கொள்ளமாட்டார்கள். ஏதாவது கொள்கை முன்னெடுப்புக்குச் சட்டபூர்வ அங்கீகாரம் தேவையென்றால், அதனால், இடதுசாரிகளின் ஓட்டு அதற்குத் தேவையென்றால்தான் ஏற்கெனவே ஒப்புதல் அளித்திருக்கும் கொள்கைகளுக்கு மட்டுமே ஆதரவு தருவார்கள்.

இந்தத் தகவலை பிரதமருக்குத் தெரிவித்தேன். குறைந்தபட்ச செயல்திட்டத்தில் ஒப்புக்கொள்ளப்பட்ட விஷயங்கள்தான் அரசால் முன்னெடுக்கப்படுக்கப்படுகின்றனவா என்று இடதுசாரிகள் ஒரு காவல்காரர்போல் செயல்படுவார்கள் என்று யெச்சூரி ஊடகங்களுக்கு ஒரு பேட்டி அளித்திருந்தார். பிரதமர் அதையும் பார்த்திருந்தார். பிரதமருக்கு நான் சொன்ன தகவல் மகிழ்ச்சியைத் தந்தது. சி.பி.ஐ (எம்)க்கும் நிதி அமைச்சருக்கும் இடையில் எந்தப் பிரச்னையும் வராமல் நிலைமை சுமுகமாகவேண்டும் என்று பிரதமர் விரும்பினார். இதனால் சிதம்பரத்தையும் இடதுசாரித் தலைவர்களையும் ஒருசேர அழைத்துக் கலந்துரையாடினார். பட்ஜெட்டுக்கு எதிராக வாக்களிக்கமாட்டோம் என்று இடதுசாரிகள் உறுதியளித்தனர்.

இடதுசாரிகளின் நிலைமையையும் அவர்களுடைய உணர்வுகளையும் புரிந்துகொள்ள பிரதமர் தயாராக இருந்தார். இது அவர்களுடைய அரசியல் நிர்பந்தம். அவர்களுடைய கொள்கைகளில் தீவிரப் பற்று உடையவர்களையும் திருப்திப்படுத்தியாகவேண்டும். அரசு செய்ய விரும்பும் விஷயங்களை அனுமதிக்கவேண்டும் என்ற அவர் களுடைய நெருக்கடியைப் பிரதமர் புரிந்துகொண்டிருந்தார். ஆனால், தன்னைப்போல் சிதம்பரம் இடதுசாரிகளுடைய நிலையைப் புரிந்து கொண்டிருந்தாரா என்ற சந்தேகம் பிரதமருக்கு இருந்தது. அரசியல் வெற்றிகளைப் பெறுவதற்காக சிதம்பரம் இடதுசாரிகளை அவ்வப் போது நெருக்கடிக்குத் தள்ளிவிடக்கூடும் என்று பயந்தார்.

இடதுசாரிகளைக் கையாள்வதில் டாக்டர் சிங் அளவுக்கு சிதம்பரத்துக்கு சாமத்தியம் பத்தாது என்பது எனக்கு நன்கு தெரியவந்தது. சிதம்பரம், நான், யெச்சூரி எல்லாரும் விருந்து முடிந்து

வாகன நிறுத்தம் நோக்கி நடந்துகொண்டிருந்தோம். நீங்கள் பயப்படாமல் இருங்கள். நாங்கள் ஒரு காவல் நாய்போல் நடந்து கொள்வோம் என்று சொன்னதன் மூலம் குரைப்போம். ஆனால், கடிக்கமாட்டோம் என்றுதான் யெச்சூரி சொல்லியிருக்கிறார் என்று நான் சொன்னேன். ஒரு நாசூக்கான, கனவானான நிதி அமைச்சர் என்றால் இதற்கு எந்த பதிலும் சொல்லாமல் மவுனமாக இருந்திருப்பார். அல்லது இந்த நல்லெண்ணத்தைப் புரிந்துகொண்டதற்கு அடையாள மாக ஏதேனும் நல்லவிதமாகவே பேசியிருப்பார். ஆனால், சிதம்பரம் சிதம்பரமாகவே இருந்ததால், யெச்சூரி காதில் விழும்படியாக, எப்படியானாலும் தான் ஒரு நாய்தான் என்பதை ஒப்புக்கொள்கிறார் என்று அராஜகமாக நக்கலடித்தார்.

கூட்டணிக் கட்சியினரைச் சமாளிப்பதைவிட சொந்த கட்சியினரைச் சமாளிப்பதே டாக்டர் சிங்குக்குப் பெரும் சவாலாக இருந்தது. பல்வேறு கட்சிகளை ஒட்டுப்போட்டு உருவாகிய ஒரு கூட்டணி அரசுக்குத் தலைமை ஏற்று நடத்துவது காங்கிரஸுக்கு இதுவே முதல் அனுபவம் என்பது அவருக்கு நன்கு தெரிந்திருந்தது. காங்கிரஸ் என்பது தன்னளவிலேயே பல்வேறு பிரிவுகளைக்கொண்ட ஒரு கட்சி என்று அரசியல் விமர்சகர்கள் பலர் ஏற்கெனவே சொல்லியிருக் கிறார்கள். நரசிம்மராவின் காலகட்டத்தில் இந்தப் பிரிவுகள் மேலும் அதிகரித்தன. ஏனென்றால் ராஜீவ் காந்தியின் மறைவுக்கு அடுத்து காங்கிரஸ் கட்சி தன்னுடைய பாரம்பரிய வழியில் இயங்கத் தொடங்கி யிருந்தது. அதாவது நேரு - காந்தி குடும்பத்தினரின் சர்வாதி காரத்தனத்துக்கு முந்தைய கட்சிபோல் நடக்கத் தொடங்கியிருந்தது. ராவ் கட்சித் தலைவராகவும் ஆட்சியின் தலைவராகவும் இருந்த காலகட்டத்தில் கட்சியில் ஏற்பட்ட பிளவுகள் எல்லாம் சோனியா காந்தி 1998-ல் கட்சித் தலைமைக்கு வந்ததும் முடிவுக்கு வந்தன. ஆனால், புதிய பிரச்னைகள் தலை தூக்கின. மூத்த காங்கிரஸ் தலைவர் களான சரத் பவார், சங்மா போன்றோர் காங்கிரஸ் கட்சியைவிட்டுப் பிரிந்து என்.சி.பி. என்று புதிய கட்சியைத் தொடங்கினர்.

ஐ.மு.கூ. கூட்டணியை ஒருங்கிணைத்ததில் டாக்டர் சிங்குக்கும் பங்கு உண்டு. 2004-ஜனவரியில் ஐ.மு.கூ-வில் இணையும்படி தி.மு.க.வின் கருணாநிதியுடன் டாக்டர் சிங்தான் பேச்சுவார்த்தை நடத்தினார். அதோடு நில்லாமல் கருணாநிதியை வெகுவாகப் பாராட்டவும் செய்தார். 24 ஆண்டுகளுக்குப் பிறகு ஒன்றுசேர்ந்த அந்த இரண்டு கட்சிகளின் கூட்டணியை அறிவிக்கும்முகமாக சென்னையில்

நடைபெற்ற கூட்டத்தில் டாக்டர் சிங் பேசினார்: தி.மு.க.வின் தலைவர் கருணாநிதியுடனும் அவருடைய கட்சியுடனும் நம்பிக்கையும் நல்லெண்ணமும்கொண்ட புதிய நல்லுறவுவை ஆரம்பித்துவைக்க வந்திருக்கிறேன் என்று சொன்னவர் மேலும் ஒரு படி சென்று, கருணாநிதி தமிழகத்தின் தலைவர் மட்டுமல்ல இந்திய தேசத்தை உருவாக்கிய சிற்பிகளில் ஒருவர். அவருடைய வாழ்வும் செயல்பாடுகளும் நாடு முழுவதிலும் இருக்கும் பலரை உத்வேகம் கொள்ளவைத்திருக்கிறது என்று வானளாவப் புகழ்ந்தார்.

பொதுவாகத் தன்னை சந்திக்க வருபவர்களை 7, ஆர்.சி.ஆர். வீட்டில் இருக்கும் தன்னுடைய அறையின் வாசலில் நின்றுகொண்டு வரவேற்பதுதான் பிரதமரின் வழக்கம். ஆனால், கருணாநிதி வரும் போது டாக்டர் சிங் நேராக போர்டிகோவுக்கே வந்து அவரை வரவேற்பார். தி.மு.க. சார்பில் யாரேனும் பிரதமரைச் சந்திக்க வந்தால் தனது வேலைகள் அனைத்தையும் ஒதுக்கிவைத்துவிட்டு அவரை பிரதமர் சந்திப்பார். இத்தனைக்கும் சோனியாவுக்கும் தி.மு.க.வுக்கும் இடையிலான நட்புறவு மிக சமீபத்தில் ஏற்பட்டது தான். 1996-ல் அதிமுகவுக்கு பதிலாக திமுகவுடன் காங்கிரஸ் கூட்டணி அமைக்கவேண்டும் என்று நரசிம்ம ராவ் சொன்னபோது சோனியா அதை நிராகரித்திருந்தார். திமுகவினர் ராஜீவ் காந்தியைக் கொன்ற புலிகளின் ஆதரவாளர்களாக இருந்தனர்.

புது தில்லியில் இருக்கும் ராஜீவ் காந்தி அறக்கட்டளையின் கருத்தரங்க அரங்கின் சுவர்களில் ஃப்ரேம் போட்டு மாட்டப்பட்டிருக்கும் ஜெயின் கமிஷன் அறிக்கைப் பக்கங்கள் திமுகவை சதியில் பங்குபெற்ற கட்சியாகச் சொல்கிறது. உண்மையில் திமுகவின் பரம எதிரிகளான அதிமுகவுடன் கூட்டணி சேரச் சொல்லி சோனியாதான் நரசிம்ம ராவைக் கட்டாயப்படுத்தினார். இதனால்தான் ஜெயலலிதாவின் பரம எதிரியான சிதம்பரம் காங்கிரஸை விட்டு வெளியேறி தமிழ் மாநில காங்கிரஸ் என்ற தனி கட்சியை ஆரம்பித்தார்.

இப்படியான பின்னணியில் 2004-ல் தி.மு.கவுடனான கூட்டணியை சோனியாவினால் சாதித்திருக்க முடியாது. டாக்டர் சிங்கிடம் அந்தப் பொறுப்பு விடப்பட்டது. பிரதமரின் இப்படியான திறமைகளை அரசியல் விமர்சகர்கள் பொருட்படுத்துவதே இல்லை என்பது எனக்கு மிகப் பெரிய ஆச்சரியத்தையே தருகிறது.

கருணாநிதியின் மருமகனும் தொலை தொடர்புத்துறை அமைச்சரு மான தயாநிதி மாறன்தான் பிரதமருக்கும் திமுக தலைவருக்கும் இடையிலான ஒருங்கிணைப்பாளராக இருந்தார். ஸ்டாலினுக்கும் மு.க. அழகிரிக்கும் இடையிலான திமுகவின் வாரிசு சண்டையினால்

தயாநிதி மாறனுக்கு பிரச்னைகள் வந்தன. மேலும் அவர் தனது சகோதரர் கலாநிதி மாறனின் ஊடக வணிகத்துக்கு முறையற்ற சலுகைகள் சிலவற்றைத் தனது தொலைதொடர்பு அமைச்சகப் பதவியைப் பயன்படுத்திச் செய்து கொடுத்ததால் தயாநிதி மாறனின் மீதான மரியாதை குறையத் தொடங்கியது. இது குறித்து பிரதமருக்கு அவருடைய அதிகாரிகள் எச்சரிக்கை ஏதேனும் செய்திருந்தனரா என்று எனக்குத் தெரியவில்லை. ஆனால், 2007-ல் ரத்தன் டாடா இது குறித்து பிரதமரிடம் புகார் தெரிவித்தது எனக்குத் தெரியும்.

ரத்தன் டாடாவை மான்சிங் சாலையில் இருக்கும் அவருடைய தாஜ் மஹால் ஹோட்டலில் வந்து சந்திக்கும்படி தயாநிதி கேட்டுக் கொண்டிருக்கிறார். டாடா போய்ப் பார்த்தபோது தனது சகோதரர் கலாநிதி மாறனின் தொலைகாட்சிக்கு சாதகமாக ஒரு ஒப்பந்தத்தை முடித்துத் தரும்படிக் கட்டாயப்படுத்தியிருக்கிறார். இது தொடர்பான தனது அதிருப்தியை பிரதமரிடம் ரத்தன் டாடா தெரிவித்திருக்கிறார்.

கருணாநிதி சட்டசபைக்குத் தேர்ந்தெடுக்கப்பட்டு ஐம்பது வருடங்கள் ஆனதைக் கொண்டாடும் ஒரு பொதுக்கூட்டத்துக்கு சோனியாவும் டாக்டர் சிங்கும் சென்னை சென்றிருந்தனர். அந்தக் கூட்டத்திலேயே கருணாநிதி இனிமேல் தில்லியில் திமுகவின் முக்கிய பிரதிநிதியாக ஆ.ராசா இருப்பார் என்று வெளிப்படையாக அறிவித்தார். அன்று இரவே தில்லி திரும்பிய பிரதமர் தொலை தொடர்புத்துறையை தயாநிதியிடமிருந்து பறித்து ஆ.ராசாவிடம் கொடுத்தார். மே 13-ல் ஆ.ராசா தொலை தொடர்புத்துறையின் பொறுப்பை ஏற்றுக் கொண்டார். சில மாதங்களிலேயே அலைவரிசை ஒதுக்கீட்டை சில நிறுவனங்களுக்கு முறைகேடான முறையில் ஒதுக்கீடு செய்ததாகக் குற்றம்சாட்டப்பட்டார். 2-ஜி அலைக்கற்றை ஊழல் என்று பிரபல மாகப் பேசப்பட்ட விவகாரம் அது.

பிப்ரவரி 2008லேயே 2-ஜி அலைக்கற்றை ஒதுக்கீடு விஷயம் அரசியல் கவனத்தை ஈர்க்கத் தொடங்கியிருந்தது. சீதாராம் யெச்சூரி இது தொடர்பாக பிரதமருக்குக் கடிதம் எழுதினார். ஆனால், அப்போது அது பொதுவெளியில் பிரச்னையாக வெடித்திருக்கவில்லை. நான் அந்த நேரத்தில்தான் என் பதவியை ராஜினாமா செய்தேன். ஐ.மு.கூ-1 காலகட்டத்தில் அரசுத்துறையை முறைகேடாகப் பயன்படுத்தியது தொடர்பாக எந்தப் புகாரும் வந்திருக்கவில்லை. சில அமைச்சர்களின் ஊழல்கள் பற்றி அரசல் புரசலாகப் புரளிகள் வெளிவந்திருந்தன. உளவுத்துறையானது அவ்வப்போது மந்திரிகளின் சொத்துபற்றியும் வியாபார நோக்கங்கள் பற்றியும் தகவல் தெரிவித்து வந்தனர்.

எனினும் இவை எதுவும் பொதுவெளியில் சர்ச்சையாகவில்லை. நட்வர் சிங் தொடர்பான வோல்கர் கமிட்டி அறிக்கை மட்டுமே

வெளியானது. அதுவும் 2001-ல் நடந்த செயல்கள் பற்றிய குற்றச் சாட்டுகளே. எனக்கு அரசாங்க ஆவணங்களைப் பார்க்கும் அதிகாரம் கிடையாது என்பதாலும் இந்த ஊழல் பற்றிய செய்திகள் வெளி உலகுக்குத் தெரிய வந்திருக்காததாலும் அலைக்கற்றை ஊழல் தொடர்பாக எதுவும் தெரியாத அறியாமையின் மகிழ்ச்சியில் இருந்தேன்.

டாக்டர் சிங் தன்னளவில் பொதுவாழ்க்கையில் மிகவும் நேர்மை யானவர். ஆனால், அந்த உயரிய மதிப்பீட்டைப் பிறர் மீது கறாராக வற்புறுத்தமாட்டார் என்றுதான் எனக்குத் தோன்றியது. வேறு வார்த்தைகளில் சொல்வதனால் அவர் ஊழலில் ஈடுபடமாட்டார். அவருடைய குடும்பத்தினர் எந்த ஊழலிலும் ஈடுபடாமல் பார்த்துக் கொள்வார். ஆனால், அவருடைய உதவியாளர்களோ சக அரசியல் வாதிகளோ மந்திரிகளோ ஏதேனும் தவறு செய்தால் அதற்குப் பதில் சொல்லும் கடமை தனக்கு இருப்பதாக அவர் எண்ணவில்லை.

பிரதமராக இருந்தபோது இந்த விஷயத்தில் அவர் மேலும் விலகியே இருந்தார். ஏனென்றால் அந்த மந்திரிகளை அவர் நியமித்திருக்க வில்லை. நடைமுறையில் இது என்னவானதென்றால், மந்திரிகளின் ஊழல் நடவடிக்கைகளை அவர் கண்டும் காணாமல் இருந்துவிட்டார். கூட்டணிக் கட்சியினர் தமது மந்திரிகளில் இருக்கும் ஊழல்வாதி களைக் கண்காணித்துக்கொள்ளவேண்டும். காங்கிரஸ் கட்சி தன் அமைச்சர்களின் நடத்தையைக் கண்காணித்துக்கொள்ளவேண்டும் என்று விட்டுவிட்டார். அவருடைய மனசாட்சி அவரை நேர்மை யானவராக நடக்கவைத்ததால் ஒவ்வொருவருடைய மனசாட்சியும் அவர்களை நேர்மையாக நடக்க வைக்கும் என்று அவர் நம்பினார்.

ஆ.ராசாபோல் ஒரு மந்திரி ஊழல் வழக்கில் சிக்கிக் கொண்டபோது சட்டம் தன் கடமையைச் செய்ய அவர் அனுமதி அளித்தார். ஆ.ராசா கைது செய்யப்பட்டு 15 மாதங்கள் திகார் சிறையில் அடைக்கப் பட்டார். இப்போதும் 2-ஜி வழக்கு தொடர்பாக விசாரிக்கப்பட்டுக் கொண்டிருக்கிறார்.

பிரதமர் தனது நேர்மை சம்பந்தமாக தீவிரமாகவும் பிறருடைய நேர்மை சம்பந்தமாக மிகவும் மந்தமாகவும் செயல்பட்டார். ஐ.மு.கூ-1 காலகட்டத்தில் பிரதமருக்கு எதிராக எந்தவித எதிர்ப்பும் கிளம்பியிருக்கவில்லை. அவருடைய நேர்மை மீதான மரியாதை யினால் ஊடகங்கள் அவருடைய கொள்கைகள், செயல்திட்டங்கள் ஆகியவற்றிலேயே அதிக கவனம் செலுத்தியிருந்தன.

ஆனால், இரண்டாவது ஆட்சி காலத்தில் ஊழல் வழக்குகள் வெளிவரத்தொடங்கின. பிரதமரின் ஆளுமைக்கு பெரிய பின்னடைவு

ஏற்பட்டது. அதை ஈடுகட்டும்விதமாக எந்தவித செயல்திட்டமும் இருந்திருக்கவில்லை. வேறு வார்த்தைகளில் சொல்வதென்றால், அவர் செய்யத் தவறிய செயல்களினால் வந்த கெட்ட பெயரை ஈடுகட்டும்விதமாக அவர் செய்த நல்ல விஷயங்கள் என்று எதுவும் இருந்திருக்கவில்லை. பிரதமரின் பெயர் கெட்டுப்போனதும் ஆட்சியும் வீழ்ந்துவிட்டது.

ஐ.மு.கூ-வின் அங்கத்தினரான என்.சி.பி. கட்சியின் தலைவர் சரத் பவார், ராஷ்ட்ரிய ஜனதா தள் தலைவர் லாலு பிரசாத் யாதவ் ஆகிய இருவருடைய அனைத்து செயல்பாடுகளையும் பிரதமர் ஏற்றுக் கொள்ளவில்லையென்றாலும் அவர்களுடன் சுமுகமான நிலை பிரதமருக்கு இருந்தது. பவாருடனான நட்புறவு கொஞ்சம் விசேஷ மானது. பிரதமர் முன்னெடுத்த திட்டங்கள், கொள்கைகள் எல்லாம் காங்கிரஸ் கட்சியினராலேயே விமர்சனத்துக்கு உள்ளாகும்போதெல்லாம் பவார் பிரதமருக்கு ஆதரவாக நின்றதுண்டு. பிரதமர் தன்னை விமர்சிக்கக்கூடிய அர்ஜுன் சிங், ஏ.கே.ஆண்டனி, வயலார் ரவி போன்றோருக்கு மாற்றாக பவாரைத் தனது 'நண்பராக'ப் பார்த்தார்.

ஐ.மு.கூ. ஆட்சி விவகாரங்களில் வயலார் ரவி பெரிதும் அடக்கியே வாசித்தார். அர்ஜுன் சிங்கும் ஏ.கே.ஆண்டனியும் சமாளிக்கச் சிரமமான இருந்தனர். அர்ஜுன் சிங் பிரதமரையும் அவருடைய கொள்கைகளையும் வெளிப்படையாகவே விமர்சித்து வந்தார். ஏ.கே.ஆண்டனி பொதுவெளியில் பிரதமரை விமர்சித்தது இல்லை. ஆனால், தனிப்பட்ட சந்திப்புகளில் பிரதமரின் அயலுறவு, பாதுகாப்பு, பொருளாதாரக் கொள்கைகள் செயல்திட்டங்கள் பற்றிக் கடுமையாக விமர்சிப்பார்.

ஒருநாள் பவார் 7, ஆர்.சி.ஆர். வீட்டுக்கு ஒரு புகாருடன் வந்தார். பவாருக்கு எதிரான செய்திகள் மராத்தி பத்திரிகைகளிலும் தேசிய ஊடகங்களிலும் வெளியாகியிருந்தன. அந்த செய்திகளுக்கான மூல ஆதாரம் பிரதமர் அலுவலகம்தான் என்று அவர் கண்டுபிடித்திருந்தார். இது குறித்து பிரதமர் விசாரித்து உண்மையைக் கண்டுபிடிக்க வேண்டும் என்று சொன்னார். யார் இப்படியான செய்திகளைத் தருகிறார்கள் என்பதைக் கண்டுபிடிக்கும்படி பிரதமர் என்னிடம் கேட்டுக்கொண்டார். இந்தி, மராத்தி ஊடகங்களில் இருந்த என் நண்பர்களிடம் பேசிப் பார்த்தேன். பிருத்வி ராஜ் சவான்தான் இப்படி யெல்லாம் செய்கிறார் என்று அவர்கள் அனைவரும் சொன்னார்கள். டாக்டர் சிங்குக்கு தர்மசங்கடமாகிவிட்டது.

பிருத்வி ராஜ் சவான் கட்சித் தலைமையின் உத்தரவின் பேரில் இப்படி நடந்துகொண்டிருக்கலாம். பவாரும் சோனியாவும் அப்படியொன்றும் நண்பர்கள் கிடையாது. 1991-ல் பவாரை ஆதரிக்காமல் நரசிம்ம ராவையே சோனியா முன்னிறுத்தினார். மேலும் சோனியா வெளிநாட்டவர் என்ற பிரச்னையை எழுப்பி கட்சியை உடைத்ததால் அந்தக் கோபமும் பவார் மீது சோனியாவுக்கு உண்டு.

பிருத்விராஜ் சவானும் மகாராஷ்டிரத்தைச் சேர்ந்தவர் என்பதால் தனது எதிரியான பவாரின் செல்வாக்கை மகாராஷ்டிரத்தில் குறைக்க சந்தோஷத்துடன் இதைச் செய்ய முன்வந்திருக்கலாம். மேலும் பிரணாப் முகர்ஜி அல்லது வேறு ஒரு காங்கிரஸ் தலைவரை ஆதரிக்காமல் டாக்டர் சிங்கை பவார் ஆதரிப்பது வேறு பிருத்விராஜ் சவானுக்கு அதிருப்தியை ஏற்படுத்தியிருக்கும்.

அமெரிக்க அணு சக்தி ஒப்பந்தம் தொடர்பான விவகாரத்தில் இடதுசாரிகள் பிரதமருக்கு எதிராக மிகத் தீவிரமான விமர்சனங்களை எழுப்பத் தொடங்கியபோது டாக்டர் சிங்குக்குப் பதிலாக பிருத்வி ராஜ் சவான் பிரதமராக நியமிக்கப்படக்கூடுமென்றுகூடச் சில விமர்சகர்கள் கருத்துத் தெரிவித்திருந்தனர். சோனியாவுக்கு நெருக்கமானவர்களாக அறியப்பட்டிருந்த பிரணாப் முகர்ஜி, சுஷில் குமார் ஷிண்டே போன்றோரில் யாரேனும் ஒருவர் பிரதமராக்கப்படுவார்கள் என்று என்னிடம் சிலர் சொன்னார்கள்.

பிரணாப் முகர்ஜியைவிட சுஷில் குமார் ஷிண்டேயின் பெயர்தான் பலமாக அடிபடுவதாக காங்கிரஸில் இருக்கும் நம்பத் தகுந்த வட்டாரத்தில் இருந்து தனக்கு தகவல் கிடைத்ததாக ப்ரஃபுல் படேல் ஒருதடவை என்னிடம் சொன்னார். மேலும் அவர் சொன்னார்: கவலைப்படாதே… டாக்டர் சிங்கை யாராலும் பதவியில் இருந்து நீக்கிவிட முடியாது. நாங்கள் வேறு யாருக்கும் ஆதரவு தரமாட்டோம்.

இப்படியாக பவார் போன்ற நண்பருக்கு எதிராக காங்கிரஸில் இருந்தே சிலர் செயல்பட்டபோதும் டாக்டர் சிங்குக்கு அவர்களுடனும் நட்புணர்வுடன் நடந்துகொண்டாக வேண்டியிருந்தது. இப்படியான நட்புறவே டாக்டர் சிங்கின் பலம். அரசியல் விமர்சகர்களும் நிருபர்களும் சோனியாவின் கைப்பொம்மை என்றே பிரதமரை மேலோட்டமாகப் பார்த்து எழுதிவந்திருக்கிறார்கள். ஆனால், ஆழமாக அலசிப் பார்த்தால் டாக்டர் சிங்குக்கு கூட்டணிக் கட்சிகளின் வலுவான ஆதரவு இருந்திருக்கிறது. அந்தக் கட்சியினர் தமது கட்சித் தலைவரைவிட டாக்டர் சிங்குக்கு விசுவாசமாக இருந்திருக்கிறார்கள் என்பது புரியவரும். சோனியாதான் டாக்டர் சிங்கைத் தேர்ந்தெடுத்தார் என்பதில் எந்த சந்தேகமும் இல்லை.

ஆனால், பதவியேற்றதும் அவர் கூட்டணியின் பிரதமர் ஆகிவிட்டார். தான் ஒற்றைக் கட்சியின் தலைவர் அல்ல; கூட்டணியின் தலைவர் என்ற புரிதல் அவருக்கு நிறையவே இருந்தது. கூட்டணியின் அனைத்து தலைவர்களுடனும் நல்லுறவைத் தக்கவைக்க அவர் கடுமையாக முயற்சி செய்தார்.

2007-ல் ஒருதடவை, இடதுசாரிகளும் காங்கிரஸில் சிலரும் டாக்டர் சிங்குக்கு எதிராகக் குரல் எழுப்பினார்கள். யார் புதிதாக நியமிக்கப் படுவார் என்று வழக்கமான யூகங்கள் வலம் வந்தன. இப்படியான செய்திகளைக் கேட்டு பிரதமர் மனம் வருந்தினார். ஒருநாள் மாலையில் 7, ஆர்.சி.ஆர். வீட்டில் அவர் தனியாக சோகமாக உட்காந்திருந்தார். எதையோ நினைத்து அவர் வருந்திக் கொண்டிருப்பது தெரிந்தது.

இப்படியே இனியும் தொடர முடியாது என்று சொன்னார். அவர் கண்களில் நீர்கோர்த்து நின்றன. கண்ணீர் வெளியே வந்துவிடாமல் அவர் தடுத்துக்கொண்டிருப்பதுபோல் தோன்றியது. என்ன நடந்தது என்று கேட்டேன். எதுவும் பதில் பேசாமல் இருந்தார். ஒரு நகைச்சுவை சொல்லி சூழலை இதமாக்க விரும்பினேன். பிரதமர் எப்போதெல்லாம் சோர்வுடனோ சோகமாகவோ இருக்கிறாரோ அப்போதெல்லாம் சுப்பு என்னை அழைத்து, அவரைப் போய் சந்தித்து உற்சாகப்படுத்தும்படிச் சொல்வார். ராஜாவை சந்தோஷப்படுத்தப் பணிக்கப்பட்ட அரண்மனைக் கோமாளி என்றுதான் என்னைச் சொல்லிக்கொள்வேன். நான் வழக்கமாக இதுமாதிரியான நேரங் களில் ஏதேனும் வதந்தி அல்லது புறணியைப் பேசுவேன். காங்கிரஸ் மந்திரிகள் செய்யும் தில்லுமுல்லுகள் பற்றியோ அத்வானி ஆட்சியைப் பிடிக்க எடுக்கும் புதிய முயற்சி பற்றியோ பேச ஆரம்பிப்பேன். அப்படியான விஷயங்கள் பிரதமரை குஷிப்படுத்தும்.

இந்தத் தடவை இடதுசாரிகளிடமிருந்து விலகுவது பற்றியல்லாமல் புதிய பிரதமரைத் தேர்ந்தெடுப்பது தொடர்பான யூகமே பிரதமரை வந்தடைந்திருந்தது. அப்படியான முயற்சியில் ஈடுபட்டுக் கொண்டிருந்த மூத்த காங்கிரஸ் தலைவர் பற்றி எனக்கு ஒரு தகவல், அரசியல் செய்தியாளர் ஒருவரிடமிருந்து கிடைத்திருந்தது. அந்த வாரத்தில் ஐ.மு.கூ கூட்டணி கட்சிகளின் கூட்டம் நடக்கவிருந்தது. பொதுவாகப் பேசப்படும் வழக்கமான சலிப்பூட்டும் விஷயங்களுக்கு மாற்றாக டாக்டர் சிங் மீது கூட்டணிக்கு இருக்கும் நம்பிக்கையை வெளிப்படுத்தும்வகையில் பேசும்படி லாலு பிரசாத் யாதவைக்

கேட்டுக்கொண்டேன். வேறு ஒருவரைப் பிரதமராக்கும் எண்ணமே கூடாது என்று சொன்ன லாலு பிரசாத் அந்தக் கூட்டத்தில் அதை அழுத்தமாக முன்வைக்கவும் செய்தார். பிரதமரின் ஆட்சியைப் புகழ்ந்து விரிவாகப் பேசினார். பின்னால் பேசியவர்களும் பிரதமர் மீதான தமது நம்பிக்கையை அழுத்தமாக முன்வைத்தார்கள்.

ஐ.மு.கூ கூட்டணிக்குத் துடிப்பான ஒருங்கிணைப்புக் குழுவையோ அதற்கு ஒரு மூத்த தலைவரை ஊடகப் பிரதிநிதியாகவோ நியமிக்காதது பெரும் குறை என்று நினைத்தார்கள். பி.ஜே.பி ஆட்சி செய்த காலத்தில் என்.டி.ஏ. அப்படி ஓர் அமைப்பை உருவாக்கி அதற்கு ஜார்ஜ் ஃபெர்னாண்டஸை பிரதான செய்தி அறிவிப்பாளராக நியமித்திருந்தது. ஃபெர்னாண்டஸ் அந்தப் பணியைத் திறம்படச் செய்தார். யுனைட்டட் மற்றும் நேஷனல் கூட்டணிகள் ஜெய்பால் ரெட்டியை நியமித்திருந்தன. என்.டி.ஏ.யில் வாஜ்பாய்க்கும் ஜார்ஜ் ஃபெர்னாண்டஸுக்கும் இடையிலான தனிப்பட்ட நட்புறவு அவர் சிறப்பாகச் செயல்பட உதவியது. திறமையான ஒருங்கிணைப்பு அமைப்பு இல்லாமல் இருந்ததாலும் கூட்டணியின் செய்திகளை வெளியிடும் பொறுப்பு தனியாக யாரிடமும் ஒப்படைக்கப் படாததாலும் ஐ.மு.கூ கூட்டணிக்குப் பெரும் பின்னடைவாக இருந்தது. ஐ.மு.கூ இரண்டாம் கட்டத்தில் இது நன்கு வெளிப்படை யாகத் தெரிந்தது.

இந்தக் குறைபாட்டைப் போக்க பிரதமர் முக்கிய முடிவுகள் பற்றி கூட்டணித் தலைவர்களுக்கு தானாகவே எடுத்துச் சொன்னார். அவர்கள் அவரை அந்தப் பண்புக்காக பெரிதும் மதித்தனர். அரசியல் முக்கியத்துவம் வாய்ந்த முடிவுகளை சோனியாவிடம் மட்டுமல்ல கருணாநிதி, பவார், லாலு பிரசாத் யாதவ் என அனைவரிடமும் சொல்லிவிட்டே செய்தார். பெரும்பாலான நேரங்களில் காங்கிரஸ் கட்சியின் 'பிரதான குழு' வாராந்திரக் கூட்டங்களில் ஒரு முடிவை எடுத்த பிறகு ஊடகங்களுக்கு அந்தச் செய்தியை நான் சொல்வதற்கு முன்பாக டாக்டர் சிங் கூட்டணித் தலைவர்களுக்குத் தானே நேரடியாகத் தொலைபேசியில் அதைத் தெரிவிப்பார்.

அந்த வகையில் டாக்டர் சிங் முழுக்கவே அனைவருடைய ஆதரவைப் பெற்ற பிரதமராகவே இருந்தார். ஐ.மு.கூ-1 காலகட்ட ஆட்சி வெற்றிகரமாக அமைந்ததற்கு டாக்டர் சிங்கின் இத்தகைய அணுகுமுறையே காரணமாக இருந்தது. ஒவ்வொரு முக்கியமான

தீர்மானத்தையும் அனைவருடைய சம்மதத்தையும் ஆலோசனை களையும் பெற்று அமல்படுத்துவதில் அதிக அக்கறை கொண்டிருந் தார். அதற்காக அதிக நேரத்தைச் செலவிடவும் செய்தார். அவர் யாரையும் கலந்தாலோசிக்காமல் ஒரு முடிவெடுத்தார் என்று சொல்லப்பட்டவை எதுவும் உண்மையே இல்லை. அவருடைய குறையாகச் சொல்வதென்றால் அவருக்குச் சரியென்று தோன்றியதைச் செய்து அதற்கு கூட்டணித் தலைவர்களை சம்மதிக்க வைக்க முயற்சி செய்யாமல் அனைவருடைய ஒப்புதலையும் பெற அவர் அளவுக்கு அதிகமாக நேரம் எடுத்துக்கொண்டார்.

சோனியா காந்தி தன்னை நியமித்திருக்காவிட்டால்கூட கூட்டணிக் கட்சியினர் அனைவரும் ஏகமனதாகத் தன்னையே தேர்ந்தெடுத்திருப் பார்கள் என்ற நம்பிக்கை டாக்டர் சிங்குக்கு நிறையவே இருந்தது. வேறு வார்த்தைகளில் சொல்வதென்றால், அவர் சோனியாவால் நியமிக்கப்பட்டவராக பிரதமர் பதவியை ஏற்றார். ஆனால், ஆட்சியை அவர் அனைவருடைய ஆதரவையும் பெற்றவராகவே நடத்தினார். குறிப்பாக கருணாநிதி, பவார், லாலு மற்றும் சி.பி.ஐ.எம்மின் வங்காளப் பிரிவினர் ஆகிய அனைவருடைய ஆதரவையும் பெற்ற வராகவே ஆட்சி செய்தார்.

ஒரு பக்கம் சோனியாவுக்கும் மறுபக்கம் இருந்த கருணாநிதி, பவார், சுர்ஜித் போன்றோருக்கும் உவப்பான ஒரே நபராகவும் இரு தரப்பினரும் இணையும் சமரசப் புள்ளியாகவும் டாக்டர் சிங்தான் இருந்தார். சோனியா இந்தியர் அல்ல என்ற காரணத்தை வெளிப்படை யாகச் சொல்லியே சரத் பவார் காங்கிரஸ் கட்சியைவிட்டு விலகியிருந்தார். சி.பி.ஐ (எம்) சோனியாவை பிரதமராக்க சம்மதம் தெரிவித்திருந்தது. ஐ.கே.குஜ்ரால் இதைத் தனது சுய சரிதையில் மறுத்திருக்கிறார். *1999*-ல் சோனியா ஆட்சி அமைக்க முயற்சி செய்தபோது முலாயம் சிங் ஆதரவு தராமல் இருந்ததற்கு சுர்ஜித்தான் காரணம் என்று குறிப்பிட்டிருக்கிறார். ஆனால், *2004*-ல் கம்யூனிஸ்ட் கட்சியின் பொதுச் செயலராக இருந்த சுர்ஜித், டாக்டர் சிங்கின் நியமனத்தை மிகுந்த ஆர்வத்துடன் வரவேற்றார். எனவே தான் வெறுமனே சோனியாவால் நியமிக்கப்பட்டவர் மட்டுமே அல்ல என்ற பிரதமரின் நம்பிக்கையில் கணிசமான அளவு உண்மை இருக்கிறது. கூட்டணியில் இருந்த பிற தலைவர்களுக்கும் அவரே ஏற்புடையவராகவே இருந்திருக்கிறார்.

சில தலைவர்கள் கூடி ஒரு தலைவரை நியமிப்பதும், வேறு வழியின்றி யாருமே எதிர்பார்க்காத நபர்கள் பிரதமர் பதவிக்கு நியமிக்கப்படுவதும் இந்திய வரலாற்றில் புதிதல்ல. லால் பகதூர் சாஸ்திரி, சரண் சிங், நரசிம்ம ராவ், தேவ கௌடா, ஐ.கே.குஜ்ரால்

ஆகியோர் அப்படி நியமிக்கப்பட்டவர்களே. இந்திரா காந்திகூட நேருவின் மறைவைத் தொடர்ந்து, கட்சியை நிர்வகித்து வந்த அப்படியான ஓர் அதிகாரக் குழுவினால் நியமிக்கப்பட்டவரே. எனினும் இந்திராவும் நரசிம்மராவும் கட்சியின் தலைவராக தம்மைத் தேர்ந்தெடுக்க வைத்ததன் மூலம் முழுக் கட்டுப்பாட்டைத் தம் பக்கம் எடுத்துக்கொண்டுவிட்டனர். அப்போதும் சரி இப்போதும் சரி கட்சிக்கு ஒரு தலைவர் ஆட்சிக்கு ஒரு தலைவர் என்ற நிலைப்பாடு எடுக்கப்பட்டபோதெல்லாம் பிரதமராக இருந்தவரிடமே முழு அதிகாரமும் இருக்கும் என்பதில் யாருக்கும் எந்த சந்தேகமும் இருக்க வாய்ப்பில்லை. இந்திரா காந்தி பிரதமராகவும் தேவ் காந்த் பரூவா காங்கிரஸ் கட்சித் தலைவராகவும் இருந்தபோது இந்தியாதான் இந்திரா... இந்திராதான் இந்தியா என்று அவர் சொன்ன எதிர்மறைப் புகழ் பெற்ற வாக்கியமானது இரண்டு தனி நபர்கள் இந்தப் பதவிகளை வகித்தால் யார் உண்மையான எஜமான் என்பதைத் தெளிவாகக் காட்டுகிறது.

இப்படியான சூழ்நிலையில் காங்கிரஸ் தலைவரின் முகமூடிதான் பிரதமர் என்ற பி.ஜே.பி.யின் குற்றச்சாட்டை பலரும் ஆரம்பத்தில் நம்பினார்கள் என்பதில் எந்த ஆச்சரியமும் இல்லை. 2004-ல் யஷ்வந்த சின்ஹா டாக்டர் சிங்கை 'சிகண்டி' என்று விமர்சித்தார். மகாபாரதத்தில் வரும் ஆணும் பெண்ணும் கலந்த கதாபாத்திரம். ஒரு பெண் என்பதால் உன்னுடன் போரிட மாட்டேன் என்று பீஷ்மர் சொல்வார். இந்த உவமைக்கு இன்னொரு அர்த்தமும் உண்டு. அதாவது சோனியாவினால் பிரதமர் கட்டுப்படுத்தப்படுகிறார். இது மிகவும் மோசமான அவதூறு. இதனால் பிரதமருடைய மரியாதையையும் செல்வாக்கையும் சாதாரண மக்களின் மனங்களில் நல்லவிதமாகப் பதியவைக்கும் பெரிய பொறுப்பு எனக்கு வந்தது.

5

அதிகாரம் இல்லாத பொறுப்பு

'நான் தற்செயலாகப் பிரதமர் ஆனவர்தான்.'

மன்மோகன் சிங்

பிரதமர் டாக்டர் சிங்கின் மந்திரிசபையில் இருந்த மந்திரிகளில் யாருமே அந்தப் பதவி தமக்கு பிரதமரால்தான் கிடைத்தது என்று நம்பியிருக்கவில்லை. ஆட்சிக் குழுவை உருவாக்கியதில் பிரதமரின் பங்கு குறைவாகவே இருந்தபோதிலும் பதவி மாற்றங்கள் செய்யப் பட்டபோதெல்லாம் அவரிடம் விரிவாகப் பேசவே செய்தார்கள். இறுதித் தீர்மானம் கூட்டணித் தலைவர்களுடையதாகவே இருந்தது என்றாலும் பிரதமரின் ஆலோசனைகளைக் கேட்டபிறகே எல்லாம் நடந்தன. தேவகௌடாவின் கலத்தில் ஆரம்பித்து கூட்டணி ஆட்சி என்றால் அப்படித்தான் நடந்துவந்திருக்கின்றன. ஒரு ஜனாதிபதி தன்னுடைய அதிகார அமைப்பில் பெற்றிருக்கும் அளவுக்கான சுதந்தரத்தை நம் ஜனநாயக நாடாளுமன்ற அமைப்பில் பிரதமர் பெற்றிருக்கவில்லை. ஜவாஹர்லால் நேருவினால்கூடத் தன் விருப்பப்படி எதுவும் செய்ய முடிந்திருக்கவில்லை. அவருடைய மகளே கூட 1971-ல் பங்களாதேஷ் போர் வெற்றியினால் கிடைத்த ஆதரவில்தான் முன்னணிக்கு வர முடிந்தது. இந்திரா படுகொலை செய்யப்பட்ட பிறகு ராஜீவ் காந்தி ஐந்தில் நான்கு பங்கு பெரும் பான்மையுடன் ஆட்சிக்கு வந்தார். அவருக்கு பிற பிரதமர்களைவிட கூடுதல் சுதந்தரம் இருந்திருக்கும். என்றாலும் அவருக்கும்கூட அவருக்குப் பிடிக்காத ஹெச்.கே.எல்.பகத் போன்றவர்களை மந்திரியாக்க வேண்டியிருந்தது.

நரசிம்மராவ், வாஜ்பாய், தேவ கௌடா மற்றும் குஜ்ரால் என அனைவரும் பல்வேறு நிர்பந்தங்களுக்கு உட்பட்டே செயல்பட நேர்ந்திருக்கிறது.

வாஜ்பாய்க்குத் தன் நெருங்கிய சகாவான சுரேஷ் பிரபுவைக் கைவிட வேண்டியிருந்தது. 1992-ல் கட்சித் தேர்தலில் போட்டியிட்டு வெற்றி பெற்றதன் மூலம் தனது மந்திரிகள் மீதான கட்டுப்பாட்டைத் தக்கவைத்துகொண்டார். வாஜ்பாய் பிரதமர் பதவியேற்ற ஒரு சில வாரங்களிலேயே அணு வெடிப்பு சோதனையைச் செய்து தன் செல்வாக்கை உயர்த்திக்கொண்டார். அணு வெடிப்பை அவர் மேற்கொண்டதற்கு இரண்டு காரணங்கள் உண்டு. முதலாவதாக இந்தியாவின் அண்டை நாட்டிலும் சர்வதேச அளவிலும் அணு ஆயுதங்கள் தொடர்பாக நடந்துகொண்டிருப்பவற்றுக்குப் பதிலடியாக அது மேற்கொள்ளப்பட்டது. அதோடு, உள்நாட்டு அரசியல் ரீதியாகப் பார்த்தால், அரசாங்கத்தின் தலைவராகவும், தேசிய அளவில் தன் செல்வாக்கை உயர்த்தவும் வாஜ்பாய் அதைப் பயன் படுத்திக்கொண்டார். தான் விரும்பிய நிதி அமைச்சரை நியமிக்க முடியாத கையறு நிலையில்தான் வாஜ்பாயின் ஆட்சி தொடங்கியது. அவர் ஜஸ்வந்த் சின்ஹாவை நிதியமைச்சராக நியமிக்க விரும்பினார். ஆனால், கட்சி யஷ்வந்த் சின்ஹாவை நியமிக்கச் சொல்லி நிர்பந்தித்தது. எனவே, கூட்டணியில் தனது தலைமையை வலுவாக நிலைநாட்டிக்கொள்ளவும் அத்வானி போன்ற போட்டியாளர்களை முந்தவும் அந்த அணுவெடிப்பு சோதனையைப் பயன்படுத்திக் கொண்டார்.

1990களில் வாஜ்பாயின் ஆட்சி ஆரம்பித்து சில வருடங்கள் கழிந்த பிறகு டாக்டர் சிங் பின்னாளில் விமர்சிக்கப்பட்டதுபோலவே முகமூடி என்று பி.ஜே.பியின் மூத்த தலைவர் கோவிந்தாச்சார்யா வினால் விமர்சிக்கப்பட்டார். அதிகாரமானது கட்சியின் தலைவரான எல்.கே.அத்வானியிடமும் ஆர்.எஸ்.எஸ்ஸிடமும்தான் இருக்கிறது என்று அதற்கு அர்த்தம். எனினும், வாஜ்பாய் அணு வெடிப்பு சோதனை செய்து இந்தியாவை அணு ஆயுத நாடாக அறிவித்ததன் மூலம் மக்களாட்சியில் எல்லாரும் சமமானவர்களே; ஆனால், ஒரு பிரதமர், சமமானவர்களில் முன்னணியில் இருப்பவர் என்பதை நிரூபித்துவிட்டார். இதற்கு முன்பாக மத்திய பிரதேசத்தைச் சேர்ந்த நண்பரும் பிராமணருமான பிரஜேஷ் மிஸ்ராவைத் தனது பிரதான செயலராக நியமித்தார். பி.ஜே.பியின் அயலுறவு விவகாரப் பிரிவின் தலைவர் என்ற வகையிலும் மூத்த பத்திரிகை ஆசிரியர்களுடனான நல்லுறவின் அடிப்படையிலும் பல செல்வாக்கான தொடர்புகளை அவர் உருவாக்கிக் கொண்டிருந்தார்.

சோனியா காந்தி 'தியாகம்' செய்திருக்கும் நிலையிலும் அவரே முதலாளியம்மா... பிரதமர் அல்ல என்ற செய்தியை சம்பந்தப் பட்டவர்களுக்கு உணர்த்தும் பணியை காங்கிரஸ் கட்சியின் செய்தித்

தொடர்பாளர்கள் செய்துவந்தனர். டாக்டர் சிங்குக்கு எந்தவகையிலும் எதிர் நிலையில் இருந்திராத யெச்சூரியும் அவருடைய கட்சியின் மிக முக்கிய தலைவர்களும்கூட கட்சித் தலைவரே அரசாங்கத் தலைவரை விட அதிக பலம் வாய்ந்தவர் என்று ஜோதிபாசுவின் ஆரம்பகட்ட நாட்களைச் சொல்லிக் காட்டி நிருபரிடம் பேசினார்கள்.

ஐ.மு.கூ-வின் முதல் காலகட்டத்தில் இது எப்படி இருந்தது என்றால், எல்லா நல்ல செயல்களுக்கான பாராட்டும் சோனியாவுக்குக் கிடைத்தது. எல்லாத் தவறுகளுக்கான விமர்சனங்களும் டாக்டர் சிங் மீது விழுந்தன.

டாக்டர் சிங் இந்த அரசியல் யதார்த்தத்தை நன்கு புரிந்துகொண்டுதான் இருந்தார். ஏதேனும் நண்பர்கள் மிக முக்கியமான விஷயத்தை நடத்தித் தரச் சொல்லிக் கேட்டாலோ எதிர்க் கட்சித் தலைவர்கள் ஏதேனும் கோரிக்கை வைத்தாலோ அவர்களிடம், நான் தற்செயலாகப் பிரதமரானவர்தான். முழு அதிகாரமும் சோனியாவிடம் தான் இருக்கிறது என்று சொல்லிவிடுவார்.

உள்நாட்டு நிர்வாக விஷயத்தில் அவருடைய கைகள் கட்டப்பட்ட நிலையில் அயலுறவுக் கொள்கை விஷயத்தில் சுதந்தரமாகச் செயல்படலாம் என்று முடிவெடுத்தார். அயலுறவுத்துறை அமைச்சர் நட்வர் சிங்கிடம் இதை முதலில் தெரிவித்தார். ஜூன் 11, 2004-ல் வாஷிங்டன் டி.சி.யில் பத்திரிகையாளர்கள் மத்தியில் பேசும்போது நட்வர் சிங், அமெரிக்கா தலைமையிலான படைகளை இராக்குக்கு அனுப்புவது தொடர்பாக, இந்தியா புதிய அணுகுமுறையை மேற்கொள்ளும் என்று சொன்னார். வாஜ்பாய் அரசங்கம் இந்த விவகாரத்தில் இரண்டாகப் பிளவுண்டுகிடந்தது. எல்.கே.அத்வானியும் ஜஸ்வந்த் சிங்கும் படைகளை அனுப்ப வேண்டும் என்று சொன்னார்கள். வாஜ்பாயும் பிரஜேஷ் மிஸ்ராவும் அதற்கு எதிர்கருத்தைக் கொண்டிருந்தனர். கடைசியில் படை அனுப்பப்படவே இல்லை. முன்னதாக, அமெரிக்காவிடமிருந்து படைகளை அனுப்பி உதவும்படி கோரிக்கை நேரடியாக வந்திருந்தது. ஏற்கெனவே ஐக்கிய நாடுகள் சபையுடன் ஐ.மு.கூ ஓர் ஒப்பந்தம் செய்துகொண்டிருந்தது. அதன் அடிப்படையில் படைகளை நிச்சயம் அனுப்பியிருக்க முடியும்.

20-ம் நூற்றாண்டின் ஆரம்பகட்டத்தில் இந்திய வீரர்கள் இராக் சென்று போரிட்டிருக்கிறார்கள் என்பதைச் சொல்லிக் காட்டிச் சிலர் இப்போதும் படையை அனுப்பலாம் என்று சொன்னார்கள். பல நூற்றாண்டுகளாக இந்தியா இராக்குடன் நல்லுறவைப் பேணி வருகிறது. இரண்டு உலகப் போர்களுக்கு இடைப்பட்ட காலத்தில், இந்திய ரூபாய் இராக்கில் செல்லுபடியாகும் செலாவணியாக

இருந்தது. படைகளை அனுப்புவது ராணுவ ரீதியாக இந்தியாவின் செல்வாக்கை அதிகரிக்க உதவும் என்று சிலர் சொன்னார்கள். வேறு சிலரோ இஸ்லாமியர்களிடையேயான உள் மோதலில் நாமும் சிக்கிக் கொள்ள நேர்ந்துவிடும். அது உள்நட்டிலும் எதிரொலிக்கக்கூடும் என்று பயந்தனர். எதிர்மறை எண்ணம்கொண்டவர்களே அன்றும் மிகுதியாக இருந்தனர். 2004-ல் அவர்களே வென்றனர்.

டாக்டர் சிங்குக்கும் சரி காங்கிரஸ் கட்சிக்கும் சரி படைகளை அனுப்பும் எண்ணம் இருந்திருக்கவில்லை. நட்வர் சிங் சொன்னதைக் கேட்டதும் தில்லியில் கூடிய நாடாளுமன்றத்தில் பெரும் அமளி கிளம்பியது. தமது முந்தைய நிலைப்பாட்டை மாற்றிக்கொள்ள வில்லை என்று கட்சியினர் அந்தக் கூற்றை மறுத்தனர். நட்வர் சிங் தான் சொன்னதை வாபஸ் பெற்றுக்கொள்ளும்படி டாக்டர் சிங் கேட்டுக்கொண்டார்.

நட்வர் சிங்கை வழிக்குக் கொண்டுவருவதில் பிரதமருக்கு பெரிய சிரமம் இருந்திருக்கவில்லை. ஆனால், அரசியல் கனவுகள் மிகுந்த அர்ஜுன் சிங், நடுவுக்கு இடது பக்கத்தில் இருக்கும் ஏ.கே.ஆண்டனி, பிரதமர் வரிசையில் அடுத்ததாகக் காத்திருக்கும் பிரணாப் முகர்ஜி ஆகியோரை வழிக்குக் கொண்டுவருவது மிகவும் சிரமமாக இருந்தது. அவர்கள் ஒவ்வொருவரும் ஒவ்வொரு எண்ணம் கொண்டவர்கள். தமது அரசியல் முக்கியத்துவம், படிநிலை குறித்த தெளிவான பிரக்ஞை கொண்டவர்கள். டாக்டர் சிங்கின் அரசியல் கொள்கை களுடன் பிரணாபுக்கு எந்தக் கருத்து வேறுபாடும் கிடையாது. ஆனால், பல வருடங்கள் முன் தனக்குக் கீழே பணி புரிந்த ஒருவருடைய கீழே தான் இப்போது பணிபுரியவேண்டியிருக்கிறதே என்று அவர் மனதுக்குள் புழுங்கிக் கொண்டிருந்தார். 1982-84-ல் டாக்டர் சிங் ரிசர்வ் வங்கியின் கவர்னராக இருந்தபோது நிதி அமைச்சராக இருந்தவர் பிரணாப் முகர்ஜி!

2004-ல் பதவியேற்ற அமைச்சரவையில் ஏ.கே.ஆண்டனி இருந்திருக்க வில்லை. அவர் 2006-ல்தான் பாதுகாப்பு மந்திரியானார். அப்போது பிரணாப் வெளியுறவுத்துறைக்கு இடம் மாற்றப்பட்டிருந்தார். இந்த தீர்மானங்கள் எல்லாம் சோனியாவினுடையவை. அவர் சில நேரங்களில் டாக்டர் சிங்கைக் கலந்தாலோசித்தார். ஆனால், பெரும் பாலும் சோனியாவின் கருத்துகளையே இந்த விஷயங்களில் டாக்டர் சிங் ஏற்றுக்கொண்டிருந்தார்.

மந்திரி சபை மீது தன்னுடைய விருப்பத்தை ஏற்கச் செய்ய டாக்டர் சிங்குக்கு முடிந்திருக்கவே இல்லை. ஒவ்வொரு வாரமும் வியாழக் கிழமையில் கேபினட் குழு கூடியது. ஒவ்வொரு விவகாரங்கள்

குறித்தும் விரிவாக விவாதித்தது. டாக்டர் சிங் பிறர் பேசுவதை மவுனமாகக் கேட்பார். தன் கருத்தாக எதையும் சொல்லமாட்டார். கூட்டத்தில் பேசப்படவிருக்கும் விஷயம் உவப்பானதாக இல்லையென்றால் சில மந்திரிகள் கூட்டத்துக்கு வராமலேயே இருந்து விடுவார்கள். ஆனால் கூட்டம் நடப்பதற்கு முன்பே பிரதமர் ஏதேனும் விஷயம் தொடர்பாகத் தெளிவான தீர்மானம் எடுத்திருந்தால் பவார் அல்லது சிதம்பரம் போன்ற மூத்த தலைவர்களைக் கொண்டு தனது கருத்தைப் பேசச் சொல்வார். இதனால் கேபினட் அமைச்சர்களுடன் நடக்கும் தனிப்பட்ட சந்திப்புகள் இந்தக் கூட்டங்களைவிட அதிக முக்கியத்துவம் வாய்ந்ததாக இருக்கும்.

காங்கிரஸின் 'பிரதான குழு' 7, ஆர்.சி.ஆரில் ஒவ்வொரு வெள்ளி மாலையும் கூடிப் பேசும். அதுவே அரசாங்கம் மற்றும் கட்சியின் உண்மையான நிர்வாகச் செயல்பாடுகளைக் கவனித்துக்கொண்டன. கூட்டணி கட்சித் தலைவர்கள் அதில் பங்கு பெறுவதில்லை. பொதுவாக, மூத்த அமைச்சர்களைக்கொண்ட அரசியல் விவகாரங்களுக்கான கேபினட் குழுதான் மிக முக்கியமான கொள்கை முடிவுகளை எடுக்கும். அந்தக் குழுவானது கம்யூனிஸ்ட் கட்சியின் பொலிட்பீரோவுக்குச் சமமானது. ஆனால், பிரதமருக்கு மந்திரி சபையில் இடம் பெற முடிந்திருக்கவில்லை. சோனியா காந்தியோ எந்த அமைச்சர் பதவியையும் வகிக்கவும் இல்லை. எனவே அவர் அந்த கேபினட் குழுவில் இடம்பெறவும் இல்லை. முந்தைய காலங்களில் மிகவும் சக்தி வாய்ந்த குழுவாக இருந்த இந்தக் குழு டாக்டர் சிங்கின் ஆட்சிக் காலத்தில் கூடிப் பேசவே இல்லை. 'பிரதான குழு'வே கேபினட் குழுவின் இடத்தை எடுத்துக்கொண்டுவிட்டது.

வாஜ்பாய் மூலம் உருவாக்கப்பட்ட நிர்வாக அமைப்பு ஒன்றை டாக்டர் சிங்கும் பயன்படுத்திக்கொண்டார். அதன் பெயர் மந்திரிகள் குழு (க்ரூப் ஆஃப் மினிஸ்டர்ஸ்). அதில் கூட்டணி கட்சிகளின் தலைவர்களும் இடம்பெற்றிருப்பார்கள். ஒருமித்த கருத்தை ஏற்படுத்த அந்தக் குழுவினர் உதவுவார்கள். கூட்டணியில் இருக்கும் கட்சிகளின் ஒரு முக்கிய தலைவராவது அந்தக் குழுவில் இருப்பார். கேபினட்டில் ஒரு கொள்கை அல்லது திட்டம் அனுமதி கேட்டு வருவதற்கு முன்பாக கூட்டணிக் கட்சியினர் அதுபற்றி விவாதிக்க இது வழிவகுத்தது.

பிரணாப் முகர்ஜி, பவார், ஆண்டனி, அர்ஜுன் சிங் போன்றோர் அந்தக் கூட்டத்துக்குத் தலைமை தாங்கியிருக்கிறார்கள். 2010 காமன் வெல்த் விளையாட்டுப் போட்டி பற்றிய விவாதம் மட்டுமே அர்ஜுன் சிங் தலைமை தாங்கிய ஒரே முக்கியமான கூட்டம். அது தொடர்பான கூட்டங்கள் உரிய இடைவெளிகளில் நடைபெறவில்லை. அந்த

விளையாட்டுப் போட்டிகளுக்கான தயாரிப்பு நடவடிக்கைகள் சரியாக நடக்காது என்பதைச் சுட்டிக் காட்டும் நிகழ்வாக அது அமைந்தது.

அந்தக் குழு உண்மையில் நல்ல யோசனைதான். ஆனால், டாக்டர் சிங் ஒருபடி மேலே போய், அதிகாரம் பெற்ற மந்திரிகள் குழு என்ற ஒன்றை அமைத்தார். அது உண்மையான மந்திரி சபையின் அதிகாரத்தை வெகுவாகக் குறைத்தது. இந்த அதிகாரம் பெற்ற குழுவானது முக்கிய கொள்கைகள், திட்டங்கள், விவகாரங்கள் ஆகியவற்றின் அடிப்படையில் கூடி விவாதித்தன. உண்மையான மந்திரி சபைக்கு மாற்று என்று சொல்லும் அளவுக்கு வந்துவிட்டது. ஏனென்றால், இந்தக் குழுவுக்கு முடிவெடுக்கும் அதிகாரம் வழங்கப் பட்டிருந்தது. இவர்கள் சொன்னதை அப்படியே வழிமொழியும் பொறுப்பு மட்டுமே கேபினட்டுக்கு விடப்பட்டது. அது பிரதமரின் அதிகாரத்தை மேலும் குறைத்தது. அந்தக் குழுவுக்கு மூத்த கேபினட் அமைச்சர்களே தலைவர்களாக இருந்தனர். அவர்கள் பிரதமரிடம் எதுவும் சொல்லாமலேயே ஒரு தீர்மானத்தை எடுத்துவிட முடியும். மூத்த கேபினட் அமைச்சரான பிரணாப் முகர்ஜி தலைமை தாங்கிய குழுக்கள் இவ்விதமே செயல்பட்டன. இந்தக் குழுவில் எத்தனை பேர் இருக்கிறார்கள் என்று அடிக்கடி என் பத்திரிகை நண்பர் கேட்பார். நான் தலைமைச் செயலகத்தில் இருந்து இந்தத் தகவலைக் கேட்டுப் பெறுவேன். சில நேரங்களில் எனக்கே அந்த எண்ணிக்கை அதிர்ச்சியைத் தரும். 2007-ல் கிட்டத்தட்ட ஐம்பது பேர் இந்தக் குழுவில் இருந்தனர். நாளாக ஆக அந்த எண்ணிக்கை அதிகரிக்கத்தான் செய்தது.

இப்படி அந்தக் குழுவுக்கு அதிக அதிகாரம் கொடுத்ததற்கு எது காரணம் என்று தெரியவில்லை. ஒன்று மூத்த அரசியல் தலைவர் களான பிரணாப் போன்றோருடன் அதிகாரத்தைப் பங்கிட்டுக் கொள்ளும் நோக்கமா... அல்லது பிரச்னைக்குரிய விஷயங்களில் முடிவெடுக்க விரும்பாமல் பொறுப்பைக் கைமாற்றிக் கொடுத்த செயலா என்று தெரியவில்லை. ஆனால், பிரதமரின் அதிகாரத்தில் அது தானாகவே தன் மேல் மண்ணைப் போட்டுக்கொண்ட செயலாகவே ஆனது. நீண்ட காலம் அரசியல் அனுபவம் பெற்றவர் என்ற வகையில் பிரதமர் உண்மையில் தனது அதிகாரத்தைத் தக்கவைப்பது பற்றியே யோசித்திருக்கவேண்டும். அவர் இப்படிச் செயல்பட்டது எனக்கு ஆச்சரியத்தைத் தந்தது. ஒரு முறை பிரதமருடன் வெளிநாடு செல்ல வேண்டி வந்தது. அப்போது என் மகளுக்குப் பள்ளியில் தேர்வு இருந்ததால் நான் வர இயலாது என்று சொன்னேன். உடனே அவர் வழக்கத்துக்கு மாறாக என்னிடம் என்ன சொன்னாரென்றால், 'நீ வரவில்லையென்றால் வேறு யாராவது உன்

இடத்துக்கு வந்துவிடுவார்கள். அப்படி யாருக்கும் இடம் கொடுத்து விடாதே'.

குறிப்பிட்ட விஷயங்கள் சார்ந்து மந்திரிகள், அதிகாரிகள், நிபுணர்கள் என பலரும் கலந்துகொண்ட இப்படியான கூட்டங்களினால், திட்டங்கள் தீட்டுவதில் நிபுணத்துவம் வாய்ந்த அறிவார்ந்த கருத்துகளுக்கு இடம் கிடைத்தன. பல்வேறு துறைகளைச் சேர்ந்த மந்திரிகளுக்கு இடையே ஏற்படும் கருத்து வேறுபாடுகளைக் களைய இந்தக் கூட்டங்கள் வழிவகுத்தன. பெட்ரோலியம், எரிவாயு, அனல் மின்சாரம், புனல் மின்சாரம், அணு மின்சாரம், மாற்று எரிசக்தி திட்டங்கள் என எரிபொருள் தொடர்பாகப் பல்வேறு அமைச்சகங் களை உருவாக்குவதால் ஏற்படும் சிக்கல்களை எரிபொருள் ஒருங்கிணைப்புக் குழு என்ற ஒன்று எளிதில் தீர்க்க உதவியது. இந்தக் குழுவில் நிதி அமைச்சரும் இடம்பெற்றதால் அணு மின்சாரம் தொடர்பான முயற்சிகளுக்கு ஒருமனதான ஆதரவை பிரதமரால் எளிதில் பெற முடிந்தது. அணு சக்தித் துறை மூலமாக அதை முன்னெடுத்திருந்தால் நிச்சயம் விஷயம் இவ்வளவு எளிதில் முடிந்திருக்காது. அதுபோலவே, விவசாய ஒருங்கிணைப்புக் குழு, வர்த்தகப் பொருளாதாரக் குழு போன்றவை உருவாக்கப்பட்டதால், பல்வேறு மந்திரிகள், திட்ட கமிஷனின் உறுப்பினர்கள் ஆகியோரை ஒரே மேஜைக்குக் கொண்டுவரமுடிந்தது. அதனால் India-ASEAN FTA போன்ற முக்கிய முயற்சிகளை முன்னெடுக்க முடிந்திருந்தது.

இப்படியான பல்வேறு குழுக்கள் உருவாக்கப்பட்டதில் இருந்து டாக்டர் சிங் யாருடன் சுமுகமாகப் பணிபுரிய முடிந்தது என்பதைத் தெரிந்துகொள்ளவும் முடிந்தது. ஐ.மு.கூ காலகட்டத்தில் அவருடைய ஏ-டீமில் பவார், சிதம்பரம் ஆகியோர் இருந்தனர். நரசிம்மராவ் ஆட்சியின்போது அவர்கள் இருவரும் சக அமைச்சர்களாக இருந்தனர். அவர்கள் இருவருக்கும் நரசிம்மராவுடன் வலுவான பிணைப்பு இருந்தது. டாக்டர் சிங் மீது நல்ல மரியாதையும் இருந்தது. சிவ்ராஜ் பாட்டில், லாலு பிரசாத் யாதவ் என பலருடன் டாக்டர் சிங்குக்கு நல்லுறவு இருந்தது. ஆனால், அர்ஜுன் சிங், ஏ.கே. ஆண்டனி போன்றோரிடம் ஒருவித விலகல் இருந்தது. இளைய அமைச்சர்களில் கமல் நாத், தயாநிதி மாறன், ஃப்ரஃபுல் படேல் ஆகியோருடன் அவருடைய நட்புறவு வளர்ந்தும் தேய்ந்தும் இருந்தது. அவர்கள் செய்தவற்றில் ஏதேனும் தனக்குப் பிடிக்காம லிருந்தால் மென்மையாகத்தான் கண்டிப்பார். என்றாலும் அதை

ஈடுகட்டும்வகையில் பிரதமருக்கு உவப்பான எதையாவது செய்திருந்தால் மனம் திறந்து வெகுவாகப் பாராட்டுவார்.

அவருடைய அமைச்சர்களிலேயே ஊரக வளர்ச்சித்துறை மந்திரியான ரகுவம்ச பிரசாத் சிங்கைத்தான் அவர் மிகவும் மதிப்புடன் வைத்திருந்தார். அவர் ஆர்.ஜே.டி. கட்சியைச் சேர்ந்தவர். இவர்தான் ஐ.மு.கூ- 1 காலகட்டத்தின் ஊரக உத்தரவாத வேலைவாய்ப்புத் திட்டத்தைக் கொண்டுவந்தவர். பிற மூத்த காங்கிரஸ் தலைவர்களின் செயல்பாடுகள் பற்றி டாக்டர் சிங்குக்கு அவ்வளவாக நல்ல கருத்துகள் கிடையாது.

சிவ்ராஜ் பாட்டீல் பற்றி பொதுவெளியில் நல்ல அபிப்ராயம் கிடையாது. ஆனால், பிரதமருக்கு அவருடன் பணிபுரிவது எளிதாக இருந்தது. 2006-ல் ஒரு கட்டத்தில், நக்சலைட் பிரச்னையைச் சரியாகக் கையாளவில்லை என்று ஊடகத்தினர் சிவ்ராஜ் பாட்டிலைக் கட்டம் கட்டி விமர்சித்தன. அப்போது பிரதமர் அவருக்கு ஊடகத்தை எப்படிக் கையாளவேண்டும் என்று ஆலோசனை சொல்லும்படி என்னைக் கேட்டுக்கொண்டார். நான் ஆலோசனை சொல்ல வந்ததை நாகரிகமாக நன்றியுணர்வுடன் வரவேற்றார். ஆனால், நான் சொன்னதைச் செய்யவில்லை.

ஒருமுறை 7, ஆர்.சி.ஆர்.-ல் வைத்து நடந்த விருந்தில் சிவ்ராஜ் பாட்டீலும் அவருடைய கடும் விமர்சகரான இந்தியன் எக்ஸ்பிரஸ் பத்திரிகையின் சேகர் குப்தாவும் கலந்துகொண்டனர். சேகர் குப்தாவுடன் தானாகச் சென்று நட்புணர்வுடன் பேசி அவருடைய எதிர்ப்புணர்வை மட்டுப்படுத்தும்படிக் கேட்டுக்கொண்டேன்.

பாட்டீல்தனத்துடன் அவர் ஒரு பதில் சொன்னார்: நீ போய் அவரை இங்கு அழைத்து வா.

நான் கிட்டத்தட்ட சிவ்ராஜ் பாட்டீலின் கையைப் பிடித்து இழுத்துக் கொண்டுபோய் சேகர் குப்தாவுடன் கை குலுக்க வைத்தேன்.

இதில் இருந்து என்ன தெரிகிறதென்றால், உள் துறை அமைச்சரான அவருக்கு எதிரிகளை எப்படி வெல்வது என்பது தெரியவில்லை. இறுக்கமான அதிகாரப் படிநிலையைக் கறாராகப் பாதுகாக்க வேண்டும் என்ற எண்ணம் மட்டுமே இருக்கிறது. மிடுக்காக உடை அணிந்துகொள்ளவேண்டும் என்பதில் மிகுந்த ஆர்வம் கொண்டவர். அவர் எல்லா விழாக்களுக்கும் ஏற்றவர் இல்லையென்றாலும் எல்லா வற்றுக்கும் உகந்த ஆடைகளை அணிவதில் தேர்ந்தவர் என்று நாங்கள் சில சமயம் வேடிக்கையாகப் பேசுவதுண்டு.

இளம் மந்திரிகளான சச்சின் பைலட், புரந்தேஸ்வரி, ஜ்யோதிராதித்யா சிந்தியா, பல்லம் ராஜு போன்றோருடன் அதிகம் பேசும்படி நானும் சுப்புவும் டாக்டர் சிங்கிடம் கேட்டுக்கொள்வோம். ஆனால், அவர் எப்போதாவதுதான் அப்படிப் பேசுவார். இளம் அமைச்சர்களுடன் அதிக நெருக்கம் காட்டினால் மூத்த அமைச்சர்களுக்கு வருத்தம் ஏற்படும் என்று நினைத்திருக்கலாம். இளம் அமைச்சர்களுக்கு போதிய பணிகள் தரப்படுவதில்லை என்ற குற்றச்சாட்டுகள் வரும் போது மூத்த அமைச்சர்களுடன் பேசி இளையவர்களுடன் வேலையைப் பகிர்ந்துகொள்ளும்படி பிரதமர் கேட்டுக்கொள்வார். நடைமுறையில் யாரும் இதைச் செய்யவே இல்லை. பிரதமர் அலுவலகத்தில்கூட இது நடைமுறைப்படுத்தப்படவில்லை. தனக்குக் கீழ் இருந்த அமைச்சர் பிருத்விராஜ் சவானுக்குக் கூட பிரதமரால் வேலைப் பகிர்வை நடைமுறைப்படுத்த முடிந்திருக்க வில்லை.

மந்திரிசபை மாற்றம் விலாவாரியாகப் பல பரிசீலனைகளுக்குப் பிறகு நடைபெற்றுவந்தது. தனது அமைச்சர்களின் செயல்பாடுகள் பற்றிய மதிப்பீடுகளை அடிக்கடிக் கேட்டுத் தெரிந்துகொள்வார். பள்ளிக் கூடம் போன்ற ரேங் பட்டியல் தயாரிக்கப்படும் என்று ஊடகத்தினர் நம்புவதுபோல் அது இருக்காது. சாதாரண மதிப்பீடாகவே இருக்கும். 2005-ல் ஐ.மு.கூ முதல் ஆண்டை நிறைவு செய்ததையொட்டி, பிரதமர் மந்திரிகளின் ரேங்கை பரிசீலனை செய்துவருவதாகப் பேச்சுகள் அடிபட்டன. பிரதமரின் 'மதிப்பெண் பட்டியலில்' நட்வர் சிங்குக்குக் 'குறைவான மதிப்பெண்களே' கிடைத்திருப்பதால் அவர் வெளியுறவுத்துறை அமைச்சர் பதவியில் இருந்து நீக்கப்படுவார் என என்.டி.டி.வி. மே 9 அன்று செய்தி வெளியிட்டது. அப்போது பிரதமர் மாஸ்கோவில் இருந்தார். இந்தச் செய்தி அவர் மாஸ்கோ ஹோட்டலில் இருந்தபோது கிடைத்தது. என்.டி.டி.வி.யில் அப்படி என்ன செய்தி வெளியானது என்பதை முதலில் பார்க்கச் சொன்னார். நான் அந்த செய்தியை முழுவதுமாகச் சொன்னபோது பிரதமர் ஆத்திரத்தில் வெடித்தார்: இப்படியான பொய்களை ஒளிபரப்ப வேண்டாம் என்று பிரணாய் ராயிடம் சொல் என்றார்.

நான் பிரணாயைத் தொலைபேசியில் அழைத்து பேச ஆரம்பித்தேன். பிரதமர் என் செல்போனைக் கையில் வாங்கி, ஒரு ஆசிரியர் மாணவனைத் திட்டுவதுபோல், நீ இப்படிச் செய்யக்கூடாது.. இது சரியல்ல என்று திட்டினார். உண்மையிலேயே பிரதமருக்கும்

பிரானாய்க்கும் இடையிலான தொடர்பு என்பது ஒரு பிரதமருக்கும் மூத்த ஊடக பிரமுகருக்கும் இடையிலானதாக இருக்கவில்லை; ஒரு கம்பெனியின் முன்னாள் தலைவருக்கும் ஒரு காலத்தில் அவருக்குக் கீழே வேலை பார்த்த ஒருவருக்கும் இடையிலான உறவு போலவே இருக்கும். ஏனென்றால், முன்பு டாக்டர் சிங் நிதி அமைச்சராக இருந்தபோது பிரணாய் ராய் பொருளாதார ஆலோசகராக அவருக்குக் கீழே பணிபுரிந்திருந்தார். சிறிது நேரம் கழித்து பிரணாய் எனக்கு போன் செய்தார்.

பிரதமர் அருகில் இருக்கிறாரா என்று கேட்டார்.

நான் அந்த அறையில் இருந்து வெளியே வந்தேன். இப்போது பேசலாம் என்றேன்.

பள்ளிக்கூடத்தில்தான் இந்த அளவுக்குத் திட்டு வாங்கியிருக்கிறேன். அவர் ஒரு நாட்டின் பிரதமர்போல் அல்லாமல் ஒரு பள்ளிக்கூட ஆசிரியர்போல் நடந்துகொள்கிறார் என்று புகார் சொன்னார் ராய்.

பிரதமர் தனது பணிகள் முடிந்த பிறகு நட்வர் சிங்கை அழைத்துப் பேசினார். அவருடைய உடல் நலம் பற்றி விசாரித்துவிட்டு நாடு திரும்பியதும் வந்து சந்திப்பதாகச் சொன்னார்.

பிரணாயிடம் கோபமாகவும் நட்வர் சிங்கிடம் இதமாகவும் பிரதமர் ஏன் நடந்துகொண்டார் என்பதைப் புரிந்துகொள்ள முடிந்தது. இந்த இதமான செய்கையின் மூலம் நட்வர் சிங்கைத் தன் பக்கம் இழுத்து விட்டிருந்தார். 2005-ல் அமெரிக்காவுடன் நல்லுறவை வளர்க்கும் முயற்சிகள் முன்னெடுக்கப்படவிருந்தன. அந்த நேரத்தில் வெளியுறவுத்துறை அமைச்சர் உள்ளுக்குள் புழுங்கிக்கொண்டு இருக்கக்கூடாதுஎன்று பிரதமர் நினைத்தார்.

சதாம் ஹுசேனின் ஆட்சிக் காலத்தில் உணவுக்கு எண்ணெய் என்ற திட்டத்தின்படி முறைகேடாகப் பலனடைந்தவர்கள் என்றொரு அறிக்கையை ஐக்கிய நாடுகள் சபை வெளியிட்டது. அதில் நட்வர் சிங்குக்கும் தொடர்பு உண்டு என்பது தெரியவந்ததும் உடனே பதவி விலகிவிடும்படிக் கேட்டுக்கொண்டார். ஆனால், குற்றங்கள் நிரூபிக்கப்படும்வரை பதவியில் நீடிக்க நட்வர் சிங் அனுமதி கேட்ட போது அதற்கு சம்மதம் தெரிவித்தார். இறுதியில் நட்வர் சிங் பதவி விலகியபோது, பிரதமரே வெளியுறவுத்துறையையும் தன் வசம் வைத்துக்கொண்டார். தான் அந்தப் பதவிக்குத் தரும் முக்கியத்துவத்தை அதன் மூலம் உணர்த்தவும் செய்தார்.

இரானின் அணு பரிசோதனைக்கு எதிராக சர்வதேச அணு சக்திக் கழகக் கூட்டத்தில் இந்தியா எதிர்த்து வாக்களித்த விவகாரத்தில் நட்வர்

சிங்கின் பங்களிப்பு முக்கியமானதாக இருந்தது. இந்தியா என்ன முடிவெடுக்கும் என்று உலகம் முழுவதிலும் பெரும் பரபரப்பு ஏற்பட்டிருந்தது. அணு ஆயுதப் பரவலுக்கு எதிரான இந்தியாவின் நிலைப்பாட்டை மீண்டும் உறுதிப்படுத்தவேண்டும் என்று அமெரிக்கா விரும்பியது. அணு ஆயுதப் பரவலைத் தடுக்கும் குழுவில் உறுப்பினராக இருந்த நாடுகள் எல்லாமே அதில் உறுப்பினரான இரான் அந்த சட்டதிட்டங்களுக்கு உட்பட்டு நடக்கவேண்டும் என்று விரும்பின. இந்தியா அந்தக் குழுவின் உறுப்பினர் இல்லை. அதனால், இந்தியாவில் அமெரிக்காவுக்கு எதிரான சக்திகள் எல்லாம் இந்தியாவின் இறையாண்மையை அமெரிக்காவுக்கு அடகு வைக்கும் செயல் இது என்று காட்டமாக விமர்சித்தன. மேலும் அது நட்பு நாடான இரானையும் இந்தியாவில் இருக்கும் ஷியா முஸ்லிம் களையும் வேதனைக்குள்ளாக்கும் என்றும் சொன்னார்கள். மிக எளிதில் முடிவெடுக்கப்பட்டிருக்க வேண்டிய இந்த விஷயத்தில் பெரும் பரபரப்பு கிளப்பப்பட்டதால் சோனியா உள்ளிட்ட அனைத்து முக்கிய நபர்களும் ஒருமனதாக முடிவெடுக்கவேண்டும் என்று விரும்பினார்.

நியூயார்க்கில் இருந்து நட்வர் சிங் ஒரு நாள் இரவு போன் செய்தார். வாக்கெடுப்பில் இந்தியத் தரப்பில் என்ன செய்யவேண்டும் என்று இந்திய தூதுவர் தங்கள் பதிலை எதிர்பார்த்துக் காத்திருக்கிறார் என்று சொன்னார். பிரதமர் அப்போது சண்டிகரில் இருந்தார். தன் முடிவை உடனே சொல்லிவிடவில்லை. சி.எஸ்.எஸின் பிற உறுப்பினர்கள் என்ன நினைக்கிறார்கள் என்று கேட்டுத் தெரிந்துகொள்ளும்படி நட்வர் சிங்கிடம் கேட்டுக்கொண்டார். ஐ.நா. பாதுகாப்பு சபையின் நிரந்தர உறுப்பினர்கள் என்ன முடிவெடுக்கிறார்களோ அதையேதான் நாமும் செய்யவேண்டும் என்று பிரணாப், சிதம்பரம், சிவ்ராஜ் பாட்டீல் ஆகியோர் சொன்னார்கள். நட்வர் சிங் சோனியாவிடமும் பேசி அவருடைய முடிவையும் தெரிந்துகொண்டார். பிறகு பிரதமரிடம் விஷயத்தைச் சொன்னார். நீங்கள் என்ன நினைக்கிறீர்கள் என்று நட்வர் சிங்கிடம் பிரதமர் கேட்டார். எல்லாரும் சொன்னதுதான் தன் கருத்தும் என்றார் நட்வர் சிங். அப்படியானால் அதையே செய்யுங்கள் என்று சொன்னார் பிரதமர்.

பிரதமருடன் சேர்ந்து இந்த விஷயத்தைத் தீர்மானிக்கும்போதும் நட்வர் சிங் நடுநிலையின் இடது ஓரத்தில் நிற்பவர் என்ற தனது பிம்பத்தைத் தக்க வைத்துக்கொள்ளவே விரும்பினார். எனவே, இறுதி முடிவை எடுத்தது தான் அல்ல என்ற செய்தியை ஊடகங்களுக்குத் தர முயன்றார். நட்வர் சிங் இரானுக்கு ஆதரவாக நடந்துகொள்ள விரும்பியதாகவும் ஆனால், பிரதமர்தான் எதிராக வாக்களிக்கும்படிச்

சொன்னார் என்றும் ஆசியன் ஏஜில் சீமா முஸ்தஃபா எழுதினார். உண்மையைத் திரித்து வெளியிட்டிருப்பதாகச் சொல்லி அதன் ஆசிரியருக்கு ஒரு கடிதம் எழுதினேன். அந்தக் கடிதம் அதில் வெளியாகாமல் போகவே அது குறித்து ஓர் அறிக்கையைத் தயார் செய்து அனைத்து ஊடகங்களுக்கும் அனுப்பினேன். இப்படியான விஷயங்களில் வெளிப்படையான நிலைப்பாட்டைத் தெரிவித்தது நல்ல பலனளித்தது. மந்திரிகள் யாரேனும் ஊடகங்களுக்குத் தவறான செய்திகளைத் தந்தால் பிரதமர் அலுவலகம் உடனே உண்மையை உரக்கச் சொல்லும் என்ற விஷயம் அவர்களுக்குப் புரிந்தது.

பிரதமரின் நிலைப்பாடுகளை இப்படி நியாயப்படுத்தியதால் பல காங்கிரஸ் தலைவர்களுடன் வாக்குவாதங்களில் ஈடுபட நேர்ந்தது. ஒருமுறை மணி ஷங்கர் ஐயர் ஏர் ஃபோர்ஸ் விமானத்தில் பிரதமருடன் பயணம் செய்துகொண்டிருந்தபோது அணு ஒப்பந்தம் தொடர்பான வாக்குவாதம் எழுந்தது. ஐயர் அதை ஏற்றுக்கொள்ளவில்லை. பிரதமர் பதவி விலகிவிடுவேன் என்று மிரட்டினால் அவரைப் பதவி விலக விட்டுவிடவேண்டும் என்று ஊடகங்களுக்கு பேட்டி கொடுத்தார். அமெரிக்காவை வெளிப்படையாகவே விமர்சித்தார். தான் ஒரு கம்யூனிஸ்ட் என்றும் அமெரிக்காவுடன் நட்புறவுகொள்வதற்கு பதிலாக பழைய ரஷ்ய நட்பு திரும்பி வருவதே நல்லது என்றார்.

அந்த அதிகப்பிரசங்கியான காங்கிரஸ் தலைவரைப் பார்த்து நான் சொன்னேன்: நீங்கள் மட்டும் ஸ்டாலினின் அமைச்சரவையில் இருந்திருந்தால் அவருடைய ஊடக ஆலோசகர் விமானத்தின் கதவைத் திறந்து உங்களை அப்படியே கீழே தள்ளிவிடுவார். பிரதமரின் விமானத்தில் அமர்ந்துகொண்டு அவரையே விமர்சிக்க உங்களால் முடிவதற்குக் காரணம் அவர் ஒரு சர்வாதிகாரியோ கட்சித் தலைவரோ அல்ல; கண்ணியமான நபர் என்பதுதான்.

டாக்டர் சிங்கின் பலமும் இதுதான் பலவீனமும் இதுதான். அவர் மென்மையான அணுகுமுறையும் எதிர்ப்பவர்களை மறுத்துப் பேசவோ வழிக்குக் கொண்டுவரவோ எதுவும் செய்யாமல் இருக்கும் குணமும் கொண்டவர். இது பூனைக்கும் தோழன் பாலுக்கும் காவல் என்ற வகையில் பலரைச் செயல்பட அனுமதித்தது. மாறாக, ஒருவர் செய்த தவறுகளைப் பொருட்படுத்தாமல் அவர்களுக்கு இடம் தந்ததன் மூலம் அவர்களை எளிதில் வீழ்த்தியும் விட்டார். பிரதமரை எதிர்த்து எதுவும் செய்ய முடியாமல் முடக்கிப் போட்டதோடு அது அவர்களை முட்டாள்கள்போல் தோற்றமளிக்கவும் செய்தது.

மந்திரிகளை மிகவும் அரிதாகவே அவர் கடிந்து கொண்டிருக்கிறார். ஒருவர் தானாக ஒரு வேலையைச் செய்யவில்லையென்றால் அந்த

வேலையைத் தானே எடுத்துப்போட்டுக்கொண்டு செய்வதுதான் பிரதமரின் பாணி. சிவ்ராஜ் பாட்டீல் உள்துறை பாதுகாப்பு விஷயங்களில் செயல்படுவது பிரதமருக்குப் பிடிக்கவில்லை யென்றால் பாட்டீலைக் கடிந்து கொள்வதற்குப் பதிலாக தானே அதைச் செய்ய முன்வந்துவிடுவார்.

ஒருமுறை தீவிரவாதிகளின் தாக்குதலைத் தொடர்ந்து பிரதமர் உண்மை நிலவரத்தைத் தெரிந்துகொள்ள ஒரு கூட்டத்தைக் கூட்டினார். உள்துறைச் செயலரும் ஐ.பி. தலைவரும் 7, ஆர்.சி.ஆர். இல்லத்துக்கு குறிப்பிட நேரத்தில் வந்துவிட்டார்கள். ஆனால் பாட்டீல் வரத் தாமதமானது. அவர் நல்ல ஆடையைத் தேடிக் கொண்டிருப்பார் என்று நாங்கள் எங்களுக்குள் கேலிசெய்து கொண்டோம். பாட்டீல் வரும்வரை காத்திருக்காமல் கூட்டத்தை ஆரம்பிக்கும்படி பிரதமர் கேட்டுக்கொண்டார்.

உலக வர்த்தகக் கழகத்துடனான பேச்சு வார்த்தைகளை கமல்நாத் சரிவரக் கையாளவில்லை என்று பிரதமருக்குத் தோன்றினால், உடனே வர்த்தகத்துறை செயலரை அழைத்து அந்த விஷயத்தை எப்படிக் கையாளவேண்டும் என்று ஆலோசனை சொல்வாரே தவிர கமல்நாத்திடம் வாதிட்டுக் கொண்டிருக்கமாட்டார். ஒரு மந்திரியின் செயல்பாடுகளில் குறுக்கிடுவதுதான் அவர்கள் மீது தான் கொண்டிருக்கும் அதிருப்தியை வெளிப்படுத்தும் வழியாக பிரதமர் கைக்கொண்டார். ஆனால், இது சரியான வழி அல்ல.

மந்திரி சபை மாற்றம் செய்யப்படுவதற்கு முன்னால் பிரதமருடன் உட்கார்ந்து பேசும்போதுதான் ஓர் அமைச்சரைப் பற்றி அவர் என்ன நினைக்கிறார் என்பது எனக்குத் தெரியவே செய்யும். ஏதேனும் ஒரு அமைச்சருக்கு இப்போது இருப்பதைவிட மேலான துறையை ஒதுக்குவது பற்றியோ அவருடைய பதவியை உயர்த்துவது பற்றியோ நான் ஆலோசனை சொல்லும்போது அந்த அமைச்சர் பற்றித் தான் நினைப்பதை பிரதமர் சொல்வார். சில நேரங்களில் முக பாவனை மூலமாகவே தன் மறுப்பை வெளிப்படுத்திவிடுவார். அவருடைய மந்திரி சபையில் இருந்தவர்களில் வெகு சிலரையே திறமைசாலிகளாக மதித்தார் என்பது மெள்ள மெள்ள எனக்குப் புரிந்தது. காங்கிரஸிலும் பிற கூட்டணிக் கட்சிகளிலும் திறமைசாலிகளின் பற்றாக்குறை இருப்பதாக எப்போதும் சொல்வார்.

மந்திரி சபை மாற்றம் பற்றிய பேச்சு அடிபடும்போதெல்லாம் எம்.பிக்களின் பட்டியல், அவர்களுடைய சுய விவரக்குறிப்புகள் மற்றும் தொடர்புடைய பல விவரங்களைக் கேட்பார். அதுபோல் மாநிலக் கட்சிகளின் செல்வாக்கு என்னென்ன மாற்றங்களை

அடைந்திருக்கிறது என்பது பற்றிய சமீபத்திய தரவுகளையும் கேட்பார். ஒவ்வொரு கட்சி மந்திரிகளின் அரசியல் முக்கியத்துவம் பற்றித் தெரிந்துகொண்டு பல்வேறு மாநிலங்கள், சாதிகள் ஆகியவற்றின் மந்திரிகளுக்கிடையே ஒருவித சமநிலையை அப்போதுதான் நிலை நிறுத்தமுடியும் என்ற எண்ணத்தில் அப்படிக் கேட்பார். நாராயணன், நாயர், சுப்பு, நான் என பிரதமர் அலுவலகத்தில் இருந்த சிலரிடம் இப்படியான தகவல்களைக் கேட்பார். சாதி மற்றும் சமூக அமைப்புகள் குறித்த அவருடைய புரிதல் சிறப்பாகவே இருக்கும். ஆனால், ஒரு அரசியல்வாதியின் சாமர்த்தியம் அதில் இருக்காது. அவ்வப்போது இந்திய மொழிகளில் புத்தகம் வெளியிடும் ஏதாவது ஒரு மாநிலத்துப் பதிப்பாளரை அழைத்து வந்து உள்ளூர் அரசியல் பற்றி பிரதமருக்குத் தெரியப்படுத்தும்படிக் கேட்டுக்கொள்வேன்.

பிரதமரிடம் கூடுதல் அதிகாரமிருந்திருந்தாலோ அவர் அதில் அதிக அக்கறை காட்டியிருந்தாலோ பல்வேறு நிர்வாகச் சீர்திருத்தங்களை முன்னெடுத்திருக்க முடியும். பிரதமர் அலுவலகத்தை அதற்கு அருமையாகப் பயன்படுத்தியிருக்கவும் முடியும். ஜூன் 2004-ல் நாட்டுக்கு ஆற்றிய தன் முதல் உரையில் பிரதமர், இப்போது இருக்கும் அரசாங்கம், அரசுத்துறைகள் ஆகியவற்றைச் சீர்திருத்தாமல் எந்தவொரு வளர்ச்சியையும் நாம் எட்டிவிடமுடியாது. அவற்றைச் சீர்திருத்துவதே இனி வரப்போகும் நாட்களில் என் பணியாகவும் சவாலாகவும் இருக்கும் என்றார். ஆனால், இந்த உத்தரவாதத்தை நிறைவேற்றாததே ஐ.மு.கூ-1 காலகட்டத்தின் மிகப் பெரிய பலவீனம்.

சிவில் சர்வீஸ் தினமாக ஏப்ரல் 21-ஐ அறிவித்து நாடு முழுவதிலுமான தலைசிறந்த சிவில் சர்வீஸ் அதிகாரிகளுக்கு பிரதமர் பரிசுகளும் வழங்கினார். இதுபோன்ற சில முயற்சிகள் நடந்தன என்றாலும் தீவிரமான நிர்வாக சீர்திருத்தத்தை முன்னெடுக்கும் வகையில் எதுவும் செய்யப்படவில்லை. வீரப்ப மொய்லி தலைமையில் ஆரம்பிக்கப் பட்ட நிர்வாக சீர்திருத்தக் குழு பல்வேறு ஆய்வறிக்கைகளைச் சமர்ப் பித்தது. ஆனால், அவற்றின் அடிப்படையில் எந்த நடவடிக்கையும் எடுக்கப்படவே இல்லை.

இந்திய அயலுறவு விவகாரத்துறையில் இருக்கும் போதாமைகளைப் போக்க அதை நவீனப்படுத்தும்படியும் உயர் மட்டக் குழு ஒன்றை அமைக்கும்படியும் ஆலோசனை சொன்னேன். பிரதமருக்கு அந்த ஆலோசனை பிடித்திருந்தது. ஆனால், அந்த முயற்சிகளுக்கு

அயலுறவுத்துறை அமைச்சரின் சம்மதம் கிடைக்குமா என்ற சந்தேகம் பிரதமருக்கு இருந்தது. அதோடு நட்வர் சிங்கோ அதற்குப் பின் அந்தப் பதவிக்கு வந்த பிரணாப் முகர்ஜியோ பிரதமர் விரும்புவது போன்ற சீர்திருத்தங்களை விரும்புவார்களா என்ற சந்தேகம் அவருக்கு இருந்தது.

தகவல் அறியும் உரிமைச் சட்டம் அரசாங்க அமைப்புகளின் கடமை மற்றும் பொறுப்புணர்வுக்கு அவசியமான மிக முக்கியமான சீர்திருத்தம். அது ஒரு என்.ஏ.சி.யின் முன்முயற்சி.

பணி ஓய்வு பெற்ற மற்றும் பதவியில் இருந்த பல்வேறு ஐ.ஏ.எஸ். அதிகாரிகளும் தகவல் உரிமைச் சட்டத்தைக் கொண்டுவருவது பற்றி பிரதமரை எச்சரித்தனர். ஊழலைத் தடுக்கவோ அரசாங்கத்தின் மெத்தனத்தைப் போக்கவோ செய்யாமல் அது அரசாங்கப் பணியாளர்களின் உத்வேகத்தை முடக்கி பொறுப்புகளைத் தட்டிக் கழிக்கும் நிலைக்கே கொண்டு செல்லும் என்று சொன்னார்கள்.

தகவல் அறியும் உரிமைச் சட்டம் புத்திசாலித்தனமான நடவடிக்கையா... அதனால் அரச நிர்வாகத்தில் ஏற்பட்ட மாற்றங்கள் என்ன என்பது தொடர்பான விவாதம் இப்போதும் நடந்து கொண்டிருக்கிறது. அது நிர்வாகத்தில் வெளிப்படைத் தன்மையையும் பொறுப்புணர்வையும் அதிகரித்திருக்கிறதா அல்லது அரசுப் பணியாளர்களைத் துணிந்து செயல்படாமல் சவாலான தீர்மானங் களை எடுக்காமல் ஒடுங்கிப் போக வைத்திருக்கிறதா... தெரிய வில்லை. ஐ.மு.கூ-1 காலகட்டத்தில் தகவல் அறியும் உரிமை சட்டம் பற்றிப் பலரும் உற்சாகமாகப் பேசினார்கள். ஆனால், ஐ.மு.கூ-2 காலகட்டத்தில் 'கொள்கை உருவாக்க முடக்கம்' ஏற்பட்டதற்கு தகவல் அறியும் உரிமைச் சட்டத்துக்கும் பங்கு உண்டு என்று சொல்வார்கள் என்பதை வெகுசிலரே யூகித்திருந்தனர்.

தகவல் அறியும் உரிமைச் சட்டம் தொடர்பான என் அதிருப்தியை பிரதமர் அலுவலகத்தில் சிலரும் ஏற்றுக்கொண்டனர். ஆனால், சோனியா அந்த விஷயத்தில் பெரிதும் ஆர்வத்துடன் இருந்தார். எனவே, யாரும் எதிர்க்கவில்லை. நல்ல நிர்வாகம், மக்கள் நலனைக் கருத்தில் கொண்டு செயல்படுதல் ஆகியவற்றுக்கு அரசுச் செயல் பாடுகள், ஆவணங்கள், தகவல் பரிமாற்றங்கள் குறித்த வெளிப் படைத்தன்மை அவசியம் என்று நான் நினைக்கவில்லை. இந்த அடிப்படையில் பார்த்தால் என்.ஜி.ஓ.கள் உள்ளிட்ட சில நிறுவனங்களும் ஊடகத்துறையும் மிகவும் 'வெளிப்படையானவை' தான். உடனுக்குடன் 'பதில் சொல்லவும்' செய்கின்றன.

ஊழல் அதிகாரிகளையும் செயல் திறம் குறைந்த அதிகாரிகளையும் இப்படியான பொது விசாரணை முயற்சிகள் எதுவும் செய்துவிட

முடியாது. அவர்கள் புதிய வழிகளைக் கண்டுபிடித்து தமது ஊழலைத் தொடர்வார்கள். ஆனால், சில நல்ல அதிகாரிகளை துணிந்து செயல்படவிடாமல் இந்த வழிமுறை முடக்கிவிடும். அவர்கள் அரசின் திட்டங்கள் குறித்தோ வேறு விஷயங்கள் குறித்தோ தங்கள் கருத்துகளை எழுத்தில் எழுதினால் பின்னாளில் அவர்களுக்கு எதிராக அவை பயன்படுத்தப்பட்டுவிடும் என்று பயப்படுவார்கள். நான் சொல்வதை பிரதமர் ஏற்றுக்கொண்டதுபோல்தான் எனக்குத் தெரிந்தது. அவர் அதை வெளிப்படையாகச் சொல்லியிருக்க வில்லை.

அரச நிர்வாக சீர்திருத்த முயற்சிகளின் தோல்விக்கு முக்கிய காரணமாக பிரதமர் அலுவலகத்தின் பலவீனத்தையே சொல்ல வேண்டும். பிரதமர் திட்டமிட்டே அடக்கி வாசிக்கும் குணம் கொண்டவராகவே இருந்தார். அதோடு பிரதான செயலரான நாயர் ஒப்பீட்டளவில் அனுபவம் குறைந்தவர். அவருடைய முந்தைய பணியாளர்களைப்போல் தன்னம்பிக்கை கொண்டவர் அல்ல. அவர்களைப்போல் வலுவான வலைப்பின்னலை உருவாக்கும் திறமையும் அவருக்கு இருந்திருக்கவில்லை. இதுபோன்ற குறைகளும் அரசாங்கத்தில் அதன் செல்வாக்கும் அதிகாரமும் குறைவாக இருந்த நிலையிலும் பிரதமர் அலுவலகம் திறம்படவே செயல்பட்டது.

புலோக்கும் அவருடைய உதவியாளர் அமித் அகர்வாலும் குறைந்த பட்ச செயல்திட்டத்தில் கொடுக்கப்பட்ட ஒவ்வொரு வாக்குறுதி யையும் பட்டியலிட்டு வைத்துக்கொண்டார்கள். ஒரு ஸ்ப்ரெட்ஷீட் தயாரித்துக்கொண்டார்கள். அதில் ஒவ்வொரு துறைக்கும் கொடுக்கப் பட்ட பணிகள் எழுதிவைக்கப்பட்டன. பிரதமர் அலுவலகம் அவ்வப் போது இந்த அமைச்சகங்களுக்குக் கடிதம் எழுதி நடந்தவைபற்றி அறிக்கை கேட்டு அதை பிரதமருக்கு அனுப்பி வைக்கும். முதல் முறையாக இப்படியான ஒரு செயல்திட்டம் உருவாக்கப்பட்டு நடைமுறைப்படுத்தப்பட்டது.

இப்படியான செயல்முறையை மேற்கொண்டதால் பிரதமர் அலுவல கத்துக்கு மிகுந்த மன நிறைவு கிடைத்தது. டாக்டர் சிங்கும் குறைந்த பட்சச் செயல்திட்டத்தின் செயல்பாடுகள் தொடர்பாகக் கலந்தாலோசிக்க மிக நீண்ட நேர விவாதங்களில் பங்கெடுத்தார். இதனால் ஒவ்வொரு விஷயத்தையும் வெகு நுட்பமாக பிரதமர் அலுவலகத்தால் கண்காணிக்க முடிந்தது. ஆனால், அனைத்து மந்திரிகள் என்ன செய்கிறார்கள் என்று கண்காணிப்பது வேறு

விஷயம்... பிரதமர் சொல்வதுபோல் அவர்களைச் செய்ய வைப்பது என்பது வேறு விஷயம்.

பிரதமருடைய அரசியல் அதிகாரத்திலும் பிரதமர் அலுவலகத்தின் நிர்வாகக் கட்டமைப்பிலும் உள்ள எல்லைகளும் போதாமைகளும் மந்திரிகளின் செயல்பாடுகள் மீது பிரதமருக்கு எந்தவித கட்டுப் பாட்டையும் இல்லாமல் ஆக்கிவிடுகின்றன என்பது எனக்குத் தெரியாமலிருந்தது. எப்போதாவது ஏதேனும் துறை தொடர்பான ஊழல் புகார் பற்றிய கதையைக் கேள்விப்பட்டால் அது பிரதமரிடம் சொல்லத்தகுந்தது என்று நம்பகமாகத் தெரிந்தால் அதைப் பற்றி அவரிடம் சொல்வேன். அவரும் பொறுமையாகக் கேட்பார். பல கதைகள் கூட்டணிக் கட்சி மந்திரிகளைப் பற்றியதாக இருக்கும். காங்கிரஸ் மந்திரிகளின் ஊழல் கதைகளும் கணிசமான அளவில் இருக்கத்தான் செய்தன. என்ன நடக்கிறது என்பதைப் பிரதமர் தெரிந்து கொள்ள விரும்பினார் என்பது இதிலிருந்து தெளிவாகப் புரிந்தது. இந்தத் தகவல்கள் பிரதமரின் கையெழுத்தைக் கேட்டு கோப்புகள் அவருடைய மேஜைக்கு வரும்போது அவர் எச்சரிக்கையுடன் செயல்பட உதவும்; சம்பந்தப்பட்ட மந்திரியைத் திருத்த உதவும் என்று நம்பினேன்.

கூட்டணி ஆட்சியில் பிரதமராக இருந்த அனைவருக்குமே அரசியல் நிர்பந்தங்கள் காரணமாக அதிகாரம் மட்டுப்படுத்தப்பட்டுத்தான் இருக்கும். ஆனால், டாக்டர் சிங் அளவுக்கு மிக மிகக் குறைவான அதிகாரத்துடன் செயல்பட்ட வேறொருவர் நிச்சயம் இருந்திருக்க முடியாது. இப்போது திரும்பிப் பார்க்கும்போது டாக்டர் சிங்குக்கும் அந்தப் பழியில் பங்கு இருப்பது தெரிகிறது. யாருக்கும் இடம் கொடுக்காதே என்று என்னிடம் சொன்னதை அவர் பின்பற்றி யிருந்தாலோ மந்திரிசபை அமைத்தல், கூட்டணிக் கட்சிகளுடனான பரிமாற்றங்கள் ஆகியவற்றில் பிரதமரும் பிரதமர் அலுவலகமுமே முக்கிய முடிவுகளை எடுத்திருந்தாலோ இப்படி அதிகாரமற்ற நபராக அவர் உணர்ந்ததுபோல் ஆகாமல் தடுத்திருக்கலாம்.

அதிகாரம் கையில் இல்லாத பொறுப்பு, ஆதிக்கம் இல்லாத நிர்வாகம் ஆகியவையெல்லாம் ஊழல்கள் நடந்துவருவது தெரிந்த பிறகும் அவரால் தடுத்து நிறுத்த முடியாத நிலையிலேயே அவரைக் கொண்டு சென்று நிறுத்தின. கூட்டணிக் கட்சித் தலைவர்களிடம்தான் முழு அரசியல் அதிகாரமுமிருந்தது. பிரதமரால் எந்தவொரு மந்திரியையும் அவர் விரும்பியதுபோல் நீக்க முடிந்திருக்கவில்லை. மந்திரிகளை நெறிமுறைப்படுத்த நிச்சயம் அவர் கூடுதல் முயற்சி எடுத்திருக்க வேண்டும். இதற்கான ஒரு எளிய நல்ல வழி ஊழல் மந்திரிகளின் செயலாளர்களாக நேர்மையான, கறாரான அதிகாரிகளை நியமித்

திருந்தாலே போதும். இந்த இடத்திலும் பிரதமர் அதிகாரம் இல்லாத வராகவே நடந்துகொண்டார். அந்த மந்திரிகள் சொன்ன நபரையே செயலராக நியமித்தார்.

தனிப்பட்ட முறையில் பிரதமருடைய நேர்மையையும் ஒழுங்கையும் கேள்விக்கு உட்படுத்தவே முடியாது. என்றாலும் பிரதமரின் பிற செயல்பாடுகள் அவருடைய மரியாதையைக் குறைத்துவிட்டன. ஆனால், ஊழல் குற்றச்சாட்டுகள் இந்த அளவுக்கு அவரைச் சிறுமைப்படுத்தும் என்று நான் நினைத்துப் பார்த்திருக்கவில்லை. நீண்ட காலகட்டத்துக்கு ஊடகத்தினர் பிரதமர் மேல் எந்தத் தவறும் இருக்காது; அவருடைய அதிகாரம் கட்டுப்படுத்தப்பட்டதாக இருக்கும் நிலையில் மந்திரிகளை அவரால் எதுவும் செய்திருக்க முடியாது என்றே சொல்லிவந்தனர். ஆனால், பொதுவெளியில் ஊழல் விவகாரங்கள் மைய இடத்தைப் பிடித்துக்கொண்டதும் அதை யெல்லாம் ஏன் தடுக்கவில்லை என்ற கேள்விகள் எழ ஆரம்பித்து விட்டன. பிற அதிகார மையங்களுக்கு அவர் அதிக இடத்தைக் கொடுத்துவிட்டார். அதனால், அவரால் எதுவுமே செய்திருக்க முடிய வில்லை என்ற வாதமானது நியாயமற்றதாகவே பார்க்கப்பட்டது.

6

மன்மோகன் என்னும் விளம்பரப் பெயர்

இரண்டு அதிகார மையங்களைக்கொண்ட அமைப்பு உலகில் எங்குமே கிடையாது. நான் தான் பிரதமர்.

முதல் தேசிய பத்திரிகையாளர் கூட்டத்தில்
மன்மோகன் சிங், செப்டெம்பர் 4, 2004.

டாக்டர் சிங் தன்னுடைய ஆட்சிக் காலத்தை ஒரு பிரச்னையுடன்தான் ஆரம்பிக்கவே செய்தார். இதற்கு முன்பும் கூட்டணி கட்சிகளின் பேரங்கள், சமரசங்கள், நெருக்கடிகள் ஆகியவற்றுக்குப் பிறகு பல பிரதமர்கள் பதவி ஏற்றிருக்கிறார்கள் என்றாலும் டாக்டர் சிங்கைப் போல் ஒற்றை ஆளால் 'நியமிக்கப்பட்டவர்களாக' யாரும் பார்க்கப் பட்டிருக்கவில்லை. ராஜ்ய சபை உறுப்பினராக இருந்த ஒருவர் பிரதமராக ஆனது இதற்கு முன்பும் நடந்திருக்கிறது என்றாலும் மக்களவைக்குப் போட்டியிடாமல் இருந்த முதல் பிரதமர் மன்மோகன் சிங்தான். ராஜ்ய சபை உறுப்பினராக இருந்து பிரதமராகத் தேர்ந்தெடுக்கப்படுவதில் சட்டரீதியாக எந்தச் சிக்கலும் கிடையாது என்றாலும் நாடாளுமன்ற ஜனநாயக நாடுகளில் பிரதமர் என்பவர் 'மக்களால் தேர்ந்தெடுக்கப்படுபவர்களாகவே' இருப்பதுதான் வழக்கம்.

1999-ல் மக்களவைத் தேர்தலுக்குப் போட்டியிட்டுத் தோற்றுப் போயிருக்கிறார். எனவே, மீண்டும் போட்டியிடப் பயந்து அதைத் தவிர்த்திருப்பார் என்று முதலில் நினைத்தேன். இப்போது நிலைமை மேலும் சிக்கலாகவே இருந்தது. அவர் காங்கிரஸ் கட்சியின் உறுப்பினர் அல்ல. தேசத்தின் பிரதமர். எனவே இம்முறையும் தோற்று விட்டால் பெருத்த அவமானமாகிவிடும். எனவே பழி வந்தாலும் பரவாயில்லை. பாதுகாப்பாக இருந்துவிடுவோம் என்று அவர்

முடிவெடுத்திருக்கக்கூடும் என்று முதலில் நினைத்தேன். ஆனால், 2009 பொதுத் தேர்தலிலும் போட்டியிடுவதில்லை என்று எடுத்த முடிவு வெறும் பழிச்சொல்லைத் தவிர்க்க எடுத்த முடிவாகத் தெரியவில்லை. அதை எடுத்தது பிரதமரா சோனியாவா என்றும் தெரியவில்லை. ஆனால், அந்த முடிவு தெளிவாக அப்படியாக இருக்கவேண்டும் என்று திட்டமிட்டு எடுத்ததாகவே தெரியவந்தது.

2004-ல் அவர் தற்செயலாக பிரதமரானவர்தான். ஐ.மு.கூ-2 காலகட்டத்திலும் அந்த நிலையே தொடரவேண்டும் என்றே பிரதமரோ சோனியாவோ தெரியவில்லை முடிவெடுத்தனர். 2004-ல் ஆரம்பகட்டத்தில் ஒரு நாள் நீங்கள் தேர்தலில் போட்டியிட்டு மக்களவைக்குத் தேர்ந்தெடுக்கப்பட விரும்பவில்லையா என்று கேட்டேன். அதைக் கட்சிதான் முடிவு செய்யவேண்டும் என்று சொன்னார். அதன் பிறகு ஐ.மு.கூ-1 காலகட்டத்தில் நான் அதுபற்றிப் பேசவே இல்லை. ஆனால், 2009 தேர்தல் வந்தபோது நீங்கள் கட்டாயம் தேர்தலில் நிற்கவேண்டும் என்று சொன்னேன். அவர் துரதிஷ்டவசமாக அந்த யோசனையை ஏற்றுக்கொள்ளவில்லை.

இரண்டு அதிகார மையங்கள் இருப்பது தெரிந்த நிலையிலும் இந்திய அதிகாரக் கட்டமைப்பில் பிரதமரின் அலுவலகம் என்பது மிகவும் உயர்வானது. தேசத்தின் தலைவர் யார் என்பதில் யாருக்கும் எந்தக் குழப்பமும் இருக்கக்கூடாது என்று நினைத்தேன். சோனியா காங்கிரஸ் கட்சியின் தலைவர். ஐ.மு.கூ-வின் நியமனத் தலைவர். ஆனால், பிரதமர் என்ற வகையில் கூட்டணியின் தலைவர் டாக்டர் சிங்தான். நான் அந்தக் கோணத்தில்தான் அவரை மக்கள் மத்தியில் முன்னிறுத்தவேண்டும் என்பதில் தெளிவாக இருந்தேன்.

நரசிம்மராவும் வாஜ்பாயும் எப்படித் தமது ஆளுமையை நிரூபித்துக் காட்டியிருக்கிறார்கள் என்பதை நான் கண்கூடாகப் பார்த்திருக்கிறேன். ஒருவர் சிறுபான்மை அரசின் தலைவராக ஆட்சிக்கட்டிலில் ஏறினார். இன்னொருவர் கூட்டணி அரசின் தலைவராக ஆட்சிக்கட்டிலில் ஏறினார். இருவருக்குமே கூட்டணித் தலைவர்கள், உட்கட்சிப் பிரிவுகள் அனைத்தையும் சமாளிக்க வேண்டியிருந்தது. இருவருக்குமே தமது அதிகாரத்தின் எல்லைகள் புரிந்திருந்தன. இருந்தும் இருவரும் தம்மைத் தமது பாணியில் வலிமையான ஆளுமையாக முன்வைத்தனர். அவர்களுடைய இடத்தைக் கண்ணும் கருத்துமாகக் காத்துக்கொண்டனர். கட்சித் தலைவர்களின் விமர்சனத்தை சம்பாதிக்காமல் டாக்டர் சிங்கை அப்படி ஒரு ஆளுமையாக நான் எப்படி முன்னிறுத்துவது? டாக்டர் சிங்கின் நற்பெயரைப் பரப்ப வேண்டிய மிகப் பெரிய சவால் என் முன்னால் இருந்தது.

ஐ.மு.கூ-வின் முதல் நாடாளுமன்றக் கூட்டம் பெரும் அமளிகளுடன் ஆரம்பித்தது. பிரதமரின் கோணத்தில் அது மிகவும் சோகமான தொடக்கம். நாடாளுமன்ற ஜனநாயக வரலாற்றிலேயே முதல் முறையாக ஒரு பிரதமருக்குத் தன்னுடைய அமைச்சர்களை நாடாளு மன்றத்தில் அறிமுகம் செய்துவைக்க முடியாமல் போனது. ஜனாதிபதியின் உரைக்கு நன்றி சொல்ல முடியாமல் போனது.

பொதுத் தேர்தலில் ஏற்பட்ட அதிர்ச்சித் தோல்வியில் இருந்து பாரதிய ஜனதா கட்சி மீண்டிருக்கவில்லை. அதனால் முதல் நாடாளுமன்றக் கூட்டம் இப்படியான அமளியில் முடிந்தது. ஆனால், கிரிமினல் வழக்குகளில் குற்றம்சாட்டப்பட்டிருந்த ஜார்கண்ட் முக்தி மோர்ச்சாவின் சிபு சோரன் மற்றும் சிலருக்கு மந்திரி பதவி கொடுத்ததை எதிர்த்து அவர்கள் அமளியில் ஈடுபட்டார்கள். புதிய அரசின் முதல் நாடாளுமன்றக் கூட்டத்தொடரின் கடைசி நாளான ஜூன் 10 அன்று சபாநாயகர் சோம்நாத் சட்டர்ஜி பிரதமரைப் பேச அழைத்தார். எதிர்கட்சிகள் அவரைப் பேசவிடாமல் தடுத்தன. பிரதமருக்கு கோபம் வந்தது. தனது தோல்வியை ஏற்றுக்கொள்ள முடியாமல் தவிக்கும் பி.ஜே.பி. புதிய பிரதமரை நாடாளுமன்றத்தில் பேச அனுமதிக்கும் அடிப்படை நாகரிகத்தைக்கூடக் கடைப் பிடிக்காமல் இருப்பது குறித்து பிரதமருக்கு கோபமும் வருத்தமும் வந்தன. கடைசியில் பி.ஜே.பி. பிரதமர் ஜனாதிபதியின் உரைக்கு நன்றி மட்டுமே கூற அனுமதிப்போம் என்று சொல்லின. மிகவும் வருத்தப் பட்ட பிரதமர் சோகம் கலந்த குரலில் பேசினார்:

> திரு சபாநாயகர் அவர்களே... ஜனாதிபதியின் உரை மீது எந்தவித விவாதமும் நடக்காமல் நேரடியாக வாக்கெடுப்புக்கு விட்டு ஏகமனதாக நிறைவேற்றவேண்டும் என்று கட்சிகள் விரும்புகின்றன. எனவே, அந்த வாக்கெடுப்பை நடத்தும்படி உங்களைக் கேட்டுக்கொள்கிறேன். மக்களவையின் மதிப்புக் குரிய உறுப்பினர்கள் அனைவருக்கும் என் நன்றியைத் தெரிவித்துக்கொள்ள இந்த சந்தர்ப்பத்தைப் பயன்படுத்திக் கொள்கிறேன்.

டாக்டர் சிங் நடந்தவற்றைக் குறித்து நினைத்து வருந்தியபடியே வீடு திரும்பினார். நாடாளுமன்றத்தில் பிரதமர் எதைப் பேச நினைத்தாரோ அதைத் தொலைகாட்சியில் தேசம் முழுவதுக்கும் கேட்கும்படிப் பேசவேண்டும் என்று தீர்மானிக்கப்பட்டது. அந்த உரையை தேசத்துக்கு ஆற்றும் உரையாக மாற்றும்படி என்னையும் மணி தீட்சித்தையும் கேட்டுக்கொண்டார்கள். குறைந்தபட்ச செயல் திட்டத்தின் முக்கிய அம்சங்களே இந்த உரையின் அடிப்படையாக

இருந்தது. புதிய அரசங்கத்தின் செயல்திட்டத்தைப் பட்டியலிட்ட பிறகு, ஒரு புதிய பத்தியை நான் எழுதிச் சேர்த்தேன்: இப்போது இருக்கும் அரசாங்கம், அரசுத்துறைகள் ஆகியவற்றைச் சீர்திருத்தாமல் எந்தவொரு வளர்ச்சியையும் நாம் எட்டிவிடமுடியாது. அவற்றைச் சீர்திருத்துவதே இனி வரப்போகும் நாட்களில் என் பணியாகவும் சவாலாகவும் இருக்கும்.

இந்தப் பத்திதான் மிகப் பெரிய நம்பிக்கையை எங்களுக்குத் தந்தது என்று பலர் பின்னாளில் பல முறை மேற்கோள் காட்டினார்கள். அந்த ஒன்றுதான் பிரதமர் செய்யத் தவறியதும்கூட.

அயலுறவுக் கொள்கை மற்றும் தேசியப் பாதுகாப்பு தொடர்பான விவகாரத்தில் வாஜ்பாய் அரசாங்கத்தால் சொல்லப்பட்ட 'அணு ஆயுத முதல் தாக்குதல் கிடையாது' என்பதையே ஐ.மு.கூ-வும் முன்னெடுத்தது. கூடவே உலக அணு ஆயுத ஒழிப்பு நடவடிக்கைகளுக்கு இந்தியா ஆதரவுகொடுக்கும் என்ற அம்சம் புதிதாகச் சேர்த்துக்கொள்ளப்பட்டது. அணு சார்ந்த உயர் தொழில்நுட்ப வர்த்தகத்தில் உள்ள தடைகளை அகற்றுவது தொடர்பாக அமெரிக்காவுடன் பேச்சுவார்த்தைகளைத் தொடர்ந்து நடத்தும் என்ற சூசகமான குறிப்பும் அந்த உரையில் இருந்தது. இந்த விஷயங்களை மனதில் கொண்டுதான் வாஜ்பாய் அரசாங்கமும் அமெரிக்காவுடன் அடுத்த கட்ட ராஜ தந்திர வியூகங்களை (NSSP) முன்னெடுத்திருந்தது. தீட்சித்தும் பிரதமரும் இந்த நட்புறவை வளர்த்தெடுக்கவேண்டும் என்ற விஷயத்தில் மிகவும் தெளிவாக இருந்தார்கள்.

அந்த அறிக்கை ஒப்புதல் பெற்றதும் தொலைக்காட்சியில் பேசுவதற்கு டெலி ப்ராம்டர் மூலம் பேசிப் பயிற்சிபெறும்படி பிரதமரிடம் கேட்டுக்கொண்டேன். இது வெறுமனே எழுதி வைத்துப் படிப்பதுபோல் இல்லாமல் இயல்பாக இருக்க உதவும் என்று சொன்னேன். தொலைகாட்சி உரை என்பது மக்களுக்கு நெருக்கமாக இருக்கவேண்டும். தங்கள் வீட்டு வரவேற்பறைகளிலும் உணவறைகளிலும் அமர்ந்துகொண்டு தொலைகாட்சியைப் பார்க்கும் மக்களுடன் அவர் நேரில் பேசுவது போன்ற ஒரு நிகழ்வு இது. மிகச் சிறப்பாக மேடைகளில் பேசும் நபர்கூட இந்த ஊடகத்தைச் சரியாகப் புரிந்துகொள்ளவில்லையென்றால் அவருடைய பேச்சு தோல்விப் பேச்சாகிவிடக்கூடும்.

டாக்டர் சிங் பேசிப் பயிற்சி பெற ஒப்புக்கொண்டார். 7, ஆர்.சி.ஆர். இல்லத்தில் தொலைக்காட்சி கேமராக்களைக் கொண்டுவந்து வைத்தோம். மதிய உணவுக்குப் பிறகு சிறிது ஓய்வெடுத்த பிறகு தினமும் ஒரு மணி நேரம் இந்த உரையை கேமரா முன்னால் பேசிப்

பயிற்சி எடுத்துக்கொண்டார். மாலையில் பணிகள் முடிந்து 3, ஆர்.சி.ஆர் வீட்டுக்குத் திரும்பும் முன்பாக பிரதமரின் பேச்சில் செய்ய வேண்டிய திருத்தங்கள்பற்றிச் சொல்வேன். பிரதமரின் குரல் மிகவும் மென்மையானது. முக்கியமான வார்த்தைகளை அழுத்திச் சொல்ல வேண்டும் என்பது போன்ற நுட்பங்கள் அவருக்குத் தெரியாது. முக்கியமான ஒரு விஷயத்தைச் சொன்னதற்குப் பிறகு சிறிது இடைவெளி விடவேண்டும் என்பது தெரியாது. அவர் பாட்டுக்குப் பேசிக்கொண்டே செல்வார்.

பின்னாளில் அமெரிக்க நாடாளுமன்றத்தில் பேசியபோது எந்த இடங்களில் கைதட்டலை எதிர்பார்க்கவேண்டும் என்று அந்த அறிக்கையில் குறிப்பிட்டுக் காட்டவேண்டியிருந்தது. அப்படியான இடங்களில் சிறிது இடைவெளிவிட்டுப் பேச அவருக்கு அது உதவியாக இருந்தது. முக்கியமான வாசகங்களை அழுத்தம் கொடுத்துப் பேசவேண்டும் என்பதற்காக அவற்றுக்கு அடிக்கோடிட்டுக் காட்டப்பட்டன. அவர் அதை முறையாகச் செய்யவில்லை என்பது வேறு விஷயம்.

தொலைகாட்சியில் பேட்டிகள் கொடுக்கும்போது அல்லது ஏதேனும் பேசும்போது கேமரா கோணங்களை நான்தான் தீர்மானிப்பேன். பிரதமர் ஏதேனும் தவறு செய்துவிட்டிருந்தால் மீண்டும் படம் பிடிக்கும்படிச் சொல்வேன். பேசி முடிந்த பிறகு எங்கள் அனுமதி பெற்ற வடிவம் மட்டுமே ஒளிபரப்பாகவேண்டும் என்பதில் உறுதியாக இருந்தேன்.

முதல் தொலைகாட்சிப் பேச்சுக்கு முன்பாக மூன்று நாட்கள் பயிற்சி பெற்றுக்கொண்டார். 24 ஜூனில் 7, ஆர்.சி.ஆரில் பஞ்சவடி அறையில் ஒளிப்பதிவு செய்யப்பட்டது. அன்றிரவே ஒளிபரப்பபட்டது. பிரதமரின் பேச்சு 'ஆழமான சிந்தனை, கோர்வையான கச்சிதமான நடை, அலங்கார மொழிகள் இல்லாமல் அவருடைய ஆளுமையை அப்படியே வெளிப்படுத்துவதுபோல் இருந்தது' என்று தி இந்து பத்திரிகை செய்தி வெளியிட்டிருந்தது.

அந்த உரையின் இந்தி பேச்சு உருது எழுத்துகளால் எழுதிக் கொள்ளப்பட்டிருந்தது. தற்போது பாகிஸ்தானில் இருக்கும் மேற்கு பஞ்சாபில் பிறந்த டாக்டர் சிங் இந்தி மொழியைக் கற்றுக்கொள்ளவே இல்லை. அவருடைய தாய் மொழி குர்முகி வடிவில் எழுதப்படும் பஞ்சாபி. பள்ளியில் அவர் உருது வழியில் கற்றார். உருதுமொழி பேச எழுத மட்டுமல்ல அம் மொழியின் இலக்கியம், கவிதை ஆகிய வற்றிலும் நல்ல பரிச்சயம் கொண்டவர்.

டாக்டர் சிங்குக்கு உருது கவிதைகள் நிறையவே தெரியும். அவர் காலிஃப், ஃபைஸ், ஃபிராக் ஆகியோரின் கவிதைகளை சரளமாக மேற்கோள்காட்டுவார். முஸாஃபர் ராஸ்மியின் கவிதைகள் அவருக்கு ரொம்பவும் பிடிக்கும். நாடாளுமன்றத்தில் பேசும்போதும் பாகிஸ்தான் பிரதமருடன் பேசும்போதும் அதை அவர் மேற்கோள் காட்டிப் பேசியதில் ஒன்று: வரலாற்றின் பெரு வெளியில்/ எத்தனையோ அநீதிகள் / கண நேரத் தவறுகள் / காலா காலத்துக்குமான தண்டனைகள்...

பிரதமரின் சுதந்தர தின பேச்சுகள் எல்லாமே உருதுவில் எழுதி இந்தியில் பேசப்பட்டவையே. வேறு சில உரைகள் குர்முகியில் எழுதப்பட்டு இந்துஸ்தானியில் பேசப்பட்டன. தொலைபேசிப் பேச்சுகள், பொதுக்கூட்டங்களில் பேசுதல் போன்றவற்றில் காலப் போக்கில் முன்னேற்றங்கள் இருந்தன. ஆனால், அது ஒருபோதும் அவருக்குக் கைவரவே இல்லை. தொலைகாட்சி முன்பாக இயல்பாகச் சிரிப்பது என்ற அரசியல்வாதியின் அடிப்படை அம்சம்கூட அவருக்குக் கைவந்திருக்கவில்லை. சில நேரங்களில் பாதுகாப்பு அதிகாரிகள் லேசாகப் பயப்படும்வகையில் பிரதமருக்கு அருகில் நெருங்கிச் சென்று, 'சிரியுங்கள்...' என்று அவர் காதில் முணுமுணுப்பேன்.

தீவிரவாத தாக்குதல் அல்லது சோகமான நிகழ்வுபற்றி தொலை காட்சியில் பேசும்போது எழுதிவைத்துப் பேசாமல் மனதில் தோன்று வதைப் பேசச் சொல்வேன். நாளடைவில் முன் தூண்டுதல் உதவியுடன் நன்கு பேசக் கற்றுக்கொண்டார். ஆனால், பொதுக் கூட்டங்களிலும் சரி.... தனிநபராகத் தொலைகாட்சிகளில் பேசிய போதும் சரி... சிறந்த பேச்சாளராக அவர் ஒருபோதும் ஆனதில்லை.

பாங்காக்கில் முதன் முதலாக ஊடகத்தினரை அவர் எதிர்கொண்ட போது, அவருடைய அறைக்குச் சென்று, பத்திரிகையாளர்களைச் சந்திக்கும் முன்பாகக் குளித்து, முகம் கழுவிப் புத்துணர்ச்சி பெற்றுக் கொள்ள விரும்புகிறீர்களா என்று கேட்டேன். சிங்கம் எப்போதாவது பல் தேய்த்துக்கொண்டதுண்டா என்று சிரித்தபடியே கேட்டார். நான் இதைத் தன்னம்பிக்கை மிகுந்த மனிதராக அவர் ஆகிவிட்டதைக் குறிக்கும் விஷயமாக ஊடகத்தினர் பலரிடம் பகிர்ந்துகொண்டிருக் கிறேன். அவர்கள் இந்த அம்சத்தை மேலும் வளர்த்துச் சென்றனர். ஆனால், நாடாளுமன்றம் மீண்டும் கூடியபோது, எதிர்க்கட்சிகள் 'பலவீனமான பிரதமரை' சுற்றி வளைத்து மீண்டும் தாக்கத்

தொடங்கின. அதோடு, திட்ட கமிஷனின் துணைத் தலைவராக மாண்டேக் சிங் அலுவாலியாவை நியமித்ததற்கு பதிலடியாக சோனியா என்.ஏ.சி.ஐ உருவாக்கினார். அதில் மாண்டேக்குக்கு எதிரானவர்களை மட்டுமல்லாமல் பிரதமருக்கு எதிரானவர்களையும் இடம்பெறச் செய்தார். அது பிரதமருடைய பிம்பத்துக்கு எந்த நன்மையையும் செய்யவில்லை.

பிரதமர்தான் எஜமான் என்பதை பிரதமர் எப்படிக் காட்டுவது? உண்மையில் அப்படிக் காட்டிக்கொள்ள அவர் விரும்புகிறாரா? உள்ளொடுங்கிய கூச்ச சுபாவியான அவருடைய ஆளுமை ஒரு மிகப் பெரிய தடைக்கல். மூத்த காங்கிரஸ் தலைவர்கள் மீதான தன்னுடைய மேலாதிக்கத்தை நிலைநிறுத்த விரும்பாத குணம் கொண்டவராக இருந்தார். அது அவருடைய பிம்பமாக அவருடைய ஊடக ஆலோசகர் உருவாக்க நினைத்ததை உருவாக்க முடியாமல் தடுத்து விட்டது. அதோடு எதிர்க்கட்சிகள் அவர் மக்களவை உறுப்பினர் இல்லை என்பதால் அவரை அத்துமீறி நுழைந்தவராகவே சித்திரித்து வந்தது. நாடாளுமன்றத்தில் பிரதமரின் முதல் பேச்சை முடக்கிய பி.ஜே.பி., ஜூலையில் மீண்டும் நாடாளுமன்றம் கூடியபோதும் அதையே செய்தது.

தான் இருந்த சூழல் பற்றிய பிரதமரின் அணுகுமுறை மிகவும் புரியாத புதிராகவே இருந்தது. சில நேரங்களில் தான் தன்னிச்சையாக முடிவெடுக்க முடியாமல் இருப்பது குறித்து எரிச்சல்படுவார். சில நேரங்களில் தனது அதிகாரத்தை வெளிப்படுத்தாமல் அடங்கி ஒதுங்கிப் போவார். சில நேரங்களில் தனது சுதந்தரத்தை வெளிப் படுத்தும் வகையில் ஏதாவது பேசவோ செய்யவோ செய்வார். இது தொடர்பாக ஒரு சிறிய உதாரணத்தைச் சொல்கிறேன். முதல் ஆட்சிக் கட்டத்தின் ஆரம்ப நிலையில் ஒரு விஷயம் குறித்துத் தன் சம்மதத்தைத் தெரிவித்திருந்தார். சோனியாவுக்கும் சம்மதமா என்பதை புலோக் மூலமாகக் கேட்டுத் தெரிந்துகொள்ளவா என்று கேட்டேன்.

பிரதமருக்கு உடனே கோபம் வந்தது: நான் தான் பிரதமர்.

ஆனால், செப்டெம்பர் 2004-ல் ஒரு முறை பஞ்சாப் கேசரி பத்திரிகையில் சஞ்சய் பாரு வெளியேற்றப்படுவார் என்ற தலைப்பில் செய்தி வெளியிட்டிருந்தது. காங்கிரஸ் கட்சியின் தலைமைக்கு என் செயல்பாடுகள் பிடிக்கவில்லையாதலால் நான் நிச்சயம் வெளி யேற்றப்பட்டுவிடுவேன் என்று அந்தக் கட்டுரையில் குறிப்பிடப் பட்டிருந்தது. பிரதமர் அதைப் படித்துவிட்டு, இது தொடர்பாக சோனியாவை நீ சந்தித்துப் பேசேன். அவர்கள் உன்னைத் தொந்தரவு செய்வதை விட்டுவிடுவார்கள் என்றார்.

‘அவர்கள்’ என்று அவர் யாரைச் சொன்னார் என்றால் சோனியாவின் அருகில் இருக்கும் சிலரை. அவர்கள்தான் எனக்கு எதிராக ஊடகங்களில் செய்தியைப் பரப்பி வருவதாகத் தெரிந்தது. சோனியாவை நேரில் சென்று சந்திக்க முடியும் அளவுக்குச் செல்வாக்கு எனக்கு இருப்பது அவர்களுக்குத் தெரிந்தால் இப்படியான வதந்திகள் தானாகவே அடங்கிவிடும் என்ற நோக்கில் அந்த ஆலோசனை தந்தார்.

நீங்கள் விரும்பினால் போய் சந்திக்கிறேன் என்று முதலில் சொன்னேன். சோனியாவைச் சந்திக்க நேரம் வாங்கித் தருவதாகத் சொன்னார். ஆனால், சிறிது யோசித்துப் பார்த்த பிறகு அந்த முயற்சியைக் கைவிடும்படிச் சொன்னேன். நான் விமர்சிக்கப்படும் நேரத்தில் சோனியாவைச் சென்று சந்திப்பதென்பது அவருடைய ஆசிகளைப் பெற்றுப் பதவியில் நீடிக்க நான் எடுக்கும் முயற்சியாகவே பார்க்கப்படும். மேலும் சொன்னேன்: நீங்கள் கூப்பிட்டதால் இந்த வேலையில் சேர்ந்தேன். நீங்கள் எப்போது விலகச் சொல்கிறீர்களோ அப்போது போய்விடுகிறேன். சோனியாவின் ஆதரவு எனக்கு எதற்குத் தேவை? என்று சொன்னேன். பிரதமர் மவுனமாக இருந்தார். அதுபற்றி அதன் பின் பேச்சு எழவில்லை. பிரதமர் அலுவலகத்தில் என் பதவி காலம் முழுவதையும் நான் சோனியாவைச் சந்திக்காமலேயேதான் கழித்தேன்.

பிரதமர் பதவியேற்ற சிறிது காலத்துக்குள் நடந்த ஒரு விஷயம் என்னை மிகவும் வருத்தப்படவைத்தது. சோனியாவுக்கு நெருக்கமானவர்கள் என்று தெரியவந்திருந்த இளம் அமைச்சர்களுடன் பிரதமர் மிகுந்த எச்சரிக்கையுடன் நடந்துகொண்டார். அதேநேரம் அந்த ஜூனியர் அமைச்சர்கள் ஏதேனும் தவறு செய்ததாகத் தெரிய வந்தால் கடுமையாகவும் நடந்துகொண்டார். காங்கிரஸின் ஜூனியர் மந்திரி ரேணுகா சௌத்ரி பி.ஜே.பி.யின் ஜஸ்வந்த் சிங் பாதுகாப்புத் துறை அமைச்சராக இருந்தபோது ஒரு ஆயுத நிறுவனத்தின் நபர் அவரைச் சென்று பார்க்க நேரம் கேட்டு ஜஸ்வந்துக்கு ஒரு கடிதம் எழுதியாக ஊடகத்தில் செய்தி வெளியானது. இதுகுறித்து கடும் விமர்சனமும் ஊடகத்தில் எழுப்பப்பட்டது.

தெலுங்கு பத்திரிகையில் இருந்து ஒருவர், பிரதமருக்கு இது தெரியுமா..? அவர் ரேணுகாவின் நடத்தையை ஏற்றுக்கொள்வாரா என்று கேள்வி கேட்டார். இதுபற்றி பிரதமரிடம் எதுவும் கேட்டுச் சொல்ல வேண்டிய அளவுக்கு முக்கியத்துவம் இருப்பதாக நான் நினைக்கவில்லை. பிரதமர் ஏற்றுக்கொள்வாரா மாட்டாரா என்பதைச் சொல்ல நான் யார்? பிரதமர் மிகவும் வேலைப் பளுவுடன் இருக்கிறார். இந்தச் செய்தியை அவர் இன்னும் படிக்கவில்லை. ஒரு

எம்.பி. ஆயுதத் தரகருக்கு அப்பாயிண்ட்மெண்ட் கேட்பதை அவர் எப்படி எற்றுக்கொள்வார் என்று போகிற போக்கில் சொன்னேன். உண்மையில் அன்று நான் எதுவும் சொல்லாமல்தான் இருந்திருக்க வேண்டும். ஆனால், அப்போதுதான் வேலைக்குச் சேர்ந்திருந்தேன். அனுபவம் குறைவுதான்.

அடுத்த நாள் பத்திரிகையில் ரேணுகாவின் நடவடிகை குறித்து பிரதமருக்கு அதிருப்தி என்று கொட்டை எழுத்தில் செய்தி வெளியானது. அன்று மாலையே ரேணுகாவிடமிருந்து போன் வந்தது. நான் சொன்ன பதில் பிரதமருடைய அனுமதியுடன்தான் சொல்லப்பட்டதா என்று கேட்டார். பிரதமரிடம் இதுபற்றி நான் பேசவில்லை. ஆனால், இதுபோன்ற விஷயங்கள் பிரதமருக்குப் பிடிக்காது என்று பொதுவாகத்தான் சொன்னேன் என்று பதிலளித்தேன். தான் அப்படி கடிதம் எதுவும் எழுதவில்லை என்றும் அது தன்னை அவமானப்படுத்த யாரோ செய்த சதி என்றும் சொன்னார். பிரதமர் தனக்கு எதிராக எதுவும் சொல்லவில்லை என்ற செய்தியை ஊடகங்களுக்கு அனுப்பும்படி என்னிடம் கேட்டுக்கொண்டார்.

பிரதமர் நேரடியாகச் சொல்லாமல் நான் அப்படி எதையும் செய்ய முடியாது என்று சொன்னேன். பிரதமரைச் சந்தித்து எனக்கு உத்தர விடும்படிச் சொல்வதாகச் சொன்னார். பிரதமரை ரேணுகா சந்தித்துச் சென்ற பிறகு என்னை அழைத்துப் பேசுவார் என்று ஆர்வத்துடன் காத்திருந்தேன். ஆனால், அவர் கூப்பிடவே இல்லை. சில நாட்கள் கழித்து என்ன நடந்தது என்று என்னை அழைத்துக் கேட்டார். பிறகு சிரித்தபடியே, நீ போய் விஷயத்தை சுமுகமாக்கிக்கொள். ரேணுகா ரொம்பவும் கோபமாக இருக்கிறார் என்றார்.

எனக்கு அதிர்ச்சியாகிவிட்டது. பிரதமர் அலுவலகப் பணியாளர் ஒருவர் அவமானப்படுத்திவிட்டார் என்பதற்காக பிரதமரே கவலைப்படும் அளவுக்கு ரேணுகா மூத்த காங்கிரஸ் தலைவர் அல்ல. நான் சொன்னேன்: நான் போய் அவரிடம் மன்னிப்பு கேட்டால், ஒரு ஆயுதத் தரகருக்கு முறைகேடாக உதவி செய்ததாகச் சொல்லித் தன்னை பிரதமர் கண்டிக்கவில்லை என்று வெளிப்படையாகச் சொல்லிக்கொள்வார். அதைவிட மோசமாக பிரதமர் அலுவலகம் இளைய அமைச்சர் ஒருவரிடம் மன்னிப்பு கேட்டது என்றும் வெளியில் சொல்வார். அது பிரதமருடைய பிம்பத்துக்குக் கேடு விளைவிக்கும் என்று நான் நினைத்தேன். நீங்கள் இப்படியான விஷயங்களை அங்கீகரிக்காமல் இருப்பதுதான் நல்லது. விஷயத்தை அப்படியே விட்டுவிடுங்கள் என்று சொன்னேன். அவர் என்னை அதற்கு மேல் வற்புறுத்தவில்லை.

ரேணுகாவைச் சந்தித்து கருத்துப் பிணக்கத்தைப் போக்கப் போகிறேனா என்று நாயர் கேட்டார். எனக்குச் சிறிது எரிச்சலாக இருந்தது. ரேணுகா இந்த விஷயத்தை இந்த அளவுக்கு முக்கிய மானதாக ஏன் கருதுகிறார் என்று கேட்டேன். 'ஏனென்றால் அவர் கட்சித்தலைமைக்கு நெருக்கமானவர்' என்றார் நாயர்.

பிரதமர் தனது அதிகாரத்தைப் பயன்படுத்தாமல் தன்னைக் குறுக்கிக் கொள்வதை இதுபோன்ற சம்பவங்கள் எனக்கு உணர்த்தின. ரேணுகா மீது முன்வைக்கப்பட்ட குற்றச்சாட்டை பிரதமர் மன்னித்துவிட்டார் அல்லது பொருட்படுத்தவில்லை என்று இதற்கு அர்த்தமல்ல. சோனியாவுக்கு நெருக்கமானவர் என்பதால் அவர் பொது வெளியில் இப்படி அவமானப்படுத்தப்படக்கூடாது என்று பிரதமர் விரும்பினார். பிரதமரின் நற்பெயர் உருவாக்கத்துக்கு இது பெரிய பிரச்னையாக இருக்கும் என்பது புரிந்தது. ஏனென்றால் அவர் நேர்மையானவர் என்பதுதான் அவருக்கான அடையாளமாக இருந்தது.

அவருடைய தனிப்பட்ட நேர்மை என்றுமே கேள்விக்கு உட்படுத்தப் படவில்லை. ராஜ்ய சபாவின் தலைவராக இருந்தபோதும் தனது மாருதி 800 காரை அவரே ஓட்டிச் செல்வதுபற்றி தில்லி பத்திரிகை யாளர்கள் மத்தியில் பெரும் கதைகள் சொல்வார்கள். திருமதி மன்மோகனே வீட்டுக்கு வரும் விருந்தினர்களுக்கு தேநீர் தருவது பற்றியும் பேசி மாய்வார்கள். அவர்தான் அவருடைய மகனோ மருமகனோ வர்த்தகம் அல்லது ரியல் எஸ்டேட் தொழில் துறையில் இல்லாத முதல் பிரதமர் என்று நினைக்கிறேன். அவருடைய மகள்களும் மருமகன்களும் மாத சம்பளம் வாங்கும் பணியாளர்களே. அப்படி நேர்மையானவராக அவர் இருந்ததால்தான் எந்த ஊழலும் அதைத் தான் தடுக்காவிட்டாலும் தன்னை ஒன்றும் செய்ய முடியாது என்று நம்பினாரோ என்னவோ?

இந்த பிம்பம்தான் பல நன்மைகளைத் தந்தது. ஐ.மு.கூ-1 கால கட்டத்தில் அந்த பிம்பம் சிதையாமல் இருந்தது. 2009 தேர்தல் காலகட்டத்தில் இந்து பத்திரிகையின் வித்யா சுப்பிரமணியம், உத்தர பிரதேசத்தில் இருந்த ஏழை கிராமத்தினரிடம் நீங்கள் யாருக்கு வாக்களிப்பீர்கள் என்று கேட்டபோது அவர்கள் சொன்னார்கள்: காங்கிரஸுக்குத்தான்... சர்தார்ஜிக்குத்தான்..! அந்த எளிய மனிதர்கள் பிரதமரை நேர்மையானவராகவும் நல்லவராகவும் மதித்தனர். அந்த நல்லவர் என்ற பிம்பமே அவருடைய அரசியல் வெற்றிக்குக் காரணம்; அவருக்கு அவர்தான் எஜமானர் என்பவற்றைத்தான் ஒரு ஊடக ஆலோசகராக நான் உலகுக்குத் தெரியப்படுத்தவேண்டும்; அதுவே என் வேலை என்றுதான் நினைத்தேன்.

சாரதா பிரசாத் என் கருத்தை ஏற்றுக்கொண்டார். பிரதமர் அரசியல் விவகாரங்களில் தீவிரமாக ஈடுபடவேண்டும். கட்சித் தலைவர் என்ற சோனியாவின் அதிகாரத்தை எதிர்க்காமலேயே ஒரு பிரதமராக என்னவெல்லாம் செய்யமுடியுமோ அவற்றை பிரதமர் செய்ய வேண்டும். அவரால் அது முடியும் என்று பிரதமரிடம் சொல்லுங்கள் என்றார். தேசிய முக்கியத்துவம் வாய்ந்த பிரச்னைகளில் மாநில முதல்வர்களுக்கு பிரதமர் கடிதம் எழுதவேண்டும். அனைத்து மாநில முதல்வர்களை நேரில் சந்திக்கவேண்டும் என்றும் ஆலோசனை சொன்னார். பிரதமர் தன்னுடைய அரசியல் கருத்துகளை வெளிப் படுத்த ஏதுவாக நீ ஏதேனும் பத்திரிகையாளர் சந்திப்பை ஏற்பாடு செய்து அரசியல் கேள்விகளை நிருபர்களைக் கேட்க ஏற்பாடு செய். பிரதமர் சுய சிந்தனை கொண்டவர் என்பது மக்களுக்குத் தெரிய வேண்டும் என்றார்.

அடுத்த நாள் இந்த உரையாடலின் சாராம்சத்தை பிரதமரிடம் சொன்னேன். கூடுதலாக எதுவும் பேச வேண்டியிருக்கவில்லை. ஒரு பத்திரிகையாளர் சந்திப்புக்கு ஒப்புக்கொண்டார். மன்மோகன் சிங்கின் நற்பெயரைப் பெரிய அளவில் வளர்த்தெடுக்க உதவும் பல்வேறு பணிகளில் இதுபோன்ற பத்திரிகையாளர் சந்திப்புகளும் ஓர் அங்கமே என்ற நம்பிக்கை எனக்கு இருந்தது. பிரதமர் எப்படிப்பட்டவர் என்ற புரிதல் தேசம் முழுவதிலும் இருக்கும் மக்களுக்கு இல்லையென்றால் பிரதமர் தன்னிச்சையாகச் செயல்படக்கூடியவர் என்ற பிம்பத்தை அவர்கள் மத்தியில் உருவாக்குவது மிகவும் கடினமே.

பிரதமர் தனது அரசாங்கத்தின் மீதும் தேசத்தின் மீதும் மதிப்பையும் மரியாதையையும் உருவாக்க வேண்டுமென்றால் முதலில் அவர் தன் மீது மதிப்பையும் மரியாதையையும் உருவாக்கவேண்டும். பிரதமருக்கான நற்பெயர் உருவாக்கச் செயல்பாடுகளை (பிராண்ட் பில்டிங்) ஏதோ அவருக்குச் செய்யும் உதவியாக நான் பார்க்கவில்லை. அதை ஒரு தேசியக் கடமையாகவே பார்த்தேன். சில வருடங்களுக்கு முன்பு பிரணாப் முகர்ஜி என்னிடம் சொன்ன ஒரு விஷயம் நினைவுக்கு வந்தது: ஒரு தேசத்தின் மதிப்பு என்பது தேசத் தலைவரின் (பிரதமரின்) மதிப்பையே பெரிதும் சார்ந்திருக்கிறது. பிரதமர் ஒரு பொம்மையாக இருந்தால் தேசம் என்னவாக மதிக்கப்படும்?

சிறிது காலம் கழிந்ததும் 2004 ஆகஸ்டில் நாடாளுமன்றத்தில் நடந்த பட்ஜெட் கூட்டத்தொடரில் எல்.கே.அத்வானியும் ஜார்ஜ் ஃபெர்னாண்டஸூம் தீய நோக்குடன் முன்னெடுத்த ஒரு விஷயம் பிரதமரின் உறுதியை உலகுக்குக் காட்ட ஒரு வாய்ப்பை உருவாக்கித் தந்தது.

அத்வானியும் ஜார்ஜ் ஃபெர்னாண்டஸும் நிதி அறிக்கையில் சில மாற்றங்களைக் கொண்டுவரவேண்டும் என்று சொல்லி பிரதமரைச் சந்திக்க வந்தனர். எரிச்சலில் இருந்த பிரதமர் வந்தவர்களை உட்காரக் கூடச் சொல்லவில்லை. தேநீர் அருந்துங்கள் என்று சம்பிரதாயமாகக் கூடக் கேட்கவில்லை. நாடாளுமன்றத்தில் முதல் நாளில் பிரதமரைப் பேசக்கூடவிடாத எதிர்க்கட்சி மீது பிரதமர் கனிவுடன் நடந்துகொள்ள வேண்டும் என்று எந்த நிர்பந்தமும் கிடையாது. நின்றபடியே கடிதத்தை வாங்கிக் கொண்டார். தன் இருக்கையில் உட்காரவே இல்லை. எனவே, வந்தவர்களும் நின்றுகொண்டே இருக்கவேண்டி வந்தது. அந்தக் கடிதத்தை வாங்கிக் கொண்டார். திருப்பிக் கூடப் பார்க்காமல் மேஜை மீது தூக்கிப்போட்டார். வந்தவர்கள் பேச்சு மூச்சற்று, வந்த வேகத்திலேயே திரும்பிப் போனார்கள்.

பிரதமர் தங்களை அவமதித்துவிட்டதாக வெளியே சென்ற என்.டி.ஏ. தலைவர்கள் தொலைக்காட்சி கேமராவுக்கு முன்னால் நின்று கொண்டு பேட்டி கொடுத்தனர். நான் அப்போது சௌத் பிளாக்கில்தான் இருந்தேன். பிரதமர் அலுவலகத்தில் இருந்து சுப்பு தொலைபேசியில் அழைத்து என்ன நடந்தது என்பதை விளக்கிச் சொன்னார். யாரேனும் என்னிடம் என்ன நடந்தது என்று கேட்கும்போது நான் பதில் சொல்லவேண்டியிருக்குமே. அதனால், அவர் என்னிடம் பேசினார். உண்மையில் பிரதமர் தொலைகாட்சிப் பேட்டியில் எதிர்கட்சியினர் புகார் சொன்னதுபோல் கடிதத்தைத் தூக்கி எறியவில்லை. அவர் நின்றுகொண்டிருந்தார். மேஜை உயரம் குறைந்தது என்பதால் வெறுமனே 'போட்டார்' அவ்வளவுதான் என்று சொன்னார். நான் இந்த சந்தர்ப்பத்தைப் பயன்படுத்திக்கொள்ள விரும்பினேன். நாம் இப்படிப் பதுங்கிப் போய் எந்த சமாளிப்பும் சொல்லத் தேவையில்லை. பிரதமர் மரியாதைக் குறைவாக நடக்கவில்லை... கடிதத்தைத் தூக்கி எறியவில்லை என்று எதற்காக நாம் பூசி மொழுகவேண்டும். என்ன புகார் சொல்லப்பட்டதோ அதை நாம் உறுதிப்படுத்துவோம். எதிர்கட்சியினரின் மோசமான செயல் பாடுகளால் பிரதமர் கோபத்தில் இருக்கிறார் என்று சொல்வோம் என்று சொன்னேன்.

ஊடகங்கள் அந்தச் செய்தியை அப்படியே மிகுந்த ஆர்வத்துடன் வெளியிட்டன. 'பொறுத்தது போதும் எனப் பொங்கி எழுந்த' பிரதமர் என்று அந்த நிகழ்ச்சியை வரவேற்றனர். 'கூச்ச சுபாவத்துடன் வேலையில் தீவிரமாக மூழ்கித் திளைக்கும் கறாரான எஜமானரான மன்மோகன் சிங்கின் ஊடக ஆலோசகர்களுக்கு தமது பிரதமருடைய செல்வாக்கை உயர்த்தக் கிடைத்த நல்ல வாய்ப்பு. இப்படியான ஒரு வாய்ப்புக்காகத்தான் நீண்ட காலமாகக் காத்துக்கொண்டிருந்தார்கள்.

சக கட்சித் தலைவர்கள்போல் எதையும் பூசி மொழுகாமல் பிரதமர் பற்றிய புதிய மனப்பதிவை மக்கள் மத்தியில் உருவாக்க முன்வந்திருக் கிறார்கள். பிரதமர் தன்னம்பிக்கை மிகுந்தவர்... பதற்றங்கள் நீங்கி உறுதியானவராக மாறிவிட்டிருக்கிறார். யாருடைய நிழலிலும் அவர் இல்லை. ஒருவழியாக முழுக்கவுமே தன்னிச்சையாக முடிவுகள் எடுக்கும் நிலைக்கு வந்துவிட்டிருக்கிறார். அவருடைய நற்பெயரைப் பலப்படுத்த விரும்பியவர்களுக்கு கிடைத்த அருமையான துருப்புச் சீட்டு இது' என்று அவுட்லுக் பத்திரிகை செய்தி வெளியிட்டிருந்தது.

பத்திரிகையாளர் சந்திப்பு நடப்பதற்கு முன்பாக வேறு சில நல்ல விஷயங்கள் நடந்தேறின. சாரதா பிரசாத் சொன்னதற்கு இணங்க, சமகால முக்கிய நிகழ்வுகள் குறித்து மாநில முதல்வர்களுக்கு பிரதமர் கடிதங்கள் எழுதத் தொடங்கினார். நேரு இதை முதலில் ஆரம்பித்து வைத்திருந்தார். ஆனால், பிற பிரதமர்கள் இதை முறையாகப் பின்பற்றவில்லை. மன்மோகன் சிங் அதை ஆரம்பிக்க இரண்டு முக்கிய காரணங்கள் இருந்தன. ஏனென்றால் பெரும்பாலான முதலமைச்சர்கள் பிராந்தியக் கட்சிகளையோ பி.ஜே.பி.யையோ சேர்ந்தவர்களாக இருந்தார்கள். எனவே, அவர்களுடனான நேரடித் தகவல் பரிமாற்றத்துக்கு கடிதங்கள் பெரிதும் உதவும். இரண்டாவதாக இப்படிக் கடிதங்கள் எழுதுவதன் மூலம் பிரதமர் காங்கிரஸ் கட்சியைச் சேர்ந்தவர் மட்டுமல்ல. தேசத்தின் தலைவரே அவர்தான் என்ற விஷயத்தை அது பலப்படுத்தும். அதோடு இந்தியாவின் அனைத்து செய்தித்தாள்கள் பிரதமரின் கடிதத்தை மொழிபெயர்த்து வெளியிடுவார்கள் என்பதால் மக்களோடு நேரடியாகப் பேசியது போலவும் இருக்கும்.

அரசுத்துறைச் செயல்பாடுகள் குறித்து ஜூலை 18, 2004 அன்று பிரதமர் தன் முதல் கடிதத்தை முதலமைச்சர்களுக்கு அனுப்பினார். அந்தக் கடிதம் பத்திரிகைகளில் மிகுந்த உற்சாகத்துடன் பகிரப்பட்டது. நேரு ஆரம்பித்து வைத்த பழக்கத்தைப் புதுப்பித்திருக்கிறார். மேலும் இந்தக் கடிதங்களை அனைத்து கட்சி முதல்வர்களுக்கும் அனுப்பியிருக்கிறார் என்று புகழ்ந்து எழுதின. 'அனைத்து கட்சி முதல்வர்களுக்கும்' சொந்தமானவர் என்ற பிம்பம் தான் நான் உருவாக்க விரும்பியதும். வேறென்ன... சோனியா காந்தி காங்கிரஸ் கட்சியின் தலைவராகவும் ஐ.மு.கூ-வின் தலைவராகவும் இருக்கிறார். டாக்டர் சிங்கினால் அந்தப் பதவிக்குப் போட்டியிட்டு வெற்றி பெற முடியாது. ஒரு பிரதமராக அனைத்து முதல்வர்களுடனும் நேரடி யாகத் தொடர்பு கொண்டுதான் தன் அதிகாரத்தைப் பிரதமர் வளர்த் தெடுக்க முடியும். இந்திய அரசமைப்பில் பிரதமர், முதலமைச்சர், மாவட்ட ஆட்சியாளர்/மாவட்டத் தலைமை நீதிபதி. இந்த மூவர்தான்

சக்தி வாய்ந்த மூவர். பெரும்பாலான முதலமைச்சர்கள் மாவட்ட ஆட்சிப் பணியாளர்களுடன் நேரடியாகத் தொடர்பில் இருந்தபடி தங்கள் மாநிலங்களில் தமது செல்வாக்கைப் பலப்படுத்திக் கொண்டிருக்கிறார்கள், நிர்வாகக் கட்டமைப்பின் படிநிலைப் பணியாளர்கள் மூலமாக அல்லாமல். பிரதமர் முதலமைச்சர்களுடன் நேரடியாகக் கடிதம் மூலம் தொடர்புகொள்வதை அப்படியான ஒரு செயலாகவே பார்த்தேன்.

ஆனால், துரதிஷ்டவசமாக கடிதம் எழுதுவதில் காட்டிய ஆர்வத்தை முதலமைச்சர்களுடனான காலை உணவு அல்லது மதிய விருந்து என அதிகாரபூர்வமற்ற சந்திப்புகளில் காட்டவில்லை. மேற்கு வங்காள முதல்வர் புத்ததேவ் பட்டாச்சார்யாவுடன் ஓரிரு முறை இப்படிச் சந்தித்துப் பேசியிருக்கிறார். ஆனால், பிற முதல்வர்களுடன் அப்படி எந்த நட்புறவையும் வளர்த்துக்கொள்ள முயற்சி செய்யவில்லை.

டாக்டர் சிங் பொதுவாகவே கட்சி பார்த்து எந்த முடிவும் எடுக்க மாட்டார். எனினும் சில நேரங்களில் எதிர்க்கட்சி முதல்வர்கள் ஆளும் மாநிலங்களில் நடக்கும் விஷயங்கள் சார்ந்து கடுமையான நிலைப்பாட்டை எடுப்பார். பி.ஜே.பியின் கூட்டாளியான நவீன்பட் நாயக் ஒருதடவை பிரதமரைச் சந்தித்து ஒரிஸ்ஸாவுக்குத் தேவைப் பட்ட நிதி பற்றிப் பேசினார். அப்போது ஐ.மு.கூ-வின் கூட்டாளியான பிகாருக்குத் தரப்பட்டதுபோல் தமது மாநிலத்துக்கும் நிதி தரவேண்டும் என்று கேட்டார். பிரதமர் உடனே வெடுக்கென்று சொன்னார்: பணம் என்ன மரத்திலா காய்க்கிறது.

நான் இந்த பதிலை ஊடகத்தினரிடம் சொன்னேன். பிரதமர் இதமாகப் பேசுபவர்தான். ஆனால், தேவைப்பட்டால் கறாராகவும் பேசுவார்.

செப்டெம்பர் 4, சனிக்கிழமையன்று பிரதமரின் முதல் தேசியப் பத்திரிகையாளர் சந்திப்பு நடைபெற்றது. அன்று காலையில் வெளியான அவுட் லுக் பத்திரிகையின் கவர் ஸ்டோரியில் எல்.கே.அத்வானி, ஜார்ஜ் ஃபெர்னாண்டஸ் ஆகியோரிடம் கறாராக பிரதமர் நடந்துகொண்டதைச் சுட்டிக்காட்டி பிரதமரின் உறுதியைப் பற்றி எழுதியிருந்தது. வலிமையானவர், உறுதியானவர், கறாரானவர் என்று பிரதமரைப் புகழ்ந்து சொல்லியிருந்தது. இனிமேல் அவர் பணிந்து பயந்து நடந்துகொள்ளமாட்டார். எச்சரிக்கை எதிர்க் கட்சியினரே... காங்கிரஸ் கட்சியினரே..! என்ற துணைத்தலைப்புடன் அந்த செய்திக் கட்டுரை வெளியாகியிருந்தது.

அவுட்லுக்கின் ஷீலா ரெட்டி எழுதியது: கூச்சமான, உறுதியற்ற, அதிகாரமற்ற மன்மோகன் இப்போது இல்லை. ஊடகங்களுடனும் மக்களுடனும் நெருங்கிப் பழகுவார். தேவைப்படும் நேரங்களில் எதிர்க்கட்சிகள் மீது கடினமான நிலைப்பாட்டை எடுப்பார். மந்திரிகள் தவறு செய்வதை இனி பொறுத்துக்கொள்ளமாட்டார்.

அந்தக் கட்டுரை மேலும் சொன்னது: கூட்டணிக்கட்சிகள், இடதுசாரிகள் தொடர்பான விஷயங்களில் துணிந்து நடந்து கொள்ளும்படி சோனியா முழு சுதந்தரம் தந்திருக்கிறார். சோனியா இல்லாத நேரங்களில் டாக்டர் சிங்கே ஒருங்கிணைப்புக் கூட்டங்களுக்குத் தலைமை தாங்குவார். காஷ்மீர் போன்ற சிக்கலான விஷயங்கள் கவனத்தில் எடுத்துக்கொள்ளப்படும். வெறும் அரச நிர்வாகிபோல் செயல்படாமல் அரசியல் செயல்பாடுகள்கொண்ட பிரதமராக டாக்டர் சிங் செயல்படவேண்டும் என்று சோனியா விரும்புகிறார் என்று எழுதப்பட்டிருந்தது.

சோனியாவுக்கான பாராட்டும் அவருடைய அனுமதியின் பேரிலேயே பிரதமர் உறுதியுடன் செயல்படத்தொடங்கியிருக்கிறார் என்று குறிப்பும் அவுட் லுக் பத்திரிகையின் ஆசிரியர் வினோத் மேத்தாவின் கைவண்ணமாக இருக்கும் என்று நினைக்கிறேன். காங்கிரஸின் தலைமைக்குக் கோபம் வரும்வகையில் அவர் எதுவும் செய்துவிடமாட்டார் என்று எனக்குத் தெரியும்.

டாக்டர் சிங் உண்மையான பலமான பிரதமராக மலர்ந்து வருகிறார் என்று கம்யூனிஸ்ட் கட்சியின் டி.ராஜா குறிப்பிட்டார். 'வரலாறு அவருக்குப் புதிய பணியைத் தந்திருக்கிறது. அவர் அந்தப் பணிக்குத் தம்மைத் தகுதிப்படுத்திக்கொண்டுவிட்டிருக்கிறார். அரசியல் முக்கியத்துவம் குறைந்தவர் என்றோ நியமனம் செய்யப்பட்ட பிரதமர் என்றோ அவரை இனியும் சொல்லமுடியாது. அவர் ஒரு அரசாங்கத்தின் தலைவர். அந்தப் பதவிக்கு ஏற்ப நடந்துகொள்ளத் தொடங்கியிருக்கிறார்' என்று அவர் கூறியிருந்தார்.

நான் ராஜாவுக்கு போன் செய்து அந்தப் பாராட்டுக்கு நன்றி தெரிவித்தேன்.

பத்திரிகையாளர் சந்திப்புக்கு முன்னதாக இன்னொரு நல்ல விஷயமும் நடந்தது. கட்சித் தலைமையைத் தக்கவைத்துக் கொண்டதில் திருப்தியுற்ற சோனியா, டாக்டர் சிங்கைக் கட்சியின் முன்னணி தலைவர்களும் மந்திரிகளும் பொதுவெளியில் மிகவும் மரியாதையுடன் கண்ணியமாக நடத்தவேண்டுமென்று பல முயற்சிகள் எடுத்தார். பிரதமர் வெளிநாட்டுக்குப் பயணம் மேற்கொண்டபோது அனைத்து மந்திரிசபையையும் 7, ஆர்.சி.ஆர். வீட்டுக்கு வந்து விடைகொடுக்கச்

சொன்னார். பிரதமர் மீது அனைவரும் மதிப்பும் மரியாதையும் வைத்திருக்கிறார்கள் என்பதை வெளிப்படுத்திய நிகழ்வு இது. பிரதமரிடம் மிகுந்த மரியாதையுடன் நடந்துகொள்ளவேண்டும் என்று மூத்த தலைவர்களுக்கு அறிவுறுத்தியதாகக் கேள்விப்பட்டேன்.

வெளியுறவுத்துறை அமைச்சர் நட்வர் சிங் ஆரம்பகட்டத்தில் டாக்டர் சிங்கை மன்மோகன் என்று குறிப்பிடுவார். இனிமேல் அப்படிப் பேசக்கூடாது என்று இதமாக அவரிடம் சொல்லப்பட்டது. பிரதமர் பொது நிகழ்ச்சிகளுக்கோ மந்திரி சபைக் கூட்டங்களுக்கோ வரும் போது மனித வள மேம்பாட்டுத்துறை அமைச்சர் அர்ஜுன் சிங் எழுந்து நிற்கமாட்டார். சோனியா தலையிட்டு இதை மாற்றினார். அவர் வேண்டா வெறுப்பாக எழுந்து நின்றிருக்கக்கூடும். தான் வராத போது ஐ.மு.கூ கூட்டங்களுக்கு டாக்டர் சிங்கே தலைமை தாங்குவார் என்று சோனியா சொன்னார்.

ஆகஸ்ட் 2004-ல் நடந்த அனைத்து இந்திய காங்கிரஸ் கமிட்டி கூட்டத்தில் டாக்டர் சிங் இரண்டாவது பெரிய தலைவர் என்று சோனியாவால் முன்னிறுத்தப்பட்டார். பிரதமருடைய முதல் சுதந்தர தின பேச்சுக்கு அடுத்ததாக வந்த இந்தக் கூட்டம் டாக்டர் சிங்கின் தலைமைப் பிம்பத்துக்கு மேலும் வலு சேர்த்தது. சுதந்தர தின உரையில் குறைந்தபட்ச செயல்திட்டத்துக்கு ஏழு வாக்குறுதிகள் என்று மறு பெயர் சூட்டினார். கிராமப்புற இந்தியாவுக்கான புதிய திட்டம் பற்றிப் பேசினார். வாக்குறுதிகளைக் கொடுப்பது அல்ல; அதை நிறைவேற்றுவதே என் லட்சியம் என்று அவர் சொன்ன முத்திரை வாக்கியம் வெகுவாகப் புகழப்பட்டது.

செப்டெம்பர் 2004-ல் ஊடகங்களுடனான சந்திப்புக்கு நிறைய முன் தயாரிப்புகள் எடுத்துக்கொண்டோம். பல்வேறு மந்திரிகள், மூத்த அதிகாரிகள், பத்திரிகை ஆசிரியர்கள் எனப் பலரைத் தொடர்பு கொண்டு என்னவெல்லாம் கேள்விகள் கேட்பார்கள், என்ன வெல்லாம் சொல்லலாம் என்று ஆலோசனை கேட்டோம். நான் நேரடியாகவே சில மந்திரிகள், பத்திரிகை ஆசிரியர்களுடன் பேசினேன். மணி, நாயர், நாராயணன் ஆகியோர் பிரதமருடைய அலுவலகப் பணியாளர்களுடன் கலந்து பேசி அவர்களும் பல கேள்விகள், பதில்களைத் தயாரித்துக் கொடுத்தார்கள். சுமார் 75 கேள்விகளும் அதற்கான பதில்களும் தயாரிக்கப்பட்டு பிரதமருடன் பல நாட்கள் உட்கார்ந்து விவாதிக்கப்பட்டன. இந்த ஒத்திகையின் போது பிரதமர் பல விஷயங்கள் குறித்துத் தனது மனதில் இருந்த

கருத்துகளை வெளிப்படையாக எங்களிடம் பகிர்ந்துகொண்டார். அவை அவருடைய ஆளுமையை எங்களுக்குப் புதிய கோணத்தில் வெளிப்படுத்தியது.

பிரதமர் என்ன பதில்களைச் சொல்லவேண்டும் என்று ஒவ்வொருவரும் என்ன நினைக்கிறார்கள் என்பதே பிரதமர் அலுவலகத்தில் இருந்த பணியாளர்களிடையே நடந்த முதல் விவாதமாக இருந்தது.

பத்திரிகையாளர்கள் கேட்கக்கூடும் என்று நினைத்த கேள்விகளில் சிலவற்றை நான் வாசித்துக் காட்டவேண்டும். அந்தக் கேள்விகளில் எந்தக் கேள்விகளெல்லாம் பிரதமர் அலுவலகத்தில் இருந்து எழுத்து வடிவில் பதில்கள் வேண்டும் என்பதை பிரதமர் சொல்லவேண்டும். அயலுறவுத்துறை தொடர்பான கேள்விகளுக்கான பதில்களை என் சக பணியாளரும் அயலுறவுத்துறைத் துணைச் செயலாளருமான சுஜாதா மேத்தா விரிவாக எழுதிக் கொண்டுவந்தார். ஊடகங்களின் முன்பாக எதைப் பேசலாம் எதையெல்லாம் பேசக்கூடாது என்று அயலுறவுத்துறை பிரதமருக்கு முன்பிருந்தே ஆலோசனை வழங்கி வந்திருக்கிறது. பிரதமருக்கு என்ன சொல்லவேண்டும் என்பது நன்கு தெரியும். எனினும் அந்த ஆலோசனை வழங்குவதற்காக நியமிக்கப் பட்டிருக்கும் அதிகாரியை அவர் ஒருபோதும் ஓரங்கட்டமாட்டார். ஆலோசகர் சொல்வதைப் பொறுமையுடன் கேட்பார். அதன் பிறகு தான் என்ன சொல்ல விரும்புகிறாரோ அதைச் சொல்வார்.

எப்போதாவது அந்த ஆலோசகர்கள் ஊடகங்களிடம் அல்லது சந்திக்க வருபவர்களிடம் இதை நீங்கள் சொல்லவேண்டும் என்று விரும்புகிறேன் என்று சொன்னால், பிரதமர் உடனே குறுக்கிட்டு, நான் என்ன சொல்லவேண்டும் என்று நீங்கள் சொல்லாதீர்கள். நான் என்ன தெரிந்துகொள்ளவேண்டும் என்று சொல்லுங்கள் என்பார்.

விஞ்ஞான் பவனின் மிகப் பெரிய அரங்கில் வைத்துத்தான் பத்திரிகையாளர் சந்திப்பு நடத்தவேண்டும். இந்திய மற்றும் வெளிநாட்டு புகழ்பெற்ற பத்திரிகையாளர்கள் அனைவருக்கும் அனுமதியளிக்கப்பட வேண்டும். கூட்டத்தை மேலும் ஜனநாயகப்படுத்த பிரபலமில்லாதவர்களும் பங்குபெற விரும்பினால் விண்ணப்பித்துப் பெற்றுக்கொள்ளலாம் என்று தீர்மானிக்கப்பட்டது. சந்திப்பு காலையில் நடக்கவேண்டும் என்று பிரதமர் விரும்பினார். அவர் காலையில் புத்துணர்ச்சியுடன் இருப்பார் என்று மணியும் விக்ரமும் அந்த ஆலோசனையை வரவேற்றனர்.

சனிக்கிழமை காலை நேரம் என்பது இன்றைய நேரலை தொலைகாட்சி யுகத்தில் முக்கியமான நேரம் அல்ல. மதிய உணவுக்கு முந்தைய அந்த நேரத்தில் பிரதமரின் ஊடகச் சந்திப்பு நடைபெற்றால்

பிரதானமான மாலை நேரத்தை எதிர்கட்சிகள் ஆக்கிரமித்து விடுவார்கள். மாலை நேர செய்திகளில் காலையில் பிரதமர் என்ன சொன்னார் என்பது இடம்பெறாது. எதிர்கட்சியினர் என்ன விமர்சனம் செய்கிறார்களோ அதுவே இடத்தைப் பிடித்துவிடும் என்று சொன்னேன். பிரதமர் மாலை ஐந்து மணிக்கு நிகழ்ச்சியை வைத்துக் கொள்ளலாம் என்று சொன்னார். அது தொலைகாட்சிகளில் மாலை நேரச் செய்திகளில் முன்னணியில் இருக்கவும் மறுநாள் காலை செய்தித்தாள்களில் இடம்பிடிக்கவும் உதவியாக இருக்கும்.

ஊடகச் சந்திப்பின் காலையில்தான் பிரதமருடனான கலந்துரையாடலுக்கு அரைமணி நேரம் மட்டுமே ஒதுக்கப்பட்டிருந்ததைப் பார்த்தேன். அதிர்ச்சியில் உறைந்துபோனேன். 30 நிமிடங்களுக்குள் முடிந்தால்தான் எந்தவித அசம்பாவிதமும் இல்லாமல் தப்பிக்க முடியும் என்று மணியும் நாயரும் அவர்களாகப் பேசி முடிவெடுத்திருக்கிறார்கள். இது நல்ல விளைவைத் தராது என்று பிரதமரைச் சந்தித்துச் சொன்னேன். ஊடகவியலாளர் சந்திப்புக்கு வரும் 500 பேரில் ஐம்பது பேருக்காவது கேள்வி கேட்கும் வாய்ப்பு வழங்கவேண்டும் என்று சொன்னேன். ஒவ்வொரு கேள்வி பதிலுக்கும் ஒரு நிமிடம் என்று வைத்துக்கொண்டாலும் நிகழ்ச்சி குறைந்தது ஒரு மணி நேரமாவது நடக்கவேண்டியிருக்கும். பிரதமர் உடனே என் ஆலோசனையை ஏற்றுக்கொண்டார். மாலையில் வேறு எந்த சந்திப்பும் வேண்டாம் என்று விக்ரம் துரைசாமியிடம் சொன்னார். ஊடகங்களுடன் ஒரு மணி நேரத்துக்கும் மேலாக சந்திக்க பிரதமர் விரும்புகிறார் என்பதைப் புரிந்துகொண்டேன். கடைசியில் அந்த சந்திப்பு ஒன்றரை மணி நேரம் நீடித்தது. சுமார் 52 கேள்விகள் கேட்கப்பட்டன.

சந்திப்பு நடக்கவிருந்த அன்று காலையில் விஞ்ஞான் பவனுக்கு என் சக பணியாளர் முத்துக்குமாருடன் சென்றேன். அவர் தூர்தர்ஷனில் தகவல் சேவை அதிகாரியாக நல்ல அனுபவம் பெற்றவர். மேடையை எப்படி அலங்கரிக்கவேண்டும்... தொலைக்காட்சி கேமராவை எங்கு வைக்கவேண்டும் என்றெல்லாம் பார்க்கப் போனேன். அரசு தொலைக்காட்சி நிறுவனத்தின் ஒளிப்பதிவுக் கருவிகளுக்கு மட்டுமே அரங்கில் அனுமதி தரப்பட்டிருந்தது. பிற தனியார் தொலைகாட்சி நிறுவனங்கள் தூர்தர்ஷன் கேமராவில் இருந்து நேரலையாகப் பெற்று ஒளிபரப்பிக் கொள்ளலாம். ஒரே ஒரு நிறுவனத்தின் கேமராவை மட்டுமே அனுமதித்ததால் பிரதமருக்கு சாதகமான முறையில் அதை நிலைநிறுத்தும் வாய்ப்பு கிடைத்தது. பல நிறுவனங்களுக்கு அனுமதி தந்திருந்தால் ஒவ்வொருவரும் ஒவ்வொரு கோணத்தில் கேமராவைப் பொருத்தியிருப்பார்கள். அது பிரதமருடைய உருவத்தைச் சிறப்பாகக்

காட்ட உதவியிருக்காது. அண்மைக்காட்சிகளில் பிரதமரின் முகத்தை மட்டுமே பார்வையாளர்கள் பார்ப்பார்கள். சேய்மைக் காட்சிகளில் அரங்கில் அமர்ந்திருக்கும் அனைவரும் தென்படுவார்கள். இந்திய அரசின் சின்னங்களான மூவர்ணக் கொடி, அசோகர் தூணில் மூன்று சிங்கங்கள் என்ற இந்த இரண்டு மட்டுமே பின்னணிப் படுதாவில் இடம்பெற்றன.

அதிகாரிகள் அனைவருக்கும் பார்வையாளர்கள் வரிசையில் இடம் ஒதுக்கப்பட்டிருந்தன. இதைக் கேள்விப்பட்ட தகவல் மற்றும் ஒளிபரப்புத்துறை அமைச்சர் ப்ரிய ரஞ்சன் தாஸ் முன்ஷி தொலை பேசியில் எதிர்ப்புத் தெரிவித்தார். தகவல் ஒளிபரப்புத்துறை ஒரு நிகழ்ச்சியை ஏற்பாடும் செய்யும்போது அதன் அமைச்சர் பிரதமருக்கு அருகில் இருந்தாகவேண்டும் என்று சொன்னார். ராஜீவ்ஜியும் இந்திராஜியும் கூட இப்படித்தான் ஊடகவியலாளர்களைத் தனியாகச் சந்தித்துப் பேசியதாக சாரதா பிரசாத் சொன்னதாகச் சொன்னேன். அமைச்சர் ஏதோ முணுமுணுத்தபடியே தொலைபேசியைக் கீழே வைத்தார்.

ஆங்கில அச்சு ஊடகங்கள் ஒரு குழுவாகவும் ஆங்கிலக் காட்சி ஊடகங்கள் ஒரு குழுவாகவும் இந்தி ஊடகத்தினர் ஒரு குழுவாகவும் பிற இந்திய மொழி ஊடகத்தினர் தனிக் குழுவாகவும் உருது ஊடகத்தினர் தனிக் குழுவாகவும் அயல் நாட்டு ஊடகத்தினர் பின் வரிசையில் தனிக் குழுவாகவும் உட்காரவைக்க முத்து ஏற்பாடுகள் செய்தார். ஒவ்வொரு குழுவில் இருந்தும் பெயர்கள் அல்லது எண்களைச் சொல்லி (ஒவ்வொரு ஊடகவியலாளருக்கும் ஒரு எண் தரப்பட்டிருந்தது) கேள்வி கேட்கவும் எந்தவொரு குழுவும் விடுபட்டுப் போகாமல் இருக்கவும் இந்த ஏற்பாடு உதவியது.

இப்படியான ஏற்பாடுகள் முக்கியமானவைதான். ஆனால், கேட்கப்படும் கேள்விகளுக்கு அதிகாரிகள் யாரிடமும் எதுவும் கேட்காமல் பிரதமர் தானாகவே பதில் சொல்ல முடியவேண்டும் என்பதுதான் அதைவிட முக்கியமானது. அப்போதுதான் ஒட்டு மொத்த அரசச் செயல்பாடுகள் மீது அவருக்கு முழுக் கட்டுப்பாடு இருக்கிறது என்ற உண்மை வெளிப்படும். பிரதமருக்கு அணுக் கொள்கை பற்றி நன்கு தெரியும். அதுபோலவே நீர்ப் பங்கீடு தொடர்பான விவகாரங்களும் தெரியும். விவசாயிகள் தொடர்பான விவரங்கள் தெரியும், பொருளாதார விவகாரங்கள் பற்றியும் தெரியும். காஷ்மீர் பற்றியும் தெரியும்; தெலங்கானா பற்றியும் தெரியும். பொது வாக அரசு அதுவரை செய்தவை பற்றிய அறிக்கை படித்துக்காட்டப் படும். அதன் பிறகே கேள்விகள் நேரம் ஆரம்பிக்கும். ஆனால், டாக்டர் சிங்கின் 100 நாள் ஆட்சியில் செய்தவை பற்றிய ஆய்வேடு ஒன்று

ஊடகவியலாளர்களுக்கு முன்பே தரப்பட்டிருந்தது. அவர்கள் அதைப் படித்திருப்பார்கள் என்பதால் நேரடியாகவே கேள்வி நேரம் தொடங்கப்பட்டது.

கேள்விகள் தொடர்பான எங்கள் கணிப்பு கிட்டத்தட்ட முற்றிலும் சரியாகவே இருந்தது. கேட்கப்பட்ட 52 கேள்விகளில் 51 நாங்கள் எதிர்பார்த்தபடியே இருந்தன. இந்துஸ்தான் டைம்ஸின் ஜெய் ரானா கேட்ட ஒரே ஒரு கேள்வி மட்டுமே நாங்கள் எதிர்பார்த்திராததாக இருந்தது. உங்களுடைய நற்பெயர் உருவாக்க அதிகாரி (ஸ்பின் டாக்டர்) பற்றி என்ன நினைக்கிறீர்கள் என்று கேள்வி கேட்டார். ஸ்பின் டாக்டர் என்றால் யார் என்றே தெரியாத பாவனை அவர் முகத்தின் தென்பட்டது. அந்தக் கேள்வி கேட்கப்பட்டதும் பிரதமர் லேசாகச் சிரித்தார். அரங்கத்தில் இருந்தவர்களும் சிரித்தார்கள்.

ஊடகவியலாளர் சந்திப்பு முடிந்ததும் ஊடகத்துறை அசந்துபோய் விட்டது. அவுட் லுக்கில் எழுதியது அனைத்தும் உண்மையே என்று பிரதமர் நிரூபித்துவிட்டிருந்தார். பலவீனமானவராகவோ விஷய ஞானம் இல்லாதவராகவோ கேள்விகளுக்கு அதிகாரிகளின் பதிலை நாடுபவராகவோ அல்லாமல் கம்பீரமாக ஊடகவியலாளார்கள் கேட்ட கேள்விகளுக்கு அபாரமாக பதில் சொன்னார். யாரும் எந்தவிதக் குறுக்கீடும் செய்யவில்லை. அவர் பேசி முடித்துவிட்டுச் செல்கையில் ஒட்டுமொத்த அரங்கமும் எழுந்து நின்று மரியாதை செய்தது. டாக்டர் சிங்கை வலுவான பிரதமராக ஆக்கும்முயற்சியில் முதல் காலடி வெற்றிகரமாக எடுத்துவைக்கப்பட்டது.

அன்று மாலை மணி தீட்சித் தன் வீட்டில் ஒரு விருந்து கொடுத்தார். நான் போனதும் என் கைகளைப் பற்றிக்கொண்டு என்னைக் கட்டித் தழுவிக்கொண்டார். மிகவும் சவாலான விஷயத்தைக் கையில் எடுத்தது சரியே என்று பாராட்டினார். எப்படி நடந்து முடியுமோ என்று தான் மிகவும் பயந்துகொண்டிருந்ததாகவும் சொன்னார். பல்வேறு நெருக்கடிகளும் சிக்கல்களும் நிறைந்த அரசியல் மற்றும் பிற விவகாரங்கள் தொடர்பான கேள்விகளுக்கு பதில் சொல்ல முடியாமல் பிரதமர் சிக்கிக்கொண்டுவிடக்கூடும் என்று பிரதமருடைய அலுவலகத்தில் இருந்த சிலர் பயந்திருந்தார்கள்.

அந்த ஊடகவியலாளர் சந்திப்பு மட்டும் தோல்வியில் முடிந்திருந்தால் என் வேலையே போயிருக்கும் என்று மணி சொன்னார். மது அருந்திக் கொண்டாட வேண்டிய வெற்றிதான். வா வந்து கொண்டாடு என்று அழைத்தார்.

அன்று மாலை முழுவதும் ஊடக நண்பர்களிடமிருந்து வாழ்த்துத் தொலைபேசிகள் வந்தவண்ணம் இருந்தன. பிரதமரைப் புகழ்ந்தும்

இப்படி ஒரு ஏற்பாட்டைச் செய்ததற்கு என்னைப் பாராட்டியும் பேசினார்கள். நான் ஒவ்வொரு அழைப்பையும் ஏற்று நிதானமாக பதில் சொன்னேன். நான் மணியின் வீட்டில் முன் அறைக்குள் நுழைந்தபோது செல்போனில் ஒரு பரிச்சயமான எண் மின்னியது... பிரதமர்!

தொலைகாட்சி பார்த்துக்கொண்டிருக்கிறேன். எல்லாருக்கும் சந்தோஷம்தான் என்று நினைக்கிறேன். எதிர்மறையாக எந்தச் செய்தியும் இதுவரை வரவில்லை என்று அவருக்கே உரியமுறையில் சிக்கனமாகப் பேசினார்.

நீங்கள் அருமையாகப் பேசினீர்கள். உங்கள் பேச்சைப் புகழ்ந்து பாராட்டியவர்களுக்கு பதில் சொல்லியபடியேதான் இந்த இரவு கழிந்திருக்கிறது என்றேன்.

மணி எனக்கு அப்போது மிகவும் தேவையாக இருந்த மதுக் கோப்பையை என் கையில் எடுத்துக் கொடுத்தார்.

ஊடகவியலாளர் சந்திப்பு என்பது அரசாங்கத்தின் வெளிப்படைத் தன்மை மற்றும் பொறுப்புகள் பற்றிய முன்னெடுப்பு அல்ல. பிரதமர் சுயமாக சிந்தித்து முடிவுகள் எடுக்கக்கூடியவர். வெறும் பொம்மை யல்ல. தன்னம்பிக்கை மிகுந்தவர். தேசிய மற்றும் சர்வதேசிய விவகாரங்களில் நிபுணத்துவம் மிகுந்தவர். வெறும் பொருளாதார நிபுணரோ கோப்புகளுக்கு இடையே கிடந்து உழலும் அரசுப் பணியாளரோ அல்ல என்ற உண்மையை ஊருக்கு உரக்கச் சொல்லும் முயற்சி.

அன்றைய இரவுத் தொலைகாட்சி செய்திகளைவிட மறு நாள் செய்தித்தாள்களின் தலைப்புகள் பிரதமருக்கு மிகுந்த சந்தோஷத்தைத் தந்தன. ஒரு பெண் ஊடகவியலாளர், பிரதமர் அவர்களே... உங்களுக்கு எதிரி இடதுசாரியோ எதிர்கட்சிகளோ அல்ல... நீங்களே தான். உங்களுக்கு ஏதேனும் நெருக்கடி ஏற்பட்டாலோ உங்களுக்கு ஏற்பில்லாத விஷயத்தைச் செய்ய நிர்பந்தப்படுத்தப்பட்டாலோ கூட்டணியைத் தக்கவைக்கும் நோக்கில் நீங்கள் பதவி விலகிவிடு வீர்கள் என்று சொல்லப்படுகிறதே... அப்படி ஒன்று நடக்க வாய்ப்பு இருக்கிறதா..?

பிரதமருடைய பதில் உறுதியுடனும் வலுவாகவும் இருந்தது. மேடம்... எங்கள் ஆட்சி முழு ஐந்தாண்டுகள் நீடிக்கும் என்று திடமாக

நம்புகிறேன். இது தொடர்பாக எந்த சந்தேகமும் பயமும் தேவையில்லை. எனவே பதவியில் இருந்து விலகிவிடும்படி எனக்கு நெருக்குதல் தரப்படும் என்ற யூகத்துக்கே இடமில்லை.

பல ஊடகங்கள் இந்தப் பதிலுக்கு முக்கியத்துவம் தந்து வெளியிட்டன. இரண்டு அதிகார மையங்கள் இருப்பதாகச் சொல்லப் படுவது உண்மையல்ல என்று அவர் சொன்னதையும் முக்கியப்படுத்தி வெளியிட்டிருந்தன. சண்டிகரில் இருந்து வெளியான டிரிப்யூன் செய்தித்தாளைத்தான் காலையில் தினமும் தேநீர் அருந்தியபடியே படித்துவிடுவது பிரதமரின் வழக்கம். அதில் முதல் பக்கத்தில் காங்கிரஸ் தலைவர் சோனியாவே 'சூப்பர் பிரதமர்' என்ற எதிர்க்கட்சிகளின் விமர்சனத்தை ஆதாரங்கள் அற்ற குற்றச்சாட்டு என்று பிரதமர் மறுத்துவிட்டிருக்கிறார் என்று வெளியிட்டிருந்தது. 'நானே எஜமான். அந்த நிலையே தொடரும்' என்று தி இந்து ரத்தினச் சுருக்கமாக செய்தி வெளியிட்டிருந்தது.

பதினைந்து நாட்கள் கழித்து பிரதமர் நியூ யார்க் சென்றபோது டைம் பத்திரிகை இப்படித் தலைப்பில் குறிப்பிட்டது: தனக்கென தனி வழியை வகுத்துக்கொண்டவர்.

அந்தச் செய்தி உலகம் முழுவதும் சென்று சேர்ந்தது. ஊடகச் சந்திப்பில் நடந்த மூன்று விஷயங்களை அனைத்து நிருபர்களும் ஆசிரியர்களும் குறிப்பிட்டார்கள். முதலாவதாக, கேள்விகள் பரந்து பட்டதாக விரிவாக இருந்தது. பிரதமர் அவை அனைத்துக்கும் ஒன்று விடாமல் பதில் சொன்னார். இரண்டாவதாக பிரதமரின் அரசியல் ஆளுமை அந்தப் பேட்டியில் நன்கு வெளிப்பட்டது. மூன்றாவதாக பிரதமருக்குத் தன்னுடைய செயல் திட்டம் என்ன... எவற்றுக்கு முன்னுரிமை தரவேண்டும் என்பதில் நல்ல தெளிவு இருந்தது.

இந்த நற்பெயர் உருவாக்கச் செயல்பாட்டின் அடிப்படையான செய்தியாக நாங்கள் முன்வைக்க விரும்பியது பிரதமர் தன் விருப்பத்துடன்தான் எல்லாவற்றையும் செய்கிறார். எந்த நிர்பந்தமும் கிடையாது. அவருடைய பிரச்னைகளுக்கு முக்கிய காரணம் சோனியாவுடனான சமன்பாடுதான். அவர் சுயமாகச் சிந்தித்துச் செயல்படக்கூடியவர்தானா அல்லது வெறும் பொம்மையா என்ற இந்தக் கேள்வி எப்போதுமே அவரைத் துரத்திக்கொண்டே இருக்கும். இரண்டு ஆட்சி காலகட்டத்திலும் பிரதமரால் சமாளிக்க முடியாத மிகவும் கடினமான கேள்வி இதுவே.

எப்போதெல்லாம் பிரதமருக்கான அதிகாரத்தை அவர் வெளிப் படுத்தினாரோ அப்போதெல்லாம் அவருடைய ஆளுமை மிளிர்ந்தது. அவர் எப்போதெல்லாம் அதில் இருந்து தவறினாரோ

அப்போதெல்லாம் அவருடைய ஆளுமைக்கு பின்னடைவு ஏற்பட்டது. சோனியாவுடனோ மூத்த காங்கிரஸ் தலைவர்களுடனோ பொதுவெளியில் முரண்படவோ மோதலில் ஈடுபடவோ செய்யாமல் தனது ஆளுமையைப் பலப்படுத்தவும் பாதுகாக்கவும் தேவையான விஷயங்களைச் செய்வதே அவர் அதிகாரத்தில் தொடர்ந்து நீடிக்கவும் நற்பெயர் பிம்பத்தை வளர்த்தெடுக்கவும் தேவையாக இருந்தது. ஆனால், கெடுமதியாளர்கள் ஏராளமாகச் சுற்றி இருந்தனர். பிரதமரின் பிம்பத்தைப் பாதுகாப்பதற்குக் கடினமாகப் போராட வேண்டியிருந்தது.

தனிப்பட்ட கட்சியின் தலைவராக அல்லாமல் தேசத்தின் தலைவராக பிரதமரை முன்னிறுத்தும் அதே நேரத்தில் அவர் அனைவராலும் ஏகமனதாகத் தேர்ந்தெடுக்கப்பட்டவர் என்ற பிம்பத்தையும் வளர்த் தெடுக்க விரும்பினேன். வாஜ்பாய், நரசிம்மராவ் ஆகியோரைப் போலவே உள்கட்சிப் பிரிவுகள், எதிர்கட்சிகள் ஆகிய அனைவரிடம் இருந்தும் தனது கொள்கைகள், செயல்திட்டங்கள் ஆகியவற்றுக்கு ஆதரவை உருவாக முயன்ற பிரதமர் என்று காட்ட விரும்பினேன். சிதம்பரமும் கமல்நாத்தும் அல்லது மூத்த அமைச்சரான பிரணாப் முகர்ஜிக்கும் இளையவரான ஆனந்த் சர்மாவுக்கும் அல்லது கூட்டணித் தலைவர் சரத் பவாருக்கும் காங்கிரஸ் கட்சி உறுப்பினர் பிருத்விராஜ் சவானுக்கும் இடையில் மோதல்கள் நடக்கும்போது பிரதமர் இருவருக்கும் இடையில் எப்படி மத்யஸ்தம் செய்து இரு தரப்புக்கும் இடையே நட்புறவு மலர வழி செய்தார் என்பதை அரசியல் நிருபர்கள், ஆய்வாளர்கள் எல்லாரும் நன்கு தெரிந்து கொள்ள வழி செய்து தருவேன்.

பிரதமரைக் கடுமையாக விமர்சித்த இடதுசாரிகளுடன்கூடத் தனது ஆட்சியின் முதல் காலகட்டத்தில் விட்டுக்கொடுத்துப் போகும் போக்கையே கடைப்பிடித்தார். ஏதேனும் இடதுசாரி நபர்களைக் கல்வி அல்லது ஏதேனும் நிறுவனத்தில் நியமிப்பதாகட்டும் மேற்கு வங்காளம் போன்ற இடதுசாரிக் கோட்டைக்கான திட்டம் எதற்காவது ஒப்புதல் கொடுப்பதாகட்டும்... இவை போன்று இடதுசாரித் தலைவர்களிடம் இருந்து வந்த அனைத்து கோரிக்கைகளையும் பிரதமர் அலுவலகம் உடனே முறையாகப் பரிசீலித்துச் செயல்பட வேண்டும் என்று அதிக அக்கறை எடுத்துக்கொண்டிருந்தார்.

செப்டெம்பர் 2004-ல் ஐக்கிய நாடுகள் சபையின் பொதுக்கூட்டத்தில் பங்குபெற டாக்டர் சிங் நியூயார்க் போனபோது காரியத்தின்

கண்ணான, அனைவருக்கும் உகந்த, திறமை வாய்ந்த பிரதமர் என்ற பெருமையை எட்டிவிட்டிருந்தார். செப்டெம்பர் 2004 ஊடகவியலாளர்கள் சந்திப்பானது உலகம் முழுமைக்கும் பிரதமரின் நற்பெயரை எட்டச் செய்யவேண்டும் என்ற நோக்கில் முன்னெடுக்கப்பட்டிருக்கவில்லை. இந்தியாவுக்குள் பிரதமருக்கு நற்பெயரை உருவாக்க வேண்டும் என்பதே இலக்காக இருந்தது. மணி தீட்சித் என்ன சொன்னாரென்றால், இந்தியாவில் பிரதமரின் நற்பெயரை வளர்த்தெடுத்ததன் மூலமே உலகமும் பிரதமர் மீதான நல்லெண்ணத்தை உருவாக்கிக் கொண்டது. ஒரு நாடாளுமன்ற ஜனநாயகத்தைக் கொண்ட நம் போன்ற நாடுகளில் ஆட்சி அதிகாரத்தில் இருக்கும் தலைவருக்கு ஒட்டுமொத்த அரசாங்க உறுப்பினர்களின் ஆதரவு இருக்கிறது என்ற உத்தரவாதம் பிற நாட்டுத் தலைவர்களுக்கு அவசியம்.

முதல் ஊடகவியலாளர் சந்திப்புக்குப் பிறகு யாரும் பிரதமரை பொம்மையாகவோ பலவீனமான தலைவராகவோ அகடமிக் மட்டுமேயாகவோ அரசுப்பணியாளராக மட்டுமேயாகவோ பார்க்கவில்லை. அமெரிக்காவின் ஜார்ஜ் புஷ், பாகிஸ்தானின் பர்வேஸ் முஷாரஃப் இருவரையும் பிரதமர் நியூயார்க்கில் சந்தித்து உரையாடினார். அந்தச் சந்திப்புகளின் வெற்றி பிரதமரின் பிம்பத்தை மேலும் வளர்த்தெடுத்தது.

தனது 72வது பிறந்த நாளன்று விமானத்தில் இந்தியா திரும்பிய பிரதமர் மிகவும் உற்சாகமாகக் காணப்பட்டார். ஏர் இந்தியா ஒன் விமானத்தில் ஊடகத்தினருடன் தனது பிறந்த நாள் கேக்கை வெட்டிக் கொண்டாடினார். இப்போது அவர் வலுவாக வேரூன்றப்பட்ட பிரதமராகிவிட்டிருந்தார்.

நான் அடிப்படையில் ஒரு நிதித்துறை சார்ந்த பத்திரிகையாளனே. தொலைக்காட்சித்துறை, அரசியல், இந்திய மொழிகளைச் சேர்ந்த ஊடகத்தினர் எனப் பலரைப் புதிதாகத் தெரிந்துகொள்ளவேண்டியிருந்தது. பெரும்பாலான பத்திரிகைகளில் தொழில் முறை நிபுணத்துவம் வாய்ந்த நபர்களே பணியில் இருந்தனர். அவர்களிடம் நட்புணர்வுடன் மதிப்புடன் நடந்துகொண்டால் நல்லவிதமான செய்திகளை ஆர்வத்துடன் வெளியிடுவார்கள். நாம் தனியாக எந்த முயற்சியும் விசேஷமாக எடுக்க வேண்டியே இருக்காது. இரண்டாவது வகை பத்திரிகையாளர்களும் இருக்கிறார்கள். இவர்களுக்கு நாம் தனி கவனம் எடுத்துப் பல விஷயங்களைச் செய்துகொடுத்தவண்ணம்

இருக்கவேண்டும். இவர்களைப் பொறுத்தவரையில் ஏதோ ஒரு விருந்து கொடுக்கிறோம்... அவர் ஒரு அழகான செய்திக் கட்டுரை வெளியிட்டுவிடுகிறார் என விஷயம் அழகாக முடிந்துவிடும்.

மூன்றாவதாக பி.ஜே.பிக்கு சார்பான, இடதுசாரிகளுக்கு சாதகமான, சோனியாவுக்கு சாதகமான, அர்ஜுன் சிங்குக்கு சாதகமான, பிரணாபுக்கு சாதகமான ஊடகவியலாளர்கள் எனச் சிலர் இருப்பார்கள். நான் இப்படியானவர்களைச் சற்று தள்ளியே நிற்கவைப்பேன். இது சிலரை அதிருப்தி அடையச்செய்தது. குறிப்பாக சோனியாவுக்கு நெருக்கமானவர்கள். அவர்கள் ஏதோ இந்த அரசாங்கமே அவர்களுடையது என்றும் பிரதமர் அலுவலகம் அவர் களைத் தனி அக்கறையுடன் கவனிக்கவேண்டும் என்றும் நினைத்தார்கள். இறுதியாக ஊடகங்களின் பெரிய தலைகள்: மிகப் பெரிய பத்திரிகைகளின் எடிட்டர்கள், எடிட்டர்-சி.இ.ஓ.க்கள், புகழ் பெற்ற பத்தியாளர்கள்.

வாஜ்பாய் காலகட்டத்தில் எஸ்.பி.ஜியிடம் மூத்த பத்திரிகை ஆசிரியர்களின் பட்டியல் இருந்தது. அவர்களுக்கு விசேஷ சலுகைகள் தரப்பட்டன. சௌத் பிளாக்குக்குள் தமது செல்போனைக் கொண்டு செல்லலாம் என்ற அனுமதி அவர்களுக்குத் தரப்பட்டிருந்தது. பாதுகாப்பு காரணங்களினால் பிற பார்வையாளர்களுக்கு அந்த அனுமதி மறுக்கப்பட்டிருந்தது. வேறொருமுறை இன்னொரு விதமான சலுகை தரப்பட்டதைக் கவனித்திருக்கிறேன். ஓர் அயல் நாட்டு விமான நிலையத்தில் பத்திரிகையாளர் குழுவுக்கு பேருந்து வசதி செய்து தரப்பட்டிருந்தது. ஒரு பத்திரிகை ஆசிரியருக்கு மட்டும் மெர்சிடிஸ் கார் ஏற்பாடு செய்யப்பட்டிருந்தது. விசாரித்துப் பார்த்த போது நமது தூதரகத்தில் இருந்து இந்த வசதி செய்தி கொடுக்கப் பட்டிருந்தது தெரியவந்தது. வாஜ்பாய் காலகட்டத்தில் அவருடன் வெளிநாடுகளுக்குப் பயணம் மேற்கொள்ளும் சில பத்திரிகை யாளர்களுக்கு பிரதமர் அலுவலகம் இப்படியான வசதிகளைச் செய்து தருவது வழக்கம். நான் இதற்கெல்லாம் முற்றுப்புள்ளி வைத்தேன். இதனால் மூத்த பத்திரிகையாளர்களின் கோபத்துக்கு ஆளானேன். பிரதமருடன் பயணம் செய்யும்போது விமானத்தில் உயர் தர மதுவகைகளை வழங்கும் சலுகையை மட்டும் நான் தடுக்கவில்லை.

ஜூலை 2004-ல் பேங்காக்குக்கான முதல் விமானப் பயணத்தின்போது மது பரிமாறப்படவில்லை என்பதைக் கவனித்தேன். பிரதமருடனான பயணத்தின்போது மது பரிமாறப்படக்கூடாது என்று பிரதமர் அலுவலகத்தில் இருந்து உத்தரவு வந்ததாக விமானப் பணியாளர்கள் சொன்னார்கள். எனக்கு இது வியப்பைத் தந்தது. நாங்கள் வாஜ்பாய் காலகட்டம் எனும் ஒரு துருவத்தில் இருந்து இன்னொரு துருவத்தை நோக்கி நகரத் தொடங்கியிருந்தோம்.

மதுவகைகள் விமானத்தில் இருக்கின்றன. உத்தரவு கிடைத்தால் பரிமாறத் தயார் என்று விமானப் பணிப்பெண்கள் சொன்னார்கள். அது வேண்டாம் என்று மணி தீட்சித் நினைத்தார். விமானத்தில் இருக்கும் அதிகாரவர்க்கத்தினருடன் பேசி அவர்களுக்குப் புரியவைப்பதில் நேரத்தை வீணாக்குவதைவிட நேராக பிரதமரிடமே பேசிவிடலாம் என்று தீர்மானித்தேன். நேராக அவரிடம் போய், விமானத்தில் உடன் பயணிக்கும் ஊடகவியலாளர்களுக்கு மது பரிமாறுவதில் உங்களுக்கு ஆட்சேபனை உண்டா என்று கேட்டேன். பிரதமர் முக்கியமான அரசு ஆவணங்களைப் பார்த்துக்கொண்டிருந்தார். தலையை லேசாகத் தூக்கிப் பார்த்து நீங்களே முடிவு செய்துகொள்ளுங்கள் என்று சொல்லி விட்டுத் தன் வேலையில் மூழ்கிவிட்டார். ஒருவழியாக விமானத்தில் மது பரிமாறப்பட்டபோது அதிகாரவர்க்கத்தில் சிலரும் சியர்ஸ் சொல்லிக் குடித்தனர்.

பிரதமர் தன் வெளிநாட்டுப் பயணங்களில் உடன் வரும் பத்திரிகை யாளர்கள், ஊடகவியலாளர்களைத் சந்தித்துப் பேசும் விருப்பம் கொண்டிருந்தார். அதோடு அவர்களுடைய தேவைகள் எல்லாம் நல்ல முறையில் கவனிக்கப்பட்டனவா என்று என்னிடம் அக்கறையுடன் கேட்பார். விமானத்திலேயே ஓரிரு மூத்த பத்திரிகை ஆசிரியர்களுடன் சிறிது நேரம் உரையாடுவார். பிராந்திய பத்திரிகைகளில் ஆசிரியர்கள் இதை வெகுவாகப் பாராட்டுவதுண்டு. விமானப் பயணங்களில் உடன் வருபவர்களுடன் பேசுவது மட்டுமல்லாமல் மாநிலத் தலைநகரில் இருக்கும்போதும் அந்தந்த மாநில ஊடகப் பிரதி நிதிகளைச் சந்தித்துப் பேசுவதும் உண்டு. தில்லிக்கு வெளியே போகும் நேரங்களில் எல்லாம் ஒருவித நிம்மதியுடன் இருப்பார்.

ஒரு பத்திரிகையாளர் பிரதமருடனான பேட்டிக்கு நீண்ட நாட்களாகவே நேரம் ஒதுக்கச் சொல்லிக் கேட்டிருந்தார். பிரதமர் அப்போது காந்திஜியின் வார்தா ஆஸ்ரமத்துக்குச் செல்லவிருந்தார். அந்தப் பத்திரிகையாளரை வார்தாவுக்கு வரச் சொல்லித் தகவல் அனுப்பினேன். பிரதமர் காலையில் அந்த ஆஸ்ரமத்துக்கு சென்று மதிய உணவை அந்த ஆஸ்ரம உறுப்பினர்களுடன் உண்டுவிட்டு சிறிது ஓய்வுக்குப் பிறகு நாக்பூர் போவதாகத் திட்டம். ஆஸ்ரமத்தின் எளிய குடிசையில் சிறிய மின் விசிறியின் கீழே ஜூன் மாத வெய்யிலில் பிரதமர் எகானமிக்ஸ் டைம்ஸ் பத்திரிகைக்குப் பேட்டி கொடுத்தார். ஒரு பிரதமர் இந்தியப் பத்திரிகைக்குக் கொடுத்த நீண்ட பேட்டி அதுவே. காந்தி ஆஸ்ரமத்தில் வைத்து ஒரு பிரதமர் கொடுத்த ஒரே பேட்டியும் அதுவே.

நான் முன்னாள் பத்திரிகை ஆசிரியர் என்பதால், பத்திரிகை ஆசிரியர் களுடைய மனநிலையை என்னால் எளிதில் புரிந்துகொள்ள முடிந்தது.

சில ஊடக நிறுவன முதலாளிகளுடனும் நட்புறவை உருவாக்கிக் கொள்ள முடிந்தது. பிரதமரைச் சந்திக்க ஏற்பாடு செய்தல், ஏதாவது அரசுத்துறையுடன் பிரச்னை இருந்தால் அதைத் தீர்த்துக் கொடுத்தல் என உதவினேன். எனினும் பெரும்பாலான நேரங்களில் என் வேலை என்பது நிருபர்களுடன் வெறுமனே அரட்டை அடித்தபடி அவர் களுடன் நல்ல நட்புறவை உருவாக்கிக்கொள்வதிலேயே கழிந்தது. நாடாளுமன்றக் கூட்டங்கள் நடக்கும்போது நான் ஊடகவியலாளர் பகுதியில் சென்று அமர்ந்து அவர்களுடன் பேசிக் கொண்டிருப்பேன். பிரதமர் பற்றி அவர்கள் எழுதவேண்டும் என்று நான் விரும்பும் விஷயங்களை அவர்கள் மனதில் விதைப்பேன். அவர்கள் என்ன நினைக்கிறார்கள் என்பதைத் தூண்டில் போட்டுப் பிடிப்பேன்.

பிரதமருடன் வெளிநாட்டுப் பயணங்களுக்குப் போகும்போது உடன் வரும் 40 ஊடகவியலாளர்களுடனும் நேரில் போய் சந்தித்துப் பேசுவேன். வருபவர்களில் ஊடகப் படிநிலைகளில் உயர்ந்தவர்கள் தாழ்ந்தவர்கள் என்ற வேறுபாடெல்லாம் பார்க்கமாட்டேன். எல்லாருடைய உதவிகளும் நெருக்கடி நேரத்தில் தேவைப்படும். சலுகைகள் பெற்றுக்கொண்டு எதிர்பார்ப்பைப் பூர்த்தி செய்யாதவர்களும் உண்டு. ஆனால், பெரும்பாலான நேரங்களில் வெறும் அன்பான, நட்பார்ந்த அணுகுமுறையின் மூலமே ஏராளமான எதிர்பார்ப்புகளைப் பூர்த்திசெய்துகொள்ள முடிந்தது.

பிரதமருக்கு ஊடகங்களுடனான உறவு ஐ.மு.கூ-வின் இரண்டாவது ஆட்சி காலத்தைவிட முதல் ஆட்சி காலத்தில் மிகவும் சுமுகமாகவே இருந்தது. அவருடைய பெரிய பிரச்னை என்னவென்றால் ஊடகங் களிலும் பொது வெளியிலும் சோனியாவை விடப் பிரபலமானவராக வேண்டும் என்று அவர் விரும்பியிருக்கவே இல்லை. ஏதாவது பத்திரிகையோ தொலைகாட்சி சேனலோ யார் யாருக்கு எவ்வளவு செல்வாக்கு என்று கருத்துக்கணிப்பு நடத்தும். பிரதமரின் செல்வாக்கு வளர்ந்துவரும் நிலையிலும் சோனியாவின் செல்வாக்கைவிட சில புள்ளிகள் குறைவாக இருப்பதைப் பார்க்கும்போது 'அப்பாடா' என்று நிம்மதி அடைவார். நல்லது என்று குறும்பாகச் சிரிப்பார். அவருடைய அந்த எண்ணமே அவருடைய நற்பெயர் உருவாக்கச் செயல் பாடுகளின் எல்லைகளை வரையறை செய்தன.

டாக்டர் சிங்கின் 'மவுனம்', தன்னை முன்னிறுத்திக்கொள்ளாத தன்மை ஆகியவையெல்லாம் இரண்டாம் ஆட்சிக் காலகட்டத்தில் அதிகம் அம்பலப்பட்டன. அதிகம் விமர்சிக்கவும்பட்டன. முதல் ஆட்சி காலத்தில் அவருடைய 'அடக்கி வாசிக்கும் தன்மை' ஒரு தற்காப்பு நடவடிக்கையாகவும் கூச்சம், தனித்தன்மையைத் தக்கவைத்தல்

என்பதாகவும் மதிக்கப்பட்டன. ஆனால், இரண்டாம் காலகட்டத்தில் அவை தப்பித்தல் குணமாகவும், பொறுப்பைத் தட்டிக்கழிக்கும் செயலாகவும், அதிகாரத்தைக் கையில் எடுக்கத் தவறும் செயலாகவும் விமர்சிக்கப்பட்டன. முதல் ஆட்சி காலத்தில் நல்ல அம்சமாகப் பார்க்கப்பட்ட அதே விஷயம் இரண்டாம் காலகட்டத்தில் பலவீன மாகப் பார்க்கப்பட்டது.

7

மன்மோகன் சிங்கின் கோட்டை

'அரசாங்க வேலை என்பது அரசாங்கச் செலவில் விஷயங்களைக் கற்றுக்கொள்ள வழி ஏற்படுத்தித் தருகிறது.'

மன்மோகன் சிங்

2005-ல் குவாலாலம்பூரில் தெற்கு ஆசிய, இந்திய வர்த்தகத் தலைவர்களின் கூட்டம் நடைபெற்றது. ஆசியான் அமைப்பின் செகரட்டரி ஜெனரல் ஓங் கெங் யங் டாக்டர் சிங்கை அறிமுகப் படுத்தும்போது, 'உலகில் இருக்கும் அரசாங்கங்களின் தலைவர் களிலேயே டாக்டர் மன்மோகன் சிங்குக்கு இணையாகப் படித்தவர் வேறு யாரும் கிடையாது' என்று சொல்லி பிரதமரை அறிமுகப் படுத்தினார். அரங்கமே எழுந்து நின்று கை தட்டியது.

டாக்டர் சிங்கின் கல்வித் தகுதிகள், நிர்வாக சாதனைகள் எல்லாம் உலகப் புகழ் பெற்றுவிட்டிருந்தன. உலகம் முழுவதிலும் இருந்த அறிவுஜீவிகள் அவரைச் சந்தித்துப் பேச விரும்பினர். டிசம்பர் 2004-ல் நடந்த இந்திய அறிவியல் மாநாட்டிலும், அதற்குப் பிந்தைய ஆண்டு நடந்த மாநாடுகளிலும் பங்குபெற்ற நோபல் விஞ்ஞானிகள் அனைவருமே பிரதமருடன் புகைப்படம் எடுத்துக்கொள்ளப் பெரிதும் விரும்பினார்கள். உலகம் முழுவதும் இருந்து வரும் அறிஞர்கள் அனைவருமே பிரதமரைச் சந்திப்பதில் ஆர்வம் கொண்டிருந்தனர். பிரதமரை அதிகாரபூர்வ நபர்கள் சந்திக்கும்போது சம்பந்தப்பட்ட துறை சார்ந்த துணைச்செயலரும் பிரதமருடன் இருக்கவேண்டும் என்பது பிரதமர் அலுவலகத்தின் விதிகளில் ஒன்று. பிரதமரைச் சந்திப்பவர் அலுவல்பூர்வமானவராகவோ பிரதமரின் சொந்தக் காரராகவோ இல்லாதபோது என்னை உடன் அழைத்துக்கொள்வார். அதன் மூலம் தான் எரிக் ஹாப்ஸ்வாம், நார்மன் பர்லாக் அல்லது

ரேடெரிக் மெக்ஃபர்ஹர், ஜார்ஜ் சரோஸ் ஆகியோரைச் சந்திக்க எனக்கு வாய்ப்பு கிடைத்தது.

பிரதமர் அதிகம் படித்திருந்தார் என்பதாலோ கல்வித் துறைகளில் தொடர்ந்து என்ன நடந்து வருகின்றன என்ற ஆர்வம் அவருக்கு இருந்ததினாலோ சிந்தனையாளர்கள் அவரைத் தேடி வரவில்லை. உள்ளூரிலும் உலகம் முழுவதிலுமிருந்தும் அதிகம் பேர் பிரதமரை வந்து பார்த்ததற்குக் காரணம் அவர் சீரிய சிந்தனை கொண்டவர்களின் பிரதமராக இருந்தார்.

சுதந்தரம் கிடைத்ததைத் தொடர்ந்து வந்த வருடங்களில் அப்படியான பல தலைவர்கள் இருந்திருக்கிறார்கள். நேரு அப்படியானவர்களில் ஒருவர்தான். உலகில் மிகச் சிறிய நாடுகளில் இருந்தும்கூட அந்த நாட்டு மக்களால் சிந்தனையாளராகவும் கல்விமானாகவும் மதிக்கப் பட்ட தலைவர்கள் ஆட்சிப் பொறுப்புக்கு வந்திருக்கிறார்கள். ஆனால், அப்படியான காலகட்டமானது, நடைமுறை நெளிவு சுளிவுகள் தெரிந்த, தந்திரமான, சாதுரியமான அரசியல்வாதிகள் முன்னணிக்கு வந்ததைத் தொடர்ந்து மறைந்துபோய்விட்டது.

இந்திய மற்றும் மேற்கத்திய அறிஞர் வர்க்கம் நேருவுக்குப் பின்னால் வந்த யாரையுமே 'சிந்தனையாள' பிரதமராக மதிக்கவில்லை. இந்திராகாந்தி இந்திய அறிவுஜீவி வர்க்கத்தின் நன்மதிப்பைப் பெறக் கடுமையாக முயன்றார். ஆனால், நெருக்கடி நிலையைப் பிரகடனம் செய்ததையொட்டி அந்த முயற்சிகள் தோல்வியுற்றன. பி.என்.ஹக்ஸர், பி.என்.தர் போன்றோர் உள் வட்டத்தில் இருந்து விலக்கப்பட்டதைத் தொடர்ந்து இந்திய அறிவுஜீவி வர்க்கம் இந்திராவை விட்டு விலகியது. ராஜீவ் காந்தியை அறிவுஜீவிகள் பொருட்படுத்தவே இல்லை.

நரசிம்மராவ் தன்னளவில் ஒரு பெரிய அறிஞர்தான். ஆனால், இந்தியப் பெருநகர அறிவுஜீவி அரங்கில் அவர் ஒரு 'வெளியாள்' தான். ஆந்திராவில் இருந்த தெலுங்கு அறிவுஜீவிகள் அவரை அஷ்டாவதானி என்று மதித்துப் போற்றினர். தில்லி அறிவுஜீவி வர்க்கமோ அவருக்குப் பல மொழிகள் சரளமாகத் தெரியும் என்ற பாராட்டோடு நிறுத்திக்கொண்டது. வாஜ்பாயும் மிகப் பெரிய கவிஞராக மதிக்கப்பட்டார். ராவும் வாஜ்பாயும் அறிஞர் பெரு மக்களின் நட்புறவைப்பெற்றிருந்தார்கள். அவர்களுடைய நண்பர்கள் வட்டத்தில் நிறைய பேராசிரியர்கள் இருந்தனர். ஆனால், அந்தப் பெருநகர அறிவு ஜீவி வட்டத்தில் ஆக்ஸ்ஃபோர்டு-கேம்பிரிட்ஜில் படித்த டாக்டர் சிங் உள்ளூரில் இருந்த மற்ற அனைவரையும்விட அதி உயர்வானவராக மதிக்கப்பட்டார்.

பிரதமராக இருந்ததால் வாழ்க்கை ஏராளமான ஏற்றத்தாழ்வுகளுடன் இருந்தது. என்றாலும் டாக்டர் சிங் அறிஞர்களுடனான கலந்துரையாடலை மிகவும் ரசித்து அனுபவித்தார். நெருக்கடி நேரும்போதெல்லாம் என்னை அழைத்துக் கேட்பார்: இது தொடர்பாக எந்த அறிஞரிடம் நான் கருத்துக் கேட்க?

பிரதமரைத் தேடிவந்து சந்திக்கும் அறிஞர்கள், அவராகவே அழைத்துப் பேசும் 'தனித்துறை நிபுணர்கள்' நீங்கலாகக் கல்விப் புல அறிஞர்கள், கொள்கை வகுப்பாளர்கள் எல்லாரும் கூட அவ்வப்போது பிரதமரைச் சந்திப்பது வழக்கம். அமர்த்தியா சென், ஜகதீஷ் பகவதி, பத்மா தேசாய், ஐ.ஜி.படேல், மேகநாத் தேசாய், ஹெச்.எம்.சேதனா, எம்.எஸ்.சுவாமிநாதன், கே.சுப்ரமணியம், வி.எஸ்.அருணாசலம் எனப் பலரை அவர் சந்தித்துப் பேசுவதுண்டு.

இரண்டாவது பசுமைப் புரட்சிக்கு அமெரிக்காவின் ஆதரவைப்பெற பிரதமர் விரும்பினார். அது அவருக்கு மிகவும் பிடித்த திட்டம். பசுமைப் புரட்சித் திட்டத்தின் தந்தையான நார்மன் பர்லாகைச் சந்தித்து விவசாய ஆராய்ச்சிகள் பற்றியும் விவசாய உற்பத்தியைப் பெருக்கும் வழிமுறைகள் பற்றியும் உரையாடினார். பல துறை நிபுணரான பிரதமர் பல்வேறு துறைகளில் நிகழ்ந்த சாதனைகளைத் தெரிந்துகொள்வதில் மிகுந்த அக்கறை கொண்டிருந்தார். நோபல் பரிசுக்கு இணையான கணித சர்வதேசப் பரிசான ஏபெல் பரிசை எஸ்.ஆர்.ஸ்ரீனிவாச வரதன் பெற்றபோது, டாக்டர் சிங் அவருக்கு வாழ்த்துக் கடிதம் ஒன்றை அனுப்பினார். டாக்டர் வரதன் அதைப் பார்த்ததும் அதிர்ச்சியில் உறைந்துவிட்டார். அவருக்குக் கடிதம் அனுப்பிய முதல் பிரதமர் டாக்டர் சிங்தான்.

பிரதமருக்கான பொருளாதார ஆலோசனைக் குழு, அறிவியல் ஆலோசனைக் குழு, உள் நாட்டு மற்றும் வெளி நாட்டு விவகாரங்கள் தொடர்பான ஆலோசனைக் குழு என அரசின் பல்வேறு குழுக்களில் நிபுணர்களை பிரதமர் இடம்பெறச் செய்தார். சி.ரங்கராஜன், வி.எஸ்.வ்யாஸ், சுரேஷ் டெண்டுல்கர், அ.வைத்யநாதன், பல்லே ராமா ராவ், சி.என்.ஆர்.ராவ், ஆர்.கே.பசௌரி, ரொத்தம் நரசிம்மா, வி.எஸ்.ஆனந்த், ஆந்த்ரே பெட்டல்லி, பி.எம்.பார்கவா, தீபக் நாயர் எனச் சிலரைக் குறிப்பிடலாம். அவர்கள் பங்குபெறும் நீண்ட கூட்டங்களில் பிரதமர் பொறுமையாக, முழுமையாக வாதப் பிரதிவாதங்களை உட்கார்ந்து கேட்பார். இந்தியாவில் புலிகளின் எண்ணிக்கை குறையத் தொடங்கியபோது பிரதமர் ஒரு ஆய்வுக் குழுவை அமைத்தார். வன விலங்குத்துறை நிபுணர் வால்மிக் தாப்பரும் அறிவியல் மற்றும் சுற்றுச்சூழல் மையத்தைச் சேர்ந்த சுனிதா நாராயணனும் அந்தக் குழுவில் இருந்தனர். கூர்மையான இரு

தரப்பு வாதங்களையும் பிரதமர் பொறுமையாகக் கேட்டார். தேசிய அறிவுக் கழகத்தில் தாராளவாத சோஷலிசவாதி ஆந்தரே பெட்டல்லியின் கருத்துகளைக் கேட்கும் அதே ஆர்வத்துடன் 'இடதுசாரி' விஞ்ஞானி பி.எம்.பார்கவாவின் கூற்றுகளையும் கேட்பார்.

சரோஸ் பிரதமரைச் சந்திக்க நேரம் கேட்டபோது, இந்தியாவில் முதலீடு செய்ய விரும்புகிறாரா... இந்திய அரசின் கொள்கைகள், செயல் திட்டங்கள் பற்றிப் பேச விரும்புகிறாரா... அவர் எதுபற்றிப் பேச விரும்புகிறார் என்று தெரிந்துகொள்ள பிரதமர் விரும்பினார். வணிக எதிர்பார்ப்புகள் சரோஸின் மனதில் இல்லை. மேலும் அவர் பிரதமரை அல்ல டாக்டர் சிங்கைச் சந்தித்து அவருடைய புத்தகங்கள் பற்றிப் பேச விரும்பினார். உலகமயமாக்கம், முதலீட்டியம், தீவிரவாதம் பற்றிய சரோஸின் புத்தகங்களின் சாராம்சத்தை பிரதமருக்குப் படித்துக் காட்டினேன்.

சரோஸ் தான் சொன்னபடியே பிரதமரிடம் புத்தகங்கள் பற்றி மட்டுமே பேசினார். ஆனால் ரூபர்ட் முர்டாக் பிரதமரைச் சந்திக்க ஒரு தந்திரம் செய்தார். முதல்முறை நேரம் ஒதுக்கச் சொல்லிக் கேட்டபோது கிடைக்கவில்லை. எனவே, இரண்டாவது முறை நேரம் கேட்ட போது, தனது ஊடக வர்த்தகம் சார்ந்து பேசவரவில்லை; சீனாவைப்பற்றிப் பேச விரும்புகிறேன் என்று சொன்னார். உண்மையில் சீனா எந்தத் திசையில் நகர்வதாகத் தான் நினைப்பதைப் பற்றித்தான் பேசினார். ஆனால் பேசி முடித்து விடைபெற்றுச் செல்லும்போது, சீனாவைவிட இந்திய அரசு தனது ஊடகச் செயல் பாடுகளுக்கு ஆதரவாக இருக்கும் என்று நம்புவதாகச் சொன்னார்.

சீனா பற்றி பிரதமர் அதிகம் தெரிந்துகொள்ள விரும்பினார். சீனா உத்வேகமூட்டும் ஒரு தேசம். அது பற்றி நன்கு தெரிந்தவர்களுடன் பேசுவதில் பிரதமர் ஆர்வத்துடன் இருந்தார். சிங்கப்பூர் தலைவர் லீ க்வான் யூ விடம் சீனா பற்றியும் அடுத்த தலைமுறை தலைவர்கள் பற்றியும் சொல்லும்படி இரண்டு நாள் முழு மதிய நேரமும் பேசினார். ஹார்வர்ட் பேராசிரியர் மெக்ஃபர்ஹர், எதிர்கட்சி உறுப்பினரும் சீன-கவனம்கொண்ட சுப்பிரமணியம் சுவாமி ஆகியோருடன் நீண்ட நேரம் இந்த விஷயம் பற்றிப் பேசியிருக்கிறார்.

அவர்களுடன் பேசுவதற்கு முன்பாக, நேரு காலகட்ட ஒப்பந்தங்கள் போல் சீனா தொடர்பான பல விஷயங்களை முழுவதுமாகப் படித்துக் கொள்வார். நேரு செய்த தவறை நானும் செய்ய விரும்பவில்லை. எனவே, அந்த நேரத்தில் அவர் எடுத்த முடிவுகள்பற்றித் தெரிந்து கொள்வது மிகவும் அவசியம் என்று ஒருமுறை என்னிடம் சொன்னார். 1957-ல் இருந்து 1962வரை என்ன நடந்தது என்பதை விலாவாரியாக

அரசு ஆவணங்கள் அனைத்தையும் மிகவும் சிரமப்பட்டுப் படித்து முடித்தார். தனது இரண்டாவது ஆட்சி காலத்தில் சீனாவின் புதிய தலைவருடன் நல்ல பரிச்சயம் அவருக்கு ஏற்பட்டது. எஸ்ரா வேகல் எழுதிய டென் ஸியாபோங்கின் அதிகாரபூர்வ வாழ்க்கை வரலாற்றை ஆர்வத்துடன் படித்தார். செளத் கமிஷனில் சிறிது காலம் இருந்தார். அதனால் வளரும் நாடுகள், குறிப்பாக ஆப்பிரிக்கா, பற்றி நல்ல புரிதல் அவருக்கு இருந்தது.

ரஷ்யப் பயணம் மேற்கொள்வதற்கு முன்பாக ரஷ்யா குறித்து நன்கு தெரிந்திருந்த பொருளாதார நிபுணர் பத்மா தேசாயைச் சந்தித்துப் பேசினார். தான் சந்திக்கவிருக்கும் முக்கிய தலைவர்களுடைய வாழ்க்கை வரலாறுகளை ஆர்வத்துடன் விரிவாகப் படிப்பார். அவையெல்லாம் எந்தவொரு இந்திய அறிவுஜீவியும் பிரதமருக்குச் சொல்லி விடமுடியாததாக இருக்கும். பிரதமர் ஒரு புத்தகப் புழு. அவருடைய மேஜையில் எப்போதும் அவர் படிக்கும் ஒரு புதிய புத்தகம் இருந்துகொண்டேயிருக்கும். வார இறுதி நாட்களைப் புத்தகங்களைப் படித்தபடியேதான் கழிப்பார்.

பிரதமருக்கான உரைகளை எழுதும் முயற்சியில் பல்வேறு அறிஞர்கள், கொள்கை வகுப்பு நிபுணர்கள் ஆகியோரைச் சந்திப்பேன். அவர்களுடைய பெயர்களையும் பிரதமருக்குத் தெரிவிப்பேன். சி.என்.ஆர்.ராவ், ஆர்.எம்.மசேல்கர், எம்.எஸ். சுவாமிநாதன் போன்ற விஞ்ஞானிகள், ராணுவ விவகார குரு கே.சுப்பிரமணியம், காஷ்மீர் நிபுணர் அமிதாப் மாட்டூ, ராஜ தந்திரி கோபால கிருஷ்ண காந்தி, வரலாற்றாய்வாளரும் பத்திரிகையாளருமான ருத்ரான்ஷு முகர்ஜி, நரசிம்மராவின் உரைகளை எழுதிக் கொடுத்த என் தந்தை ஆகியோர் நான் சந்தித்துப் பேசிய நிபுணர்களில் சிலர். சில நிபுணர்கள் பிரதமருக்கு எழுதித்தரும் உரையைப் பார்த்தால் அவர்களுடைய சுய புராணம்போல் அவர்களுடைய சாதனைகளைப் பட்டியலிடுபவையாக இருக்கும். பிரதமர் அதையே அப்படியே படித்துவிடுவார் என்று நம்பினார்கள் போலும்.

வெளிநாட்டில் நடந்த முதல் முக்கியமான கருத்தரங்க உரை நியூயார்க்கின் சி.எஃப்.ஆரில் நடந்தது. அரசாங்க விஷயங்கள் நீங்கலான இந்திய அமெரிக்க உறவுகள் பற்றி நன்கு தெரிந்தவர்கள், பேசவிருக்கும் நிகழ்ச்சி பற்றித் தெரிந்தவர்கள் யார் யார் இருக்கிறார்கள், அவர்கள் இந்திய பிரதமர் ஒருவரிடம் இருந்து என்ன எதிர்பார்க்கிறார்கள் என்பதையெல்லாம் என்னைத் தெரிந்துகொள்ளச் சொன்னார். சுனில் கில்னானி, ஃபரீத் சகாரியா ஆகியோரைச் சந்தித்தேன். மணி தீட்சித் இந்த யோசனையை எதிர்த்தார். அதில் ஆச்சரியப்பட எதுவும் இல்லை. வழக்கமான இந்திய அதிகாரவர்க்கத்தின் குரலை ஒலித்தபடி அவர் கேட்டார்: நாமே பிரதமருக்கு ஒரு

உரை எழுதித் தரமுடியாதா என்ன? எதற்காக வெளியில் இருக்கும் ஆட்களிடம் கேட்கவேண்டும்?

ஐ.மு.கூ-1 காலகட்டத்தில் பிரதமர் தன்னைச் சுற்றி அறிவுஜீவி வட்டம் ஒன்றை உருவாக்கியிருந்தார். ஜான் கென்னத் கால்பிரித், வால்ட் ரோஸ்டோ, ஆர்தர் செல்ஸிங்கர் போன்றோரை உள்ளடக்கிய ஒரு அறிவுஜீவி வட்டத்தை ஜான் கென்னடி தன்னருகில் வைத்திருந்தார். அதுபோலவே, பிரதமரின் இந்த ஆளுமையை அவருடைய முதல் காலகட்ட ஆட்சியின் பின் பாதியில் தெரிந்துகொண்ட அயல்நாட்டு இந்தியத்தூதர்கள் அவர்களுடைய நாடுகளுக்குப் பிரதமர் வரும்போது அறிஞர்களையும் அறிவுஜீவிகளையும் சந்திக்க ஏற்பாடு செய்தனர். பெரும்பாலும் பொருளாதார நிபுணர்களைச் சந்திக்க ஏற்பாடு செய்தனர். பாரிஸில் டேனியல் தார்னரின் விதவை மனைவியான ஆலிஸ் தார்னரைச் சந்தித்தார். அவர்கள் இருவருமே இந்தியாவைப் பற்றி விரிவாக ஆராய்ச்சிகள் செய்த பொருளாதார நிபுணர்கள். அமெரிக்க ஃபெடரல் ரிசர்வின் முன்னாள் தலைவரான பவுல் வாக்கரை நியூயார்க் போனால் பிரதமர் சந்திப்பார். லண்டனுக்குச் செல்லும்போது பொருளாதார நிபுணர் நிக்ஸ்டெர்ன் மற்றும் கேம்பிரிட்ஜ் ஆக்ஸ்ஃபோர்ட் பல்கலை அறிஞர்களைச் சந்தித்துப் பேசுவார்.

அப்படியாக, பிரதமரின் பேராசிரிய நண்பர்கள், மாணவர்கள், புகழ்பாடிகள் எனப் பலரும் அவ்வப்போது வந்து பார்த்துச் செல்வார்கள். ஆர்.சி.ஆர். பார்வையாளர் அறையானது ஒரு பள்ளிக் கூடம்போல் காணப்படும். ஒருவர் அதில் இருந்து ஏராளமான விஷயங்களைக் கற்றுக்கொள்ளமுடியும். அரசு அலுவலகம் என்பது அரசுச் செலவில் நம் கல்வி அறிவை மேம்படுத்திக்கொள்ள வாய்ப்பை ஏற்படுத்தித் தருகிறது என்று பிரதமர் அடிக்கடிச் சொல்வதுண்டு. அது உண்மையென்றேபடுகிறது.

பிரதமரிடம் இருக்கும் ஒரே குறை என்னவென்றால் எந்தவொரு விஷயத்தையும் அடுத்ததாக என்ன ஆயிற்று என்று தொடர்ந்து கவனிக்கமாட்டார். இந்தியாவில் உயர் கல்வித் தரத்தை எப்படி மேம்படுத்துவது, நாடு முழுவதிலுமான அரசு நூலகத்துறையை எப்படி பலப்படுத்துவது என்று ஆராய்வதுதான் தேசிய அறிவு கமிஷன் அமைத்ததன் நோக்கம். ஆனால், அந்த கமிஷன் எளிதில் தவிர்த்திருக்க முடிந்த சிக்கல்களுக்குள் மாட்டிக்கொண்டுவிட்டது. அதில் இருந்த இரண்டுபேர் ராஜினாமா செய்துவிட்டனர். இன்னொருவர் அந்த கமிஷனின் நிரந்தர விமர்சகராகவே ஆகிவிட்டார். தாராளவாத கல்விப் புலத்தில் எந்தவித மரியாதையும் இல்லாத அயல்நாடுவாழ்

இந்தியரான சாம் பிட்ரோடா போன்ற ஒருவரை நியமனம் செய்ததில் இருந்தே அதன் குளறுபடிகள் ஆரம்பித்துவிட்டன.

பிரதமர் கொள்கை உருவாக்கத்தின்போது பிறர் சொல்லும் ஆலோசனைகளைக் காதுகொடுத்துக் கேட்பார். ஆனால், அரசியல் நிலவரம் புரியாமல் சொல்லப்படும் ஆலோசனைகளைக் கேட்டால் நிதானம் இழந்துவிடுவார். பொருளாதாரத்துறையில் கல்விப் புல ஆலோசனைகளுக்கும் நடைமுறைக் கொள்கைகளுக்குமான இடைவெளி மிகவும் குறைவுதான். ஆனால் அயலுறவுத்துறை போன்றவற்றில் இந்த இடைவெளி மிக மிக அதிகம். ஏனென்றால், அந்தத் துறையில் இருக்கும் அரசியல் கொள்கை வகுப்பாளர்கள் அந்தத் துறை சார்ந்த நிபுணர்கள், அறிஞர்களுடன் எதையும் பகிர்ந்து கொள்வதே கிடையாது.

ஜகத் மேத்தா எழுதிய புத்தகம் ஒன்றை ஏப்ரல் 2006-ல் வெளியிட்டு உரையாற்றும்போது, ஓய்வு பெற்ற ஆட்சிப்பணியாளர்கள் சொல்வதை வைத்தே ஒரு கொள்கை முடிவு எப்படி எடுக்கப்பட்டது என்பதன் ஒரு சிறு கீற்றை அறிஞர்கள் தெரிந்துகொள்ளவேண்டிய துர்பாக்கிய நிலை இருக்கிறது என்று சொல்லி வருந்தினார். மேத்தா போன்றோரின் நினைவுக்குறிப்புகள் அறிஞர்களுக்கு மிகவும் முக்கியமானது என்பதில் சந்தேகம் இல்லை. ஆனால், ஒரு கொள்கை முடிவு எடுக்கப்பட்டவிதத்தைத் தெரிந்துகொள்ள இப்படியான தனிநபர் நினைவுகள் மற்றும் சொந்தக் குறிப்புகளை மட்டுமே சார்ந்திருப்பது நல்லதல்ல. ஐம்பது வருடங்கள் அல்லது முப்பது வருட அரசு ஆவணங்களைப் பார்த்து ஆய்வு செய்யும் வசதியை நாம் ஏற்படுத்திக் கொடுக்கவேண்டிய காலம் வந்துவிட்டது. இந்த விஷயம் குறித்துப் பலரும் ஆராய்ந்து ஒரு தீர்மானத்தை எட்டவேண்டும். அப்போதுதான் சரியான முடிவொன்றை நம்மால் எடுக்க முடியும். அப்போதுதான் கடந்த காலத்தில் இருந்து நாம் சரியான பாடங்களைக் கற்றுக்கொண்டு எதிர்காலத்துக்கான சரியான முடிவுகளை எடுக்கமுடியும்.

இந்தப் புதிய செயல் திட்டம் குறித்துத் தேவையான நடவடிக்கைகளை எடுக்கும்படி பிரதான செயலருக்கு உத்தரவிடும்படிக் கேட்டு பிரதமருக்கு ஒரு குறிப்பு அனுப்பினேன். அதுபற்றி பிரதமரிடமிருந்து எந்தப் பதிலும் வரவில்லை. பல வருடங்கள் கழித்து நான் பிரதமர் அலுவலகப் பணியில் இருந்து விலகிய பிறகு இதுபற்றிக் கேட்டேன். பி.ஜே.பி. ஆட்சியில் இருந்தபோது இதைச் செய்திருக்கவேண்டும். காங்கிரஸ் கட்சி இதை முன்னெடுக்க இன்னும் தயாராகவில்லை என்று சட்டென்று பதில் சொன்னார். இதன் அர்த்தம் என்ன வென்றால், அப்படி முப்பது வருடத்துக்கு முந்தைய அரசு ஆவணங் களை மக்களுக்குக் கிடைக்கும்படிச் செய்தால் நேரு மற்றும் இந்திரா

காந்தியின் ஆட்சி காலம் குறித்த பல உண்மைகள் வெளியே வந்துவிடும். காங்கிரஸ் அதை விரும்பாது.

ஜம்மு காஷ்மீர் தொடர்பாக பாகிஸ்தான் அதிபர் பர்வேஸ் முஷாரஃபுடனான பேச்சுவார்த்தை, அணு சக்தி ஒப்பந்தம் தொடர்பாக அமெரிக்காவுடனான பேச்சுவார்த்தை இந்த இரண்டு முக்கிய விஷயங்களில் பிரதமர் நிபுணர்களின் கருத்துகளை ஆர்வத்துடன் கேட்டறிந்துகொண்டார்.

நவம்பர் 2004-ல் டாக்டர் சிங் ஜம்மு காஷ்மீருக்கு முதன் முறையாக அதிகாரபூர்வ பயணம் மேற்கொண்டார். செப்டெம்பர் 2004-ல் நியூயார்க்கில் இருந்தபோது பர்வேஸ் முஷாரஃபுடன் சந்திப்பு நடந்திருந்தது. அது சுமுகமாக நடந்திருந்ததால் காஷ்மீர் தொடர்பாக அடுத்தகட்டப் பேச்சுவார்த்தையை முன்னெடுக்கலாம் என்று பிரதமருக்கு நம்பிக்கை வந்திருந்தது. காஷ்மீர் மருத்துவக் கழகத்தில் பேசியபோது 'புதிய காஷ்மீர்' குறித்த தனது கனவுகளை வெளிப் படுத்தினார். போர், பற்றாக்குறை, ஏய்ப்பு போன்றவற்றிலிருந்து காஷ்மீருக்கும் காஷ்மீர மக்களுக்கும் விடுதலை கிடைக்கும்வகையில் புதிய செயல்திட்டம் உருவாக்கப்படவேண்டும். அதற்கான நேரம் வந்துவிட்டது என்று பேசினார்.

காஷ்மீர் விவகாரத்தைத் தொடர்ந்து கவனித்து வருபவர்களுக்கு புதிய காஷ்மீர் என்ற வார்த்தையும் புதிய செயல் திட்டம் என்ற வார்த்தையும் நன்கு புரிந்திருக்கும். மன்மோகன் - முஷாரஃப் செயல்திட்டத்தின் முக்கிய முன்னெடுப்பான அது பற்றி அடுத்த அத்தியாயத்தில் பார்க்கலாம். அந்த உரை மணி தீட்சித்தாலும் அப்போது ஜம்மு பல்கலையில் துணைவேந்தராக இருந்த அமிதாப் மாட்டுவாலும் தயாரிக்கப்பட்டிருந்தது. அமிதாப் மாட்டு பண்டிட் பிரிவைச் சேர்ந்தவர். சில வாரங்களில் மணி தீட்சித் காலமானார். மணியைத் தொடர்ந்து நாராயணன் அந்தப் பதவிக்கு வந்தார். காஷ்மீர் தொடர்பான உத்வேகம் மெள்ள வடிந்தது.

ஏப்ரல் 2005-ல் முஷாரஃப் இந்தியாவுக்கு வருகை புரிந்ததையொட்டி மீண்டும் சூடுபிடித்தது. ஸ்ரீநகர் - முஸாஃபராபாத் இடையே பேருந்து சேவை ஆரம்பிக்கப்பட்டது. புதிய காஷ்மீர் தொடர்பான பிரதமரின் லட்சிய முன்னெடுப்பின் ஓர் அங்கமாகவே அந்த நல்லெண்ணப் போக்குவரத்து பயணம் ஆரம்பிக்கப்பட்டது. எல்லைக் கட்டுப் பாட்டுக் கோடு என்று அழைக்கப்படும் கோட்டைத் தாண்டி இங்கு மங்குமாக சுமுகமான பயணம் ஆரம்பிக்கவேண்டும் என்பதே அதன்

நோக்கம். எனினும் ஹுரியத் மற்றும் காஷ்மீர் பிரிவினைவாதக் குழுக் களிடையே எந்த ஆதரவையும் பிரதமரால் பெற முடியவில்லை. முஷாரஃபுடன் உரையாடலை ஆரம்பித்ததுபோல் பிரிவினைவாதக் குழுக்களுடனான பேச்சுவார்த்தைக் கதவுகளைத் திறக்க ஒரு விசேஷச் சாவி தேவைப்பட்டது.

காஷ்மீர் விவகாரம் தொடர்பாக எந்த 'அறிவாளி'யை சந்திக்க வேண்டும் என்று சொல்லும்படி ஆகஸ்ட் 2005-ல் பிரதமர் என்னிடம் கேட்டார். அதுவரை பிரதமரின் புதிய காஷ்மீர் குறித்தோ புதிய செயல்திட்டம் குறித்தோ நாராயணன் என்ன நினைத்திருந்தார் என்பது எனக்குத் தெரிந்திருக்கவில்லை. செப்டெம்பர் 2005-ல் முஷாரஃபுடன் மூன்றாம் சந்திப்புக்கு பிரதமர் தயாராகிக் கொண்டிருந்தார்.

நான் ஃபினான்ஷியல் எக்ஸ்பிரஸின் ஆசிரியராக இருந்தபோது நடந்த ஒரு விஷயத்தை பிரதமரிடம் நினைவுகூர்ந்தேன். அப்போது ஒருமுறை டாக்டர் சிங்கை தில்லி கோல்ஃப் லிங்கில் இருக்கும் பிரேம் சங்கர் ஜாவின் வீட்டில் வைத்து சந்தித்திருக்கிறேன். என்னுடன் முன்பு எகானமிக் டைம்ஸில் பணிபுரிந்த டேவிட் தேவதாஸும் பிரேமும் சேர்ந்து அந்த வீட்டுக்கு ஹுரியத் தலைவர்கள் சிலரை வரச் சொல்லி அதி உயர்தர காஷ்மீரி வாஸ்வன் விருந்து தந்து பேசியிருக்கிறார்கள். எனவே, நான் முதலில் பிரேமின் பெயரைச் சொன்னேன். அதைத் தொடர்ந்து காஷ்மீர் விஷயத்தில் ஆர்வமும் பரிச்சயமும்கொண்ட பலரது பெயரைச் சொன்னேன். ராணுவ தந்திர நிபுணர் கே.சுப்பிர மணியம், முன்னாள் உள்துறைச் செயலரும் காஷ்மீருக்கான இந்திய அரசின் சிறப்புப் பிரதிநிதியுமான என்.என்.வோரா, பத்திரிகை யாளர்கள் பி.ஜி.வர்கீஸ், மனோஜ் ஜோஷி (இவர் காஷ்மீர் பற்றி ஒரு புத்தகம் எழுதியிருக்கிறார்), பாரத் பூஷன், காஷ்மீர பொருளாதார மேதையும் ஜம்மு காஷ்மீர் முதலமைச்சரின் ஆலோசகருமான ஹஸீப் த்ராபு மற்றும் அமிதாப் மாட்டு ஆகியோர் நான் பட்டியலிட்ட வர்களில் அடங்குவர்.

அவர்கள் அனைவரையும் சந்திக்க ஏற்பாடு செய்யும்படி பிரதமர் கேட்டுக்கொண்டார். அவர்கள் அனைவரையும் அழைத்து பிரதமருடன் உரையாடச் செய்யவேண்டும். அந்த உரையாடல் ஒரு சனிக்கிழமை காலையில் ஆரம்பித்து மதிய உணவை முடித்துவிட்டு மாலைவரை நடக்கவேண்டும் என்று முடிவுசெய்யப்பட்டது. இந்த யோசனையைக் கேட்டதும் நாராயணன் திடுக்கிட்டார்.

இந்த கருத்தரங்க உரையாளர்களையெல்லாம் எதற்காக பிரதமர் சந்திக்க விரும்புகிறார்? நமக்குத் தெரியாத எந்த விஷயத்தை இந்தப் புதிய நபர்கள் சொல்லிவிடப்போகிறார்கள் என்று அவர் கேட்டார். அரசாங்க அதிகாரிகளைத் தாண்டி வேறு நபர்களிடமிருந்தும் பிரதமர்

கருத்துகளைக் கேட்டுக்கொள்வதில் எந்தத் தவறும் இல்லையே என்று சொன்னேன். அவர்கள் எழுதும் கட்டுரைகளை எல்லாம் பிரதமர் படிக்கத்தானே செய்கிறார் என்று எரிச்சலுடன் பதில் சொன்னார் நாராயணன்.

அந்தக் கூட்டம் நடந்தபோது எதுவும் பேசாமல் கூடவே உட்கார்ந் திருந்தார். கூட்டம் முடிந்து செல்லும்போது என்னிடம் கேட்டார்: புதிதாக ஏதேனும் யோசனை சொல்லப்பட்டதாக உனக்குத் தோன்றுகிறதா?

காஷ்மீர் விவகாரத்தில் நான் நிபுணர் ஒன்றுமில்லையாதலால் அன்று பேசியதில் ஏதேனும் புதிய யோசனை இருந்ததா இல்லையா என்பது எனக்குத் தெரிந்திருக்கவில்லை. ஆனால், பிரதமர் என்னை அழைத்து ஒரு விஷயம் சொன்னார். அது முக்கியமான யோசனையாக எனக்குப் பட்டது. அந்தக் கூட்டத்துக்கு வந்திருந்த கே.சுப்பிரமணியன் வட்ட மேஜை மாநாடுபோல் ஒன்றை நடத்தவேண்டும். அதில் காஷ்மீர் தொடர்பான அனைத்து தரப்பின் பிரதிநிதிகளும் அழைக்கப்பட வேண்டும் என்று ஒரு யோசனை சொல்லியிருந்தார். அது பிரதமருக்கு மிகவும் பிடித்திருந்தது. பிரிட்டிஷார் இதைத்தான் செய்தனர் என்று அதன் முக்கியத்துவத்தைக் கோடிகாட்டினார். நாராயணனுக்கு அதே காரணத்தினால்தான் வட்ட மேஜை என்ற பதமே பிடிக்கவில்லை. இந்தியாவுக்கு சுதந்தரம் கொடுக்கும் நோக்கில் ஆரம்பித்ததுதான் வட்டமேஜை மாநாடு. பிரதமரும் அந்த செய்தியைத் தெரிவிக்கத்தான் விரும்புகிறாரா? நாராயணனுக்கு அந்த யோசனை சுத்தமாகப் பிடிக்கவில்லை.

டாக்டர் சிங் வேறு பார்வை கொண்டிருந்தார். அனைத்துத் தரப்பினரும் தமது கருத்துகளை வெளிப்படையாகச் சொல்லவேண்டிய தருணம் வந்துவிட்டதாக நினைத்தார். ஹுரியத் தலைவர்களும் பிற பிரிவினைவாதத் தலைவர்களும் பெரும்பான்மையின் குரல் அல்ல. 'ஆஸாதி' கொடுப்பதாக எந்த எண்ணமும் இல்லை. பிரிவினைவாதிகள் உரத்த குரலில் பேசுபவர்களாகவும் கணிசமான எண்ணிக்கைகொண்ட சிறுபான்மையாகவும்தான் இருக்கின்றனர். சக காஷ்மீரிகளும் ஜம்மு மற்றும் லடாக் பிரதிநிதிகளும் இருக்கும் அரங்கில் அவர்களும் தமது கருத்துகளைப் பேசட்டும். வெளிப்படையாக எல்லா விஷயங்களைப் பற்றியும் பேசுவோம். இறுதியில் காஷ்மீர் மக்களின் நலனைக் கருத்தில் கொண்டு இந்தியாவும் பாகிஸ்தானும்தான் ஒரு சுமுகத் தீர்வை எடுக்கவேண்டும்.

அனைத்து அரசியல் கட்சிகள், அறிவுஜீவிகள், கல்வி நிறுவனங்களின் தலைவர்கள், அரசு சாரா நிறுவனங்கள், காஷ்மீர பிரிவினைவாதக்

குழுக்கள் என அனைவருக்கும் அழைப்பு விடுக்கப்பட்டன. நாடாளுமன்ற பட்ஜெட் கூட்டத் தொடர் ஆரம்பிக்கப்பட்ட பிறகு 7, ஆர்.சி.ஆரில் பிப்ரவரி 25, 2006-ல் ஜம்மு காஷ்மீர் வட்டமேஜை மாநாடு நடைபெற்றது. மாநிலத்தின் அனைத்து முக்கிய தலைவர் களையும் நேரில் பார்த்து அழைப்பிதழ்கள் கொடுக்கப்பட்டிருந்தன. திரைமறைவில் ஒளிந்திருந்த பிரிவினைவாதத் தலைவர்களுக்கும்கூட உளவுத்துறையினர் அழைப்பிதழ்களைக் கொண்டு சேர்த்திருந்தனர். யாரும் தன்னை அழைக்கவில்லை என்று புகார் வந்துவிடக்கூடாது என்பதில் அதிக அக்கறை எடுத்துக்கொள்ளப்பட்டது.

பரந்துபட்ட பிரிவினருடைய வெளிப்படையான முதல் கருத்துப் பரிமாற்றம் என்ற வகையில் அந்த வட்டமேஜைக்கூட்டம் பெரிய வெற்றி பெற்றது. ஹுரியத் தலைவர்கள் கூட்டத்தைப் புறக்கணித் திருந்தனர். எனினும் பிரதமரின் முயற்சிக்குப் பின்னால் இருந்த ஆத்மார்த்தமான ஈடுபாட்டைப் புரிந்துகொண்டிருந்தனர். பிரதமரைத் தனியாக சந்தித்துப் பேச முன்வந்தனர். வட்ட மேஜை மாநாட்டைத் தொடங்கிவைத்து பிரதமர் பேசியது:

> வட்ட மேஜை மாநாடு என்பது கலந்துரையாடலுக்கானது. வெறுமனே ஒருவர் பேச மற்றவர் கேட்க என்று அது நடக்காது. இது சம அதிகாரமுள்ள பல்வேறு தரப்பினர் இணைந்து பணிபுரிய உறுதியெடுக்கும் நிகழ்வு. இன்றைய கூட்டம் மிகவும் முக்கியமானது. காஷ்மீரின் வரலாற்றில் புதிய அத்தியாயத்தை எழுதும்வகையிலான, நடைமுறை சாத்தியமுள்ள செயல்திட்டத்தை நாம் உருவாக்கிவிடுவோ மென்றால் இந்தக் கூட்டம் சரித்திர முக்கியத்துவம் பெற்றதாகும். ஒவ்வொருவரும் தமது இலக்குகளில் எதையும் விட்டுக்கொடுக்காமல் அதே நேரம் பரஸ்பர நல்லெண்ணத்துடனும் புரிதலுடனும் அடுத்தவருக்கு இடமளித்து ஒரு நல்ல முடிவை எடுக்கவேண்டும்.

கே.சுப்பிரமணியம், பிரேம் ஜா, அமிதாப் மாட்டு, ஹஸீப் த்ராபு போன்ற ‘வெளி ஆட்’களிடம் ஆலோசனைகள் கேட்டது அரசாங்கக் கட்டமைப்பினால் தீர்க்கமுடியாத ஒரு பிரச்னைக்கு வழக்கத்துக்கு மாறான தீர்வு ஒன்றைக் கண்டடைய பிரதமர் எவ்வளவு ஆர்வமாக இருந்தார் என்பதற்கு நல்ல உதாரணம்.

அமெரிக்காவுடனான அணுசக்தி ஒப்பந்தத்தின் மூலம் சர்வதேச அளவில் அணு ஆயுத தொழில்நுட்பங்களில் இந்தியா விலக்கி வைக்கப்படுவதைத் தடுக்க பிரதமர் அதிக அக்கறை எடுத்துக் கொண்டார். அதற்காக இந்தியாவின் உயர் ராஜ தந்திர ராணுவ விவகாரங்கள், அணுக் கொள்கை, சர்வதேச உறவுகள் ஆகியவற்றைச்

சார்ந்த நிபுணர்களுடன் விரிவாகக் கலந்துரையாடினார். 2005 நடுப் பகுதியில் இருந்து 2008 நடுப்பகுதிவரை 7, ஆர்.சி.ஆர். இல்லத்தில் மாறுபட்ட கருத்துகளைக்கொண்ட ஏராளமான நிபுணர்கள், ஆய்வாளர்கள் பிரதமரைச் சந்தித்துக் கலந்துரையாடி அவருடைய சிந்தனையையும் இந்திய அதிகாரபூர்வ கொள்கைகளையும் வடிவமைத்தனர்.

ஓய்வுபெற்ற ஏராளமான அணு விஞ்ஞானிகள் யாராவது தம்மிடம் வந்து ஆலோசனைகள் கேட்கமாட்டார்களா என்ற ஆர்வத்துடன் காத்திருந்தனர். இந்த சரித்திர முக்கியத்துவம் வாய்ந்த செயல்பாட்டில் தாமும் பங்குபெற வேண்டும் என்று விரும்பினர். ஒரு மூத்த விஞ்ஞானி தன்னுடைய சுய விவரக் குறிப்பை எனக்கு அனுப்பி வைத்து பிரதமருடைய ஆலோசகராகத் தன்னை நியமிக்கும்படிக் கேட்டுக்கொண்டிருந்தார். அது நடக்கவில்லை. உடனே அணு ஒப்பந்தத்தைக் கடுமையாக எதிர்க்கத் தொடங்கிவிட்டார்.

மிக முக்கியமான பொறுப்பு கே.சுப்ரமணியமிடம் விடப்பட்டது. இதில் ஆச்சரியப்பட எதுவுமில்லை. ஜார்ஜ் புஷ் காலத்தில் ஆரம்பித்து சர்வதேச விவகாரங்களில் அமெரிக்கா எப்படி நடந்துகொள்கிறது என்பதை அலசி ஆராய்ந்து இந்திய பொருளாதார மற்றும் அயலுறவுக் கொள்கையில் நாம் கற்றுக்கொள்ளவேண்டியதைத் தெரிந்துகொள்ள ஒரு குழு அமைக்கப்பட்டது. 'சவால்: இந்தியா மற்றும் அமெரிக்காவின் சர்வதேச வியூகம்' என்ற தலைப்பில் அறிக்கை 2005-ல் ஆரம்பிக்கப்பட்டு 2006-ல் பிரதமரிடம் ஒப்படைக்கப்பட்டது. சுப்பிரமணியம் தலைமையிலான அந்தக் குழுவில் பி.ராமா ராவ், எம்.எஸ்.ஆனந்த் முதலான விஞ்ஞானிகள், பொருளாதார மேதைகள் ஆர்.கே.பச்செளரி மற்றும் அரவிந்த் விர்மானி, ராஜ தந்திர ஆய்வாளர்கள் உதய் பாஸ்கர் மற்றும் அமிதாப் மாட்டு எனப் பலர் இருந்தனர். அந்த அறிக்கையைப் பொது அரங்கில் வெளியிட கே.சுப்பிரமணியம் விரும்பினார். ஆனால், துரதிஷ்டவசமாக அது அனுமதி பெற்றவர்கள் மட்டுமே பார்க்க முடிந்த ரகசிய ஆவண மாகவே இருக்கிறது.

சமூகக் கொள்கை முடிவுகளில் ஒரு நிபுணருடைய கருத்துகளைவிட களப்பணியாளரின் கருத்துகளுக்குக் கூடுதல் முக்கியத்துவம் தரப்படும். வளர்ச்சிப் பொருளாதார நிபுணர்கள் ழான் ட்ரெஸ் (ஐ.மு.கூ-1-ல் என்.சி.ஏ. உறுப்பினராக இருந்தவர்), மிஹிர் ஷா (ஐ.மு.கூ-2-ல் திட்ட கமிஷனின் உறுப்பினராக இருந்தவர்) ஆகியோர் தீவிர ஆய்வுகளோடு களப்பணிகளையும் இணைந்து மேற்கொண்டனர். ஆனால் என்.ஏ.சி.யில் இருந்தவர்கள் உட்பட சமூகக் கொள்கை

வகுப்பாளர்களில் பெரும்பாலானோர் நிபுணத்துவத்தைவிடக் களப்பணி அனுபவமே அதிகம் பெற்றிருந்தனர். அவர்களுக்கு நிர்வாகத் திறமையும் குறைவாகவே இருந்தது. பிரதமர் சமூகக் கொள்கை வகுப்பில் தீவிர நிபுணத்துவத்தைக் கொண்டுவர விரும்பினார். பெரும்பாலான நேரங்களில் அது தவறாகவே புரிந்து கொள்ளப்பட்டது.

உதாரணமாக, கிராமப்புற உத்தரவாத வேலைவாய்ப்புத் திட்டத்தை பிரதமர் எதிர்க்கவில்லை. ஆனால், செலவைக் குறைத்து ஆதாயத்தைப் பெருக்குவது எப்படி என்று தீவிரமாக ஆய்வுகள் மேற்கொள்ளப்படவேண்டும் என்று சொன்னார். களப்பணியாளர்கள் பலர் அந்தத் திட்டத்தை முடக்கும் செயலாகவே அதைப் பார்த்தனர்.

அரசாங்கத்தின் எந்தவொரு கொள்கை வடிவமைப்புக்கும் ஆய்வு சார்ந்த பின்பலம் இருக்கவேண்டும் என்று பிரதமர் விரும்பினார். இது சாத்தியமாகாமல் போனதால் பல நேரங்களில் பிரதமர் அதிருப்தியுற்ற தலைவராகவே இருந்தார். ஒரு ஜனநாயக அரசு செய்யும் எல்லா வற்றையும் கறாராக மதிப்பிட்டுப் பார்க்க முடியாது. நேர்மாறாக களப்பணியாளர்கள் டாக்டர் சிங் மக்களுக்கு விருப்பமான செயல் திட்டங்களை முன்னெடுப்பதில்லை என்று குறை சொன்னார்கள். அதேநேரம் டாக்டர் சிங்கின் பேராசிரிய நண்பர்கள் ஓர் அரசியல் வாதியாக அவர் செய்துகொள்ளும் சமரசங்கள் குறித்து அவர் மீது அதிருப்தி கொண்டிருந்தனர். உண்மையில் டாக்டர் சிங் ‘முதல் தர அரசியல்வாதி... இரண்டாம் தரப் பொருளாதார நிபுணர்தான்’ என்று பலர் குறை சொல்ல வழி பிறந்தது. பிரதமர் பொது வாழ்வில் நீண்ட கால அனுபவம் பெற்றவர். ஒருவர் நல்ல ராஜ தந்திரி என்று பெயர் எடுக்கவேண்டுமென்றால் முதலில் நல்ல அரசியல்வாதியாகப் பெயரெடுக்கவேண்டும் என்பது அவருக்கு நன்கு தெரியும்.

நானும்கூடக் கொள்கை வகுப்பில் கல்விப்புல நிபுணத்துவத்துக்கும் டெக்னோக்ரஸிக்கும் அதிக முக்கியத்துவம் தரமாட்டேன். அதிலும் ஐ.மு.கூ போன்ற முரண்பட்ட கொள்கைகளைக் கொண்டவர்களைக் கூட்டணியாகக்கொண்ட ஒரு ஆட்சியில் கொள்கைகள் என்பவை அரசியல் கணக்குகள், தனிப்பட்ட லாபியிங் இவற்றைச் சார்ந்தே உருவாக முடியும். ஆனால், துறை சார்ந்த நிபுணர்களின் கருத்துகளும் ஆய்வுக்குழுக்களும் பிரதமருடைய சிந்தனையை நிச்சயம் செழுமைப்படுத்தியிருக்கும். அரசியல் தடைகளைத் தாண்டி உள் நாட்டளவிலும் அயல் நாட்டு விவகாரங்களிலும் பிரதமர் தனக்கு உகந்த விஷயங்களை முன்னெடுக்க அவை நிச்சயம் உதவியிருக்கும்.

8

‘வாக்குறுதிகள் நிறைவேற்றுவதற்கே’

நாம் இந்தியா ஒளிர வேண்டும் என்று விரும்புகிறோம்.
ஆனால் அது அனைவருக்குமாக ஒளிரவேண்டும்

முதல் தேசிய பத்திரிகையாளர் சந்திப்பில்
மன்மோகன் சிங், செப்டெம்பர் 4, 2004.

ஐ.மு.கூ அரசாங்கத்தின் தலைவராகப் பெயர் அறிவிக்கப்படுவதற்கு முன்பாகவே டாக்டர் சிங்கை ஊடகத்தினரைச் சந்தித்துப் பேசும் படியாகவும் பங்குச் சந்தை குளறுபடிகளை நிலைப்படுத்தவும் சோனியா கேட்டுக்கொண்டார். இடதுசாரிகளின் ஆதரவுடன் காங்கிரஸ் ஆட்சி அமைக்கபோகிறது என்ற செய்தி வெளியானதுமே பங்குச் சந்தை மளமளவென வீழ்ச்சியை அடைந்தது. முதலீட்டாளர் களுக்கு நம்பிக்கை தரவேண்டிய பொறுப்பு டாக்டர் சிங்கிடம் விடப்பட்டது. அதிர்ஷ்டவசமாக 1990களில் மன்மோகன் சிங் நிதி அமைச்சராக இருந்து சாதித்த விஷயங்கள் உள் நாட்டிலும் வெளி நாட்டிலும் இருந்த முதலீட்டாளர்களிடம் இப்போது நம்பிக்கையை ஏற்படுத்தியது.

வாஜ்பாய் அரசாங்கம் தனது கடைசி ஆண்டில் 8 சதவிகித வளர்ச்சி என்ற உச்சத்தை எட்டியிருந்தது. உள்கட்டமைப்பில் மிகப் பெரிய முதலீட்டைக் குவித்திருந்தது. தனக்குப் பின் ஆட்சிக்கு வரும் நபருக்கு வலுவான பொருளாதாரத்தை விட்டுச் சென்றிருந்தது. அப்படியான பொருளாதார வெற்றிகளே பி.ஜே.பி.யின் நிதி அமைச்சர் ஜஸ்வந்த் சின்ஹா, ‘இந்தியா ஒளிர்கிறது’ என்ற முத்திரை வாக்கியத்துடன் தேர்தல் பிரசாரத்தை முன்னெடுக்கும் துணிச்சலை பி.ஜே.பிக்கு தந்திருந்தது. சர்வதேச அளவிலான முதலீட்டாளர்களை இந்தியாவுக்கு முதலீடு செய்ய அழைக்கும் நோக்கில் அந்த பிம்பம்

கட்டமைக்கப்பட்டது. வளர்ச்சி விகிதங்கள் உயர்ந்து கொண்டிருந்தன. பணவீக்கம் குறைந்துவிட்டிருந்தது. கேபிடல் அக்கவுண்டில் முதல் முறையாக உபரி வந்து சேர்ந்திருந்தது.

பி.ஜே.பி. 1998-ல் அணுகுண்டு வெடிப்பு செய்ததைத் தொடர்ந்து அதன்மீது சர்வதேச நாடுகள் மிகுந்த கவலையை வெளிப்படுத்தியிருந்தன. அந்த நிலை முற்றாக மாறி சர்வதேச சமூகம் இந்தியா மீது நம்பிக்கை வைக்கத் தொடங்கியிருந்தது. விவசாயிகளுடைய பிரச்னைகள், குறிப்பாக தென்னிந்திய விவசாயிகளின் பிரச்னைகளுக்கு ஒரு தீர்வு சொல்லவேண்டும்; முதலீட்டாளர்களுக்கு நம்பிக்கை ஊட்டவேண்டும். வளர்ச்சி என்பது சமூகத்தின் அனைத்துத் தரப்பினரையும் உள்ளடக்கியதாக இருக்கவேண்டும். இதுவே பிரதமர் முன் இருந்த மிகப் பெரிய சவால்.

முதல் சுதந்தர தின உரையின் மூலமாகப் புதிய அரசின் செயல் திட்டத்தை பிரதமர் உலகுக்கு அறிவித்தார். தன்னுடைய அரசின் திட்டங்கள் மற்றும் முன்னுரிமை பற்றிப் பேசினார். குறைந்தபட்ச செயல்திட்டம், ஜனாதிபதி நாடாளுமன்றத்தில் ஆற்றிய உரை, நிதி அமைச்சரின் பட்ஜெட் உரை ஆகியவற்றின் அடிப்படையில் அந்த உரை அமைந்திருந்தது. அந்த மூன்று உரைகளை மேற்கோள்காட்டி பிரதமர் பேசியது மிகவும் குறிப்பிடத்தகுந்த ஒரு விஷயம்.

அரசாங்கத்தின் செயல்திட்டம் என்பது குறைந்தபட்ச செயல் திட்டத்தை மட்டும் அடிப்படையாகக் கொண்டது அல்ல. ஜனாதிபதி நாடாளுமன்றத்தில் பேசிய உரை (அது பிரதமர் அலுவலகம் அதாவது நான் தயாரித்துக் கொடுத்தது), நிதி அமைச்சர் தன் உரையில் குறிப்பிட்டது இவற்றையெல்லாம் சார்ந்ததாகவே இருந்தது. குறைந்தபட்ச செயல்திட்டம் என்பது இறுக்கமானதோ மீற முடியாததோ அல்ல. அரசின் கொள்கை முடிவுகளுக்கு ஏற்பவே அது புரிந்துகொள்ளப்படவேண்டுமென்ற செய்தியை பிரதமர் தெளிவாக அந்த உரை மூலம் உணர்த்தினார்.

இடதுசாரிகள் காங்கிரஸுடன் இணைந்து செயல்படும் நோக்கில் குறைந்தபட்ச செயல்திட்டம் சீதாராம் யெச்சூரி மற்றும் ஜெய்ராம் ரமேஷ் மூலமாக அவசர அவசரமாகத் தயாரிக்கப்பட்டது. அது தெளிவாகத் திட்டமிட்டு உருவாக்கப்பட்ட செயல் திட்டம் அல்ல. டாக்டர் சிங்குக்கு அந்தக் குறைந்தபட்சத் செயல்திட்டம் திருப்தி யளிக்கவில்லை. இடதுசாரிகளின் ஆதரவைப்பெற்றே தீரவேண்டும் என்ற நோக்கில் காங்கிரஸ் தேவைக்கு அதிகமாகவே விட்டுக் கொடுத்துவிட்டதாக பிரதமர் கருதினார். இடதுசாரிகள் மட்டுமல்ல காங்கிரஸில் இருக்கும் பலரும்கூட அந்தக் குறைந்தபட்ச

செயல்திட்டத்தில் தந்திருக்கும் வாக்குறுதிகளை நிறைவேற்ற வேண்டும் என்று எதிர்பார்ப்பார்கள். இது மிகவும் சவாலான பணி. எழுத்து வடிவில் அவர்கள் தந்த செயல் திட்டத்துக்கு அப்படியே 'ஆமாம்' போட்டதன் மூலம் ஆட்சிக்கு இடதுசாரிகளினால் எந்தப் பிரச்னையும் வராது என்று அவர்கள் நம்பினார்கள்.

1991-92 காலகட்டத்தில் நரசிம்மராவின் ஆட்சி காலத்தில் ஏற்பட்ட பொருளாதார நெருக்கடிகள், அதற்கு முந்தைய பொருளாதார பிரச்னைகளைச் சமாளித்த அனுபவம் போன்றவை பிரதமருக்கு இருந்தது. பணம் மரத்தில் காய்ப்பதில்லை என்பதுதான் அவருடைய விருப்பத்துக்குரிய பொன்மொழி. குறைந்தபட்ச செயல்திட்டத்தில் சொல்லப்பட்டிருக்கும் பொருளாதாரச் சலுகைகள், புதிய செயல் திட்டங்கள், உதவித்தொகைகள் பிற வாக்குறுதிகள் எல்லாமே நிறை வேற்றக் கடினமானவை என்று அவர் கருதினார். எதையெல்லாம் செய்யமுடியும் என்ற எச்சரிக்கை மிகுந்த தொனியே ஜனாதிபதியின் உரையிலும் நிதி அமைச்சரின் உரையிலும் இடம்பெற்றிருந்தன. பட்ஜெட் உரையில் சொல்லப்பட்டிருப்பவையும் கொள்கை முடிவுகள் எடுப்பதில் கருத்தில் கொள்ளப்படும் என்று அழுத்தம் திருத்தமாக பிரதமர் சொன்னதன் மூலம் அரசின் கொள்கை முடிவுகள் அவ்வப்போது மறுபரிசீலனை செய்யப்படும். கூட்டணி ஆட்சி அமைந்தாகவேண்டும் என்ற ஆர்வ மிகுதியால் ஒப்புக்கொள்ளப் பட்ட குறைந்தபட்ச செயல் திட்டத்தில் சொல்லப்பட்டிருக்கும் எல்லாவற்றையும் அப்படியே நிறைவேற்றுவோம் என்று அர்த்த மில்லை என்பதை தெளிவாகப் புரியவைத்தார்.

குறைந்தபட்ச செயல்திட்டத்தின் அடிப்படை அம்சங்களில் பிரதமருக்கு நம்பிக்கை இருந்திருக்கவில்லை என்று இதற்கு அர்த்த மில்லை. உண்மையில் அவருக்கு அவை ஏற்றுக்கொள்ளத் தகுந்தவையே. நிதி அமைச்சராக இருந்தபோது சுகாதாரம், கல்வி ஆகியவற்றுக்கு, நினைத்த அளவுக்கு எதுவும் செய்ய முடிந்திருக்க வில்லை என்ற வருத்தம் அவர் மனதில் இருந்தது. பிரதமரானதும் அவற்றுக்கு முன்னுரிமை தரவேண்டும் என்று அவர் தீர்மானித்திருந்தார்.

பி.ஜே.பி.யின் என்.டி.ஏ கூட்டணி தோல்வியுற்றதற்கு குறிப்பாக ஆந்திராவில் சந்திர பாபு நாயுடுவின் தெலுங்கு தேசம் கட்சி தோற்றதற்கு முக்கிய காரணம் அவர் விவசாயத்தையும் கிராமப்புற வளர்ச்சியையும் புறக்கணித்ததுதான். எனவே, ஐ.மு.கூ இந்த விஷயத்தில் அதிகக் கவனம் செலுத்தியாகவேண்டும். பி.ஜே.பி. இந்தியா ஒளிர்கிறது என்று சொல்லித் தங்கள் 2004க்கான தேர்தல் பிரசாரத்தை ஆரம்பித்தபோது அதைக் கடுமையாக

விமர்சித்தவர்களுள் ஒருவராக டாக்டர் சிங்கும் இருந்தார். அந்தத் தேர்தலுக்கு சில மாதங்களுக்கு முன்பாக சோனியாவும் அவரும் சமூகவியலாளர்கள், களப்பணியாளர்கள் ஆகியோருடன் நீண்ட விவாதங்கள் மேற்கொண்டனர். முன்னுரிமை கொடுக்கவேண்டிய விஷயங்கள் என்ன என்பதை அவர்களுடன் பேசித் தெரிந்துகொள்ள முயன்றனர்.

'சோனியாவுடன் சேர்ந்த பிறகே டாக்டர் சிங்குக்கு எளிய மக்கள் மீதான அக்கறை வந்தது' என்று சோனியாவின் ஆதரவாளர்களும் டாக்டர் சிங்கின் விமர்சகர்களும் கூறும் கூற்றில் எந்த உண்மையும் இல்லை. குறைந்தபட்ச செயல்திட்டத்தில் முன்வைக்கப் பட்டிருக்கும் விஷயங்கள் எல்லாமே டாக்டர் சிங்கின் மனதிலும் இருந்தவையே. முதல் சுதந்தர தின உரையில் அவர் கிராமப்புறங் களுக்கான புதிய திட்டங்கள் என்று சொன்னதில் அந்த அக்கறை வெளிப்படுகிறது. விவசாயம், நீர், கல்வி, சுகாதாரம், வேலை வாய்ப்பு, நகர்ப்புற உள்கட்டமைப்பு என அவர் முன்வைத்த ஏழு முன்னுரிமைகள் என்பதில் அந்த அக்கறை வெளிப்படத்தான் செய்கிறது. இந்த உரை முழுக்க முழுக்க பிரதமராலேயே தயாரிக்கப் பட்டதுதான்.

பொருளாதார வளர்ச்சி, சமூக மேம்பாடு ஆகியவற்றை அடை வதற்காக நாம் ஏறவேண்டிய வளர்ச்சிப் பாலத்தின் முக்கிய தூண்கள் இந்த ஏழு விஷயங்களே என்று பிரதமர் செங்கோட்டையின் கொத்தளத்தில் நின்றுகொண்டு இந்த தேசத்துக்கு விடுத்த அறை கூவல் அதுவே.

அந்த ஏழு அடிப்படைக் கோட்பாடே அரசாங்கத்தின் வழிகாட்டு நெறியாக இருந்தது. பாரத் நிர்மான், மகாத்மா காந்தி தேசிய கிராமப்புற வேலைவாய்ப்புத் திட்டம், ஜவாஹர்லால் நேரு தேசிய நகர்ப்புற மறு சீரமைப்புத் திட்டம், தேசிய ஊரக சுகாதார மேம்பாட்டுத் திட்டம், அனைவருக்கும் கல்வி (சர்வ சிக்ஷா அப்யான்), மதிய உணவுத் திட்டம் என ஐ.மு.கூயின் முக்கிய செயல் திட்டங்கள் உருவாக இவையே ஆதாரமாக இருந்தன.

அரசாங்கத்தின் இத்தகைய திட்டங்கள் உருவாவதில் என்.ஏ.சி.யின் பங்கும் உண்டு. என்றாலும் பிரதமர் அலுவலகமும் தேவையான சட்ட வரைவுகளை உருவாக்குவதிலும் திட்டங்களை நடைமுறைப் படுத்தும் வழிமுறைகளை முன்னெடுப்பதிலும் பெரும்பங்காற்றியது. ஐ.மு.கூ-வின் அனைத்து சமூக நலத் திட்டங்களும் என்.ஏ.சி. மூலமாகவே வந்தது; பிரதமர் அலுவலகம் பொருளாதார வளர்ச்சி, தாராளமயமாக்கம் ஆகியவற்றில் மட்டுமே கவனம் செலுத்திவந்தது

என்ற குற்றச்சாட்டில் துளியும் உண்மை இல்லை. காங்கிரஸ் கட்சியில் இருந்த பலர், இடதுசாரிகள், ஊடகத்தினர் என அனைவரும் இப்படியான ஒரு பொய்யான சித்திரத்தை உருவாக்கவே விரும்பினார்கள். இந்தப் பொய்யான பிரசாரத்தை பிரதமர் எதிர்க்க வேண்டும் என்று விரும்பினேன். ஆனால், பிரதமர் அதில் போதிய கவனம் செலுத்தவே இல்லை. நான் எப்போதெல்லாம் இது பற்றிப் பேசுகிறேனோ அப்போதெல்லாம் அவர் சொல்வார்: என் செயல்களே எனக்காகப் பேசட்டும்.

பிரதமர் அலுவலகத்தில் துணைச்செயலாளராக இருந்த மறைந்த திரு ஆர்.கோபால கிருஷ்ணனின் முன் முயற்சியால் உருவானதுதான் மிக முக்கிய திட்டமான பாரத் நிர்மாண். மத்திய பிரதேசத்தில் அவர் பணிபுரிந்த காலத்தில் அடிமட்ட மக்களின் வாழ்க்கையோடு நெருங்கிய பரிச்சயம் அவருக்கு இருந்தது. திக் விஜய் சிங் இரண்டு முறை முதலமைச்சராக இருந்தபோது இவர் அவருக்குச் செயலராக இருந்திருக்கிறார். மிகுந்த உத்வேகமும் அறிவுக்கூர்மையும் சுறுசுறுப்பும்கொண்ட கோபாலகிருஷ்ணன் அதிகாரவர்க்க சிவப்பு நாடா கெடுபிடிகளைத் துச்சமென மதித்துச் செயல்பட்டவர்.

சமூகக் கட்டுமான பிரமிடின் அடித்தளத்தில் இருக்கும் வணிக வெற்றி வாய்ப்புகள் பற்றிப் பேசிய வர்த்தக நிபுணர் சி.கே.பிரகலாதின் கருத்துகளால் கோபாலகிருஷ்னன் உந்துதல் பெற்றார். கிராமப்புற வளர்ச்சிக்குச் செலவிடப்படும் அரச முதலீடுகள் புதிய வருமானத்தையும் புதிய வேலை வாய்ப்புகளையும் கொண்டுவருமென்றால் அது இரு தரப்புக்கும் வெற்றியைத் தரக்கூடியதாக இருக்கும். புதிய சலுகைத் திட்டமாக அல்லாமல் 'கிராமப்புற உள்கட்டமைப்புக்கான வர்த்தகத் திட்டமாகவே' பாரத் நிர்மாண் என்பது வடிவமைக்கப்பட்டது. ஏற்கெனவே இருந்த கிராமப்புற வீட்டு வசதித் திட்டம், சாலைத்திட்டம், மின் வசதித் திட்டம், குடிநீர், நீர்பாசனத் திட்டம், தொலைதொடர்புத் திட்டம் என அனைத்தையும் ஒருங்கிணைக்கும் முயற்சியையும் அது முன்னெடுத்தது.

இந்தத் திட்டத்தின் விளக்கப்பட விவரணையை (பவர் பாயின்ட் பிரசண்டேஷனை) பிரதமருக்கு கோபாலகிருஷ்ணன் போட்டுக் காட்டியபோது அந்த அறையில் பெரும் பரவசம் உண்டானது. பிரதமர் இப்படியான ஒரு வளர்ச்சி சார்ந்த வேலை வாய்ப்பை உருவாக்கும் திட்டத்தைத்தான் எதிர்பார்த்தார். இந்தத் திட்டங்களுக்கு பாரத் நிர்மாண் என்ற பெயரை கோபால கிருஷ்ணன் சொன்னபோது பிரதமர் புன்முறுவலுடன் அதை ஏற்றுக்கொண்டார்.

பிரதமர் அலுவலகத்தில் இருந்த வி.வித்யாவதி, அமித் சிங் போன்ற இள வயது அதிகாரிகள் ஐ.மு.கூ-வின் வளர்ச்சிச் செயல் திட்டங்களில்

முழு ஈடுபாட்டுடன் செயல்பட்டார்கள். பிரதமரின் அந்தரங்கச் செயலர் சுப்பு மத்தியபிரதேசத்தில் திக் விஜய் சிங்குடன் பணிபுரிந்திருக்கிறார். சட்டீஸ்கர் மாநிலம் பிரிக்கப்பட்டபோது மாற்றல் வாங்கிச் சென்ற அவர் இரு மாநிலங்களிலும் கிராமப்புற வளர்ச்சிக்குப் பாடுபட்ட அரசு சாரா நிறுவனங்களின் செயல் பாடுகளை அக்கறையுடன் கவனித்துவந்தார். சிறிது காலமே பணிபுரிந்த மணிப்பூரிலும் இப்படியான விஷயங்களில் மிகுந்த அக்கறை கொண்டிருந்தார். வித்யாவதி ஐ.ஏ.எஸின் கர்நாடகா பிரிவைச் சேர்ந்தவர். அகர்வால் சட்டீஸ்கர் பிரிவைச் சேர்ந்தவர். இந்தக் குழுவே குறைந்தபட்ச செயல்திட்டத்தின் அமலாக்கம் பற்றிக் கண்காணித்துவந்தது.

கிராமப்புற வேலை வாய்ப்பு உத்தரவாதத் திட்டம் பற்றிய யோசனை பிரதமர் அலுவலகத்துக்கு என்.ஏ.சியிடமிருந்தும் கிராமப்புற வளர்ச்சித்துறையிடமிருந்தும் வந்து சேர்ந்தது. டாக்டர் சிங் அதை ஆர்வத்துடன் வரவேற்றார். மகாராஷ்டிர அரசு இது தொடர்பாக எடுத்திருந்த முயற்சிகள் பற்றி அவருக்கு நல்ல பரிச்சயமிருந்தது. சரத் பவார் மகாராஷ்டிர முதல்வராக இருந்தபோது மகாராஷ்டிர வேலை வாய்ப்பு உத்தரவாதத் திட்டம் அமல்படுத்தப்பட்டிருந்தது. 1977-ல் வசந்த் தாதா பாட்டீலின் காலகட்டத்தில் உருவாக்கப்பட்ட இந்தத் திட்டம் 1979-ல் பவாரால் நடைமுறைப்படுத்தப்பட்டிருந்தது. 1980-ல் திட்ட கமிஷனின் சேர்மனாக இருந்த டாக்டர் சிங் இந்தத் திட்டம் பற்றி நன்கு ஆராய்ந்திருந்தார். அவருக்கு அந்தத் திட்டம் நன்கு பிடித்துமிருந்தது. எனவே, தேசிய அளவில் அதை அமல்படுத்த அவர் மிகுந்த ஆர்வத்துடன் இருந்தார். மகாத்மா காந்தி கிராமப்புற வேலை வாய்ப்புத் திட்டம் என்பது மகாராஷ்டிர வேலை வாய்ப்புத் திட்டத்தின் இன்னொரு வடிவம் மட்டுமே.

கிராமப்புற வேலை வாய்ப்புத் திட்டம் தொடர்பாக பிரதமர் அலுவலகம், நிதி அமைச்சகம் ஆகியவற்றுக்கும் என்.ஏ.சி.க்கும் இடையிலான ‘வேறுபாடு’ இந்தத் திட்டத்துக்கான நிதி ஒதுக்கீடு தேசிய வருமானத்தில் 1லிருந்து 3 சதவிகிதத்துக்குள் எத்தனையாக இருக்கலாம் என்ற விஷயத்தில்தான் எழுந்தது. பிரதமரும் நிதி அமைச்சர் சிதம்பரமும் இந்த நிதிச் செலவு எவ்வளவாக இருந்தாலும் செலவிடப்பட்டாகவேண்டும் என்று முடிவு செய்யத் தயாராக இல்லை. இந்த வேலை வாய்ப்பானது சுய விருப்பத்தின் பேரில் தேர்ந்தெடுக்கப்படக்கூடியதாக இருந்தது. அதாவது கிராமத்தில் இருக்கும் ஒரு நபர் தனது பெயரை இந்தத் திட்டத்தின் கீழ் பதிவு செய்துகொண்டால் அவருக்குக் குறிப்பிட்ட தொகை குறிப்பிட்ட

நாட்களுக்கு சம்பளமாகத் தரப்படும். இதனால், எத்தனைபேர் இந்தத் திட்டத்தின் கீழ் பதிவு செய்துகொள்வார்கள்... என்ன செலவாகும் என்பதை முன்கூட்டியே கணிக்க முடியாமல் இருந்தது.

கிராமப்புற வளர்ச்சித்துறை மந்திரியான டாக்டர் ரகுவன்ஷ் பிரசாத் சிங் தேசத்தின் பொருளாதார நலன்களில் அக்கறை கொண்டவர் களுக்கும் கவர்ச்சிகரமான திட்டத்தை முன்னெடுத்தே ஆகவேண்டும் என்று சொல்பவர்களுக்கும் இடையில் பாலமாகச் செயல்பட்டார். இயற்பியல் பேராசிரியராக இருந்த பிரசாத் சிங், எளிய மக்களின் பிரச்னைகள் குறித்து நன்கு தெரிந்த அரசியல்வாதி. டாக்டர் சிங் அவர் மேல் மிகுந்த மதிப்பும் மரியாதையும் வைத்திருந்தார். பிரசாத் சிங் பெரும்பாலான அரசியல்வாதிகளைப்போல் கஞ்சி போட்டு மொடமொடவென இருக்கும் தும்பைப்பூ நிறத்திலான உடைகளை அணியாமல் சாதாரணமான உடைகளையே அணிந்திருப்பார். ஆங்கில அறிவு சுமாராகத்தான் இருக்கும். ஆனால், துறை சார்ந்த அறிவு அபாரமாக இருக்கும்.

பிற கேபினட் அமைச்சர்களைப்போல் தனது துறை சார்ந்த விஷயங்களைச் செயலர்கள் மூலம் விளக்கிச் சொல்லச் சொல்லாமல் தானே நேராக வந்து சொல்வார். பிரதமர் முன்பாக இருந்த நிதி நெருக்கடிகள் அவருக்கு நன்கு புரிந்தது. எனவே, நடைமுறை சாத்தியமான ஒரு வழிமுறையை முன்வைத்தார். 2009 அமைச் சரவையிலும் பிரசாத் சிங்கை இடம்பெறச் செய்யவேண்டும் என்று டாக்டர் சிங் விரும்பினார். ஆனால், ஆர்.ஜே.டிக்கும் காங்கிரஸுக்கும் இடையில் மோதல் ஏற்பட்டதால் அது முடியாமல் போனது. ரகுவன்ஷ் பிரசாத் சிங் ஆர்.ஜே.டியின் மூத்த தலைவர். காங்கிரஸ் கட்சி பேச்சாளர்கள் ஊரக வேலைவாய்ப்புத் திட்டத்துக்கான பாராட்டுகளை சோனியாவுக்கும் பின்னர் ராகுலுக்கும் மட்டுமே தருவதுண்டு. ரகுவன்ஷ் பிரசாத் மேற்கொண்ட சீரிய முன்னெடுப்பு களுக்கு எந்தப் பாராட்டும் வழங்கியதே இல்லை. இது அவருக்கு எரிச்சலை ஏற்படுத்தியதை என்னால் புரிந்துகொள்ள முடிந்தது.

மகாத்மா காந்தி ஊரக வேலை வாய்ப்புத் திட்டத்துக்கான முழுப் பாராட்டையும் காந்தி குடும்பத்துக்கே கொடுத்த விஷயமானது அவர்களுக்கே ஒருவித தர்மசங்கடத்தை உருவாக்கும் அளவுக்குப் போய்விட்டது. நான் அதைத் தடுக்க முயன்றபோது சிக்கலில் மாட்டிக்கொண்டேன். ராகுல் காந்தி காங்கிரஸ் கட்சியின் பொதுச் செயலாளர்களுள் ஒருவராக நியமிக்கப்பட்டதைத் தொடர்ந்து

அனைத்துப் பொதுச்செயலாளர்களையும் அழைத்துக்கொண்டு பிரதமரை செப்டெம்பர் 26, 2007 அன்று அவருடைய பிறந்த நாளில் வாழ்த்த வந்தார். தேநீர், டோக்லா எனச் சிறிய விருந்து உபசாரங்கள் முடிந்த பிறகு அனைவரும் முக்கிய விஷயங்கள் குறித்து உட்கார்ந்து பேச ஆரம்பித்தனர். கூட்டம் முடிந்ததும் சோனியாவின் அரசியல் செயலர் அஹமது பட்டேல் என்னிடம் ஒரு அறிக்கையைக் கொடுத்து ஊடகங்களுக்கு அனுப்பும்படிக் கேட்டுக்கொண்டார்.

ஊரக வேலைவாய்ப்புத் திட்டத்தை (மகாத்மா காந்தி பெயர் பின்னர்தான் அதில் சேர்க்கப்பட்டது) தேசத்தின் 500 கிராமங்களுக்கு விரிவுபடுத்தும்படி ராகுல்காந்தி கேட்டுக்கொண்டதாக அதில் குறிப்பிடப்பட்டிருந்தது. அதற்கு முன்னர் மிகவும் பின் தங்கிய 200 கிராமங்களுக்கு மட்டுமே அந்தத் திட்டம் அமல்படுத்தப் பட்டிருந்தது. நான் அந்த அறிக்கையை வெளியிட மறுத்தேன். பிரதமரைச் சந்திக்க வருபவர்களின் சார்பாகச் செய்திகளை பிரதமர் அலுவலகம் வெளியிடாது. ராகுல் காந்தி தலைமையில் ஒரு குழுவினர் பிரதமரை அவருடைய பிறந்த நாளில் வந்து சந்தித்து வாழ்த்துகள் கூறினர் என்று மட்டுமே பிரதமர் அலுவலகத்தின் சார்பில் செய்தி வெளியிடமுடியும் என்று சொன்னேன். அந்த அரசியல் தகவல்கள் கட்சி சார்பில் வெளியிடப்படும் தனிச்செய்திக் குறிப்பில் வெளியானால் நல்லது என்று சொன்னேன்.

அன்று மாலை, இந்தியன் எக்ஸ்பிரஸில் பணிபுரியும் மூத்த அரசியல் பத்திரிகையாளர் ஷிஷிர் குப்தா தொலைபேசியில் அழைத்தார். ராகுல் கேட்டுக்கொண்டதுபோல் கிராமப்புற வேலை வாய்ப்புத் திட்டத்தை தேசம் முழுமைக்கும் விரிவுபடுத்த பிரதமர் ஒப்புக்கொண்டுவிட்டாரா என்று கேட்டார். பிரதமர் சுதந்தர தின உரையிலேயே அப்படிச் செய்ய முடிவெடுத்திருப்பதாகச் சொல்லியிருந்ததை அவருக்கு நினைவு படுத்தினேன். கிராமப்புற வளர்ச்சித்துறை மற்றும் நிதித்துறையுடன் இது தொடர்பாக பிரதமர் அலுவலகம் பேச்சுவார்த்தையில் ஈடுபட்டு வருவதாகவும் சொன்னேன்.

அன்று மாலை எல்லாத் தொலைக்காட்சி நிறுவனங்களும் கர்ம சிரத்தையாக ஊரக வேலை வாய்ப்புத் திட்டத்தை தேசம் முழுவதற்கும் நீட்டிக்கும்படி பிரதமரை ராகுல் கேட்டுக் கொண்டிருக்கிறார் என்று செய்தி ஒளிபரப்பின. மறுநாள் செய்தித் தாள்களும் அதையே செய்தன. இந்தியன் எக்ஸ்பிரஸில் மட்டும் ராகுல் பொதுச் செயலர் பதவிக்கு நியமிக்கப்படுவதற்கு முன்பாகவே பிரதமர் அலுவலகம் இந்த விஷயத்தில் அக்கறையுடன் இருந்து வந்திருக்கிறது. பிரதமரின் முதன்மைச் செயலர் இது தொடர்பாக நிதி அமைச்சகம், கிராம வளர்ச்சித்துறை, திட்ட கமிஷன் எனப் பல

அமைப்புகளைச் சேர்ந்த அதிகாரிகளுடன் கடந்த இரண்டு வாரங்களுக்கு முன்பாகவே பேச்சுவார்த்தை நடத்தியிருக்கிறார் என்று செய்தி வெளியிட்டது.

தேசம் முழுவதற்கும் அந்தத் திட்டத்தை விரிவுபடுத்தவேண்டும் என்பதில் முதலில் இருந்தே ஆர்வத்துடன் இருந்தவர் ரகுவன்ஷ் பிரசாத் சிங்தான். ஆனால், காங்கிரஸ் கட்சி ராகுல்தான் அதற்குக் காரணம் என்று சொல்லியிருப்பதைப் பார்த்து அதிர்ச்சி அடைந்தார். ஆனால், அவர் காங்கிரஸின் கூற்றை மறுக்காமல் அவர்களுக்கு இசைவாகவே நடந்துகொண்டார். சொந்த ஊரான பிகாரில் சில ஊடகத்தினர் கேட்டபோதுமட்டும் நிதி அமைச்சகம், திட்ட கமிஷன் ஆகியவற்றை இந்தத் திட்ட விரிவாக்கத்துக்கு சம்மதிக்க வைக்க, தான் கடுமையாக முயற்சிகள் எடுத்ததாகச் சொன்னார்.

இந்தத் திட்டம் தேசம் முழுவதும் விரிவாக்கப்பட்டது குறித்து கூடுதல் தகவல் தெரிந்துகொள்ள விரும்பிய ஒரு பத்திரிகையாளருக்கு தேசத்துக்கு பிரதமரின் பிறந்த நாள் பரிசு இது என்று வேடிக்கை கலந்து எஸ்.எம்.எஸ். செய்தி அனுப்பினேன். ஒருவேளை சோனியாவோ ராகுலோ பிரதமராக இருந்திருந்தால் காங்கிரஸின் செய்தியாளர்கள் அப்படியாக தேசத்துக்கு அவர்களுடைய தலைவரின் பிறந்த நாள் பரிசு என்றுதான் செய்தியை வெளியிட்டிருப்பார்கள்.

அந்த எஸ்.எம்.எஸ். பலர் கைகளுக்கு மாறி காங்கிரஸ் கட்சித் தலைமையைச் சென்றடைந்தது. சஞ்சய் பாரு என்ன நினைக்கிறார்? டாக்டர் சிங்கால் தேர்தலில் கட்சியை வெற்றிபெற வைக்கமுடியும் என்று நினைக்கிறாரா? நாம் ராகுலின் நற்பெயரை வளர்த்தெடுக்க வேண்டும். அதற்கு இப்படியான எஸ்.எம்.எஸ்.கள் உதவாது என்று கட்சியின் மூத்த தலைவர்களில் ஒருவர் சொன்னாராம்.

இதைக் கேள்விப்பட்டதும் எனக்கு நெருக்கடி வரப்போகிறது என்று நினைத்தேன். அப்படியே பிரதமரிடமிருந்து எனக்கு அழைப்பு வந்தது. அவருடைய அறைக்குள் நான் நுழைந்தபோது நாயர், நாராயணன், புலோக் ஆகியோர் வெளியே வந்தார்கள். மூவருமே என்னை நேரகப் பார்க்காமல் முகத்தைத் திருப்பிச் செல்வதைக் கவனித்தேன். நிலைமை மோசமாகிவிட்டிருக்கிறது என்று புரிந்து கொண்டேன். நான் உள்ளே நுழைந்தபோது பிரதமர் இருக்கையில் கைகளைக் கட்டியபடி கோபமாக உட்கார்ந்திருந்தார்.

கிராமப்புற வேலைவாய்ப்புத் திட்டம் என்னுடைய பிறந்த நாள் பரிசு என்று ஊடகத்தினருக்கு நீ செய்தி அனுப்பினாயா?

அனுப்பினேன். ஆனால், கொஞ்சம் வேடிக்கையாகத்தான் செய்தேன். சுதந்தர தின உரையிலேயே இந்தத் திட்டத்தை விரிவுபடுத்தும் எண்ணம் இருப்பதாக நீங்கள் சொல்லியிருக்கிறீர்களே என்று சுட்டிக்காட்டினேன். ராகுல் இது தொடர்பாக முயற்சிகள் எடுத்ததாக வைத்துக்கொண்டாலும் பிரதமரின் பிறந்த நாளின் போதுதானே அந்த அறிவிப்பு வந்திருக்கிறது என்று சொன்னேன்.

பிரதமர் எதுவும் பேசாமல் இறுக்கமாக உட்கார்ந்திருந்தார். காங்கிரஸ் கட்சி முழுப் பாராட்டும் ராகுலுக்கே போகவேண்டும் என்று எதிர்பார்க்கிறது. ஆனால், உங்களுக்கும் ரகுவன்ஷ் பிரசாத் சிங்குக்கும் இந்தப் பாராட்டில் பங்கு இருக்கிறது என்று சொன்னேன்.

எனக்கு எந்தப் பாராட்டும் தேவையில்லை என்று பிரதமர் சொன்னார். அவருடைய கோபம் தணியவே இல்லை.

எனது பணி உங்கள் நற்பெயரை வளர்ப்பதுதான். உங்களுக்கு அரசியல் முக்கியத்துவத்தைப் பெற்றுக்கொடுப்பதுதான். சோனியாவுக்கும் ராகுலுக்கும் நற்பெயர் வாங்கித் தரும் பணியை காங்கிரஸ் கட்சி பார்த்துக்கொள்ளட்டும். உங்களுக்காக நான் இதைச் செய்தாக வேண்டும் என்று சொன்னேன்.

வேண்டாம். என் பிம்பத்தை வளர்த்தெடுக்க எனக்கு உன் தயவு தேவையில்லை.

அவர் அப்படிச் சொன்ன பிறகு அறையில் மயான அமைதி நிலவியது. சிறிது நேரம் மவுனமாக இருந்தேன். டாக்டர் சிங்கின் கோபம் மெள்ளத் தணிந்தது. உடல் லகுவாகியது.

நீ ஏன் இதையெல்லாம் செய்கிறாய் என்று கனிவுடன் கேட்டார்.

நான் பதில் சொல்லாமல் பேசாமல் உட்கார்ந்திருந்தேன். எல்லாப் புகழையும் அவர்களே எடுத்துக்கொள்ளட்டும். எனக்கு எதுவும் தேவையில்லை. நான் என் வேலையை மட்டும் செய்கிறேன். நீ எனக்கு உரைகளை எழுதிக் கொடு. அது போதும். என் பிம்பத்தை வளர்த்தெடுக்கத் தேவையில்லை.

பிரதமர் எழுந்து நின்றார். நான் விடைபெற்று வெளியே வந்தேன். பிரதமரிடம் இருந்து திட்டு வாங்கிய இரண்டாவது முறை அது. எகானமிக் டைம்ஸில் பதினைந்து ஆண்டுகளுக்கு முன்பாகச் செய்த எடிட்டிங் பிழைக்காக முதல் முறையாகக் கடிந்துகொண்டிருந்தார். ஆனால், இந்தத் தடவை அவருடைய கோபம் அதிகமாக இருந்தது. நான் எந்த வேலைக்காக நியமிக்கப்பட்டேனோ அதைச் செய்வதை நிறுத்தச் சொல்லிக் கேட்டுக்கொண்டிருக்கிறார். கட்டாயமாகக்

கட்சியும் அதன் 'முதன்மைக் குடும்ப'மும் இப்படிச் சொல்லும்படி நிர்பந்தித்திருப்பார்கள். அதோடு பிரதமரின் நற்பெயரை வளர்த் தெடுக்கும் முயற்சிகளை நிறுத்திக்கொண்டேன். அமெரிக்க அணு ஒப்பந்தத்தில் கிடைத்த வெற்றிபோல் நடந்த நிகழ்வுகள் தானாகவே அவருடைய புகழை உயர்த்தின. டாக்டர் சிங்கின் நற்பெயரை வளர்க்கும் என் பணிக்கு இருக்கும் எல்லைகள் பற்றி இந்தச் சம்பவம் எனக்கு நன்கு புரியவைத்தது. முன்பைவிட என் சுதந்தரம் மட்டுப் படுத்தப்பட்டதாக உணர்ந்தேன்.

2008-ல் விவசாயிகளுக்கான கடனை ரத்து செய்த நிகழ்வுக்கான பாராட்டை எடுத்துக்கொள்வதில் பிரதமருக்கு எந்தத் தயக்கமும் இருந்திருக்கவில்லை. தேசம் முழுவதிலுமான சிறு குறு விவசாயிகள் வாங்கிய கடனை ரத்து செய்வதாக நிதி அமைச்சர் பட்ஜெட் உரையில் அறிவித்தார். அந்த அறிவிப்பைச் செய்வதற்கு முன்பாக நிறைய விவாதங்கள், யோசனைகள் முன்னெடுக்கப்பட்டன. 2007 முழுதிலும் 2008 ஆரம்ப மாதங்களிலும் பிரதமர் அதற்காகப் பல முயற்சிகள் எடுத்தார்.

விவசாயிகள் முந்தைய ஆட்சி மீது கொண்டிருந்த அதிருப்திதான் காங்கிரஸ் கட்சி வெற்றி பெறக் காரணம் என்று அவருக்கு நன்கு தெரிந்திருந்தது. ஆந்திரா, மகாராஷ்டிராவில் இருந்த பருத்தி விவசாயி களுக்கு பல நலத்திட்டங்கள் ஏற்கெனவே முன்னெடுக்கப் பட்டிருந்தன. அந்த மாநிலங்களில்தான் விவசாயிகளின் தற்கொலை அதிகமாக இருந்தது. தற்கொலை செய்து கொண்டவர்களில் பெரும் பாலானோர் வறுமையில் இருந்தவர்களோ நிலமற்றவர்களோ அல்ல. அவர்கள் நில உடமையாளர்களாக இருந்தனர். கடன் சுமையால்தான் தற்கொலை செய்துகொண்டிருந்தனர். அதேநேரம் இப்படிக் கடன்களைத் தள்ளுபடி செய்வது கடனைத் திருப்பித் தரவேண்டாம் என்ற எண்ணத்தையே வாங்குபவர்களிடம் ஏற்படுத்தும் என்று பொருளாதார நிபுணர்கள் கருத்துத் தெரிவித்தனர்.

ஆனால், பிரதமர் வெறும் ஏட்டுப் படிப்பு மட்டுமே பெற்ற பொருளாதார நிபுணர் அல்ல. பஞ்சாபில் விவசாயம் சார்ந்து கிடைத்த அனுபவம், இந்தியாவில் இருந்த கே.என்.ராஜ் போன்ற கெயினிசி யர்களின் மேக்ரோ எகானாமிகஸ் அனுபவம் மற்றும் 1970களில் ஆரம்பித்த பசுமைப் புரட்சி காலகட்டத்தில் கொள்கை வடிவமைப்பில் ஈடுபட்ட அனுபவம் என பிரதமருக்கு இந்திய விவசாயப் பொருளாதாரம் பற்றி நல்ல பரிச்சயம் உண்டு. பிரிட்டிஷ்

இந்தியா காலத்தில் பிரிக்கப்படாமல் இருந்த பஞ்சாபின் ஆட்சிப் பணியாளராக இருந்த மால்கம் டார்லிங் இந்திய விவசாயம் பற்றிச் சொன்னது: இந்திய விவசாயி கடனில் பிறக்கிறார். கடனில் வாழ்கிறார். கடனிலேயே இறக்கிறார். இது டாக்டர் சிங்குக்கு நன்கு தெரியும்.

2007-ன் கடைசிப் பகுதியில் ஒரு நாள் மூத்த அதிகாரிகள், மந்திரிகள் ஆகியோருடன் கடன் தள்ளுபடி பற்றி பிரதமர் நீண்ட விவாதத்தில் ஈடுபட்டிருந்தார். 7, ஆர்.சி.ஆரில் இருந்த தனியறைக்குச் சிறிதுநேரம் சென்றார். அந்த அறையின் அமைதியான ஓரத்தில் நின்றுகொண்டு ஜன்னல் வழியாக வெளியில் தெரியும் புல்வெளியைச் சிறிது நேரம் வேடிக்கை பார்த்தார். மயில்கள் அங்கு உணவு தேடி மேய்ந்து கொண்டிருந்தன. அதைப் பார்த்தபடியே இந்தியாவின் கடன் தள்ளுபடி வரலாற்றைப்பற்றி என்னிடம் விரிவாகப் பேசினார். பிரிட்டிஷாருக்குத்தான் இந்திய விவசாயிகளின் கடன் சுமை பற்றி நன்கு தெரிந்திருந்தது. விவசாயிகள் தொடர்ந்து உயிர் வாழ வேண்டியதன் அவசியம் அவர்களுக்குப் புரிந்திருந்தது. கிராமப் புறத்தினருக்குத் தரப்படும் கடன் என்பது பொது சமூகத்தின் நன்மைக் கானதே என்று கே.என்.ராஜ் சொன்னதைச் சுட்டிக்காட்டினார்.

பொது நலன் என்றால் பொருளாதார அகராதியில் பாகுபாடே பார்க்கப் படாமல் தரப்படும் பொருள் அல்லது சேவை என்று அர்த்தம். அரசு ஒரு தெரு விளக்கு போடுகிறதென்றால் ஒருவர் வரி தருகிறாரா இல்லையா, அவர் தேசத்தின் குடிமகனா இல்லையா என எதையுமே பார்க்காமல் அனைவருக்கும் அது வெளிச்சத்தைத் தரும். கடன் சுமையைத் தள்ளுபடி செய்வதால் கடன் வாங்கியவருக்கு மட்டுமே செய்யப்படும் தனிப்பட்ட நன்மையாக அது பார்க்கப்பட வாய்ப்பு இருக்கிறது. ஆனால், வறுமையில் வாடும் விவசாயிக்கு அல்லது அதிகக் கடனில் தத்தளிக்கும் ஒரு விவசாயிக்குக் கடன் தள்ளுபடி தருவதன் மூலம் ஒரு விவசாயியைத் தற்கொலையில் இருந்து காப்பாற்றமுடியும்; விவசாயிகளின் வாழ்வாதாரத்தை நிலைப்படுத்த முடியும்; கிராமப்புற சமூகச் சமநிலையைத் தக்கவைக்க முடியும். இவை சமூகத்துக்கு பல்வேறு நன்மைகளைத் தரும். வளர்ந்த நாடுகள்கூட சமூக நலன் சார்ந்த நோக்கில் இப்படியான சலுகைகள் தருவதை நியாயப்படுத்தவே செய்கின்றன. கடன் தள்ளுபடி என்பது ஒரு சலுகை; அதேநேரம் சமூக அக்கறை மிகுந்த செயலும்கூட.

முப்பது வருடங்களுக்கு ஒரு தடவை விவசாயிகளுக்கு கடன் தள்ளுபடி தரப்பட்டு வந்திருப்பதையும் 1979-ல் சரண் சிங்கின் ஆட்சிக்குப் பிறகு விவசாயக் கடன் தள்ளுபடி செய்யப்படவே இல்லை என்பதையும் பிரதமர் சொல்லிக் காட்டினார். அனைத்து

விவசாயக் கடனையும் தள்ளுபடி செய்வதன் மூலம் விவசாயிகளின் வேதனை கட்டுக்குள் வரும். பெருகிக் கொண்டே இருக்கும் அவர் களுடைய கடன்சுமை குறையும். 2007-ல் அப்படியான கடன் தள்ளுபடி தரவேண்டிய அவசியம் உருவாகியிருந்ததாக பிரதமர் கருதினார்.

அரசாங்கத்தினரிடையே சில மாதங்கள் இது தொடர்பாக வாதப் பிரதிவாதங்கள் நடைபெற்றன. காங்கிரஸ் கட்சிக்கு அந்த யோசனையில் விருப்பம் இல்லாமல் இல்லை. ஆனால், சரியான நேரத்துக்காகக் காத்துக்கொண்டிருந்தது. ஆனால், பிரதமரின் மனதில் அன்று மதியமே அந்த இறுதி முடிவு எடுக்கப்பட்டுவிட்டதாக எனக்குத் தோன்றியது. விவசாயக் கடன் தள்ளுபடி தரவேண்டியதன் அரசியல் முக்கியத்துவம் அவருக்குத் தெரிந்திருந்தது. அதை நியாயப் படுத்தப் போதுமான வாதங்கள் அவரிடம் இருந்தன. இது வெறும் மக்களைத் திருப்திப்படுத்தும் செயலே என்று சொல்லப்படும் விமர்சனங்களை எதிர்கொள்ள அவருக்குத் தெரியும். எல்லா வற்றுக்கும் மேலாகக் கடந்த நான்கு ஆண்டு காலப் பொருளாதார வளர்ச்சி இதுபோன்ற சலுகைத் திட்டங்களை முன்னெடுக்கும் வலுவான நிலையில் தேசத்தைக் கொண்டு சேர்த்திருக்கிறது.

சில மாத ஆலோசனைகள், பொருளாதார மேதை ஆர்.ராதாகிருஷ்ணா தலைமையிலான குழு அளித்த ஆய்வறிக்கை ஆகியவற்றைப் படித்துப் பார்த்துவிட்டு விவசாயக் கடன் தள்ளுபடி திட்டத்தை பிரதமர் அறிவித்தார். பிப்ரவரி 2008 பட்ஜெட் உரை மூலம் நிதி அமைச்சர் ப.சிதம்பரம் அதை அறிவித்தார். பட்டியலிடப்பட்ட வர்த்தக வங்கிகள், பிராந்திய கிராமப்புற வங்கிகள், கூட்டுறவு கடன் அமைப்புகள் மார்ச் 31, 2007 வரை மற்றும் ஓவர் டியூ டிசம்பர் 31, 2007 வரையான கடன்களைத் தள்ளுபடி செய்ய இந்த அரசாணை உத்தரவிட்டது. இரண்டு ஏக்கர்வரை கொண்ட சிறு, விளிம்புநிலை விவசாயிகளுக்கு இந்தக் கடன் தள்ளுபடி தரப்பட்டது. நான்கு கோடி விவசாயிகளுக்கு சுமார் 72,000 கோடி ரூபாய் தள்ளுபடி செய்யப்பட்டது.

அதிகத் தொகை தள்ளுபடி செய்யப்பட்டபோதிலும் 'அனைவரையும் உள்ளடக்கிய வளர்ச்சி'க்கு 'தனது' பங்களிப்பாக பிரதமர் அதைப் பார்த்தார். கட்சி முக்கிய முன் வரிசைத் திட்டங்களுக்கு சோனியாவுக்கும் என்.ஏ.சி.க்கும் குறைந்தபட்ச செயல் திட்டத்துக்குமே அனைத்துப் பாராட்டுகளையும் வாரி வழங்கியது. அந்த முக்கிய திட்டங்களில் இருந்து பிரதமர் இதைத் தனியாகவே வைத்திருந்தார். என்னதான் பிரதமர் உயர் கல்வி பெற்ற பொருளாதார

நிபுணர் என்றாலும் அவர் மனதுக்குள் ஒரு பஞ்சாபிய விவசாயி ஒளிந்துகொண்டுதான் இருந்திருக்கிறார். கிராமப்புற இந்தியாவுக்கு இந்தத் திட்டம் நல்ல பலனளிக்கும் என்பது அவருக்குத் தெரிந்திருந்தது. சிதம்பரம் பட்ஜெட் உரையில் இதை அறிவித்த பிறகு பிரதமர் ஜனாதிபதியின் உரை மீதான விவாதத்துக்குப் பதிலளிக்கையில் இந்தத் திட்டம் முழுக்க முழுக்கத் தன்னுடையது தான் என்ற முத்திரையை அழுத்தமாகப் பதித்தார். மார்ச் 2008-ல் நடந்த அந்த விவாதத்தில் 'த டெசர்ட்டட் வில்லேஜ்' என்ற ஆலிவர் கோல்ட் ஸ்மித்தின் கவிதையை நினைவில் இருந்து அப்படியே ஒப்பித்தார்: எங்கு செல்வம் குவிந்து மனிதம் அழிகிறதோ அங்கு அநீதி முளைத்து அநீதி செழிக்கிறது... பிரபுக்களும் மன்னர்களும் வாழ்வாங்கு வாழலாம், மறையலாம். தேசத்தின் பெருமிதமாம் வீர விவசாயக் கூட்டம் ஒருமுறை அழிந்தால் அதன் பின் மீட்சியே இல்லை.

2008-ல் ஐந்தாண்டு ஆட்சியின் முடிவில் இதற்குமுன் எப்போதும் இருந்திராத அளவுக்கு 8-9 சதவிகிதப் பொருளாதார வளர்ச்சி கண்டிருந்தது; அரசு வருமானம் கணிசமாக உயர்ந்திருந்தது. எனவே பொருளாதார நிபுணர்களும் நிதி நிபுணர்களும் மாற்றுக்கருத்துகளைச் சொன்ன போதிலும் அத்தகைய பெரிய செலவு நடைமுறை சாத்திய மானதாகவே தெரிந்தது. அரசாங்கம் அளவுக்கு அதிகமான சலுகை களையும் தள்ளுபடிகளையும் அள்ளி வீசுவதாகப் பலர் கவலைப் பட்டனர். கிராமப்புற வேலை வாய்ப்புத் திட்டம் கூட எந்தவித வருமான அல்லது சொத்து சேர்ப்புக்கு வழி செய்ததாகவோ தன்னிறைவைத் தருவதாகவோ இருந்திருக்கவில்லை. கடன் தள்ளுபடி செய்தாகவேண்டும் என்று பிரதமர் உறுதியாக இருந்த போதும் அதற்கு அதிக விலை கொடுக்க வேண்டியிருக்கும் என்பது அவருக்குத் தெரிந்தே இருந்தது. ஆனால், அவருடைய பார்வையும் ஐ.மு.கூ-வின் ஒட்டு மொத்த பார்வையும் அடுத்து வரவிருந்த தேர்தல் மீதுதான் குவிந்திருந்தன. அரசாங்கத்தின் நிதி நிலைமை பற்றி பெரிய அக்கறை யாருக்கும் இருந்திருக்கவில்லை.

பாரத் நிர்மாண், ஊரக வேலை வாய்ப்புத் திட்டம் போன்ற பல திட்டங்கள் மூலம் கிராமப்புறங்களில் மிகப் பெரிய அளவிலான உள்கட்டுமான வளர்ச்சி முதலீடு முன்னெடுக்கப்பட்டிருந்தது. அதைத் தொடர்ந்தே இந்தக் கடன் தள்ளுபடி அறிவிக்கப்பட்டது. அரிசி மற்றும் கோதுமைக்கான அரசின் கொள்முதல் விலை வெகுவாக உயர்த்தப்பட்டது. 2004 சுதந்தர தின உரையில் பிரதமர் வாக்குறுதி தந்தபடி கிராமப்புறத்தினருக்குக் கொண்டுவந்த புதிய திட்டம்தான் இது. இனிமேல் இந்தச் சாதனைகளை அடிப்படையாக வைத்து தேர்தல் வெற்றியை அறுவடை செய்யவேண்டியது

காங்கிரஸ் கட்சியின் பொறுப்பு. அதை 2009-ல் அந்தக் கட்சி செய்தும் காட்டியது.

கிராமப்புற வளர்ச்சியும் விவசாயப் பொருளாதார முன்னேற்றங்களும் சமூகப் பொருளாதார அரசியல் கணக்குக் கூட்டல்களின் விளைவாக பிரதமரால் முன்னெடுக்கப்பட்டன. பிரதமருக்குக் கல்வி மேம்பாடு தான் தன்னளவில் மிகவும் அடிப்படையான, மனதுக்கு நெருக்கமான விஷயமாக இருந்தது. எனவே, பிரதமரின் கல்வி சார்ந்த அக்கறை களையோ அவருடைய தாராளமயக் கொள்கைகளையோ சிறிதும் கொண்டிராத அரசியல் எதிர் கருத்தாளரான அர்ஜுன் சிங் வசம் மனித வள மேம்பாட்டுத்துறை போனது மிகவும் துரதிஷ்டவசமான நிகழ்வு தான். ரெய்சினா ஹில் பகுதியில் பாதுகாப்பு, நிதி, உள்துறை மற்றும் அயலுறவுத்துறை அமைச்சகங்கள் அமைந்திருக்கின்றன. அவற்றுக்கு அடுத்ததாக முக்கிய துறைகளாக விவசாயம், ரயில்வே, கல்வி போன்ற துறைகள் இருக்கின்றன. மூத்த தலைவர்களுக்கு ரெய்சினா ஹில் துறைகளும் அதற்கு அடுத்த முக்கியத்துவம் கொண்டவர் களுக்கு அதற்கடுத்த துறைகளும் தரப்படுவது வழக்கம். ஆரம்பக் கல்வி, மேல்நிலைக் கல்வி, கல்லூரி என அனைத்தையும் ஒரே மனித வள மேம்பாட்டுத்துறையாக ராஜீவ் காந்தி ஆக்கினார். இதனால் அந்தத் துறையின் மதிப்பு பல மடங்கு பெருகியது. முதல் மனித வள மேம்பாட்டு மந்திரியாக நரசிம்மராவை ராஜீவ் காந்தி நியமித்தார். நரசிம்மராவ் தன் அரசியல் வாழ்க்கையை ஆந்திராவில் கல்வித்துறை அமைச்சராகத்தான் ஆரம்பித்திருந்தார். அவருக்குக் கல்வி மீது உண்மையான அக்கறை இருந்தது. ஆனால், ராவுக்குப் பிறகு வந்தவர்கள் அந்தத் துறையை தமது கொள்கைகளின் நலன்களுக்குப் பயன்படுத்திக்கொண்டனர். குறிப்பாக பி.ஜே.பி.யின் முரளி மனோஹர் ஜோஷி. அவர் இந்துத்துவக் கொள்கைகளைப் புகுத்தும் நடவடிக்கைகளை எடுத்தார். அர்ஜுன் சிங் ஜோஷியின் மூலமாகக் கல்வித்துறையில் உருவான ஆர்.எஸ்.எஸ். சாம்ராஜ்ஜியத்தை அழிப்ப தோடு இடதுசாரி சக்திகளால் அதை நிரப்ப முயன்றார்.

அர்ஜுன் சிங் அடிப்படையில் இடதுசாரி அல்ல. அவருடைய அரசியல் வரலாற்றில் அப்படி எந்தவொரு கருத்தியலின் சாயலும் இருந்திருக்கவில்லை. மத்திய பிரதேசத்தின் அரசியல் களத்தில் படிப்படியாக முன்னேறி அந்த மாநிலத்தின் முதல்வர் ஆனார். பல்வேறு ஊழல் குற்றச்சாட்டுகள், 1984 போபால் விஷ வாயு விபத்து போன்ற முறைகேடுகளுக்குப் பிறகு தில்லிக்குச் சென்று அங்கு

தன்னை ஒரு கலகக்காரராக முன்வைத்தார். நரசிம்ம ராவின் பொருளாதாரக் கொள்கைகளை விமர்சித்தார். பாபர் மசூதி இடிப்பைத் தொடர்ந்து நரசிம்ம ராவின் ராஜினாமாவைக் கோரியதன் மூலம் முஸ்லிம் பிரதிநிதிகளின் நன்மதிப்பைப் பெற முயன்றார். இது ஓர் அரசியல் தந்திரமே. அவருடைய மதச்சார்பின்மை என்பது ஒரு சராசரி காங்கிரஸ்காரருடைய மதச்சார்பின்மையைப் போன்றதுதான். டாக்டர் சிங் விஷயத்திலும் அவருடைய பிற அரசியல் எதிரிகளைப் போன்ற நிலைப்பாட்டையே அர்ஜுன் சிங் எடுத்தார். பிரதமரைவிட தான் இடதுசாரி சாய்வு கொண்டவர் என்று இடதுசாரிகளை நம்ப வைத்து அதன் மூலம் டாக்டர் சிங்கைப் பதவியிலிருந்து இறக்கி, தான் பிரதமராக முடியும் என்று நினைத்தார்.

ஊடகங்கள் பிரணாப் முகர்ஜிக்கு பிரதமராகும் ஆசை இருப்பது குறித்து அதிக செய்திகள் வெளியிட்டன. ஆனால், இடதுசாரிகளுடன் தனக்கு இருந்த தொடர்புகள் மற்றும் தனது அரசியல் காய் நகர்த்தல்கள் மூலம் அர்ஜுன் சிங் பிரதமரை ஓரங்கட்டப் பெரும் முயற்சிகள் எடுத்துக்கொண்டிருந்தார். பிரணாப் அப்படி ஒருபோதும் எதுவும் செய்ததில்லை. யூனியன் கேபினட்டில் அமைச்சர்களாக இருந்த மூத்த காங்கிரஸ் தலைவர்களில் (மற்ற இருவர் நட்வர் சிங், ஏ.கே.ஆண்டனி) டாக்டர் சிங்கின் வெற்றிகளை ஜீரணிக்க அர்ஜுன் சிங்குக்கு அதிக காலம் எடுத்துக்கொண்டது.

அர்ஜுன் சிங் தன்வசம் இருந்த மனித வளத்துறை அமைச்சகத்தின் மூலம் தனது 'இடது சாரி சாய்வுகொண்ட மதச் சார்பற்ற அரசியல் வாதி' என்ற பிம்பத்தை வலுப்படுத்த விரும்பினார். அந்த பிம்பத்தைப் பலப்படுத்தும் வகையில் அப்படியான அறிஞர்களுக்கு சலுகைகள் தருதல், அப்படியான அமைப்புகளுக்கு நிதி உதவிகள் தருதல் எனச் செயல்பட்டார். எப்போதாவது ஏதேனும் பத்திரிகையாளர் பிரதமரிடம் மனித வள மேம்பாட்டுத்துறை அமைச்சகத்தில் இருந்த படி அர்ஜுன் சிங் செய்யும் அரசியல் செயல்பாடுகள் பற்றிக் கேள்வி கேட்டால், இந்தியாவுக்குத் தனிப்பட்ட கருத்தியலை முன்னெடுக்கும் கல்வியைவிட நிபுணத்துவத்தையும் தகுதியையும் மேம்படுத்தும் கல்வியே தேவை என்று ஒரே பதிலைச் சொல்வார்.

இடதுசாரி மற்றும் இஸ்லாமியக் கல்வியாளர்களுக்கு சலுகைகள் தந்ததன் மூலம் அவர்கள் மத்தியில் தனக்கென ஒரு செல்வாக்கை அர்ஜுன் சிங் உருவாக்கிக்கொண்டார். அந்தக் கல்வியாளர்கள் இஸ்லாமிய உலகுடன் மோதலில் இருக்கும் அமெரிக்காவுடன் இந்தியா நெருங்கி வருவதைக் கடுமையாக விமர்சிக்கவும் செய்தனர். அர்ஜுன் சிங் அவர்களுக்கு எந்த அளவுக்கு முக்கியத்துவம் தந்தாரென்றால், அவர் பதவியில் இருக்கும்போதே ஜாமியா

இஸ்லாமிலியா பல்கலைக்கழகம் தனது வளாகத்தில் இருந்த ஒரு தெருவுக்கு அர்ஜுன் சிங்கின் பெயரைச் சூட்டியது!

அர்ஜுன் சிங்கின் செயல்பாடுகள் நன்கு தெரிந்திருந்ததால் பிரதமர் தனக்கு மிகவும் பிடித்த துறையாக இருந்தும் கல்வி விஷயத்தில் தன் முழு சக்தியையும் ஒருமுகப்படுத்தாமல் கொஞ்சம் விலகியே இருந்தார். 2006-ல் மந்திரி சபை மாற்றத்தின்போது அர்ஜுன் சிங்கைக் கழட்டிவிடவேண்டும் என்று விரும்பினார். நான் ஒருமுறை நரசிம்மராவிடம் அர்ஜுன் சிங்கைப் பதவி நீக்கம் செய்யும்படிச் சொன்னபோது அவர் ஒரு அழகான பதில் சொல்லியிருந்தார். அதை பிரதமரிடம் சொன்னேன்: ராவிடம் நான் அர்ஜுன் சிங்கை நீக்கச் சொன்னபோது அவர் அமெரிக்க அதிபர் லிண்டன் ஜான்சன் சொன்னதைச் சுட்டிக்காட்டினார். ஜே.ஹெட்கர் ஹூவர் என்ற எஃப்.பி.ஐ. தலைமை அதிகாரி ஜான்சனின் செயல்பாடுகளை உளவு பார்த்ததாக புகார் எழுந்தது. அதையொட்டி ஹூவரை பதவி நீக்கம் செய்வீர்களா என்று ஜான்சனிடம் யாரோ கேட்டிருக்கிறார்கள் அதற்கு அவர், ஹூவர் நம் கூடாரத்துக்கு வெளியே இருந்துகொண்டு நமக்கு எதிராக நடந்துகொள்வதைவிட (நம் மீது சிறுநீர் கழிப்பதைவிட) உள்ளிருந்தபடி அப்படி நடந்துகொள்வது (வெளியே சிறு நீர் கழிப்பது) எவ்வளவோ மேல் என்று சொன்னாராம்.

டாக்டர் சிங் விழுந்து விழுந்து சிரித்தார். அர்ஜுன் சிங் பதவியில் நீடித்தார்.

பதவிக்கு வந்து ஒரு வருட காலம் ஆகிவிட்ட நிலையில் ஒருமுறை அர்ஜுன் சிங்கின் தந்திரங்களை எதிர்கொள்ள நேர்ந்தது. ஒரு முறை பிரதமர் அலுவலகத்தில் அவரைச் சந்தித்துவிட்டு வெளியே வரும் போது வராந்தாவில் என்னைப் பார்த்தார். நான் அவருக்கு நமஸ்தே சொன்னேன்.

அர்ஜுன் சிங் சிரித்தபடியே, நீங்கள் ஒரு முறை என்னை வந்து சந்திக்கவேண்டும் என்றார்.

அதை நான் பிரதமரிடம் சொன்னேன். அவர் சிரித்தபடியே போய்ப் பார்த்துவிட்டு வாருங்கள் என்றார். மறுநாள் சாஸ்திரி பவனில் இருந்த அவருடைய அலுவலகத்துக்குச் சென்றேன். தேநீர் வரவழைத்துக் கொடுத்தார். நாற்காலியில் சாய்ந்து அமர்ந்துகொண்டார். எதுவுமே பேசவில்லை. எனக்கு என்ன செய்ய, என்ன பேச என்றே தெரியவில்லை. இதமாகப் பேச்சுக் கொடுக்க ஆரம்பித்தேன். இலக்கில்லாமல் பேச்சு போய்க்கொண்டிருப்பதைப் பார்த்த நான் ஒரு முக்கிய கொள்கை பற்றிப் பேச்சைத் திருப்பினேன். சிங்கப்பூர் அரசு இந்தியாவின் புகழ் பெற்ற கல்வி மையமான ஐ.ஐ.எம்.போல் ஒன்றை அங்கு நிறுவ வருமாறு அழைப்பு விடுத்திருந்தது. ஆனால், மனித வள மேம்பாட்டுத்துறை அதற்கு சம்மதிக்கவில்லை.

ஐ.ஐ.எம். இந்தியாவின் பெருமைக்குரிய நிறுவனம். சிங்கப்பூர் அல்லது வேறு நாட்டு மாணவர்கள் அதில் படிக்க விரும்பினால் இந்தியாவுக்கு வரவேண்டும். ஐ.ஐ.எம். எதற்காக சிங்கப்பூருக்குப் போகவேண்டும் என்று கேட்டார். அவர் சொன்னதில் இருந்த நியாயம் எனக்குப் புரிந்தது. எனினும் மாற்றுக்கருத்தை முன்வைத்தேன். சிங்கப்பூரில் ஐ.ஐ.எம். ஆரம்பிப்பது அந்த நிறுவனத்துக்கு நற்பெயரையே பெற்றுத் தரும். மாணவர்களை அதில் இருந்து விலக்கிவிடாது என்று சொன்னேன். நற்பெயர் உருவாக்கம் பற்றி அவரிடம் விவரித்துச் சொன்னேன். மேலும் ஐ.ஐ.எம். போன்ற நிறுவனங்களில் சேர விரும்புபவர்களின் எண்ணிக்கை மிக அதிகமாக இருக்கிறது. எனவே நமக்குப் போதிய மாணவர்கள் கிடைக்காமல் போய்விடுவார்கள் என்ற பயமே வேண்டாம். அமெரிக்காவில் எத்தனையோ இந்திய நிர்வாகவியல் நிபுணர்கள் இருக்கிறார்கள். அவர்கள் இந்தியாவுக்கு வந்து கற்றுக்கொடுப்பதைவிட சிங்கப்பூருக்கு வந்து கற்றுக் கொடுப்பதில் ஆர்வத்துடன் இருப்பார்கள் என்றும் சொன்னேன்.

அர்ஜுன் சிங் நான் சொன்னதை சுவாரசியமின்றி சலிப்புடன் கேட்டுக் கொண்டிருந்தார். நான் விடைபெற்றுக்கொண்டு வந்துவிட்டேன். செளத் பிளாகுக்குத் திரும்பி பிரதமரிடம் நடந்ததைச் சொன்னேன். நான் சொன்னதைக் கேட்ட அவர் எதுவும் சொல்லாமல் தன் வேலையைப் பார்க்கப் போய்விட்டார்.

இரண்டு நாட்கள் கழித்து மத்திய பிரதேசத்தில் இருந்து வெளியான ஓர் ஆங்கிலப் பத்திரிகை, அர்ஜுன் சிங்கிடம் பிரதமர் ஆதரவு கேட்டார் என்று செய்தி வெளியிட்டிருந்தது.

அதாவது, பிரதமருடைய தலைமையை அர்ஜுன் சிங் ஏற்பதாக உறுதியளிக்கும்படிக் கேட்டு பிரதமர் என்னை ஒரு தூதுவராக அர்ஜுன் சிங்கிடம் அனுப்பிவைத்தாராம். அர்ஜுன் சிங் தன் பக்கம்தான் இருக்கிறார் என்பதை பிரதமர் உறுதி செய்துகொள்ள விரும்பினாராம். மனித வளத்துறை அமைச்சர் பிரதமருடன் கருத்து வேறுபாடு கொண்டிருக்கிறார் என்று பத்திரிகைகளில் வெளியான செய்திகளில் உண்மை எதுவும் இல்லை என்று அர்ஜுன் சிங் பிரதமரின் தூதுவரிடம் தெரிவித்தாராம்.

நான் அந்த செய்தித்தாளை எடுத்துச் சென்று பிரதமரிடம் காண்பித்தேன். அவர் வாய்விட்டுச் சிரித்தார்.

ஐ.மு.கூ-வின் இரண்டாம் ஆட்சி காலத்தில் பிரதமர் கல்வி குறித்து அதிக அக்கறை காட்டினார். 12வது ஐந்தம்சத் திட்டத்தை தேசியக் கல்வித் திட்டம் என்று குறிப்பிட்டார். முன் எப்போதும் இல்லாத அளவுக்குக் கல்வித்துறைக்கு மிக அதிகமான தொகையை ஒதுக்கினார். அர்ஜுன் சிங்கைப் பதவி நீக்கம் செய்துவிட்டு காங்கிரஸின் மூத்த தலைவரும் புகழ் பெற்ற வழக்கறிஞருமான கபில் சிபிலை மனித வள மேம்பாட்டுத்துறை அமைச்சராக்கினார். முரளி மனோகர் ஜோஷியின் உள் நோக்கம் மிகுந்த தலைமையினால் கல்வித் துறையில் செய்யப்பட்ட மாற்றங்களை அகற்றி புது ரத்தம் பாய்ச்ச முடியாமல் ஐ.மு.கூ-வின் முதல் ஆட்சிக் காலம் அர்ஜுன் சிங்கின் வசம் மாட்டிக்கொண்டுவிட்டிருந்தது.

இதுபோன்ற வரையறைகள் இருந்தபோதிலும் அனைவருக்கும் கல்வி என்ற சர்வ சிக்ஷா அபியான்போல் பல நல்ல திட்டங்கள் முன்னெடுக்கப்பட்டன. அந்தத் திட்டம் வாஜ்பாய் அரசால் ஆரம்பிக்கப்பட்டது என்றாலும் 2004-ல் அந்தத் திட்டத்துக்கு ஒதுக்கப் பட்ட 2000 கோடி ரூபாயை 2012 வாக்கில் பத்து மடங்கு அதிகரித்து 20,000 கோடியாக ஆக்கினார் டாக்டர் சிங். புதிய பல்கலைக்கழகங்கள், ஐ.ஐ.டிக்கள், ஐ.ஐ.எம்கள், பல்வேறு அறிவியல் ஆய்வு மையங்கள் அமைக்க நிதி ஒதுக்கினார். பிரதமர் அலுவலகத்தில் பணிபுரிந்த என் நண்பரான சஞ்சய் மித்ரா மனித வள மேம்பாட்டுத்துறையின் இது போன்ற முயற்சிகளை ஆர்வத்துடன் முன்னெடுத்தார். மேற்கு வங்காள ஐ.ஏ.ஸ். பிரிவில் இருந்து வந்த அவர் ஜோதி பாசுவுடன் நெருங்கிப் பழகியிருக்கிறார். ஆனால், அர்ஜுன் சிங்கின் செயல் பாடுகளைச் சரிவரப் புரிந்துகொள்ள முடியாததால் பல திட்டங்களின் அடுத்த கட்டச் செயல்பாடுகளை அவரால் முறையாக மேற்கொள்ள முடியவில்லை.

பிரதமருக்கு மிகவும் பிடித்த திட்டமான தெற்கு ஆசியப் பல்கலைக் கழகம் மிக மோசமான முறையில் திட்டமிட்டு வீணடிக்கப்பட்டது. அது பிரதமரின் கல்வி சார்ந்த திட்டங்களில் ஒரு கறையாகவே என்றும் இருக்கும். தெற்கு ஆசிய பிராந்தியக் கூட்டமைப்பு மாநாடு டாக்காவில் நடந்தபோது பிரதமர் ஒரு யோசனையை முன்வைத்தார். அதன்படி தெற்கு ஆசியாவில் இருக்கும் இளம் மாணவர்கள் ஒரே கல்லூரியில் படிக்கும்படியாக ஒரு பல்கலைக்கழகத்தை ஆரம்பிக்க வேண்டும் என்று சொன்னார். தெற்கு ஆசியப் பல்கலைக்கழகம் என்ற ஒன்றை ஆரம்பித்து மிகவும் தலைசிறந்த கல்வி மையமாக அதை ஆக்கவேண்டும் என்று ஆசைப்பட்டார்.

அது நடக்கவேண்டுமென்றால், தெற்கு ஆசியாவிலேயே ஆகச் சிறந்த ஆசிரியர்களை அங்கு நியமித்தாக வேண்டியிருக்கும். நோபல் பரிசு

பெற்ற அமர்த்தியா சென் அல்லது ஸ்ரீனிவாச வரதன் ஆகியோரில் ஒருவர் முதல் துணைவேந்தராக நியமிக்கப்பட்டிருந்தால் எவ்வளவு அருமையாக இருந்திருக்கும். இந்தியா, பாகிஸ்தான், பங்களாதேஷ், ஸ்ரீலங்கா மற்றும் பிற தெற்கு ஆசிய நாடுகளில் இருந்து மிகச் சிறந்த துறை வல்லுநர்கள் ஆசிரியர்களாக நியமிக்கப்பட்டிருந்தால் எவ்வளவு சிறப்பாக இருந்திருக்கும்? அதுதான் டாக்டர் சிங்கின் கனவு. ஆனால், அது நடைமுறைப்படுத்தப்படவே இல்லை.

தெற்கு ஆசிய பல்கலைக்கழகத்தின் முதல் துணைவேந்தராக ஜி.கே.சத்தா நியமிக்கப்பட்டார். அவர் ஜவாஹர்லால் நேரு பல்கலையில் துணைவேந்தராக இருந்தவர். நல்ல நிர்வாகி என்று பெயர் பெற்றவர். ஆனால், அவருக்கு சர்வதேச அளவில் எந்தப் புகழும் இருந்திருக்கவில்லை. பஞ்சாபிலிருந்து வந்தவர், பிரதமரின் நண்பர் அவ்வளவே. தெற்கு ஆசிய பல்கலையில் பல பிரச்னைகள் இருந்தன. சர்வதேசப் புகழை விட்டுவிடுங்கள்... இந்தியாவிலேயே சிறந்த பல்கலையாகக்கூட அதனால் ஆக முடிந்திருக்கவில்லை. பலவீனமான தொடக்கம் முழுவதுமாகவே அந்த யோசனையை வீழ்த்திவிட்டது.

அரசு கொடுக்கும் ஸ்காலர்ஷிப் நல்கைகளைப் பல துறைகளுக்கு விரிவுபடுத்தியதோடு எண்ணிக்கையை அதிகரித்ததும் பிரதமருடைய முக்கிய கல்வித்துறை சாதனைகளில் ஒன்றாகும். அரசு சார்பில் மிக அதிக ஸ்காலர்ஷிப்கள் டாக்டர் சிங்கின் காலகட்டத்தில்தான் கொடுக்கப்பட்டன.

பட்டியல் இனம், பழங்குடியினம் ஆகியவற்றைச் சேர்ந்த மாணவர் களுக்குத் தரப்படும் ஸ்காலர்ஷிப்களின் தொகையை அதிகரித்ததோடு புதிதாக நிறைய பேருக்குக் கொடுக்கவும் உத்தரவிட்டார். முஸ்லிம் மாணவர்களுக்கான ஸ்காலர்ஷிப்கள் மூன்று மடங்கு அதிகரிக்கப் பட்டது. பெண்களுக்கான ஊக்கத்தொகைகள் ஏழு மடங்கு அதிகரிக்கப்பட்டது. பத்தாம் வகுப்புக்கு மேல் படிக்கும் மாணவர்களுக்கு தரத்தின் அடிப்படையிலான ஊக்கத்தொகைகள் தரப்பட்டன. ஐ.மு.கூ முதல் ஆட்சிகாலத்தின் முடிவின்போது சுமார் இரண்டு கோடி மாணவர்கள் இதனால் பலன் அடைந்தனர்.

அவர் எந்தவொரு ஸ்காலர்ஷிப்புக்கும் தன் பெயரை வைக்க விரும்பியதில்லை. கேம்பிரிட்ஜில் அவர் படித்த செயிண்ட் ஜான் கல்லூரி கேட்டுக்கொண்டபோது அவர்களுக்கு மட்டும் சம்மதம்

தெரிவித்தார். அப்படியாக 'மன்மோகன் சிங் ஸ்காலர்ஷிப்' இளநிலை மற்றும் முனைவர் பட்ட ஆய்வுகளுக்கு வழங்கப்படுகிறது. ஒவ்வொரு ஆண்டும் அந்த விருது பெறுபவர்கள் பிரதமரை வந்து சந்திப்பது வழக்கம். பிரதமருக்கு அந்த விழாவில் பங்குபெறுவதில் மிகுந்த மகிழ்ச்சி.

ஸ்காலர்ஷிப் வழங்குவதில் பிரதமர் மிகுந்த ஆர்வம் கொண்டிருந்ததற்கு முக்கிய காரணம், அவரும் அப்படியான நல்கைகளைப் பெற்று முன்னேறியவரே. டாக்டர் சிங் மிகவும் சுமாரான பின்னணியில் இருந்து மேலேவந்தவர். ஸ்காலர்ஷிப்கள் கிடைத்திருக்காவிட்டால் அவர் இந்த அளவுக்குப் படித்து முடித்திருக்கவே முடியாது. இந்தியாவிலும் ஆக்ஸ்ஃபோர்டிலும் கேம்பிரிட்ஜிலும் அவர் படித்து முடிக்க ஸ்காலர்ஷிப்களே முக்கிய காரணம்.

புத்திசாலியான இளம் மாணவர்களுக்கு விருதுகள் அல்லது ஸ்காலர்ஷிப்கள் தரும் விழாக்களில்தான் பிரதமருடைய மனம் பூரித்து முகத்தில் இதமான புன்னகை வெளிப்படுவதைப் பார்க்க முடியும். அப்படிப் பரிசு பெறும் இளம் மாணவர்களின் முகத்தில் தன்னைப் பார்ப்பதில் பேரானந்தம் அடைபவராக இருந்தார்.

2003-2009 காலகட்டத்தில் தேசம் அடைந்த பொருளாதார வளர்ச்சியே ஐ.மு.கூ-1 முதல் காலகட்டம் அதிக நலத்திட்டங்களில் பணத்தைச் செலவழிக்க ஏதுவாக இருந்தது என்பது பிரதமருக்கு நன்கு தெரியும். 1890லிருந்து 1940கள்வரை தேசத்தின் வருவாய் பூஜ்ஜியத்தைவிட சற்று அதிகமாக மட்டுமே உயர்ந்தது. அதாவது, உயரவே இல்லை. 1950களில் இருந்து 1980கள்வரை தேசிய வருமானம் ஆண்டுக்கு 3.5 விதம் அதிகரித்தது. 1980-2000 காலகட்டத்தில் ஆண்டுக்கு 5.5 சதவிகிதம் உயர்வு இருந்தது. 2003-2008 காலகட்டத்தில் கிட்டத்தட்ட 9 சதவிகித வளர்ச்சி பதிவானது. இந்தியாவின் இப்படியான அபார வளர்ச்சிக்குப் பல காரணங்கள் சொல்லப்பட்டன.

சர்வதேசப் பொருளாதாரச் சூழல் இந்தியாவுக்குச் சாதகமாக இருந்தது. தேசிய சேமிப்பு மற்றும் முதலீடுகள் வெகுவாக உயர்ந்தன. எனவே, விவசாய உற்பத்தி பெருகியது. சேவைத்துறை மூலமான வருமானம் அபரிமிதமாக இருந்தது. ஐ.மு.கூ-1 காலகட்டத்தில் ஆட்சி நிலையாக இருந்தது. ப.சிதம்பரம், மாண்டேக்சிங் அலுவாலியா, சி.ரங்கராஜன் போன்ற பொருளாதார நிபுணர்கள் அதிகாரத்தில்

இருந்ததால் உள்நாட்டிலும் அயல்நாடுகளிலும் இருந்த முதலீட்டாளர்களுக்கு இந்தியா மீது நம்பிக்கை அதிகரித்தது. இவை இந்தியாவின் வளர்ச்சிக்குப் பெரிதும் காரணமாக அமைந்தன.

பாரத் நிர்மாண், மகாத்மா காந்தி ஊரக வேலை வாய்ப்புத் திட்டம், சுகாதாரம், கல்வி போன்றவற்றுக்கான அதிக நிதி ஒதுக்கீடு போன்றவையெல்லாம் பொருளாதார வளர்ச்சியினால் கிடைத்த வருவாய் மூலமே சாத்தியமானது. அந்தக் காலகட்டத்தில் 8-9 சதவிகித வளர்ச்சி மட்டும் இருந்திருக்கவில்லையென்றால் இப்படி யான செலவுகளைச் சமாளித்திருக்கவே முடியாது. ஐ.மு.கூ-1ன் 'அனைவரையும் உள்ளடக்கிய வளர்ச்சி' சார்ந்த செயல்பாடுகளுக்கு இந்தப் பொருளாதார அஸ்திவாரமே காரணமாக இருந்தது. இந்தப் பொருளாதார வளர்ச்சி மட்டுப்பட்டால் என்ன ஆகும்? இந்தப் பொருளாதார வெற்றிகள் கைவிட்டுப் போனால் என்ன ஆகும்? இந்தக் கவலைகள் பிரதமரை வாட்டின. ஆனால், எல்லாம் சரியாக நடந்துவந்த நிலையில் யாரும் பொருளாதார நெருக்கடிகள் பற்றிக் கவலைப்படவில்லை. ஐ.மு.கூ-1ல் நிலைமை அப்படித்தான் இருந்தது. நிதிக் கட்டுப்பாடுகள், பட்ஜெட் நிர்வாகச் சட்டம் மூலமான பிற நெருக்கடிகள் மற்றும் பற்றாக்குறைகளை இந்த வளர்ச்சியின் மூலம் 2009வரை ஈடுகட்டிவிட்டது ஐ.மு.கூ-1. ஆனால், பிரதமரின் ஆலோசகர்களான ரங்கராஜன் போன்றவர்கள் இந்த 'நிதிச் சலுகைச் சுமைகளின்' பின்விளைவுகள் குறித்து பயந்தார்கள். பொருளாதார வளர்ச்சியின் மூலம் கிடைத்த வருவாயைப் பயன்படுத்தி அரசாங்கக் கட்டமைப்புகள், நிதிகள் ஆகியவற்றைத் தன்னிறைவானதாக மாற்றாவிட்டால் பின்னாளில் சிரமமாக இருக்கும் என்று பயந்தார்கள். ஆனால் ஐ.மு.கூ-1 காலகட்டத்தில் இதுபோன்ற எச்சரிக்கைகளை யாரும் பொருட்படுத்தவில்லை.

2008-ல் நான் பிரதமர் அலுவலகப்பணியில் இருந்து விலகியபோது, பொருளாதாரம் குறித்து எந்தவித பயமும் இருந்திருக்கவில்லை. பணவீக்கம், பணப்பற்றாக்குறை போன்ற கவலைகள் இருந்த போதிலும் ஐந்தாண்டுகாலமாக அபாரமான வளர்ச்சியை எட்டியிருந்தோம். ஒட்டு மொத்தமாக நாம் அடைந்திருந்த வளர்ச்சி மிகுந்த தன்னம்பிக்கையைத் தந்திருந்தது. 2008-ல் இந்தியாவின் தேசிய வருமானம் ஒரு டிரில்லியன் டாலரைத் தாண்டிவிட்டது என்று சிதம்பரம் பெருமையுடன் அறிவித்தார். இந்தியாவில் முதலீடுகள் வெகுவாக அதிகரிக்கத் தொடங்கியது. சீனாவின் அபாரமான வளர்ச்சியை எட்டும் வகையிலும் ஆசியாவின் 'டைகர்களை' எட்டிப் பிடிக்கும்வகையிலும் இந்தியா வளரத் தொடங்கியிருந்தது.

உலகின் முக்கிய சக்தியாக வளர்ந்துவரும் இந்தியா பற்றி தில்லியிலும் மும்பையிலும் சர்வதேசக் கருத்தரங்குகள் நடைபெறுவதுண்டு.

பிரதமர் வர்த்தக கோடீஸ்வரர்கள் முன் பேசும்போது அவர்களுக்கு சமூக அக்கறையும் இருக்கவேண்டும் என்று அறிவுறுத்துவார். மே 2007-ல் இந்திய தொழிற்துறை கூட்டமைப்புக் கூட்டத்தில் பேசும் போது, வர்த்தக நிறுவனங்கள் கருத்தில் கொள்ளவேண்டிய பத்து விஷயங்கள் என்று துணிந்து சில யோசனைகளை முன்வைத்தார். வேலை வாய்ப்பில் இட ஒதுக்கீடு, பணியாளர்களின் உடல் நலன் மீது கூடுதல் அக்கறை, திரைமறைவு நடவடிக்கைகளை விலக்குதல், உயர் அதிகாரிகளுக்கு அளவுக்கு அதிகமான சம்பளம் தருவதை நிறுத்துதல் எனப் பல ஆலோசனைகளைத் தைரியமாக முன்வைத்தார். வர்த்தக ஊடக உலகம் இப்படியான ஆலோசனைக் கேட்டு அதிர்ந்தது. ஆனால், வர்த்தக நிறுவனங்களின் தலைவர்கள் இதை நட்புணர்வுடன் எடுத்துக்கொண்டார்கள். ஏனென்றால், வணிக வெற்றியைக் குறிக்கோளாகக்கொண்ட அவர்களுடைய மனதில் அடிப்படையில் நல்லெண்ணங்களே நிறைந்திருந்தன.

இப்படியான சூழலில் 2008-ல் லேமன் பிரதர்ஸ் நெருக்கடி வால் ஸ்ட்ரீட்டைத் தாக்கியபோது அமெரிக்க ஐரோப்பிய பொருளாதாரங்கள் பெரும் நெருக்கடியைச் சந்தித்தன. இந்திய அரசு முதலீட்டாளர்களின் நம்பிக்கையைத் தக்கவைக்க உடனடி முயற்சிகளில் ஈடுபட்டது. நவம்பர் 26, 2008-ல் மும்பையில் ஹோட்டல்கள், ரயில்வே ஸ்டேஷன்கள் ஆகியவற்றில் சுமார் 160 பேர் கொல்லப்பட்டது போன்ற கொடூர சம்பவங்கள் நடந்தபோதும் நிதி சார்ந்த வீழ்ச்சிகள் ஏற்படாமல் பார்த்துக்கொண்டது. சத்யம் நிறுவன ஊழல் வந்தது. அந்த நிறுவனம் கணக்கு வழக்குகளில் தில்லு முல்லு செய்தது உறுதியானது. அந்த நிறுவனம் திவாலாகாமல் அரசு உடனே நடவடிக்கை எடுத்தது. அரசு கொள்கைகளில் தேவையான சீர்திருத்தங்களை உடனே கொண்டுவந்து முதலீட்டாளர்களின் நம்பிக்கையை வென்றெடுத்தது.

தீவிரவாதத் தாக்குதல் நடந்ததைத் தொடர்ந்து அதிக விமர்சனத்துக் குள்ளான உள்துறை அமைச்சரான சிவ்ராஜ் பாட்டில் பதவி விலக்கப் பட்டு ப.சிதம்பரத்திடம் அந்தப் பொறுப்புவிடப்பட்டது. அதன் பிறகும் சர்வதேச அளவில் நடைபெற்ற பொருளாதார நெருக்கடி களுக்கு நிதி அமைச்சகம் நிதானமாக அருமையாக எதிர்வினை புரிந்து இந்திய நலன்களைக் காத்தது. ரிசர்வ் வங்கியின் புதிய கவர்னர் அப்போதுதான் நடை பழக ஆரம்பித்திருந்தார். எனினும் தில்லியுடன் இணைந்து செயல்பட்டு நெருக்கடிகளைச் சமாளித்தார்.

சர்வதேச நெருக்கடிகளை இந்தியா கையாண்டவிதம் உலக அளவில் நல்ல பாராட்டைப் பெற்றது. ஜி-20 நாடுகளின் புதிய தலைவர்களுடைய கூட்டமைப்பு வாஷிங்டன் டி.சி.யில் கூடிப் பேசியது. அதில் டாக்டர்

சிங்கின் பங்களிப்புகள் மிகுந்த வரவேற்பைப் பெற்றன. இந்த நல்ல மாற்றங்கள் மேலும் அதிகரித்தன. இந்தியாவின் சர்வ தேசப்புகழும் கூடவே பிரதமரின் புகழும் உயர்ந்தன. அப்படியாக ஐ.மு.கூ தன் முதல் ஆட்சியில் பொருளாதாரத்துறையில் திருப்திகரமாகச் செயல்பட்டது. பிரச்னை என்று பார்த்தால் அரசின் வருமானம் மட்டுமே. அரசின் பல்வேறு நலத்திட்டங்கள், பல்வேறு சலுகைகள், விவசாயக் கடன் தள்ளுபடி போன்றவை அரசின் மீது மிகப் பெரிய நிதிச்சுமையைச் சுமத்தின. அது காலப்போக்கில் அதிகரிக்கத்தான் செய்யும். பணம் ஒன்றும் மரத்தில் காய்க்கவில்லை என்று சொல்லக்கூடிய ஒருவருக்கு ஏதோ பணம் மரத்தில் காய்ப்பதுபோலவே செயல்பட்ட ஓர் அரசுக்குத் தலைமை தாங்க வேண்டியிருந்தது!

ஐ.மு.கூ-வின் முதல் காலகட்டத்தில் நடந்த இந்த விஷயம் ஐ.மு.கூ-வின் இரண்டாம் ஆட்சியை வெகுவாகப் பாதித்தது. பணத்தை முறையாகச் செலவிடுவது பற்றிய அவருடைய ஏராளமான சிந்தனைகள், 1991-93 காலகட்டத்தில் நிதியமைச்சராக இருந்தபோது பணப்பற்றாக்குறையை நிவர்த்தி செய்த சாதனை இவையெல்லாம் இருந்த பிறகும் பல்வேறு திட்டங்கள் மூலமாகப் பணத்தைப் பொறுப் பற்ற முறையில் கையாண்ட ஒரு அரசாங்கத்துக்குத் தலைவராக இருக்கவேண்டிவந்தது.

ஐ.மு.கூ-வின் முதல் ஆட்சியில் நிதி அமைச்சராக இருந்த ப.சிதம்பரத்துடன் பிரதமருக்கு சுமுகமான நட்புறவு இருந்தது. இரண்டாம் கட்டத்தில் அந்தப் பொறுப்பை ஏற்றுக்கொண்ட பிரணாப் முகர்ஜியுடன் சம்பிரதாயமான உறவு மட்டுமே இருந்தது. வருடாந்தர பட்ஜெட் உரையைத் தன்னுடன் கலந்து பேசி எழுதிக்கொள்ளும்படி ப.சிதம்பரத்திடம் பிரதமர் சொல்வார். ஆனால், பிரணாப் முகர்ஜியிடம் அப்படிச் செய்ய முடியவில்லை. பிரணாப் தன் உரையைத் தானே தயாரித்து நாடாளுமன்றத்தில் வாசிக்கும்போது தான் பிரதமருக்கே அது தெரியவரும்.

சிதம்பரமும் பிரதமரும் ஒரேவிதமான பொருளாதாரப் பார்வையைக் கொண்டிருந்தனர். என்றாலும் சில முக்கியமான விஷயங்களில் மாறுபட்ட கருத்துகளும் உண்டு. 2007-ல் எரிசக்தி உதவித்தொகை களைக் குறைப்பது தொடர்பாக 2007-ல் ஒரு விவாதம் வந்தபோது நிதி அமைச்சர் தன் பக்கம்தான் இருப்பார் என்று பிரதமர் நினைத்தார். பெட்ரோலியம் மற்றும் இயற்கை எரிவாயு அமைச்சர் முரளி தியோராவை தன் பக்கம் கொண்டுவருவது பிரதமருக்கு எளிய காரியம் தான் (இதற்கு முன் அந்தப் பதவியில் மணி சங்கர் ஐயர் இருந்தார். அவர் முரளி தியோராவுக்கு முற்றிலும் மாறானவர்). ஆனால், பிரதமர்

ஆச்சரியப்படும்வகையில் நடுத்தர மக்களுக்கு எரிவாயு சலுகை எந்த அளவுக்குத் தேவை என்று ப. சிதம்பரம் பேசினார்.

ஐ.மு.கூ-1 காலகட்டத்தின் இதுபோன்ற நிதி நிர்வாக நடைமுறைகள் முதலீட்டாளர்களுக்கு அதிருப்தியைத் தந்தன. பிரதமர் தான் வாக்குறுதி அளித்ததுபோல் வளர்ச்சியைச் சாதித்துக் காட்டினார். அனைத்துத் தரப்பு மக்களுக்கும் நலன் தரும் திட்டங்களை முன்னெடுத்தார். ஆனால், அரச வருமானம் தொடர்ந்து பெருகும் படியாக அவரால் செய்ய முடியவில்லை. இப்படியான அதிகப்படியான சலுகைகளே ஐ.மு.கூ-2 காலகட்டத்தில் வளர்ச்சியை மட்டுப்படுத்தின.

அப்படியாக வளர்ச்சி விகிதம் குறைந்ததைத் தொடர்ந்து முதலீட்டாளர்கள் மனதில் ஒரு தயக்கம் ஏற்பட்டது. அவர்கள் 2003-2009 காலகட்ட வளர்ச்சியை ஒரு விதிவிலக்கான வளர்ச்சியாகவே பார்த்தனர்.

பி.ஜே.பி. கட்சி முன்வைத்த ஒளிரும் இந்தியா செயல்திட்டங்களைத் தவறானது என்று ஒதுக்கிய காங்கிரஸ் கட்சி அதற்கு ஈடுகட்டச் சில நலத்திட்டங்களை முன்னெடுத்தது. காங்கிரஸ் கட்சி நமது தேசத்தின் வளர்ச்சி நிரந்தரமாகத் தொடரும் என்று நம்பியது. பெருகிவரும் முதலீடுகள், சேமிப்புகள், ஏற்றுமதி அதிகரிப்பு இவை எல்லாமே நிலையான வளர்ச்சியைக் கொண்டுவந்துவிடும் என்று நம்பியது. அதனால்தான் புதிய திட்டங்களை முன்னெடுக்காத கொள்கை முடக்கத்தின் ஆரம்பகட்ட அறிகுறிகளை ஐ.மு.கூ-2 பெரிதாகப் பொருட்படுத்தவே இல்லை. அவற்றில் ஒன்று தேசிய நெடுஞ் சாலைப் பணிகளில் ஏற்பட்ட சுணக்கம். வாஜ்பாய் அரசு துரிதகதியில் அந்தப் பணிகளை முன்னெடுத்திருந்தது.

இடதுசாரிகள் மற்றும் என்.ஏ.சி.யில் இருந்த சிலரால் உந்தப்பட்ட ஐ.மு.கூ அமைச்சர்கள் சிலர் தேசிய நெடுஞ்சாலைப் பணியானது ஆட்டோமொபைல் எஜமானர்களைத் திருப்திப்படுத்தும் மேட்டுக்குடி நடவடிக்கை என்று விமர்சித்தார்கள். இதனால் அந்தப் பணி சுணக்கம் காட்டியது. அரசு அமைப்புகளைத் தனியாருக்கு விற்பது, அல்லது அரசின் பங்கைக் குறைப்பது போன்ற வாஜ்பாய் அரசின் செயல்பாடுகளை டாக்டர் சிங்கின் அரசு நிறுத்தியது. ரத்தன் டாடா தலைமையில் புதிய முதலீட்டு கமிஷன் ஒன்று ஆரம்பிக்கப் பட்டது. என்றாலும் அரசின் முதலீடுகளை அதிகரிக்கும் எந்த முயற்சியும் எடுக்கப்படவில்லை.

பொருளாதாரம் வளர்ச்சி முகமாக இருந்த காலகட்டத்தில் இது போன்ற செயல்பாடுகள் எதுவுமே முதலீட்டாளர்களின் பார்வையில் எந்தப் பெரிய மாற்றத்தையும் கொண்டுவந்திருக்கவில்லை. 2008-09-ல் ஏற்பட்ட அமெரிக்க ஐரோப்பிய பொருளாதார நெருக்கடிகூட மிகச்

சிறிய பாதிப்பையே ஏற்படுத்தியிருந்தது. 1990களில் பொருளாதார நிபுணர் சங்கர் ஆச்சார்யா டாக்டர் சிங்கின் குழுவில் இணைந்திருந்தார். அவர் அரசாங்கத்தின் வருமான, பொருளாதாரக் கோட்பாடுகளைத் தொடர்ந்து விமர்சித்து வருபவர். இதுபோன்ற சலுகைகளும் பிற கொள்கைமுடிவுகளும் பொருளாதார வளர்ச்சியைப் பாதிக்கும் என்று அவர் தொடர்ந்து எச்சரித்து வந்தார். எப்போதெல்லாம் பிஸினஸ் ஸ்டாண்டர்டில் சங்கருடைய பத்தி வெளியாகிறதோ உடனே அதை பிரதமருடைய பார்வைக்குக் கொண்டுசென்றுவிடுவேன். ஆனால், சங்கர் தேவையற்று பீதியைக் கிளப்புபவராகவே நீண்ட காலம் கருதப்பட்டார். கடைசியில் அவர் சொன்னதே உண்மை என்று ஆனது. சர்வதேசப் பொருளாதார மாற்றங்கள் மட்டுமே அதற்குக் காரணமல்ல.

2010-11-ல் வீசிய அரசியல் சூறாவளியால் ஐ.மு.கூ-2 ஆட்சி ஸ்தம்பித்தது. ஊழல் முறைகேடுகள், நமது தேசியப் பொருளாதாரத்தில் இருந்த உள்ளார்ந்த பலவீனங்கள், ஐ.மு.கூ-1 காலகட்டத்தின் சலுகைத் திட்டங்களின் பின்விளைவுகள் எல்லாம் சேர்ந்து தமது வேலையைக் காட்டத் தொடங்கின. இதனிடையில் பிரதமருக்கு வருமானக் கொள்கைகள் மட்டுமல்லாமல் வேறு பலவற்றின் மீதுமான கட்டுப்பாடு கைவிட்டுப் போயிருந்தது. மார்ச் 2012-ல் பிரணாப் முகர்ஜி முதலீட்டாளர்கள் மனதில் தயக்கத்தை ஏற்படுத்தக்கூடிய ஒரு புதிய கார்ப்பரேட் வரியை அறிவிக்கப் போகிறார் என்ற விவரம் பிரதமருக்கு பட்ஜெட் உரைக்கு முந்தின நாள்வரை தெரியாது. 1970-களில் நிலவிய பணவீக்கத்தைக் கட்டுக்குள் கொண்டுவந்தவர், 1990களில் ஏற்பட்ட நிதி நெருக்கடிகளைச் சமாளித்தவர், 2005-2006 காலகட்டத்தில் இந்தியாவின் முன் எப்போதுமிருந்திராத வளர்ச்சியை சாதித்துக் காட்டியவர் ஐ.மு.கூ இரண்டாம் காலகட்டத்திலும் அதே பணவீக்கம், நிதி பற்றாக் குறையைச் சமாளிக்கவேண்டியிருந்தது. வளர்ச்சி வேகத்தை முடுக்கி விடவேண்டியிருந்தது.

9

மன்மோகன் கோட்பாடு

இந்தியா கட்டாயம் ஒரு நாள் தனது முக்கியத்துவத்தை மீட்டெடுக்கும். ஆனால், அதற்கு நாம் நம் நாட்டுக்குள் செய்ய வேண்டியதைச் செய்தாகவேண்டும். உலக நாடுகளுடன் பரஸ்பர சார்பு நிலைப் பாலங்களை உருவாக்கியாகவேண்டும்.

இந்தியா டுடே கான்க்ளேவில்
மன்மோகன் சிங், பிப்ரவரி 2005

மத்திய அரசின் குறிப்பாக பிரதமரின் செல்வாக்கின் எல்லைகள் குறித்துப் பேசும்போது தெலுங்கு தேசம் கட்சியின் நிறுவனர் என்.டி.ராமாராவின் புகழ் பெற்ற மேற்கோளை பிரதமர் சொல்வார்: மத்திய அரசு என்பது ஒரு கற்பிதமே. இந்திய அரசியல் சாசனம் மத்திய மாநில அரசுகளின் அதிகாரம் பற்றி வரையறுத்திருப்பது உண்மை தான். ஆனால், அவற்றுக்கு இடையிலான சமநிலை என்பது காலத்துக்குத் தகுந்தவாறு மாறும். இந்தியாவில் மைய அதிகாரக்கு விப்பும் மைய அதிகார அழிப்பும் மாறி மாறி நடந்திருக்கின்றன. அதற்கு ஏற்ப பிரதமரின் செல்வாக்கு அதிகரித்தும் தேய்ந்தும் வந்திருக்கிறது.

பொருளாதார நெருக்கடிகள், போர்கள், தேசிய இயற்கைப் பேரிடர்கள் போன்ற நெருக்கடி காலங்களில் மத்திய அரசு மாநிலங் களை மீறிச் செயல்பட்டு தனது அதிகாரத்தைப் பயன்படுத்தித் தேவை யான நடவடிக்கைகளை எடுக்கமுடியும். சாதாரண காலகட்டத்தில் மைய அரசின் அதிகாரம் என்பது வருவாய் வசூலிப்பு, பாதுகாப்பு, உளவுத்துறைச் செயல்பாடுகள் ஆகியவற்றின் மீது மட்டுமே

இருக்கும். அப்போதும்கூட ஒரு பிரதமர் என்பவர் கேபினட் மந்திரிகளால் கட்டுப்படுத்தப்பட்டவராகவே இருப்பார். அதிகபட்சமாக அவர் சமமானவர்களில் முதல் இடத்தில் இருப்பவர் என்ற அளவுக்கு மட்டுமே அவருக்கு செல்வாக்கு இருக்கும். கூட்டணி ஆட்சிகள் பிரதமருடைய அதிகாரத்தின் மீது மேலும் அதிக நெருக்கடிகளைத் திணிக்கிறது. ஐ.மு.கூ-வைப் பொறுத்தவரையில் பிரதமரின் அதிகாரமானது காங்கிரஸ் கட்சித் தலைவர் பிரதமர் என்ற இரு தரப்பாக மேலும் பிளவுபட்டிருந்தது.

இப்படியான நிலையில் 2004-ல் அவர் ஆட்சிக்கு வந்தபோது பொருளாதாரம் நல்ல நிலையில் இருந்ததாலும் ராணுவரீதியாகப் பெரிய நெருக்கடிகள் எதுவும் இல்லாததாலும் டாக்டர் சிங் அயலுறவுக் கொள்கையில் கூடுதல் கவனம் செலுத்த ஆரம்பித்தார். இந்த ஒரு துறையில்தான் பிரதமரின் பங்கு மகத்தானதாக இருந்தாக வேண்டும். சாதாரணமான நேரங்களில்கூட ஒரு நிதி அமைச்சருக்கோ, உள்துறை அமைச்சருக்கோ, பாதுகாப்பு அமைச்சருக்கோ உள்ள சுதந்தரம் வெளியுறவுத் துறை அமைச்சருக்குக் கிடையாது. ஏனென்றால், பெரும்பாலான அயலுறவு சார்ந்த முடிவுகள் எல்லாம் அரசாங்கத்தின் தலைவரால் மட்டுமே தீர்மானிக்கப்படுகின்றன.

டாக்டர் சிங்கின் பிரச்னை என்னவென்றால், அவர் தன்னுடைய முத்திரையைப் பதிக்க முடிந்த அயலுறவுத்துறையின் அமைச்சராக வந்தவர் ஒரு ஓய்வுபெற்ற அயலுறவுத்துறை அதிகாரியான நட்வர் சிங். அவர் தன் விருப்பம்போல் செயல்பட விரும்பக்கூடியவரும் கூட. அவர் முக்கியமான அயலுறவுக் கொள்கைகளில் தனக்கெனத் தெளிவான எண்ணங்கள் கொண்டவர். அதோடு பிரதமருக்கு அயலுறவு விவகாரங்களில் போதிய பரிச்சயம் கிடையாது என்று நம்பவும் செய்தார். பரம்பரை ஆட்சி நிலவிய காங்கிரஸ் கட்சியில் நேரு-காந்தி குடும்பத்துடன் தனக்கு இருந்த நெருக்கம் பிரதமரை விடத் தன்னை சற்று உயர்வான இடத்தில் வைத்திருப்பதாக நட்வர் சிங் கருதினார்.

சோனியா காந்தி யாரையும் தானாக எந்த முடிவையும் எடுக்க அனுமதித்ததே இல்லை. அயல் நாட்டுத் தலைவர்களுடனான சந்திப்பில் சோனியா காந்தியுடன் நட்வர் சிங்கோ பிரதமரோதான் உடன் வருவார்கள். எனினும் அயலுறவு தொடர்பான விவகாரங்களில் கரன் சிங், மணி சங்கர் ஐயர், மணி தீட்சித் எனப் பலரிடம் ஆலோசனை கேட்டு அதன்படியே முடிவெடுப்பார். அதுபோல் பொருளாதார விஷயங்களில் டாக்டர் சிங்கிடம்தான் அதிகமும் ஆலோசனைகள் கேட்டுக்கொள்வார். எனினும் பிரணாப் முகர்ஜி, ப.சிதம்பரம் ஆகியோரிடமும் அது குறித்து உரையாடுவார்.

இறுதியில் 18 மாதங்கள் வெளியுறவுத்துறை அமைச்சராக இருந்த நட்வர் சிங் எதிர்பார்த்ததைவிட பிரதமருக்கு அனுசரணையாகவே நடந்துகொண்டார். ஆனால், அவரைப் பதவியில் இருந்து விலக்க பிரதமர் தெளிவாகத் திட்டமிட்டு தன் அதிகாரத்தைச் செயல்படுத்த வேண்டியிருந்தது. இராக்குக்கு இந்தியப் படைகளை அனுப்புவது தொடர்பாக முன்பு சொல்லப்பட்டிருந்த விஷயத்தில் பிரதமரின் அலுவலகத்துக்கு இருக்கும் அதிகாரம் பற்றித் தெரிந்துகொள்ள மணி தீட்சித்துக்கு ஒரு வாய்ப்பு கிடைத்தது. நட்வர் சிங் அந்த விவகாரத்தில் கொஞ்சம் அதிகப்படியாகச் செயல்பட்டிருந்தார்.

இரண்டாவது முறையாக அயலுறவுத்துறை அளித்த யோசனையை மீறி பிரதமருக்குத் தன் தனிப்பட்ட ஆளுமையை வெளிப்படுத்த வேண்டிய வாய்ப்பு சில நாட்கள் கழித்து வந்தது. இந்தத் தடவை கொஞ்சம் முக்கியத்துவம் குறைந்த விஷயம்தான். ரொனால்ட் ரீகன் மறைவையொட்டி ஒரு பிரச்னை எழுந்தது. அமெரிக்கத் தூதுவரின் இல்லமான ரூஸ்வெல்ட் ஹவுஸுக்குச் சென்று அமெரிக்க அதிபர் இறந்தது குறித்த தன் அஞ்சலிக் குறிப்பை எழுதவேண்டும் என்று பிரதமர் விரும்பினார். ஆனால், பிரதமர் அலுவலகத்தில் இருந்த அயலுறவுத்துறை அதிகாரிகள் தூதரின் வீட்டுக்கு பிரதமர் செல்வதை விரும்பவில்லை. அஞ்சலிக் குறிப்பு எழுத அந்தப் புத்தகத்தை பிரதமருடைய வீட்டுக்கு வாங்கிக் கொண்டுவருகிறோம் என்று சொன்னார்கள்.

தனக்கு சரி என்று தோன்றுவதைச் செய்வதா... அரசு அதிகாரிகள் சொல்வதைக் கேட்பதா என்று பிரதமருக்குக் குழப்பம் ஏற்பட்டது. ஜான் கென்னத் கால்பிரித்தைச் சந்திக்கவும் அவருடன் சிறிது நேரம் காபி அருந்தியபடியே பேசவும் பிரதமர் நேரு அவ்வப்போது ரூஸ்வெல்ட் ஹவுஸுக்கு நேராகப் போய்வந்ததை டாக்டர் சிங்குக்குச் சுட்டிக்காட்டினேன். இந்தியாவுக்கான அமெரிக்காவின் தூதரான ராபர்ட் பிளாக்வில் தன்னைச் சந்திக்க வருபவர்களிடம் நேருவும் கால்பிரித்தும் அமர்ந்து பேசிய அறையிலேயே நாமும் அமர்ந்து பேசுவோம் என்று சொல்லிக்காட்டியதை பிரதமருக்கு நினைவுபடுத்தினேன். ரூஸ்வெல்ட் ஹவுஸுக்கு நேரில் போய் அஞ்சலி புத்தகத்தில் கையெழுத்து போட பிரதமர் முடிவெடுத்தார். நாடாளுமன்றத்தில் இருந்து தன் வீட்டுக்குத் திரும்பும் வழியில் ரூஸ்வெல்ட் ஹவுஸுக்கு வருவதற்குச் சிறிது முன்பாக அறிவித்து விட்டுச் சென்று அனைவரையும் ஆச்சரியத்தில் ஆழ்த்தினார்.

மெதுவாக ஆனால் வலுவாக அயலுறவுத்துறை விவகாரங்கள், கொள்கைகளில் பிரதமர் தன்னை நிலைநிறுத்திக்கொண்டார். உள்நாட்டு விவகாரங்களில் அந்தத் துறை அமைச்சர்களுக்கு வேறு

அதிகார மையங்களுக்கு விசுவாசமாக இருந்தாக வேண்டியிருந்ததால் பிரதமர் தன்னைக் கொஞ்சம் கட்டுப்படுத்திக்கொண்டார். ஆனால், அயலுறவுத்துறையை முழுவதும் தன் கட்டுப்பாட்டில் வைத்துக் கொண்டார். 2004 செப்டெம்பரில் நியூயார்க்குக்கு ஐக்கிய நாடுகளின் பொது சபையில் பேசப் போனபோது அயலுறவுக் குதிரையின் முழு லகானையும் பிரதமர் தன் கையில் பிடித்திருந்தார்.

அயலுறவுக் கொள்கை பிரதமருக்குப் புதியதொன்றுமில்லை. ஜெனீவாவில் இருந்த தெற்கு கமிஷன் அமைப்பின் செகரட்டரி ஜெனரலாக இருந்தபோது உலகத் தலைவர்களைச் சந்திக்கவும் உலக விவகாரங்கள் குறித்துத் தெரிந்துகொள்ளவும் செய்திருந்தார். 1990களில் நிதி அமைச்சராக இருந்தபோது இந்தியாவின் அயல் நாட்டுப் பொருளாதாரச் செயல்பாடுகளில் தீவிரமாக அக்கறை காட்டியிருந்தார்.

பனிப் போர் காலகட்ட முடிவில் டாக்டர் சிங் இந்தியாவின் நிதி அமைச்சராகப் பொறுப்பேற்றிருந்தார். அப்போது வெளி நாட்டுக் கடன் தொடர்பான சிக்கலில் இந்தியா சிக்கியிருந்தது. உலக அளவில் ஏற்பட்ட மிகப் பெரிய அரசியல் பொருளாதார மாற்றங்களை அவர் சமாளிக்க வேண்டியிருந்தது. அமெரிக்கா, ஜப்பான், குறிப்பாக சிங்கப்பூர் மற்றும் ஐரோப்பாவுடனான அனுபவங்கள் அவர் நினைவில் பசுமையாகப் பதிந்திருந்தன. அவற்றை அவர் அடிக்கடி என்னிடம் நினைவுகூர்வதுண்டு. பொருளாதாரக் கூட்டுறவு மற்றும் வளர்ச்சிக்கான சர்வதேச அமைப்பில் இருந்த பலருடன் அவருக்கு நெருங்கிய நல்ல தொடர்பு இருந்தது. அவர்களில் பலர் ஓய்வு பெற்று விட்ட நிலையிலும் தில்லிக்கு வந்து சந்திப்பார்கள். அல்லது பிரதமர் அவர்களுடைய நாடுகளுக்கு வரும்போது சந்தித்துப் பேசுவார்கள்.

ஜூலை 1991-ல் தன்னுடைய முதல் பட்ஜெட் உரையில் இந்தியாவின் பொருளாதார வளர்ச்சிக்கு ஏற்பவே சர்வதேச அளவில் இந்தியாவின் இடம் தீர்மானிக்கப்படும் என்று பேசினார். அப்போது பனிப் போருக்குப் பிந்தைய காலகட்டத்தில் இந்தியாவின் அயலுறவுக் கொள்கையில் புதியதொரு பார்வை வரவேண்டும் என்று தெளிவாகக் குறிப்பிட்டிருந்தார். அப்போதைய சிக்கலான வெளிநாடுகளுக்குக் கொடுக்கவேண்டிய பணம் மற்றும் பண நெருக்கடியைச் சமாளிக்க வழியைச் சொன்னதோடு உலக அளவில் இந்தியா பொருளாதாரத்தில் வலுவான தேசமாக எழுந்து நிற்கப் பல வழிகளையும் முன்வைத்தார்.

ஆறுவருடங்கள் கழித்து வேர்ல்ட் அஃபயர்ஸ் பத்திரிகையின் முதல் இதழில் ஒரு பேட்டி கொடுத்தார். அதில் நரசிம்ம ராவ் அரசாங்கத்தின் புதிய பொருளாதாரக் கொள்கையின் பலனாக இந்தியாவில் அயலுறவுக் கொள்கைகளில் ஏற்பட்ட மாற்றங்கள் பற்றிக் கோடி காட்டினார். சோவியத் வீழ்ச்சி, கிழக்கு ஆசிய நாடுகள் மற்றும் சீனாவின் வளர்ச்சி ஆகியவற்றின் பின்னணியில் நம் தேசம் எடுத்த முடிவுகளின் ஓர் அங்கமே பொருளாதார தாராளமயமாக்கல் என்பது பிரதமரின் மனதில் தெளிவாகப் பதிந்திருந்தது.

நரசிம்ம ராவ்கூட இந்த அயலுறவு முன்னெடுப்புகளை அந்தக் கோணத்தில்தான் பார்த்தார். இப்போது பனிப் போர் முடிந்து விட்டிருக்கிறது. மோதலுக்குப் பதிலாகக் கூட்டுறவே இனி இருக்கும். இது புதியதொரு நிலைமை. நாம் இதற்கு எதிர்வினை புரிந்தாகவேண்டும். நமது தேச நலன்கள் பாதிக்கப்படக்கூடாது என்பதற்காக சில புதிய கொள்கைகள் முன்னெடுக்கப்பட்டாக வேண்டும் என்று செப்டெம்பர் 1991-ல் சண்டே பத்திரிகைக்கு அளித்த பேட்டியில் நரசிம்ம ராவ் கூறியிருந்தார்.

1991-ல் இந்த தேசம் திவாலாகாமல் காப்பாற்றியாகவேண்டிய நெருக்கடி உருவானபோது ‘தேச நலன்கள்’ என்ன என்பது பொருளாதார நோக்கில் தெளிவாகத் தெரியவந்தது. ஆனால், இப்படியான நெருக்கடியை எப்படிச் சமாளிப்பது என்ற நோக்கில் மட்டுமே அயலுறவுக் கொள்கையில் மாற்றம் கொண்டுவரப் பட்டிருக்கவில்லை. இப்படியான ஒரு நிலைமை வரும்; நம் பொருளாதாரக் கொள்கைகளை மாற்றிக்கொள்ளவேண்டும் என்று பல பொருளாதார நிபுணர்கள் 1990-91 பிரச்னைக்கு முன்பாகவே சொல்லியிருந்தார்கள். பத்தாண்டுகளுக்கு முன்பாக சீனா ‘நான்கு நவீனமயமாக்கம்’ என்ற கொள்கையை முன்னெடுத்திருந்தது. கிழக்கு மற்றும் தென் கிழக்கு ஆசிய நாடுகள் வளர்ச்சி தொடர்பாகப் பல பொருளாதார பரிசோதனைகளை முன்னெடுத்திருந்தன. இவையெல்லாம் இந்தியாவும் தன் பொருளாதார விஷயங்களில் மாற்றம் கொண்டுவரவேண்டும் என்று வழிநடத்தியிருந்தன.

நிதி அமைச்சர் ஆவதற்கு 3 மாதங்கள் முன்பாக, பிப்ரவரி 1991-ல் எகானமிக் டைம்ஸுக்காக எனக்கு அளித்தபேட்டியில் டாக்டர் சிங், கிழக்காசிய நாடுகளின் வளர்ச்சிக்கும் இந்தியாவின் வளர்ச்சிக்கும் இடையிலான தொடர்பு பற்றியும் உள் நாட்டுப் பொருளாதாரக் கொள்கைகளை மாற்றுவது பற்றியும் பேசினார். புத்துணர்ச்சி பெற்றிருக்கும் இந்தியா ஆசிய பிராந்தியத்தில் வலுவான பொருளாதார சக்தியாக ஆகவேண்டும் என்னும் விருப்பமே

எங்களுடைய பொருளாதாரக் கோட்பாடுகளை வடிவமைத்துள்ளன என்று பிப்ரவரி 1995-ல் ஆற்றிய தன் கடைசி பட்ஜெட் உரையில் குறிப்பிட்டார்.

இந்தியாவின் பொருளாதார வலிமை மற்றும் அதன் சர்வதேச செல்வாக்கு தொடர்பாக டாக்டர் சிங் நேருவிய இலக்குகளையே முன்வைத்தார். 1947-ல் ஜவாஹர்லால் நேரு தனது உரையில் அயலுறவுக் கொள்கை தொடர்பாகக் கூறியது:

> அயல் நாட்டுறவு என்பது சதுரங்கத்தில் ஆடப்படும் விளையாட்டு மோதலைப் போன்றதல்ல. அதன் பின்னால் பல விஷயங்கள் இருக்கின்றன. பொருளாதாரக் கொள்கையின் உப விளைவே அயல் நாட்டுக்கொள்கை. இந்தியா தன்னுடைய பொருளாதாரக் கொள்கையை முழுவதுமாக வடிவமைக்காமல் இருந்தால் அயலுறவுக் கொள்கை என்பது தடுமாறுவதாக, குழப்பமாகவே இருக்கும். நாம் அமைதி மற்றும் சுதந்தரம் ஆகியவற்றுக்கு ஆதரவாக இருப்போம் என்ற வாக்கியம்கூட எந்த அர்த்தமும் இல்லாத ஒன்றுதான். ஏனென்றால் எல்லா நாடுகளுமே, அதை பின்பற்றுவார்களோ இல்லையோ அதைத்தான் சொல்கின்றன. அப்படியானால் நாம் எதற்குத்தான் ஆதரவாக நிற்கவேண்டும்? இதற்கான பதிலை பொருளாதாரத் தளத்தில் கண்டடைய வேண்டும். ஓர் அரசாங்கமாக அதிகாரம் நம் கைக்குக் கிடைத்து சில காலம் ஆகிவிட்டிருக்கிறது. ஆனால், இதுவரையிலும் நாம் எந்தவொரு தெளிவான பொருளாதாரத் திட்டமோ கொள்கையோ உருவாகியிருக்கவில்லை. நாம் அப்படிச் செய்யும்போது அதுவே அயலுறவு தொடர்பான நம் செயல்பாடுகளைத் தீர்மானிக்கும். இப்போது நாம் என்னதான் பேசினாலும் எந்தப் பலனும் இல்லை.

பிரதமர் மேலும் பேசுகையில், நேருவிய யதார்த்தம் என்றால் என்ன என்று விளக்கினார். நாம் என்னவிதமான கொள்கையை முன்னெடுத்தாலும் நாட்டுக்கு எது அதிக பலன்களைத் தருமோ அதைச் செய்வதே அயலுறவுக் கொள்கைக் கலையாகும்.

இந்தக் கோட்பாடே டாக்டர் சிங்கின் உலகப் பார்வையை வடிவமைத்தது. இந்துஸ்தான் டைம்ஸ் லீடர்ஷிப் இனிஷியேட்டிவ் மாநாட்டில் நவம்பர் 5, 2004-ல் பேசுகையில் இதையே பேசினார். பிப்ரவரி 25, 2005-ல் நடந்த இந்தியா டுடே கூட்டத்திலும் இதையே அவர் முன்வைத்தார். இந்த இரண்டு உரைகளே பிரதமருடைய

அயலுறவுக் கொள்கையைத் தீர்மானித்த முக்கிய உரைகளாகும். இந்த உரைகளை எழுதுவதற்கு அதிக சிரமமெடுத்துக்கொள்ளப்பட்டது. இது தொடர்பாக பிரதமருடன் பல தடவை உட்கார்ந்து பேசினேன். உரையைச் செழுமைப்படுத்த பிரதமர் கணிசமான நேரத்தை ஒதுக்கினார்.

அந்த உரைகளில் ஆறு முக்கிய விஷயங்கள் சொல்லப்பட்டன.

முதலாவதாக, உலகுடனும் ஆசிய நாடுகளுடனும் இந்தியாவின் நட்புறவானது இந்தியாவின் நலன்களின் அடிப்படையிலேயே முன்னெடுக்கப்படும். இந்தியாவுக்கும் இந்திய மக்களுக்கும் உகந்த ஒரு சர்வதேசப் பொருளாதாரச் சூழலை உருவாக்குவதே முதன்மை இலக்கு.

உலகப் பொருளாதாரத்துடன் இணைந்து செயல்படுவது இந்தியாவுக்கு மிகுந்த நன்மையைத் தரும். இந்தியா சிறந்து விளங்க வேண்டும் என்று உலகம் விரும்புகிறது. இந்தியாவின் பிரச்னைகள் எல்லாம் உள்நாட்டு விஷயங்களைச் சமாளிப்பதில்தான் இருக்கிறது. இந்தியா பிற ஆசிய நாடுகளுடனும் நெருங்கிய பொருளாதார உறவுகளைக் கொண்டிருக்கவேண்டும். வருங்கால ஆசிய பொருளாதார சமூகத்தின் முக்கிய சக்தியாக இந்தியா ஆகவேண்டும்.

அமெரிக்கா, சமீபகாலமாக சீனா போன்ற வல்லரசுகளுடனான இந்தியாவின் நட்புறவானது பொருளாதார விஷயங்களை மையமாகக் கொண்டு அமைந்திருக்கிறது. நமது அயலுறவுக் கொள்கையில் எரி சக்திப் பாதுகாப்புக்கு மிக முக்கிய இடம் தரப்பட்டுள்ளது.

நான்காவதாக தெற்காசிய நாடுகளின் கூட்டுறவுக்கு அந்த நாடுகளுக்கு இடையே ‘போக்குவரத்து வசதிகள்’ அதிகரிப்பதில்தான் இருக்கிறது.

பன்மைத்தன்மை, மதச் சார்பற்ற தன்மை மற்றும் தாராளமய ஜனநாயகக் கட்டமைப்பில் பொருளாதார வளர்ச்சியை எட்டுவது எப்படி என்று இந்தியா உலகுக்குப் பாடமாக விளங்குகிறது. உலக வர்த்தகத்தில் நமது பங்கு என்ன... எவ்வளவு முதலீடு இந்தியாவுக்குக் கிடைக்கிறது என்பதை வைத்துப் பொருளாதார மேதைகள் உலகில் நம் இடத்தைக் கணிக்கிறார்கள். ராணுவ நிபுணர்கள் பிற நாடுகளுடனான நம் ராணுவ அரசியல் கூட்டணி களை அடிப்படையாக வைத்து மதிப்பிடுகிறார்கள். வசுதைவ குடும்பகம் எனும் இந்தியாவின் கருத்தாக்கத்தை நீங்கள் சிந்தித்துப் பார்க்கவேண்டும். தேசங்கள் மோதும்போதும் கலாசாரங்களும் நாகரிகங்களும் இணைந்து வாழ முடியும் என்ற கருத்தாக்கத்தை நீங்கள் சிந்தித்துப் பார்க்கவேண்டும்.

வளர்ந்த, தொழில்மயமான நாடுகள் வளர்ந்துவரும் நாடுகளின் அரசுக் கட்டுப்பாட்டில் இருக்கும் பொருளாதாரத்தைத் திறந்த சந்தைப் பொருளாதாரமாக மாற்றி அந்நாடுகளுக்கு உதவி செய்வதைப் பார்த்திருப்போம். அதுபோலவே மாறிவரும் சமூகங்களைத் திறந்த, அனைவருக்குமான, பன்மைத்தன்மை மிகுந்த, ஜனநாயக சமூகமாக மாற்றும் சர்வதேசப் பொறுப்பு இந்தியாவுக்கு இருக்கிறது.

டாக்டர் சிங்கின் அயலுறவு முன்னெடுப்புகளைப் பற்றிப் பேசும்போது ராஜாங்க விவகார நிபுணர் சி.ராஜா மோகன் இந்த ஆறு அம்சங்களைக் குறிப்பிட்டு இதை 'மன்மோகன் கோட்பாடு' என்று பெயரிட்டு அழைத்தார்.[1]

இந்த ஆரம்பகட்ட கருத்துகளே பிறகு செழுமையடைந்து பிரதமரின் அயலுறவுக் கொள்கைகளை வடிவமைத்தன. இந்தியாவின் பன்மைத் தன்மை, ஜனநாயகம், மதச்சார்பற்ற தன்மை, தாராளமயம் போன்றவற்றையே உலக நாடுகளுடனான நட்புறவுக்கு அடித்தளமாகப் பயன்படுத்தவேண்டும் என்று சொன்ன முதல் பிரதமர் டாக்டர் சிங் தான். சுதந்தரம் பெற்ற காலகட்டம், பனிப்போர் காலகட்டம் ஆகியவற்றில் இந்தியா தன் ஜனநாயகக் கோட்பாடுகளைவிட காலனிய எதிர்ப்பு, 'அணி சேரா கொள்கை', 'சோஷலிஸக் கொள்கை' போன்றவற்றுக்கு முக்கியத்துவம் தந்திருந்தது. டாக்டர் சிங்தான் அனைவருக்குமான வளர்ச்சி என்ற மந்திரத்தை உள்நாட்டில் மட்டுமல்ல சர்வதேச அளவிலும் கொண்டுசென்று அதையே அனைத்து நாடுகளுடைய வளர்ச்சி என்று முன்வைத்தார். பிற இந்தியத் தலைவர்கள் போல் உலகமயமாக்கத்தை எதிர்த்து ஓடாமல் சர்வதேசத்துக்கும் இந்தியாவுக்கும் என இரு தரப்புக்கும் நன்மை கிடைக்கும்வகையில் அதை முன்னெடுக்க முன்வந்தார்.

தெற்காசியா மற்றும் தென் கிழக்கு ஆசிய நாடுகளுக்கு இடையே வர்த்தக உறவுகள் மேம்படவேண்டும் என்ற நோக்கில் தெற்காசிய தடையற்ற வர்த்தகத்துக்கான ஒப்பந்தம், ASEAN-இந்திய தடையற்ற வர்த்தக ஒப்பந்தம் ஆகியவற்றை முன்னெடுத்தார். எரி சக்தி பாதுகாப்பு தொடர்பாக அவர் காட்டிய அக்கறை அணு சக்தி ஒப்பந்தத்துக்கு வழிவகுத்தது. இந்தியாவின் பொருளாதார மேம்பாடு, பிராந்தியப் பாதுகாப்பு ஆகியவையே பிரதமரின் அயலுறவுக் கொள்கைகளை வடிவமைத்தன. அமெரிக்கா, சீனா என

---

1 C. Raja Mohan, 'Rethinking India's Grand Strategy', in N.S. Sisodia and C. Uday Bhaskar (eds.) *Emerging India: Security and Foreign Policy Perspectives*, IDSA and Bibliophile South Asia, New Delhi and Chicago,

அனைத்து வலிமை மிகுந்த நாடுகளுடன் இந்தியாவின் உறவைப் பலப்படுத்த விரும்பினார். அதுபோல் பொருளாதாரக் கூட்டாளி களான கிழக்கு மற்றும் தென் கிழக்கு ஆசிய நாடுகளுடனும் இந்தியாவின் அண்டை நாடுகளுடனும் நட்புறவைப் பலப்படுத்த விரும்பினார்.

பிரதமர் வெளி நாடுகளுக்குச் செல்கையில் பேசுவதற்கு என்று வெளியுறவுத்துறையில் இருந்து தயாரித்து அனுப்பப்படும் உரைகளில் எப்போதும் யு.என்.எஸ்.சி.யில் உறுப்பினர் அந்தஸ்து கேட்பது தொடர்பான வாக்கியங்கள் கட்டாயம் இடம்பெறும். பிரதமருக்கு அது பிடிக்காது. இந்தியா பொருளாதாரத்தில் வலிமை பெற்று சர்வதேச அளவில் அதன் முக்கியத்துவம் அதிகரித்துவிட்டால் யு.என்.எஸ்.சி. விரிவாக்கம் நடக்கும்போது இந்தியாவை யாராலும் புறக்கணிக்க முடியாத நிலையே ஏற்படும். பிரதமர் எப்போதெல்லாம் வெளிநாடுகளில் பேசுகிறாரோ அப்போதெல்லாம் உறுப்பினர் அந்தஸ்து கொடு என்று கேட்டுக்கொண்டிருக்கத் தேவையில்லை என்று அவர் நினைத்தார். ஐ.மு.கூ ஆட்சி காலத்தின் முதல் மூன்று ஆண்டுகளில் யு.என்.எஸ்.சி. உறுப்பினர் அந்தஸ்து பற்றி மூன்றே தடவைதான் பேசினார். 2004, 2005 ஆண்டுகளில் ஐக்கிய நாடுகள் சபையில் பேசியபோதும் 2005-ல் அமெரிக்க சட்டசபையில் பேசிய போதும் மட்டுமே. எனவே, அயலுறவுத்துறையில் இருந்து எப்போ தெல்லாம் உரைகள் வந்து சேருகின்றனவோ அப்போதெல்லாம் யு.என்.எஸ்.சி.யில் உறுப்பினர் அந்தஸ்து கேட்கும் வரிகளை நீக்குவதுதான் என் முதல் வேலையாக இருந்தது!

அதுபோல் பிரதமரின் ஆரம்பகால அயலுறவு உரைகளில் அணி சேரா கொள்கை பற்றி எந்தவொரு குறிப்பும் வந்திருக்கவே இல்லை. செப்டெம்பர் 2006-ல் ஹவானாவில் நடந்த அணி சேரா மாநாட்டைத் தவிர்க்கத்தான் விரும்பினார். ஆனால், கட்சி அப்படிச் செய்ய வேண்டாம் என்று கேட்டுக்கொண்டதால் போகவேண்டி வந்தது. அவர் அமெரிக்க ஆதரவாளர் என்று இடதுசாரிகளும் சில காங்கிரஸ் தலைவர்களும் சொல்வார்களே அது காரணமல்ல. பிரதமரைப் பொறுத்தவரையில் போலித்தனமாக இருப்பது பிடிக்காது. பனிப் போர்ச் சிக்கல்களுக்குள் இந்தியா சிக்கிக்கொண்டுவிடக்கூடாது என்ற யுக்தியுடனே நேரு காலகட்டத்தில் அணி சேராக் கொள்கை முன்னெடுக்கப்பட்டது. இரு நாடுகளுடனும் நட்புறவுடன் இருக்க வேண்டும் என்பதே அதன் நோக்கம். கே.சுப்பிரமணியம் சொன்ன

இந்தப் பார்வையையே பிரதமர் ஏற்றுக்கொண்டிருந்தார்.

இந்திரா காந்தியின் காலகட்டத்துக்குப் பிறகு அதை ஒரு மாபெரும் தந்திரமாகப் பார்த்த அணுகுமுறை பிரதமருக்கு உவப்பில்லை. இந்தியாவுக்கு நெருக்கடிகள் ஏற்பட்டபோது நேருவும் சரி இந்திராவும் சரி அமெரிக்காவுடனோ ரஷ்யாவுடனோ சேரத் தயங்கியிருக்கவில்லை. *1962*-ல் சீனாவுடனான போர் வந்தபோது நேரு அமெரிக்கா பக்கம் சாய்ந்தார். பங்களாதேஷ் போரின்போது இந்திரா ரஷ்யாவுடனான கூட்டை விரும்பியிருந்தார். எனவே, இந்தியாவின் அணி சேராக் கொள்கை என்பது தந்திரமானது.

அணி சேராக் கொள்கை பற்றிய மிகச் சிறப்பான விளக்கத்தைத் தந்தவர் போலந்து மார்க்சிய அறிஞர் மைகேல் கலேட்ஸ்கி. அவர் *1960*களில் திட்ட கமிஷனில் சிறிது காலம் பணியாற்றியிருந்தார். மூன்றாம் உலக வளர்ச்சி பற்றி மிக விரிவாக எழுதியிருக்கிறார். இடை நிலை நாடுகளின் சமூகப் பொருளாதார அம்சங்கள் பற்றிய கணிப்பு என்ற அவருடைய புகழ் வாய்ந்த கட்டுரை[2] டாக்டர் சிங்குக்கும் அவருடைய வழிகாட்டியும் நண்பரும் பேராசிரியருமான கே.என்.ராஜ், கம்யூனிஸ்ட் கட்சித் தலைவர் ஈ.எம்.எஸ்.நம்பூதிரிபாடு ஆகியோரிடையே சுவாரசியமான விவாதத்தைத் தூண்டியது. இதுபற்றி அவர்கள் எகானமிக் அண்ட் பொலிடிக்கல் வீக்லி-யில்[3] கட்டுரை எழுதி உரையாடினார்கள். இரண்டு பசுக்களிடமிருந்தும் பாலைக் குடிக்கும் சமத்து கன்றுகள் என்று அவர் அணி சேரா நாடுகளைப் பற்றிக் குறிப்பிட்டார். அமெரிக்கா மற்றும் சோவியத் ஒன்றியக் குடியரசு என்ற அந்த இரண்டு பசுக்களிடமிருந்து ஒரே நேரத்தில் பால் குடித்ததென்பது தானாக உருவான நல் வாய்ப்புக்கான தந்திரமான எதிர்வினையே. அப்போதைய பூகோள அரசியல் சூழலை முதலாளித்துவம் அல்லது சோஷலிசம் என இரு துருவங்களிலும் இல்லாமல் இருந்த இடைநிலை நாடுகள் தமது பொருளாதார வளர்ச்சியை வென்றெடுக்கப் பயன்படுத்திக்கொண்டன.

அமெரிக்காவின் மேலாண்மைச் செயல்பாடுகளை எப்படி எதிர்கொள்வது என்று தீர்மானிக்கவும், அயலுறவு தொடர்பான

---

2 Michal Kalecki, *Selected Essays on the Economic Growth of the Socialist and the Mixed Economy*, Cambridge University Press, 1972.

3 K.N. Raj, 'Politics and Economics of Intermediate Regimes', *Economic and Political Weekly*, vol. VIII, no. 27, 7 July 1973, p. 1191. E.M.S. Namboodiripad, 'More on Intermediate Regimes', *Economic and Political Weekly*, vol. VIII, no. 45, 1 December 1973.

‘தேசத்தின் மனசாட்சி’க்கு எதிராக பிரதமர் அமெரிக்காவுக்கு நெருக்கமாக நடந்துகொள்கிறார் என்று எழுந்த குற்றச்சாட்டுக்கு பதில் சொல்லும் முகமாகவும் பிரதமர் கே.சுப்பிரமணியத்தை ஒரு ஆய்வுக் குழுவுக்குத் தலைமை தாங்க அழைத்தார். ‘அமெரிக்காவின் சர்வதேச வியூகம்: உருவாகிவரும் புதிய போக்குகளும் அவற்றின் நீண்ட கால விளைவுகளும்’ என்ற தலைப்பில் பல்வேறுபட்ட விஷயங்களின் அடிப்படையில் ஓர் ஆய்வை மேற்கொள்ளச் சொன்னார். ஜூன் 2006-ல் அந்தக் குழு ஓர் அறிக்கையைச் சமர்ப்பித்தது. பனிப் போருக்குப் பிந்தைய காலகட்டத்தில் உருவாகியிருக்கும் புதிய அரசியல் அதிகாரப் போட்டியை இந்தியா எதிர்கொள்வது எப்படி என்பது பற்றி அந்த அறிக்கை முக்கியமாகப் பேசியது. அறிக்கையின் செய்தி மிகவும் எளிமையானது: சர்வதேச பொருளாதாரத்துடன் இணைந்துகொண்டு இந்தியா தனது பொருளாதார வளர்ச்சியை முன்னெடுக்கும் காலம் வந்துவிட்டிருக்கிறது. அமெரிக்கா போன்ற முன்னேறிய நாடுகள் வழங்கும் பொருளாதார வசதி வாய்ப்புகளை நல்ல முறையில் பயன்படுத்திக்கொள்ளவேண்டும்.

பிப்ரவரி 2006-ல் ஜவஹர்லால் நேரு பவன் என்று அயலுறவுத் துறைக்குப் புதிய கட்டடம் ஒன்றுக்கான அடிக்கல் நாட்டிப் பேசுகையில், ‘இந்திய அயலுறவுக் கொள்கை என்பது உலக நாடுகள் ஒன்றை ஒன்று அதிக அளவில் சார்ந்திருக்கும் வகையில் மாறிவரும் சூழலில் அது சார்ந்து சுதந்தரமான முடிவுகள் எடுக்க உதவும் வகையில் இருக்கவேண்டும். மேலும் மாறிக்கொண்டே இருக்கும் உலக நிகழ்வுகளுக்கு ஏற்ப நமது கொள்கைகளும் மாறிக்கொண்டே இருக்கும் வகையில் அந்த அயலுறவுக் கொள்கை இருக்கவேண்டும்’ என்றார்.

இந்தியாவின் பொருளாதார நலன்கள், பிற ஆசிய நாடுகளுடனான பொருளாதார உறவு, பிற வளர்ந்துவரும் மற்றும் வளர்ச்சியடைந்த நாடுகளுடனான உறவு ஆகியவற்றுக்கு முக்கியத்துவம் தரும் வகையில் அயலுறவுக் கொள்கையை வடிவமைக்கவேண்டும் என்பதே மன்மோகன் கோட்பாட்டின் முத்திரை முழக்கம்.

அக்டோபர் 2005-ல் கம்பைண்ட் கமாண்டர் மாநாட்டில் பேசும்போது,

> நமது கொள்கை மூன்று விஷயங்களை அடிப்படையாகக் கொண்டிருக்கவேண்டும். முதலாவதாகப் பொருளாதார ரீதியாகவும் தொழில்நுட்பரீதியாகவும் நாம் நம்மைப் பலப்படுத்திக்கொள்ளவேண்டும். நமது பாதுகாப்புக்கு அச்சுறுத்தலாக இருப்பவற்றை எதிர்கொள்ளுதல் மற்றும் திருப்பித் தாக்குதல் ஆகியவற்றுக்கான வலிமையைப் பெறுதல் என்பது இரண்டாவது முக்கிய விஷயம். நமது

வளர்ச்சிக்கு உதவும் வகையில் ராணுவ மற்றும் பொருளாதார, தொழில்நுட்ப விவகாரங்களில் கூட்டணி களை உருவாக்குதல் என்பது மூன்றாவது முக்கிய விஷயம்.

இந்தப் பெரும் திட்டத்தின் ஓர் அங்கமாகப் பாதுகாப்பு தொடர்பாக ஒரு திட்டத்தை அடுத்த ஆண்டில் நடந்த கம்பைண்ட் கமாண்டர் மாநாட்டில் முன்வைத்தார்.

> அந்நிய நாடுகளுடனான வர்த்தகம், முக்கிய இறக்குமதிகள் தொடர்பான கடல் சார் இணைப்புகளைப் பாதுகாப்பது மட்டுமே நம் இன்றைய இலக்கு அல்ல. உலகின் அனைத்து பகுதிகளுடனான பிற இணைப்பு வழிமுறைகளையும் நாம் பாதுகாத்தாகவேண்டும். ஒத்த கருத்துள்ள நாடுகளுடனும் கடல் எல்லைகளைப் பகிர்ந்துகொள்ளும் நாடுகளுடனும் தீவிரமாகப் பாதுகாப்பு விஷயங்களில் ஒருங்கிணைந்து செயல்படவேண்டியது மிக மிக அவசியமாகும். மத்திய தரைக்கடல் பகுதிக்கும் பசிஃபிக் பெருங்கடலுக்கும் இடைப் பட்ட பகுதியில் தாராளமயம், பன்மைத்துவம், ஜனநாயகம் ஆகியவற்றோடு வெகு விரைவாக நவீனமயமாகிவரும் தேசம் இந்தியா மட்டுமே என்று நினைத்துக்கொண்டு நாம் இருந்துவிடமுடியாது. இது நமது மதிப்பீடுகளைப் பாதுகாப்பதுமட்டுமல்ல சுமுகமான அண்டைஅயல்புறத்தைக் கொண்டதாக இருக்கவேண்டும் என்பதிலும் அதிக கவனத்தை நாம் செலுத்தவேண்டும் என்பதையே நமக்கு உணர்த்துகிறது. இன்றைய நிலையில் மேற்கு ஆசியாவாக இருந்தாலும் சரி, வளைகுடா நாடாக இருந்தாலும் சரி, மத்திய ஆசியாவாக இருந்தாலும் சரி இந்தியப் பெருங்கடல் பகுதியாக இருந்தாலும் சரி அரசியல், பொருளாதார, ராணுவ நல்லுறவுகளை நாம் வளர்த்துக்கொண்டாகவேண்டும்.

இந்திய பசிஃபிக் கடலோர நாடுகளுடனான பெருகிவரும் பொருளாதாரத் தொடர்புகளின் அடிப்படையில் இந்தியாவின் கடற்படை வியூகத்தை டாக்டர் சிங் வடிவமைத்தார். இந்திய பசிஃபிக் பெருங்கடல் வழிப்பாதை மற்றும் அவற்றுக்கு இடைப்பட்ட நாடுகள் இவை எல்லாம் இந்தியாவுக்குப் பொருட்கள், எரிபொருள் கொண்டு வருவதற்கான முக்கியத்துவம் வாய்ந்தவை என்ற புரிதல் பிரதமரின் வியூகத்தில் இருந்தது. அந்தமான் நிகோபார் தீவுக்கூட்டத்தில் ஒரு கடற்படை கண்காணிப்பு மையத்தை அமைத்ததே அந்தப் பகுதியைக் கண்காணிக்கவும் கட்டுப்படுத்தவும்தான். அமெரிக்க இந்திய பேச்சு வார்த்தையில் இந்திய-பசிஃபிக் பற்றிய பேச்சுகள் ஆரம்பிப்பதற்கு முன்பே டாக்டர் சிங் இதை முன்வைத்திருந்தார். இந்த விஷயத்தை

ஜப்பானின் பிரதமர் ஷின்ஸோ அபே, 'இரண்டு கடல்களின் சங்கமம்' என்று இந்திய நாடாளுமன்றத்தில் 2007-ல் ஆற்றிய உரையில் மிக அழகாகச் சொன்னார்.

அபே சீக்கிரமே ஆட்சியை இழந்துவிட்டதால் ஐ.மு.கூ முதல் கால கட்டத்திலேயே ஜப்பானுடனான புதிய ராணுவ உறவை உருவாக்க முடியாமல் போய்விட்டது. 2012-ல் அவர் ஆட்சிக்கு வந்ததைத் தொடர்ந்து ஜப்பானுடன் பொருளாதாரப் பாதுகாப்பு உறவைப் பலப்படுத்தும் முயற்சிகள் எடுக்கப்பட்டன. ஐ.மு.கூ-2 கால கட்டத்தின் ஒரே உருப்படியான அயலுறவுச் சாதனை அதுமட்டுமே.

இந்தச் சிந்தனைகளின் அடிப்படையில்தான் டாக்டர் சிங் அமெரிக்கா, ரஷ்யா, ஜப்பான், ஐரோப்பிய கூட்டமைப்பு, ஆசிய நாடுகள் ஆகியவற்றுடனும் சீனா, பாகிஸ்தான், தெற்காசிய நாடுகள் ஆகியவற்றுடனும் உறவுகளை முன்னெடுத்தார். அணுசக்தி கூட்டுறவு ஒப்பந்தமானது இந்தியாவின் அணு ஆயுத அந்தஸ்து சார்ந்தது மட்டுமல்ல அணு உயர் தொழில்நுட்பம் மற்றும் அணு சக்திக்கான வசதி வாய்ப்புகள் பற்றியதும்கூட. இதன் மறுபக்கம் பார்த்தால், இந்திய ஆசியான் தடையற்ற வர்த்தக ஒப்பந்தம், தெற்காசிய தடையற்ற வர்த்தக ஒப்பந்தம் ஆகியவற்றின் நோக்கம் புதிய சந்தைகளைச் சென்றடைவதும் தனது சந்தைகளைத் திறந்து விடுவதும் மட்டுமல்ல. பாதுகாப்பு சம்பந்தமான கூட்டணியை அமைப்பதும் பரஸ்பர சார்புநிலையைப் பலப்படுத்துவதும் இதன் நோக்கமே. இதைத்தான் ஏப்ரல் 2006-ல் சோனியாவுக்கு எழுதிய கடிதத்தில் டாக்டர் சிங் குறிப்பிட்டிருந்தார்.

இந்தியாவின் பூகோள அரசியல் நலன்களை அதன் பொருளாதார நலன்களுடன் இணைத்து பூகோளப் பொருளாதார நலன் என்ற புதிய பிரமாண்ட வியூகத்தை டாக்டர் சிங் வடிவமைத்தார். இந்த விஷயத்தைக் கட்சியினருக்கும் பொது மக்களுக்கும் விளக்குவது பிரதமருக்கு எளிதாக இருந்தது. குறிப்பாக அமெரிக்கா, ஐரோப்பிய கூட்டமைப்பு மற்றும் சமீபமாக தொழில்மயமாகிவரும் ஆசிய நாடுகள் மற்றும் உலகின் தெற்குப் பகுதி நாடுகள் ஆகியவற்றுடனான உறவுகள் தொடர்பாக அவர் எடுத்த முடிவுகள் அனைவருக்கும் ஏற்புடையதாக இருந்தன. அமெரிக்காவுடனான உறவுகளை முன்னெடுத்தபோது பனிப்போர் காலத்தில் நாம் அணி சேராமல் நின்ற கடந்தகால மதிப்பீடுகள் சிறிது தடைகளை உருவாக்கியது உண்மை தான். இந்தியாவுக்குள்ளும் அமெரிக்காவிலும் இது தொடர்பாகச் சில

தடைகள் இருந்தன. அதைத் தாண்டி வரவேண்டியிருந்தது. இந்திய அமெரிக்க உறவு தொடர்பாக அதிபர் ஜார்ஜ் புஷ் எடுத்த அதிரடியான முடிவுகளுக்கு அமெரிக்க அரசிலும் வாஷிங்டன் டி.சியில் இருந்த சிந்தனையாளர் குழுவிலும் எதிர்ப்புகள் வந்தன. அவர்களெல்லாம் கடந்த கால நினைவுகளிலேயே வாழ்ந்துவந்தவர்கள். அதுபோல் இந்தியாவை அமெரிக்கா பக்கம் கொண்டு செல்கிறார் என்று இந்தியாவிலும் எதிர்ப்புகள் கிளம்பின.

எனினும் பூகோளப் பொருளாதார நலன்களின் அடிப்படையில் அயலுறவுக் கொள்கையை வடிவமைத்ததில் சீனா, பாகிஸ்தானுடனான உறவைத் தீர்மானிப்பதில் உண்மையான பிரச்னை எழுந்தது. இந்தியாவுக்கு இந்த இரண்டு நாடுகளுடனும் 'எல்லை' தகராறு இருந்தது. அதிலும் பாகிஸ்தானுடன் பிரச்னை மிக ஆழமாக வேரோடியிருந்தது. பூகோளப் பொருளாதார நலன் சார்ந்த எந்த எளிய திட்டமும் இங்கு இருந்திருக்கவில்லை. பொருளாதாரரீதியாக இரு நாடுகளும் ஒன்றை ஒன்று சார்ந்திருப்பதாக அமைந்தால் அயலுறவு மற்றும் அரசியல்ரீதியாகப் புதிய பார்வைகளுக்கு இடம் கிடைக்கும். இப்படியான பரஸ்பர சார்பு என்பது இந்திய தெற்காசிய விஷயத்தில் மக்களுக்கு இடையிலான நேரடி உறவாக இருந்தது.

அமெரிக்கா, சீனா, பாகிஸ்தான் ஆகிய நாடுகளுடன் இந்தியாவின் உறவென்பது இரு நாட்டு அரசுகளுக்கு இடையிலான உறவுகளாக மட்டும் இருக்காமல் மக்களுக்கு இடையிலான நேரடிப் பரிமாற்றம் சார்பாகவும் வர்த்தக நிறுவனங்களுக்கு இடையிலான உறவாகவும் இருக்கவேண்டும் என்று டாக்டர் சிங் தொடர்ந்து வலியுறுத்தினார். உலக விவகாரங்களில் இந்தியாவின் பங்களிப்பு அதிகரித்தே தீரும். அதற்கு இந்தியா தனது அண்டை நாடுகளுடனான உறவைச் சீரமைத்துக்கொள்ளவேண்டும். எல்லைகளைப் பாதுகாப்பது, தேவைப்பட்ட அண்டை நாடுகளுடன் புதிய பரஸ்பரச் சார்புநிலைகளை உருவாக்கிக் கொள்வது ஆகியவை முக்கியம் என்று கருதினார். இந்தியா முன்னேறவேண்டுமானால் அதன் தெற்காசிய நாடுகளில் நிலையான அரசுகள் இருக்கவேண்டும் என்று கருதினார். நீண்ட காலமாக இருக்கும் எல்லைப் பிரச்னைகள் மற்றும் காஷ்மீர் தொடர்பான பிரச்னையைத் தீர்ப்பது அவசியம் என்று கருதினார். இந்தப் பிரச்னைகளைத் தீர்ப்பதன் மூலம் இந்தியா வேறு யாருக்குமல்ல, தனக்குத்தானே நன்மையைச் செய்துகொள்கிறது.

டாக்டர் சிங்கின் கோட்பாடு என்பது 'மதிப்பீடுகள்' எதுவும் இல்லாமல் வெறும் 'நலன்'களை மட்டுமே கருத்தில் கொண்டது அல்ல. இந்திய பாரம்பரிய வழிமுறைகளின் அடிப்படையில் அயலுறவுக் கொள்கைக்குப் புதிய மதிப்பீடுகளை அளித்தார். சாமுவேல் ஹண்டிங்டன் சொன்ன

நாகரிகங்களுக்கிடையிலான மாபெரும் மோதல் என்ற பார்வைக்குப் பதிலாக, நாகரிகங்களின் கலப்பு, நாகரிகங்களின் நல்லிணக்கம் என்ற பார்வையை முன்வைத்தார். வசுதைவ குடும்பகம் - இந்த உலகம் ஓர் ஒற்றைக் குடும்பம் - என்ற பாரதத்தின் பழம் பெரும் பார்வையின் அடிப்படையில் அதை முன்வைத்தார்.

மேலும் இவற்றை வெறுமனே வார்த்தையாகச் சொல்லிவிட்டு நின்றுவிடவில்லை. கோஃபி அன்னான் 2005-ல் ஆரம்பித்த ஐக்கிய நாடுகளின் ஜனநாயக நிதிக்குழுமத்தில் கையெழுத்திட உடனே விருப்பம் தெரிவித்தார். ஜார்ஷ் புஷ்ஷுடன் அணிவகுத்து நின்று உலகில் தேர்தல் சிறப்பாக நடக்க இந்திய நிபுணத்துவ உதவியை வழங்க முன்வந்தார். இந்திய மின்னணு வாக்குப்பதிவு எந்திரங்களைப் பிற நாடுகளுக்குத் தயாரித்துக் கொடுக்க முன்வந்தார்.

பனிப்போர் காலகட்டத்தில் இருந்த மூன்றாம் உலக சர்வாதிகாரிகளைப் பார்த்துப் பயந்தபடி இந்தியா ஜனநாயகம் தொடர்பான விஷயங்களில் தனது நிபுணத்துவத்தையும் செல்வாக்கையும் உலகுடன் பகிர்ந்துகொள்ள எந்த நடவடிக்கையும் எடுக்காமல் இருந்துவிட்டது.

மார்ச் 2005 உரையில் இந்த விஷயங்களைப்பற்றித் துணிச்சலுடன் அவர் பேசியதாவது:

> ஜனநாயகத்தில் நாம் கொண்டிருக்கும் உறுதி, அடிப்படை மனித உரிமைகளை மதித்தபடியே பல இன, பல மொழி, பல மத, பல கலாசாரத்தினர் இசைந்து வாழும் ஜனநாயகச் சூழலை உருவாக்குவது, சட்டத்தின்படி ஆட்சி செய்வது ஆகியவற்றில் நாம் கொண்டிருக்கும் பற்று இவையெல்லாம் ஒரு தனிச்சிறப்பு வாய்ந்த இடத்தை நமக்குத் தந்திருக்கின்றன. உலக நாடுகள் அனைத்துமே என்றாவது ஒருநாள் இந்தத் தாராள மனோபாவம், பன்முக ஜனநாயகம் போன்ற விழுமியங்களுக்கு வந்தே தீரும் என்று நம்புகிறேன். நமது தேசத்தின் வேராக இருக்கும் இந்த விழுமியங்களை வளர்த்தெடுக்கும் பெரும் பொறுப்பு நமக்கு இருக்கிறது. இந்தியாவின் இந்த விதியுடனான சந்திப்பை, விதி நம்மீது சுமத்தும் பொறுப்பை நிறைவேற்றும்வகையில் நமது அரசு ஆர்வத்துடன் செயல்படவேண்டும்.

ஏசியான் மாநாடு, சார்க் மாநாடு, இப்ஸா (இந்தியா, பிரேஸில், தென்னாப்பிரிக்கா) மாநாடுகளுக்கு மட்டுமல்லாமல் அணி சேரா நாடுகளின் மாநாட்டுக்கும்கூடப் பொருளாதாரக் கூட்டுறவு, இரு நாடுகளின் பரஸ்பரச் சார்புநிலையை அதிகரித்தல் ஆகிய

நோக்கங்களுடனே சென்று வந்தார். இந்த அயலுறவுக் கொள்கையில் இருந்து விலக்கு பெற்ற ஒரே ஒரு முக்கியமான நாடு பாகிஸ்தான் மட்டுமே என்ற புரிதல் பிரதமருக்கு இருந்தது. இந்திய பாகிஸ்தான் நட்புறவு என்பது வேறொரு தளத்தில் நின்றுகொண்டிருக்கிறது. பரஸ்பரப் பொருளாதாரச் சார்புகள் பாகிஸ்தானுடனான உறவில் ஒரு எல்லைவரைதான் மாற்றத்தைக் கொண்டுவரமுடியும் என்பது அவருக்குத் தெரிந்திருந்தது. எனினும் இங்கும் பரஸ்பரச் சார்பு நிலை உருவாக்கப்பட்டால் நிலைமை சுமுகமடைய வழிபிறக்கக்கூடும் என்ற நம்பிக்கை அவருக்கு இருந்தது.

அமெரிக்கா, சீனா மற்றும் பாகிஸ்தானுடனான இந்திய நட்புறவுகள் உட்படப் பல முக்கிய விஷயங்களில் நட்வர் சிங்கின் சிந்தனை டாக்டர் சிங்குடைய சிந்தனைக்கு நெருக்கமாக இருந்தது. காங்கிரஸ் கட்சிக்குள்ளான பிரச்னைகளைத் தீர்ப்பதில் பிரதமருக்கு உதவும் முக்கிய நபராக நட்வர் சிங் இருந்தார். இராக்கின் சதாம் ஹுசேனுடனான எண்ணெய் ஒப்பந்தங்களில் காங்கிரஸ் கட்சியும் நட்வர் சிங்கும் முறைகேடாக நடந்துகொண்டிருப்பதாக பால் வோக்கர் கமிட்டி குற்றம் சாட்டியதைத் தொடர்ந்து நட்வர் சிங் பதவியை ராஜினாமா செய்ய வேண்டிவந்தது. அவருடைய பதவி விலகலை டாக்டர் சிங் வேதனையுடனே ஏற்றுக்கொண்டார். அந்தப் பதவிக்கு உடனே வேறு யாரையும் நியமித்திருக்கவில்லை. டிசம்பர் 2005லிருந்து அக்டோபர் 2006வரை அந்தத் துறையைத் தன்வசமே வைத்திருந்தார். அதன் பிறகே பிரணாப் முகர்ஜியிடம் அந்தப் பொறுப்பை ஒப்படைத்தார்.

பிரணாப்பைச் சமாளிப்பது பிரதமருக்கு மிகவும் கடினமாக இருந்தது. நட்வர் சிங் தனது செயல்பாடுகளில் மிகவும் வெளிப்படையானவர். பிரணாப் என்ன நினைக்கிறார் என்பதை யூகிப்பது கடினம். என் பார்வையில் அவர்களுக்கு இடையே இருந்த இந்த இடைவெளியை இரண்டு நிகழ்ச்சிகள் எனக்கு உணர்த்தின. செப்டெம்பர் 2004-ல் ஐக்கிய நாடுகள் சபைக்கு தன் முதல் பயணத்தை பிரதமர் மேற்கொண்டிருந்தார். பயணம் முடிந்து திரும்புவதற்கு முன்பாக ஒரு பத்திரிகையாளர் சந்திப்புக்கு ஏற்பாடு செய்யப்பட்டிருந்தது. சந்திப்பு தொடங்குவதற்கு சில நிமிடங்களுக்கு முன்பாக, நட்வரிடமிருந்து ஒரு அழைப்பு வந்தது.

சஞ்சய் பாரு, பத்திரிகையாளர் சந்திப்பில் எனக்கு இருக்கை ஏற்பாடு செய்யவில்லை என்று எனக்குத் தகவல் வந்திருக்கிறது என்றார்.

கடந்த மாதம் விஞ்ஞான் பவனில் நடந்த கூட்டத்திலும் பிரதமர் மட்டுமே மேடையில் அமர்ந்திருந்தார். அவருடைய சக அமைச்சர்கள் எல்லாரும் கீழே ஊடகத்தினருடன் முன் வரிசையில்தான் அமர்ந்திருந்தார்கள் என்று சொன்னேன். இதைத்தான் நியூ யார்க் பத்திரிகையாளர் சந்திப்பிலும் ஏற்பாடு செய்திருந்தேன்.

சஞ்சய்... நீ தொழிலுக்குப் புதியவன். எனவே, நீ ஒரு விஷயத்தைப் புரிந்துகொள்ளவேண்டும். பண்டித நேருவின் காலத்திலிருந்தே ஒரு பிரதமர் ஐக்கிய நாடுகள் சபையில் ஊடகங்களைச் சந்தித்துப் பேசியபோதெல்லாம் அவருடன் அயலுறவுத்துறை அமைச்சரும் உடன் மேடையில் இருப்பதுதான் வழக்கம். பிரதமருக்கு இதைச் சொல்லி நான் அவருக்கு அருகில் உட்கார விரும்புவதாகச் சொல்லவும் என்றார்.

நான் இந்த விஷயத்தை பிரதமரிடம் சொன்னேன். மணி தீட்சித் உடனே குறுக்கிட்டு பிரதமர் மட்டுமே மேடையில் அமர்வார் என்று நட்வரிடம் சொல் என்று சொன்னார். டாக்டர் சிங் அவரும் இருந்து விட்டுப் போகட்டுமே என்ற தொனியில் சைகை செய்துவிட்டு என் பக்கம் திரும்பி சம்மதம் என்று புன்னகைத்தார். நட்வர் சிங் இந்த மரியாதைக்குப் பிரதியுபகாரமாக ஊடகங்களைச் சந்தித்தபோது ஜார்ஜ் புஷ் மற்றும் முஷாரஃபுடனான பிரதமரின் சந்திப்புகள் திருப்திகரமாக நடந்ததாகச் சொன்னார். அவர்கள் என்ன பேசிக்கொண்டார்கள் என்பது அவருக்குத் தெரிந்திருக்காத நிலையிலும் அப்படிச் சொன்னார். நட்வர் சிங் பொதுவெளியில் அப்படிச் சொன்னதில் சில நன்மைகள் இருந்தன.

பிரணாப் முகர்ஜி தனது அதிருப்தியானாலும் ஆதரவானாலும் வெளிப் படையாகத் தெரிவிக்கமாட்டார். வாஷிங்டன் டி.சிக்கு ஒருமுறை சென்றவர் இந்தியா திரும்பி மூன்று நாட்கள் ஆன பிறகும் பிரதமரை வந்து சந்தித்து என்ன நடந்தது என்று எதுவுமே சொல்லவில்லை. சோனியா காந்தியைச் சென்று சந்தித்துப் பேசினார். ஆனால், டாக்டர் சிங்கை வந்து சந்தித்திருக்கவில்லை. அதிபர் புஷ்ஷுடனும் கண்டலீஸா ரைஸுடனும் பிரணாப் என்ன பேசிவிட்டு வந்திருக்கிறார் என்று பிரதமரிடம் மூன்றாம் நாள் கேட்டேன். எனக்குத் தெரியாது என்று சொன்னார் பிரதமர்.

எனக்கு ஒரே அதிர்ச்சியாகிவிட்டது. வெளிநாடு சென்று திரும்பிய அயலுறவுத்துறை அமைச்சர் உடனே வந்து பிரதமரைச் சந்திக்காமல் எப்படி இருக்கலாம்? அவரை வரச் சொல்லி நடந்தது என்ன என்று கேட்கும்படி பிரதமரிடம் சொன்னேன். பிரதமர் வரச் சொல்லி வந்தாரா அவராகவே நேரம் கிடைத்து வந்தாரா என்று

தெரியவில்லை. அடுத்த நாள் வந்து பிரதமரைச் சந்தித்தார். இதுபோல் பிரணாப் இடதுசாரிகளைச் சந்தித்துவிட்டு வந்தாலும் பிரதமரைச் சந்திக்க 'மறந்துவிடுவார்'.

அதுபோல் அவருடைய இன்னொரு குணம் என்னவென்றால் தனது துறை சார்ந்த பணிகளைத் துணை மந்திரி ஆனந்த் சர்மாவுடன் பகிர்ந்துகொள்ளமாட்டார். ஆனந்த் சர்மா தனது அலுவலகத்தில் வெற்று மேஜைக்குப் பின்னால், யார் வந்து சந்திக்கப் போகிறார்கள் யாரைப் போய் இவர் சந்திக்கவேண்டும் என்ற குறிப்புகள் எதுவுமற்ற டைரியை வைத்துக்கொண்டு, தான் ஓரங்கட்டப்பட்டிருப்பதை நினைத்து சோகமாக அமர்ந்திருப்பார். சர்மா வெளிநாடுகளுக்குச் செல்ல பிரணாப் அனுமதி தந்ததில்லை. இளநிலை அதிகாரிகளையே அப்படியான கூட்டங்களுக்கு அனுப்பிவைப்பார்.

நாடாளுமன்றத்தில் கேட்கும் கேள்விகளுக்கு பதில் சொல்லக்கூட அயலுறவுத்துறை அமைச்சகம் எனக்கு அனுமதி தருவதில்லை என்பதை பிரதமரிடம் சொல்லவும் என்று என்னிடம் ஆனந்த் புகார் சொல்வார். அணு ஒப்பந்தம் தொடர்பான விவாதத்தில் தானும் பேசவேண்டும் என்று ஆனந்த் சர்மா கடின முயற்சிகள் எடுத்தார். கடைசியில் பிரதமர் தலையிட்ட பிறகே அவருக்குப் பேச வாய்ப்பு கிடைத்தது. பிரணாப் ஓரங்கட்டியதை சமன் செய்யும் வகையில் பிரதமர் தான் வெளிநாடுகளுக்குச் செல்லும்போது ஆனந்த் சர்மாவைத் தன்னுடன் அழைத்துச் செல்வது வழக்கம்.

அணு சக்தி ஒப்பந்தம் தொடர்பாக அரசியல் களத்தில் பெரும் விமர்சனங்கள் எழுந்ததும் காங்கிரஸ் கட்சியில் சிலர் ஊடகங் களுக்குப் பேசும்போது, பிரதமர் அளவுக்கு காங்கிரஸ் கட்சியினருக்கு அணு சக்தி ஒப்பந்தத்தில் அத்தனை ஆர்வம் இல்லை என்று சொன்னார்கள். அதற்கான காரணமாக 'சிறுபான்மை' என்ற பதிலே கிடைக்கும். சிறுபான்மை என்றால் முஸ்லிம். கம்யூனிஸ்ட் கட்சியும் பி.ஜே.பி.யும் பிரதமரைத் தொடர்ந்து விமர்சித்தபோது காங்கிரஸ் கட்சி அவரைக் காப்பாற்ற எந்த முயற்சியும் பெரிதாக எடுக்கவில்லை. இறுதியில் பிரதமரே தன் தரப்பை நியாயப்படுத்திப் பேசவேண்டி யிருந்தது.

ஜூலை 2005-ல் அமெரிக்கா சென்றபோது, அமெரிக்காவுடன் நெருங்கிச் செல்லத் தொடங்கியிருப்பதன் மூலம் அயலுறவுக் கொள்கையில் தேசிய மனநிலைக்கு எதிராகச் செல்வதாக ஊடகத்தினர் கேள்வி கேட்டபோது பிரதமருக்குக் கோபம் வந்து விட்டது. எந்த பிரதமராவது பிரக்ஞைபூர்வமாகவோ அல்லாமலோ இந்தியாவை அமெரிக்காவுக்கு விற்றுவிடுவாரா? இந்தியாவை

யாராலும் விற்க முடியாது. இந்தியா விற்பனைக்கு அல்ல. தேச பக்தி பற்றி எங்களுக்கு யாரும் வகுப்பெடுக்கத் தேவையில்லை என்று சீறினார்.

அமெரிக்காவுடனான நட்புறவை நியாயப்படுத்தும் விஷயத்தில் பிரதமர் யார் தயவுமின்றித் தனியாகவே செயல்படவேண்டிவந்தது. ஆனால், சீனா, பாகிஸ்தானுடனான விவகாரத்தில் கட்சியின் ஆதரவு அவருக்கு அதிக அளவில் இருந்தது. இரு நாடுகளுடனான சுமுகமான உறவு மலரவும் எல்லைப் பிரச்னைக்கு ஒரு தீர்வு காண்பதிலும் அனைவரும் வரவேற்பு தெரிவித்தனர். இதில் பலரும் கவனிக்கத் தவறிய ஒரு விஷயம் என்னவென்றால், மேற்குலகுடனான நம் உறவு வெற்றிகரமாக அமைந்தால்தான் அண்டை நாடுகளுடனான உறவு சீர்படும் என்பது யாருக்கும் புரிந்திருக்கவில்லை. அமெரிக்காவுடனான உறவு மேம்பட மேம்பட சீனா, பாகிஸ்தானுடனான உறவும் பிற நாடுகளுடனான உறவும் சீர்படும். சுப்பிரமணியம் மூலம் பிரதமர் ஏற்றுக்கொண்டிருந்த இந்த விஷயத்தை பிரதமருடைய விமர்சகர்கள் கவனத்தில் கொள்ளவே இல்லை.

நவம்பர் 2008-ல் நடந்த மும்பை தீவிரவாதத் தாக்குதலையொட்டி பாதுகாப்பு மற்றும் அயலுறவுக் கொள்கை சார்ந்து மிகப் பெரிய சவாலை பிரதமர் சந்திக்கவேண்டியிருந்தது. அவர் எதிர்கொள்ள வேண்டியிருந்த இன்னொரு பெரிய பிரச்னை அயல்நாட்டுப் பொருளாதார உறவுகள் பற்றியது.

புதிதாக உருவாக்கப்பட்டிருந்த ஜி-20 மாநாடு அமைப்பில் இந்தியா பங்குபெற்றதென்பது இந்திய அயலுறவுத்துறையின் ஐ.மு.கூ-1 காலகட்டத்தின் முக்கியமான சாதனை. அமெரிக்காவும் ஐரோப்பிய கூட்டமைப்பும் சீனாவுடன் சேர்ந்து இயங்க ஒரு பொது மேடையை உருவாக்குவதற்காகவே ஜி-20 அமைப்பு உருவாக்கப்பட்டது. சோவியத் குடியரசு உடைந்ததும் ரஷ்யா மேற்குலகுடன் சுமுக உறவுக்கு முன்வந்தது. ஜி-7 என்பது ஜி-8 ஆக ஆனது. லேமனுக்குப் பிந்தைய டிரான்ஸ் அட்லாண்டிக் பொருளாதார நெருக்கடி உருவான போது அதைச் சமாளிக்க சீனாவுடன் கூட்டுறவு தேவைப்படும் என்று அமெரிக்காவும் ஐரோப்பிய கூட்டமைப்பு புரிந்துகொண்டது.

வாஷிங்டன் டி.சியில் இருக்கும் பீட்டர்சன் இன்ஸ்டிடியூட் ஃபார் இண்டர்நேஷனல் எகானமிக்ஸ் அமைப்பைச் சேர்ந்த ப்ஃரெட் பெர்க்ஸ்டன் ஒரு கட்டுரை எழுதினார். அதில், அமெரிக்காவும்

சீனாவும் ஜி-2 என்ற அமைப்பாக உருவாகி உலகப் பொருளாதார மந்தநிலை மற்றும் நெருக்கடிகளைச் சமாளிக்கவிருக்கின்றன என்று குறிப்பிட்டிருந்தார். இதைப் பார்த்ததும் ஃபிரான்ஸின் நிகோலஸ் சர்கோஸ்கி அதிர்ச்சியடைந்துவிட்டார். உடனே அவர் அதிபர் புஷ்ஷைச் சென்று சந்தித்து ஜி-20 நாட்டு நிதி அமைச்சர்கள் ஒன்று கூடி அரசாங்கத் தலைமைகளுடன் பேசி இந்த சர்வதேசப் பொருளாதார நெருக்கடிக்குத் தீர்வுகாணவேண்டும் என்று கேட்டுக்கொண்டார்.

2000 ஆண்டில் இருந்து ஜி-8 மாநாட்டு அமைப்பு 'வளர்ந்துவரும் நாடுகளின்' தலைவர்களை அழைத்துப் பேசி தமது எல்லையை விரிவுபடுத்திவருகிறது. இந்த அமைப்பில் பிரேஸில், சீனா, இந்தியா, மெக்ஸிகோ, தென்னாப்பிரிக்கா ஆகியவற்றைச் சேர்த்துக்கொண்டது. ஜி-8 மற்றும் புதிதாகச் சேர்ந்த ஐந்து நாடுகள் ஆகியவை மட்டுமே சந்திப்பது போதாது. ஜி-20 நாடுகள் என்ற அமைப்பு தேவைப்படும் என்று சர்கோஸ்கி புஷ்ஷிடம் தெரிவித்தார். புஷ்ஷுக்கு அந்த யோசனை ஏற்புடையதாக இருந்தது. மெக்ஸிகோ, இந்தியா, இந்தோனேஷியா, ஆஸ்திரேலியா, சவூதி அரேபியா மற்றும் பிற நாடுகளை உள்ளடக்கிய அமைப்பாக இருந்தால் அதில் ஓர் அங்கமாக இருக்கும் சீனாவைச் சமாளிப்பது எளிதாக இருக்கும் என்று அமெரிக்கா கருதியது.

நவம்பர் 2008 மற்றும் ஏப்ரல் 2009-ல் நடைபெற்ற ஜி-20 மாநாடுகளில் டாக்டர் சிங் முக்கிய பங்காற்றினார். 2004-08 காலகட்டத்தில் இந்தியாவின் பொருளாதார வளர்ச்சி அபாரமாக இருந்தது. லேமன் வீழ்ச்சியைத் தொடர்ந்து ஏற்பட்ட நெருக்கடியை இந்தியா எளிதில் சமாளித்திருந்தது. இந்த விஷயங்களினால் இந்தியாவின் மதிப்பும் டாக்டர் சிங்கின் மரியாதையும் சர்வதேச அளவில் உயர்ந்திருந்தது. ஏப்ரல் 2009-ல் லண்டனில் நடந்த ஜி-20 மாநாட்டை முடித்துவிட்டு ஜெர்மனிக்கு ஒபாமா சென்றார். அங்கு ஒரு பள்ளி மாணவர் உங்களைக் கவர்ந்த அரசியல்வாதி யார் என்று கேட்டபோது, 'தற்போது இருக்கும் அரசியல் தலைவர்களில் இந்தியாவின் டாக்டர் மன்மோகன் சிங்கைத்தான் பெரிதும் மதிக்கிறேன்' என்று உடனடியாக பதில் சொன்னார்.

ஐ.மு.கூ-1 காலகட்டத்தில் இந்தியப் பொருளாதாரம் அடைந்த அபார வெற்றியின் காரணமாகப் பொருளாதாரத் தற்சார்பு, எல்லைகள் பற்றிய குறுகிய எண்ணங்கள் இல்லாமை, பொருளாதார நலன்களைச் சார்ந்து பாதுகாப்பு-ராணுவம் தொடர்பான முடிவுகளை எடுத்தல் என தனது கருத்துகளை பிரதமரால் எளிதில் செயல்படுத்த முடிந்தது. சுப்பிரமணியம் தலைமையிலான குழுவும் ராணுவ நலன்கள் மற்றும்

நீடித்த பொருளாதார வளர்ச்சி ஆகியவற்றில் அதிக கவனம் செலுத்தியது.

நேரு 1947-ல் சொன்னதுபோல் நம் தேசத்தின் விதியுடனான சந்திப்பு என்பது அப்போது ஏழ்மை, அறியாமை, நோய் ஆகியவற்றை அழிப்பதில் இருந்தது. உலக நாடுகளுடன் பரஸ்பர சார்பு நிலைக்கான பாலங்களை உருவாக்கும்வகையில் இந்தியாவைப் பலப்படுத்தக் கூடிய பொருளாதாரத்தை முன்னெடுக்கவேண்டும் என்று இந்தியா டுடே மாநாட்டில் டாக்டர் சிங் சொன்னார். சுருக்கமாகச் சொல்வ தென்றால், உலக அரங்கில் கம்பீரமாக வலம் வருவதற்கு முன்பாக இந்தியாவுக்குள் என்ன செய்ய வேண்டுமோ அதைச் செய்து முடிக்கவேண்டும் என்றார்.

அதை இந்தியா செய்வதாக ஐ.மு.கூ-1 காலகட்டத்தில் உலகம் கருதியது. ஆனால், பொருளாதாரம் பின்னடைவைச் சந்தித்து அரசாங்கம் தள்ளாடத் தொடங்கியதும் இந்தியாவும் அதன் பிரதமரும் தமது மதிப்பை இழந்தார்கள். 'மன்மோகன் கோட்பாடு' வெற்றிபெற வேண்டுமென்றால், அதற்கு உள்ளூர் சவால்கள் மற்றும் சர்வதேசச் சவால்களைச் சமாளிக்கும் வகையில் வேகமாக வளரும் வலிமை யான பொருளாதாரம் இருந்தாகவேண்டும் என்பது புரியவந்தது.

10

எல்லைகளை மதிப்பிழக்கச் செய்தல்

நான் ஒரு புதிய எதிர்காலத்தைக் கனவு காண்கிறேன். நாம் நமது தேசிய அடையாளங்களை இழக்காமலேயே அமிர்தசரஸில் காலை உணவு... லாகூரில் மதிய உணவு... காபூலில் இரவு உணவு உண்ணவேண்டும். என் முன்னோர் இப்படித்தான் வாழ்ந்தார்கள். என் பேரக் குழந்தைகள் இப்படித்தான் வாழவேண்டும் என்று நான் விரும்புகிறேன்.

FICCI வருடாந்திரக் கூட்டத்தில்
மன்மோகன் சிங், 8 ஜனவரி 2007

தனக்கு கிழக்குப் பக்கம் இருக்கும் ஆசிய நாடுகளுக்கும் மேற்குப் பக்கம் இருக்கும் ஆசிய நாடுகளுக்கும் இடையிலான மையப் பயணப் புள்ளியாக இந்தியத் துணைக்கண்டம் இருக்கிறது. படையெடுத்து வந்தவர்கள், பயணிகள், வியாபாரிகள், ஆசிரியர்கள் எனப் புறப்பட்டவர்கள் அனைவருமே இந்தியா வழியாகப் பயணம் மேற்கொண்டிருக்கிறார்கள். இந்தியாவின் கலாசார, பொருளாதார அடிச்சுவடுகளை மத்தியதரைக்கடல் பகுதிகளில் ஆரம்பித்து பசிஃபிக் கடலோரப் பகுதிகள் வரையிலும் கிழக்கு ஆப்பிரிக்கக் கடலோரத்தில் ஆரம்பித்து அரபு/பாரசீக வளைகுடா வரையிலும் வியட்நாம் இந்தோனேஷியா வரையிலும் காணமுடியும். சிந்து மற்றும் கங்கைச் சமவெளி வழியாக வந்துபோனவர்களால் இந்தியா வளமும் பெற்றிருக்கிறது. சுரண்டவும்பட்டிருக்கிறது.

இந்தியா குறித்த டாக்டர் சிங்கின் இத்தகைய பார்வையே அவர் பிறந்த பூமியான பாகிஸ்தான் உட்பட இந்தியாவின் அண்டை நாடுகளுடனான உறவைத் தீர்மானித்திருக்கிறது. 1947-ல் பிரிவினை, பாகிஸ்தான் உருவாக்கம் ஆகியவற்றை இனி ஒருபோதும் மாற்றி அமைக்கமுடியாது. ஆனால், அரசியல் எல்லைக்கோடுகள் இதற்கு

முன்பும் நூற்றுக்கணக்கான ஆண்டுகளாகப் பயணிகள், வர்த்தகர்கள், ஆசிரியர்கள் எனப் பலரும் வந்து போக எந்தத் தடையையும் ஏற்படுத்தியிருக்காதபோது இப்போதுமட்டும் தடைகளை ஏற்படுத்த வேண்டிய அவசியம் என்ன? டாக்டர் சிங் எல்லைகள் இல்லாத ஒரு துணைக்கண்டம் பற்றிப் பேசினார். பாகிஸ்தான் பிரதமர் பர்வேஸ் முஷாரஃபுடன் பேசும்போது, எல்லைக் கோடுகள் என்பவை காகிதத்தில் இருக்கும் வெறும் கோடுகள்தானே என்று ஒருமுறை சொன்னார்.

இந்திய பாக் நட்புறவு, காஷ்மீர் பிரச்னைக்கு ஒரு சுமுகத் தீர்வு ஆகியவை பிரதமரின் மனதில் நீண்டகாலமாகவே இருந்துவந்தன. பிரதமராவதற்கு முன்பிருந்தே அந்த விஷயத்தில் அவர் அக்கறை கொண்டிருந்தார். ஜம்மு காஷ்மீரில் என்ன நடக்கிறது என்பதை அவர் வெகு காலத்துக்கு முன்பிருந்தே கூர்ந்து கவனித்துவந்தார். எனவே, செப்டெம்பர் 2004-ல் ஐ.நா.சபைக்கு அவர் முதன் முதலாகப் பேசப் புறப்பட்டபோது அதிபர் பர்வேஸ் முஷாரஃபுடன் அதிக நேரம் செலவிட முடிவெடுத்தார்.

ஒரு சுமுகமான சூழலை உருவாக்கும் நோக்கில் இந்தியா பாகிஸ்தானைச் சேர்ந்த கல்வியாளர்கள், வர்த்தகர்கள், மூத்த குடிமகன்கள் ஆகியோருக்கு விசா வழங்குவதில் பல சலுகைகளை அறிவித்தது. காஷ்மீர் தொடர்பாக சுமுகமான விவாதங்கள் தொடங்கி யிருந்தன என்பதை பர்வேஸ் முஷாரஃப் தனது உரையில் காஷ்மீர் பற்றி எதுவும் பேசாமல் இருந்ததில் இருந்து புரிந்துகொள்ள முடிந்தது. ஜனவரி 2004-ல் அடல் பிகாரி வாஜ்பாய் பாகிஸ்தானுடனான நல்லுறவை மேம்படுத்த எடுத்த முயற்சிகளை தனது அரசும் முன்னெடுக்கும்; இரு தரப்புக்கும் ஏற்புடைய ஒரு தீர்வைக் கண்டடையும் என்று சொன்னதன் மூலம் டாக்டர் சிங்கும் தனது ஆர்வத்தை வெளிப்படுத்தினார்.

இந்த இரு வாக்கியங்களே செப்டெம்பர் 24, 2004-ல் நியூயார்கில் ரூஸ்வெல்ட் ஹோட்டலில் நடைபெற்ற கூட்டத்தின் போக்கைத் தீர்மானித்தன. டாக்டர் சிங்குடன் சென்றவர்களில் வெளியுறவுத்துறை அமைச்சர் நட்வர் சிங்கும் இருந்தார். எனினும் இரண்டு நாட்டுத் தலைவர்களும் உதவியாளர்கள் யாரும் இன்றி தனியாக ஒரு மணி நேரம் பேசிக்கொண்டனர். இரு நாட்டுத் தலைவர்களும் ஊடகத்தினரைச் சந்திக்கமாட்டார்கள்; ஒரு செய்தி அறிவிப்பாளர் மட்டுமே இருவர் சார்பிலும் பேசுவார் என்றும் முன்னர் தீர்மானிக்கப்பட்டிருந்தது. ஆனால், இருவருடைய பேச்சுவார்த்தையும் சுமுகமாக இருந்ததால் இருவரும் இணைந்து ஊடகத்தினரைச் சந்திக்க முன்வந்தனர்.

இரு நாடுகளைச் சேர்ந்த சுமார் அறுபது ஊடகவியலாளர்களை பரிசோதனை செய்து உடனடியாக அந்த ஹோட்டல் வரவேற்பறைக்கு

அழைத்துச் செல்லவேண்டியிருந்தது. அந்த ஹோட்டலில் அப்படி யான பத்திரிகையாளர் சந்திப்புக்குத் தோதான அறை எதுவும் இருந்திருக்கவில்லை. எனவே இரண்டு நாட்டுத் தலைவர்களும் அகலமான வராந்தாவில் நின்றபடி ஊடகத்தினரைச் சந்திக்க ஏற்பாடு செய்யப்பட்டது. தொலைகாட்சி நிறுவனத்தினர் தமது கருவிகளைப் பொருத்தித் தயாரானார்கள். அதற்குள் எம்.இ.ஏ. ஸ்போக்ஸ் பெர்சன் நவ்தேஜ் சர்னா ஹோட்டல் சிப்பந்திகளுடன் பேசி இரு நாட்டுத் தலைவர்களும் நின்றுகொண்டிருந்த இடத்துக்கு மேலே இருந்த 'எக்ஸிட்' என்ற அறிவிப்புப் பலகையைக் கழட்டச் சொன்னார்.

இருவரும் அவர்களுடைய உதவியாளர்கள் அவசர அவசரமாக எழுதிக் கொடுத்த கூட்டறிக்கையை வெளியிட்டனர். நம்பிக்கையை வளர்த்தெடுக்கும் அனைத்துவகையான விஷயங்களும் இரு தலைவர் களுக்கிடையில் பேசப்பட்டிருக்கின்றன. நடைமுறை சாத்தியங் களைக் கணக்கில் கொண்டு அவை நடைமுறைப்படுத்தப்படும் என்று சொன்னார்கள். இருவரும் இது பற்றி மிகவும் விரிவாகப் பேசியிருக் கிறார்கள் என்பது அக்டோபர் 27,2004-ல் இஸ்லாமாபாத்தில் இருந்து வெளியான டிரிப்யூன் பத்திரிகையின் பாகிஸ்தான் பிரதிநிதி சொன்ன விஷயத்தில் இருந்து புரியவந்தது. அதாவது, எல்லைக்கோட்டுக்கு இரு பக்கமும் இருக்கும் காஷ்மீரின் சில 'பகுதிகளை' அடையாளம் கண்டு அங்கு இரு நாடுகளும் தமது ராணுவத்தை விலக்கிக் கொள்ள வேண்டும். அந்தப் பகுதிக்கு சுதந்தரம் தரவேண்டும். அல்லது அந்தப் பகுதியை இரண்டு நாடுகளும் சேர்ந்து நிர்வகிக்க வேண்டும். அல்லது ஐ.நாவின் பொறுப்பில் விடவேண்டும் என்று பர்வேஸ் முஷாரஃப் நேற்றுத் தெரிவித்தார் என்று அந்தச் செய்தி குறிப்பிட்டது. வாக்கெடுப்பின் மூலமோ அல்லது இப்போது தற்காலிக எல்லைக் கோடாக இருப்பதை நிரந்தர எல்லையாக ஆக்குவதன் மூலமோ பிரச்னை தீராது என்று பாகிஸ்தான் அரசுத் தொலைகாட்சிக்கு முஷாரஃப் அளித்த பேட்டியை மேற்கோள் காட்டி அந்தச் செய்தி வெளியிடப்பட்டிருந்தது.

நியூயார்க்கில் பேசப்பட்ட விஷயத்தை இப்படிப் புரிந்துகொண்டு வெளியிடப்பட்டிருக்கும் செய்தியை இந்திய அரசு நிராகரித்தது. ஆனால், முஷாரஃப் சொல்லியிருப்பதில் இருக்கும் சாதக பாதகங்கள் குறித்துப் பொதுவெளியில் விவாதம் நடக்க வேண்டும் என்று சொன்னது. வேறென்ன... அந்த யோசனை இதற்கு முன் சொல்லப் பட்டதே டாக்டர் சிங்கினால்தான். மே 2004-ல் பிரதமரானதைத் தொடர்ந்து மே 20, 2004-ல் ஸ்டேட்ஸ்மென் பத்திரிகையின் ஜொனாதன் பவரிடம் தனிப்பட்ட முறையில் பேசும்போது சொன்ன ஒரு விஷயத்தை பிரதமரின் அனுமதி பெறாமல் வெளியிட்டு விட்டார். நாட்டைப் பிரித்துக் கொடுப்பது, எல்லைகளை மாற்றி

வரைதல் என எதையும் இந்தியாவால் தாங்கிக்கொள்ளமுடியும். நமக்கு வளைந்துகொடுக்கும் எல்லைகள் தேவை. எல்லைக்கோடுகள் அவ்வளவு முக்கியமானவை அல்ல என்று சொல்லியிருந்தார்.

செப்டெம்பர் 2004லிருந்து பிப்ரவரி 2005 வரை பின் அறையில் பல்வேறு விவாதங்கள் நடைபெற்றன. பர்வேஸ் முஷாரஃப் உரையாடலை ஆர்வத்துடன் முன்னெடுக்க அவை உதவின. அந்த வசந்த காலத்தில் இந்தியாவில் நடக்கவிருந்த இந்திய பாகிஸ்தான் கிரிக்கெட் போட்டியை மைதானத்துக்கு வந்து பார்த்து ரசிக்க விரும்புவதாகச் சொன்னார். அவர் அப்படி வெளிப்படையாகச் சொன்னபோதிலும் தில்லி தரப்பில் பெருத்த மவுனமே எதிர்வினையாக இருந்தது.

ஓரிரு நாட்கள் பொறுமையாக இருந்த இந்திய ஊடகங்கள் நம் தரப்பில் இருந்து ஒரு பதிலை எதிர்பார்த்தன. பர்வேஸ் முஷாரஃப் சொன்னதை பிரதமர் பார்த்தாரா... அவரை இந்தியாவுக்கு விளையாட்டுப் போட்டியைப் பார்க்க அழைப்பு விடுப்பாரா என்று ஊடகவியலாளர்கள் என்னிடம் கேட்டார்கள். நான் பிரதமரை சௌத் பிளாக்கில் சென்று சந்தித்து அவருடைய பதில் என்ன என்று கேட்டேன்.

‘பட்ஜெட் தாக்கல் செய்யப்படவிருக்கிறது. எனவே முஷாரஃப் வருவதற்கு உகந்த நேரம் இதுவல்ல என்று தனக்குச் சொல்லப் பட்டதாக பிரதமர் சொன்னார். முஷாரஃப் பின்னர் எப்போது வரலாம் என்பதை அயலுறவுத்துறை தெரிவிக்கும் என்றும் சொன்னார்.

முஷாரஃப் இந்தியாவுக்கு விளையாட்டுப் போட்டி பார்க்க வர விரும்புகிறார். இந்தியா மறுப்புத் தெரிவித்திருக்கிறது என்று நாளை செய்தி முதல் பக்கத்தில் வெளியாகும் என்பதை நீங்களும் உங்கள் ஆலோசகர்களும் யோசித்துப் பார்த்தீர்களா என்று கேட்டேன்.

பிரதமர் வாய் விட்டுச் சிரித்தபடியே, அப்படியானால் நாம் என்ன செய்ய வேண்டுமென்று நினைக்கிறாய்? அவர் இந்தியாவுக்கு வருவதென்றால் வெறுமனே விளையாட்டுப் போட்டியைப் பார்க்க அல்ல; உருப்படி யான பேச்சுவார்த்தைக்காகத்தானே இருக்கவேண்டும் என்றார்.

நீங்கள் சொல்வது சரிதான். ஆனால், இப்போது முஷாரஃப் வெறுமனே விளையாட்டுப் போட்டியைப் பார்க்கத்தானே விருப்பம் தெரிவித்திருக்கிறார் என்று சொன்னேன். முஷாரஃபை வரச் சொல்லவும் செப்டெம்பர் 2004-ல் விட்ட இடத்தில் இருந்து உரையாடலைத் தொடரவும் பிரதமருக்கு விருப்பம் இருப்பது தெரியவந்தது. நாங்கள் பேசிக்கொண்டிருந்தபோது அயலுறவுத் துறை செயலர் ஷியாம் சரண், தேசியப் பாதுகாப்பு ஆலோசகர் நாராயணன் ஆகியோரை வரச் சொன்னார். அவர்கள் இருவரும்

உடனே வந்தனர். முஷாரஃபை இந்தியாவுக்கு வரும்படி அழைக்க வேண்டும் என்று சஞ்சய சொல்கிறார் என்று அவர்களிடம் பிரதமர் சொன்னார். அவர்கள் இருவரும் அதிர்ச்சியில் உறைந்து நின்றனர். அவர்கள் பிரதமர் உடனடியாக வரச் சொன்னதும் மிகுந்த ஆர்வத்துடன் வந்திருக்கிறார்கள். அங்கு ஏற்கெனவே நான் இருப்பதைப் பார்த்ததும் அவர்களுடைய உற்சாகம் குறைந்திருந்தது.

தான் சொல்ல விரும்புவதை மற்றவர்கள் மூலமாகச் சொல்ல வைப்பது பிரதமரின் வழக்கமான வேலை. அது புரியாத சிலர் பிரதமருடைய கருத்துக்கு மாற்றாக நாம் எதையோ புதிதாகப் பேசுவதாக நினைத்துக்கொண்டு பதில் சொல்வார்கள். பிரதமரைப் புரிந்துகொண்டவர்கள் அவர் இப்படித்தான் தன் கருத்தைப் பிறர் மூலம் வெளிப்படுத்துவார் என்பதையும் புரிந்துகொள்ளமுடியும். ஷ்யாம் சரணுக்கும் நாராயணனுக்கும் கூட இந்த வழிமுறை புரிந்து விட்டிருந்தது. இருந்தும் இருவரும் என் கருத்துக்கு எதிராக தைரியமாகப் பேசினார்கள். பெரும்பாலான அயலுறவு சார்ந்த விஷயங்களில் பிரதமருடைய கருத்துகளுடன் ஷ்யாம் சரணின் கருத்துகளும் ஒத்துப்போயின. ஆனால், பாகிஸ்தான் விஷயத்தில் நாராயணனைப் போலவே அவரும் சந்தேகக் கண்கொண்டே அனைத்தையும் பார்த்தார்.

விரைவிலேயே நாயரும் புலோக்கும் வந்து சேர்ந்தார்கள். அவர்கள் இருவரும் நான் சொன்னதை ஒப்புக்கொண்டார்கள். பிரதமர் உடனே ஷியாம் பக்கம் திரும்பி முஷாரஃபை இந்தியாவுக்கு அழைத்து ஒரு கடிதம் தயாரிக்கும்படி கேட்டுக்கொண்டார். கூட்டம் அதோடு முடிவடைந்தது.

எப்போது, எங்கு வரப்போகிறார் என்ற விஷயத்தை அயலுறவுத்துறை அதிகாரிகள் முஷாரஃபிடம் பேசி உறுதி செய்தி கொள்வதுவரை நான் ஊடகத்துக்கு எந்தச் செய்தியையும் தரக்கூடாது என்று சொன்னார்கள். அடுத்த இரண்டு நாட்கள் எந்தப் பதிலும் வரவில்லை. ஊடகத்தினர் என்னிடம் கேள்வி கேட்டுத் துளைத்தெடுத்தனர். விசாகப்பட்டணம், கொச்சி இந்த இரண்டு இடங்களில் நடக்கும் போட்டியில் ஏதேனும் ஒரு போட்டிக்கு முஷாரஃபை அழைக்கலாம் என்று நாராயணனும் ஷ்யாமும் இரு நாட்டு அதிகாரிகளுடன் பேசி வருவதாக எனக்குத் தகவல் கிடைத்தது. இதை என்னால் நம்பவே முடியவில்லை. நான் பிரதமரிடம் இதுபற்றிப் பேச விரும்பினேன்.

நேராக 3, ஆர்.சி.ஆர். வீட்டுக்குப் போனேன். அந்த இரண்டு ஊர்களில் ஏதேனும் ஒரு ஊருக்கு வரும்படி அழைத்தால் தில்லிக்கு வரவிடாமல் தடுக்கும் முயற்சியாகவே ஊடகங்கள் இதைப் பார்க்கும் என்று சொன்னேன். நாடாளுமன்றம் கூடியிருக்கும் நிலையில் முஷாரஃப்

போல் முக்கியமான ஒருவர் வருவது அவ்வளவு சரியல்ல என்பதுதான் அரசில் இருந்த பலருடைய கருத்தாக இருந்தது. அப்படியானால், அவருடைய வருகையை அதிகாரபூர்வமற்ற ஒன்றாக ஆக்கினால் என்ன? வெறுமனே விளையாட்டுப் போட்டியைப் பார்க்க மட்டுமே அவரை அழைத்தால் என்ன?

ஐரோப்பாவில் அந்த நாடுகளின் தலைவர்கள் இதுபோல் அதிகாரபூர்வமற்ற முறையில் பயணம் செய்வது வழக்கம். எப்போதுமே இரண்டு தெற்காசியத் தலைவர்கள் சந்தித்துக் கொண்டால் உடனே கூட்டறிக்கை வெளியிட்டாக வேண்டுமா என்ன என்று கேட்டேன். பிரதமருக்கு முஷாரஃபை உடனே வரச் சொல்லி அழைக்க விருப்பம் இருக்கிறது. அதிகாரபூர்வ நடைமுறைகள் காரணமாகவே தாமதமாகிக் கொண்டிருக்கிறது என்பது புரிந்தது. நான் பிரதமரிடம் ஒரு யோசனை சொன்னேன். மறு நாள் அவர் நாடாளுமன்றத்தில் பேசவேண்டியிருந்தது. அப்போது முஷாரஃபை வரச் சொல்லி அழைப்புவிடுங்கள் என்று சொன்னேன். அதற்கான உரையை எழுதித் தரும்படி என்னிடம் கேட்டுக்கொண்டார்.

அடுத்த நாள் காலையில் மார்ச் 10, 2005-ல் 3, ஆர்.சி.ஆர். சென்று நான் எழுதிய உரையைக் கொடுத்தேன். படித்துப் பார்த்தார். பிறகு சட்டைப் பைக்குள் வைத்துக்கொண்டு, வழக்கமாகச் சொல்வதுபோல், யோசித்துப் பார்க்கிறேன் என்று சொல்லிவிட்டுப் புறப்பட்டார். நானும் புறப்பட்டு நாடாளுமன்றம் சென்றேன். பிரதமர் அரைமணி நேரம் பேசினார். மன்றத்தில் கேட்கப்பட்ட கேள்விகளுக்கெல்லாம் பதில் சொன்னார். நான் அயலுறவு விவகாரம் பற்றிப்பேசும்போது என்ன சொல்வார் என்று ஆவலுடன் காத்திருந்தேன். அயலுறவு விவகாரம் தொடர்பான கேள்விகளுக்கும் பதில் சொன்னார். கடைசியாகப் பேசி முடிந்த பின் சட்டைப் பைக்குள் கைவிட்டு அந்தக் காகிதத்தை எடுத்துப் படிக்க ஆரம்பித்தார்:

> திரு சபாநாயகர் அவர்களே... இந்த மன்றத்தின் மாண்புமிகு உறுப்பினர்களுக்கு ஒரு விஷயம் தெரிவிப்பதில் மகிழ்ச்சி அடைகிறேன். இந்திய பாகிஸ்தான் கிரிக்கெட் போட்டியைக் காண பாகிஸ்தான் அதிபர் பர்வேஸ் முஷாரஃபுக்கு அழைப்பு விடுக்க முடிவெடுத்திருக்கிறேன். அண்டை நாட்டில் இருக்கும் மக்களும் தலைவர்களும் நம் நாட்டுக்கு எப்போது வந்து போக விரும்புகிறார்களோ அப்போதெல்லாம் வந்துபோக முடியவேண்டும். கிரிக்கெட் போட்டியைப் பார்ப்பதாக இருந்தாலும் சரி... வேறு பொருட்கள் வாங்க வேண்டியதாக இருந்தாலும் சரி... நண்பர்களையும் குடும்பத்தினரையும் சந்திப்பதாக இருந்தாலும் சரி... இந்தியா திறந்த பொருளாதாரத்தைக் கொண்டிருப்பதோடு

திறந்த சமூகமாகவும் இருக்கவேண்டும். அதிபர் முஷாரஃபும் அவருடைய குடும்பத்தினரும் நம் தேசத்துக்கு வந்து சந்தோஷமாக நேரம் கழித்துவிட்டுச் செல்வார்கள் என்று நம்புகிறேன்.

நாடாளுமன்றத்தில் இருந்தவர்கள் மேஜைகளைத் தட்டி பெரும் உற்சாகத்துடன் அந்த அறிவிப்பை வரவேற்றனர். அதிபர் முஷாரஃபை வரச் சொல்லி அழைக்கும் கடிதத்தை பிரதமர் முன் நம் அதிகாரிகள் எழுதிக் கொண்டுபோய் அனுமதிக் கேட்பதற்கு முன்பாகவே பிரதமர் நாடாளுமன்றத்தில் நின்றுகொண்டு வெளிப் படையாக அழைப்புவிடுத்து நாடாளுமன்றத்தின் ஒப்புதலையும் பெற்றுவிட்டார். அதிகாரிகள் இருந்த பகுதியில் என்னைச் சுற்றி இருந்தவர்கள் எல்லாம் என்ன நடக்கிறது என்றே புரியாமல் மலைத்துப் போய் நின்றிருந்தனர். நாயர் என் பக்கம் திரும்பி ஆச்சரியத்தில் கண்களைச் சிமிட்டினார். நான் எழுந்து நிதானமாகத் தொலைகாட்சிப் பெட்டிகள் வெளியிடவிருந்த பிரேக்கிங் நியூஸைப் பார்க்க பிரதமரின் அறைக்குச் சென்றேன்.

முஷாரஃப் ஏப்ரல் மாதத்தின் நடுப்பகுதியில் வருவதாகத் தீர்மானமானது. ஒரு மாதத்துக்கும் சிறிது அதிக நாட்கள் மட்டுமே இருந்தன. பிரதமரின் பொருளாதார ஆலோசனைக் குழுவின் தலைவரான டாக்டர் சி.ரங்கராஜன் தலைமையில் ஒரு குழுவை அமைத்து ஜம்மு காஷ்மீரின் வளர்ச்சிக்கு ஒரு திட்டத்தை உருவாக்கித் தரும்படிக் கேட்டுக்கொண்டார். அந்தக் குழுவில் காஷ்மீர பொருளாதார மேதை ஹஸீப் த்ரபு, வர்த்தகத் தலைவர்கள் சுனில் மிட்டல், சுனில் முஞ்சல் மற்றும் அனல்ஜித் சிங், பொதுத்துறை சி.இ.ஒக்கள் மூஸா ராஸா, டி.என்.தாகூர், துவுரி சுப்பராவ் ஆகியோர் இருந்தனர்.

ஏப்ரல் 7, 2005 அன்று ஸ்ரீநகருக்கும் முஸாஃபராபாத்துக்கும் இடையில் பேருந்து சேவை தொடங்கவிருந்தது. ஆனால், ஏப்ரல் 6-ல் ஸ்ரீநகர் மாநில சுற்றுலா அலுவலகத்தைத் தீவிரவாதிகள் வெடிகுண்டு வைத்துத் தாக்கினர். அந்த இடத்தில் இருந்துதான் பேருந்து சேவை புறப்பட இருந்தது. தேசிய பாதுகாப்பு மற்றும் உளவுத்துறை அமைப்புகள் மறுநாள் ஸ்ரீநகருக்கு பிரதமர் செல்லவேண்டாம் என்று ஆலோசனை சொல்லின. தீவிரவாதத் தாக்குதலில் ஈடுபட்ட நால்வரில் இருவர் கொல்லப்பட்டுவிட்டனர். இருவர் தப்பி ஓடிவிட்டனர். உள்துறை அமைச்சர் சிவ்ராஜ் பாட்டில், நாராயணன், உளவுத்துறை தலைவர் ஏ.எஸ்.எல். நரசிம்மன் மற்றும் பலர் அந்த நிகழ்ச்சியை ரத்து செய்யும்படி பிரதமருக்கு ஆலோசனை சொன்னார்கள். சோனியா காந்தியும் அந்த

நிகழ்ச்சிக்கு வருவதாக இருந்தது. பிரதமர் என்ன முடிவெடுக்கிறாரோ அதைத் தானும் ஏற்பதாக அவர் சொன்னார்.

அன்று வேலைகள் மிகவும் பதற்றமாகவும் பரபரப்பாகவும் நடந்தன. இரவு 9 மணி அளவில் இறுதியாகக் கூட்டம் கூடியது. உளவுத்துறை அதிகாரிகள் பிரதமரைப் போகவேண்டாம் என்று சொன்னார்கள். கிட்டத்தட்ட அனைவரும் பேசி முடித்துவிட்டுப் போய்விட்டார்கள். பிரதமர் தனியாகத் தன் இருக்கையில் கோபத்துடனும் கவலையுடனும் உட்கார்ந்திருந்தார். திடீரென்று அவர் முகம் பிரகாசமானது. நாளை ஸ்ரீநகர் செல்வேன் என்று உற்சாகத்துடன் சொன்னார்.

7, ஆர்.சி.ஆர். அலுவலகத்தில் இருந்து வெளியே போகத் தொடங்கியிருந்த அதிகாரிகள் அனைவரும் திரும்ப அழைக்கப் பட்டனர். சோனியா காந்திக்குத் தொலை பேசியில் செய்தியைத் தெரிவித்தார். அவரும் அந்த முடிவை ஏற்றுக்கொண்டு உடன் வர சம்மதம் தெரிவித்தார். அடுத்த நாள் அவர்கள் இருவரும் தீவிர பாதுகாப்புகளுடன் ஸ்ரீநகர் சென்று பேருந்து சேவையைத் தொடங்கிவைத்தனர்.

அமைதிக்கான மிக நீண்ட பாதையில் எடுத்து வைத்திருக்கும் முதல் காலடி என்று பிரதமர் அங்கு கூடியிருந்தவர்கள் முன் உரையாற்றினார்.

பிரதமர் அப்படித் துணிச்சலாகச் செயல்பட்டது காஷ்மீர் பள்ளத்தாக்கிலும் இந்தியா முழுவதிலும் பிரதமருக்கு நற்பெயரை ஈட்டிக் கொடுத்தது. அடுத்த வாரம் நடக்கவிருந்த முஷாரஃப் வருகைக்கு நல்ல முன்னோட்டமாக அது அமைந்தது.

பா.ஜ.க. ஆட்சியில் இருந்த 2001-ல் ஆக்ராவில் நடந்த சந்திப்பு மிகப் பெரிய தோல்வியில் முடிந்திருந்தது. இந்த முறையும் அதுபோல் ஆகிவிடக்கூடாது என்று அதிகாரிகள் கவலைப்பட்டனர். அன்று முஷாரஃப் இந்தியர்களை முட்டாளாக்கிவிட்டார். ஊடகத்தினருக்கு காலை உணவு விருந்து அளிக்கிறேன் என்று அழைத்து ஊடகங்கள் முன் இந்தியாவைச் சரமாரியாக விமர்சித்துப் பேட்டி கொடுத்து விட்டார். அவர் அப்படிச் செய்வார் என்பதை யாரும் எதிர்பார்த்திருக்கவில்லை. டாக்டர் சிங் இப்போதுதான் ஆட்சிக்கு வந்திருக்கிறார். இந்தமுறையும் அதுபோல் ஏதேனும் நடந்தால் நிலைமை மிகவும் மோசமாகிவிடும் என்று அதிகாரிகள் பயந்தனர். இந்தத் தடவை எல்லாம் நல்லபடியாக நடந்து முடிய நமது அதிகாரிகள் மிகுந்த கவனம் எடுத்துக்கொண்டனர். எனினும் ஆக்ரா சம்பவம்போல் எந்த அசம்பாவிதமும் நடந்துவிடாமல் பார்த்துக்கொள்ளும் பொறுப்பை பிரதமர் என்னிடம் ஒப்படைத்தார். நமது தரப்பில் இருந்து அனைவரும் ஒரே குரலில் பேசவேண்டும். நமது கருத்து வேறுபாடுகள் எதுவும் பொதுவெளிக்கு வந்துவிடக்கூடாது. அத்வானிக்கும்

வாஜ்பாய்க்கும் இடையே இருந்த கருத்து வேறுபாடுகள் ஆக்ரா சந்திப்பில் வெளியானதுபோல் இங்கும் எதுவும் நடந்துவிடக்கூடாது என்பதே என் மிகப் பெரிய சவாலாக இருந்தது.

நான் ஊடகவியலாளர்களை அழைத்துப் பேசினேன். என் தலைமையில் நடந்த அந்தக் கூட்டத்துக்கு அயலுறவு தொடர்பான ஊடகவியலாளர்கள், எழுத்தாளர்கள், இந்திய-பாகிஸ்தான் உறவு பற்றி எழுதிவரும் நபர்கள் அனைவரையும் அழைத்தேன். அரசாங்கத் தரப்பில் நாராயணன், நாயர், ஷ்யாம் சரண், பாகிஸ்தானில் இருந்த இந்தியாவின் ஹை கமிஷனர் சிவ் சங்கர் மேனன் ஆகியோர் பங்குபெற்றனர்.

பிரதமர் அலுவலகத்தில் ஓர் ஊடக ஆலோசகர் தலைமையில் ஒரு கூட்டம் நடப்பது அதுவே முதல் முறை. அனைத்து உயர் அதிகாரிகள் பங்குபெற்ற கூட்டத்தில் பிரதமர் சார்பில் ஓர் ஊடக ஆலோசகர் பேசியது அதுவே முதல் தடவை. அது கொஞ்சம் சவாலான செயலும் கூட. ஒருவேளை முன்பு நடந்ததுபோலவே முஷாரஃப் ஏதேனும் வில்லங்கம் செய்துவிட்டுப் போனால் ஒட்டுமொத்த உயர் அதிகாரிகளும் என்னைத் தூக்கிலேயே ஏற்றிவிடுவார்கள். நான் முஷாரஃபின் வருகையை ஒட்டி பிரதமர் என்ன எதிர்பார்க்கிறார் என்பதைச் சொன்னேன். நாராயணன் நான் சொன்னதை ஆமோதித்துத் தன் கருத்துகளைச் சொன்னார்.

நான் பயந்திருக்கத் தேவையே இல்லை என்றவகையில் எல்லாம் நல்லபடியாக நடந்துமுடிந்தன. டாக்டர் சிங் அரசியல் ரீதியாகவும் ராஜ தந்திரரீதியாகவும் பலம் பெற்றுத் திகழ்ந்தார். 2005 முஷாரஃப் வருகையை அவர் வெற்றிகரமாகக் கையாண்டார். அதன் மூலம் பிரதமர் தன்னம்பிக்கை மிகுந்தவராகவும் உறுதியானவராகவும் ஆனார்.

தில்லியின் ஃபெரோஷா கோட்லா மைதானத்தில் நடந்த கிரிக்கெட் போட்டியை டாக்டர் சிங்கும் முஷாரஃபும் சிறிது நேரம் சேர்ந்து பார்த்த பிறகு ஹைதராபாத் ஹவுஸுக்குச் சென்று இருவரும் சிறிது நேரம் பேசினர். முஷாரஃப் மிகுந்த உற்சாகத்துடன் இருந்தார். ஏனென்றால் பாகிஸ்தான் அணி அன்று மிகச் சிறப்பாக ஆடத் தொடங்கியிருந்தது. பாகிஸ்தான் ஜெயித்துவிடும் என்று அவருடன் வந்தவர்கள் சொல்லியிருந்தார்கள் (அதன்படியே பாகிஸ்தான் வெல்லவும் செய்தது). பேசும்போது முஷாரஃப் சொன்னார்: நாம் இருவரும் நினைத்தால் எல்லா பிரச்னையையும் மதியத்துக்குள் தீர்த்து விட்டு ஜாலியாக மதியம் விளையாட்டு பார்க்கப் போய்விடமுடியும்.

பிரதமர் சொன்னார்: ஜெனரல் ஷாஹேப் நீங்கள் ஒரு ராணுவ வீரர். என்னைவிட மிகவும் இளையவரும் கூட. நானோ வயதானவன். என்னால் ஒவ்வொரு அடியாக எடுத்துவைத்துத்தான் நடக்கமுடியும்.

டாக்டர் சிங் பொதுவாக கூச்ச சுபாவமும் உள்ளொடுங்கிய குணம் கொண்டவராகவும்தான் இருப்பார். ஆனால், அவர் மனதுக்கு நெருக்கமாக உணர்பவர்களிடமும் துடிப்புடன் உற்சாகமாகப் பேசும் நபர்களிடமும் அதிக நேரம் செலவிட விரும்புவார். அவர்களேதான் பெரிதும் பேச வேண்டியிருக்கும். டாக்டர் சிங்கின் மவுனங்களை ஈடுகட்டும்வகையில் அவர்களே பேசிச் சிரிக்கவைக்கும்போது பிரதமர் உற்சாகத்துடன் சிரித்து மகிழ்வார். முஷாரஃப் டாக்டர் சிங்கைவிட அதிகம் பேசக்கூடியவர். ஹமீத் கார்ஸி, ஜார்ஜ் புஷ், டோனி பிளேர், மஷ்மூத் அஹமதினெஜாத் ஆகியோரும் அப்படியானவர்களே. கார்டன் பிரெளன், ஹு ஜிண்டோ போன்றோர் பிரதமரைப் போலவே உள்ளொடுங்கியவர்கள். அவர்களுடன் பேசுவது பிரதமருக்கு எப்போதும் அசௌகரியமாகவே இருக்கும்.

எழுபதுகளில் இருந்த பொருளாதார மேதையும் அறுபத்தோரு வயதான ராணுவத் தளபதியும் சொன்னதுபோலவே நடந்து கொண்டனர். எல்லைகளை மாற்றமுடியாது. ஆனால், அவற்றின் முக்கியத்துவத்தைக் குறைக்க முடியும் என்ற டாக்டர் சிங்கின் கோட்பாட்டுக்கு ஏற்ப இரண்டு பேரும் காஷ்மீர் பிரச்னைக்கு ஒரு தீர்வை முன்வைத்தனர். இந்த விஷயங்கள் இரண்டாம் நிலை அதிகாரிகள் மூலமாக திரைமறைவில் ரகசியமாக முன்னெடுக்கப் பட்டன. பாகிஸ்தான் தரப்பில் முஷாரஃபின் நண்பரும் நம்பிக்கைக் குரியவரும் முன்னாள் வருமான வரி அதிகாரியுமான தாரிக் அசீஸ் மூலம் இந்த விஷயங்கள் முன்னெடுக்கப்பட்டன. என்.எஸ்.சி.யின் செயலராக முஷாரஃப் அவரை நியமித்தார்.

முஷாரஃபுக்கும் வாஜ்பாய்க்கும் இடையில் தூதுவராக அசீஸ் இருந்தார். அப்சர்வர் ரிசர்ச் ஃபவுண்டேஷனின் மறைந்த ஆ.கே.மிஸ்ரா மூலம் அவர் வாஜ்பாயின் செயலரான பிரஜேஷ் மிஷ்ராவைத் தொடர்பு கொண்டார். கார்கில் போர் நடைபெற்ற போது வாஜ்பாய்க்கும் முஷாரஃபுக்கும் இடையிலான தகவல் பரிமாற்றமானது ஆர்.கே. மிஸ்ரா மூலமாகவும் அசீஸ் மூலமாகவும் நடைபெற்றன. மிஸ்ரா ரிலையன்ஸ் இண்டஸ்ட்ரீஸின் தீருபாய் அம்பானியின் நலன் விரும்பியாகவும் செயல்பட்டார். ரிலையன்ஸின் ஜாம் நகர் தொழில்முனையம் மீது பாகிஸ்தானியர்கள் எந்தத் தாக்குதலும் மேற்கொள்ளக்கூடாது என்ற உத்தரவாதத்தை அவர் அவர்களிடமிருந்து பெற்றார்.

இந்திய தரப்பில் டாக்டர் சிங்கின் ஆட்சி காலத்தில் பாகிஸ்தானுக்கான முன்னாள் இந்திய தூதுவரான சதீந்தர் லம்பா செயல்பட்டார். தன்

இருப்பு வெளியில் தெரியாமல் செயல்படுவதில் லம்பா சமர்த்தர். மிகச் சிறந்த அயலுறவுத்துறை நிபுணர். 7, ஆர்.சி.ஆரில் பிரதமரை அவர் மிக ரகசியமாக வந்து சந்தித்துவிட்டுச் செல்வார். பிரதமர் அன்றாடம் சந்திக்கும் நபர்கள் பட்டியலில் லம்பாவின் பெயர் இருந்தால் வெளியில் எளிதில் தெரிந்துவிட வாய்ப்பு உண்டு. அன்றாடப் பார்வையாளர் பட்டியலானது 14 நகல்கள் எடுக்கப்பட்டு பிரதமர் அலுவலக அதிகாரிகள், பாதுகாப்பு அதிகாரிகள், உளவுத்துறை அதிகாரிகள் என அனைவருக்கும் கொடுக்கப்பட்டிருக்கும். இந்த 14 பேரில் யாராவது ஒருவருக்குத் தெரியாமல் பிரதமர் யாரையேனும் சந்திக்க விரும்பினால் அந்தப் பார்வையாளரின் பெயர் பட்டியலில் இடம்பெறாது. இதில் இன்னொரு பிரச்னை என்னவென்றால், அதீத ஆர்வம்கொண்ட ஊடகவியலாளர்களுக்கு இந்தப் பட்டியல் எப்படியோ கிடைத்துவிடும். எனவே பிரதமருக்கும் லம்பாவுக்கும் இடையிலான சந்திப்பு பெரும்பாலும் பட்டியலில் குறிப்பிடப்படாது.

லம்பா பாகிஸ்தானிலோ இந்தியாவிலோ அல்லது துபாய் போன்ற வேறு இடத்திலோ அசீஸைச் சந்திப்பார். பிரதமரின் இரண்டாவது செயலரான ஜெய்தீப் சர்கார் லம்பாவுடன் செல்வார். சர்க்கார் அவர்கள் பேசுவதைக் குறிப்பெடுத்துக்கொள்வார். எப்போதெல்லாம் சர்க்கார் உடல்நிலை சரியில்லை என்றோ தன் மகனுக்குத் தேர்வுக்குத் தயார்படுத்தவேண்டுமென்றோ சொல்லி விடுப்பு எடுத்துக் கொள்கிறாரோ அப்போதெல்லாம் அவர் லம்பாவுடன் சென்றிருக்கிறார் என்பதைப் புரிந்துகொண்டுவிடுவேன். லம்பாவுக்கும் அசீஸுக்கும் இடையில் நடைபெற்ற இப்படியான திரை மறைவு சந்திப்புகளும் அவற்றில் பரிமாறப்படும் விஷயங்களுமே பொதுவெளியில் டாக்டர் சிங் முஷாரஃபுடன் நடத்திய பேச்சுவார்த்தைக்கும் கையெழுத்திட்ட ஒப்பந்தங்களுக்கும் அடிப்படையாக அமைந்தன.

இரு நாட்டுத் தலைவர்களும் ஒப்புக்கொண்ட முதல் விஷயம் எல்லைக்கோடு என்பது இனி வரைபடத்தில் இருக்கும் ஒரு வெறும் கோடு மட்டுமே. எல்லைக்கோட்டுக்கு இருபுறமும் போக்குவரத்து வசதிகளும் வர்த்தகமும் தடையின்றி நடக்க வழி செய்யவேண்டும் என்று இருவரும் முடிவெடுத்தனர். எல்லைக்கோட்டுக்கு இருபுறமும் இருக்கும் காஷ்மீரில் வசிக்கும் மக்கள், பிரிவினைக்கு முன்பு எப்படி தடையின்றி காஷ்மீர் முழுவதும் போய்வந்தார்களோ அதுபோல் இனியும் போய்வர முடியும். ஒரு எல்லைக்கோடு அவர்களைப் பிரிப்பதாக அவர்கள் நினைக்காதவகையில் இயல்பு வாழ்க்கை அங்கு திரும்பவேண்டும். இதுவே முதல் எதிர்பார்ப்பு.

இரண்டாவதாக எல்லைக்கோட்டுக்கு இருபுறமும் இருக்கும் உள்ளூர் அரச அதிகார அமைப்பைப் பலப்படுத்தவேண்டும். தேவைப்

பட்டால் சர்வ தேசக் கண்காணிப்பின் கீழ் காஷ்மீர் மக்கள் தமது பிரதிநிதிகளைத் தாங்களே தேர்ந்தெடுக்க வழிபிறக்கவேண்டும்.

மூன்றாவது கொஞ்சம் சிக்கலானது. காஷ்மீர் மாநிலத் தலைவர்களின் கீழ் கூட்டு அல்லது இணை அமைப்புகள் உருவாக்கப்பட்டு பொதுவான நலன் சார்ந்த விஷயங்கள் முன்னெடுக்கப்படவேண்டும். இரு பகுதிகளின் அயலுறவு, ராணுவப் பாதுகாப்பு மட்டும் புது தில்லியாலும் இஸ்லாமாபாத்தாலும் நிர்வகிக்கப்படவேண்டும். மற்ற விஷயங்கள் எல்லாம் உள்ளூர் கட்டுப்பாட்டில் விடப்படவேண்டும். இவையெல்லாம் நடந்து அமைதிநிலை திரும்பினால் இறுதிக்கட்ட நடவடிக்கையாக இரு நாட்டு ராணுவங்களும் திரும்பப் பெறப்படும்.

இந்த சந்திப்பு முடிந்ததும் டாக்டர் சிங் நேராக சியாச்சின் பகுதிக்கு ஜூன் 2005-ல் சென்றார். இது இனிமேல் பிரச்னைக்கான பகுதி அல்ல; சமாதானத்துக்கான பகுதி என்று உரையாற்றினார். அது ஒரு நல்ல நம்பிக்கை தரும் முன்னெடுப்பு. 1984-ல் இருந்து அந்த பனி மூடிய பாழ் நிலத்துக்காக இந்தியாவும் பாகிஸ்தானும் சண்டையிட்டுவருகின்றன.

ராணுவத்தினருக்கு உற்சாகமூட்டும்வகையில் பேசி முடித்த பிரதமர் எல்லைக்கோட்டை மாற்றி வரையும் பேச்சுக்கே இடமில்லை. அமைதியைத் தேடும் முயற்சியில் எல்லைக்கோடுகள் மாற்றிய மைக்கப்படாது. ஏனென்றால் இந்தக் கோடுகள் நமது பாதுகாப்பு சம்பந்தப்பட்டவை. நமது மரியாதை சம்பந்தப்பட்டவை என்று பேசினார்.

டாக்டர் சிங் முன்வைத்த சியாச்சின் திட்டம் பற்றி இந்தியாவில் விமர்சனங்கள் எழுந்தன. ஆனால், சியாச்சின் பகுதியில் போரில் ஈடுபட்ட ராணுவத் தலைவர்களுடன் கலந்தாலோசித்த பிறகே அதைப் பற்றி பிரதமர் பேசியிருந்தார். அந்த ராணுவத் தலைவர்கள் ஒவ்வொருவரும் அங்கு நடந்த சண்டையையும் உயிரிழப்பையும் அதற்கான பொருட்செலவையும் கண் முன்னால் கண்டிருந்தார்கள். காஷ்மீர் மற்றும் சியாச்சின் பிரச்னைக்கு நிரந்தரத் தீர்வு காணப்பட வேண்டும் என்பதில் அந்த ராணுவத் தளபதிகள் டாக்டர் சிங்கை முழுவதுமாக ஆதரித்தனர்.

காஷ்மீருக்கான அமைதித் தீர்வை முஷாரஃப் ஏற்றுக்கொண்டு உலகம் முழுவதும் பரப்பவேண்டும் என்று டாக்டர் சிங் விரும்பினார். அந்த யோசனையை மன்மோகன் - முஷாரஃப் திட்டம் என்றுகூடச் சொல்ல வேண்டாம். முஷாரஃப் திட்டம் என்றேகூட அழைத்துக்கொள்ளலாம் என்று பிரதமர் சொன்னார். ஆனால், இந்த அமைதித் தீர்வுக்குத் தன்னால் இந்தியாவில் சம்மதத்தைப் பெற்றுவிட முடியும். ஆனால், பாகிஸ்தானில் உள்ளவர்களிடம் ஆதரவுபெறுவது முஷாரஃபுக்கு

மிகவும் கடினமாக இருக்கும் என்பது பிரதமருக்குத் தெரியும். இந்த அமைதித் தீர்வானது காஷ்மீருக்குச் சிறப்பு அந்தஸ்தைத் தரும். ஆனால், ‘கள யதார்த்தம்’ மாறாமல்தான் இருக்கும். எல்லைக் கோட்டுக்கு இந்தப் பக்கம் இருக்கும் பகுதி இந்தியாவின் அங்கமாகவே இருக்கும். அந்தப் பக்கம் இருக்கும் பகுதி பாகிஸ்தானின் அங்கமாகவே இருக்கும்.

பாகிஸ்தானில் முஷாரஃபுக்கு அரசியல் கட்சிகள், மதக் குழுக்கள், ராணுவம் என மூன்று சக்திகளைச் சமாளிக்க வேண்டியிருக்கும். இந்தியாவில் காங்கிரஸ், பல்வேறு பிராந்தியக் கட்சிகள், இடதுசாரிகள் எனப் பலருடைய ஆதரவு தனது அமைதி முயற்சிக்கு இருக்கும். பி.ஜே.பி.யிடமிருந்து மட்டுமே எதிர்ப்பு வரும் என்று பிரதமர் நினைத்தார்.

ஆனால், நடந்ததோ வேறு. காங்கிரஸ் கட்சியில் எதிர்ப்பு பெரிதாக இருக்காது என்று பிரதமர் நினைத்தது தவறாகிப்போனது. ஐ.மு.கூ-*1*-ன் அடுத்தடுத்த பாதுகாப்பு அமைச்சர்களாக இருந்த பிரணாபும் ஏ.கே.ஆண்டனியும் சியாச்சின் தொடர்பான பிரதமரின் திட்டத்தில் அத்தனை ஆர்வம் காட்டவில்லை. இத்தனைக்கும் சோனியா காந்தி இந்தத் திட்டத்துக்கு சம்மதம் தெரிவித்திருந்தார். ராணுவத் தரப்பில் குழப்பமான நிலையே நிலவியது. சியாச்சினில் சேவை செய்து ஓய்வு பெற்றிருந்த ராணுவத் தலைவர்கள் அங்கு நம் வீரர்கள் படும் துயரத்தைப் பார்த்துவிட்டு அந்தப் பிரச்னைகளுக்கு ஒரு முடிவு வரவேண்டும் என்று விரும்பினார்கள். ஆனால், பணியில் இருக்கும் ராணுவத் தளபதிகளோ பாகிஸ்தான் எந்த ஒப்பந்தத்தையும் நேர்மையாக மதிக்காது என்று சொன்னார்கள்.

ஆண்டனி மிகவும் நட்பார்ந்த முறையில் இதமாகப் பழகுவார். நேர்மையாக நடந்துகொள்வார். ஆனால், கையாள்வதற்கு மிகவும் கடினமானவர். எனக்கு அவருடன் நல்ல நட்பு இருந்தது. புகழ்பெற்ற கேரளியரான பேரா.கே.என்.ராஜின் மாணவன் நான் என்பது அவருக்குத் தெரியும். திருவனந்தபுரத்தில் என் திருமணம் நடந்த விவரம் அவருக்குத் தெரியும் என்பதால் என்னை கேரளாவின் மருமகன் என்றுதான் அழைப்பார். ஆனால், கொள்கை, அரசியல் என்று வந்துவிட்டால் இந்த சொந்த நல்லபிப்ராயங்கள் எல்லாம் பின்னுக்குப் போய்விடும். அரசியல்ரீதியில் அவர் மிகவும் பழமைவாத மனோபாவம் கொண்டவர். அபாயங்களைத் தவிர்க்கும் மனோபாவம் கொண்டவர். ராணுவ பாதுகாப்பு விவகாரங்களில் அனுபவம் குறைந்த ஐ.ஏ.எஸ். அதிகாரிகள் சொல்லும் ஆலோசனைகளையே நம்பிக்கொண்டிருப்பவர். அவர் பாதுகாப்புத் துறை அமைச்சராக இருந்த காலகட்டத்தில் இந்த அம்சத்துக்காகவே அதிகமும் விமர்சிக்கப்பட்டார்.

இதோடு ராணுவத் தலைவர்களின் செயல்திறன் வீழ்ச்சியையும் டாக்டர் சிங் எதிர்கொள்ளவேண்டிவந்தது. அந்த வீழ்ச்சி அனைவருக்கும் தெரியும் வகையிலேயே இருந்தது. என் அளவில் நான் பார்த்த முதல் தடயம் ராணுவத் தளபதி ஜே.ஜே.சிங் சியாச்சின் விவகாரத்தில் நடந்துகொண்டதில் இருந்து தெரியவந்தது. தனியாகக் கேட்டால் சியாச்சின் தொடர்பாக பிரதமர் சொன்ன திட்டம் நடைமுறைப்படுத்த முடிந்ததுதான் என்றுதான் சொல்வார். ஆனால், பாதுகாப்பு அமைச்சர் ஆண்டனி பிரதமருக்கு எதிராகப் பேசியபோது அவருக்கு ஆதரவாகவே ஜே.ஜே.சிங் நடந்துகொண்டார்.

நடுவுக்கு சற்று இடதுபக்கமாக இருக்கும் பின்புலத்தைக்கொண்ட ஏ.கே.ஆண்டனி நரசிம்மராவ் அரசின் அயலுறவுக் கொள்கையையும் பொருளாதாரக் கொள்கைகளையும் எதிர்க்கவே செய்தார். இப்போது டாக்டர் சிங் காலத்திலும் அதையே செய்தார். பாகிஸ்தானுடனான உறவு சுமுகமாகவேண்டும் என்ற நோக்கில் பிரதமர் எடுக்கும் நடவடிக்கைகளை அவரும் சோனியாவும் ஆதரிக்கும் நிலையிலும் சியாச்சின் விவகாரத்தில் டாக்டர் சிங்கின் முன்னெடுப்பின் மீது ஏ.கே.ஆண்டனிக்கு அதிருப்தி இருந்தது.

சியாச்சின் விவகாரத்தில் பிரதமரின் தீர்வின் மீது ஏ.கே.ஆண்டனிக்கு உண்மையிலேயே மாற்றுக் கருத்து இருந்ததா அல்லது நேரு-காந்தி குடும்பத்தைச் சேராத ஒருவர் பாகிஸ்தானுடனான சுமுக உறவைக் கொண்டுவர விட்டுவிடக்கூடாது என்ற அந்தக் குடும்பத்தின் எதிர்பார்ப்பைப் பூர்த்தி செய்ய அப்படி நடந்துகொண்டாரா என்று தெரியவில்லை. என்ன இருந்தாலும் காஷ்மீர் பிரச்னையின் வேர்கள் நேருவின் கொள்கையில்தானே வேரூன்றியிருக்கின்றன. இந்திரா காந்தியும் ராஜீவும் அந்தப் பிரச்னையைத் தீர்க்க முயன்றனர். ஆனால், முடியவில்லை. அமைதி முயற்சியை ஆதரித்த சோனியா காந்தி டாக்டர் சிங் இந்தப் பிரச்னையைத் தீர்த்து வரலாற்றின் பக்கங்களில் இடம்பெறுவதை அனுமதித்திருப்பாரா? எனக்கு இந்த விஷயத்தில் சந்தேகமே இருக்கிறது. ராகுல் காந்தி பிரதமராகும்வரை பிரச்னை தொடர வேண்டும் என்றே அவர் விரும்பக்கூடும். என் யூகம் தோற்கவில்லை. ஆனால், டாக்டர் சிங் ஆத்மார்த்தமாக எடுத்த அமைதி முயற்சிகள் தோல்வியைத் தழுவின. பிரதமரின் ஆர்வமும் அந்த விஷயத்தில் குறைந்துபோனது.

இரு நாடுகளிலும் இருந்த அடிப்படைவாதிகள் நிலைமை சுமுகமாவதை விரும்பவில்லை. அதைத் தொடர்ந்து காஷ்மீரிலும் இந்தியாவின் பிற பகுதிகளிலும் நடந்த குண்டுவெடிப்புகள் எல்லாம்

மத வெறியைத் தூண்டுவதையும் காஷ்மீர் தொடர்பாக இந்திய பாகிஸ்தானைச் சேர்ந்தவர்களிடையே ஒத்திசைவு வருவதைத் தடுப்பதையும் நோக்கமாகக் கொண்டிருந்தன.

அக்டோபர் 29, 2005-ல் தில்லி தொடர் குண்டுவெடிப்புகளால் நிலைகுலைந்தது. மக்கள் நெருக்கம் அதிகமாக இருந்த சரோஜினி நகர் மற்றும் பகர்கன்ச் ஆகிய பகுதிகளே முக்கிய இலக்காக இருந்தன. அன்று டாக்டர் சிங் அகர்தலாவில் இருந்தார். கொல்கத்தாவில் இரவைக் கழித்துவிட்டு மறுநாள் தில்லி வருவதாக இருந்தது. அன்றுதான் தி இந்து செய்தித்தாளில் எண்ணெய்க்கு பதில் உணவு என்ற திட்டத்தில் நடந்த முறைகேடுகள் பற்றிய வோல்கர் கமிட்டியின் அறிக்கை வெளியாகியிருந்தது. அகர்தலாவுக்குப் போகும்போது விமானத்தில் அந்த இந்து பத்திரிகை செய்தியை டாக்டர் சிங் படித்தார். என்னை அழைத்து அது குறித்துப் பேசினார். அம்பிகா சோனி அன்று மதியம் தொலைகாட்சியில் இதுபற்றிக் கருத்து தெரிவித்ததைப் பார்த்தார். அம்பிகா சோனி மிகவும் கவனமாக, காங்கிரஸ் கட்சியை மட்டுமே நியாயப்படுத்திப் பேசினார். நட்வர் சிங் தன் தரப்பு நியாயத்தை அவரே சொல்வார் என்று நழுவிவிட்டார். காங்கிரஸ் கட்சி நட்வர் சிங்கைக் கைவிட்டு விட்டதாக பிரதமர் இதைப் பார்த்தார்.

நடக்கப்போவதைத் தவிர்க்க முடியாது என்று புரிந்துகொண்டிருந்த பிரதமர் திரும்பி வரும்வழியில் அடுத்த அயலுறவுத்துறை அமைச்சராக யாரை நியமிக்கலாம் என்று கேட்டார். பிரணாப் முகர்ஜி, கரன் சிங், எஸ்.எம்.கிருஷ்ணா இவர்களில் யாரேனும் ஒருவரை நியமிக்கலாம் என்று பட்டியலிட்டோம். நான் ஒவ்வொருவருடைய சாதக பாதகங்களைப் பற்றி பிரதமரிடம் விவரித்துக்கொண்டிருந்தபோது எஸ்.பி.ஜி. தலைவர் பாரத் வான்ச்சூ தில்லியில் நடந்த வெடிகுண்டு விபத்து பற்றிய தகவலை அவசர அவசரமாக வந்து சொன்னார்.

பிரதமர் உடனே விமானத்தை தில்லிக்குத் திருப்பச் சொன்னார். கொல்கத்தாவில் தற்காலிகமாகத் தொழில்நுட்பக் காரணத்துக்காக நிறுத்தப்பட்டு தில்லி வந்து சேர்ந்தோம். வரவிருக்கும் திருவிழாக் காலகட்டத்தில் மத நல்லிணக்கத்தைக் குலைத்துப் பதற்றத்தைப் பரவச் செய்வதே இந்தத் தாக்குதலுக்குக் காரணம் என்று கண்டித்து அன்று இரவு தொலைகாட்சியில் தோன்றிப் பேசினார். இதுபோன்ற தாக்குதல்கள் நடக்கும் ஒவ்வொருமுறையும் மத மோதலைத் தடுப்பதே முக்கிய இலக்காக எடுத்துக்கொள்ளப்படும். 2002 கோத்ராவில் நடந்ததுபோல் மீண்டும் நடந்துவிடக்கூடாது என்பதை உறுதிப்படுத்த விரும்பினார்.

இந்த விஷயத்தில் அவருடைய அரசு வெற்றி பெற்றது. எனினும் இந்திய பாகிஸ்தான் நட்புறவை இந்தத் தாக்குதல்கள் நிச்சயம்

பாதித்தன. இப்படியான சம்பவங்கள் நடந்து நிலைமை மோசமாகும் போது சிறிது இடைவெளிவிட்டு நட்பின் இழைகளைப் பிணைத்துக் கொண்டு அமைதியை நோக்கிய பயணத்தை முன்னெடுப்பார். முஷாரஃபுடன் அமைதி முயற்சிகள் ஆரம்பிக்கப்பட்ட ஒரு வருடம் கழித்து, தில்லி வெடி குண்டு தாக்குதலின் விளைவுகள் அரசியல் களத்தில் உள்வாங்கப்பட்ட நிலையில், காஷ்மீர் பிரச்னையை பிரதமர் இனி கைவிட்டுவிடுவார் என்று அனைவரும் நினைத்த நிலையில் மார்ச் 2006-ல் பிரதமர் மீண்டும் அமைதி முயற்சியை ஆரம்பித்தார்.

அமிர்தசரஸில் பெருந்திரளான மக்கள் கூட்டத்தின் நடுவே பஞ்சாபி மொழியில் உரையாற்றினார். நேரலையாக ஒளிபரப்பப்பட்ட அந்த நிகழ்ச்சியின் எதிரொலிகள் லாகூரில் தெளிவாகக் கேட்கவேண்டும் என்று தீர்மானிக்கப்பட்டிருந்தது. பிரதமர் கூட்டத்தில் பேசிக் கொண்டிருந்தபோது நான் தில்லியில் இருந்தபடி அனைத்து தேசிய தொலைகாட்சிகளும் அதை நேரடியாக ஒளிபரப்பவும் முக்கிய செய்திகளைத் தொடர்ந்து காட்சிப்படுத்தவும் முயற்சிகள் எடுத்து வந்தேன். காஷ்மீர் தொடர்பாக பிரதமர் பேசிய மிகவும் துணிச்சலான உரை அதுவே. அதுவும் பெருந்திரளான மக்கள் மத்தியில் பஞ்சாபியில் பேசியது ஆச்சரியமான விஷயம். இரு நாடுகளும் தமது கட்டுப்பாட்டில் இருக்கும் பகுதியில் இருக்கும் மக்களுடன் பேச்சு வார்த்தையை ஆரம்பிக்கவேண்டும். உள்ளூர் அதிகார மையத்தின் பலத்தை அதிகரிக்கவேண்டும். இரு பக்கம் இருக்கும் மக்களும் சுய மரியாதையுடன் கண்ணியமான வாழ்க்கை வாழ வாய்ப்பு ஏற்படுத்தித் தரவேண்டும் என்று பேசினார். அவர் மேலும்,

> நான் எப்போதும் சொல்வதுண்டு. எல்லைகளைத் திருத்தி வரைய முடியாது. ஆனால், நாம் அவற்றின் தீய முக்கியத்துவத்தை நிச்சயம் குறைக்கமுடியும். அவை வெறும் வரைபடத்தில் இருக்கும் கோடுகள் என்று சுருக்கி விடமுடியும். எல்லைக்கோட்டின் இருபக்கமும் இருக்கும் மக்கள் தடையின்றி இங்குமங்கும் சென்று வரவும் வர்த்தகச் செயல்பாடுகளில் ஈடுபடவும் வழி இருக்கவேண்டும். ஜம்மு காஷ்மீரின் இரண்டு பகுதிகளும் இந்திய பாகிஸ்தானின் துணையோடு கூட்டுறவு, அல்லது இணைந்த அமைப்புகளை உருவாக்கி இரு பகுதிகளின் சமூக, பொருளாதார நலன்களைக் கருத்தில் கொண்டு செயல்படும் நாள் வரவேண்டும்.

என்று கூறினார்.

முஷாரஃப்-மன்மோகன் திட்டம் குறித்து பிரதமர் மிகத் தெளிவாகப் பேசிய தருணம் இது. அந்த உரை உலகம் முழுவதும் கேட்டது.

ஹவானாவில் அணிசேரா நாடுகளின் கூட்டத்துக்காக செப்டெம்பர் 2006-ல் அந்த இரண்டு தலைவர்களும் மீண்டும் சந்திப்பதற்கு முன்னால் பல தீவிரவாத தாக்குதல்கள் நடந்து முடிந்திருந்தன. ஜூலை 2006-ல் மும்பை தாக்குதல் நடந்து முடிந்திருந்தது.

செப்டெம்பர் 14, 2006-ல் ஹவானா வந்ததும் நானும் புலோக்கும் க்யூப சிகார்களைத் தேடி ஹோட்டலில் இருந்து கிளம்பினோம். சிறு சந்து பொந்துகளைக் கடந்து சென்று கொஹிபா சிகார்கள் விற்கப்படும் கறுப்புச் சந்தைப் பகுதியைச் சென்றடைந்தோம். ஒரு அயல் நாட்டுக்காரர் ஹவானாவின் அரசாங்கக் கடையில் ஒரு சிகாருக்குக் கொடுக்கும் தொகையானது ஐரோப்பாவில் வரி இல்லாக் கடைகளில் கொடுக்கும் தொகைக்குச் சமமாகவே இருக்கும். ஆனால், கறுப்புச் சந்தையில் அதே போன்ற தரமான பொருளைப் பத்தில் ஒரு பங்கு விலையில் பெற்றுவிட முடியும். இந்தியத் தூதரிடம் சொல்லி ஒரு பாக்கெட் சிகார் வாங்கிவரச் சொல்லியிருக்கமுடியும். ஆனால், நாங்கள் கறுப்புச் சந்தையில் நுழைந்து வெளிவரும் சாகசத்தைச் செய்ய விரும்பினோம். குறைந்தவிலை க்யூப சிகார்களை அள்ளிக்கொண்டு நாங்கள் எர்னஸ்ட் ஹெமிங்வேயின் விருப்பத்துக்குரிய மதுபான விடுதியான எல் ஃப்ளோரிடாவுக்கு மோஜிடோஸ் பருகச் சென்றோம். பிரதமருடன் க்யூபாவுக்கு வந்திருந்த இந்திய ஊடகவியலாளர்களுடன் சேர்ந்து பல சுற்று மது அருந்திமுடித்த பிறகு நானும் புலோக்கும் ஹோட்டல் அறைக்குத் திரும்பினோம்.

நான் ஹோட்டலுக்குள் நுழைந்ததும், பிரதமர் என்னைச் சந்திக்க விரும்புவதாக எஸ்பிஜி தலைவர் சொன்னார். நான் என் அறைக்குச் சென்று வேகவேகமாக பல் துலக்கிவிட்டு செண்ட் அடித்துக்கொண்டு பிரதமரின் அறைக்குச் சென்றேன். பிரதமருடன் நாராயணனும் சிவ் சங்கர் மேனனும் இருந்தார்கள்.

அடுத்த நாள் முஷாரஃபுடனான சந்திப்பு முடிந்தபிறகு இருவரும் வெளியிடவிருந்த கூட்டறிக்கையை என்னிடம் கொடுத்துப் படிக்கச் சொன்னார். சிவ்சங்கர் பாகிஸ்தானில் இருந்த அதிகாரிகளுடன் கலந்து பேசி அந்த அறிக்கையைத் தயார் செய்து பிரதமருடைய சம்மதத்துக்காக அதைக் கொண்டுவந்திருந்தார். நான் அந்த அறிக்கையைப் படித்துப் பார்த்தேன். தீவிரவாதத்தைத் தடுக்கும் நோக்கில் இரண்டு நாடுகளும் கூட்டாக உளவுத் தகவல்களைப் பரிமாறிக்கொண்டு சில பாதுகாப்பு நடவடிக்கைகளை எடுக்க வேண்டும் என்று அதில் சொல்லப்பட்டிருந்தது.

நம் நாட்டில் இந்த யோசனைக்கு என்ன எதிர்வினை இருக்கும் என்று கேட்டார் பிரதமர். மூவரும் அதுபற்றி ஏற்கெனவே பேசி முடித்திருக் கிறார்கள். நாராயணனுக்கும் சிவ் சங்கருக்கும் இடையே கருத்து வேற்பாடு இருக்கிறது என்பதை யூகித்துக்கொண்டேன். நாராயணன் மிகவும் தீவிரமாக ஆழ்ந்த யோசனையில் இருந்தார். அது மிக மோசமான அறிகுறி. சிவ்சங்கர் அனுபவம் மிகுந்த இதமான அதிகாரி. எந்தவித உணர்ச்சியையும் வெளிக்காட்டாமல் இருந்தார். இது சிவ் சங்கர் தயாரித்த அறிக்கைதான். அதில் நாராயணனுக்கு உடன் பாடில்லை என்பது புரிந்தது. பிரதமர் என்ன விரும்புகிறாரோ அதற்கு ஏற்ப நிலைமையைக் கொண்டு செல்ல என் உதவியை நாடுகிறார் என்பது புரிந்தது.

பி.ஜே.பி. இந்த யோசனையை எதிர்க்கும். ஆனால், காங்கிரஸூம் இடதுசாரிகளும் இதை வரவேற்பார்கள் என்று சொன்னேன். பிற விஷயங்களிலும் அவர்களுடைய ஆதரவு அவருக்குத் தேவைப்படும். மூத்த காங்கிரஸ் தலைவர்கள் பாகிஸ்தான் விஷயத்தில் பிரதமரின் அணுகுமுறை தொடர்பாக இரு வேறுபட்ட கருத்து கொண்டி ருந்தார்கள். எனினும் சோனியாவின் ஆதரவு பிரதமருக்கு இருந்தது. பிரதமரின் அமைதி முயற்சிகளை இடதுசாரிகளும் முழுவதுமாக வரவேற்கவே செய்கிறார்கள். அமெரிக்காவுடனான பிரதமரின் அணுகுமுறையை இடதுசாரிகள் தொடர்ந்து விமர்சித்து வருவதால், அவ்வப்போது அவர்களிடமிருந்து ஏதாவது ஒரு விஷயம் சார்ந்து பிரதமர் பாராட்டப்படுவது நல்லதுதான். இந்தக் கூட்டறிக்கையை வெளியிடுவதால் ஏற்படும் அரசியல் பின்விளைவுகளை நாம் எதிர்கொண்டாக வேண்டும் என்று சொன்னேன். என் கருத்து பிரதமருக்கு மன நிறைவைத் தந்தது. பாகிஸ்தான் அதிகாரிகளுடன் கலந்து பேசிக் கூட்டறிக்கையை இறுதி செய்யும்படி பிரதமர் மேனனிடம் கேட்டுக்கொண்டார். நாராயணனுக்கு இதில் துளியும் சம்மதமில்லை.

நீ என் முதுகில் குத்திவிட்டாய் என்று அறைக்குச் செல்கையில் என் கையை அழுத்திப் பிடித்து நாராயணன் சொன்னார்.

நான் எந்தச் சலனத்தையும் காட்டாமல் அது உண்மையில்லை என்று சொன்னேன். நான் உங்களுக்கு முன்பாகத்தான் உங்கள் கருத்தை மறுத்துச் சொல்லியிருக்கிறேன். எனவே, முதுகில் குத்தியதாகச் சொல்லாதீர்கள். நேருக்கு நேராக நின்று குத்தியதாகச் சொல்லுங்கள் என்று சொன்னேன்.

உள்ளே போயிருந்த திரவம் தன் வேலையை இன்னும் நிறுத்தியிருக்க வில்லை.

டாக்டர் சிங் மறுநாள் முஷாரஃபை க்யூபர்கள் ஏற்பாடு செய்து தந்திருந்த வீட்டில் சந்தித்தார். முஷாரஃப் பிற பல தலைவர்களைப் போலவே மிகவும் இலகுவாக இதமாக இருந்தார். பிரதமர் பொதுவாக சற்று இறுக்கமாகவே இருப்பார். ஆனால் ஹவானாவில் பிரதமரும் பதற்றங்கள் அற்றவராக உற்சாகமாக இருந்தார். அதிகாரிகள் புடை சூழ நிற்கையில் முஷாரஃபுடன் இதமாக மனம் விட்டுப் பேசினார். சொல்லிவைத்தாற்போல் இருவரும் அருகில் இருந்த ஓர் அறைக்குள் சென்றார்கள். பாதுகாப்பு அதிகாரிகள் உடனே அறைக் கதவை மூடினார்கள். பாகிஸ்தானிய அயலுறவுத்துறை அமைச்சர் குர்ஷித் கஸூரியும் நாராயணனும் ஒருவரை ஒருவர் அதிர்ச்சி கலந்த ஆச்சரியத்துடன் பார்த்துக்கொண்டார்கள். உண்மையி லேயே அவர்கள் இருவரையும் புறக்கணித்துவிட்டுத்தான் இரு நாட்டுத் தலைவர்களும் பேசப் போயிருக்கிறார்கள். நாராயணன் தான் நின்ற இடத்திலேயே நின்றுகொண்டிருந்தார். கஸூரி அடுத்த அறையின் வாசல் நோக்கிச் சென்றார். பாதுகாப்பு அதிகாரி, அவரைத் தடுத்து நிறுத்தி யாரையும் உள்ளே அனுமதிக்கக்கூடாது என்ற உத்தரவு கிடைத்திருப்பதாகச் சொன்னார்.

உடன் வந்தவர்கள் அமர்ந்து தேநீர் அருந்தி பிஸ்கெட் சாப்பிட்டார்கள். இப்படியான வாய்ப்புக் கிடைத்தால் இந்திய பாகிஸ்தானிய அதிகாரிகள் உற்சாகமாகப் பேச ஆரம்பித்து விடுவார்கள். அவர்களுக்குப் பேசிக்கொள்ள கிரிக்கெட், பாலிவுட், நல்ல ஷீக் கபாப், பிரியாணி கிடைக்கும் லாகூர் டில்லியில் இருக்கும் புதிய நட்சத்திர விடுதிகள், பொது நண்பர்கள், குழந்தைகள், குடும்பத்தினரின் நலம் எனப் பேச எத்தனையோ இருந்தன. உடன் வந்த அதிகாரிகள் எல்லாம் இப்படிப் பேசிக்கொண்டிருந்தபோது டாக்டர் சிங்கும் முஷாரஃபும் மட்டும் தனியாக சுமார் ஒரு மணி நேரம் மூடிய அறைக்குள் பேசிக்கொண்டார்கள். நாராயணனின் முகம் வெளிறிப்போயிருந்தது. அவரால் தன் மனவேதனையை வெளிக் காட்டாமல் இருக்கமுடியவில்லை. கஸூரிக்கு உண்மையான எஜமான் யார் என்பது நன்கு தெரியுமென்பதால், சிறிது நேரத்திலேயே சுதாரித்துக்கொண்டுவிட்டார்.

இரு நாடுகளும் கூட்டாகத் தீவிரவாதத்தை எதிர்க்கவேண்டும் என்ற யோசனைக்கு பி.ஜே.பி.யிடமிருந்து கடும் எதிர்ப்புக் கிளம்பியது. பிரதமருக்கு இந்த விஷயத்தில் ஊடகத்தினரின் ஆதரவு முழுவது மாகக் கிடைக்கவேண்டும் என்று முயற்சிகள் எடுத்துக்கொண்டேன். ஏனென்றால், பல்வேறு ஓய்வுபெற்ற வெளியுறவுத்துறை அமைச்சர் களும் உளவுத்துறை அதிகாரிகளும் பாதுகாப்பு அமைப்பைச் சேர்ந்தவர்களும் பிரதமருடைய இந்த யோசனையை விமர்சித்து பேட்டிகள் கொடுத்திருந்தனர். சில பத்திரிகை ஆசிரியர்களுடன்

அமைதியாகப் பேசிப் பார்த்தேன். பாகிஸ்தானுடனான நட்புறவைப் பலப்படுத்த எடுக்கப்படவிருக்கும் பல்வேறு முயற்சிகளின் முதல் காலடி இது என்று நிதானமாகச் சொன்னேன். அது நல்ல பலன் தந்தது.

அந்தக் கூட்டறிக்கை வெளியானதைத் தொடர்ந்து பரஸ்பரப் பேச்சு வார்த்தைகளுக்கும் ஒப்பந்தங்களுக்குமான செயல்திட்டங்கள் வரையறுக்கப்பட்டன. சியாச்சின் விஷயத்தில் நிபுணர்கள் இடையே ஒரு ஒத்து தீர்வு வரவேண்டும். சர் க்ரீக் மற்றும் அதன் அக்கம் பக்கம் இருக்கும் இடங்கள் தொடர்பாக சர்வே மேற்கொள்ளப்பட்டு இரு தரப்பு முன் தீர்மானங்களையும் களைந்ததொரு தீர்வை முன்வைக்க வேண்டும் என்று முடிவெடுக்கப்பட்டது. அந்த சர்வே நவம்பர் 2006-ல் தொடங்கப்படவேண்டும். கடல் எல்லை தொடர்பான விவாதங்களையும் நிபுணர்கள் குழு தொடங்கவேண்டும் என்று சொல்லப்பட்டது. சர் க்ரீக் என்பது ரான் ஆஃப் கட்ச் வளைகுடாவில் உள்ள பிரச்னைக்குரிய பகுதியாகும்.

எல்லை தாண்டிய பேருந்துப் பயணம், வர்த்தக டிரக் அனுமதி போன்று ஜம்மு காஷ்மீரில் இருக்கும் இந்திய பாகிஸ்தான் எல்லைக்கோடு தொடர்பாக ஏற்கெனவே முடிவு செய்யப்பட்ட விஷயங்களை நடைமுறைப்படுத்துவது என்ற முடிவுக்கு இரு தரப்பினரும் வந்தனர்.

டிசம்பர் 20-ல் பிரதமர் இன்னொரு பொதுக்கூட்டத்தில் உரையாற்ற அமிர்தசரஸுக்குச் சென்றார். இந்த முறையும் பஞ்சாபி மொழியிலேயே பேசினார். இந்திய பாகிஸ்தான் நாடுகளின் தலையெழுத்து ஒன்றை ஒன்று சார்ந்தவை என்பதால்தான் பாகிஸ்தானுடனான நட்புறவை மேம்படுத்தக் கடுமையாக முயற்சிகள் எடுத்து வருவதாக பிரதமர் சொன்னார். கடந்த காலத்தின் சுமைகளால் முடக்கப்பட்டு விடாமல் எதிர்காலத்தைப் பற்றி மட்டும் சிந்தித்து முன்னேற வேண்டும் என்று சொன்னார். பொதுவாக நான், எனது என்று பேசியிராத பிரதமர் அந்தக் கூட்டத்தில் துணிச்சலாக 'என் எதிர்பார்ப்பு' என்று பேசினார்.

> இந்தியா பாகிஸ்தான் குறித்து எனக்கு ஒரு எதிர்பார்ப்பு இருக்கிறது. நம் இரு நாடுகளுக்கு இடையே நட்புறவு மேம்படவேண்டும் என்று விரும்புகிறேன். இரு நாடுகளுக்கு இடையே நம்பிக்கை அதிகரிக்கவேண்டும். அமைதி ஒப்பந்தம், பாதுகாப்பு ஒப்பந்தம், நட்புறவு ஒப்பந்தம் எனப் பலவற்றை உருவாக்கிக் கொள்ளும்வகையில் இரு

நாடுகளுக்கு இடையே நம்பிக்கை அதிகரிக்கவேண்டும். இந்த நம் லட்சியத்தை அடையத் தடையாக இருக்கும் அனைத்தையும் நாம் நிச்சயம் தாண்ட முடியும் என்று உறுதியாக நம்புகிறேன். நம் இரு நாடுகளின் தலையெழுத்தைத் தீர்மானிக்கவும் இந்தப் பிராந்தியத்தில் அமைதி நிலவவும் அதுவே வழிவகுக்கும்.

1972-ல் சிம்லா ஒப்பந்தம் மூலமாக இந்திரா காந்தியும் ஜுல்ஃபிகர் அலி பூட்டோவும் செய்துகொண்ட ஒப்பந்தத்தையடுத்து ஒரு இந்திய பிரதமர் பாகிஸ்தானுடன் அமைதி, நட்புறவு, பாதுகாப்பு தொடர்பாக முன்வைத்த முதல் முக்கிய உடன்படிக்கை இதுவே. ஆனால், அதன் பின் நடந்தவை அந்த இரு தலைவர்களையும் எதுவும் செய்ய முடியாமல் தடுத்துவிட்டன. முஷாரஃபுக்கு உள் நாட்டில் நெருக்கடிகள் அதிகரித்தன. 2007-ன் முதல் கால் பகுதியில் அந்நாட்டு நீதித்துறையுடன் அதிபர் முஷாரஃபுக்கு ஏற்பட்ட மோதல் அந்நாட்டைப் பெரும் குழப்பத்துக்குள் தள்ளியது. முஷாரஃபின் ஆட்சி வலுவிழக்கத் தொடங்கியது. டாக்டர் சிங் இதைக் கண்டு கொஞ்சம் எச்சரிக்கையடையத் தொடங்கினார். 2007 நடுப்பகுதி வாக்கில் முஷாரஃபின் நிலை மேலும் மோசமானதால் டாக்டர் சிங் முன்னெடுத்த இரு தரப்பு நட்புறவு நடவடிக்கைகள் முட்டுச்சந்தில் முட்டி நின்றன.

செப்டெம்பர் 2007-ல் டாக்டர் சிங் ஐக்கிய நாடுகளின் பொதுக் கூட்டத்துக்கு நியூயார்க்குக்குச் செல்லவில்லை. மீண்டும் பேச்சு வார்த்தையைத் தொடங்குவதற்கு முன்பாக முஷாரஃபுக்கு என்ன நடக்கும் என்பதை உற்று நோக்க இந்தியா விரும்பியது. இதனிடையில் பெனாசிர் பூட்டோவுடன் நட்புறவுகள் மேற் கொள்ளப்பட்டன. மன்மோகன்-முஷாரஃப் கூட்டு நடவடிக்கைகளுக்கு பெனாசிர் பூட்டோ ஏற்கெனவே தன் ஆதரவைத் தெரிவித்திருந்தார். 2007 கடைசிவாக்கில் பெனாசிர் பூட்டோ கொல்லப்பட்டார். அவர் கொல்லப்பட்ட செய்தி கிடைத்தபோது டாக்டர் சிங் கோவாவில் ராஜ் பவனில் இருந்தார். அப்படியே நொறுங்கிப் போய்விட்டார். முஷாரஃபுடனான நட்புறவு முயற்சிகள் பெனாசிருக்கு ஏற்புடையவையாகவே இருந்தன என்பதும் பொது வெளியில் அந்த முயற்சிகளுக்குத் தேவைப்படும் ஆதரவை அவர் தருவார் என்றும் டாக்டர் சிங் நம்பியிருந்தார். அன்று மாலை முழுவதும் அந்தப் படுகொலை தொடர்பான செய்திகளையே பார்த்தவண்ணம் உறைந்து போயிருந்தார்.

2008 கடைசிவாக்கில் முஷாரஃபின் அதிகாரம் முடிவுக்கு வந்தது. மன்மோகன்-முஷாரஃப் திட்டம் பின்னுக்குத் தள்ளப்பட்டது.

இன்றுவரை அது உயிர்ப்பிக்கப்படவில்லை. இந்தியத் துணைக் கண்டத்தில் அமைதி நிலவ வேண்டும் என்ற தன் எண்ணங்களை பிரதமர் தொடர்ந்து வலியுறுத்திவந்திருக்கிறார்.

ஏப்ரல் 2005-ல் ஒரு விருந்துக்கு முஷாரஃபை அழைத்து ஆற்றிய உரையில் எப்போதுமில்லாத உணர்வு நிலையில் ஒரு விஷயத்தைக் குறிப்பிட்டார்.

> நம்மால் நம் கடந்த காலத்தைத் திருத்தி எழுத முடியாது. ஆனால், மிகவும் பாதுகாப்பான வளமான எதிர்காலத்தை உருவாக்க முடியும். தெற்காசிய பிராந்தியத்தில் மக்களிடையே நம்பிக்கையையும் நல்லுறவையும் வளர்க்கும் தலைமையை உருவாக்கும் எதிர்காலத்தை நம்மால் வடிவமைக்க முடியும். நம்மிடையே நிலவும் அனைத்து பிரச்னைகளுக்கும் யதார்த்த நிலைமையைக் கணக்கில்கொண்டு நியாயமான அறிவுபூர்வமான நடைமுறை சாத்தியமான தீர்வுகளை நாம் கண்டடைய வேண்டும். நம் இரு நாட்டு மக்களும் நமது தலைவிதிகளும் நம் பிரச்னைகளுக்கு நிரந்தரத் தீர்வு ஒன்றை உருவாக்கும்படி நம்மை நிர்பந்தம் செய்கின்றன.
>
> உலகமயமாக்கமும் உலகமே ஒரு கிராமமாகவும் ஆகிவரும் நிலையில் எல்லைக்கோடுகளின் முக்கியத்துவம் உலகின் பல நாடுகளில் வெகுவாகக் குறைந்துவிட்டிருக்கிறது. அமைதிக்கான பயணம் என்பது அடிமேல் அடியெடுத்து வைத்து நிதானமாக மேற்கொள்ளப்படவேண்டும் என்பது உண்மைதான். ஆனால், அந்தப் பாதையில் தொடர் பயணம் நிகழ்ந்தாகவேண்டும். நடக்க நடக்கத்தான் பாதை என்று முன்னோர்கள் சொல்வதுண்டு அதுபோல் நடந்தாகவேண்டும்.

இந்தியாவின் எதிர்காலம் பிரகாசமாக இருப்பதாக பிரதமர் நம்பினர். உலக அளவில் மிகப் பெரிய ஜனநாயக சக்தியாக இந்தியா வளரவேண்டுமென்றால் அண்டை நாடுகளுடன் இணக்கமான சூழல் நிலவவேண்டும் என்பதில் உறுதியாக இருந்தார். இந்தியத் துணைக் கண்டத்தின் வெற்றி என்பது அண்டை நாடுகளின் வெற்றியோடு பிணைந்தது. இந்த விஷயத்தில் ‘இரு தரப்புக்கும் வெற்றி’ என்ற நிலையே நமக்கு நன்மை தரும். நமக்கு முழு வெற்றியே இருக்க வேண்டும்... நஷ்டம் எதுவுமே இருக்கக்கூடாது என்ற மனோபாவம் கூடாது. அண்டை நாடுகளுக்கும் நன்மை கிடைக்கவேண்டும். அவர்கள் நமது முன்னேற்றத்தைத் தாமதப்படுத்த முடியும். ஆனால், இந்தியாவின் மறுமலர்ச்சியை அவர்களாலும் தடுக்க முடியாது என்று நம்பினார்.

அதனால்தான் என்ன எதிர்ப்பு வந்தாலும் நட்புறவுக்கான இழைகளை டாக்டர் சிங் இறுகப்பற்றிக்கொண்டு நடந்தார். முஷாரஃபுக்குப் பிறகு வந்த அதிபர் ஆசிஃப் சர்தாரி, பிரதமர் சையது யூசுஃப் ராஸா கிலானி போன்றோருடன் நவம்பர் 2008-ல் மும்பை தாக்குதல் போன்ற கொடிய நிகழ்வுகள் நடந்த பிறகும் நட்புறவை முன்னெடுக்க முடிந்தது.

2009 தேர்தலில் பிரதமர் பெரு வெற்றி பெற்றதைத் தொடர்ந்து பாகிஸ்தானுடன் பேச்சுவார்த்தையை முன்னெடுத்துச் சென்று முஷாரஃபுடன் செய்துகொண்ட ஒப்பந்தத்தை அவருக்குப் பின் வந்தவர்களுடன் சேர்ந்து முழுமைப்படுத்த முயன்றார். பெனாசிரின் ஆதரவு கிடைத்திருந்தது. அவர் படுகொலை செய்யப்பட்ட பிறகு அவருடைய கணவர்தான் அதிபர் ஆனார். ஜூன் 2009 வாக்கில் ரஷ்யாவில் யெகடெரின்பர்கில் நடைபெற்ற ஷாங்காய் கூட்டுறவு அமைப்பில் சர்தாரியைச் சந்தித்தார். ஆனால் அந்தச் சந்திப்பு அடுத்த கட்டத்துக்குச் செல்லவில்லை. 2008 மும்பை தாக்குதலைத் தொடர்ந்து நடந்த பேச்சுவார்த்தை அது என்பதால் அதிலும் எதிர்பார்த்த எந்த நல்ல பலனும் கிடைக்கவில்லை. எனினும் இதற்கு ஒரு மாதம் கழித்து பாக் பிரதமர் கிலானியும் ஷரம் எல்-செய்க்கில் அணி சேரா மாநாட்டின்போது நடந்த பேச்சுவார்த்தைக்கு பிரதமர் உற்சாகத்துடன் சென்றார்.

ஷரம்எல்-செய்க் மாநாட்டுக்கு பிரதமர் புறப்படுவதற்கு இரண்டு நாட்கள் முன்னதாக அவரைச் சந்தித்தேன். அப்போது நான் சிங்கப்பூரில் வசித்து வந்தேன். இந்தியா திரும்ப முடிவெடுத் திருந்தேன். பாக் பிரதமர் கிலானியிடம் நான் என்ன பேசவேண்டும் என்று நீங்கள் நினைக்கிறீர்கள் என்று பிரதமர் என்னைக் கேட்டார்.

பிரதமர் தன்னுடைய இரண்டாம் ஆட்சி காலகட்டத்தை பாகிஸ்தான் மீதான அதிகக் கவனத்துடன் ஆரம்பித்திருக்க வேண்டாம். சர்தாரி - கிலானி இருவரும் ஓரளவுக்கு நிலைபெறட்டும். உங்கள் கவனத்தை முதல் ஆறு மாதத்துக்கு இந்தியப் பொருளாதாரத்தின் மீதே வைத்துக் கொள்ளுங்கள் என்று சொன்னேன். சர்வதேசப் பொருளாதாரம் கொஞ்சம் நெருக்கடியில்தான் இருந்துவந்தது. ஜி-20 நாடுகளின் மாநாடு பொருளாதாரத்தை ஓரளவுக்கு நிலைப்படுத்தியிருக்கிறது. என்றாலும் நிலைமை இன்னும் சுதாரிக்கவில்லை.

இரண்டாம் முறை கிடைத்திருக்கும் மாபெரும் வெற்றியைப் பயன்படுத்தி உள் நாட்டு சீர்திருத்தங்களை முடுக்கிப் பண வீக்கத்தைக் கட்டுக்குள் கொண்டுவரவேண்டும் என்று சொன்னேன். ஆனால், பிரதமரோ பாகிஸ்தான் விஷயத்தில் கூடுதல் அக்கறையுடன்

இருந்தார். அணு சக்தி ஒப்பந்தம் கையெழுத்தாகிவிட்டிருந்தது. எனவே பாகிஸ்தானுடனான நட்புறவு மேம்படவேண்டும் என்பதே பிரதமரின் அடுத்த முக்கிய இலக்காக இருந்தது. இரண்டாம் ஆட்சி காலத்தில் ராகுல் காந்தி பிரதமராக்கப்படலாம் என்ற யூகங்கள் கிளம்பியிருந்தன. இதுவும் பிரதமரின் அவசரத்துக்குக் காரணமாக இருந்திருக்கலாம். இன்னும் எத்தனை நாள்தான் பிரதமராக இருப்பார் என்பது யாருக்குத் தெரியும்?

இதனால் தானோ என்னவோ, பாகிஸ்தானுக்குச் சாதகமாக பலூசிஸ்தான் விவகாரத்தில் ஒரு கூட்டறிக்கையை அவசர அவசர மாக கிலானியுடன் சேர்ந்து வெளியிட்டார். காங்கிரஸ் கட்சி உடனடி யாக அந்த வில்லங்கமான கருத்தை மறுத்தது. ஆனால், பிரதமர் நாடாளுமன்றத்தில் இரண்டு முறை தான் சொன்னதை நியாயப் படுத்திப் பேசினார். அவருடைய கட்சியினரின் எதிர்ப்பையும் மீறி பிரதமர் தன் கொள்கையில் உறுதியாக நின்றார். திம்புவில் 2010-ல் நடைபெற்ற சார்க் மாநாட்டை நட்புப் பேச்சுவார்த்தைக்கான கருவியாகப் பயன்படுத்திக்கொண்டார். ஆனால், சில மாதங்களில் உள் நாட்டில் பிரச்னைகள் முளைத்து வரத் தொடங்கி அவரை மூழ்கடித்து விட்டன. அவர் ஆர்வத்துடன் முன்னெடுத்த நல்லெண்ண முயற்சிகள் பக்கம் அவரால் அதன் பிறகு திரும்பவே முடிந்திருக்கவில்லை. பாகிஸ்தானில் காஹ் (Gah) பகுதியில் இருந்த தனது பிறந்த ஊருக்குக்கூட அவரால் சென்று வர முடிந்திருக்கவில்லை.

தான் ஆரம்பித்த நல்ல முயற்சியை முடிக்காமல் போனதில் அவருக்கு நிச்சயம் பெரிய வருத்தம் இருக்கும். ஆனால், எப்போதாவது இந்த இரு நாடுகளும் தமது பிரச்னைகளுக்கு ஒரு தீர்வைக் கண்டடைந்தால் அது நிச்சயம் முஷாரஃப்-மன்மோகன் திட்டத்துக்கு நெருக்க மானதாகவே இருக்கும் என்பதில் எனக்கு எந்த சந்தேகமும் இல்லை.

11

அணு ஒதுக்கலை முடிவுக்குக் கொண்டுவருதல்

தில்லியின் வீதிகளில் வேட்டை வெறியுடன் புலிகள் நடமாடுவதாகத் திரு டி.டி.கிருஷ்ணமாச்சாரி ஒரு முறை என்னிடம் சொன்னார். அந்த அபாயங்கள் குறித்து எனக்குத் தெரியும். ஆனால், இந்தியாவின் நன்மை கருதி அதை எதிர்கொள்ளவே விரும்புகிறேன்.

ராஜ்ய சபாவில் மன்மோகன் சிங்,
17 ஆகஸ்ட் 2006

காஷ்மீர் பிரச்னையைத் தீர்க்க 2004 ஜனவரியில் முஷாரஃபுடனான பேச்சுவார்த்தையை அடல் பிகாரி வாஜ்பாய் ஆரம்பித்து வைத்திருந்தார். ஆனால், அந்த முயற்சியை முன்னெடுக்கும் வாய்ப்பு டாக்டர் சிங் வசம் வந்தது. அதே மாதத்தில் அமெரிக்காவுடனான அணு சக்தி ஒப்பந்தத்தை அவர் ஆரம்பித்திருந்தார். அணு விவகாரத்தில் இந்தியாவின் 'ஒதுக்கலை' முடிவுக்குக் கொண்டுவரும் விஷயமாக அது பார்க்கப்பட்டது. அந்த முயற்சியையும் முன்னெடுக்கும் பொறுப்பு டாக்டர் சிங் வசம் வந்தது.

1974-ல் நடந்த முதல் பொக்ரான் அணு வெடிப்பு சோதனை, அணு ஆயுத பரவல் தடை ஒப்பந்தத்தில் கையெழுத்திடாதது ஆகியவற்றைத் தொடர்ந்து அமெரிக்கா இந்தியாவுக்கு அணு சார்ந்த உயர் தொழில்நுட்பம் மற்றும் ராணுவம் மற்றும் மின்சாரம் என 'இரு வழிப் பயன்பாட்டு' வசதிகளுக்குத் தடை விதித்திருந்தது. இந்தியாவின் வருத்தம் என்னவென்றால் சீனா அணு ஆயுதப் பரவல் தடுப்பு ஒப்பந்தத்தில் கையெழுத்திடுவதற்கு முன்பாகவே அணு

சோதனையைச் செய்து முடித்திருந்தது. இந்தியா அந்த வாய்ப்பை ஒரு சில மாத இடைவெளியில் கோட்டைவிட்டிருந்தது. இந்தியாவின் பார்வையில் அப்படியாக அணு ஆயுதப் பரவல் தடுப்பு ஒப்பந்தம் என்பது அணு ஆயுதம் வைத்திருப்பவர்கள், இல்லாதவர்கள் என்று பிரிப்பதாகவே பொருள்பட்டது. இஸ்ரேல், தென் கொரியா, பாகிஸ்தான் போன்ற நாடுகளுடன் இந்தியாவும் அணு ஆயுதம் இல்லாத நாடாகவே இருந்தது.

1998-ல் நடந்த சக்தி அணு சோதனைகள் இரண்டாம் தடைவிதிப்புக்கு வழிவகுத்தன. 2004 வாக்கில் இந்தியா அந்த 1998 தடையை வெகுவாக நீர்த்துப்போகச் செய்திருந்தது. எனினும் 1974ஐத் தொடர்ந்து போடப் பட்டிருந்த தடைகளை எதுவும் செய்ய முடிந்திருக்கவில்லை. அமெரிக்காவுடன் அணு சக்தி வர்த்தகம் செய்வதை அது தடுத்திருந்தது. அந்தத் தடையை நீக்கவேண்டுமென்றால் அமெரிக்க நாடாளுமன்றத்தின் ஒப்புதல் தேவைப்பட்டது.

அணு சக்தி தொடர்பாக இந்தியாவை ஒதுக்கி வைப்பது தவறு என்று வெளிப்படையாகப் பேசிய முதல் அதிபர் ஜார்ஜ் புஷ்தான். கம்யூனிஸ நாடான சீனாவுடன் அணு சக்தி தொடர்பான வர்த்தகத்தில் ஈடுபட்டு வரும் அமெரிக்கா ஜனநாயக நாடான இந்தியாவுடன் அணு சக்தி வர்த்தகம் செய்ய மறுப்பது சரியே அல்ல. சீனா அந்தத் தடையில் இருந்து விலக்கு பெற அது அணு ஆயுதப் பரவல் தடை சட்டத்தில் அணு ஆயுதம் கையில் வைத்திருக்கும் ஒரு நாடாகக் கையெழுத் திட்டிருந்தது ஒரு காரணம்.

21-ம் நூற்றாண்டு ஆரம்பித்ததைத் தொடர்ந்து அமெரிக்காவுக்கு இந்தியாவுடன் நெருங்கிப் பழகப் பல்வேறு அம்சங்கள் ஊக்கம் தந்தன. முதலாவதாக இந்தியாவின் பொருளாதாரம் காலப்போக்கில் வளர்ந்துவந்துள்ளது. மேலும் 1990களில் இந்தியாவில் அந்நிய நாட்டு வர்த்தகத்துக்கான தடைகள் நீக்கப்பட்டன. இந்திய சந்தை அந்நிய நாடுகளுக்குத் திறந்துவிடப்பட்டன. இரண்டாவதாக இந்தியாவின் தகவல் தொழில் நுட்பத்துறை சார்ந்த திறமைகள் உலகுக்குப் புரிய வந்திருந்தன. அமெரிக்காவின் Y2K என்றறியப்பட்ட மில்லினியம் பக் பிரச்னைக்கு இந்தியா தீர்வு கண்டு சொன்னது. மூன்றாவதாக சீன வல்லாதிக்கம் மற்றும் இஸ்லாமிய அடிப்படைவாதம் தொடர்பான அமெரிக்காவின் கவலைகள் அதிகரிக்கத் தொடங்கின. இந்த விஷயங்களை இந்தியாவும் கவலையுடன் கவனித்து வருவதால் இந்த விஷயத்தில் இந்தியாவின் நட்பு தனக்குப் பயன்படும் என்று அமெரிக்கா கருதியது. இறுதியாக அமெரிக்காவில் இருக்கும் இந்தியர் குழுமம் அமெரிக்க சட்ட வகுப்பாளர்களை இந்தியாவுடன் நட்புறவுடன் கூட்டுறவுடன் நடந்துகொள்ள ஊக்குவித்தன.

தேச நலன்களை மேம்படுத்துதல் என்ற தலைப்பில் கண்டலீஸா ரைஸ் எழுதிய கட்டுரையில் (ஃபாரின் அஃபயர்ஸ் - பிப்ரவரி 2000) ஆசியாவில் சமநிலையை நிலைநாட்டுவதில் இந்தியாவின் பங்கைக் கூர்ந்து கவனிக்கவேண்டும் என்றும் பாகிஸ்தானிடமிருந்து இந்தியாவைப் பிரித்துப் பார்க்கவேண்டும் (அமெரிக்கா எப்போதுமே இரண்டு நாடுகளையும் சேர்த்துப் பேசுவது இந்தியாவுக்குக் கோபத்தைத் தந்துவந்தது) என்றும் சீனா தொடர்பான விஷயத்துடன் இந்தியாவை இணைத்துப் பார்க்கவேண்டும் என்றும் எழுதியிருந்தார். கண்டலீஸா அதிபர் புஷ்ஷுக்கு ஆலோசனை வழங்குபவர்களில் முக்கியமானவராக இருந்தார். அதோடு விரைவிலேயே தேசிய பாதுகாப்பு ஆலோசகராகவும் செக்ரட்டரி ஆஃப் ஸ்டேட் ஆகவும் ஆனார். இந்தியா இப்போது பெரிய சக்தியாக வளர்ந்துவிடவில்லை. ஆனால், அப்படி வளரும் வல்லமைபெற்றது என்று கூறினார். இந்தியா மேலெழ அமெரிக்க கை கொடுக்கவேண்டும் என்றும் சொன்னார்.

இந்தப் பின்னணியில்தான் முதலாம் புஷ்ஷின் அரசு இந்தியாவுடன் அணு மின்சார உற்பத்தி தொடர்பான கூட்டுறவு, வான் ஆராய்ச்சி, உயர் தொழில்நுட்ப வர்த்தகம் ஆகியவற்றுக்கான என்.எஸ்.எஸ்.பியை வெளியிட்டது. அணு ஆயுதப் பரவல் தொடர்பான அமெரிக்காவின் அக்கறைகளை இந்தியா கவனத்தில் கொண்டது. ஏற்றுமதி-தடை தொடர்பான இந்தியாவின் சில எதிர்பார்ப்புகளை அமெரிக்கா கணக்கில் கொண்டது. அப்படியாக இரு தரப்பு முயற்சி களைத் தொடர்ந்து இந்தியாவுக்கு மிகவும் தேவையாக இருந்த விண்வெளி ஆராய்ச்சி மற்றும் அணு மின்சாரம் தொடர்பான தொழில் நுட்பங்கள், உதவிகள் கிடைக்க வழி பிறந்தது. ஆனால், குறிப்பிடத்தக்க முன்னேற்றம் அடைவதற்கு முன்பாகவே தில்லியில் ஆட்சி மாற்றம் ஏற்பட்டுவிட்டது.

டாக்டர் சிங் இந்தப் பேச்சுவார்த்தையைத் தொடர விரும்பினார். 24, ஜூன் 2004-ல் தேசத்துக்கு முதன் முதலாக ஆற்றிய உரையில் இரு நாடுகளுக்கும் நன்மை பயக்கும் புதிய துறைகளில் கூட்டுறவு முயற்சிகள் முன்னெடுக்கப்படும். குறிப்பாக உயர் தொழில் நுட்பத்துறையில் என்று சொன்னார். உயர் தொழில்நுட்பத்துறை என்றால் அணு சக்தித் தொழில்நுட்பம் என்று அர்த்தம். இதற்கு விண்வெளி, ராணுவம், நவீனக் கணினித்துறை என்றும் அர்த்தம் உண்டு. புஷ்ஷின் ஆட்சி காலத்தில் அமெரிக்க இந்திய உயர் தொழில் நுட்பக் கூட்டுறவுக் கழகத்தின் அமெரிக்க துணைத் தலைவரான கென் ஜஸ்டரும் அமெரிக்க பாதுகாப்புத்துறை துணைச் செயலரான ரிச்சர்ட் ஹெர்மிடேஜ் ஆகிய இருவரும் புது தில்லிக்கு வந்திருந்தார்கள்.

அப்போது மணி தீட்சித்திடம் என்.எஸ்.எஸ்.பி. பற்றிப் பேசியிருந்தார்கள்.

அமெரிக்க விவகாரம் தொடர்பாகப் பொறுப்பேற்ற எஸ்.ஜெய்சங்கரிடம் என்.எஸ்.எஸ்.பி. எந்த முன்னேற்றமும் இல்லாமல் முடங்கியிருப்பதை மாற்றி நடைமுறைப்படுத்தும்படி மணி தீட்சித் கேட்டுக்கொண்டிருந்தார். ஜெய்சங்கர் வாஷிங்டனுக்குச் சென்றார். அவருடனும் அமெரிக்காவுக்கான இந்தியத் தூதுவரான ரோனன் சென்னுடனும் அவர்கள் என்.எஸ்.எஸ்.பி. தொடர்பாக ஓர் ஒப்பந்தத்தில் செப்டெம்பர் நடுவில் கையெழுத்திட்டனர். இது புஷ்ஷும் பிரதமரும் நியூயார்க்கில் ஐக்கிய நாடுகள் சபைக் கூட்டத்தையொட்டிச் சந்திப்பது தொடர்பான அதிகாரபூர்வமான அறிவிப்பு வெளியிடப்பட வழிவகுத்துக்கொடுத்தது.

டாக்டர் சிங்குக்கும் அமெரிக்க அதிபருக்கும் இடையிலான நியூயார்க் சந்திப்பு எதிர்பார்த்ததைவிடச் சிறப்பாக நடந்து முடிந்தது. இருவரும் தனியாகப் பேசிக்கொண்டார்கள். மணி தீட்சித் அயலுறவுத் துறை அமைச்சர் நட்வர் சிங்கை வேறொரு அறையில் பிடித்து நிறுத்திக் கொண்டார். அமெரிக்காவுடனான நெருக்கத்தை நட்வர் சிங் விரும்ப மாட்டார் என்பதால் மணி தீட்சித் தாமாகவே அப்படிச் செய்திருப்பார் என்று நினைத்தேன். ஆனால், இந்திய அயலுறவுத்துறை சார்ந்த முடிவுகளை எடுப்பதில் யார் உயர்ந்தவர் என்று அவர்கள் இருவருக்கு இடையே நடைபெற்ற குடுமிப்பிடிச் சண்டையே அதற்குக் காரணம் என்பது பின்னர் தெரியவந்தது. மணி தீட்சித் இறந்து நாராயணன் அமெரிக்க விவகாரம் பற்றி முழுவதும் தெரிந்துகொள்வதற்கு முன்பாக, நட்வர் சிங் நிச்சயம் முக்கிய பங்கு வகித்தார். இது பிரதமர் வாஷிங்டன் டிசிக்கு 2005-ல் போனபோது நன்கு வெளிப்படையாகத் தெரிந்தது. நட்வர் சிங் மீது புஷ் மிகுந்த மரியாதையுடன் இருந்தார். அடிக்கடி அவரை 'சார்' என்று சொல்லி அழைத்தார். இருவரும் மிகவும் நெருங்கிய நண்பர்கள்போல் இருந்தார்கள்.

டாக்டர் சிங்கும் புஷ்ஷும் சந்தித்த சில தினங்களுக்குப் பிறகு செப்டெம்பர் 29, 2004 அன்று அமெரிக்க அரசு என்.எஸ்.எஸ்.பி குறித்து அறிவிப்பு வெளியிட்டது. இந்த அறிவிப்பை என்.எஸ்.எஸ்.பி.யின் முதல் கட்டம் என்றும் இரண்டாம் கட்டத்தில் அமெரிக்காவும் இந்தியாவும் இந்தத் துறைகளில் நெருங்கிச் செயல்படும் என்றும் கூறப்பட்டது.

அமெரிக்க பாதுகாப்புத்துறை செயலர் டொனால்ட் ரம்ஸ்ஃபீல்ட் இந்தியாவுக்கு வந்தது அடுத்த முக்கிய நிகழ்வாகும். ஜார்ஜ் புஷ்ஷின் முக்கிய தளபதியான அவர் அமெரிக்க அரசாங்கத்தில் இந்தியா மீது

விமர்சனக் கண்ணோட்டம் கொண்டவர்களைப் புறமொதுக்கிவிட்டு இந்தியாவுடன் ராணுவ விவகாரங்களில் நெருங்கிச் செயல்பட முன் வந்திருந்தார். அவர் வந்த சில நாட்களில் கிறிஸ்துமஸ் சமயத்தில் இந்தியப் பெருங்கடலில் சுனாமி பேரலை உருவாகி பெரும் அழிவை ஏற்படுத்தியது. இரு நாட்டுக் கடற்படையும் கூட்டாகச் செயல்பட வெகு விரைவில் உருவான எதிர்பாராத வாய்ப்பாக அது அமைந்தது.

மணி தீட்சித் ஜனவரி 2005-ல் இறந்ததைத் தொடர்ந்து இந்த முயற்சிகள் பின்னடைவைச் சந்தித்தன. ஏனென்றால் நாராயணனுக்கு இந்தியாவின் அணு சக்தி சார்ந்த விவகாரங்கள் புதிது. அந்த நேரத்தில் இந்த விவகாரங்களில் ரோனன் சென்னுக்குத்தான் நல்ல பரிச்சயம் இருந்தது. அவர் அமெரிக்காவுக்கான இந்தியத் தூதராக இருந்தார். அணு சக்திக் கழகத்தின் செயலராகவும் இருந்திருக்கிறார். அணு தொடர்பான விஷயங்களில் நாளது வரையிலான தகவல்கள் அனைத்தும் அறிந்தவராக இருந்தார். ஆனால், இந்திய அதிகார வர்க்கம் செயல்படும் விதமே அலாதியானது. பிரதமர் அலுவலகம் தன்னை உச்சாணிக்கொம்பில் இருக்கும் அமைப்பாகவே கருதியது. அதோடு வெகு தொலைவில் அமெரிக்காவில் இருக்கும் ஒருவரை அடிக்கடிக் கலந்தாலோசிப்பது நடைமுறை சாத்தியமும் அல்ல. மேலும் பனிப் போர் காலகட்டத்தில் இருந்தே அமெரிக்காவுடன் இணைந்து செயல்பட மிகப் பெரிய தயக்கம் இந்தியாவின் அயலுறவுத்துறை மற்றும் விஞ்ஞான அமைப்புகளில் இருந்தது.

1962-ல் சீனாவின் தாக்குதலைத் தொடர்ந்து சிறிது காலத்துக்கு இந்திய அமெரிக்க நல்லுறவு வலுவடைந்தது. ஆனால், பங்களாதேச விடுதலையில் இந்தியாவின் பங்கைத் தொடர்ந்து இந்திய அமெரிக்க நல்லுறவு மோசமடைய ஆரம்பித்தது. அமெரிக்கா மீதான விமர்சன மனோபாவம் இந்தியாவின் பல்வேறு துறைகளில் அணு சக்தித்துறையில்தான் மிக வெளிப்படையாக இருந்தது. அணு ஆயுதப் பரவல் தடை ஒப்பந்தம் மூலமாக சீனாவை அணு ஆயுத நாடாக அறிவிப்பதில் அமெரிக்கா துணைநின்றது. அதோடு நில்லாமல் பாகிஸ்தானை ஒரு அணு ஆயுத நாடாக ஆக்கும் முயற்சியில் சீனா ஈடுபட்டபோது அமெரிக்கா அதைக் கண்டும் காணாமல் இருந்தது.

அதே நேரம் இந்தியாவின் மீது மட்டும் அணு ஆயுத பரவல் தடை ஒப்பந்தத்தில் கையெழுத்துப் போடவில்லை என்று சொல்லி உயர் தொழில் நுட்பத்தில் ஆரம்பித்து ராணுவப் பாதுகாப்புக் கருவிகள் வாங்குவதுவரை அனைத்திலும் தடை விதித்தது. இந்தியாவின் அணு விஞ்ஞானிகள் சுமார் ஒரு தலைமுறைக்காலம் அமெரிக்க தடைகளை எதிர்த்துச் செயல்பட்டிருக்கிறார்கள். இந்தியாவின் அணு வல்லமையைப் பெருக்கிக் காட்டிய அவர்கள் அணு சக்தி தொடர்பாக

அமெரிக்கா இந்தியா மீது கொண்டிருந்த எதிர்ப்பு மனநிலையைக் கண்டு மிகவும் வேதனைப்பட்டார்கள். இந்திய அயலுறவுத்துறை அதிகாரிகளில்கூடப் பலருக்கு அமெரிக்கர்கள் அவர்களை நடத்திய விதம் குறித்த புகார்கள் நிறையவே உண்டு.

மார் 2005-ல் முதல் திருப்புமுனை சம்பவம் நிகழ்ந்தது. அமெரிக்க ஸ்டேட் செயலராகப் புதிதாகப் பதவியேற்ற கண்டலீஸா ரைஸ் ஆசியப் பயணமாக வந்தவர் முதலில் இந்தியாவில் குறுகிய நேரத்தைச் செலவிட்டார். அணு சக்தி மற்றும் பாதுகாப்பு தொடர்பாக இந்தியாவும் அமெரிக்காவும் நெருங்கிச் செயல்படவேண்டும் என்று புதிய செயல்திட்டத்தை முன்வைத்தார். இந்தியா தனது தூக்கத்தில் இருந்து பீறிட்டு எழுந்தது. அமெரிக்காவுடனான புதிய உறவு மலர இருப்பதைப் புரிந்துகொண்டது. ஏப்ரல் 2005-ல் நட்வர் சிங்கையும் மாண்டேக் சிங் அலுவாலியாவையும் வாஷிங்டன் டிசிக்கு பிரதமர் அனுப்பினார். வெள்ளை மாளிகையில் எதிர்பாராதவிதமாக புஷ்ஷைச் சந்தித்த அவர்கள் இந்திய அமெரிக்காவின் புதிய நல்லுறவு பற்றி அதிபர் புஷ் மிகவும் மகிழ்ச்சி அடைந்திருக்கும் செய்தியைக் கொண்டுவந்தனர்.

இரண்டாம் உலகப் போர் வெற்றி நாள் நினைவுக் கொண்டாட்டத்தின் 60ஆம் ஆண்டு நிறைவையொட்டி ஜார்ஜ் புஷ்ஷும் டாக்டர் சிங்கும் கிரெம்ளின் மாளிகையின் வெளிப்பகுதியில் மே 9, 2005 அன்று மீண்டும் சந்தித்தனர். அப்போது எரி சக்தி பாதுகாப்பு விஷயத்தில் இந்திய அமெரிக்க கூட்டுறவு பற்றிய கண்டலீஸா ரைஸின் கருத்துகளின் அடிப்படையிலேயே அவர்களுடைய பேச்சு அமைந்தது. டாக்டர் சிங்கும் அவருடைய மனைவி கௌரும் அணிவகுப்பைப் பார்வையிட்டுக் கொண்டிருந்தபோது ஜார்ஜ் புஷ் தன் மனைவி லாராவின் கைகளைப் பிடித்தபடி நடந்துவந்து டாக்டர் சிங்கைச் சந்தித்துப் பேசினார்.

தன் மனைவியின் பக்கம் திரும்பிய அவர், 'லாரா... நீ இந்திய பிரதமர் மன்மோகன் சிங்கைச் சந்திக்கவேண்டும். பல்வேறு மொழிகள், பல்வேறு மதங்கள்கொண்ட இந்தியா 100 கோடி மக்கள் வசிக்கும் மிகப் பெரிய ஜனநாயக நாடு. அதன் பொருளாதார வலிமை தற்போது உயர்ந்துகொண்டிருக்கிறது. இவர்தான் அதை முன்னின்று வழிநடத்திச் செல்கிறார்' என்று அறிமுகப்படுத்தினார்.

பிறகு அவர் டாக்டர் சிங் பக்கம் திரும்பி, 'இந்தியா தன்னுடைய வளர்ச்சியைத் தொடர்ந்து தக்கவைக்கவேண்டுமென்றால் அதற்கு எரி சக்தி தடையின்றிக் கிடைக்கவேண்டும். அமெரிக்காவுக்கு வரும் கோடைகாலத்தில் டாக்டர் சிங் வரும்போது இதுபற்றி விரிவாகப்

பேசலாம்' என்று சொன்ன ஜார்ஜ் புஷ், 'நாம் இணைந்து பல சாதனைகளைச் செய்யலாம்' என்றார்.

'அடுத்த கட்ட' நடவடிக்கைகளின் ஓர் அங்கமாக இந்தியா தன்னுடைய அணு சக்தித் திறமையை வளர்த்துக்கொள்ளவேண்டும். அதற்குப் பெருமளவில் உதவ அமெரிக்கா தயாராக உள்ளது என்ற நம்பிக்கையுடன் டாக்டர் சிங் தில்லி திரும்பினார். ஜூன் 4-ல் பாபா அணு சக்தி ஆராய்ச்சிக் கழகத்தில் ஆற்றிய உரையில் அணு சக்தி துறையின் வளர்ச்சி பற்றிய முக்கியமான கருத்துகளை வெளியிட்டார். இந்திய அணு விஞ்ஞானிகளின் பங்களிப்பு பற்றிப் பாராட்டிப் பேசிய பிறகு 2020 வாக்கில் இந்தியா 20,000 மெகாவாட் மின்சாரத்தை உற்பத்தி செய்யும் அளவுக்கு அணு சக்தித் துறையில் புதிய திட்டங்களை முன்னெடுக்க வேண்டிய நேரம் வந்துவிட்டதாகச் சொன்னார். அது நடக்கவேண்டுமென்றால் அணு எரிபொருட்களும் உயர் தொழில் நுட்பமும் இந்தியாவுக்குத் தடையின்றிக் கிடைக்கவேண்டும். அணு வர்த்தகத் துறையில் போடப்பட்டிருக்கும் தடைகள் முடிவுக்கு வரவேண்டும் என்று கூறினார்.

பொறுப்புள்ள அணு சக்தி நாடாக இந்தியா இதுவரை இருந்து வந்திருக்கிறது என்பதை அழுத்தம் கொடுத்துச் சொன்ன டாக்டர் சிங் மேலும் பேசுகையில், அணு சக்தியை அன்றாடப் பயன்பாடு மற்றும் ராணுவ இலக்குகள் சார்ந்து முழுமையாகப் பயன்படுத்திக்கொள்ளத் தீர்மானித்திருக்கிறோம். அதே நேரம் அணு சக்திப் பொருட்கள், தொழில்நுட்பம் போன்றவை சர்வதேச சமூகங்களுக்கிடையே தடையற்ற முறையில் பகிர்ந்துகொள்ளப்படவேண்டும். அதற்கான ஆக்கபூர்வ பேச்சுவார்த்தைகளை இந்தியா உற்சாகத்துடன் முன்னெடுக்கும் என்றார்.

அணு சக்தி சார்ந்த வர்த்தகத்தில் ஈடுபட இந்தியா தயாராக இருக்கிறது என்பது உலகுக்கு, குறிப்பாக அமெரிக்காவுக்கு, தெளிவாக இதன் மூலம் உணர்த்தப்பட்டது. கட்சியில் இது குறித்து விமர்சனம் கொண்டிருந்தவர்களுக்கு விஷயத்தைப் புரியவைக்க வேண்டிய பொறுப்பு டாக்டர் சிங்குக்கு வந்தது. இந்திய அதிகாரவர்க்கத்தில் இன்னும் மிஞ்சி இருக்கும் அமெரிக்க எதிர்ப்பு மனநிலை நீங்கலாகப் பெரும்பாலான காங்கிரஸ் கட்சி தலைவர்கள் இஸ்லாமிய உலகால் எதிரியாகக் கருதப்படும் ஒரு நாட்டு அரசாங்கத்துடன் நெருக்கமான நட்புறவு கொள்வதை விரும்பியிருக்கவில்லை. அமெரிக்காவுக்கும் ஜார்ஜ் புஷ்ஷுக்கும் இந்தியாவில் நல்ல செல்வாக்குள்ளதாகக் கருத்துக் கணிப்புகள் தெரிவித்தபோதிலும் இஸ்லாமிய சிறுபான்மை யினரிடையில் அமெரிக்காவுக்கும் ஜார்ஜ் புஷ்ஷுக்கும் எந்த ஆதரவும் இல்லை.

இதைவிட இன்னொரு முக்கியமான விஷயம் என்னவென்றால் ஐ.மு.கூ அரசாங்கம் இடதுசாரிகளின் தயவில் நிலைகொண்டிருந்தது. இந்திய இடதுசாரிகள் அமெரிக்காவுக்கு எதிரான நிலையிலேயே இருந்தார்கள். சுருக்கமாகச் சொல்வதென்றால் அமெரிக்காவுடன் நட்புறவு கொள்ள அரசியல் சூழல் சாதகமாக இருந்திருக்கவில்லை. இந்தியா அமெரிக்காவுடனான நட்புறவு குறித்து சாதகமான கருத்துகள் எதையும் வெளியிடவில்லையென்றால், அமெரிக்காவில் என்னதான் இந்தியாவுக்குச் சாதகமாக அணு சக்தி தொடர்பான தடைகளை நீக்க விரும்பும் நட்பார்ந்த அரசு இருந்தாலும் அந்த அரசாங்கத்தாலும் எதுவும் செய்ய முடியாதுதான் போகும்.

புஷ்ஷின் முதல் ஆட்சி காலத்தின்போது இந்தியாவுக்கான அமெரிக்கத் தூதராக ராபர்ட் பிளாக்வில் இருந்தார். தில்லியில் இருக்கும் ரூஸ்வெல்ட் ஹவுஸில் நடக்கும் புகழ்பெற்ற வட்டமேஜை விருந்துகளில் ஒன்றில் ஒருமுறை கேட்டார்: சர்வதேசப் பாதுகாப்பு அமைப்பில் இந்தியாவுக்கு இடம் கிடைக்க அமெரிக்க உதவ வேண்டும். காஷ்மீர் விவகாரத்தில் உதவவேண்டும். அணு சக்தி நாடாக இந்தியாவை அங்கீகரிக்கவேண்டும். பொருளாதாரத்தை நவீனமயமாக்க அமெரிக்காவின் உதவி வேண்டும். பாதுகாப்பு சக்தியைப் பலப்படுத்த அமெரிக்கா உதவவேண்டும். இவற்றுக் கெல்லாம் கைமாறாக அமெரிக்காவுக்கு இந்தியா என்ன செய்யும்?

இந்திய அரசியல்வாதிகளும் அயலுறவுத்துறை அதிகாரிகளும் அமெரிக்காவுடனான இப்படியான உறவுக்குத் தயாராகியிருக்க வில்லை. ஆனால், ஜார்ஜ் புஷ்ஷின் அமெரிக்க அரசு நிச்சயம் எதையாவது எதிர்பார்க்கவே செய்யும். அதைத் தரும் அளவுக்கு இன்னும் மனதளவில் அவர்கள் தயாராகவும் இல்லை. அமெரிக்கா தொடர்பாக மட்டுமல்லாமல் மேற்குலம் தொடர்பான இந்தியர்களின் இந்த எதிர்ப்பு மனநிலை பற்றி டாக்டர் சிங்குக்கு நன்கு தெரிந்திருந்தது. இந்த விஷயத்தில் ஆக்கபூர்வமான உரையாடல் ஆரம்பிக்கப்படவேண்டும் என்று டாக்டர் சிங் முடிவெடுத்தார். எனவே, தன்னுடைய அமெரிக்க பயணத்துக்கு முன்பாக, ஆக்ஸ்ஃபோர்டு பல்கலையில் ஜூலை 2005-ல் 'மேற்குலகுடனான இந்தியாவின் நல்லுறவு' என்ற தலைப்பில் பேசினார்.

17-ம் நூற்றாண்டில் கட்டப்பட்ட ஆக்ஸ்ஃபோர்டின் பட்டமளிப்பு விழா அரங்கில் பேசுகையில், தனது உலகப் பார்வையை முன்வைக்கும்போது ரவீந்திரநாத் தாகூரின் வரிகளை டாக்டர் சிங் துணைக்கு அழைத்துக்கொண்டார். தனது நோபல் பரிசு பெற்ற கவிதைத் தொகுப்பான கீதாஞ்சலியில், மேற்கு இன்று தன் கதவுகளைத் திறந்திருக்கிறது / நாம் அள்ளிக் கொள்ள பொக்கிஷங்கள்

அங்கு நிறைந்திருக்கிறது / நாம் எடுத்துக்கொள்வோம், பதிலுக்கு நாமும் கொடுப்போம் / இந்தியாவின் திறந்த, ஆழமான மனிதாபிமானக் கரைகளில் இருந்து.

மேலும் பேசுகையில், 'பிரிட்டிஷ்-இந்திய உறவை தாகூர் 'கொடுத்து வாங்கிய' செயலாக அன்று அவர் பார்த்தது மிகவும் துணிச்சலும் நாகரிகமும் மிகுந்த ஒரு செயல். இன்னொருவகையில் சொல்வதென்றால் அது மிகப் பெரிய தீர்க்கதரிசனமும் கூட. இன்று நாம் கடந்தகாலத்தைத் திரும்பிப் பார்க்கும்போதும் எதிர்காலத்தைப் பார்க்கும்போதும் இந்திய பிரிட்டிஷ் உறவானது 'கொடுத்து வாங்கும்' உறவுதான் என்பது நமக்கு நன்கு புலப்படுகிறது. நம் முன் இருக்கும் மிகப் பெரிய சவால் என்னவென்றால், கிராமமாகச் சுருங்கிவிட்டிருக்கும் இன்றைய உலகில் ஒவ்வொரு நாடும் ஒன்றையொன்று சார்ந்து இயங்கவேண்டிய தேவைகள் அதிகரித்திருக்கும் நிலையில், இரு தரப்புக்கும் நன்மை கிடைக்கும்வகையில் இதை நாம் எப்படிப் பயன்படுத்திக்கொள்ளப்போகிறோம் என்பதுதான்'.

தி இந்து பத்திரிகையின் என்.ராம் உள்பட அரங்கில் இருந்த பலர் டாக்டர் சிங்கின் இந்த தீர்க்கதரிசனம் மிகுந்த உரையைப் பாராட்டி வாழ்த்து தெரிவித்தனர். ஆனால், லண்டனில் இருக்கும் டைம்ஸ் ஆஃப் இந்தியா நிருபர் டாக்டர் சிங்கின் இந்த உரையை, மிகவும் தவறான அர்த்தத்தில் புரிந்துகொண்டு செய்தி வெளியிட்டார். இத்தனைக்கும் அன்று ஆக்ஸ்ஃபோர்டு அரங்குக்கு வந்திருக்கவே செய்யாத அவர், பிரிட்டிஷ் சாம்ராஜ்ஜியத்தை மண்டியிட்டு வணங்கும் டாக்டர் சிங் என்று திரித்துச் செய்தி வெளியிட்டிருந்தார். பி.ஜே.பி.யும் இடதுசாரிகளும் டாக்டர் சிங்கைக் கடுமையாக விமர்சித்தனர்.

இந்து ராம் டாக்டர் சிங்கின் உரையை 'தீர்க்கதரிசனம் மிக்கது' என்று பாராட்டியிருந்ததால் அவருடைய கருத்துகளை பத்திரிகையில் எழுதவேண்டும் என்று கேட்டுக்கொண்டேன். அவரும் எழுதுவதாக ஒப்புக்கொண்டார். ஆனால், மறுநாள் அவரிடமிருந்து எனக்கு தொலைபேசியில் அழைப்பு வந்தது. மார்க்சிய வரலாற்றாய்வாளரான இர்ஃபான் ஹபீப், மார்க்சியப் பொருளாதார நிபுணரான பிரபாத் பட்னாயக் ஆகியோர் பிரதமரைக் கடுமையாக விமர்சித்து கட்டுரைகள் எழுதியிருக்கிறார்கள். எனவே, தலையங்கத்தில் நான் பிரதமரைப் பாராட்டி எழுதுவது சாத்தியமில்லை என்று சொன்னார். இர்ஃபானையும் பிரபாத்தையும் போலவே ராமும் சி.பி.ஐ.(எம்) கட்சியைச் சேர்ந்தவர். காங்கிரஸ் கட்சி பிரமுகர்கள் கூட டாக்டர் சிங் அப்படிப் பேசியது தவறுதான் என்று விமர்சித்தார்கள். இத்தனைக்கும் காந்தி, நேரு, ரவீந்திர நாத் தாகூர் ஆகியோரை மேற்கோள் காட்டித்தான் டாக்டர் சிங் பேசியிருந்தார்!

இந்த எதிர்ப்புகள், விமர்சனங்கள் எல்லாம் டாக்டர் சிங்கின் மேற்குலகுடனான இந்தியாவின் நல்லுறவு நடவடிக்கைகளை எந்தவகையிலும் தடுக்கவில்லை. கே.சுப்பிரமணியன் சொன்னது போல், இந்தியாவுக்கு எதிரான அணு சக்தி தொடர்பான ஒதுக்கல் (தீண்டாமை) முடிவுக்குக் கொண்டுவரப்பட்டாகவேண்டும் என்று பிரதமர் கருதினார். ராணுவ பயிற்சிகள், ஆயுத வர்த்தகம் ஆகியவற்றில் அமெரிக்காவும் இந்தியாவும் கூட்டாகச் செயல் படுவதென்று எடுத்த முடிவு மேற்குலகுடனான அந்தப் பிணைப்பை மேலும் வலுப்படுத்தியது. இந்தியாவுக்கு மார்ச் மாதம் வந்த கண்டலீஸா ரைஸ் முன்னெடுத்த விஷயங்கள் ஜூனில் வாஷிங்டனுக்குச் சென்ற பாதுகாப்புத்துறை அமைச்சர் பிரணாப் முகர்ஜியால் அடுத்த கட்டத்துக்குக் கொண்டுசெல்லப்பட்டன. அமெரிக்காவுடன் பாதுகாப்புச் செயல்திட்டம் தொடர்பாக ஓர் ஒப்பந்தத்தில் கையெழுத்திட்டார். ஜூலையில் பிரதமர் அமெரிக்காவுக்கு மேற்கொண்ட பயணத்துக்கு அந்த ஒப்பந்தம் களம் அமைத்துக்கொடுத்தது.

ஆனால், அணு ஒப்பந்த விவகாரத்தில் இந்திய அதிகாரவர்க்கம் முற்றிலும் மாறுபட்ட இரு வேறு கருத்துகளைக் கொண்டிருந்தது. அதிருப்திக்கு இரண்டு முக்கிய காரணங்கள் இருந்தன. பல வருடங் களாக இந்தியாவை அணு சக்தித்துறையில் விலக்கி வைத்திருந்த அமெரிக்கா இப்போது கூட்டு சேர்த்துக்கொள்வதை இந்திய அணுசக்திக் கழகம் மிகுந்த சந்தேகக் கண்ணோட்டத்துடனே பார்த்தது. அமெரிக்க-இந்திய அணுக் கூட்டுறவை விமர்சிக்கும் நபர்களை கே.சுப்பிரமணியன் அணு ஆயுதப் பரவல் தடையின் அயோதுல்லாக்கள் என்று விமர்சித்தார்.

உண்மையில் அதிபர் ஜார்ஜ் புஷ் இந்தியாவுக்கு சாதகமாக எடுத்த முடிவை ஏற்பதில் சுப்பிரமணியனுக்கும்கூட மிகுந்த தயக்கமே இருந்தது. அதன் பிறகே டாக்டர் சிங்கை அமெரிக்க நட்புறவை ஏற்றுக்கொள்ளும்படிச் சொல்லியிருந்தார். எனினும் அணு சக்தித் துறையில் இருந்த 'சந்தேகக் கழுகுகள்' தங்கள் முடிவில் இருந்து மாறவே இல்லை. தொழில்நுட்பரீதியாக அமெரிக்காவைச் சார்ந்து நிற்கும் நிலையை உருவாக்கி இந்தியாவின் தனித்தன்மைக்கும் தற்சார்புக்கும் ஊறுவிளைவிக்க அமெரிக்கா மேற்கொண்டிருக்கும் தந்திரம் இது என்று சொன்னார்கள்.

ஜூலை 2005-ல் வாஷிங்டன் டி.சிக்கு மேற்கொண்ட பயணத்தின் போது உடன் வந்த அணு சக்தித் துறைச் செயலர் அனில் காகோதார் அமெரிக்கர்களின் தந்திரத்தைப்பற்றி விரிவாக என்னிடம் பிரசங்கம் செய்து, நான் அமெரிக்கர்களை ஒருபோதும் நம்பமாட்டேன் என்றார். அவருடைய கோபமும் சந்தேகமும் புரிந்துகொள்ள முடிந்ததுதான்.

ஆனால், டாக்டர் சிங் இந்தியாவின் ராணுவ, பாதுகாப்பு விஷயங் களில் எந்த சமரசமும் செய்துகொள்ளாமல் அணு சக்தி தொடர்பான நன்மைகளைப் பெறும்வகையில் இந்திய அணு சக்தித் திட்டத்தை முன்னெடுக்கக் கிடைத்த நல் வாய்ப்பாக இதைக் கருதினார்.

அமெரிக்க நட்புறவு தொடர்பான அதிருப்திக்கான இன்னொரு காரணம் பனிப்போர் காலகட்டச் சிந்தனையாளர்கள்தான். பனிப் போருக்குப் பிந்தைய காலகட்டத்தில் அமெரிக்கா புதிய நண்பர் களைத் தேடி வருகிறது; இந்தியா அமெரிக்காவுடனான நட்புறவினால் நன்மை பெறமுடியும் என்பதை அவர்கள் நம்பவில்லை. இந்தியா சுய ஆளுமை மிகுந்த சக்தியாக வளர அமெரிக்கா ஒருபோதும் அனுமதிக்காது என்றே நம்பினார்கள். இந்த இரண்டு அதிருப்தி நிலைகளையுமே இடதுசாரிகளும் பி.ஜே.பியும் தமக்கு சாதகமாகப் பயன்படுத்திக்கொண்டு டாக்டர் சிங்கைப் பொதுவெளியில் காட்டமாக விமர்சித்துவந்தன. அணு சக்தித் துறை (டி.ஏ.இ) விஞ்ஞானிகளும் எம்.இ.ஏ. அதிகாரிகளும் தங்களுடைய எல்லை களைத் தாண்டிச் செயல்படுகிறார்கள். ஒரு ஜனநாயக நாட்டில் கொள்கைகள் எல்லாம் அரசியல் தலைமைகளால்தான் எடுக்கப் படுகின்றன. அதிகாரிகளால் அல்ல என்று சில பத்திரிகையாளர் களிடம் சொன்னேன். அதை அவர்கள் நான் வரம்பு மீறி நடந்து கொள்வதாக பிரதமரிடம் புகார் செய்தார்கள்.

டி.ஏ.இ.அதிகாரிகளுக்கும் அயலுறவுத்துறை அதிகாரிகளுக்கும் பிரதமர் அலுவலக அதிகாரிகளுக்கும் இடையில் இது தொடர்பான விவாதங்கள் நடந்துகொண்டிருந்த நேரத்தில் அமெரிக்க அரசாங் கத்தினரும் வெள்ளை மாளிகை அதிகாரிகளும் தங்கள் பணிகளை முன்னெடுத்துச் சென்றனர். ஜார்ஜ் புஷ்ஷும் டாக்டர் சிங்கும் ஸ்காட்லாந்தில் க்ளெனேகிள்ஸில் ஜூலை மாதத் தொடக்கத்தில் நடந்த ஜி-8 பிளஸ் ஐந்து மாநாட்டையொட்டி பேசிக்கொண்டார்கள். அங்கு இருந்தபோது மீண்டுமொரு தடவை இருவரும் சந்தித்துப் பேசினார்கள். அதிகாரிகள் மட்டத்தில் உரிய பணிகள் நடந்துவந்தன. எனினும் இந்தியத் தரப்பில் அந்த முயற்சிகளுக்கு ஆதரவு கிடைத் திருக்கவில்லை. எம்.இ.ஏ. அதிகாரிகளுக்கும் டி.ஏ.இ. அதிகாரி களுக்கும் இடையிலான கருத்து மோதலானது பிரதமருடன் ஏர் இந்தியா ஒன் விமானத்தில் தில்லியில் இருந்து வாஷிங்டன் டிசிக்குப் பயணம் செய்யும்போதும்கூட தொடர்ந்து நடந்தன.

விமானப் பயணத்தின்போது டாக்டர் சிங் ஆழ்ந்த யோசனையில் இருந்தார். தன் பக்கம் இருப்பவர்களையே ஒருமனதாக ஒரு முடிவெடுக்கச் செய்ய முடியவில்லையென்றால் அமெரிக்காவில் இருக்கும் இந்திய எதிர்ப்பாளர்களையும் அணு சக்திப் பரவலுக்கு

எதிரானவர்களையும் எப்படிச் சமாளிப்பார்? எனினும் வாஷிங்டன் டிசிக்கு அவர் சென்று இறங்கியபோது அவருக்கு இனிய அதிர்ச்சி காத்திருந்தது. நட்வர் சிங் இந்தப் பிரச்னையைத் தானே தீர்த்து வைப்பதாக உறுதியளித்தார். கண்டலீஸா ரைஸைச் சந்தித்த பிறகு அமெரிக்க அதிபரின் விருந்தினர் மாளிகையான ப்ளேர் ஹவுஸில் தங்கியிருந்த டாக்டர் சிங்கைச் சந்தித்தார். இந்தியாவின் சிக்கல்கள் சிலவற்றை அமெரிக்கா தீர்க்கத் தயாராக இருப்பதாகச் சொன்னார். டாக்டர் சிங்கின் வருகை நல்ல பலனைத் தரவேண்டும் என்று தான் விரும்புவதாகத் தன் அதிகாரிகளிடம் அதிபர் புஷ் தெரிவித்திருந்தார். இந்திய அதிகாரவர்க்கம் நள்ளிரவு தாண்டியும் இந்த விஷயம் பற்றி விவாதித்துக்கொண்டிருந்தது. ஆனால், அமெரிக்கர்களுடன் அவர்களுக்கு இருந்த கருத்து மோதல் தீரவே இல்லை.

மறுநாள் காலையில் கண்டலீசா ரைஸ், நிலைமையைச் சீராக்கும் நோக்கில் பிரதமரை வந்து சந்தித்துப் பேசினார். பிறகு அதிபர் புஷ்ஷைச் சென்று சந்தித்தார். அவருடைய முயற்சிகள் பலனளிக்க வில்லை. இரு தரப்பிலும் அந்த ஒப்பந்தத்துக்கு எதிராக இருந்தவர்கள் அதை முடக்கினர். பிரதமரும் அதிபரும் ஓவல் ரூமில் சந்தித்து பல்வேறு விஷயங்கள் பற்றிப் பேசியும் இரு தரப்பு அதிகாரிகளுக்கும் இடையில் இசைவான அறிக்கை ஒன்றைத் தயாரிக்க முடிந்திருக்க வில்லை. இந்திய பத்திரிகைகளின் தலைப்புச் செய்திக்கான காலக் கெடுவுக்குள் பேசிமுடிக்கவேண்டும் என்பதற்காக அமெரிக்காவில் மதிய நேரத்தில் ஒரு பத்திரிகையாளர் சந்திப்புக்கு ஏற்பாடு செய்யப் பட்டிருந்தது.

என்ன எதிர்பார்த்து அமெரிக்கா வந்தாரோ அதைச் சாதிக்க முடிந்திருக்கிறது என்ற உறுதியும் நம்பிக்கையும் உடல் மொழியில் வெளிப்படவேண்டும் என்று பிரதமருக்கு ஒரே ஒரு ஆலோசனை மட்டுமே அவர் பத்திரிகையாளர்களைச் சந்திக்கச் செல்வதற்கு முன்பாகக் கொடுத்தேன். சிரித்த முகத்துடன் இருங்கள்... கம்பீரமாக இருங்கள்... இப்போதைக்கு அது போதும் என்றேன். அதன் பிறகு அவருக்கு ஒரு மதிய உணவு விருந்து தரப்படவிருந்தது. இரு நாட்டுக்கும் இடையில் எந்த ஒத்திசைவும் ஏற்பட்டிருக்காத நிலையில் மேலோட்டமான அறிக்கை ஒன்றைப் பத்திரிகையாளர் சந்திப்பில் பேசியாகவேண்டியிருந்தது. எதிர்பார்த்த எதுவும் நடக்கவில்லை என்று ஊடகங்களுக்குப் புரிந்துவிட்டது.

வெள்ளை மாளிகையில் இருந்து நாங்கள் புறப்பட்டபோது அரசுத்துறை செயலர் ஜெய்சங்கர் ஓடி வந்தார். கட்டை விரலை உயர்த்தி வெற்றி என்று சொன்னார். மதிய உணவு முடிந்து இரு நாட்டு அதிகாரிகளிடையே இன்னொரு சுற்றுப் பேச்சுவார்த்தை நடந்து

முடிந்த பிறகே ஒப்பந்தம் பற்றிய அறிவிப்பு வெளியிடப்படும். அதுவரை எதுவும் உறுதியாகச் சொல்லமாட்டார்கள் என்றார். இந்திய செய்தித் தாள்களின் தலைப்புச் செய்திக்கான காலக்கெடுவுக்குள் அந்த நல்ல செய்தி வெளியாகியாகவேண்டும் என்று நான் தவித்தேன். ஏற்கெனவே இந்தியாவில் நள்ளிரவு நெருங்கிவிட்டது. பத்திரிகைகள் எல்லாம் அன்றைய தலைப்புச் செய்தியை இன்னும் சிறிது நேரத்தில் முடிவு செய்து வெளியிட்டாகவேண்டியிருக்கும். அடுத்த நாள் செய்தித்தாளைத் திறக்கும் வாசகருக்கு ஒப்பந்தம் இறுதி செய்யப் பட்ட விவரம் கிடைத்தாக வேண்டும். தி இந்து பத்திரிகையின் என்.ரவி, இந்தியன் எக்ஸ்பிரஸின் சி.ராஜா மோகன் ஆகிய இருவரிடமும் அன்றைய செய்தித்தாளின் அச்சடிப்பைக் கொஞ்சம் தாமதப்படுத்திக் கொள்ளும்படியும் பிரதமரின் அனுமதி பெற்றுக் கேட்டுக்கொண்டேன்.

இந்த ஏற்பாடு நல்ல பலனளித்தது. ஏனென்றால் கூட்டறிக்கை வெளியானபோது பெரும்பாலான பத்திரிகைகளால் அதை அன்றைய செய்தியில் வெளியிடுவதற்கான நேரம் கடந்துவிட்டிருந்தது. ஜுலை 19 காலை செய்திகளில் தொலைகாட்சிகளில் அந்த செய்தியைக் காட்சிப்படுத்த முடிந்திருந்தது. இந்துவின் பழமைவாத மனோபாவம்கொண்ட ஆசிரியர் குழு, 'பேச்சுவார்த்தை குறித்து மன்மோகன் மகிழ்ச்சி' என்று மொட்டையாகத் தலைப்புச் செய்தி வெளியிட்டனர். ரவியின் 'விஷய கனம்' மிகுந்த செய்திக்குறிப்பில் இடம்பெற்ற வாசகம்:

> அமெரிக்க வெள்ளை மாளிகையில் அதிபர் ஜார்ஜ் புஷ் பிரதமர் மன்மோகன் சிங்கைச் சந்தித்த பிறகு, இந்தியாவை அணு சக்தி நாடாக அங்கீகரித்தார். மேலும் அணு மின்சார உற்பத்தி தொடர்பாக இந்தியாவுடன் இணைந்து செயல்பட சம்மதம் தெரிவித்திருக்கிறார். இந்தப் பேச்சுவார்த்தையைத் தொடர்ந்து வெளியாகவிருக்கும் கூட்டறிக்கையில் இந்தத் தகவல் இடம்பெறும் என்று நம்பத் தகுந்த உயர் அதிகார வட்டத்தில் இருந்து கிடைத்த செய்தி தெரிவிக்கிறது.

உண்மையில் டாக்டர் சிங் சாதித்தது என்ன? அமெரிக்கா அந்தக் கூட்டறிக்கையில், 'அணு தொழில்நுட்பத்தில் சிறந்து விளங்கும் பொறுப்புள்ள நாடு' என்று இந்தியாவைக் குறிப்பிட்டிருக்கிறது. இந்தியாவை அணு ஆயுத வலிமை மிகுந்த நாடு என்று சொல்லாமல் அதன் அணு சக்தி வலிமையை மட்டும் பற்றிப் பாராட்டி அங்கீகரித்து 'அதுபோன்ற நாடுகளைப் போலவே இந்தியாவும் அப்படியான வலிமையை மட்டுமே வளர்த்துக்கொள்ளவேண்டும்' என்று சொல்லியிருக்கிறது.

இந்தியாவுக்கான அணு மின்சார வலிமையைப் பெருக்க அமெரிக்கா உதவ சம்மதம் தெரிவித்திருக்கிறது. அமெரிக்க அணு சக்தி நிறுவனங்கள் அணு எரி பொருட்களையும் அது சார்ந்த தொழில் நுட்பங்களையும் இந்தியாவுக்கு ஏற்றுமதி செய்ய உகந்தவகையில் அமெரிக்காவின் சட்ட திட்டங்களில் தேவையான மாற்றங்களைச் செய்ய அமெரிக்க அரசு முன்வரும் என்று அந்த அறிக்கையில் தெரிவிக்கப்பட்டிருந்தது. தாராபூர் அணு மின் நிலையத்துக்குத் தேவையான அணு எரிபொருளைத் தருவது தொடர்பான தடைகளை நீக்கவும் பிற நாடுகள் இந்தியாவுக்கு யுரேனியம் கொடுக்க அமெரிக்கா வழிவகுத்துக் கொடுக்கும் என்றும் அதில் குறிப்பிடப்பட்டிருந்தது. இதன் அர்த்தம் என்னவென்றால், நியூக்ளியர் சப்ளையர் க்ரூப் என்ற அமைப்பு விதித்திருந்த தடைகளை நீக்க அமெரிக்கா உதவும்.

அமெரிக்கா போன்ற முன்னேறிய அணு சக்தித் தொழில்நுட்பம் கொண்டிருக்கும் நாடுகள் என்னவிதமாக அணு சக்தியைப் பயன் படுத்திப் பயன் பெறுகிறார்களோ அதைப் போலவே பொறுப்புடன் செயல்பட்டு அதே வழிமுறைகளைப் பின்பற்றி அதேவிதமான பலன்களைப் பெற இந்தியா சம்மதிக்கிறது. இந்தியத் தரப்புக்கான முக்கிய பொறுப்பு என்னவென்றால், அணு மின்சாரம் மற்றும் ராணுவ இலக்குகள் சார்ந்த அணு சக்திப் பயன்பாடு, செயல்திட்டங்கள் ஆகியவற்றைத் தனித்தனியாகப் பிரித்து வைத்துக்கொள்ளவேண்டும். அணு மின்சாரம் தொடர்பான உலைகளை ஐ.ஆர்.ஈ.ஏ.யின் கட்டுப்பாட்டுக்குள் கொண்டுவரவேண்டும். 1998-ல் வாஜ்பாய் அரசாங்கம் இனிமேல் அணு வெடிப்பு சோதனைகள் நடத்தமாட்டோம் என்று கொடுத்த உத்தரவாதத்தை இந்த அரசும் புதுப்பித்தது.

துணை நிபந்தனைகள் என்னவென்றால், ஃபிசைல் மெட்டீரியல் கட் ஆஃப் ட்ரீட்டி (அணு ஆயுதங்களுக்கான அணுக்கரு வினைப் பொருட்கள் தடை ஒப்பந்தம்) ஒன்றை உருவாக்கி அதில் கையெழுத்திடவேண்டும். அணு ஆயுதங்கள் இல்லாத நாடுகளுக்கு அதைக் கொடுக்காமலும் அந்தத் தொழில் நுட்பத்தைக் கற்றுக் கொடுக்காமலும் இருக்கவேண்டும். மிசைல் டெக்னாலஜி கண்ட்ரோல் ரெஜீம் என்ற ஏவுகணைத் தொழில்நுட்பக் கட்டுப்பாட்டு அமைப்பில் சேரவும் என்.எஸ்.ஜி. வழிகாட்டுதலுக்கு உடன்படவும் இந்தியா முன்வரவேண்டும். இவையெல்லாம் அணு ஆயுதப் பரவல் தடை தொடர்பாக இந்தியா அதற்கு முன்பாகவே என்ன இலட்சியங் களுடன் இருந்ததோ அவற்றைத் தொடர்ந்து பின்பற்றும் என்ற உத்தரவாதத்தைத் தருவதற்கானவை மட்டுமே.

அடுத்த முக்கியமான கட்டம் என்னவென்றால் அதி உயர் அணு தொழில்நுட்பத்தையும் இருவழிப் பயன்பாட்டு தொழில்

நுட்பங்களையும் இந்தியாவுக்கு அமெரிக்கா தருவதற்கான அதிகாரத்தை ஜார்ஜ் புஷ்ஷுக்கு அமெரிக்க நாடாளுமன்றம் வழங்க வேண்டும். இந்தியா 1-2-3 என்ற அந்த ஒப்பந்தத்தில் கையெழுத்திட்டதும் அமெரிக்க சட்டசபை அதற்குத் தேவையான சட்டத்திருத்தங்களைக் கொண்டுவரும்.

ஜூலை 18-ல் வெளியான கூட்டறிக்கை இதற்கான சாத்தியக்கூறு களைத் தொடங்கிவைத்தது. டாக்டர் சிங் உண்மையில் வரலாற்று சாதனை நிகழ்த்திவிட்டிருக்கிறார். ஆனால் யாரும் எதிர்பார்த்திராத வகையில் இந்திய நாடாளுமன்றத்தில் 39 மாத கடுமையான சூடான வாதப் பிரதிவாதங்களுக்குப் பின்னர், உலகம் முழுவதிலுமான பேச்சுவார்த்தைகளுக்குப் பின்னர், ஐ.மு.கூ கூட்டணியை மாற்றி அமைத்த பின்னரே இந்த விவகாரம் ஒரு முடிவுக்கு வந்தது.

வெள்ளை மாளிகை சந்திப்பையடுத்து அமெரிக்க சட்டசபையில் பிரதமர் உரையாற்றினார். மாண்டேகும் நானும் அந்த உரையை மிகுந்த கவனத்துடன் எழுதிக் கொடுத்தோம். ஜெய் சங்கர் மிக முக்கியமான விஷயங்கள் சிலவற்றை எடுத்துக்கொடுத்திருந்தார். டாக்டர் சிங் அதை நன்கு பேசி ஒத்திகை பார்த்துக்கொண்டார். மிகவும் அருமையாக எழுதப்பட்ட வரிகளுக்கு அமெரிக்கர்கள் கை தட்டிப் பாராட்டு தெரிவிப்பது வழக்கம் என்பதால் அப்படியான முத்திரை வாக்கியங்கள் இடம்பெற்ற இடங்களை அடிக்கோடிட்டுக் கொடுத் திருந்தோம். அந்த இடங்களில் சிறிது நிறுத்திக் கை தட்டல் கேட்ட பிறகு பேச்சைத் தொடரவேண்டும் என்பதற்காக அந்த ஏற்பாடு.

மிகப் பெரிய கரவொலிகளுக்கிடையே பிரதமர் அமெரிக்க சட்டசபைக்குள் நுழைந்தார். மேடையைச் சென்று சேர்வதற்கு முன்பாகப் பலர் வழியில் நிறுத்திக் கை குலுக்கினார்கள். செனட்டர் ஹிலாரி கிளிண்டன் நீண்ட நேரம் நிறுத்திவைத்துப் பேசினார். டாக்டர் சிங் மேடைப் பேச்சில் வல்லவர் அல்ல. அவர் தெளிவாக, உரத்த குரலில் தேவையான இடங்களில் அழுத்தம் கொடுத்துக் கம்பீரமாக உரையாற்றிய ஒரே நிகழ்ச்சி இந்திய சுதந்தர தின உரை மட்டுமே. ஆனால், அமெரிக்க சபையில் ஆற்றும் உரை சரித்திர முக்கியத்துவம் வாய்ந்தது என்பது அவருக்கு நன்கு தெரியும். அவர் பேசுவதைக் கேட்க அங்கு கூடியிருக்கும் அமெரிக்க பிரதிநிதிகள்தான் அவர் அமெரிக்க அதிபர் ஜார்ஜ் புஷ்ஷுடன் இணைந்து முன்னெடுக்கும் அணு சக்தி ஒப்பந்தத்துக்கு ஒப்புதல் அளிக்கப்போகிறவர்கள். அங்கு கூடியிருப்பவர்களின் இதயங்களையும் மனங்களையும் ஒருசேர

வென்றெடுத்தாக வேண்டியிருக்கும். அந்த சவாலை பிரதமர் கம்பீரமாக எதிர்கொண்டார்.

நானும் ஜெய் சங்கரும் பிரதமர் பேசவிருக்கும் உரையின் நகலைக் கையில் வைத்தபடி அமர்ந்திருந்தோம். எந்தெந்த வாக்கியங்களுக் கெல்லாம் கை தட்டல் கிடைக்கவிருக்கிறது என்பதைக் குறிக்கக் கையில் பேனாவும் வைத்திருந்தோம். ஒவ்வொரு நிமிடத்துக்கு ஒரு முறை அவருக்குக் கைதட்டல் கிடைத்தது. சுமார் முப்பத்து மூன்று தடவை அவருடைய பேச்சு கைத்தட்டல்களால் இடைமறிக்கப் பட்டது. 3000 வார்த்தைகள்கொண்ட உரை. அவர் பதவிக்கு வந்த கால கட்டத்தில் ஒரு நிமிடத்துக்கு 100 வார்த்தைகள் அவரால் பேசமுடியும். வயதாக ஆக அந்த வேகம் மெள்ளக் குறைந்து 80-70 வார்த்தைகளாகக் குறைந்தது. இந்த வேகத்தில் பேசியிருந்தால் நிச்சயம் முப்பது நிமிடங்களுக்குக் கொஞ்சம் மேல்தான் ஆகியிருக்கவேண்டும். ஆனால் தொடர் கைதட்டல்களினால் சுமார் 45 நிமிடங்கள் ஆனது. கைத்தட்டல்களில் சில ஐந்திலிருந்து பத்து விநாடிகள் பிடித்தன. சில அதைவிடக் கூடுதலாகச் சிலவற்றுக்கு எழுந்து நின்று கை தட்டினார்கள்.

அந்த அரங்கில் இந்திய எதிர்ப்பாளர்கள் நிச்சயம் இருந்தார்கள். அவர்கள் அணு ஆயுத ஒப்பந்தத்தை நிறைவேறவிடாமல் தடுக்கவே பார்ப்பார்கள். ஆனால், அன்றைய தினம் அந்த அரங்கம் நேர்மை யாகவும் திறமையாகவும் இந்தியாவைப் பற்றி உலகுக்குப் புதிய கோணத்தில் அறிமுகப்படுத்திய ஒருவரால் கைத்தட்டல் மழையால் நிரம்பி வழிந்தது.

கூட்டு முயற்சி என்பது இரண்டு வகைகளில் இருக்கலாம். கொள்கை அடிப்படையிலாக அல்லது சில நடைமுறை கணக்குகள் சார்ந்ததாக இருக்கலாம். நமது கூட்டு முயற்சி என்பது இந்த இரண்டு அம்சங்களும் கலந்ததாக இருக்கும் என்று நம்புகிறேன் என்று பேசி முடித்தார்.

கைதட்டல் கிடைக்கக் கிடைக்க பிரதமரின் தன்னம்பிக்கை அதிகரித்தது. குரல் கம்பீரமாக மாறியது. உச்சரிப்பும் தொனியும் தெளிவானது. மிகவும் கூச்ச சுபாவமும் உள்ளொடுங்கிய குணமும் கொண்ட தலைப்பாகை அணிந்த இந்த மனிதர் உலகின் மிகப் பெரிய ஜனநாயகத்தின் தலையெழுத்தை மாற்றியமைக்க எடுத்துக்கொண்ட அந்த முயற்சி மிகவும் உணர்ச்சிமயமாகவும் மனதுக்கு நிறைவைத் தருவதாகவும் இருந்தது.

இந்திரா காந்தி அல்லது ராஜீவ் காந்தி இதுபோல் அமெரிக்காவில் சரித்திரப் புகழ் பெற்ற பயணத்தை மேற்கொண்டுவிட்டு வந்திருந்தால் தில்லியின் சாலைகளில் காங்கிரஸ் கட்சியினர் அலையலையாகத் திரண்டு வரவேற்பு கொடுத்திருப்பார்கள். டாக்டர் சிங்கின் விஷயத்தில் அப்படி எதுவும் நடக்கவில்லை. பி.ஜே.பியும் இடதுசாரிகளும் தமது கடுமையான எதிர்ப்புகளினால் காங்கிரஸை அடக்கி வாசிக்கும்படிச் செய்தது உண்மைதான். ஆனால், ஜார்ஜ் புஷ்ஷுடனான பிரதமரின் நல்லுறவு காங்கிரஸ் கட்சியின் இஸ்லாமிய வாக்கு வங்கியை விலகிப் போகவைத்துவிடும். அதோடு குறைந்தபட்ச ஆதரவுடன் ஆட்சியில் இருக்கும் காங்கிரஸ் அரசை அமெரிக்காவை வெறுக்கும் இடதுசாரிகள் மேலும் நெருக்கடிக்கு உள்ளாக்குவார்கள் என்ற பயமே காங்கிரஸ் கட்சியில் அதிகமாக இருந்தது.

நாடு திரும்பிய பத்து நாட்கள் கழித்து பிரதமர் நாடாளுமன்றத்தில் ஓர் உரையாற்றினார். சீனாவை எதிர்க்கும் நோக்கில் இந்தியாவும் அமெரிக்காவும் ராணுவ ஒப்பந்தம் ஒன்றை ரகசியமாகச் செய்து கொண்டிருக்கிறார்கள் என்ற குற்றச்சாட்டுக்கு பதில் அளிக்கும் வகையில் அந்த உரை அமைந்தது. அணு மின்சார உலைகள், ராணுவப் பயன்பாடுகள் என இரண்டு அம்சங்களைத் தனித்துப் பிரித்துக்கொள்வது தொடர்பான பேச்சுவார்த்தைகள் அமெரிக்காவுடன் நடந்துவருவதாகவும் அது நமது ராணுவ அணு ஆயுதச் செயல் திட்டங்களை எந்தவகையிலும் பாதிக்காது என்றும் உத்தரவாதம் தந்தார். இடதுசாரிகள் அமெரிக்காவை அவர்களுடைய வழிவழியாக வந்த கொள்கையின் அடிப்படையில் எதிர்த்தார்கள். பி.ஜே.பியோ தனது அரசியல் நலன் சார்ந்து இந்த ஒப்பந்தத்தை எதிர்த்தது. உண்மையில் வாஜ்பாய் அரசாங்கம்தான் இந்த விஷயத்தில் அமெரிக்காவுடனான பேச்சுவார்த்தையை முதலில் ஆரம்பித்திருந்தது.

பேச்சுவார்த்தை ஆரம்பித்த பிறகுதான் இந்த விஷயத்தில் உள்நாட்டுக்குள் பலருடைய ஈகோவைத் திருப்திப்படுத்தியாகவேண்டிய நிர்பந்தம் இருப்பதை பிரதமர் புரிந்துகொண்டார். காங்கிரஸ் கட்சிக்குள் நடந்த சண்டைகள், எதிர்கட்சியுடன் நடந்த மோதல்கள் ஒரு பக்கம் நெருக்கடியைத் தந்தன. இன்னொருபக்கம் அரசு அதிகாரத் துறைகளுக்கு இடையே குறிப்பாக டி.ஏ.இ.க்கும் அயலுறவுத் துறைக்கும் இடையிலான மோதல் வேறுவகை நெருக்கடிகளைத் தந்தன.

தனது கட்சித் தலைமைக்கும் எதிர்கட்சிகளுக்கும் இந்த ஒப்பந்தத்தின் நன்மைகளை விளக்கிச் சொல்வதிலேயேயும் டி.ஏ.இ. போன்ற அரசுத்துறைகளில் இருந்து வந்த எதிர்ப்புகள் விமர்சனங்கள் இவற்றைச் சமாளிப்பதிலேயும் பிரதமரின் பெரும்பாலான நேரம்

கழிந்துவிட்டது. அமெரிக்கா இத்தனை ஆண்டுகாலம் இந்திய அணுசக்தித்துறைக்குத் தடைகள் விதித்திருந்ததால் அவர்களால் அமெரிக்கா மீது நம்பிக்கை கொள்ள முடிந்திருக்கவில்லை. மேலும் அவர்களுக்கு பிரதமர் மேலும் போதிய நம்பிக்கை இருந்திருக்க வில்லை. இவற்றையெல்லாம் அவர்களுக்குத் தாண்டிவரவேண்டி யிருந்தது. பிரதமர் போரை வெறுப்பவராகவும் அணு ஆயுத அதிகரிப்புக்கு எதிரானவராகவும் பார்க்கப்பட்டார். எனவே, அவர் இந்த விஷயத்தில் இந்திய நலன்களை எளிதில் விட்டுக்கொடுத்து விடுவார் என்று நினைத்தார்கள்.

டி.ஏ.இ-ன் நிதியை டாக்டர் சிங் நிதி அமைச்சராக இருந்தபோது வெகுவாகக் குறைத்துவிட்டிருந்தார். அதோடு 1995 குளிர்காலத்தில் அணு வெடிப்பு சோதனை செய்யவிருந்ததை அவர் எதிர்க்கவும் செய்தார் என்று பிரதமரின் எதிர்ப்பாளர்கள் சில விமர்சனத்தைக் கிளப்பிவிட்டனர். இது பாதி உண்மைதான். 1995-ல் நரசிம்மராவ் அணு வெடிப்பு சோதனை நடத்தத் திட்டமிட்டிருந்தது உண்மைதான். ஆனால், அதைத் தொடர்ந்து முன்னேறிய நாடுகள் இந்தியா மீது விதிக்கும் தடைகளைச் சமாளிக்கும் அளவுக்கு நம் பொருளாதாரம் வலுவாக இல்லையென்று அப்போதைய நிதி அமைச்சகம் சொல்லியிருந்தது. 1998-ல் வாஜ்பாய் அரசாங்கம் அந்த சோதனையை மேற்கொள்ளத் தீர்மானித்தபோது பொருளாதாரத் தடைகள் என்ன விளைவுகளை ஏற்படுத்தும் என்பதையும் அதை எப்படிச் சமாளிப்பது என்பதையும் பரிசீலித்துப் பார்த்தது. இறுதியில் எதிர்பார்த்ததைவிட வெகு குறைவான இழப்பே ஏற்பட்டது. இதற்கு ஒரு முக்கிய காரணம் 1995-ஐ விட 1998-ல் இந்தியாவின் பொருளாதாரம் வலுவாக இருந்தது. ஆனால், அணு சக்தித்துறையினர் நடந்த விஷயங்களை மிகவும் எளிமைப்படுத்திப் பார்த்துப் புரிந்துகொண்டார்கள்.

அரசாங்கப் பிரிவில் தன்னுடைய முன்னெடுப்புக்குப் பெரும் ஆதரவைத் திரட்டிக்கொண்டாகவேண்டும். டி.ஏ.இ. தன்னுடைய திட்டங்களை முடக்கிவிட அனுமதிக்கக்கூடாது என்பது பிரதமருக்கு நன்கு புரிந்திருந்தது. இதனால் ஜூலை 2005 வாக்கில் ஈ.சி.சி. அமைப்பை உருவாக்கினார். எரிபொருள் தொடர்பான அனைத்து அமைச்சகத்தில் இருந்தும் நபர்கள் அதில் இடம்பெற்றிருந்தனர். பிரதமருக்கு ஆதரவாக இருந்த நிதி அமைச்சர் சிதம்பரமும் மின்சாரத்துறை அமைச்சர் சுஷில் குமார் ஷிண்டே ஆகிய இருவரும் அந்த அமைப்பில் இடம்பெற்றிருந்தனர். நாம் பேசிக்கொண்டிருக்கும் எரி சக்தி என்பது பல்வேறு அமைப்புகள், அமைச்சகங்களின் பங்களிப்புடன் முடிவெடுக்கப்படவேண்டிய விஷயம். டி.ஏ.இ. என்பது அவற்றில் ஒரு அமைப்பு மட்டுமே. புதிதாக அனைத்து

அமைப்புகளையும் உள்ளடக்கி ஆரம்பிக்கப்பட்ட அமைப்பானது எரி சக்தி தொடர்பாக விரிவாக யோசித்து முடிவெடுக்கும் நோக்கில் தொடங்கப்பட்டிருந்தது. அமெரிக்காவுடனான பேச்சுவார்த்தைகள் பற்றி உள்நாட்டில் இருக்கும் அரசியல் கட்சியினருக்கு விளக்கிச் சொல்லும் நோக்கில் அது ஆரம்பிக்கப்பட்டது. ஆனால், அரசியல் ரீதியாக இருந்த எதிர்ப்பைப் பயன்படுத்தி டி.ஏ.டி. இந்த ஒப்பந்தத்தை முடக்கிவிட்டது.

ஈ.சி.சி.யின் முதல் கூட்டம் 6, ஆகஸ்ட், 2005-ல் நடைபெற்றது. பிரதமர் அலுவலக பத்திரிகைக்குறிப்பில் இதுபற்றிச் சொல்லப்பட்ட செய்தி:

> வரும் காலத்தில் இந்தியா அணு சக்திக்கு அதிக முக்கியத்துவம் தந்தாகவேண்டும். உலக அளவில் அணு சக்தித்துறையில் ஒதுக்கிவைக்கப்பட்டிருக்கும் நிலை மாறுவதற்குச் சில முயற்சிகள் எடுத்திருக்கிறேன் என்று பிரதமர் கூறினார். நாட்டின் ஒட்டுமொத்த எரிபொருள் தேவையில் அணு சக்தியின் பங்களிப்பு அதிகரிக்க அது உதவும். அணு சக்தித் துறைச் செயலரான டாக்டர் அனில் ககோத்கரும் யுரேனியம் இறக்குமதி செய்ய வேண்டிய தேவை குறித்தும் யுரேனியம் தாது கிடைக்கும் இடங்களைக் கண்டறிந்து தோண்டி எடுக்கவேண்டியது குறித்தும் குறிப்பிட்டிருக்கிறார். நாம் தோண்டி எடுக்கும் யுரேனியத்தின் விலையைவிட இறக்குமதி செய்யப்படும் யுரேனியத்தின் விலை நான்கில் இருந்து ஐந்து மடங்கு குறைவு என்றும் தெரிவித்திருக்கிறார். அமெரிக்காவுடன் செய்துகொண்டிருக்கும் ஒப்பந்தத்தின் மூலம் நமக்குத் தேவையான அணு சக்தித் திட்டங்களுக்கான யுரேனியம் எளிதில் கிடைக்கும். இதற்காகப் பலரும் பிரதமரைப் பாராட்டியுள்ளார்கள்.

பொதுமக்களுக்கும் அரசியல் கட்சியினருக்கும் இந்த உண்மைகளை எடுத்துச் செல்லும் அனைத்து வழிகளையும் பிரதமர் அலுவலகம் அக்கறையுடன் முன்னெடுத்தது. டாக்டர் சிங்கும் இரு அவைகளிலும் இது குறித்து மிகவும் விரிவாகப் பேசினார். அயலுறவுத்துறை அதிகாரிகள் ஜயந்த் பிரசாத், எஸ்.ஜெய்சங்கர் இருவருக்கும் அணு ஒப்பந்தம் பற்றி நன்கு தெரியும். அவர்கள் 'அணு மின்சாரத்துறையில் சர்வதேச ஒத்துழைப்பை நாடுவதில் இந்தியாவின் முயற்சிகள்' என்ற தலைப்பில் ஒரு துண்டுப் பிரசுரம் தயாரிக்க எனக்கு உதவினார்கள். அது அனைத்து மொழிகளிலும் மொழிபெயர்க்கப்பட்டது. தகவல்

மற்றும் ஒளிபரப்புத் துறையின் டி.ஏ.வி.பி. நிறுவனம் அதை அச்சிட்டு வெளியிட்டது.

இந்த ஒப்பந்தத்தின் மூலம் இந்தியா அணு ஆயுதத்துறையில் உலக நாடுகளால் ஒதுக்கிவைக்கப்பட்டிருக்கும் நிலை மாறும். அதனால் இந்தியாவின் ராணுவ பலம் அதிகரிக்கும். பொதுமக்கள் தளத்தில் அணு மின்சாரம் மூலம் நமது எரி சக்தித் தேவைகள் பூர்த்தியடையும் என்ற விஷயம் முன்வைக்கப்பட்டது. மின்சாரத் தட்டுப்பாட்டில் இருக்கும் அவர்கள் அதை எளிதில் புரிந்துகொள்வார்கள்.

ஆகஸ்ட் 2005 மற்றும் பிப்ரவரி 2006 காலகட்டத்தில் இருவகைப் பயன்பாட்டையும் பிரித்துவைப்பது தொடர்பான விஷயங்கள் பேசப்பட்டன. 2005 வாக்கில் இந்தியாவில் மொத்தம் 22 அணு மின்சார உலைகள் இருந்தன. ராணுவத் தேவைகளுக்கு இவற்றில் நான்கை மட்டுமே இந்தியா பிரித்து வைத்துக்கொள்ளலாம் என்று அமெரிக்கா சொன்னது. 22-ல் எட்டை ராணுவப் பயன்பாட்டுக்குப் பயன்படுத்திக்கொள்வதாக இந்தியா சொன்னது. அதில் இரண்டு ஆராய்ச்சிக்காகப் பயன்படுத்தப்படும். எஞ்சிய 14 அணு மின்சார உற்பத்திக்குப் பயன்படும். அந்த 14 உலைகள் மட்டுமே ஐ.ஏ.இ.ஈ. பாதுகாப்புக் கட்டுப்பாடுகளுக்கு உட்படுத்தப்படும் என்று சொன்னது. அமெரிக்கா அதை ஏற்கவில்லை. சுமார் ஏழு மாதங்கள் இது தொடர்பாகப் பேச்சுவார்த்தைகள் நடந்தன. எந்த முடிவும் எட்டப்படவில்லை.

அதிபர் ஜார்ஜ் புஷ் மார்ச் 2 இந்தியா வரவிருந்தார். அவர் வருவதற்கு 15 நாட்கள் முன்னதாகக்கூட இது தொடர்பாக எந்தத் தீர்மானமும் எட்டப்பட்டிருக்கவில்லை. அது நடக்காத நிலையில் ஜார்ஜ் புஷ்ஷின் அரசாங்கத்தால் அமெரிக்க சட்டசபையில் இந்த திட்டத்துக்கு எந்த அனுமதியும் பெற முடியாது. இரு நாடுகளும் இந்த விஷயத்தில் ஒரு தீர்மானத்தை எட்டவில்லையென்றால் அதிபரின் இந்திய வருகை எந்தவித நன்மையும் தராத வெறும் அலங்காரப் பயணமாகவே முடிந்துவிடும்.

பிப்ரவரி 22, புதன் கிழமையன்று ரமாவும் நானும் ஆந்திர பவனுக்கு இரவு உணவுக்காகப் போயிருந்தோம். பாதி சாப்பிட்டுக் கொண்டிருந்தபோது, என் செல் போன் ஒலித்தது. 3, ஆர்.சி.ஆர். எண் அது. பிரதமரே அழைக்கிறார்! நான் உணவைப் பாதியில் நிறுத்தி விட்டு பிரதமர் அலுவலகத்துக்கு விரைந்தேன்.

பிரதமரின் குரலில் இருந்த அவசரத்தைப் பார்த்தவுடன் மறுநாள் மக்களவையில் இடம்பெறவிருக்கும் ஜனாதிபதியின் உரைக்கு நன்றி தெரிவித்துக் கொண்டுவரப்படும் தீர்மானத்தையொட்டி நடக்கும் விவாதத்தின் முடிவில் பிரதமர் சொல்ல வேண்டிய பதில் தொடர்பாகப் பேசத்தான் கூப்பிட்டிருப்பார் என்று நினைத்தேன். நான் அவருக்கு ஒரு முன் வரைவைத் தயாரித்துக் கொடுத்திருந்தேன். அதில் சில திருத்தங்கள் சொல்லத்தான் அழைத்திருப்பார் என்று நினைத்தேன். ஆர்.சி.ஆரை அடைந்ததும் நான் சீக்கிரமே வந்துவிடுவேன் என்று நினைத்து ரமா வெளியில் காரிலேயே உட்கார்ந்துகொண்டார்.

நான் உள்ளே நுழைந்தபோது பிரதமர் வரவேற்பறையில் மிகுந்த சோகத்துடன் அமர்ந்திருந்தார். இன்னும் ஓரிரு வாரத்தில் அதிபர் புஷ் இந்தியா வரவிருக்கிறார். இன்னும் இருநாடுகளுக்கு இடையில் எந்த ஒத்திசைவும் ஏற்பட்டிருக்கவில்லை. இந்த அணு ஒப்பந்தம் நிறைவேறும் என்று எனக்குத் தோன்றவில்லை என்று சொன்னார்.

நான் இந்த விஷயத்தை எதிர்பார்த்திருக்கவில்லை. அணு ஒப்பந்தம் தொடர்பான பேச்சுவார்த்தைகளில் நான் எந்தக் கண்ணியிலும் இடம்பெற்றிருக்கவில்லை. அந்த ஒப்பந்தம் கையெழுத்தாகாமல் முடங்கப்போகிறது என்பதும் எனக்குத் தெரியாது. இந்திய தரப்பில் 14 அணு மின்சார உலைகள், 8 ராணுவப் பயன்பாட்டு உலைகள் என்ற நிலைப்பாட்டிலேயே இருந்தார்கள். அமெரிக்காவோ 18:4 என்ற நிலைப்பாட்டில் இருந்து சிறிதும் பின்வாங்கவில்லை. மேலும் இந்தியத் தரப்பு அணு ஆராய்ச்சிக்கான இரண்டு உலைகளை சர்வதேசக் கண்காணிப்புக்கு அப்பாற்பட்டதாக வைக்கவும் விரும்பியிருந்தது. இந்திய அரசின் முடிவு மிகவும் நியாயமானது என்பதில் பிரதமருக்கு எந்த சந்தேகமும் இல்லை. அதை ஏற்றுக் கொள்வதா வேண்டாமா என்பது அமெரிக்கர்களின் பிரச்னை. அவர்களுக்கு அது ஏற்பில்லை என்றால் ஒப்பந்தத்தை கையெழுத்திடாமல் போய்க் கொள்ளலாம். ஒருவேளை அப்படி நிராகரித்து அவர்கள் போய் விட்டால் மிகப் பெரிய இழப்புதான். பிரதமர் இந்த விஷயத்தில் மிகுந்த அக்கறை எடுத்து எல்லாம் செய்துவிட்டிருக்கிறார். எனவே, அவர் மிகுந்த கவலையுடன் இருந்தார்.

இடைநிலைப் பேச்சாளர்கள் மட்டத்தில் மட்டும்தான் இந்த இழுபறி நிலை இருக்கிறது. அதிபர் புஷ்ஷுக்கு இந்த விஷயம் தெரியவந்தால் உடனே அவர் தலையிட்டு அமெரிக்க தரப்பில் பேசுபவர்களிடம் இந்திய தரப்பில் சொல்லப்படுவதை அப்படியே ஏற்றுக்கொள்ளச் சொல்லிவிடுவார் என்று பிரதமர் நம்பினார். நான் அவரிடம் நேரில் பேசியபோது நம் தரப்பில் எதைச் செய்யமுடியும் என்பதைச் சொல்லியிருந்தேன். அதற்கு அவர் சரி என்றுதான் சொல்லியிருந்தார்

என்று பிரதமர் சொன்னார். இந்தியாவின் ராணுவ வியூகங்கள், திட்டங்களில் எந்தக் கட்டுப்பாட்டையும் விதிக்கும் எண்ணம் ஜார்ஜ் புஷ்ஷுக்குக் கிடையாது. எனவே 18:4 என்ற தீர்மானம் நிச்சயம் அவருடையதாக இருக்காது. இதுபற்றி அவருக்குத் தெரியப்படுத்த வேண்டும். அப்போதுதான் அவர் அவர்களுடன் பேசி பிரச்னையைத் தீர்த்துவைப்பார் என்று சொன்னார்.

இந்த விஷயத்தில் நான் ஏதேனும் உதவி செய்யவேண்டும் என்று பிரதமர் விரும்புகிறார் என்பது புரிந்தது. இது தொடர்பாக வேறு சிலரையும் அவர் தொடர்புகொண்டிருக்கக்கூடும் என்பதும் எனக்குப் புரிந்திருந்தது. என் நண்பர் ஆஷ்லி டெலிஸ்க்கு வெள்ளை மாளிகையில் இருப்பவர்களை எளிதில் அணுகமுடியும் என்பது எனக்குத் தெரியும். அவர் தில்லியில்தான் இருந்தார். அவர் மூலம் வெள்ளை மாளிகைக்கு செய்தியை அனுப்பமுடியும் என்று நினைத்தேன். நான் பிரதமரிடம் பேசி முடித்துவிட்டு என் காரை நோக்கிச் செல்லும்போது ஆஷ்லியைத் தொடர்புகொண்டேன். மறுநாள் காலையில் ஒரு ஹோட்டலில் காலைச் சிற்றுண்டியுடன் சந்தித்துப் பேசுவது என்று முடிவு செய்தோம்.

ஆஷ்லியை அமெரிக்காவின் செல்வாக்கு மிகுந்த இந்திய அமெரிக்க கூட்டமைப்பு ஒன்றின் உறுப்பினராகத்தான் முதலில் சந்தித்தேன். கோவாவிலிருந்து வந்த இந்திய அமெரிக்கரான அவர் அமெரிக்காவின் அயலுறவு மற்றும் ராணுவ விவகாரங்களில் செல்வாக்குள்ள நபராக இருந்தார். பொக்ரான் - 2 பரிசோதனைக்குப் பிறகு இந்தியாவின் அணு வல்லமை குறித்து அருமையான ஆதாரபூர்வமான புத்தகம் எழுதினார். அமெரிக்க தூதுவர் ராபர்ட் பிளாக்வில் தனது ஆலோசகராக ஆஷ்லியை நியமித்ததைத் தொடர்ந்து இந்திய அதிகாரவட்டத்தில் அவர் முக்கியத்துவம் பெறலானார். இந்தியாவுக்கும் அமெரிக்காவுக்கும் இடையிலான நல்லுறவுப் பேச்சுவார்த்தைகளுக்கு மிகவும் பொருத்தமானவர். இரண்டு நாடுகளின் செயல்படு முறையை நன்கு அறிந்தவர். இந்த இரு ஜனநாயகக் குடியரசுகளுக்கிடையே நல்லுறவு நிலவவேண்டும் என்ற அக்கறை கொண்டவர். அவர் தமது தொழில்முறை சார்ந்து நிபுணத்துவம் மிகுந்த அமெரிக்க ஆய்வாளர் என்ற பெருமையைப் பெற்றிருப்பவர். இந்தியாவில் நம்பிக்கையின் அடிப்படையில் நண்பர்களை சம்பாதித்திருக்கிறார். அவரை நிச்சயமாக நம்பலாம்.

அணு ஒப்பந்த விவகாரத்தில் என்னவெல்லாம் சாத்தியக்கூறுகள் இரண்டு நாடுகளுக்கும் இருக்கின்றன என்பதை காலை உணவு உண்டபடியே அலசினோம். இந்தியத் தரப்பில் 14:8 என்பதற்கு மேலாக எதையும் செய்ய முடியாது. ஜார்ஜ் புஷ் இந்த விஷயம்

தெரியவந்தால் நிச்சயம் ஒப்பந்தத்துக்கு சம்மதிப்பார் என்று டாக்டர் சிங் திடமாக நம்புகிறார் என்று சொன்னேன். அமெரிக்காவில் இருக்கும் அணு ஆயுதப் பரவல் தடுப்புக் குழுவிடம் இந்த ஏற்பாட்டுக்கு சம்மதம் பெறுவது மிகவும் கடினம் என்று ஆஷ்லி சொன்னார். முதலில் இந்தியா 14 அணு உலைகளில் சர்வதேசக் கண்காணிப்புக்கு அனுமதி தரட்டும். 2014 அல்லது 2016 வாக்கில் பிற நான்கு உலைகளைச் சேர்த்துக்கொள்ளட்டும். அதோடு இரண்டு அணு உலைகளை ஆராய்ச்சிக்காக என்று இந்தியா சர்வதேசக் கண்காணிப்புக்கு வெளியே வைத்துக்கொள்வதை அமெரிக்க தரப்பு ஏற்கும் என்று தனக்குத் தோன்றவில்லை என்று ஆஷ்லி சொன்னார்.

தனது கருத்துகளைச் சொன்ன ஆஷ்லி டாக்டர் சிங்கின் செய்தியை வெள்ளை மாளிகைக்கு கொண்டு செல்வதாக உத்தரவாதம் கொடுத்தார். 3, ஆர்.சி.ஆர்.ருக்குச் சென்று ஆஷ்லியுடனான உரையாடலை பிரதமரிடம் சொன்னேன். அவருக்கு வருத்தம் ஏற்பட்டது. இது எதிர்பார்க்கும் பலனைத் தராது என்று சோர்வுடன் சொன்னார். அவரைப் பார்த்தபோது இரவெல்லாம் அவர் தூங்கவில்லை என்பது புரிந்தது.

அதன் பிறகு மக்களவைக்குச் சென்று ஜனாதிபதியின் உரைக்கான நன்றி அறிவிப்பு தீர்மானத்தின் மீதான விவாதத்தில் பங்கெடுத்தார். அந்த விவாதத்தில் எழுப்பப்பட்ட ஒவ்வொரு கேள்விக்கும் விரிவாகப் பதில் சொன்னார். ஆனால், அணு சக்தி தொடர்பான இந்திய அமெரிக்க ஒப்பந்தம் பற்றி எதுவுமே வாய் திறக்கவில்லை. அல்லது ஜார்ஜ் புஷ்ஷிடமிருந்து தான் எதை எதிர்பார்க்கிறேன் என்றும் எதையும் குறிப்பிட்டுக் காட்டியிருக்கவில்லை. தனது அயலுறவுக் கொள்கையை நியாயப்படுத்திப் பேசியவர் கடைசியில் முடிக்கும் போது சொன்னது:

> ஐயா... அயலுறவுக் கொள்கையை முன்னெடுப்பதிலும் தேசியப் பாதுகாப்பை முன்னெடுப்பதிலும் நாட்டின் பொருளாதார வளர்ச்சியை மேம்படுத்துவதிலும் தேசத்தின் நலனையே எங்கள் அரசு முதல் இலக்காகக்கொண்டிருக்கிறது என்ற உத்தரவாதத்தைத் தர விரும்புகிறேன். நமது தேச மக்களின் நம்பிக்கையும் ஆதரவும் எங்களுக்கு இருக்கிறது என்று மனப்பூர்வமாக நம்புகிறேன்.

நான்கு நாட்களுக்குப் பிறகு டிசம்பர் 27-ல் டாக்டர் சிங் நாடாளு மன்றத்தில் மிக நீண்ட உரையொன்றை நிகழ்த்தினார். அணு ஒப்பந்தம் தொடர்பான இந்திய தரப்பின் நிபந்தனைகளை அதில் தெளிவாக முன்வைத்தார். அது ஒருவகையில் உள்நாட்டில் அந்த ஒப்பந்தத்துக்கு எதிர்ப்புத் தெரிவிப்பவர்களுக்கு பதில் சொல்லும் வகையிலும் இன்னொருபக்கம் அமெரிக்காவுக்கு நமது தரப்பைத்

தெளிவாக எடுத்துச் சொல்லும்வகையிலும் அந்தப் பேச்சு இருந்தது. பிரதமரின் அந்த உரை உள் நாட்டிலும் வெளி நாட்டிலும் இருக்கும் ஒவ்வொரு தரப்புக்கும் மிகச் சரியான பதில்களை அளித்தது. மிகவும் முக்கியமான அம்சமான எத்தனை மின்சாரப் பயன்பாட்டு உலைகள், எத்தனை ராணுவப் பயன்பாட்டு உலைகள் என்ற விவகாரத்தில் பிரதமர் சொன்னது:

> ... இந்தியாவில் இருக்கும் அணு உலைகளில் அணு மின்சாரப் பயன்பாட்டுக்காக இருக்கும் 65% உலைகள் மட்டுமே சர்வதேசக் கண்காணிப்புக்குத் திறந்துவிடப்படும். அணு மின்சாரப் பயன்பாடு சார்ந்து ஆரம்பிக்கப்படும் வேறு சில அணு உலைகளும் இந்தப் பட்டியலில் சேர்க்கப்படும். இந்த ஒப்பந்தமானது எந்தெந்த உலைகள் மட்டுமே சர்வதேசக் கண்காணிப்புக்கு உட்படுத்தப்படும் என்பதை மிகத் தெளிவாக வரையறுக்கும். அணு மின்சாரத்துக்காகப் பெறப்படும் அணுக்கரு தனிமங்களை வேறு பயன் பாட்டுக்குத் திருப்பிவிடமாட்டோம். பாதுகாப்பு விதிகளை மீறி வேறு எந்த நாடுகளுக்கும் தரவும் மாட்டோம் என்று நாங்கள் உத்தரவாதம் அளிக்கிறோம்.

இந்த உரையில் சொல்லப்பட்ட சதவிகிதம் என்பது மின்சாரத்துக்கான 14 அணு உலைகள் மட்டுமே சர்வதேசக் கண்காணிப்புக்குத் திறந்து விடப்படும் என்ற இந்தியாவின் ஆரம்ப நிலைப்பாட்டை அடிப்படை யாகக் கொண்டதுதான். ஆஷ்லி சொன்ன இரண்டாவது வழியை இந்திய அணு சக்திக் கழகம் நிராகரித்துவிட்டது. அதன் மூலம் பேச்சுவார்த்தையில் எந்தவித சமரசத்துக்கும் இடமில்லை என்பதைத் தெளிவாகச் சொல்லும்படி பிரதமரை வற்புறுத்தியது. வேண்டு மானால் எடுத்துக்கொள் - இல்லையென்றால் சென்றுவிடு என்ற நிலைப்பாடு இது. அமெரிக்க தரப்பு இதைக் கேட்டதும் கோபத்தின் உச்சிக்குப் போனது. கடைசி நிமிடம்வரை அவர்கள் விட்டுக் கொடுக்கவே இல்லை.

மார்ச் 1, மாலையில் அதிபர் புஷ்ஷை பாலம் விமான நிலையத்தில் வைத்து டாக்டர் சிங் வரவேற்றார். காரில் ஏறுவதற்கு முன்பாக புஷ் எம்.கே. நாராயணன் பக்கம் திரும்பித் தன் கைகளை அவர் தோளில் வைத்தபடி கண்களை நேருக்கு நேராகச் சந்தித்தபடி மற்றவர்களும் கேட்கும்படியாக உரத்த குரலில் சொன்னார்: இந்த ஒப்பந்தம் நிறைவேறியாகவேண்டும்.

பேச்சுவார்த்தையில் ஈடுபட்டு வந்த இரு தரப்பு அதிகாரிகளும் அதைக் கேட்டார்கள். அதிபர் புஷ் அனைவருக்கும் ஒரு விஷயத்தைத் தெளிவாக உணர்த்திவிட்டார். இழுபறிக்குக் காரணமாக இருக்கும் எல்லா விஷயங்களும் இரவுக்குள்ளாகத் தீர்ந்தாகவேண்டும். நாளை காலையில் இரு நாட்டுத் தலைவர்களும் பேச உட்காரும்போது அவர்களுக்கு முன்னால் ஒப்பந்த நகல் அவர்களுடைய கையெழுத்துக்காக மேஜையில் தயாராக இருந்தாகவேண்டும்.

இந்திய அமெரிக்க அதிகாரிகள் இரவு முழுவதும் கண் முழித்து விளக்கினடியில் அமர்ந்துகொண்டு தமது கருத்துவேறுபாடுகள் அனைத்தையும் களைந்தனர். மார்ச் 2, காலை எட்டு மணி அளவில் நான் ராஷ்டிரபதி பவனுக்குச் சென்று சேர்ந்தேன். அமெரிக்க அதிபரை வரவேற்க ராஷ்டிரபதி பவன் தயாராகியிருந்தது. ராணுவ, கடற்படை, வான் படை வீரர்கள் அணிவகுத்து நின்றிருந்தனர். அதிகாரிகள், மூத்த அரசியல் தலைவர்கள் என ஒவ்வொருவராக வந்து தமக்கு ஒதுக்கப்பட்ட இருக்கையில் அமர்ந்தனர். ரோனன் சென் என் அருகில் வந்தார். பெரும்பாலான கருத்து வேற்பாடுகள் களையப் பட்டுவிட்டன. இரண்டு தலைவர்களும் கூட்டு அறிக்கை வெளியிட்டால் எல்லாம் சரியாகிவிடும் என்று சொன்னார்.

ரக்ஷா மந்திரி (பாதுகாப்புத்துறை அமைச்சரை அப்படித்தான் அதிகாரிகள் வட்டத்தில் அழைப்பார்கள்) பிரணாப் முகர்ஜியுடன் பேசியதைப்பற்றிச் சொன்னார். பிரணாப் முகர்ஜி அதுவரை அணு ஒப்பந்தத்துக்கு சம்மதம் தெரிவித்திருக்கவில்லை. நான் ரக்ஷா மந்திரியுடன் பேசினேன். இந்த ஒப்பந்தம் கையெழுத்தானால் என்ன நன்மைகள் ஏற்படும்; ஒப்பந்தம் கையெழுத்தாகவில்லையென்றால் என்னென்ன இழப்புகள் ஏற்படும் என்பதை அவர் புரிந்துகொண்டு விட்டிருக்கிறார். அவர் இப்போது நம் பக்கம் வந்துவிட்டார்.'

பிரணாப் சம்மதிப்பாரா என்று சந்தேகமாக இருந்தது. ஏனென்றால், மேற்கு வங்காளத்தில் இருந்து மீண்டும் மக்களவைக்குத் தேர்ந்தெடுக்கப்பட அவருக்கு இடதுசாரிகளின் உதவி தேவைப்படும் என்பதால் அவர் அமெரிக்காவுடனான ஒப்பந்தத்தை எதிர்க்கக்கூடும் என்று அரசியல் நோக்கர்கள் கருதினார்கள். எனவே ரோனன் பிரணாபைச் சென்று சந்தித்துப் பேசியதும் அவர் சம்மதம் தெரிவித்ததும் வரவேற்கத் தகுந்த விஷயமே.

பிரதமரின் வாகனம் உள்ளே நுழைந்தது. நான் அதை நோக்கிச் சென்றேன். பிரதமர் ஆழ்ந்த யோசனையில் இருந்தார். சக மந்திரிகள் தலைவர்களை வாழ்த்திவிட்டு என் பக்கம் திரும்பி, 'அப்பறம்' என்றார். அப்படி அவர் கேட்டால், சுடச் சுடக் கிடைத்திருக்கும்

தகவல் அல்லது வம்புச் செய்தி ஒன்றைப் பகிர்ந்துகொள்ளவேண்டும் என்று அர்த்தம். ரோனென் என்னிடம் சொன்ன செய்தியைச் சொன்னேன்.

அவரை நம்பலாமா என்று கேட்டார். அதாவது பிரணாபை நம்பலாமா என்று அர்த்தம். ரோனெனிடம் பிரணாப் பொய் சொல்ல வேண்டிய அவசியமில்லை. ரோனெனிடம் ஒப்பந்தத்துக்கு ஆதரவு தருவதாகச் சொன்னால் நிச்சயம் அதை நம்பலாம். ஆனால், நீங்கள் விரும்பினால் பிரணாபுடன் ஒருமுறை நேரில் பேசிவிடுங்கள் என்று சொன்னேன்.

அந்த நேரத்தில் ஜனாதிபதி அப்துல் கலாமின் வாகனங்கள் வந்தன. அதைத் தொடர்ந்து வெடி முழக்கங்களுடன் அதிபர் ஜார்ஜ் புஷ்ஷின் வாகனங்கள் உள்ளே நுழைந்தன. 21 குண்டுகள் முழக்கப்பட்டு மரியாதைகள் செய்து முடிக்கப்பட்ட பிறகு இரு நாட்டுத் தலைவர்களும் பிரிந்து சென்றனர். டாக்டர் சிங் பிரணாபுக்கு அருகில் சென்றார். இருவரும் இணைந்து சௌத் பிளாகுக்குச் சென்றார்கள்.

ஹைதராபாத் மாளிகையில் இரு நாட்டுத் தலைவர்களும் சுமார் 30 நிமிடங்கள் பேசினார்கள். இரு நாட்டு அதிகாரிகளும் கூட்டறிக்கை யாக எதை இறுதி செய்வது என்று அடுத்த அறையில் பேசிக் கொண்டிருந்தனர். கண்டலீஸா ரைஸ்தான் முதலில் அதிபர் புஷ்ஷைச் சந்தித்து, நாங்கள் ஒரு முடிவுக்கு வந்துவிட்டோம் என்று சொன்னார். அறையில் நிம்மதி நிலவியது. அதிபர் புஷ் வழக்கமான துள்ளல், துடிப்புடன் இருந்தார். டாக்டர் சிங்கும் மன நிறைவுடன் சிரித்துக் கொண்டிருந்தார்.

பிரதமர் இந்தியத் தரப்பு நிபந்தனைகளாகச் சொன்னவை, ஒரு வாரத்துக்கு முன்பாக ஆஷ்லியிடம் சொன்னவை எல்லாம் அந்த மார்ச் 2, 2006 ஒப்பந்தத்தில் அப்படியே இருந்தன. 14 அணு உலைகளை மட்டுமே சர்வதேச கண்காணிப்புக்கு இந்தியா திறந்துவிட்டால் போதும். கல்பாக்கத்தில் இருக்கும் ஆராய்ச்சிக்கான அதிவேக ப்ரீடர் அணு உலைகளையும் சர்வதேசக் கண்காணிப்பில் இருந்து விலக்கி வைத்துக்கொள்ளும் என்ற இந்தியத் தரப்பு நிபந்தனையை அமெரிக்கா ஏற்றுக்கொண்டது. எந்த 14 அணு உலைகளை அணு மின்சாரப் பயன்பாட்டுக்குப் பயன்படுத்தும். எந்த 8 உலைகளை ராணுவப் பயன்பாட்டுக்கு ஒதுக்கிக்கொள்ளும் என்பதை இந்தியாவே தீர்மானித்துக்கொள்ளும். ஜார்ஜ் புஷ்ஷும் டாக்டர் சிங்கும் இந்திய அணு சக்திக் கழகத்தைத் திருப்திப்படுத்திவிட்டார்கள்.

அதிபர் புஷ்ஷின் வருகை மிகப் பெரிய வெற்றியாக அமைந்தது. டாக்டர் சிங்குக்கு அது உற்சாகத்தைத் தந்தது. அவருடைய அரசியல் பிம்பம் என்னவாக இருந்தாலும் அதிபர் புஷ் மிகவும் இதமாகவும்

நட்பார்ந்த முறையிலும் பழகினார். மிகவும் கூச்ச சுபாவமும் பேச்சு சாதுரியம் குறைந்தவருமான டாக்டர் சிங் வெளிப்படையாக உற்சாகமாகப் பேசுபவர்களுடன் இருப்பதை அதிகம் விரும்புவார். ஜார்ஜ் புஷ்ஷை அவருக்கு உடனடியாகப் பிடித்துவிட்டது. செப்டெம்பர் 2004-ல் நியூ யார்க்கில் இருவரும் முதன் முதலாகச் சந்தித்தபோது அதிபர் புஷ் டாக்டர் சிங் மீது மிகுந்த மரியாதையுடன் இருந்தார். டாக்டர் சிங்கை 'சார்' என்றுதான் அழைத்தார். ஆனால், மார்ச் 2006 வாக்கில் தில்லியில் சந்தித்தபோது அவர்கள் இருவரும் நெருங்கிய நண்பர்கள்போல் ஆகிவிட்டிருந்தனர். டாக்டர் சிங்கின் தோளில் கைபோட்டபடி அதிபர் புஷ் நடந்து சென்றதை மேலாதிக்க வெளிப்பாடாக இந்திய அயலுறவுத்துறை அதிகாரிகள் மற்றும் ஊடகத்தினர் சிலர் சொன்னார்கள். ஆனால், அவர்களுடன் நெருங்கிப் பழகியவன் என்ற முறையில் அது அவர்கள் இருவரின் நட்பு அதிகரித்ததன் அடையாளமாகவே எனக்குத் தோன்றியது. அவர்களுக்கு இடையே மனதளவிலான நெருக்கம் இருந்தது. அதுதான் அந்த ஒப்பந்தம் கையெழுத்தாகக் காரணமாகவும் இருந்தது.

அடுத்து வந்த சில மாதங்களில் இந்திய அதிகாரிகள் தமது தரப்பு பகிர்வு திட்டங்களை அமெரிக்காவுக்கு அனுப்பவேண்டும். அதை புஷ் அரசாங்கம் அமெரிக்க நாடாளுமன்றத்தில் சமர்ப்பித்து அனுமதி பெறவேண்டும். அமெரிக்க அணு சக்தி சட்டத்தில் தேவையான மாறுதல்கள் டிசம்பர் 2006-ல் ஹென்றி ஜே.ஹைட் சட்டம் மூலம் கொண்டுவரப்பட்டன. இதன் மூலம் இந்தியாவுடனான அணு வர்த்தகம் மற்றும் தொழில்நுட்பப் பரிமாற்றத்தில் ஈடுபட அமெரிக்காவுக்கு அனுமதி தரும் 123 ஒப்பந்தம் இறுதி செய்யப் பட்டது. இந்த விஷயங்கள் எல்லாம் மிகவும் இழுத்தடிக்கப்பட்டு ஏராளமான எதிர்ப்புகளைச் சந்தித்த பிறகே நடந்தேறியது. இரு பக்கத்திலிருந்தும் இந்த ஒப்பந்தம் கையெழுத்தாகிவிடக்கூடா தென்று பலர் கச்சைகட்டிக்கொண்டு தடுத்தார்கள்.

அமெரிக்க நாடாளுமன்றச் செயல்பாடுகளும் இந்திய தரப்பில் இருந்ததைப்போலவே பல நெருக்கடிகளை உருவாக்கின. இந்தியாவுக்கு விசேஷ சலுகை தருவதில் தவறில்லை என்ற அமெரிக்க அதிபர் ஜார்ஜ் புஷ்ஷின் வாதங்களை அங்கிருந்த உறுப்பினர்கள் ஏற்கவே இல்லை. இந்தியாவுக்கு சலுகைகள் கொடுத்தால் பிற அணு ஆயுத நாடுகளும் அதுபோல் நடக்க ஆரம்பிக்கும் என்று சொன்னார்கள். இந்தியத் தரப்பில் பி.ஜே.பியினரும் இடது சாரிகளும் டாக்டர் சிங்கைக் கட்டம் கட்டித் தாக்கினர். குழம்பிய குட்டையில் மீன் பிடிக்கப் பலர் முயன்றனர்.

டாக்டர் சிங் அணு ஒப்பந்தத்தில் பிடிவாதமாக இருப்பது காங்கிரஸுக்கு நெருக்கடியைத் தருகிறது. எனவே, அவரைக் கூடிய

சீக்கிரம் பதவியிலிருந்து இறக்கப்போகிறார்கள் என்று என்னிடம் பலர் வந்து சொன்னார்கள். சில நேரங்களில் மூத்த காங்கிரஸ் தலைவர்கள் கூட என் அறைக்குள் நுழைந்து என் காதில் இந்த சதிக் கோட்பாடுகள் பற்றி என் காதில் கிசுகிசுத்துவிட்டு இதை பிரதமரிடம் தெரியப்படுத்துங்கள் என்று சொல்லிவிட்டுச் செல்வார்கள்.

இந்த அணு ஒப்பந்தம் கையெழுத்தாவதில் ஏற்பட்ட அரசியல் குழப்பங்களுக்கெல்லாம் அமெரிக்கா எதிர்பார்க்கும் சில அம்சங்களை இந்தியா கணக்கில் கொண்டாகவேண்டும் என்று அமெரிக்கா நிர்பந்தித்ததுதான் முக்கிய காரணம். இதுதான் பிளாக் வில் கோரிக்கைகள். இந்தியா எதிர்பார்ப்பதுபோல் அமெரிக்கா நடந்து கொண்டால், அமெரிக்கா எதிர்பார்க்கும் எந்த விஷயத்தை இந்தியா செய்துகொடுக்கும்? ஜூலை 2008-ல் நம்பிக்கை வாக்கெடுப்பு நடத்தப் பட்டபோது நாடு உனக்கு என்ன செய்தது என்று கேட்காதே... நாட்டுக்கு நீ என்ன செய்தாய் என்று கேள் என்று ஜான் கென்னடி சொன்னதைச் சொல்லி ராகுல் காந்தி இதை அழகாகக் கோடி காட்டினார்: உலகம் நம்மில் என்ன தாக்கத்தை ஏற்படுத்தும் என்று கவலைப்படுவதை நிறுத்திவிட்டு உலகின் மீது நம் செல்வாக்கை எப்படிச் செலுத்துவது என்று சிந்திக்க ஆரம்பிக்கவேண்டும். அமெரிக்கா நம் முன் வைத்த கேள்வியும் அதுதான். உலகின் மீது இந்தியா என்ன தாக்கத்தைச் செலுத்தப் போகிறது? அப்படி அது செய்யவிருக்கும் விஷயங்கள் அமெரிக்க நலனுக்கு உகந்தவையாக இருக்குமா?

இந்தியா அணு ஆயுதப் பரவல் தொடர்பாக உண்மையில் என்ன கொள்கையைக் கொண்டிருக்கிறது என்பதற்கான மிக அழுத்தமான உதாரணம் இரானின் அணுக் கொள்கை பற்றி இந்தியா என்ன சொல்கிறது என்பதுதான். இந்தியா அமெரிக்க ஊடகங்கள் முன் பேசியபோது பிரதமர் இந்தியத் தரப்பை வெகு தெளிவாக முன்வைத்தார். இரான் அணு ஆயுதப் பரவல் தடை அமைப்பில் உறுப்பினராக இருக்கிறது. எனவே அந்த அமைப்பு முன்வைத் திருக்கும் கட்டுப்பாடுகளுக்கு உட்பட்டு நடந்தே தீரவேண்டும். அணு ஆயுத வலிமை இல்லாத நாடு என்ற வகையில் இரான் பல நன்மை களை அனுபவித்துவருகிறது. எனவே, அதன் அணு மின்சாரச் செயல் திட்டங்கள் பற்றி வெளிப்படையாக இருந்தாகவேண்டும். சர்வதேசக் கண்காணிப்பு மற்றும் கட்டுப்பாட்டு விதிகளுக்கு உட்பட்டாக வேண்டும்.

இது இரானுக்கு எதிரான நிலைப்பாடு அல்ல. அது ஓர் நடைமுறை உண்மையைச் சொன்னது. ஆனால், அமெரிக்க நாடாளுமன்ற உறுப்பினர்கள் இந்தியாவிடமிருந்து இன்னும் அதிக அளவில்

வெளிப்படையான வார்த்தைகளை எதிர்பார்த்தனர். அமெரிக்காவில் இருந்தபோது பிரதமர் மேலும் ஒரு பேட்டியில், தனது அண்டைப் புறங்களில் புதிய அணு ஆயுத சக்திகள் உருவாவதைத் தான் விரும்ப வில்லை என்று சொன்னார். இந்தியாவின் அண்டைப் பகுதிகளில் ஓர் அணு ஆயுத நடு உருவாவது இந்திய நலன்களுக்கு நல்லதல்ல என்பதால்தான் டாக்டர் சிங் இரானின் அணு ஆயுத திட்டங்களை எதிர்த்தார். அமெரிக்காவுக்குச் சூசகமாக எதையும் உணர்த்தும் நோக்கில் அப்படிச் சொல்லியிருக்கவிலை. இந்தியாவின் எந்தவொரு கட்சியும் இந்தப் பதிலை எதிர்க்கவே முடியாது. எனினும் இந்திய தரப்பில் இடதுசாரிகளிடமிருந்து எதிர்ப்பு வந்தது. பிரதமரின் அந்தப் பதிலை அமெரிக்க தாளத்துக்கு ஏற்ப ஆடிய ஆட்டமாக அவர்கள் பார்த்தார்கள்.

இந்த விஷயங்களின் பின்னணியில்தான், ஜெர்மனி, பிரான்ஸ், பிரிட்டன் ஆகிய மூன்று நாடுகள் இரான் தொடர்பாக சர்வதேச அணு அமைப்பில் கொண்டுவந்த தீர்மானத்துக்கு பிரதமரின் பதில் என்ன என்ற கேள்வி வந்தது. இரான் சர்வதேச விதிமுறைகளை மீறிவிட்டது. சர்வதேச அணு ஆயுதப் பரவல் தடை அமைப்புக்குள்ளாகவே பிரச்னையைத் தீர்த்துக்கொள்ளும்வகையில் இரான் விதிமுறை களுக்கு உட்பட்டுவிடவேண்டும் என்று அந்தத் தீர்மானம் கேட்டுக் கொண்டது. இந்தத் தீர்மானத்தை இந்தியா ஆதரித்தது. எனினும் சில அம்சங்களில் முரண்பட்டுத் தன் சொந்த நிலைப்பாட்டையும் முன்வைத்தது.

இந்த நிலைப்பாடு எப்படி வந்தது என்பது முக்கியமான விஷயம். அந்தத் தீர்மானம் வாக்கெடுப்புக்கு வந்த செப்டெம்பர் 24-ல் பிரதமர் சண்டிகரில் இருந்தார். நட்வர் சிங் பின் மாலைப் பொழுதில் போன் செய்து இந்தியா என்ன நிலைப்பாடு எடுக்கவேண்டும் என்று பிரதமரிடம் கேட்டார். சோனியா காந்தி மற்றும் சி.எஸ்.எஸ். கமிட்டியின் உறுப்பினர்களிடமும் அதாவது பிரணாப் முகர்ஜி, ப.சிதம்பரம், சிவ்ராஜ் பாட்டில் ஆகியோரிடமும் கருத்துக் கேட்கும் படிச் சொன்னார். அனைவரும் ஒரே கருத்தையே கொண்டிருப்பதாக நட்வர் சிங் சொன்னது, அதையே இந்திய தூதரிடம் தெரிவித்து விடும்படி டாக்டர் சிங் கேட்டுக்கொண்டார்.

அந்தத் தீர்மானத்துக்கு ஆதரவாக 22 நாடுகள் வாக்களித்தன. 12 நாடுகள் வாக்கெடுப்பில் பங்கேற்கவில்லை. வெனிசுவேலா மட்டும் தீர்மானத்தை எதிர்த்து வாக்களித்தது. பெரும்பான்மையின் பக்கம் இந்தியா நின்றது. இதில் முக்கியமான அம்சம் என்னவென்றால் காங்கிரஸ் அமைப்பு இந்த விஷயத்தில் ஏகமனதாக ஒரு முடிவை எடுத்தது. இருந்தும் இரானுக்கு எதிராக வாக்களித்தது டாக்டர் சிங்கின் தனிப்பட்ட முடிவு என்று ஊகங்கள் உருவாக்கப்பட்டன.

இடதுசாரிகளுக்கு அந்த யூகங்கள் ஏற்புடையவையாக இருந்தன. சர்வதேச அணு ஆயுதப் பரவல் தடை அமைப்பு சில மாதங்கள் கழிந்த பிறகு அந்தத் தீர்மானத்தை ஐக்கிய நாடுகள் சபைக்குக் கொண்டு சென்றபோது செப்டெம்பரில் வாக்களிப்பில் இருந்து விலகி நின்ற சீனா, ரஷ்யா ஆகிய நாடுகள் இந்தியாவின் நிலைப்பாட்டை உறுதிப் படுத்துவகையில் பெரும்பான்மைக்குச் சாதகமாகவே வாக்களித்தன.

இரானுக்கு எதிராக வாக்களிப்பதில் இந்தியாவின் அயலுறவுக் கொள்கை சார்ந்து எந்தப் பெரிய சிக்கலும் இல்லை. ஆனால், இந்தியாவின் ஷியா பிரிவினர் ஷியாக்கள் பெரும்பான்மையாக இருக்கும் இரானுக்கு எதிராக வாக்களிப்பதை விரும்பமாட்டார்கள் என்று சொல்லப்பட்டது. ஆனால், டாக்டர் சிங் அதை ஏற்கவில்லை. இந்தியாவின் ஷியா பிரிவினர் இந்திய நலனுக்கு ஆதரவான ஒன்றை எதிர்ப்பார்கள் என்று அவர் நம்பவில்லை. அவர்கள் முதலில் இந்தியர்கள். அவர்கள் பிற இந்திய சமூகங்களைப் போலவே தேச பக்தி கொண்டவர்களே என்று சந்தேகத்தைக் கிளப்பியவர்களிடம் சொன்னார். அயலுறவுக்கொள்கையை வகுப்புவாதமயமாக்குவதாக காரத் மீது சொன்ன குற்றச்சாட்டை தன் மீது சொல்லிவிடக்கூடா தென்று தன் கொள்கையில் உறுதியாக நின்றார்.

2006 முழுவதும் இந்திய அமெரிக்க பேச்சுவார்த்தைகள் மிகவும் மந்தமாகவே நடந்தன. ஆகஸ்ட் 17, 2006-ல் நாடாளுமன்றத்தில் பிரதமர் அபாரமான உரை நிகழ்த்தினார். அணு ஒப்பந்தம் தொடர்பாக நடைபெற்ற நீண்ட விவாதத்தின் முடிவில் பிரதமர் தன் தரப்பை முன்வைத்தார். சீதாராம் யெச்சூரி வரைந்த ‘சிவப்புக் கோடுகள்’ என்று சொல்லப்பட்ட இடதுசாரி கருத்துகளுக்கு முதலில் பதில் சொன்னார். இறுதி ஒப்பந்தமானது இந்த உறுதிப்பாடுகளை நிச்சயம் கொண்டதாகவே இருக்கும் என்று நாடாளுமன்றத்தில் தெரிவித்தார்.

இந்தியா தனது பாதுகாப்பு தொடர்பான சுதந்திரத்தை ஒருபோதும் விட்டுக்கொடுக்காது. ஆனால், இந்தியா சிலவற்றை விட்டுக் கொடுத்துத்தான் தனக்குத் தேவையானதைப் பெற்றுக்கொள்ள முடியும். இந்தப் பேச்சுவார்த்தைகள் அதற்காகத்தான் மேற்கொள்ளப் படுகின்றன என்று சொன்னார்.

மாக்கியாவில்லி எழுதிய தி பிரின்ஸ் புத்தகத்தை பிரதமருக்கு செப்டெம்பர் 2004-ல் பிறந்தநாள் பரிசாகத் தந்திருந்தேன். அதில் இருந்து அவர் மேற்கோள் காட்டியிருந்தார்:

இந்த உலகில் புதிதாக ஒன்றைச் செய்ய ஆரம்பிப்பதுபோல் கடினமானதும் வெற்றி வாய்ப்பு சந்தேகத்துக்கிடமானதும் கையாளக் கடினமானதுமான விஷயம் எதுவுமே இருக்காது. ஏனென்றால் பழைய அமைப்பினால் ஆதாயம் பெறுபவர்கள் அனைவருமே புதிய முயற்சிகளை முன்னெடுப்பவர்களை எதிரியாகவே பார்ப்பார்கள். புதிய அமைப்பினால் ஆதாயம் பெற முடிந்தவர்கள் எல்லாரும் அதை மிகுந்த தயக்கத்துடன் ஒதுக்கிவைப்பவர்களாகவே இருப்பார்கள். இந்தத் தயக்கத்துக்கான பாதி காரணம் பழைய அமைப்பின் அதிகாரவர்க்கத்தினருக்கே அனைத்து சட்ட திட்டங்களும் சாதகமாக இருக்கும். மீதி காரணம், மனித இனத்தின் இயல்பான குணம் அது. மனித இனம் எதையுமே அனுபவித்துப் பார்த்த பிறகே ஏற்றுக்கொள்ளும். எனவே சீர்திருத்தவாதிகளை எதிர்ப்பவர்கள் மிகக் கடுமையாக எதிர்ப்பார்கள். அவரை ஆதரிப்பவர்கள் அரை மனதுடனே செய்வார்கள். அப்படியாக இருபுறமும் அவர் மிகப் பெரிய அபாயத்தையே சந்திக்க வேண்டியிருக்கும்.

இந்த ஒப்பந்தத்தின் மூலம் ஏற்படக்கூடிய அபாயங்களை நான் நன்கு அறிவேன். ஆனால், இந்தியர்களின் நலனுக்காக அந்த அபாயங்களைத் துணிச்சலுடன் சந்திக்கிறேன் என்று சொன்னார்.

இப்படியான தீரத்தை அரிதாகவே காணமுடியும். நாடு முழுவதிலும் இருந்து அவருக்கு அதற்கான பாராட்டுகள் வந்து குவிந்தன. பிரதமர் தான் என்ன செய்கிறோம் என்று நன்கு தெரிந்தே செய்கிறார். இந்தத் திட்டத்துக்கு அவருக்கு ஆதரவு தருவது மிக மிக அவசியம் என்று ஊடகங்கள் ஒருவழியாக பிரதமருக்கு சாதகமாகக் கருத்துத் தெரிவித்தன. பிரதமருக்கு ஆதரவாகவும் அணு ஒப்பந்தத்துக்கு ஆதரவாகவும் இந்திய அமெரிக்க உறவுக்கு ஆதரவாகவும் ஏராளமான கருத்துக் கணிப்புகள் வெளியிடப்பட்டன. அதைத் தொடர்ந்து வந்த காலத்தில் பேச்சுவார்த்தைகள் சுமுகமான முன்னேறின.

2006 இறுதிவாக்கில் அயலுறவுத்துறையில் இரண்டு முக்கிய மாற்றங்கள் நடந்தன. பாகிஸ்தானுக்கான இந்திய ஹை கமிஷனராக இருந்த சிவ்சங்கர் மேனன் அயலுறவுத்துறை செயலராகப் பணி மாற்றம் பெற்றார். சிங்கப்பூருக்கான இந்திய ஹை கமிஷனராக ஜெய் சங்கர் பதவியேற்றார். சிவ்சங்கரின் பணி நியமனத்தில் மிகப் பெரிய கூத்து நடந்தது. கடைசி நிமிடம்வரை ஷியாம் சரணுடைய பதவி நீட்டிக்கப்படும் என்றே நினைத்தேன்.

31 ஆகஸ்ட் 2006 அன்று மதிய உணவுக்கு சற்று முன்னதாக புலோக் சட்டர்ஜி என் அறைக்குள் நுழைந்தார். ஓர் அதிகாரபூர்வ செய்தி

அறிக்கையை மக்களுக்குக் கொண்டு சேர்க்க எவ்வளவு நேரமெடுக்கும் என்று கேட்டார்.

இரண்டு நிமிடங்கள்தான் ஆகும் என்று சொன்னேன்.

அவர் நம்பவில்லை. ஏதாவது ஒரு தொலைகாட்சி நிறுவனத்துக்கு நான் ஒரு செய்தியை எஸ்.எம்.எஸ். மூலம் அனுப்பினால் அடுத்த நிமிடமே பிரேக்கிங் நியூஸாக அது வெளியாகிவிடும் என்று விளக்கிச் சொன்னேன். அவருக்கு நம்பிக்கை வந்தது. பிரதமர் ஒரு விஷயம் குறித்து கோப்பில் கையெழுத்திடப் போகிறார். அந்தச் செய்தி உடனே மக்களுக்குத் தெரியப்படுத்தப்படவேண்டும். நீங்கள் மதிய உணவுக்கு வெளியே செல்லப் போகிறீர்களா... இங்கேயே இருப்பீர்களா என்று கேட்டார். மதிய உணவுக்குப் பிறகு புலோக் என் அறைக்குள் நுழைந்தார். சிவ் சங்கர மேனனை அயலுறவுச் செயலராக பிரதமர் நியமித்துவிட்டிருக்கிறார் என்று சொன்னார்.

சி.என்.என். ஐ.பி.என் ராஜ்தீப் சர்தேசாய், என்.டி.டி.வி.யின் பர்கா தத், டைம்ஸ் நவ்வின் நவிகா குமார் ஆகியோருக்கு எஸ்.எம்.எஸ். அனுப்பினேன். உடனடியாக அந்த மூன்று தொலைக்காட்சி நிறுவனங்களும் அந்தச் செய்தியை ஒலிபரப்பின. சிறிது நேரத்தில் எம்.இ.ஏ.யின் நவ்தேஜ் சர்னா தொலைபேசியில் என்னை அழைத்து அந்தச் செய்தி உண்மைதானா என்று கேட்டார். ஆமாம் என்று சொன்னேன். அந்தச் செய்தி ஏன் அப்படி அறிவிக்கப்பட்டது என்று எனக்குப் புரியவில்லை. சிலர் என்ன சொன்னார்கள் என்றால் இதுபோன்ற அறிவிப்புகளில் ரகசியம் காக்கப்படும். இல்லையென்றால் வேறு அதிகாரிகள் தமது பணி மூப்புக்கு மரியாதை தரப்படவில்லை என்று சொல்லி வழக்கு தொடுத்துவிடக்கூடும். பொதுவாக இப்படியான அறிவிப்புகள் எல்லாம் பணி நியமன கேபினட் கமிட்டி அந்த கோப்பில் கையெழுத்திட்ட பிறகே வெளியிடப்படும். இந்த விஷயத்தில் அப்படியான கையெழுத்துப் பெறப்படும் முன்பே பிரதமர் அலுவலகம் அந்தச் செய்தியை வெளியிட விரும்பியது. அறிவிப்புக்கு முன்பாக எந்தவித எதிர்ப்பும் வந்துவிடக்கூடாது என்று பிரதமர் அலுவலகம் நினைத்திருக்கலாம்.

ஆனால், சிவ்சங்கர் மேனனின் நியமனத்துக்கு எதிர்ப்பு வந்தது. ஒரு மூத்த ஐ.எஃப்.எஸ். அதிகாரி தனது பணி மூப்புக்குக் கிடைத்திருக்க வேண்டிய அந்தப் பதவி சிவ் சங்கர் மேனனுக்கு எப்படித் தரப்படலாம்? இதற்கு அரசு விளக்கம் அளிக்கவேண்டும் என்று மத்திய நிர்வாக தீர்பாயத்தில் வழக்கு தொடுத்தார். செப்டெம்பர் 4, 2006-ல் பணி நியமன கேபினட் கமிட்டி கையெழுத்திட்டு அறிவிப்பதற்கு முன்பாகவே 31 ஆகஸ்ட் 2006-ல் எப்படி இந்த

அறிவிப்பை பிரதமர் அலுவலகம் வெளியிடலாம் என்றும் அவர் கேள்வி எழுப்பியிருந்தார். அரசாங்கம் அவருக்கு பதில் சொல்லியாக வேண்டும் என்று சொல்லி மத்திய தகவல் கமிஷன் அவருடைய வழக்கை ஏற்றுக்கொண்டது. ஆனால், இறுதியில் இது பிரதமரின் விருப்பம் என்று சொல்லி அந்த விண்ணப்பத்தை நிராகரித்துவிட்டது.

அமெரிக்காவுடனான அணு ஒப்பந்த விவகாரத்தில் இடதுசாரிகளின் எதிர்ப்புகளை மனதில் கொண்டிருந்த பிரதமர் அதனால் அயலுறவுத் துறை செயலர் ஷ்யாம் சரணுக்கு பதவி நீட்டிப்பு தராமல் இருந்த தோடு அந்தப் பணிக்குத் தயாராக இருந்த பலரையும் புறமொதுக்கி சிவ் சங்கர மேனனை நியமித்திருக்கலாம். இடதுசாரி தலைவர் களுடன் நெருங்கிய நட்பும் குடும்ப நல்லுறவும்கொண்ட சிவ் சங்கர மேனனை அவர்கள் தமது 'நண்பர்' போலவே பார்த்தனர்.

எம்.இ.ஏ.யில் புதிய நபர்கள் நியமனமும் பேச்சுவார்த்தைகளில் சுணக்கமும் ஒரு சேர நடந்தன. 2007-ன் ஆரம்ப மாதங்களில் இந்திய அமெரிக்க அதிகாரிகளுக்கிடையே பேச்சுவார்த்தை கொஞ்சம் மந்தமாகவே நடந்தது. ஊடகங்களால் விஞ்ஞானிகள் என்று அடையாளப்படுத்தப்பட்ட அணு சக்திக் கழகத்தின் அதிகாரிகள் பிற அரசுத்துறை அதிகாரிகளைவிடக் கொஞ்சம் கூடுதல் முக்கியத்துவம் தரப்பட்டனர். எனவே, அவர்கள் தங்கள் வேலைகளைக் காட்டினார்கள்.

2007 ஆரம்பத்தில் உத்தரபிரதேச தேர்தல் தேதிகள் அறிவிக்கப் பட்டதும் அணு சக்திக் கழகத்தினர் பேச்சுவார்த்தையைத் திட்டமிட்டு இழுத்தடிக்கத் தொடங்கினர். அணு சக்தி ஒப்பந்தத்தை எதிர்க்கும் முலாயம் சிங் யாதவ்தான் தேர்தலில் வெற்றி பெறுவார்; அது மன்மோகன் சிங்கின் நிலைமையை நெருக்கடிக்குள்ளாக்கும் என்று நினைத்தனர். ஆனால், இடதுசாரிகளைப்போல் முலாயமும் கொள்கைரீதியாக அமெரிக்காவுடனான அணு சக்தி ஒப்பந்தத்தை எதிர்ப்பதாகத் தவறாக நினைத்துவிட்டனர். உண்மையில் முலாயம் சிங்குக்கு அப்படியான எண்ணம் எதுவும் கிடையாது. மத்திய அரசிடமிருந்து தனக்குத் தேவையானவற்றைப் பெற்றுக்கொள்ள உதவும் ஒரு வாய்ப்பாகவே அணு சக்தி ஒப்பந்தத்தைப் பார்த்தார். ஆனால், அணுசக்திக் கழகத்தின் விஞ்ஞானி-நிர்வாகி ஒருவர் முலாயம் வெற்றி பெற்றதும் டாக்டர் சிங்கின் பதவி போகுமோ இல்லையோ அணு சக்தி ஒப்பந்தம் முடங்கிப்போகும் என்று வெளிப் படையாகப் பேசினார்.

இவை எல்லாமே அணு சக்திக் கழக அதிகாரிகளின் பகல் கனவுகள் மட்டுமே. இந்திய அணு சக்தித் திட்டங்களில் ஏற்படும் மாற்றங்கள்

அவர்களுக்கு நெருக்கடியைத் தரும் என்ற எண்ணத்தினாலேயே இப்படிப் பதற்றப்பட்டனர். அணு சக்திக் கழகத்தின் சிந்தனை குறித்தும் அந்த அமைப்பு குறித்தும் ஒரு புரிதலுக்கு வந்து சேர நாராயணனுக்கு அதிகக் காலம் பிடித்தது. அவரை ஒரு கட்டத்தில் பிரதமர் கொஞ்சம் கடுமையான வார்த்தைகளால் தூண்டிவிட்டார்.

எம்.கே. என்னைவிட இந்த ஒப்பந்தம் கையெழுத்தாவது உங்களுக்குத் தான் மிக மிக முக்கியம். சீக்கிரம் முடிக்கப் பாருங்கள். 1991-ல் நான் நிதி அமைச்சராக இருந்தபோது கொண்டு வந்த பொருளாதாரச் சீர்திருத்தங்களுக்காக என் பெயர் வரலாற்றில் நிற்கும். பிரதமராக நான் எதுவும் சாதிக்காவிட்டால் கூட நிதி அமைச்சராக நான் செய்தவை நிலைத்து நிற்கும். உங்கள் நிலை என்ன? உளவுத் துறை அதிகாரியாக உங்கள் வாழ்நாள் முழுவதும் நீங்கள் சாதித்ததுதான் என்ன? இந்த ஒப்பந்தம் கையெழுத்தாக வழி வகுத்தால் நீங்களும் ஏதோ செய்திருக்கிறீர்கள் என்ற பெருமையைப் பெற முடியும் என்று நாராயணனிடம் பிரதமர் சொன்னார்.

அணு சக்திக் கழக அதிகாரிகள் நடத்தும் நாடகங்களை நான் அம்பலப் படுத்தியதைத் தொடர்ந்து ஒரு அணு சக்தி விஞ்ஞானி எனக்கு எதிராக ஊடகங்களில் பிரசாரம் செய்ய ஆரம்பித்தார். அவர் அதற்கு முன் என்னிடம் பிரதமர் அலுவலகத்தில் ஆலோசகர் பதவிக்கு சிபாரிசு கேட்டு என்னை ஓரிரு முறை தொடர்புகொண்டிருந்தார். அமெரிக்கத் தரப்பிலும் சில பிரச்னைகள் அப்போது முளைத்திருந்தன. ஜெர்மனியில் ஹெல்லிஜெண்டமில் நடைபெற்ற ஜி-8 கூட்டத்தில் அதிபர் புஷ்ஷைச் சந்தித்தபோது பிரதமர் இதைப் பற்றிப் பேசினார். உடனே அதிபர் புஷ் தனது தேசிய பாதுகாப்புத்துறை ஆலோசகரை அழைத்துப் பேசி பிரச்னையைத் தீர்க்கும்படிக் கேட்டுக்கொண்டார். பிரதமர் அலுவலக அதிகாரிகளினால் பேச்சுவார்த்தையை சுமுகமாக முன்னெடுக்க முடியவில்லை என்பதைத் தெரிந்துகொண்ட பிரதமர் சிங்கப்பூரில் ஹை கமிஷனராக இருந்த ஜெய் சங்கரை பேச்சு வார்த்தைகளில் ஈடுபடும்படிக் கேட்டுக்கொண்டார்.

ஆகஸ்ட் 3, 2007-ல் ஒருவழியாக 123 ஒப்பந்தம் பற்றிச் செய்தி வெளியிட்டது. அந்த ஒப்பந்தம் பற்றி எதிர்க் கருத்து கொண்டிருந்த இந்து பத்திரிகையின் ஆசிரியர் என்.ராம் 'மதிக்கத் தகுந்த பலமான ஒப்பந்தம் 123' என்று பாராட்டி எழுதினார்.

2006-ல் பிரதமர் நாடாளுமன்றத்தில் தந்த வாக்குறுதிகள் அனைத்தையும் முழுவதுமாகப் பூர்த்தி செய்யும் வகையில் வலுவான மதிக்கத் தகுந்த ஒப்பந்தமாக இது நிறைவேறியிருக்கிறது. அந்தத் தலையங்கம் தேவையற்ற விமர்சனங்களை முன் வைத்த

பி.ஜே.பி.யை விமர்சித்திருந்தது. கடந்த 33 ஆண்டுகளாக இந்தியா மீது விதிக்கப்பட்டிருந்த நேர்மையற்ற தடைகளைத் தகர்த்தெறிந்து புதிய அணு சக்தித் திட்டங்களை முன்னெடுக்கும் வழிகளைத் திறந்து விட்டிருக்கிறது என்று பாராட்டியிருந்தது.

அந்தத் தலையங்கத்தைப் படித்ததும் என்.ராமுக்கு போன் செய்து பிரதமர் சார்பில் நன்றியைத் தெரிவித்துக்கொண்டேன். அவர் பிரதமரை வெகுவாகப் புகழ்ந்தார். பிரதமரிடம் சொல்லுங்கள்... அவர் சரித்திர சாதனையைச் செய்துவிட்டிருக்கிறார் என்று சொன்னார்.

இதை நீங்கள் நேரில் சொன்னால் நன்றாக இருக்கும் என்று சொன்னேன். அன்றே சென்னையில் இருந்து தில்லி வந்து சேர்ந்தார். பிரதமரிடம் கலந்துபேசிவிட்டு மறுநாள் காலை உணவுக்கு பிரதமரை வந்து சந்திக்கும்படி என்.ராமிடம் சொன்னேன். சுமார் ஒரு மணி நேரத்துக்கு மேலாக அந்த ஒப்பந்தத்தைப் பாராட்டி பிரதமரிடம் பேசினார். இந்திய தரப்பில் மிகப் பெரிய சாதனை இது. டாக்டர் சிங்கின் மிகப் பெரிய அரசியல் சாதனை என்று சொன்னார்.

ராம் போன பிறகு பிரதமர் மன நிறைவுடன் தன் நாற்காலியில் அமர்ந்திருந்தார். தான் ஒரு பெரிய ஆபத்தில் இருந்து தப்பிவிட்டதாக பிரதமர் நினைத்தார். என்.ராம் பிரகாஷ் காரத்தின் நெருங்கிய நண்பர். சி.பி.எம் கட்சியைச் சேர்ந்தவரும்கூட. என்.ராமின் பாராட்டு என்பது அணு ஒப்பந்தத்துக்கு இடதுசாரிகளின் தரப்பில் இருந்து கிடைத்த ஆதரவாக அவர் நினைத்தார். பிரதமர் அப்படி மகிழ்ச்சியுடன் இருந்து நான் பார்த்ததே இல்லை. மிகுந்த மனநிறைவுடன் இருந்தார்.

இரண்டு மணி நேரம் கழிந்ததும் ராமிடமிருந்து எனக்கு ஒரு அழைப்பு வந்தது. பிரதமருடன் பேசி முடித்தவர் நேராக காரத்தைச் சென்று சந்திருக்கிறார்.

சஞ்சய... ஒரு கெட்ட செய்தி. 123 அணு ஒப்பந்தத்தை இடதுசாரிகள் ஆதரிக்கமாட்டார்கள். பேச்சுவார்த்தைகளை நிறுத்தும்படி அரசாங் கத்திடம் கேட்கப் போகிறார்களாம்.

இது மிகப் பெரிய இடி. ராமும் அதை ஒப்புக்கொண்டார். அவருக்கும் அது அதிர்ச்சியையே தந்தது. காரத்திடம் இந்த ஒப்பந்தத்தினால் கிடைக்கவிருக்கும் ஆதாயங்கள் பற்றிப் பேசிப்பார்த்திருக்கிறார். ஆனால், அவர் ஏற்கவே இல்லை.

காரத் ஒரு அரசியல் தீர்மானம் எடுத்துவிட்டிருக்கிறார் என்றார் ராம். இந்த ஒப்பந்தத்தின் நன்மை தீமைகள் அல்ல விஷயம். அரசியல்தான் அவருக்கு முக்கியம். பேச்சுவார்த்தையை நிறுத்தும்படி பிரதமரிடம்

சொல்லிவிடுங்கள். காரத் அது தொடர்பாக ஓர் அறிக்கை வெளியிட விருக்கிறார் என்றார் என்.ராம்.

செய்தியைச் சொல்ல ஆர்.சி.ஆருக்கு விரைந்து சென்றேன். வழியில் சீதாராம் யெச்சூரிக்கு தொலைபேசியில் அழைப்பு விடுத்தேன். ராம் சொன்னது சரிதான். இது காரத்தின் முடிவு. பொதுக்குழு கூடி இறுதி முடிவு எடுக்கவேண்டும் என்று சொன்னார். ஆனால், யெச்சூரியின் குரலில் மகிழ்ச்சியின்மையும் இயலாமையும் தொனித்தது. எப்படி யெல்லாம் இருந்தால் ஒப்பந்தத்தை ஏற்போம் என்று நாடாளு மன்றத்தில் 'சிவப்புக் கோடு'களை வரைந்து காட்டியது அவர்தான். இடதுசாரிகளும் அணு சக்திக் கழகத்தினரும் எழுப்பிய அனைத்து கேள்விகள், சந்தேகங்களுக்கு இந்த ஒப்பந்தம் திருப்திகரமான பதிலைத் தந்துவிட்டிருக்கிறது. ராமின் நட்பும், சிவ்சங்கரின் முயற்சிகளும் யெச்சூரியின் முயற்சிகளும் காரத்தின் முடிவில் எந்த மாற்றத்தையும் ஏற்படுத்த முடியவில்லை.

காரத்தின் முடிவு குறித்து யெச்சூரிக்கு மாற்றுக் கருத்து இருப்பது தெளிவாகத் தெரிந்தது. 7, ஆர்.சி.ஆரை அடைந்ததும் என்.ராம் சொன்னதையும் யெச்சூரி சொன்னதையும் பிரதமரிடம் சொன்னேன். பிரதமருக்குக் கடும் கோபம் வந்தது. இடதுசாரிகள் அவரைக் கைவிட்டுவிட்டார்கள்.

123 ஒப்பந்தத்தை இடதுசாரிகள் எதிர்த்ததற்குப் பொதுவெளியில் பதில் சொல்வதற்கு முன்பாக பிரதமர் இடதுசாரித் தலைவர்களை ஒரு கலந்துரையாடலுக்கும் தெளிவுபடுத்துதலுக்கும் அழைத்தார். அணு சக்திக் கழக அதிகாரிகளும் பிரதமர் அலுவல அதிகாரிகளும் அந்த ஒப்பந்தத்தின் அனைத்து அம்சங்களையும் இடதுசாரித் தலைவர் களுக்கு விளக்கினார்கள். அவர்கள் போன சிறிது நேரத்தில் இடதுசாரிகள் பத்திரிகையாளர்கள் சந்திப்பைக் கூட்டி ஒப்பந்தத்தை நிராகரித்தது பற்றி அறிக்கை வெளியிட்டார்கள்.

இந்தியாவின் சுதந்தர அயலுறவுக் கொள்கையை விட்டுக்கொடுத்து விட்டதாகவும் ஏகாதிபத்திய சக்தியின் கூட்டாளியாகிவிட்டதாகவும் குற்றம்சாட்டி காரத் பேட்டி கொடுத்ததை பிரதமர் பார்த்தார். அவர் பேச்சில் இருந்த வெறுப்பின் தொனி என்னை அதிர்ச்சியடையச் செய்தது.

இதே சுதந்தரமான அயலுறவுக்கொள்கைக்காகத்தான் பண்டிட்ஜியையும் இந்திராஜியையும் இடதுசாரிகள் அன்று விமர்சிக்கவும் செய்தார்கள் என்று டாக்டர் சிங் சிரித்துக்கொண்டே சொன்னார். பத்திரிகையாளர் சந்திப்பு முடிவடைந்ததும் பிரதமர் கோபமும் மனச்சோர்வும் மிகுந்தவரானார்.

சிறிது நேர மவுனத்துக்குப் பிறகு இரவு உணவுக்காக வீட்டுக்குப் புறப்பட்டார். 'காங்கிரஸ் கட்சியின் அயலுறவுக் கொள்கையை இடதுசாரிகள் நேரத்துக்கு ஏற்றார்போல் எதிர்த்து வந்திருக்கிறார்கள். பண்டிட்ஜியை விமர்சித்தார்கள். இந்திராஜியை விமர்சித்தார்கள். நரசிம்மராவ்ஜியை விமர்சித்தார்கள். நான் நிதி அமைச்சராக என்னவெல்லாம் செய்தேனோ அதையெல்லாம் விமர்சித்தார்கள். அணி சேரா கொள்கையைச் சில நேரங்களில் விமர்சித்தார்கள். சில நேரங்களில் பாராட்டினார்கள். ஆனால், ஒன்றுமட்டும் நிச்சயம்... நான் பிரதமராக இருக்கும்வரையில் இடதுசாரிகள் நம் அயலுறவுக் கொள்கையைக் கட்டுப்படுத்த நான் அனுமதிக்கமாட்டேன்.'

இரண்டு நாட்கள் கழித்து நாடாளுமன்றத்தில் இருந்த தனது அறையில் டெலிகிராஃப் (கொல்கத்தா) பத்திரிகையின் மானினி சட்டர்ஜியை பிரதமர் சந்தித்தார். டெலிகிராஃப் பத்திரிகையின் தில்லி பதிப்பின் ஆசிரியர் பொறுப்பை ஏற்றுக்கொண்டிருந்த அவர் பிரதமரைச் சந்திக்க நேரம் கேட்டிருந்தார். அது மரியாதை நிமித்தமான சந்திப்புதான். ஆனால், ஒரு பேட்டிபோல் ஆகிவிட்டது. கோபம் தணியாமல் இருந்த பிரதமர் வெளிப்படையாகப் பேசும் மனநிலையில் இருந்தார். இடதுசாரிகளின் கோரிக்கைகளுக்கு நேரடியாக பதில் சொன்னார். பேசப் பேச சுவாரசியமான பரபரப்பான செய்திகள் கிடைத்தவண்ணம் இருக்கவே மானினிக்கு அடுத்த நாள் முதல் பக்கத்துக்கு செய்தி கிடைத்துவிட்ட மகிழ்ச்சி உள்ளூரப் பிறந்தது. நீங்கள் சொல்வதையெல்லாம் பத்திரிகையில் வெளியிட்டுக்கொள்ளவா என்று அனுமதி கேட்டார். பிரதமர் என்னைப் பார்த்தார். பிரதமருடைய உணர்வுகள் உண்மையென்றால் அந்தக் கருத்துகளை உலகுக்கு அறியத் தருவதே நல்லது. இது மிகவும் முக்கியமான விஷயம். எதிர் தரப்பினர் மனம் போன போக்கில் விமர்சனம் செய்துவருகிறார்கள். பிரதமர் இனியும் மவுனம் காக்கக்கூடாது என்று சொன்னேன்.

தான் சொன்னதை அச்சிட பிரதமர் மானினிக்கு அனுமதி கொடுத்தார். அந்தப் பேட்டியை ஒலிநாடாவில் பதிவு செய்துகொள்ளவில்லையென்பதால் அவர் வெளியிடவிருப்பதை என்னிடம் கொடுத்துச் சரிபார்த்துக்கொண்டு பிறகே வெளியிடவேண்டும் என்று கேட்டுக் கொண்டார். நானும் மானினியும் உட்கார்ந்து குறிப்புகளைப் பரிமாறிக்கொண்டு பேட்டியை தயார் செய்தோம். மானினி தன் அலுவலகத்துக்குச் சென்று தட்டச்சுசெய்து இறுதி வடிவத்தை அனுப்பிவைத்தார். மிகவும் துல்லியமாக எழுதியிருந்தார். நான் அதை அப்படியே வெளியிட அனுமதி கொடுத்தேன்.

அடுத்த நாள் ஆகஸ்ட் 11, சனிக்கிழமை காலை டெலிகிராஃப் செய்தித் தாளின் தலைப்புச் செய்தி: கோபமுற்ற பிரதமர் இடதுசாரிகளுக்குச் சொல்வது - ஆதரவை விலக்கிக் கொள்ள விரும்பினால் அப்படியே செய்துகொள்ளுங்கள்.

இடதுசாரிகளின் தொடர் குரைப்புகளைக் கண்டு சலித்துவிட்ட பிரதமர் தைரியம் இருந்தால் கடித்துப்பார் என்று சமீபத்திய அமெரிக்க - இந்திய அணு ஒப்பந்தத்தையொட்டி எழுந்த விவகாரத்தில் சவால் விட்டிருக்கிறார். அணு ஒப்பந்தம் தொடர்பாக மீண்டும் பேச்சு வார்த்தையில் ஈடுபடமுடியாது. இது மதிக்கத் தகுந்த ஒப்பந்தமே. மந்திரி சபை இதை ஏற்றுக்கொண்டிருக்கிறது. நாம் அதிலிருந்து பின்வாங்க முடியாது. உங்களுக்கு எது விருப்பமோ அதைச் செய்து கொள்ளுங்கள். ஆதரவை விலக்கிக் கொள்வதுதான் உங்கள் விருப்ப மென்றால் அதைச் செய்துகொள்ளுங்கள்.

அந்தச் செய்தி தில்லியில் பெரும் அதிர்ச்சியை உருவாக்கியது. நாராயணனும் நாயரும் தொலைபேசியில் என்னை அழைத்து அந்தச் செய்தி உண்மைதானா என்று உறுதிப்படுத்திக்கொண்டனர். பிரதமர் மானினியைச் சந்தித்ததே அவர்களுக்குத் தெரியாது. அந்த உரையாடல் நடந்தபோது அவர்கள் சௌத் பிளாக்கில் இருந்தனர். மேலும் பிரதமர் எந்த அளவுக்கு கோபத்திலும் மனமுடைந்தும் இருந்தார் என்பது என் அளவுக்கு அவர்களுக்குத் தெரியவும் செய்யாது. காங்கிரஸ் கட்சித் தலைமைக்கு அந்தப் பேட்டியில் உடன்பாடு இல்லையென்றும் பிரதமர் உடனே அதற்கு மறுப்புத் தெரிவிக்கவேண்டும் என்று சொன்னார்கள். பிரதமர் பேசியவை ஒலிநாடாவில் பதிவு செய்யப்படவில்லையென்பதால் அதை மறுத்துக் கூறுவது எளிது என்று நாராயணன் சொன்னார். அவர் அப்படிச் சொன்னதைக் கேட்டு நான் ஆச்சரியத்தில் ஆழ்ந்தேன். எதுவும் சொல்லவில்லை. அவர்களும் காங்கிரஸ் கட்சித் தலைவர்களும் பிரதமர் ஒரு மறுப்புக் கடிதத்தை எழுத வேண்டு மென்றும் மானினி எழுதியதற்கான பழியை என் மீது போட்டுவிட வேண்டும் என்றும் முடிவு செய்திருந்தனர். காங்கிரஸ் கட்சியில் இருந்து பிரதமருக்கு நெருக்கடி அதிகரிக்கும். அவர் என்ன செய்வார் என்று எனக்குத் தெரிந்திருக்கவில்லை. நான் வீட்டுக்கு வந்தேன். அன்று பிரதமர் பேசியதாக நான் எழுதி வைத்திருந்த குறிப்புகளை மீண்டும் படித்துப் பார்த்தேன். மேலிடத்திலிருந்து அழைப்பு வரும் என்று காத்திருந்தேன்.

பிரதமர் இடதுசாரிகளுக்கு அப்படி எந்தவொரு எச்சரிக்கையும் விடவில்லை என்று காங்கிரஸ் கட்சி மறுப்புத் தெரிவிக்க முடிவெடுத் திருப்பதாகச் சில பத்திரிகையாளர்கள் என்னிடம் சொன்னார்கள்.

'இடதுசாரிகளைப் பார்த்து பிரதமர் எப்படி அப்படி எச்சரிகை செய்யமுடியும்? கூட்டணிக்குள் இடதுசாரிகளை அவர் அழைத்து வந்திருக்கவில்லை. எனவே வெளியே போகச் சொல்லவும் அவரால் முடியாது' என்று அஹமது படேல் சொன்னதாக ஒரு பத்திரிகையாளர் சொன்னார்.

அன்று முழுவதும் டாக்டர் சிங்கிடமிருந்து அழைப்பு வரும் என்று காத்திருந்தேன். தான் சொன்னதற்கு வருந்துகிறாரா? தான் சொல்ல வில்லைஎன்று மறுப்புத் தெரிவிக்கும்படி என்னிடம் கேட்டுக் கொள்வாரா? அந்த வாரக் கடைசி முழுவதும் எனக்கு எந்தத் தொலைபேசி அழைப்பும் வரவில்லை. அதிகாரபூர்வமாக எந்த மறுப்பும் வெளிவந்திருக்கவில்லை. தில்லி அரசியல் வட்டாரம் யூகங்களின் வெள்ளத்தில் மூழ்கியது.

14 ஆகஸ்ட், செவ்வாய்கிழமை. சுதந்தர தினத்துக்கு ஒருநாள் முன்னதாக சுப்பு என்னிடம் ஒரு விஷயம் சொன்னார். அதைக் கேட்டு நான் அதிர்ச்சியடைந்தேன். செங்கோட்டையில் இருந்துகொண்டு தேசத்துக்கு ஆற்றும் உரையில் 123 ஒப்பந்தம் பற்றிய குறிப்புகள் அனைத்தையும் நீக்கிவிடச் சொன்னார். பிரதமர் வெகுவாகப் பாராட்டப்பட்ட அந்த ஒப்பந்தத்தின் பெருமையை பிரதமர் அங்கீகரித்து ஏற்கும் வகையில் அழுத்தமாக எழுதப்பட்ட பத்திகள் அதில் இருந்தன. கடைசி நேரத்தில் அது நீக்கப்பட்டது. செங்கோட்டை மேலிருந்து பிரதமர் தேசத்தின் கவுரவத்தை உயர்த்தியதை கம்பீரமாகச் சொல்லியிருக்க முடியும். இந்தியாவுக்கு அணு ஆயுத நாடு என்ற அந்தஸ்தை பிரதமர் ஈட்டித் தந்திருக்கிறார். அந்த ஆண்டு செய்த பல்வேறு விஷயங்கள் பற்றி அவர் மிக விரிவாகப் பேசினார். ஆனால், அந்த ஆண்டு அவர் செய்த மிகப் பெரிய சாதனையைப் பற்றி ஒரு வார்த்தைகூடப் பேசவில்லை.

பேசி முடித்துவிட்டு பிரதமர் மேடையில் இருந்து இறங்கியதும் மந்திரிகள், அதிகாரிகள், அயலுறவுத்துறை அதிகாரிகள் அனைவரும் 123 ஒப்பந்தம் பற்றிப் பேசாதது குறித்து ஆச்சரியத்தில் இருந்தனர். பிரதமருடைய உரைகளை எழுதிக் கொடுப்பது நான்தான் என்பது தெரிந்த சிலர் என்னிடம் ஏன் 123 ஒப்பந்தம் பற்றி எதுவும் இடம் பெறவில்லை என்று கேட்டார்கள். என்னிடம் எந்த பதிலும் இல்லை.

அயலுறவுத்துறை அதிகாரிகள் மிகச் சிறப்பாகச் செயல்பட்டு இந்தியாவுக்கு பெருமை தேடித் தந்திருந்தார்கள். ஆனால், அரசியல்வாதிகள் இந்தியாவை இழிவுபடுத்தினர். தி இந்து

பத்திரிகையின் பக்கங்களில் என். ராம் அடித்த குட்டிக்கரணம் இடதுசாரிகளின் போலித்தனத்தைத் துகிலுரித்தது. 123 ஒப்பந்தத்தை மதிக்கத் தகுந்தது, வலுவானது என்று முதலில் பாராட்டிவிட்டுச் சில நாட்கள் கழித்து பிரகாஷ் காரத் சொன்னதுக்கு ஏற்ப பேச்சு வார்த்தையைக் கைவிடவேண்டும் என்று வேறொரு தலையங்கம் எழுதப்பட்டது. பிரதமர் என்ன வாக்குறுதி கொடுத்தாரோ அதை நிறைவேற்றியிருக்கிறார் என்று நேரில் சொன்ன யெச்சூரி, பிரதமரைப் பொதுவெளியில் விமர்சித்துப் பேசினார்.

கொள்கை சார்ந்த எதிர்ப்பு என்பதில் இருந்து விலகிச் சென்று இடதுசாரிக் கட்சிகளில் பிரதமருக்கு எதிரான சக்திகளை ஓரணியில் திரட்டும் பிரகாஷ் காரத்தின் அரசியல் நடவடிக்கையாக மாறிவிட்டது. சுர்ஜித் சிங், ஜோதிபாசு, புத்ததேவ் பட்டாச்சார்யா, யெச்சூரி போன்றோர் மிதவாதிகள். சுர்ஜித்தைப் புறமொதுக்கிய காரத், சி.பி.எம். கட்சிக்குள் தன்னுடைய இடத்தை வலுப்படுத்திக் கொள்ளக் கிடைத்த ஆயுதமாக இதைப் பயன்படுத்திக்கொண்டார். சி.பி.ஐ.க்கு காரத்தின் இந்தக் கறாரான அணுகுமுறை பிடிக்க வில்லை. சி.பி.ஐ. தலைவர்கள் டி.ராஜா, எஸ்.சுதாகர் ரெட்டி போன் றோரை எனக்கு நன்கு தெரியும். அதுவும் சுதாகர் ரெட்டியை ஹைதராபாத்தில் பள்ளிக்காலத்தில் இருந்தே தெரியும். மோஹித் சென்னின் சீடர் அவர். என்னை வந்து சந்தித்து சி.பி.ஐ. கட்சிக்கு காரத்தின் கறாரான நிலைப்பாடு ஏற்பில்லை. ஆனால் வேறு வழியிலை என்று சொன்னார். ஆட்சியை நிலைதடுமாறச் செய்ய சி.பி.ஐ.க்கு விருப்பமில்லை. ஆனால், காரத்தை அவருடைய முடிவில் இருந்து பின்வாங்கச் செய்ய முடியவில்லை என்று சொன்னார்.

பி.ஜே.பி.யிலும் இப்படியான கருத்து வேறுபாடுகள் இருந்தன. மிதவாதிகளான வாஜ்பாய் போன்றவர்கள், இளைய தலைவர்களான அருண் ஜேட்லி போன்றவர்கள் இந்த ஒப்பந்தத்தை எதிர்க்கவில்லை. காரத் தன் பின்னால் தன் கட்சியினரை அணிதிரள வைக்க இந்த விஷயத்தைப் பயன்படுத்திக்கொண்டதுபோலவே எல்.கே.அத்வானி, வாஜ்பாயை நிராகரித்துவிட்டு தன்னைப் புதிய தலைவராக ஏற்கச் செய்ய இந்த வாய்ப்பைப் பயன்படுத்திக்கொள்ள விரும்பினார்.

123 ஒப்பந்தம் குறித்துப் பிற கட்சித் தலைவர்களுக்கு பிரதமர் விளக்கம் சொல்லக் கூட்டிய கூட்டத்தின்போதே பி.ஜே.பி.கட்சியில் கருத்து வேறுபாடு இருக்கும் விவரம் வெளித் தெரிந்துவிட்டது. அத்வானி அப்போது தில்லியில் இல்லை. 7, ஆர்.சி.ஆரில் நடைபெற்ற கூட்டத்தில் வாஜ்பாய், ஜஸ்வந்த் சிங், யஷ்வந்த் சின்கா, அருண் ஷோரி, பிரஜேஷ் மிஸ்ரா ஆகியோர் பங்குபெற்றனர். சின்ஹாவும் ஷோரியும் பிரதமர் அலுவலக அதிகாரிகள், விஞ்ஞானிகள்,

அயலுறவுத்துறை அதிகாரிகள் ஆகியோரிடம் பல்வேறு கேள்விகள் கேட்டனர். தமது அதிருப்தியை அதன் மூலம் வெளிப்படுத்தினர். ஜஸ்வந்த் சிங் நேர்மாறாக, நீங்கள் தேசத்தைத் தலை நிமிரச் செய்து விட்டீர்கள் என்று அதிகாரிகளை மனம் திறந்து பாராட்டினார். வாஜ்பாய் மவுனமாக இருந்தார்.

ஒரு கட்டத்தில் பிரஜேஷ் மிஸ்ரா வாஜ்பாய்க்கு அருகில் சென்று ஒரு காகிதத்தைக் கொடுத்தார். அவர் அதை வாங்கிப் படித்துப் பார்த்து விட்டு பாக்கெட்டுக்குள் போட்டுக்கொண்டார். டாக்டர் சிங் வாஜ்பாய் பக்கம் திரும்பி நீங்கள் ஏதேனும் சொல்ல விரும்புகிறீர்களா என்று கேட்டார். வாஜ்பாய் புன்னகை செய்தார். ஆனால், எதுவும் சொல்லவில்லை. யஷ்வந்த் சின்ஹா, ஷோரி, பிரஜேஷ் மிஸ்ரா ஆகியோர் ஏதாவது சொல்வார் என்று வாஜ்பாயையே ஆர்வத்துடன் பார்த்துக்கொண்டிருந்தனர். அவர் மசிந்துகொடுக்கவில்லை. கூட்டம் நிறைவடைந்தது. ஒருவர் பின் ஒருவராக அனைவரும் எழுந்து சென்றனர். வாஜ்பாய் மிக மெதுவாக எழுந்தார். டாக்டர் சிங் முன்னாள் பிரதமரைக் குறுக்கு வழியில் அழைத்துச் சென்றார். நான் பிரதமருக்குப் பின்னால் இருந்தேன். தனது காரில் ஏறுவதற்கு முன்பாக வாஜ்பாய் டாக்டர் சிங்கைப் பார்த்து இதமாகப் புன்னகை புரிந்தார். இருவரும் கை குலுக்கிக் கொண்டனர். பிரதமர் செய்தது சரிதான்; எனக்கு மகிழ்ச்சி என்று சொல்லும்வகையில் வாஜ்பாய் பிரதமரைப் பார்த்துத் தலையசைத்தார்.

நீங்கள் ஆரம்பித்து வைத்ததை நான் முடித்தேன் அவ்வளவுதான் என்று டாக்டர் சிங் சொன்னார். வாஜ்பாய் மீண்டும் ஆமோதிப்பதுபோல் தலையசைத்து காரில் ஏறிச் சென்றார்.

அதன் பிறகு சில வாரங்கள்வரை அரசியல் களத்தில் என்ன நடக்கும் என்பது யாருக்கும் தெரியாத மர்மம் நீடித்தது. இடதுசாரிகளுடன் பேச்சுவார்த்தைகள் நடந்து வருவதாக அரசாங்கம் ஒரு தோற்றத்தைக் காட்டினாலும் என்ன நடக்கும் என்பது யாருக்கும் தெரிந்திருக்க வில்லை. பிரதமர் ராஜினாமா செய்யப்போகிறார் என்று யூகங்கள் பரவின. இந்த வதந்திகள் எந்த அளவுக்கு உண்மை என்று ஒரு முக்கிய தேசியப் பத்திரிகையின் ஆசிரியர் சோனியாவுக்கு நெருக்கமான தலைவரிடம் கேட்டாராம். அதற்கு அவர், பிரதமர் பதவி விலகுவ தென்றால் விலகிக்கொள்ளட்டும். காங்கிரஸில் வேறு எத்தனையோ தலைவர்கள் அந்தப் பதவிக்குத் தயாராக இருக்கிறார்கள். அவர்கள் எல்லாராலும் இதே அளவு சிறப்பாகச் செயல்படமுடியும் என்று சொன்னாராம்.

12 அக்டோபர் 2007-ல் சோனியா காந்தியும் டாக்டர் சிங்கும் இந்துஸ்தான் டைம்ஸ் கூட்டத்தில் பேசினர். முன் அனுமதி பெற்ற கேள்விகளை வீர் சங்வி கேட்டபோது சோனியா சொன்னார்: அணு ஒப்பந்தத்தைவிட ஆட்சி தொடர்வது மிகவும் முக்கியம். இடதுசாரி களுடன் தொடர்ந்து பேச்சுவார்த்தையில் ஈடுபட்டு வருகிறோம். நெருக்கடி எதுவும் கொடுக்கவோ கூட்டணி முறிவு என்ற நிலை வரவோ விடமாட்டோம்.

டாக்டர் சிங் 7, ஆர்.சி.ஆர். வீட்டில் இருந்தபடி அந்தப் பேட்டியைப் பார்த்தார். சோனியா பேசி முடித்ததும் அடுத்ததாகப் பேச பிரதமர் தாஜ் பேலஸ் ஹோட்டல் நோக்கி விரைந்தார்.

அந்த செய்தித்தாளின் ஆசிரியர் வீர் சங்வி ஒரு கூர்மையான கேள்வியைக் கேட்டார். உங்கள் ஆளுமைக்கு பொருந்தாதவகையில் ஒரு விஷயம் சொல்லியிருக்கிறீர்கள். அதுதான் பல்வேறு குழப்பங் களுக்குக் காரணமாக அமைந்துவிட்டிருக்கிறது. கொஞ்சம் வரம்பு மீறி நடந்துவிட்டோம் என்று உணர்கிறீர்களா?

டாக்டர் சிங் வழக்கத்துக்கு மாறான உறுதியுடன் சொன்னார்: நான் எந்த வரம்பையும் மீறவில்லை. இடதுசாரிக் கட்சியினர் வெளியிட்ட ஓர் அறிக்கைக்குப் பதில் சொன்னேன். என் கடமைகள் குறித்த முழுப் பிரக்ஞையும் எனக்கு உண்டு. நான் எதைச் சொல்லவேண்டும் எதைச் சொல்லக்கூடாது என்பது எனக்கு நன்கு தெரியும்.

எனினும் சோனியா இதற்கு முன் பேசியதை நன்கு கேட்டிருந்த பிரதமர், அணு ஒப்பந்தம் குறித்த கேள்விகளைத் தவிர்த்தார். அரசாங்கம் என்பது ஒரே ஒரு விஷயத்தைமட்டுமே சார்ந்தது அல்ல. சில அதிருப்திகள் இருக்கத்தான் செய்யும். அணு ஒப்பந்தம் கையெழுத்தாகவில்லையென்றால் அதோடு எல்லாம் முடிந்ததாக அர்த்தம் இல்லை என்று பதில் சொன்னார்.

மிகுந்த மனசோர்வுடன் வீடு திரும்பினார். நான் விடைபெற்றுச் செல்லும்போது பிரதமர் என்னிடம் கேட்டார்: இது தொடர்பாக நான் எந்த அறிவுஜீவியைத் தொடர்புகொள்ளவேண்டும்?

இருவர்தான் இருக்கிறார்கள். ஒருவர் என் தந்தை. அன்று அவர் அதிர்ஷ்டவசமாக தில்லியில்தான் இருந்தார். இன்னொருவர் என் குரு கே.சுப்பிரமணியம். பிரதமர் இருவரையும் தனித்தனியாகச் சந்திக்க விருப்பம் தெரிவித்தார். இருவருமே பிரதமர் தன் முடிவில் உறுதியாக இருக்கவேண்டும் என்று ஆலோசனை சொன்னார்கள். கேபினட் அமைச்சரவை அனுமதி தந்த ஒரு விஷயத்தை அவர் செய்திருக்கிறார். இடதுசாரிகளின் நெருக்கடிக்குப் பயந்து பின்வாங்கினால்

இந்தியாவின் புகழை சர்வதேச அளவில் அது குறைத்துவிடும். கட்சி பிரதமருக்கு ஆதரவாக இல்லையென்றால் அவர் ராஜினாமா செய்வதே நல்லது என்று இருவரும் சொல்லியிருக்கிறார்கள்.

சோனியா என்னைக் கைவிட்டுவிட்டார் என்று இருவரிடமும் பிரதமர் தனித்தனியே சொல்லியிருக்கிறார். அவர் குரலில் அப்போது கோபத்தைவிட வருத்தமே மிகுதியாக இருந்திருக்கிறது.

மறுநாள் பிரதமர் நைஜீரியாவுக்கு அதிகாரபூர்வ பயணம் மேற்கொண்டார். நான் என் ஹோட்டல் அறையில் சென்று அமர்ந்ததும் தொலைபேசி ஒலித்தது. சுப்பு அழைத்திருந்தார். பிரதமர் உங்களைச் சந்திக்க விரும்புகிறார். உடனே வாருங்கள்.

சுப்புவின் குரலில் எப்போதும் இல்லாத ஒரு பதற்றம் தெரிந்தது. செருப்புகூட அணியாமல் டிரவுசர் சட்டையுடன் விரைந்து சென்றேன். நான் பிரதமரின் அறைக்குள் நுழைந்தபோது அவர் அறை நடுவே அமர்ந்திருந்தார். திருமதி சிங் ஒருபக்கமும் சுப்பு இன்னொரு பக்கமும் அமர்ந்திருந்தனர். சுப்பு எழுந்து தன் இருக்கையை எனக்குக் கொடுத்தார். டாக்டர் சிங் மிகவும் சோகத்தில் ஆழ்ந்திருந்தார்.

அமெரிக்கத் தூதரிடம் என்ன சொன்னீர்கள் என்று பிரதமர் என்னைப் பார்த்துக் கேட்டார்.

அந்தக் கேள்வியையும் அதில் இருந்த தொனியையும் பார்த்து ஆச்சரிய மடைந்தேன். அமெரிக்கத் தூதரிடம் நான் என்ன சொன்னேன். என்னால் எதையும் நினைவுகூர முடியவில்லை. என்ன விஷயம் என்று கேட்டேன்.

அணு ஒப்பந்தம் பற்றி நீங்கள் ஏதோ சொல்லியிருக்கிறீர்கள். என்ன சொன்னீர்கள்?

சட்டென்று நினைவுக்கு வந்தது. நைஜீரியாவுக்குப் புறப்படுவதற்கு முன்பாக நான் சௌத் பிளாக்கில் இருக்கும் என் அலுவலகத்தில் இருந்து புறப்படும்போது அமெரிக்க தூதர் டெட் ஓசிஸிடமிருந்து தொலைபேசி அழைப்பு வந்திருந்தது. இந்துஸ்தான் டைம்ஸ் கூட்டத்தில் பிரதமர் பேசியதன் நகல் என்னிடம் இருக்கிறது. ஆனால், அந்த அறிக்கையில் அணு ஒப்பந்தம் பற்றி பிரதமர் பேசியது எதுவும் இல்லை. அப்படியானால் பிரதமர் சொன்னதாகச் சொல்லப் பட்டிருக்கும் செய்தியை எங்கு பேசினார்?

வீர் சங்வி கேட்ட கேள்விகளுக்கு பிரதமர் பொதுக்கூட்டத்தில் சொன்ன பதில்கள் அவை. பிரதமர் அலுவலக இணையத்தளத்தில் பார்த்தல் முழு விவரமும் கிடைக்கும் என்றேன். அமெரிக்க தூதர் டேவிட் முல்ஃபோர்ட் பிரதமர் சொன்னதைப் படித்துப் பார்க்க

விரும்புகிறார். பிரதமர் என்ன சொன்னார் என்பதைக் கொஞ்சம் விளக்கிச் சொல்கிறீர்களா?

நான் பயணத்துக்குப் புறப்படும் அவசரத்தில் இருந்தேன். வேறு என்ன விளக்கம் சொல்ல என்றும் தெரியவில்லை. பிரதமர் சொன்னதெல்லாம் அங்கு முழுமையாக இருக்கின்றன. நான் எதையும் விளக்கிச் சொல்லவேண்டிய அவசியம் இல்லையே என்றேன். அமெரிக்கத் தூதரோ விடவில்லை. பிரதமர் சொன்னதன் அர்த்தம் என்ன என்று மீண்டும் கேட்டார். 'க்யூ செரா செரா' என்று பிரதமர் சொன்னார் என்று பதில் சொல்லிவிட்டு இணைப்பைத் துண்டித்துவிட்டேன்.

உடனே பிரதமர் கேட்டார், அதேதான். க்யூ செரா செரா என்றால் என்ன அர்த்தம்?

எனக்கு சிரிப்பு வந்துவிட்டது. நான் ஏதோ குறியீட்டு மொழியில் பேசியிருப்பதாக உங்களிடம் யாரோ சொல்லியிருக்கிறார்களா என்று சொல்லி சிரித்தேன். நான் பேசியதை ஒட்டுக்கேட்டவர்களுக்கு நான் சொன்னதன் அர்த்தத்தைப் பிரதமருக்கு விளக்க முடியவில்லை. திருமதி சிங் மெள்ளப் புன்னகைத்தார். அவருக்கு அதன் அர்த்தம் புரிந்திருந்தது.

ஸ்பானிய மொழியில் அதற்கு, 'எது எப்படியோ அப்படியே' என்று அர்த்தம்.

பிரதமர் ஹிட்ச்காக்கின் தி மேன் ஹூ நியூ டூ மச் படத்தைத் பார்த்திருக்கவில்லை. திருமதி சிங் பார்த்திருக்கிறார். எனக்கு அந்தப் பாடலும் படமும் நினைவிருக்கிறது என்றார்.

டோரிஸ் டே பாடிய பாடல் என்றேன். திருமதி சிங் ஆமாம் சரிதான் என்றார். நான் அந்தப் பாடலை லேசாகப் பாடிக்காட்டினேன். சுப்பு ஆச்சரியத்தில் உறைந்துபோயிருந்தார். ஆனால், டாக்டர் சிங் புரியாமல் என்னைப் பார்த்தார்.

நான் அமெரிக்கத் தூதருக்கு வேறு என்ன பதிலைச் சொல்லியிருக்க முடியும். அமெரிக்கத் தூதர் மட்டுமல்ல ஒட்டுமொத்த ஊடகங்களும் அரசாங்கத்தில் இருந்த பலரும் என்னிடம் அதே கேள்வியையே கேட்டுக்கொண்டிருக்கிறார்கள். அரசாங்கம் என்பது ஒரே ஒரு விஷயத்தைமட்டுமே சார்ந்தது அல்ல. சில அதிருப்திகள் இருக்கத்தான் செய்யும். அணு ஒப்பந்தம் கையெழுத்தாகவில்லை யென்றால் அதோடு எல்லாம் முடிந்ததாக அர்த்தம் இல்லை என்று பிரதமர் சொல்லியிருக்கிறாரே அதன் அர்த்தம் என்ன? ஒப்பந்தம் ரத்தாகிவிட்டதா? எனக்குத் தெரியாது. நான் அதை அமெரிக்க தூதரிடம் சொன்னேன். என்னால் எது எப்படியோ அது அப்படியே என்பதைத் தவிர வேறு என்ன சொல்லமுடியும்? என்றேன்.

இறுதியாக டாக்டர் சிங் புன்னகைத்தார். பிரதமர் சொன்னார்: பிரணாப் முகர்ஜியும் என்னிடம் பேசினார். இந்துஸ்தான் டைம்ஸ் கூட்டத்தில் நானும் சோனியாவும் என்ன பேசினோம்; ஒப்பந்தத்தை முடக்க முடிவு செய்துவிட்டார்களா என்று டேவிட் முல்ஃபோர்ட் பிரணாபிடமும் கேட்டிருக்கிறார். பிரணாப் முகர்ஜி முடிந்தவரை விளக்கம் தந்திருக்கிறார். தன்னுடைய சக பணியாளர் பிரதமர் அலுவலகத்தித் தொடர்பு கொண்டபோது ஒருவர் 'க்யூ செரா செரா' என்று பதில் சொல்லியிருக்கிறார். அதன் அர்த்தம் என்ன என்று பிரணாபை டேவிட் முல்ஃபோர்டு கேட்டிருக்கிறார்.

சில நாட்கள் கழிந்தன. தில்லி ராஷ்டிரபதி பவனில் ஸ்விட்சர்லாந்து அதிபரின் வருகையை ஒட்டி ஒரு விருந்து நடைபெற்றது. பொதுவாக அப்படியான விருந்துகளில் இசைக் கச்சேரியும் ஒரு ஓரமாக நடக்கும். அன்று இசைக்கப்படவிருக்கும் பாடல்களின் பட்டியலானது ஒவ்வொரு விருந்தினரின் மேஜையிலும் மெனு அட்டையுடன் சேர்த்து வைக்கப்பட்டிருக்கும். நான் அந்தப் பாடல் பட்டியலைப் பார்த்தேன். அதில் இரண்டாவது பாடலக டோரிஸ் டேயின் 'க்யூ செரா செரா' பாடல் இடம்பெற்றிருந்தது.

நான் அந்தப் பாடலை பேனாவால் சுழித்து டாக்டர் சிங்கின் டேபிளுக்கு அனுப்பிவைத்தேன். அவர் அதைப் பார்த்துவிட்டு என்னைத் திரும்பிப் பார்த்தார். இசைக்குழுவைச் சுட்டிக்காட்டி இதுதான் அந்தப் பாடல் என்று சைகைகாட்டினேன். பிரதமர் சிரித்தார். ஹிட்ச்காக் படத்தில் இருந்து அந்தப் பாடலை பிரதமர் முதன் முறையாகக் கேட்டார்.

அன்றைய மாலையில் அவர் பிற பல விஷயங்களைப் போலவே தான் ஆர்வமாக முன்னெடுத்த முக்கிய அணு ஒப்பந்தமும் விதிப்படியான ஒரு முடிவை எட்டும் என்று நினைத்திருப்பார். சில நேரங்களில் நான் இந்த விதியின் முடிவுகளைக் கண்டு மனச்சோர்வடைவேன். வேறு சிலர் அரசியல்ரீதியான தப்பித்தலுக்கு இவை தேவை என்று நியாயப் படுத்துவதைப் பார்க்கும்போது மேலும் மனம் சோர்வடையும். அவருடைய அணுகுமுறையில் இருந்து ஏதேனும் பெற்றுக்கொள்ள இருக்கின்றனவா என்று சில நேரங்களில் யோசித்துப் பார்ப்பேன். அணு ஒப்பந்தத்தில் அவர் விதியை நம்புவதைவிட தன் ராஜ தந்திரத்தையே பெரிதும் நம்பினார். அதைத் தொடர்ந்து வந்த காலகட்டத்தில் தன் மறைத்துவைத்திருந்த வியூகங்களை செயல்படுத்த ஆரம்பித்தர். ராஜினாமா செய்துவிடுவேன் என்ற எச்சரித்து சோனியாவைத் தன் பக்கம் கொண்டுவருவதற்கு முன்பாக மெதுவாக ஆனால் உறுதியாக அடியெடுத்து வைத்தார்.

12

சிங் தான் கிங்

இந்தியா மீது உலகம் திணித்திருக்கும் இந்த
அணுத் தீண்டாமையை நாம் முடிவுக்குக் கொண்டுவந்தாக
வேண்டும். அது நமக்கு மிகவும் அவசியம்.

IFS பயிற்சி மாணவர்களிடம்
மன்மோகன் சிங், ஜூன் 11, 2008

செப்டெம்பர் 2007-ல் இந்துஸ்தான் டைம்ஸ் கூட்டத்தில் சோனியாவுடனான கருத்து மோதலுக்குப் பிறகு டாக்டர் சிங் அணு ஒப்பந்தம் பற்றி சிறிது காலம் மவுனமாக இருந்தார். 15 உறுப்பினர்களைக்கொண்ட ஐ.மு.கூ-இடதுசாரி குழுவில் அது பற்றிப் பேசிவருவதுபோல் ஒரு தோற்றத்தைக் காட்டிவந்தனர். பிரணாப் முகர்ஜி, கபில் சிபில், பிருத்விராஜ் சவான் போன்ற மூத்த காங்கிரஸ் தலைவர்கள் பிரகாஷ் காரத், யெச்சூரி, ஏ.பி.பரதன், டி.ராஜா போன்ற இடதுசாரித் தலைவர்களுடன் பேசினர். அந்தக் கூட்டம் முடிந்து வெளிவரும் இடதுசரித் தலைவர்கள் அவர்கள் கேட்கும் கேள்விகளுக்கு அரசு தரும் பதில்கள் என்ன என்ற கேள்விக்கு என்ன வெல்லாமோ பதில் சொன்னார்கள்.

செப்டெம்பர்-நவம்பர் 2007 காலகட்டத்தில் நடந்த ஆறு கூட்டங்களுக்குப் பிறகும் இடதுசாரி செய்தியாளர்கள் இந்த ஒப்பந்தம் 2009 பொதுத்தேர்தல்வரை கையெழுத்தாகக்கூடாது, அரசாங்கம் இந்தப் பிரச்னையில் இருந்து நாசூக்காக வெளியேற வழி சொல்லிவருகிறோம் என்றே பேசிவந்தனர். அதுவும் ஜார்ஜ் புஷ் அதிபராக

இருக்கும்வரை இந்த ஒப்பந்தம் வரவே கூடாது என்றும் சொன்னார்கள்.

இடதுசாரிகளின் கடுமையான நிலைப்பாட்டையும் மீறி, இந்தியாவை மையமாகக்கொண்ட சில விசேஷ பாதுகாப்பு கோரிக்கைகள் தொடர்பாக ஐ.ஏ.இ.ஏ.வுடன் பேச்சுவார்த்தை நடத்த இடதுசரிகளின் சம்மதத்தை அரசு பெற்றது. அரசாங்கம் அமெரிக்காவுடன் 123 ஒப்பந்தத்தைக் கையெழுத்திடுவதற்கு முன்பாக இடதுசாரிகள் இந்தக் கோரிக்கைகள் நிறைவேற்றப்படவேண்டும் என்று சொன்னார்கள். அதன் பிறகே அமெரிக்கா 123 ஒப்பந்தத்தை அமெரிக்க நாடாளு மன்றத்தில் கொண்டுவந்து தேவையான சட்டத் திருத்தங்களைச் செய்ய முடியும்.

இந்துஸ்தான் டைம்ஸ் கூட்டத்துக்குப் பிறகு பிரதமர் முதன் முதலாக அணு ஒப்பந்தம் பற்றி நவம்பர் 17, 2007-ல் நடந்த அகில இந்திய காங்கிரஸ் க்ட்சி மாநாட்டில் பேசினார். அங்கு நாட்டின் மின்சாரப் பற்றாக்குறைபற்றியும் மின் உற்பத்தியைப் பெருக்க வேண்டியதன் அவசியம் பற்றியும் பேசினார்.

> நாங்கள் அமெரிக்காவுடன் சரித்திர முக்கியத்துவம் வாய்ந்த ஒரு ஒப்பந்தத்தை இறுதிசெய்யும் கட்டத்தில் இருக்கிறோம். அது நமது அணு மின்சார உற்பத்தித் திறனை அதிகரிக்கும். இந்த ஒப்பந்தம் பற்றிப் பலர் மனதில் பல்வேறு சந்தேகங்கள், கேள்விகள் இருக்கின்றன. இந்த அணு மின்சார ஒப்பந்தம் என்பது அமெரிக்கா, ரஷ்யா, பிரான்ஸ் போன்ற நாடுகளில் இருந்து நாம் அணு எரிபொருள் மற்றும் அணு தொழில்நுட்பத்தைப் பெற வழிவகுக்கும் எளிய முயற்சியே.

பல நூறு தடவை விளக்கமளித்த இந்த விஷயத்தை மீண்டும் பேசியவர் கூடுதலாக வேறொன்றும் சொன்னார்:

> இந்த ஒப்பந்தம் நமது அணு மின்சாரச் செயல்பாடுகளைப் பற்றியது மட்டுமே. நமது அணு ஆயுத திட்டங்களுக்கும் இதற்கும் எந்த சம்பந்தமும் கிடையாது. அந்தச் செயல் திடங்களில் எந்தவித சர்வதேச குறுக்கீடும் இருக்காது. நமது அயலுறவுக் கொள்கைகளை அது எந்தவகையிலும் பாதிக்கவும் செய்யாது. நீங்கள் இதைப் புரிந்துகொண்டு மக்களுக்கும் எடுத்துச் சொல்லவேண்டும்.

அவருக்கு அடுத்ததாகப் பேசிய சோனியா அணு ஒப்பந்தம் பற்றி நேர்மறையாகப் பேசினார். கூட்டணி ஆட்சி என்றால் காங்கிரஸ் தன்

அதிகாரத்தை என்றென்றைக்குமாக இழந்ததாக அர்த்தமில்லை என்றார்.

இந்த வார்த்தைகள் அணு ஒப்பந்தத்தின் ஆதரவாளர்களுக்கு உற்சாகத்தைத் தந்தன. ஒப்பந்தம் முடங்கிவிடவில்லை அல்லவா என்று ஊடகவியலாளர்கள் என்னைச் சந்திக்கும் போதெல்லாம் கேட்பார்கள். சிலர் என் அறையில் அமர்ந்துகொண்டு இந்த ஒப்பந்தம் குறித்துப் பந்தயம் கட்டுவார்கள். சோனியா தன் முடிவை மாற்றிக் கொண்டுவிட்டாரா... பிரதமரைப் பொதுவெளியில் அவமானப் படுத்திவிடக்கூடாது என்பதற்காக அப்படிப் பேசினாரா... தனியாகச் சந்திக்கும்போது ஒப்பந்தத்தைக் கைவிடும்படி நெருக்கடி கொடுக்கிறாரா இல்லையா என்றெல்லாம் எனக்கு எதுவும் தெரியாது. ஆனால், டாக்டர் சிங் அதன் பிறகு சிறிது காலம் அந்த ஒப்பந்தம் பற்றி மீண்டும் எதுவும் பேசாமல் மவுனத்தில் ஆழ்ந்தார். எனவே அந்த ஒப்பந்தம் முடக்கிப்போகும் என்றே நினைத்தேன்.

நாடாளுமன்றத்தில் ஜனாதிபதியின் உரைக்கு நன்றி தெரிவிக்கும் தீர்மானத்தை ஒட்டி மார்ச் 5, 2008-ல் நடைபெற்ற விவாதத்தின்போது தான் அணு ஒப்பந்தம் பற்றி மீண்டும் பேசினார். இந்தத் தடவை அவர் மிகவும் தீவிர உணர்வுடன் அதைப் பேசினார். ஏனென்றால், ஒப்பந்தம் தொடர்பான பேச்சுவார்த்தைகளில் இருந்த முக்கியமான தடை ஒன்றை அந்தக் காலகட்டத்துக்குள் கடந்துவிட்டிருந்தோம்.

பிப்ரவரி 20, 2008 அன்று அயலுறவு தொடர்பான அமெரிக்க செனட் கமிட்டியின் தலைவருமான அமெரிக்க செனட்டர் ஜான் கெர்ரி புது தில்லி வந்து சேர்ந்திருந்தார். அவருடன் பின்னாளில் அமெரிக்கத் துணை ஜனாதிபதியான ஜோசஃப் பிடேன், சாக் ஹேகல் ஆகிய இருவரும் வந்திருந்தனர். ஆஃப்கானிஸ்தான் விவகாரம் குறித்துப் பேசவே அவர்கள் வந்திருந்தனர். எனினும் அணு ஒப்பந்தம் குறித்துப் பேச்சு இயல்பாகவே நகர்ந்துவிட்டது. உள்நாட்டில் அனைத்து தரப்பினரின் சம்மதத்தையும் பெற முயற்சி செய்துவருவதாகவும் அதுவே அமெரிக்காவுடனான பேச்சுவார்த்தையை சுமுகமாக முடித்து வைக்க உதவும் என்றும் பிரதமர் அவர்களிடம் சொன்னார். அவர்கள் மூவரும் பிரதமருக்கு ஓர் ஆலோசனை சொன்னார்கள்.

வரும் ஜூலை மாத முடிவுக்குள் இந்தியா எல்லாவற்றையும் முடித்தாகவேண்டும். ஏனென்றால், அதன் பிறகு அமெரிக்க அதிபர் தேர்தல் வந்துவிடும். அதற்குள் முடிவெடுக்கப்படவில்லையென்றால் அமெரிக்க நாடாளுமன்றத்தால் அனுமதி தரமுடியாமல் போய்விடும். ஜூலை இறுதிக்குள் அமெரிக்க நாடாளுமன்றம் அனுமதி தரவில்லை யென்றால் அதன் பிறகு அந்த ஒப்பந்தம் நிறைவேற வழியே

இல்லாமல் போய்விடும் என்று எச்சரித்தனர். அமெரிக்க நாடாளு மன்றத்தில் விரிவாக விவாதம் நடக்க ஏதுவாக அந்த முடிவு மே மாத முடிவுக்குள் எடுத்தாகவேண்டும். அதாவது இன்னும் சில வாரங் களுக்குள் நீங்கள் இறுதி முடிவெடுத்தாகவேண்டும் என்று சொன்னார்கள்.

அமெரிக்காவில் குடியரசுக் கட்சி ஆட்சியில் இருக்கும் நேரத்தில் குடியரசுக் கட்சி பெரும்பான்மை பலத்துடன் இருக்கும் நேரத்தி லேயே இந்த ஒப்பந்தம் கையெழுத்தாகிவிடுவதே நல்லது என்று கெர்ரி தெரிவித்தார். வரும் தேர்தலில் ஜனநாயகக் கட்சி வெற்றி பெறக்கூடும் என்று தெரிகிறது. ஜனநாயகக் கட்சியினர் இந்த ஒப்பந்தத்தை ஏற்பது கடினம் என்று அந்த மூவரும் ஒருமித்த குரலில் சொன்னார்கள். இதில் ஒரு வேடிக்கை என்னவென்றால் கெர்ரியும் பிடேனும் ஜனநாயகக் கட்சியினர். ஹெகல் மட்டுமே வந்தவர்களில் குடியரசுக் கட்சியைச் சேர்ந்தவர்.

பிப்ரவரி 2008 வரை ஒபாமாவா ஹிலாரி கிளிண்டனா யார் ஜனநாயகக் கட்சி சார்பாக அதிபர் தேர்தலுக்கு நிற்கப் போகிறார் என்பது தொடர் பாக எந்த முடிவும் எடுக்கப்பட்டிருக்கவில்லை. ஒபாமா வெற்றி பெற்றால் பிடேன்தான் அவருடைய ஸ்டேட் செகரட்டரியாக ஆவார். ஹிலாரி கிளிண்டன் வெற்றி பெற்றால் கெர்ரி தான் ஸ்டேட் செகரட்டரியாக ஆவார் என்று அமெரிக்க ஊடகங்கள் செய்தி வெளியிட்டிருந்தன. இறுதியில் பிடேன் துணை அதிபரானார். கெர்ரி செகரட்டரி ஆஃப் ஸ்டேட் ஆனார். ஹெகல் ஒபாமாவின் இரண்டாவது ஆட்சி காலத்தில் பாதுகாப்புத்துறைச் செயலரானார்.

மூவருமே அமெரிக்க தேர்தல் நெருங்கிவருவதைச் சொன்னார்கள். எனினும் கெர்ரி ஒருபடி மேலே சென்று ஜனநாயகக் கட்சிக்குள் அணு ஆயுதப் பரவல் தடுப்புக்கு ஆதரவு மிக அதிகமாக இருக்கும் விவரத்தை பிரதமருக்கு நினைவுபடுத்தினார் (கே. சுப்பிரமணியம் அவர்களை அணு ஆயுதப் பரவல் தடுப்பு இயக்கத்தின் அயோதுல்லாக்கள் என்று சொல்வார்). அதிபர் ஜார்ஜ் புஷ் இந்தியாவுக்குச் செய்ய விரும்பும் இந்த விஷயத்தை ஜனநாயகக் கட்சியின் அதிபர் நிச்சயம் செய்ய மாட்டார். இந்தியாவுடனான அணு ஒப்பந்தத்துக்கு எதிர்ப்புத் தெரிவிக்கும் நபர்களை எதிர்த்து ஒபாமாவோ ஹிலாரி கிளிண்டனோ நிச்சயம் எதுவும் செய்யமாட்டார்கள். எனவே, அவர்களில் யார் ஆட்சிக்கு வந்தாலும் 123 ஒப்பந்தம் கையெழுத்தாகாது என்று கெர்ரி சொன்னார்.

டாக்டர் சிங்குக்கு ஏற்கெனவே தெரிந்திருந்த இந்த விஷயங்களை அந்த மூவரும் மீண்டும் உறுதிப்படுத்தினர். இந்த ஒப்பந்தம்

கையெழுத்தாகிறதென்றால் அது முழுக்க முழுக்க அதிபர் புஷ்ஷின் விருப்பத்தினால்தான் என்பது டாக்டர் சிங்குக்கு நன்கு தெரியும். அதிபர் புஷ்ஷுக்கு இந்தியா மேல் அப்படியொன்றும் விசேஷ அக்கறை கிடையாதுதான். 9/11 தாக்குதலுக்குப் பிறகு ஜிஹாதி தீவிரவாதம் குறித்த பயங்கள் அமெரிக்காவைச் சூழத்தொடங்கி விட்டன. இந்தத் தீவிரவாதத்தை நாம் இணைந்து எதிர்க்கவேண்டும் என்று இந்தியத் தரப்பில் சொல்லப்படுவதை அமெரிக்க தலைவர் களுக்கு அதிபர் புஷ் எடுத்துக்கூறியிருக்கிறார். மேலும் சீனாவின் அசுர வளர்ச்சி என்பது ஆசியாவின் சமநிலையை மட்டுமல்ல; உலகின் அதிகாரச் சமநிலையையும் மாற்றி அமைக்கத் தொடங்கியிருக்கிறது. உலகை அச்சுறுத்திவரும் இஸ்லாமிய அடிப்படைவாதத்தையும் வளர்ந்துவரும் சீனாவையும் சமாளிக்க இந்தியா போன்ற ஜனநாயக நாட்டைப் பலப்படுத்தவேண்டும் என்பது அதிபர் ஜார்ஜ் புஷ்ஷின் கருத்து. இதில் அமெரிக்க நலனும் பொதிந்திருக்கிறது. இறுதியாக, அதிபர் புஷ் அணு ஆயுதப் பரவல் தடுப்புக் குழுவினரின் எதிர்ப்பு களைப் பொருட்படுத்தவில்லை. பிற அமெரிக்கத் தலைவர்கள் அப்படியில்லை.

அந்தப் பேச்சுவார்த்தைகளில் ஈடுபட்ட அனைவருக்குமே அதிபர் புஷ்ஷின் தனிப்பட்ட ஈடுபாடு மட்டும் இருந்திருக்காவிட்டால் இந்த அளவுக்கு முன்னேற்றம் கிடைத்திருக்காது என்பது நன்கு தெரியும். 123 ஒப்பந்தம் கையெழுத்தானதில் இந்தியத் தரப்பு அதிகாரிகளின் சாமர்த்தியம் இருப்பது உண்மைதான். எனினும் அதே அளவுக்கான பாராட்டு அமெரிக்க அதிபர் புஷ்ஷுக்கும் கிடைக்கவேண்டும். அவர் இந்தியா ‘தன் பக்கம்’ இருப்பதாக நம்பினார். இந்தியாவுடனான உறவில் சரியாக நடந்துகொள்ளவேண்டும் என்று விரும்பினார். ஜார்ஜ் புஷ்ஷை விமர்சிக்கும் இந்தியர்கள் சிலர் அவர் ஒரு கவ்பாய் மனநிலையில் அதாவது உலகில் ‘நல்லவர்கள்’ சிலர் இருக்கிறார்கள். ‘கெட்டவர்கள்’ சிலர் இருக்கிறார்கள் என்று கறுப்பு வெள்ளையாக உலகைப் பார்க்கிறார் என்று சொல்வார்கள். நான் அவர்களைப் பார்த்துக் கேட்பேன்: அப்படியே வைத்துக்கொள்வோம். ஆனால், இந்தியர்களை நல்லவர்கள் என்று பார்க்கும் அவரை ஏன் விமர்சிக்கிறீர்கள்?

டாக்டர் சிங்கைச் சந்தித்துவிட்டு பிடேன், ஹெகல், கெர்ரி ஆகிய மூவரும் விடைபெற்றுக் கொண்டபோது நான் கெர்ரியைச் சந்தித்து வாசலில் பத்திரிகையாளர்கள் காத்துக்கொண்டிருக்கிறார்கள். பிரதமரிடம் நீங்கள் சொன்னதை ஊடகங்களுக்குத் தெரியப்படுத்துகிறீர்களா என்று கேட்டேன். அவர் உடனே அதற்கு சம்மதித்து அப்படியே செய்தார். பிடேனும் குறுக்கிட்டு, இந்த 123 ஒப்பந்தம் எப்படி இருக்கவேண்டும்

என்று அமெரிக்க செனட்டர்கள் விரும்புகிறார்களோ அப்படி இல்லை என்றபோதிலும் இந்த ஒப்பந்தத்துக்கு சம்மதம் தெரிவிக்கத் தயாராக இருக்கிறார்கள் என்று சொன்னார். எங்களுக்கு இந்த ஒப்பந்த ஷரத்துகளில் இருக்கும் அதிருப்தியை இந்திய அமெரிக்க உறவின் மீதான நம்பிக்கை வென்றுவிட்டிருக்கிறது என்றும் சொன்னார். இந்தியா அணு ஆயுதத் தயாரிப்பில் ஈடுபடும் என்று நாங்கள் நம்பவில்லை என்று ஒருபடி மேலே போய் கெர்ரி சொன்னார்.

அந்த உரையாடல் டாக்டர் சிங்கை ஆழ்ந்த சிந்தனைக்குள் தள்ளியது. செப்டெம்பர் 2007க்குப் பிறகு பேச்சுவார்த்தையானது நடைப்பயிற்சி இயந்திரத்தில் நின்ற இடத்திலேயே நடப்பதுபோல் ஒரே இடத்திலேயே நின்றுகொண்டிருந்தது. ஒப்பந்தத்தை முடிக்கும் எண்ணத்தைக் கைவிட்டுவிட்டதுபோல்தான் பிரதமர் இருந்தார். 2008 மார்ச்சில் அவர் மீண்டும் அந்த ஒப்பந்தத்துக்கு ஆதரவாக இருப்பவர்களுடன் பேச்சு வார்த்தையை ஆரம்பித்தபோது ஆச்சரியப்படும்வகையில் பிரஜேஷ் மிஸ்ராவின் ஆதரவு பிரதமருக்குக் கிடைத்தது.

ஜூலை 18, 2005-ல் இந்த ஒப்பந்தம் பற்றி முதன் முதல் பேச்சு எழுந்த போதிலிருந்தே அதைக் கடுமையாக எதிர்த்துவந்தார் பிரஜேஷ் மிஸ்ரா. அவருடைய அந்த நிலைப்பாடு அரசாங்கத்துக்குப் பெரும் நெருக்கடியைத் தந்தது. ஏனென்றால் டாக்டர் சிங் நடைமுறைப் படுத்த விரும்பும் ஒப்பந்தத்தின் முந்தைய வடிவமான என்.எஸ்.எஸ்.பி.யைத் தொடங்கிவைத்த தேசிய பாதுகாப்பு ஆலோசகர் அவர்தான். அவர் டாக்டர் சிங்கின் ஒப்பந்தத்துக்கு ஆதரவாகப் பேசியதும் அயலுறவுத்துறையில் இருந்த பலர் உடனே அந்த ஒப்பந்தத்துக்கு ஆதரவாகத் திரும்பிவிட்டனர். பிரதமரின் சார்பில் பலர் மிஸ்ராவிடம் பேசினார்கள். இறுதியாக பிரதமரே மிஸ்ராவிடம் பேசினார். 2008 பிப்ரவரிவரை மிஸ்ரா அந்த ஒப்பந்தம் பற்றி வெளிப்படையாக எங்கும் ஆதரித்துப் பேசியிருக்கவில்லை. கெர்ரி குழு வந்து போனதைத் தொடர்ந்து அவருடைய நிலைப்பாடு ஒப்பந்தத்துக்கு சாதகமாக ஆனது. கரன் தாப்பரை அழைத்து மிஸ்ராவை ஒரு பேட்டி எடுக்கும்படிக் கேட்டுக்கொண்டேன்.

நமது அரசாங்கம் இந்த நேரத்தில்போய் ஒப்பந்தத்தில் இருந்து பின்வாங்கினால் அது இந்தியாவுக்குப் பெருத்த அவமானமாக இருக்கும் என்று தாப்பரிடம் மிஸ்ரா சொன்னார். சில விஞ்ஞானிகளும் அரசு உயர் தரப்பில் இருந்து சிலரும் அவரிடம் பேசியதாகவும் இந்த ஒப்பந்தம் நமது அணு ஆயுதத் திட்டங்களை எந்தவகையிலும் பாதிக்கப் போவதில்லை என்று அவர்கள் உறுதியளித்ததாகவும் சொன்னார். இந்த ஒப்பந்தத்தில் கையெழுத்திட ஏற்ற தருணம் எது என்று தாப்பர் மிஸ்ராவிடம் கேட்டபோது ‘இந்த நொடிதான்’ என்று அழுத்திச் சொன்னார்.

டாக்டர் சிங்குக்கு மகிழ்ச்சி பிறந்தது. நாடாளுமன்றத்தில் இதுபற்றிப் பேசினார். முன்னாள் தேசியப் பாதுகாப்பு ஆலோசகர் பிரஜேஷ் மிஸ்ரா இந்த ஒப்பந்தம் பற்றி வெளிப்படையாக ஆதரித்துப் பேசியிருக்கிறார் என்பதை மகிழ்ச்சியுடன் தெரிவித்துக்கொள்கிறேன் என்றார்.

இரண்டாவது வெற்றி கே.சுப்ரமணியம் மூலம் கிடைத்தது. அணு ஒப்பந்தம் கையெழுத்தாகுமா என்ற தலைப்பில் மார்ச் 16, 2008-ல் ஓர் கட்டுரை எழுதினார். உண்மையில் அந்தக் கட்டுரையில் இடதுசாரி களிடமிருந்து விடுதலை பெற்ற சுதந்தரமான அயலுறவுக் கொள்கையை முன்னெடுக்கும்படி காங்கிரஸ் கட்சிக்கு அழைப்பு விடுத்திருந்தார். அந்தக் கட்டுரையில் அவருடைய வழக்கத்துக்கு மாறான முறையில் அரசியல் விமர்சனம் ஒன்றையும் முன்வைத் திருந்தார். இடதுசாரிகளின் நோக்கம் என்பது காங்கிரஸை பலவீனப் படுத்துவதுதான். அதன் மூலம் இடதுசாரிகளுடன் மூன்றாம் அணி அமைக்க வாய்ப்பு உள்ள பிராந்தியக் கட்சிகளை ஒருங்கிணைத்து காங்கிரஸ் அல்லாத பி.ஜே.பி. அல்லாத ஒரு கூட்டணி ஆட்சியை அமைப்பதுதான் அவர்களின் நோக்கம் என்று சொல்லியிருந்தார்.

1990களின் நடுப்பகுதியில் இடதுசாரிகளின் ஆதரவுடன் ஒரு கூட்டணி அமைந்திருந்தது. பல பத்திரிகையாளர்கள் இந்த வாதத்தை ஏற்றுக் கொண்டனர். டாக்டர் சிங் இந்த ஒப்பந்தத்தை முன்னெடுத்துச் செல்லப் பேராதரவைத் தந்தனர். தி இந்து, ஆசியன் ஏஜ்/டெக்கான் க்ரானிக்கிள் (ஒரே ஆசிரியரைக்கொண்ட ஒன்றுடன் ஒன்று கலந்த இரண்டு செய்தித்தாள்கள்), சில உருது செய்தித்தாள்கள் நீங்கலாக பிற முக்கிய இந்தி, ஆங்கில மற்றும் பிராந்திய மொழி செய்தித்தாள்கள், தொலைகாட்சி நிறுவனங்கள் பிரதமருக்கு இந்த விஷயத்தில் ஆதரவு தெரிவித்தன. இந்தியா டுடே, அவுட் லுக், சி.என்.என்.ஐ.பி.என், டைம்ஸ் ஆஃப் இந்தியா போன்றவை நடத்திய கருத்துக்கணிப்புகள் எல்லாம் பிரதமருக்கும் அணு ஒப்பந்தத்துக்கும் பெருமளவுக்கு சாதகமாகவே இருந்தன.

ஊடகங்களின் ஆதரவின் மூலம் பிரதமருக்கு தன்னம்பிக்கை பிறந்தது. விஷயத்தை வேகமாக முன்னெடுக்கத் தொடங்கினார். மார்ச் 24-ல் தில்லியில் பாவனா திட்டத்துக்கு அடிக்கல் நாட்டுகையில் இந்தியாவுக்கு மிகவும் தேவைப்படும் அணு வல்லமை பற்றிப் பேசினார். அனைத்து அணு மின் நிலையங்களிலும் யுரேனியத்தின் தட்டுப்பாட்டால் அந்த அணு உலைகளின் முழுத் திறமையும் பயன்பாடும் படிப்படியாகக் குன்றத் தொடங்கியிருப்பது தொடர்பான புள்ளிவிவரங்களை பிரதமர் அலுவலகம் அனைத்து அணு உலைகளில் இருந்து கேட்டுப் பெற்றது. சில அணு உலைகள் இழுத்து மூடப்படும் நிலையில் இருந்தன.

வட கிழக்கு மாநிலங்களில் யுரேனியம் கணிசமாகக் கிடைப்பதால் இறக்குமதிபற்றி நாம் அக்கறை கொள்ளவேண்டிய அவசியம் இல்லை என்று அணு சக்திக் கழகத்தினர் முன்பு சொல்லியிருந்தார்கள். ஆனால், சுற்றுச் சூழல் இயக்கத்தினர் அந்தப் பகுதிகளில் யுரேனியம் தோண்டி எடுப்பதைத் தடுத்து வந்தனர். உள் நாட்டில் இருந்து கிடைக்காத நிலையில் இறக்குமதியும் இல்லாததால் பல அணு உலைகள் அணு எரிபொருள் நெருக்கடியில் இருந்தன.

இதுபோன்ற நெருக்கடியான நிலைமைகள் ஒப்பந்தத்துக்கு மக்கள் ஆதரவைப் பெற உதவின. எனினும் இடதுசாரிகள் மட்டும் சர்வதேச அணுசக்தி அமைப்புடன் பாதுகாப்பு தொடர்பான பேச்சுவார்த்தைக்குப் போகவிடாமல் தடுத்தன. இடதுசாரிகள்-ஐ.மு.கூ இணைந்து நடத்தும் கூட்டத்தில் பங்கெடுக்கமாட்டோம் என்று எச்சரிக்கைவிடுத்ததோடு ஐ.மு.கூ அரசுக்குத் தரும் ஆதரவை மறுபரிசீலனை செய்ய வேண்டியிருக்கும் என்று இடதுசாரித் தலைவர்கள் சிலர் பேட்டி கொடுக்கவும் ஆரம்பித்தனர். இது டாக்டர் சிங்குடைய உற்சாகத்தைக் குறையச் செய்தது. மீண்டும் மவுனம் காக்க ஆரம்பித்தார். மே 22, 2008-ல் நடைபெற்ற ஐ.மு.கூ-வின் வருடாந்தர கொண்டாட்டத்தின்போது மக்களுக்கு ஓர் அறிக்கை என்று பேசியபோது அணு ஒப்பந்தம் பற்றி வாயே திறக்கவில்லை. அன்று 7, ஆர்.சி.ஆரில் நடைபெற்ற இரவு விருந்தில் அனைத்து இடதுசாரித் தலைவர்களும் பங்கு பெற்றிருந்தனர். அந்தக் கூட்டத்தில் பிரதமர் அணு ஒப்பந்தம் பற்றி எதுவும் பேசாததைச் சுட்டிக்காட்டி ஊடகவியலாளர்கள் எல்லாரும் அணு ஒப்பந்தம் ரத்தாகிவிட்டது என்றே பேசினர்.

ஆனால், பிரதமர் விட்டுக் கொடுப்பதாக இல்லை. 15 நாட்கள் கழித்து சர்வதேச எண்ணெய் விலை வெகுவாக அதிகரித்தது. பெட்ரோல், டீசல், மண்ணெண்ணெய், சமையல் எரிவாயு போன்றவற்றின் விலை கிடுகிடுவென உயர்ந்தது. ஜூன் 4 அன்று பிரதமர் நாட்டு மக்களுக்கு உரையாற்றினார். எரிபொருள் விலையேற்றத்துக்கான காரணத்தை விளக்கிச் சொல்லிவிட்டு அந்த உரையை முடிப்பதற்கு முன்பாக துணிச்சலாக, இன்னொருவிஷயம் சொன்னார்: ஏதாவது மாற்று வழியைப் பயன்படுத்தி நாம் எரிபொருள் நெருக்கடியைச்சமாளித்தாக வேண்டும். சர்வதேசச் சந்தை இப்படி ஏறி இறங்கிக்கொண்டே இருக்கும் எரிபொருளை மட்டுமே நம்பி இருப்பதில் பலனில்லை. மறு உற்பத்தி எரிபொருள் சக்திகளையும் அணு சக்தியையும் நாம் வளர்த்தெடுத்தாகவேண்டும்.

விலைவாசியைக் குறைக்காவிட்டால் ஆதரவை விலக்கிக் கொண்டு விடுவோம் என்று இடதுசாரிகள் மறுநாள் எச்சரிக்கைவிடுத்தனர். ஜூன் 23 அன்று கூடிப் பேசி ஐ.மு.கூ அரசுடனான நட்புறவு பற்றி பரிசீலிக்கப் போகிறோம் என்று அறிவித்தனர்.

ஜூன் 9 அன்று 'அணு ஆயுதங்கள் இல்லா உலகை நோக்கி' என்ற தலைப்பில் நடைபெற்ற மாநாட்டை பிரதமர் தொடங்கிவைத்தார். அந்த விஷயம் பற்றி ராஜீவ் காந்தி ஐக்கிய நாடுகள் சபையில் ஆற்றிய உரையின் 20-ம் ஆண்டு நினைவுநாள் கொண்டாட்டமாக அந்தக் கூட்டம் கூட்டப்பட்டிருந்தது. பிரதமர் அலுவலக அதிகாரிகளால் எழுதித் தரப்பட்ட அந்த உரை, அந்த விஷயம் சார்ந்து அரசாங்கத்தின் கருத்துகளை அப்படியே முன்வைத்தன. அணு ஆயுத நாடாக வலிமை பெறும் முயற்சியின் கடைசிக்கட்டமாக அணு ஆயுதப் பரவலுக்குத் தடைவிதிக்க சம்பிரதாய முறையில் சம்மதிப்பதுபோல் எனக்குத் தோன்றியது.

இரண்டு நாட்கள் கழித்து ஜூன் 11 அன்று, பிரதமர் தன் இதயத்தின் ஆழத்தில் இருந்து பேசினார். ஐ.எஃப்.எஸ். பயிற்சி மாணவர்கள் மத்தியில் ஒரு மணி நேரம் ஆற்றிய வெளிப்படையான உரையில் இந்திய அயலுறவு, ராணுவ கொள்கைகள் பற்றிப் பேசினார். 7, ஆர்.சி.ஆரின் சந்திப்பு அறைகளான பஞ்சவடியில் நாங்கள் ஒலிப்பதிவு வசதிகளைப் பொருத்தியிருந்தோம். மேலும் அந்த உரையை அப்படியே பிரதமர் அலுவலக வலைதளத்தில் வலை யேற்றும் வசதியும் செய்திருந்தோம். தட்பவெப்பநிலை மாறுபாடு, ராணுவ வலிமை, பொருளாதார வலிமை, அணி சேரா கொள்கை, கூட்டணி அமைத்தல், அண்டை நாடுகளுடனான உறவுகள், வல்லரசு களுடனான உறவுகள் என இந்தியா எதிர்கொள்ளும் அனைத்து முக்கிய விஷயங்கள் குறித்தும் பிரதமர் பேசினார்.

உலக நியதிகள் என்பவை நீதி போதனை நாடகம் போன்றதல்ல. உலகின் அரசியல் மற்றும் பொருளாதாரப் போட்டிகள் என்பவை அதிகாரப் போட்டியே. அதிக பலம் கொண்டவர் அதைத் தனக்கு சாதகமாகப் பயன்படுத்திக்கொள்வார். நமது இலக்கு என்ன வென்றால் அந்த அதிகாரப் போட்டியானது நமக்கு பாதகமாக அமைந்துவிடக்கூடாது. அதற்குத் தேவைப்படும் கூட்டணிகளை வளர்ந்துவரும் நாடுகள், வளர்ந்த நாடுகள் ஆகியவற்றுடன் எப்படி அமைப்பது என்பதே நம் நோக்கமாகும்.

இந்திய அயலுறவுக் கொள்கைகுறித்த அற்புதமான விளக்கம் அது. அங்கு வந்திருந்த இளம் தலைமுறையினருக்கு பிரதமரின் கோணத்தில் முழு சித்திரத்தையும் அது முன்வைத்தது. இறுதியாக அவர் சமீபகாலமாகப் பேசியிராத அந்த விஷயம் பற்றிப் பேசினார். தேசியப் பாதுகாப்பு விஷயத்திலும் உலக அளவில் இந்தியாவின் நிலை உயரவும் அணு ஒப்பந்தத்தின் தேவை பற்றிக் குறிப்பிட்ட அவர் தைரியமாக இன்னொரு விஷயமும் சொன்னார்:

அந்த ஒப்பந்தம் நம் நலன்களைப் பாதுகாக்கிறது. நமது தேச பாதுகாப்புக்குத் தேவையான ராணுவ வலிமைக்கு உகந்த வகையில் அணு சக்தியைப் பயன்படுத்த அது வழி வகுக்கிறது. அதே நேரம் சிவிலியன் கூட்டுறவுத் தளத்தில் அது சில புதிய வாய்ப்புகளைத் திறந்துவிடுகிறது. அந்தக் கூட்டுறவு இல்லாமல் அணு மின்சாரத் துறையிலும் சரி அணு உயர் தொழில்நுட்பத்துறையிலும் சரி நாம் முன்னேறுவது கடினம். ஆனால், நமது உள்நாட்டு அரசியல் காரணங்களினால் இந்த விஷயத்தில் முன்னேற்றம் காண முடியாத நிலை நிலவுகிறது. எனினும் எங்கள் முயற்சியில் வெற்றிபெறுவோம் என்ற நம்பிக்கை எனக்கு இருக்கிறது. இந்தியா மீது உலகம் திணித்திருக்கும் அணு சக்தித் தீண்டாமையை முடிவுக்குக் கொண்டுவந்தாகவேண்டும். இந்த ஒப்பந்தம் மட்டும் கையெழுத்தானால், அமெரிக்காவுடன் மட்டுமல்ல ரஷ்யா, பிரான்ஸ் போன்று நம்முடன் அணு சக்தி வர்த்தகத்தில் ஈடுபட ஆர்வத்துடன் இருக்கும் நாடுகளுடனும் கூட்டுறவு வலுப்பட வாய்ப்பு இருக்கிறது.

பிரதமர் கடைசியாக ஒரு முயற்சிசெய்து பார்க்க முடிவெடுத்து விட்டார் என்பது நன்கு உறுதியானது. பிரதமர் பேசியதற்கு மறுநாள் அஸ்ஸாமில் விவசாயிகள் மாநாட்டில் பேசிய சோனியாகாந்தியும் எரிபொருள் விலையேற்றத்தைப் பற்றிப் பேசும்போது அணு சக்திக்கு ஆதரவாகப் பேசினார். திரைமறைவில் ஏதோ நடப்பது தெரிந்தது.

ஜூன் 18, புதன் கிழமையன்று காலையில் 9.30 வாக்கில் என் அலுவலகத்துக்குச் சென்றபோது 7, ஆர்.சி.ஆரில் இரண்டு கார்கள் நிறுத்தப்பட்டிருப்பதையும் வெளியே இரண்டு காவல்துறை வாகனங்கள் பாதுகாப்புக்கு நிறுத்தப்பட்டிருப்பதையும் பார்த்தேன். காவலர் பாதுகாப்பு வழங்கப்பட்டிருக்கும் பிரமுகர்கள் வரும்போது இப்படியாகவே இருப்பது வழக்கம். எனினும் பிரதமர் யார் யாரை சந்திக்கவிருக்கிறார் என்ற பட்டியல் எனக்கு தெரியும் என்பதால் வந்தது யாராக இருக்கும் என்று யோசித்துப் பார்த்தேன். ஏனெனில் அப்படி யாரும் வருவதாக எந்தக் குறிப்பும் இடம்பெற்றிருக்க வில்லை.

சுப்புவுக்கு போன்போட்டு யார் வந்திருக்கிறார் என்று கேட்டேன். சோனியா காந்தி முதலில் வந்ததாகவும் பின்னர் பிரணாப் முகர்ஜியும் வந்திருப்பதாகச் சொன்னார். ஏதோ மிக முக்கியமான விஷயம்பற்றிப்

பேசத்தான் வந்திருப்பார்கள் என்று சொல்லிக்கொண்டோம். என்ன விஷயம் என்று தெரியவந்ததும் தெரிவிக்கிறேன் என்று சுப்பு சொன்னார். நான் சௌத் பிளாக்கில் என் அறையில் அமர்ந்துகொண்டு அவருடைய அழைப்புக்காகக் காத்திருந்தேன். ஒருவழியாக சுப்புவிடமிருந்து அழைப்பு வந்தது. பிரதமருடைய உடல்நிலை சரியில்லை என்றும் அன்றைய சந்திப்புகள் அனைத்தையும் ரத்துசெய்துவிட்டார் என்றும் சொன்ன சுப்பு என்னை உடனடியாக ஆர்.சி.ஆருக்கு வரும்படிச் சொன்னார்.

என்னைச் சந்தித்த சுப்பு அவர்கள் என்ன பேசினார்கள் என்பது தெரியவில்லை. ஆனால், நேற்று இரவு பிரதமர் சோனியாவிடம் பேசியிருக்கிறார் என்பது தெரியும் என்றார். அணு ஒப்பந்தம் தொடர்பான குழப்பங்கள் பற்றி எங்களுக்கு நன்கு தெரியும் என்பதால் பிரச்னை முற்றிவிட்டதாகப் புரிந்துகொண்டோம். பிரதமர் ராஜினாமா செய்ய முடிவெடுத்துவிட்டிருக்கிறார் என்று யூகித்தோம்.

ஆனால், எதையும் உறுதிப்படுத்திக்கொள்ள எந்த வழியும் இருந்திருக்கவில்லை. பிரதமர் அனைத்து சந்திப்புகளை ரத்து செய்ததோடு தன் அலுவலக பணியாளர்கள் எவரையும் கூட சந்தித்திருக்கவில்லை. பிரதமர் அலுவலகத்தில் யாரையும் சந்திக்க மாட்டார் என்று நாராயணனும் நாயரும் சொன்னார்கள். எனவே நான் சௌத் பிளாகுக்குத் திரும்பிச் சென்று ஊடகத்தினரின் கேள்விகளுக்கு பதில் சொல்லிக் கொண்டிருந்தேன். அனைத்து சந்திப்புகளையும் ரத்து செய்துவிட்டிருக்கிறார் என்று விஷயத்தைத் தெரிந்துகொண்டுவிட்ட ஊடகவியலாளர்களுக்கு பிரதமருக்கு உடல் நலம் சரியில்லை என்ற ஒற்றை பதில் சொன்னேன்.

பின் மதியத்தில் சி.என்.என்.ஐ.பி.என்னின் ராஜ்தீப் சர்தேசாயிடமிருந்து அழைப்பு வந்தது. பிரதமர் ராஜினாமா செய்துவிட்டிருப்பதாக நம்பத் தகுந்த வட்டாரத்தில் இருந்து தகவல் கிடைத்திருப்பதாகவும் அவருடைய தொலைக்காட்சியில் அந்தச் செய்தியை ஒளிபரப்ப விருப்பதாகவும் சொன்னார். நான் சொல்ல ஏதாவது இருக்கிறதா என்று கேட்டார். சிறிது நேரம் பொறுத்திருக்கும்படிச் சொன்னேன். உடனே சுப்புவுக்கு போன் செய்தேன். 3, ஆர்.சி.ஆருக்கு போன் போட்டு பிரதமரிடம் நேரடியாகப் பேசச் சொன்னார். அப்படியே செய்தேன். பிரதமரிடம் ராஜ்தீப் சர்தேசாய் சொன்னதைச் சொன்னேன். டாக்டர் சிங் சிறிது நேரம் மவுனமாக இருந்தார். பிறகு நான் எதுவும் சொல்லவேண்டாம் என்று சொன்னார். பிரதமர் நினைத்தது நடந்துவிட்டது என்று எனக்குப் புரிந்தது.

நான் ராஜ்தீபுக்கு போன் செய்யவில்லை. அவர் போன் பண்ணிய போது அதை எடுக்கவும் இல்லை. சந்தேகத்துக்கு இடமான

நிகழ்ச்சிகள் நடப்பது உறுதியாகிவிட்டதால் 'நம்பத் தகுந்த வட்டாரத்தில் இருந்து கிடைத்த தகவலின்படி' என்று சொல்லி அந்த செய்தியை ஒளிபரப்பினார். ஆனால், பிரதமர் ராஜினாமா செய்து விட்டார் என்று சொல்லவில்லை. ராஜினாமா செய்யக்கூடும் என்று ஒளிபரப்பினார். என் தொலைபேசிக்கு வெள்ளம்போல் அழைப்புகள் வந்து குவியும் என்பது தெரியும் என்பதால் அதை அணைத்து வைத்தேன்.

சிறிது நேரத்தில் பிரதமர் என்னை அழைத்தார். வீட்டில் வைத்து அவரைச் சந்தித்தபோது அவர் எந்தவிதப் பதற்றமும் இல்லாமல் இருந்தார். அவர் தோளில் இருந்த பாரத்தை இறக்கிவைத்தாவிட்டது. சோனியாவுடன் முந்தின நாள் இரவு தொலைபேசியில் பேசியதைச் சொன்னார். நிலைமை கைமீறிப்போய்விட்டது என்று சொல்லிப் பதவி விலகலுக்கான காரணத்தை விளக்கிச் சொன்னேன் என்றார்.

இந்தியத் தரப்பு சர்வதேச அணு சக்தி அமைப்பிடம் பாதுகாப்பு விஷயங்கள் குறித்துப் பேசத் தயாராகிவிட்டது. ஆனால், இடது சாரிகள் அந்த வரைவு ஒப்பந்தத்தை முதலில் அவர்களிடம் காட்ட வேண்டும் என்றும் அவர்கள் ஒப்புதல் அளித்தபிறகே இந்திய அரசங்கம் பேச்சுவார்த்தைக்குப் போகலாம் என்று சொல்லியிருக் கிறார்கள். இது சாத்தியமே இல்லை என்று பிரதமர் சொல்லி யிருக்கிறார். சில பாதுகாப்பு வசதிக்காக அரசாங்கத்தில் இடம் பெறாதவர்களுக்கு அந்த ஒப்பந்தத்தைக் கையெழுத்தாகும் முன் காட்ட முடியாது. இடதுசாரிகளின் மிரட்டலினால் அந்த ஒப்பந்தத்தில் கையெழுத்திடாமல் போனால் அது இந்தியாவுக்கு சர்வதேச அளவில் பெரும் அவமானத்தை ஏற்படுத்தும். சர்வதேச அணு சக்திக் கழகத்தின் தலைவர் முஹம்மது எல்பரதேய் இந்திய அதிகாரிகளிடம் நல்ல முடிவு எடுக்கப்பட்ட எல்லா உதவிகளும் செய்வதாக உறுதியளித் திருக்கிறார். எனவே, சர்வதேச அமைப்பில் அந்த ஒப்பந்தத்துக்குக் கையெழுத்து போட இந்தியா போகவில்லையென்றால் நான் பதவி விலகுவதைத் தவிர வேறு வழியில்லை என்று பிரதமர் சொல்லியிருக்கிறார்.

ஐ.மு.கூ-இடது சாரிக் கூட்டுக்குழுவில் இனியும் பேச்சுவார்த்தை நடத்துவதில் எந்தப் பலனும் இல்லை. இடதுசாரிகள் ஒருபோதும் இந்த ஒப்பந்தத்தை ஆதரிக்கப்போவதில்லை. அரசின் முன் இருந்த வாய்ப்புகள் இரண்டு: ஒன்று, இடதுசாரிகளைப் புறக்கணிப்பது. இரண்டாவது இடதுசாரிகள் சொல்வதை ஏற்றுக்கொண்டு ஆட்சியைத் தக்கவைப்பது. இரண்டாவது வழியை ஐ.மு.கூ தேர்ந்தெடுக்கு மென்றால் வேறொரு பிரதமரைத் தேர்ந்தெடுத்துக்கொள்ள வேண்டியதுதான் என்று பிரதமர் சொல்லியிருக்கிறார்.

சரி... இந்த விஷயத்தை உங்கள் மனதில் இருந்து இறக்கிவைத்து விடுங்கள் என்று சோனியா பிரதமரிடம் சொல்லியிருக்கிறார். உடனே பிரணாப் முகர்ஜியை வரச்சொல்லியிருக்கிறார். நான் அலுவல கத்துக்கு வந்தபோது இந்த முக்கிய விவாதம்தான் நடந்துகொண்டிருந் திருக்கிறது.

பிரணாப் முகர்ஜி அந்த சந்திப்பு முடிந்ததும் நேராக பிரகாஷ் காரத், யெச்சூரி ஆகியோரைச் சென்று சந்தித்து நடந்ததைச் சொல்லி யிருக்கிறார். அடுத்தநாள் காலையில் ஜூன் 19, காலையில் தி இந்து பத்திரிகையின் தலைப்புச் செய்தி: அணு ஒப்பந்த விவகாரத்தினால் காங்கிரஸ் - இடதுசாரிகள் இடையே கூட்டணி முறிவு.

18-ம் தேதி நடப்பதாக இருந்த இடதுசாரி-காங்கிரஸ் கூட்டம் மாற்றி வைக்கப்பட்டிருக்கிறது. ஒப்பந்தம் கையெழுத்தாக அனுமதிக்கா விட்டால் ராஜினாமா செய்துவிடுவதாக பிரதமர் எச்சரித்திருக்கிறார் என்று செய்தி வெளியிட்டது. அடுத்த இரண்டு நாட்கள் பரபரப்பான நிகழ்ச்சிகள் நடந்தன.

அடுத்த நாள் மாண்டேக் சிங் அலுவாலியா சோனியாவைச் சென்று சந்தித்தார் என்று அரசியல் நிருபர் ஒருவர் மூலம் செய்தி கிடைத்தது. பிரதமருடன் பேசி அவரை சமாதானப்படுத்த சோனியா விரும்பி யிருப்பார் என்று நினைத்தேன். எனக்கு இந்தச் செய்தி கிடைத்த சில நிமிடங்களில் மாண்டேக்கை சௌத் பிளாக்கில் சந்தித்தேன். அவரை என் அறைக்கு அழைத்து சோனியா என்ன சொன்னார் என்று கேட்டேன். அந்த விவரம் எனக்கு எப்படித் தெரியும் என்று ஆச்சரியப் பட்டார். டாக்டர் சிங் சொன்னாரா என்று கேட்டார். அந்தக் கேள்வியில் இருந்து டாக்டர் சிங்கின் ராஜினாமா முடிவை விலக்கிக் கொள்ளச் சொல்லி சோனியா மாண்டேக்கிடம் கேட்டுக் கொண்டிருக்கும் விவரம் உறுதிப்படுத்தப்பட்டது.

அதை மாண்டேகே சொன்னார். ராஜினாமா முடிவை பின்வாங்கிக் கொள்ளும்படிக் கேட்டுக்கொள்ளும்படி மாண்டேகிடம் சோனியா சொல்லியிருக்கிறார். பிரதமர் என்ன சொன்னார் என்று கேட்டேன். அதற்கு அவர் பதில் சொல்லவில்லை. பிரதமர் ஒப்பந்தத்தை நிறைவேற்ற இத்தனை அவசரம் காட்டவேண்டியதில்லை. பாஸ் கொஞ்சம் பொறுத்திருக்கலாம் (பிரதமரை அப்படித்தான் அவர் சொல்வார்); 2009 அமெரிக்கத் தேர்தலுக்குப் பிறகும் டாக்டர் சிங்தான் பிரதமராக இருக்கப்போகிறார் என்று சொன்னார். வெள்ளை மாளிகையில் ஜனநாயகக் கட்சியின் அதிபர் இருக்கும்போது அந்த ஒப்பந்தத்தை எளிதில் நிறைவேற்றிவிடலாம் என்று சொன்னார். கெர்ரியுடனான உரையாடலை மாண்டேகிடம் சொன்னேன்;

இப்போது இல்லை என்றால் எப்போதும் இல்லை என்று சொன்னேன். அதுபற்றி எதுவும் பேச விரும்பியிராத அவர் நான் பேசியதை அவருக்கே உரிய நட்பார்ந்த முறையில் சிரித்து ஆமோதித்து, பாஸுக்கு நெருக்கடிதான் என்று சொல்லியபடியே என் அறையில் இருந்து சென்றார்.

நான் சோகமாக உட்கார்ந்திருந்தேன். மாண்டேக்கிடம் சொல்லி அனுப்பியிருக்கிறார் என்றால் வேறு நபர்கள் மூலமும் இதே முயற்சியை சோனியா நிச்சயம் மேற்கொண்டிருப்பார். அந்த நபர்கள் எல்லாம் எந்தவித அதிரடி ஆலோசனையையும் சொல்ல வாய்ப்பில்லை. அவர்கள் அனைவருமே பிரதமர் பதவியில் நீடிப்பதே நல்லது என்றே ஆலோசனை சொல்லியிருப்பார்கள். அப்படியான நிலையில் பிரதமர் தனி ஒருவராகத் தன் கொள்கையில் உறுதியாக நிற்பாரா என்று எனக்கு சந்தேகமாக இருந்தது.

பிரதமரைப் பதவி விலக சோனியா அனுமதிக்கமாட்டார் என்ற என் கருத்தை கே.சுப்பிரமணியமும் பகிர்ந்துகொண்டார். பிரதமரை விட்டுக்கொடுக்காமல் உறுதியாக நிற்கச் சொல்; அவரை இழந்து நிற்க சோனியாவால் முடியாது. பிரதமரை எப்படியும் சோனியா ஆதரித்தே தீரவேண்டியிருக்கும். பிரதமரை உறுதியாக நிற்கச் சொல். நீ மட்டும் தான் இதைச் சொல்லமுடியும் என்று சுப்பிரமணியம் நான் அவருடைய ஆலோசனையைக் கேட்டபோது என்னிடம் கேட்டுக்கொண்டார்.

3, ஆர்.சி.ஆரில் இருந்த பிரதமரைச் சென்று சந்தித்தேன். வரவேற்பறையில் பிரதமரும் அவருடைய மனைவியும் உட்கார்ந்து புத்தகம் படித்துக் கொண்டிருந்தனர். பெரும்பாலான நேரங்களில் நான் பார்த்த காட்சி அதுவே. இருவரும் அருகருகே உட்கார்ந்து கொண்டு இதமான அமைதியின் துணையுடன் ஏதாவது படித்துக்கொண்டிருப்பார்கள்.

மாண்டேக் மூலமாக சோனியா அனுப்பிய செய்திக்கு என்ன பதில் சொன்னீர்கள் என்று கேட்டேன். அவசரப்படவேண்டாம். கொஞ்சம் மெதுவாகச் செயல்படலாம் என்று அவர் சொல்கிறார் என்றார். நீங்கள் துணிந்து செயல்படவில்லையென்றால், எஞ்சிய ஆட்சி காலம் முழுவதும் வீணாகவே ஆகும். வெற்றியை ருசித்த இடதுசாரிகள் உங்களைப் பதவியில் இருந்து நீக்கவும் சொல்வார்கள். இடதுசாரிகள் இதுபோல் முன்பும் செய்திருக்கிறார்கள் என்று சொன்னேன்.

'வர்த்தகத்துக்கு ஆதரவான' மொரார்ஜி தேசாயை நீக்கிவிட்டு 'விவசாயத்துக்கு ஆதரவான' சரண்சிங்கை 1978-ல் நியமித்தனர். 1989-ல் வி.பி.சிங்கை நீக்கிவிட்டு சந்திரசேகரை நியமித்தனர். 1997-ல் நரசிம்மராவுக்கு ஆதரவான தேவ கௌடாவை நீக்கிவிட்டு 'இடது சாய்வு'கொண்ட ஐ.கே.குஜ்ராலை நியமித்தனர். அதேபோல்

‘தாராளவாதி’ மன்மோகன் சிங்கைநீக்கிவிட்டு ‘மதச்சார்பற்ற’ அர்ஜுன் சிங்கையோ ‘வங்காளி’ பிரணாபையோ (சி.பி.ஐ.(எம்) அடிப்படையில் வங்காளக் கட்சியே) அல்லது ‘இடதுசாரி’ ஏ.கே. அந்தோனியையோ பிரதமராக்க வாய்ப்பு இருக்கிறது.

பிரதமர் சிரித்தபடியே, நான் பதவி விலகத் தயார். அவர்களில் யாரேனும் ஒருவர் பிரதமராகிக் கொள்ளட்டுமே. அதில் என்ன தவறு?

இப்போது பதவி விலகினால் உங்கள் சாதனை என்று எது இருக்கும்? உங்கள் காலத்தில் செய்யப்பட்ட எல்லாவற்றையும் கட்சி தன்னுடைய சாதனையாகவே சொல்லிக்கொண்டுவருகிறது. சோனியா, என்.ஏ.சி. இவையே எல்லாவற்றையும் செய்ததாகச் சொல்கிறார்கள். நீங்கள் எதுவுமே செய்யவில்லை என்றுதான் ஆகிவிட்டிருக்கிறது. உங்களுடைய முன்னெடுப்பாக அறியப்படும் இந்த ஒப்பந்தத்தை நீங்கள் நிறைவேற்ற வில்லையென்றால் உங்கள் சாதனையாக எதுதான் மிஞ்சும்?

டாக்டர் சிங் மவுனமாக இருந்தார். திருமதி சிங் நான் சொன்னதை ஆமோதித்தபடி தலையசைத்தார்.

மேடம்... இதைச் செய்யவில்லையென்றால் இன்னொரு குஜ்ராலாக ஆகிவிடுவார் என்று திருமதி சிங்கைப் பார்த்துச் சொன்னேன். அதைக் கேட்டதும் வாய்விட்டுச் சிரித்தார்.

குஜ்ரால் பிரதமராக இருந்தார் என்பது எல்லாருக்கும் தெரியும். ஆனால் அவர் என்ன சாதித்தார்? தேவகௌடா, வி.பி.சிங் போன்ற வர்களும்தான் என்ன சாதித்திருக்கிறார்கள். அவர்களாவது ஒரு ஆண்டுதான் பதவியில் இருந்தார்கள் என்ற பதிலைச் சொல்ல முடியும். நான்கு ஆண்டு ஆட்சிக்குப் பிறகு எல்லாப் புகழும் சோனியாவுக்கே கொடுக்கப்பட்ட நிலையில் உங்களுடைய சாதனையாக வேறு என்ன மிஞ்சியிருக்கும்?

‘அதானே’ என்றார் திருமதி சிங். பிரதமர் மவுனமாக இருந்தார்.

நான் அப்படி அத்துமீறிப் பேசியது குறித்து பிரதமர் என்ன நினைத்தார் என்பது எனக்குத் தெரியாது. ஆனால், நான் எதைப் பற்றியும் கவலைப் படவில்லை. நான் ஏற்கெனவே சிங்கப்பூருக்குச் சென்றுவிடுவது என்று சொந்தக் காரணங்களினால் முடிவெடுத்துவிட்டிருந்தேன். நான் ஏன் அங்கு செல்கிறேன் என்பது அவருக்குத் தெரியும். பிரதமர் தன் கொள்கையில் உறுதியாக நிற்க வேண்டும் என்று சொல்வதில் எனக்கு எந்தப் பலனும் இல்லை என்பதும் அவருக்குத் தெரியும்.

இடதுசாரிகளின் பிடிவாதத்தையும் மாற்றமுடியவில்லை. பிரதமரையும் பதவியில் இருந்து அனுப்ப மனம் இல்லை. இந்த நிலையில் சோனியா காந்தி ஒரு தெளிவான இறுதி முடிவெடுத்தார். சர்வதேச அணு சக்திக் கழகத்துக்குச் சென்று பாதுகாப்பு தொடர்பான பேச்சுவார்த்தையில் அரசு துணிந்து ஈடுபடட்டும். இடதுசாரிகள் ஆதரவை விலக்கிக் கொள்ளாமல் தடுக்கும் பொறுப்பை பிரணாப் முகர்ஜியிடம் ஒப்படைத்தார். அவரால் முடியுமா என்பதைப் பொறுத்திருந்து பார்க்கவேண்டும்.

முந்தின நாளில் பரபரப்பான நிகழ்ச்சிகள் நடந்து முடிந்திருக்க ஜூன் 21 மிகவும் அமைதியாகக் கழிந்தது. நான் வீட்டில் மதிய உணவு முடித்துவிட்டு சிறு தூக்கம் போட்டேன். அப்போது என் அலை பேசி ஒலித்தது. சமாஜ்வாதி கட்சித் தலைவர் அமர்சிங்கின் நண்பர் அழைத்திருந்தார்.

திரு பாரு... என் நண்பர் அமர்சிங் கொலராடோவில் ஒரு மருத்துவ மனையில் இருக்கிறார். அமெரிக்க மருத்துவர்கள் மிகவும் நல்லவர்கள் என்றும் அவர்கள் அவரை நன்கு கவனித்துக்கொள் வதாகவும் பிரதமரிடம் சொல்லுங்கள். அமெரிக்கர்கள் நல்ல மனிதர்கள். அவர்களுடன் நாம் நல்லுறவை வளர்த்தெடுக்கவேண்டும் என்று பிரதமரிடம் சொல்லுங்கள் என்றார்.

அமர் சிங் மருத்துவமனையில் சேர்க்கப்பட்டது எனக்குத் தெரியாது. எனவே, அவருடைய உடல்நிலைஎப்படி இருக்கிறது என்று இதமாகக் கேட்டுத் தெரிந்துகொண்டேன். பிரதமரிடம் அவர் சொன்னதைச் சொல்லிவிடுவதாகச் சொன்னேன். இந்தச் செய்தியை எத்தனை சீக்கிரம் பிரதமரிடம் தெரிவிக்கிறீர்களோ அத்தனை நல்லது. ஒருவேளை அமர்சிங்கின் உடல் நலம் பூரண குணமடைய பிரதமர் பிரார்திதித்து அவரிடம் நேரில் பேசி ஆறுதல் கூறவும் கூடும் என்று அவர் சொன்னார்.

அன்று மதியம் டாக்டர் சிங்கைச் சந்தித்தேன். அமர்சிங்கிடமிருந்து கிடைத்த துல்லியமான அரசியல் சமிக்ஞையைச் சொன்னேன். அணு ஒப்பந்தத்தில் டாக்டர் சிங்கின் அரசாங்கத்தை சமாஜ்வாதி கட்சி ஆதரிக்கும் என்ற செய்தியை தனது நண்பர் மூலம் பூடகமாகத் தெரிவித்திருந்தார். மேலும் அவர் பிரதமருடன் நேரில் பேச விரும்புவதையும் மருத்துவமனையில் சேர்ந்திருப்பதன் மூலம் சம்பிரதாய உரையாடலுக்கு உகந்த ஒரு சூழலை அவரே உருவாக்கி வைத்திருப்பதையும் எடுத்துச் சொன்னேன். இருவரும் ரொம்பவும் அந்நியர்களும் அல்ல. டாக்டர் சிங்கும் அமர் சிங்கும் ராஜ்ய சபை உறுப்பினர்கள். இருவருடைய ஆளுமையும் இரு துருவங்களைப்

போன்று நேரெதிரானது என்றாலும் இருவருக்கும் நன்கு ஒத்துப் போகவும் செய்யும். உண்மையில் பிரதமர் மேல் அமர் சிங் மிகுந்த மதிப்பும் மரியாதையும் வைத்திருந்தார்.

சில மாதங்கள் கழித்து அமர் சிங் அணு ஒப்பந்தம் கையெழுத்தானது தன்னால்தான் என்று சொன்னார். சிங்கப்பூரில் மருத்துவமனையில் இருந்து எனக்குத் தொலைபேசியில் அழைப்பு விடுத்து அவரை வந்து சந்திக்கும்படிக் கூறினார். நான் போனேன். எனக்கு முன்பாக அமிதாப் பச்சனும் அவருடைய மனைவி ஜெயாபச்சனும் பார்த்துவிட்டுச் சென்றார்கள். என்னைப் பார்த்ததும் கேட்டார்: அணு ஒப்பந்தம் கையெழுத்தாக யார் காரணம் என்று நினைக்கிறீர்கள் என்று கேட்டார். நான் பதில் சொல்லும் முன்பாக அவரே சொன்னார்: ஜார்ஜ் புஷ்ஷும் மன்மோகன் சிங்கும் என்றுதானே சொல்வீர்கள். உண்மையில் ஜார்ஜ் புஷ்ஷும் அமர் சிங்கும்தான் அதற்குக் காரணம் என்றார்.

அமர்சிங்கின் தொலைபேசி அழைப்புக்குப் பிறகு பிரதமர் என்ன செய்தார் என்பது எனக்குத் தெரியாது. ஆனால், இரண்டு நாட்கள் கழித்து பத்திரிகையில் ஒரு செய்தி வந்தது. அணு ஒப்பந்தத்துக்கு ஆதரவு தருவது பற்றி முலாயம் சிங் மறு பரிசீலனை செய்யப் போகிறார் என்று செய்தி வெளியானது. பிரகாஷ் காரத் விழுந்தடித்துச் சென்று யாதவைச் சந்தித்தார். ஜூன் 25 அன்று ஐ.மு.கூ-இடதுசாரி குழுவின் கூட்டத்துக்கு முன்பாக காரத், முலாயம் சிங் யாதவை அவருடைய மகன் அகிலேஷ் யாதவின் வீட்டுக்குச் சென்று சந்தித்து இடதுசாரிகளுக்கு ஆதரவு தரும்படிக் கேட்டுக்கொண்டார். முலாயம் சிங் யாதவ் பிடிகொடுத்துப் பேசவில்லை. ஜூலை 3 அன்று அவர்களுடைய கட்சிக் கூட்டம் நடக்கவிருப்பதாகவும் அதில் கட்சியினரே இறுதி முடிவெடுப்பார்கள் என்றும் சொன்னார். காரத் யாதவை ஜூலை 1 அன்றும் சந்தித்தார். அமர்சிங் அதற்குள் ஊர் திரும்பியிருந்தார். ஊடகங்களுக்கு பேட்டி அளித்தபோது, மதச் சார்பற்ற சக்திகள் ஒற்றுமையாக இருக்கவேண்டும் என்று சமாஜ்வாதி கட்சி விரும்புகிறது. அவர்களுக்கிடையே பிளவு ஏற்பட்டால் நாட்டுக்குக் கெடுதல் என்று சொன்னார்.

அதில் இருந்து அவர்களுடைய நிலைப்பாடு மீண்டும் உறுதி செய்யப் பட்டது. 'மதச் சார்பற்ற சக்திக்கு ஆதரவு' என்ற பெயரில் இடது சாரிகளிடமிருந்து பிரிந்து காங்கிரஸுக்கு அணு ஒப்பந்தத்தில் ஆதரவு தரப்போகிறார்கள். அடுத்த நாள் ஜூலை 2 அன்று, யாதவையும் அமர்சிங்கையும் சந்தித்து நாராயணன் அணு ஒப்பந்தம் பற்றி சுருக்கமாகச் சொன்னார். அடுத்த நாள், ஜூலை 3 அன்று முலாயம் சிங் யாதவின் தலைமையிலான ஐக்கிய தேசிய முற்போக்குக் கூட்டணி இறுதி முடிவெடுப்பதற்கு முன்பாக நிபுணர்களையும்

விஞ்ஞானிகளையும் சந்தித்துப் பேசுவதென்று முடிவெடுத்தது. யாதவும் அமர்சிங்கும் ஆரம்பத்தில் இருந்தே இந்த ஆலோசனைக் கூட்டத்துக்கு அப்துல் கலாமை அழைக்கவேண்டும் என்று சொன்னார்கள். அப்துல் கலாம் மிகச் சரியாக இந்த நேரத்தில் அணு ஒப்பந்தத்தை ஆதரித்து ஒரு செய்தி அறிக்கை வெளியிட்டார். முலாயம் சிங் யாதவை அரசுக்கு ஆதரவு தரும்படியும் கேட்டுக் கொண்டார். அப்துல் கலாம் ஒரு நிபுணர் மட்டுமல்ல பாரத ரத்னா விருது பெற்றவர், முன்னாள் ஜனாதிபதி அதோடு இஸ்லாமியரும் கூட. அமெரிக்காவுடனான ஒப்பந்தத்துக்கு அவருடைய ஆதர வென்பது முலாயம் சிங் தனது நிலைப்பாட்டை மாற்றிக் கொண்டதை நியாயப்படுத்தி தனது கட்சியினருக்குச் சொல்ல அவசியமாக இருந்தது. இவை எல்லாமே மிகத் தெளிவாகத் திட்டமிடப்பட்டுத் துல்லியமாக நிகழ்த்தப்பட்டன.

அன்று மாலை அமர் சிங்கையும் சமாஜ்வாதி கட்சி எம்.பி. ராம் கோபால் யாதவையும் நாராயணன் சந்தித்துப் பேசினார். ராம் கோபால் யாதவ் பிரதமருடன் நல்ல நட்புறவு கொண்டவர். இந்த சந்திப்பு ஊடகங்களுக்குத் தெரியாதவண்ணம் நடைபெற்றது. லுட்யன்ஸ் தில்லியில் இருக்கும் உளவுத்துறைக்கு சொந்தமான ஒரு வீட்டில் வைத்து ரகசியமான இந்த சந்திப்பு நடந்தது. நாராயணன் செய்தியாளர்களுக்குத் தரவேண்டிய ஒரு அறிக்கையை என்னிடம் தந்தார். அதில் சமாஜ்வாதி கட்சியை திருப்திப்படுத்தும்வகையில் சில வாக்கியங்கள் இடம்பெற்றிருந்தன. அவை அரசு ஏற்கெனவே சொன்ன விஷயங்களும்கூட. முலாயம் சிங்கும் அமர் சிங்கும் பிரதமர் அலுவலகம் அணு ஒப்பந்தம் பற்றிச் சில வாக்குறுதிகளைத் தரவேண்டும் என்று கேட்டுக்கொண்டிருந்தார்கள். இந்த ஒப்பந்தத்தில் கையெழுத்திடுவதன் மூலம் இந்தியாவின் அயலுறவுக் கொள்கையில் எந்த சமரசமும் செய்துகொள்ளாது. ராணுவப் பாதுகாப்புகளில் அது சுதந்தரத்தை விட்டுக்கொடுக்காது. மேலும் இரானுடன் மோதலில் ஈடுபடாது என்பது போன்ற உத்தரவாதங்களை அவர்கள் கேட்டுப் பெற்றிருந்தனர். அந்தக் கட்சிக்கு இருக்கும் இஸ்லாமிய ஆதரவு சக்திகளைத் திருப்திப்படுத்தவே அப்படிக் கேட்டுக்கொண்டிருந்தனர்.

நாராயணன் இந்த விஷயத்தில் இப்படித் தீவிரமாக முயற்சிகள் எடுத்துக்கொண்டதற்கு எது காரணமாக இருந்திருக்கும்? ஒருவேளை பிரதமர் முன்பு, உளவுத்துறை அதிகாரியாக நீங்கள் செய்த சாதனைகள் என்னவென்று யாருக்குத் தெரியும்? சரித்திரத்தில் உங்கள் பெயர் நிலைக்கும்படி ஏதாவது செய்யுங்கள் என்று சொன்ன வார்த்தைகள் அவரைத் தூண்டிவிட்டிருக்கக்கூடும். அதுபோலவே ஒவ்வொரு

வரைப் பற்றிய 'ரகசிய ஃபைல்கள்' தன்னிடம் இருப்பதாக அவர் வழக்கமாகச் சொல்லி வருவதை நிரூபித்துக்காட்டியாகவேண்டிய தேவையும் இருந்தது. இந்த அணு ஒப்பந்தப் பேச்சுவார்த்தைகளில் ஈடுபட்ட பலருடைய 'ஃபைல்களும்' அவரிடம் இருந்திருக்கலாம். அதை இந்த முறை தன்னுடைய அரசியல் எஜமானர்களுக்கு அல்லாமல் தேச நலனுக்காகப் பயன்படுத்தும் வாய்ப்பு கிடைத்திருந்தது.

ஜி-8 மாநாட்டில் பங்குபெற பிரதமர் ஜூலை 8 அன்று ஜப்பானுக்குச் சென்றார். நான் என் ராஜினாமா கடிதத்தை ஏற்கெனவே கொடுத்து விட்டிருந்தேன். ஜூலை மாதக்கடைசி வாக்கில் சிங்கப்பூருக்குச் சென்றுவிடுவதாகத் தீர்மானித்திருந்தேன். அதற்கான ஏற்பாடுகளில் ஈடுபட்டிருந்தேன். விமானத்தில் தன்னுடன் பயணித்த ஊடகவிய லாளர்களுடன் பேசிய பிரதமர், சர்வதேச அணு சக்திக் கழகத்தில் பாதுகாப்பு விஷயங்கள் தொடர்பாகப் பேச இந்தியத் தரப்பில் இருந்து பிரதிநிதிகள் 'விரைவிலேயே' செல்ல முடிவெடுத்திருப்பதாகச் சொன்னார். தில்லியில் இருந்த பலர் அதைக் கேட்டு ஆச்சரியப் பட்டனர். டாக்டர் சிங்குடன் அப்போது இருந்த ஜெய்தீப் சங்கரைத் தொடர்புகொண்டேன். ஆமாம் அவர் சொன்னது சரிதானென்று ஜெய்தீப் சொன்னார். தில்லியில் இருந்து தப்பிவிட்ட நிலையில் தன்னை யாரும் தடுக்க முடியாதுஎன்ற நிலையில் டாக்டர் சிங் இறுதி முயற்சியை முன்னெடுத்தார்.

முலாயமும் அவருடைய கட்சியைச் சேர்ந்த 29 எம்.பி.க்களும் தன் பக்கம் வந்துவிட்டதால் நாடாளுமன்றத்தில் நம்பிக்கை வாக்கெடுப்பு நடக்கும்போது வெற்றி பெற்றுவிடமுடியும் என்ற நம்பிக்கை பிரதமருக்கு வந்துவிட்டிருந்தது. தர்ம சங்கடத்தில் சிக்கியிருந்த காங்கிரஸ் கட்சிக்கு என்ன சொல்வதென்றே தெரியவில்லை. கட்சியின் கருத்தைத் தெரிந்துகொள்ள ஊடகவியலாளர்கள் முயன்றார்கள். ஆனால், யாரும் பிடிகொடுக்கவில்லை.

அடுத்த நாள் ஜூலை 9 அன்று இடதுசாரிகள் ஆதரவை விலக்கிக் கொள்வதாக அறிவித்தனர். பிரணாப் முகர்ஜி உடனே, நம்பிக்கை வாக்கெடுப்பில் வெற்றிபெற்ற பிறகே சர்வதேச அணுசக்திக் கழகத்தில் பேச்சுவார்த்தைக்கு அரசு செல்லும் என்று முந்திரிக் கொட்டையாகச் சொன்னார். பிரதமரின் மனதில் என்ன இருக்கிற தென்பது அவருக்குத் தெரியாது. ஜப்பானில் சப்பாரோவில் வெகு தொலைவில் பிரதமர் தன் விருப்பப்படிச் செயல்பட்டுக்கொண்டிருந்தார். பிரணாப் முகர்ஜி அப்படிச் சொன்னதைப் பொருட்படுத்தாமல் இந்தியா நம்பிக்கை வாக்கெடுப்புக்கு முன்பாகவே சர்வதேச அணு சக்திக் கழகத்துடன் பேச்சுவார்த்தைக்குப் போக முடிவெடுத்தது.

ஜூலை 10 அன்று நாடு திரும்பிய பிரதமர் அந்த மாதக்கடைசியில் நம்பிக்கை வாக்கெடுப்பை வைத்துக்கொள்ளலாமென்று ஜனாதிபதி பிரதிபா பாட்டீலிடம் சொன்னார். பி.ஜே.பி.யும் இடதுசாரிகளும் அணு ஒப்பந்தத்தை எதிர்ப்பதில் ஒற்றுமையாக இருந்தனர். ஊடகங்களில் நம்பிக்கை வாக்கெடுப்பு பற்றி பல யூகங்கள் முன்வைக்கப் பட்டன. காங்கிரஸ் கட்சி குழம்பிப் போயிருந்தது. எனவே எதுவும் பேசாமல் வாயை மூடிக்கொண்டது.

மின்னணு ஊடகங்களில் இருந்து சில முக்கிய ஊடக ஆசிரியர்களைச் சந்திக்க பிரதமர் சம்மதம் தெரிவித்தார். அதற்கு இரண்டு காரணங்கள்; ஒன்று அது மக்களிடையே அதிக செல்வாக்குடன் இருந்தது. இரண்டாவதாகத் தொலைகாட்சி ஊடகத்தினர் பொதுவாகவே பிரதமருக்கு ஆதரவாக இருந்தனர். அச்சு ஊடகங்களில் இருந்த செய்தி ஆசிரியர்கள் எல்லாரும் பழைய தலைமுறையைச் சேர்ந்தவர்கள். அவர்கள் அமெரிக்காவுடனான நட்புறவைச் சந்தேகக் கண்ணோட்டத்துடனே பார்த்தனர். மேலும் அவர்கள் ஒன்று வலதுசாரிச் சாய்வு அல்லது இடதுசாரிச் சாய்வு கொண்டிருந்தனர். தொலைகாட்சி ஊடகத்தினர் இளவயதினராக இருந்தனர். எந்தவித அரசியல் பாரபட்சமும் இல்லாமல் திறந்த மனதுடன் இருந்தனர். நான் எந்த விசேஷ முயற்சியும் எடுக்கவேண்டிய அவசியம் இருந்திருக்கவே இல்லை. தொலைகாட்சி ஊடகத்தினர் பெரும்பாலும் பிரதமருக்கு ஆதரவாகவே செயல்பட்டனர்.

நம்பிக்கை வாக்கெடுப்பு தேதி அறிவிக்கப்பட்டதும் பிரதமர் தனக்கு ஆதரவு தேட முற்பட்டார். ஐ.மு.கூ தலைவர்களையும் தேவைப்பட்ட எம்.பி.க்களையும் சந்தித்துப் பேசினார். பல்வேறு தருணங்களில் தன்னை ஆதரித்துப் பேசியவர்களின் பட்டியலைத் தயாரித்துத் தரும்படிக் கேட்டுக்கொண்டார். அவர்கள் அனைவருடனும் பேச விரும்பினார். நாடாளுமன்றத்தில் மிக விரிவான விவாதம் நடந்தது. சிலர் மிக அருமையாகப் பேசினார்கள். சிலர் தகவல்பூர்வமாகவும் சிலர் தர்க்கபூர்வமாகவும் பேசினார்கள். சிலர் உணர்ச்சிவசப்பட்டும், நாடகீயமாகவும் மிகைப்படுத்தியும் பேசினார்கள். இந்திய முஸ்லீம் பிரதிநிதிகள் அமெரிக்காவுடனான நட்புறவை விரும்பமாட்டார்கள் என்ற யூகத்தை அங்கு பேசிய பல முஸ்லீம் பிரதிநிதிகள் பொய்யென்று நிரூபித்தார்கள். ஆல் இந்தியா மஜ்லிஸ்-எ-இதஹத்துல் முஸல்மீன் கட்சியைச் சேர்ந்த அசாதுதீன் ஒவைஸி, தேசிய கான்ஃப்ரன்ஸ் கட்சியைச் சேர்ந்த உமர் அப்துல்லா, மக்கள் ஜனநாயகக் கட்சியைச் சேர்ந்த மெஹ்பூபா முஃப்தி என பல முஸ்லிம் பிரதிநிதிகள் பிரதமருக்கு ஆதரவாகப் பேசினர். நம்பிக்கை வாக்கெடுப்பு என்ன முடிவைத் தந்தாலும் அதையொட்டி நடந்த

விவாதங்கள் அதைக் கேட்ட அனைவருடைய பயங்கள், சந்தேகங்கள் அனைத்தையும் போக்கிவிடுவதாக அற்புதமாக இருந்தது.

விவாதத்தின் முதல் நாள் ஜூலை 21 அன்று தாமதமாக வீடு திரும்பினேன். தொலைக்காட்சியைப் போட்டுக்கொண்டு ஓய்வாகப் படுத்துக்கொண்டேன். வெளிவரவிருந்த 'சிங் ஈஸ் கிங்' படத்தில் இருந்து பாடல்களை ஒரு தொலைகாட்சி சேனல் ஒலிபரப்பியது. அந்தப் பாடல் அருமையான தாளகதியில் அமைந்திருந்தது. கேட்பவரை எழுந்து ஆடவைக்கக்கூடிய பாடல். விவாதத்தில் டாக்டர் சிங் வெற்றி பெற்ற அடுத்த நாள் இந்தப் பாடல் தொலைகாட்சிகளில் ஒளிபரப்பாகும்போது எவ்வளவு பொருத்தமாக இருக்குமென்று மகிழ்ந்தபடியே உறங்கினேன்.

ஜூலை 22, மிகவும் பரபரப்பான நாளாக இருந்தது. காங்கிரஸ் கட்சித் தலைவர்களும் நாராயணனும் வாக்கெடுப்பில் வெற்றி பெறத் தேவையான எம்.பி.க்களின் ஆதரவு இருப்பதாக பிரதமரிடம் உறுதியளித்தார்கள். டாக்டர் சிங் லேசாகப் பதற்றம் இருந்தாலும் நம்பிக்கையுடனும் மகிழ்ச்சியுடனும் இருந்தார். மதியம்வரை எல்லாம் நல்லபடியாகப் போவதுபோல்தான் தெரிந்தது. ஆனால், பெரிய பிரச்னை வெடிக்கவிருந்தது. நான்கு மணி அளவில் சில பி.ஜே.பி. தலைவர்கள் கட்டுக்கட்டாக ரூபாய் நோட்டுக்களை மக்களவைச் செயலரின் மேஜையின் முன் பரப்பிவைத்து, நம்பிக்கை வாக்கெடுப்பில் அரசுக்குச் சாதகமாக வாக்களிக்கவேண்டும் என்று தங்களுக்கு அந்தப் பணம் லஞ்சமாகத் தரப்பட்டதாகச் சொன்னார்கள். மூத்த பி.ஜே.பி. தலைவர்கள் லஞ்சம் கொடுத்தது தொடர்பான வீடியோக்கள் ஒரு தொலைகாட்சி சேனலால் எடுக்கப்பட்டிருப்பதாகவும் அது விரைவில் ஒளிபரப்பாகும் என்றும் சொன்னார்கள்.

நான் அப்போது சௌத் பிளாக்கில் இருந்தேன். உடனே நாடாளு மன்றத்துக்கு விரைந்தேன். டாக்டர் சிங், சோனியா, பிரணாப் முகர்ஜி மற்றும் மூத்த தலைவர்களுடன் ஓர் அறையில் இருந்தார். பிருதிவிராஜ் சௌஹான் அந்த அறையில் இருந்து வெளியே வந்தார். சி.என்.என். ஐ.பி.என் ராஜ்தீப் சர்தேசாய்க்கு போன் செய்தார். அவர்களிடம்தான் அந்த வில்லங்க வீடியோ இருந்தது. அதை ஒளிபரப்பினால் விளைவுகள் மோசமாக இருக்கும் என்று எச்சரித்தார்.

சோனியா காந்தியும் பிற தலைவர்களும் பிரதமரின் அறையில் இருந்து வெளியேறியதும் நான் அவரைப் பார்க்கப் போனேன். பிரதமரின்

முகம் வெளிறிப்போயிருந்தது. அப்படியே அழுதுவிடுவார் போலிருந்தது. இப்படிப் பேச்சுமூச்சற்ற நிலையில் சோகமாகப் பேயறைந்தாற்போல் அவர் இருந்து நான் பார்த்ததில்லை. இப்படியான முடிவு வரும் என்று அவர் ஒருபோதும் நினைத்திருக்க வில்லை. இந்த விஷயம் இப்படிக் கீழ்த்தரமாக எதிர்கொள்ளப்படும் என்றும் அவர் எதிர்பார்த்திருக்கவில்லை. இந்த ஒப்பந்தத்தை அமல் படுத்த சுமார் மூன்று வருடங்கள் அரசியல் களத்தில் மிகக் கடுமை யாகப் போராடவேண்டியிருந்தது. அது அவருடைய மிக முக்கியமான அரசியல் முன்னெடுப்பும்கூட. வெற்றிக்கோப்பையை நெருங்கி விட்டிருந்தார். இடதுசாரிகளின் நம்பிக்கைத் துரோகத்தைச் சமாளித்துக் கூட்டணியைக் காப்பாற்றிவிட்டிருந்தார். ஆனால் மிகத் தீரமாகச் செய்த ஒரு சாதனை கடைசி நேரத்தில் ஊழல்கறை படிந்து வீழ்ச்சியடையும் என்று அவர் நினைத்திருக்கவில்லை.

அமைதியாக இருக்கும் அவருடைய மனதில் என்ன எண்ணங்கள் ஓடுகின்றன என்பதை என்னால் புரிந்துகொள்ள முடிந்திருந்தது. நேற்றுதான் லஞ்ச ஊழல் புகார்களை அவர் மறுத்துப் பேசியிருந்தார். அப்படி எதுவும் நடந்திருக்காது என்ற நம்பிக்கையில் துணிவிருந்தால் லஞ்சக் குற்றச்சாட்டை நிரூபித்துக் காட்டும்படிச் சவால் விட்டிருந்தார். பிரதமர் செய்த சவாலை அத்வானி தொலைகாட்சியில் நினைவுபடுத்திக்கொண்டிருந்தார்: நேற்று ஆதாரம் எங்கே என்று கேட்டார். இன்று அதைக் கொடுத்திருக்கிறோம்.

ஆனால், முலாயம்சிங் யாதவுடனான பேச்சுவார்த்தைகளிலும் சரி பிற தலைவர்களுடனான பேச்சுவார்த்தைகளிலும் சரி ஓட்டுப் போடப் பணம் தருவதாக பிரதமர் ஒருபோதும் சொல்லியிருக்கவில்லை. அரசியல் ஆதரவுக்கு மந்திரி பதவிகளைத் தருவதாகத்தான் சொல்லி யிருந்தார். அதைத்தான் முலாயமுக்கும் தந்திருந்தார். இது ஜனநாயக அமைப்பில் சர்வ சாதாரணமாக நடக்கும் ஒரு விஷயம்தான். அங்கீகரிக்கப்பட்ட வழிமுறைதான். உலகம் முழுவதுமே இப்படி யாகக் கூட்டணி அமைத்து ஆளும் கட்சிகள் தமக்கான ஆதரவு சக்திகளுக்கு மந்திரி பதவிகள், பிற அரசாங்க சலுகைகளைத் தருவது வழக்கம்தான். இந்தியாவிலும் முந்தைய காலத்தில் கூட்டணிகள் இப்படித்தான் இயங்கியிருக்கின்றன. பிரதமர் முறைகேடாக எதுவும் செய்திருக்கவில்லை. முலாயமும் ஆதரவு தர முன்வந்து விட்டிருந்தார். அப்படியானால், ஓட்டுக்குப் பணம் என்ற லஞ்ச ஊழல் குற்றச்சாட்டு எப்படி எழுந்தது?

அதீத ஆர்வக்கோளாறினால் கட்சிக்காரர் செய்த குளறுபடியா? பிரதமரை வீழ்த்தவும் அவமானப்படுத்தவும் செய்யப்பட்ட சதியா? இடதுசாரிகளுடன் மோதி, கிட்டத்தட்ட ஆட்சி கவிழும்நிலைக்குக்

கொண்டுவந்துவிட்டதால் ஏற்பட்ட கோபத்தில் செய்த வேலையா? பிரதமர் பதவியை டாக்டர் சிங் எப்படியும் ராஜினாமா செய்து விடுவார். நாம் இடதுசாரிகளின் ஆதரவுடன் பிரதமராகிவிடமுடியும் என்று கனவுகண்டவர்களின் கை வேலையா? வெற்றிக்கோட்டைத் தொடப்போன நேரத்தில் தோற்கடிக்கப்பட்ட பிரதமரைப் பார்த்துக் கொண்டு அவர் முன்னால் நின்றபோது என் மனதில் இந்த எண்ணங்கள் அலைமோதின.

மக்களவை மீண்டும் கூடியபோது டாக்டர் சிங் தனக்குப் பேச வாய்ப்புக் கிடைக்கும் என்று நினைத்தார். ஆனால், அந்த உரிமையும் நாகரிகமும் எதிர்கட்சிகளால் மறுக்கப்பட்டன. அவர்கள் அவை நடக்கவிடாமல் அமளியில் ஈடுபட்டனர். அங்கு ஆற்ற வேண்டிய உரைக்காக பிரதமர் ஒரு வாரகாலம் தயாரிப்பில் ஈடுபட்டிருந்தார். மாண்டேக், நாராயணன், நான் எல்லாரும் சேர்ந்து பிரதமருக்கு உதவினோம். பிரதமரும் சில வாக்கியங்களை எழுதிச் சேர்த்தார். ஆரம்பத்தில் ஆதரிப்பதாகச் சொன்ன இடதுசாரிகள் அதன் பின் செய்த துரோகத்தைப் பற்றிப் பேசும்போது பிரதமர் சொன்னார்:

சர்வதேச அணு சக்திக் கழகத்தில் பேச்சுவார்த்தைகள் நடத்த அனுமதியுங்கள். ஒப்பந்தத்தைக் கையெழுத்திடும் முன் நாடாளுமன்றத்தில் அது குறித்து விரிவாகச் சொல்கிறேன் என்று நான் இடதுசாரி தோழர்களிடம் கேட்டுக் கொண்டிருந்தேன். எந்தவொரு அரசாங்கமும் செயல்பட இந்தக் குறைந்தபட்ச நாகரிகம் தேவைப்படும். அதிலும் அயலுறவுக் கொள்கை தொடர்பான விவகாரத்தில் அது மிக மிக அவசியம். அந்தக் குறைந்தபட்ச நாகரிகத்தைக்கூட அவர்கள் என்னிடம் காட்டவில்லை. பேச்சுவார்த்தையின் ஒவ்வொரு கட்டத்தையும் அவர்கள் தமது கட்டுப் பாட்டுக்குள் வைத்துக்கொள்ள விரும்பினார்கள். இது ஏற்க முடியாத விஷயம். அவர்களுடைய அடிமையைப்போல் நான் நடந்துகொள்ளவேண்டும் என்று விரும்பினார்கள்.

இறுதியில் எப்போதுமில்லாத வகையில் சொந்த விஷயத்தை உணர்வு பூர்வமாக முன்வைத்து உரையை நிறைவு செய்தார்:

நான் பிரதமரானது ஒரு விபத்து என்று பலமுறை சொல்லி யிருக்கிறேன். நான் பேராசிரியராக இருந்திருக்கிறேன். அரசு அதிகாரியாகப் பணிபுரிந்திருக்கிறேன். உலகிலேயே மிக

உயர்ந்த நாடாளுமன்றங்களில் உறுப்பினராக இருந்திருக்கிறேன். ஆனால், தொலைதூர குக்கிராமத்தில் நான் சிறுவனாக வாழ்ந்த எளிய வாழ்க்கையை மறக்க வில்லை. என் வாழ்க்கையின் முதல் பத்து வருடங்கள் மின்சாரம் இல்லாத, குடிநீர் இல்லாத, மருத்துவமனையோ நல்ல சாலைகளோ இல்லாத இன்றைய நவீன வாழ்க்கையின் எந்தவொரு வசதியும் இல்லாத ஒரு கிராமத்தில்தான் கழிந்தது. அதை நான் பிரதமராக இருந்த ஒவ்வொருநாளும் நினைத்துப் பார்ப்பேன். பள்ளிக்கூடம் செல்லப் பல மைல்கள் நடக்கவேண்டியிருந்தது. மண்ணெண்ணெய் விளக்கின் மங்கலான விளக்கொளியில் படிக்க வேண்டி யிருந்தது. இனி வரும் காலங்களில் அப்படியான துயரம் அறவே இல்லாத நிலையை ஏற்படுத்தும் வாய்ப்பை தேசம் எனக்கு ஏற்படுத்தித் தந்திருக்கிறது. என் மனசாட்சி தூய்மை யானது. இந்த உயர் பதவியை நான் வகித்துவந்த ஒவ்வொரு நிமிடமும் அந்தப் பத்து வயது சிறுவனின் கனவை நிறை வேற்றவே நான் பாடுபட்டிருக்கிறேன்.

ஆனால், இந்த உரை நிகழ்த்தப்படவே இல்லை. வெறுமனே அச்சிடப் பட்டு ஊடகங்களுக்கு அனுப்பப்பட்டது. அன்று மதியம் மக்களவை சபாநாயகர் சோம்நாத் சட்டர்ஜி எங்களுக்கு முன்பே தெரிந்திருந்த ஒரு விஷயத்தை பொதுவெளியில் பகிர்ந்துகொண்டார். தான் உருவாக்கிய கூட்டணியை பிரகாஷ் காரத் உடைத்தது தொடர்பான தன் கோபத்தை அவர் அன்று வெளிப்படையாகப் பகிர்ந்து கொண்டார். ஐ.மு.கூ ஆட்சிக்கு இடதுசாரிகள் தந்துவந்த ஆதரவை விலக்கிக்கொண்டதால் மக்களவை சபாநாயகர் பதவியில் இருந்து சோம்நாத் சட்டர்ஜியும் பதவி விலகவேண்டும் என்று சி.பி.ஐ.(எம்) கட்சி கேட்டுக்கொண்டிருந்தது. அதை அவர் மறுத்துவிட்டார்.

இடதுசாரிகள் கூட்டணி ஆட்சிக்கு ஆதரவு தர முன்வந்தபோது முன்வைத்த கோரிக்கைகளில் ஒன்று மக்களவை சபாநாயகர் பதவி இடதுசாரிகளுக்கே தரப்படவேண்டும் என்பது. அதன் அடிப்படையில்தான் சோம்நாத் சட்டர்ஜி அந்தப் பதவிக்குத் தேர்ந்தெடுக்கப்பட்டிருந்தார். காசு வாங்கிக்கொண்டு ஓட்டுப் போட்டார்கள் என்ற விவகாரம் தொடர்பாக நாடாளுமன்றத்தில் ஜுலை 22 அன்று சோம்நாத் சட்டர்ஜி தலைமையில் ஒரு கூட்டம் நடந்தது. நம்பிக்கை வாக்கெடுப்பை நடத்த மக்களவையைக் கூட்டினார். சி.பி.ஐ (எம்) பொதுக்குழு கூடி அவரை கட்சி உறுப்பினர் பதவியில் இருந்து நீக்கியது. சட்டர்ஜி அசைந்துகொடுக்கவில்லை. பிரகாஷ் காரத்தின் செயல்பாடுகளை அவர் ஏற்கவில்லை.

அதுமட்டுமல்லாமல் பிரதமருக்கும் அவருடைய அணு ஒப்பந்தச் செயல்பாடுகளுக்கும் வெளிப்படையாகத் தன் ஆதரவைத் தெரிவித்தார்.

டாக்டர் சிங் மீது சோம்நாத் சட்டர்ஜிக்கு தனிப்பட்ட முறையில் மரியாதை இருந்தது. அவர்கள் இருவரும் ராஜ்ய சபாவில் உறுப்பினர் களாக இருந்த காலகட்டத்தில் நல்ல நண்பர்களாகிவிட்டிருந்தனர். இதைவிட முக்கியமான இன்னொரு விஷயம் என்னவென்றால் 1950-ல் அமிர்தசரஸ் இந்து கல்லூரியில் முதலிடம் பெற்றதற்காக டாக்டர் சிங்குக்கு சோம்நாத் சட்டர்ஜியின் தந்தை நிர்மல் சந்திர சட்டர்ஜிதான் பரிசளித்திருந்தார். அவர் வழக்கறிஞரும் அகில பாரதிய இந்து மஹாசபையின் தலைவராகவும் இருந்தார். இதே சோம்நாத் சட்டர்ஜிதான் 1992-ல் பட்ஜெட் அறிவிக்கப்பட்ட நாளில் ஐ.எம். எஃபுக்கு பட்ஜெட் ரகசியங்களை அப்போதைய நிதி அமைச்சர் வெளியிட்டார் என்று குற்றம்சாட்டிய எகானமிக் டைம்ஸ் இதழைக் கையில் வைத்து எதிர்ப்புக் காட்டினார். அவரே பதினைந்து வருடங்கள் கழித்து டாக்டர் சிங்கின் வாழ்க்கையில் மிகவும் நெருக்கடியான நாளில் அவைக்குத் தலைமை தாங்கி டாக்டர் சிங்கின் வெற்றியை முரசறைந்து அறிவித்தார்.

நீண்ட விவாதங்கள் நடந்து முடிந்த அந்த நாள் மேலும் நீண்டதாக ஆக்கப்பட்டது. சில எம்.பிக்கள் மின்னணு வாக்குப் பதிவு எந்திரத்தில் வாக்களிப்பதற்குப் பதிலாக காகிதத்தில் வாக்களித்தனர். அவற்றை எண்ணி முடிக்க அதிக நேரம் எடுத்துக்கொண்டது. 275 எம்.பி.கள் பிரதமருக்கு ஆதரவாக வாக்களித்திருந்தனர். 256 பேர் எதிர்த்து வாக்களித்திருந்தனர். பத்துபேர் அவைக்கு வரவில்லை. அல்லது வாக்களிக்கவில்லை.

பிரதமரின் வெற்றி பெரும் ஆரவாரத்துடன் வரவேற்கப்பட்டது. 'சிங் ஈஸ் கிங்' என்று என் மொபைலில் இருந்து பல பத்திரிகை யாளர்களுக்கு செய்தி அனுப்பினேன். அன்று இரவு வீடு திரும்பி தொலைகாட்சியைப் போட்டேன். அனைத்து சேனலும் சிங் ஈஸ் கிங் என்ற அதே பாடலை வெற்றி முத்திரை காட்டும் பிரதமரின் படங்களோடு சேர்த்துக் காட்டிக்கொண்டிருந்தன.

13

மறுக்கப்பட்ட வெற்றி

'இரண்டு அதிகார மையங்கள் இருக்கக்கூடாது. அது குழப்பத்தையே ஏற்படுத்தும். கட்சித் தலைவரே அதிக சக்தி படைத்தவர் என்பதை ஏற்றுக்கொண்டாகவேண்டிய நிர்பந்தம் எனக்கு ஏற்பட்டது.'

- மன்மோகன் சிங், 2009.

செப்டெம்பர் 6, 2008 சனிக்கிழமை அதிகாலை நேரம். சிங்கப்பூரில் நான் பேராசிரியராகப் பணிபுரிந்துகொண்டிருந்த கல்லூரிக்குப் போகும்போது என் கைபேசி அழைத்தது. பிரதமரின் செயலாளர் ஜெய்தீப் சர்கார்.

இந்தியா மீதான என்.எஸ்.ஜி.யின் சர்வதேச அணு வர்த்தகத் தடை விலக்கப்பட்டுவிட்டது. பிரதமர் படு உற்சாகமாக இருக்கிறார். நாராயணன் மகிழ்ச்சியின் உச்சத்தில் இருக்கிறார். தலைகால் புரியாமல் ஆர்.சி.ஆர். முழுவதும் ஓடிக்கொண்டிருக்கிறார் என்று சொன்னார்.

அன்று வியன்னாவில் மதிய நேரத்தில் என்.எஸ்.ஜி. இறுதியாக இந்தியா மீதான அணு வர்த்தகத் தடையை விலக்கிக்கொண்டு விட்டது. நாம் அனைவரும் எதிர்பார்த்த சாதனையை டாக்டர் சிங் நடத்திக்காட்டிவிட்டார். தில்லியில் பின் மதிய நேரத்தில் தேநீர் அருந்திக் கொண்டிருந்தபோது அந்த மகிழ்ச்சியான செய்தி அவரை வந்தடைந்தது. சிங்கப்பூரில் இருந்த நான் நடப்பவற்றைத் தொடர்ந்து கவனித்து வந்தேன். ஜெய் தீப் எனக்கு அவ்வப்போது நடப்பவற்றைத் தெரிவித்துவந்தார். இந்த முடிவு எட்டப்படுவதற்குள் பல்வேறு நாடுகள் நடத்திய பல்வேறு கூத்துகள், பல்வேறு நிபந்தனைகள் பற்றி எனக்குத் தெரியும். சீனாவின் கையைப் பிடித்து முறுக்கி

இந்தியாவுக்கு சாதகமாக வாக்களிக்க வைத்து ஜார்ஜ் புஷ் இறுதியாகத் தான் கொடுத்த வாக்குறுதியை நிறைவேற்றிவிட்டார். நான் பேசிமுடித்து செல்போனை என் பாக்கெட்டில் போட்டுவிட்டு பேருந்தின் ஜன்னல் வழியாக சிங்கப்பூரின் பசுமையான காட்சிகளை ரசிக்கத் தொடங்கினேன். என் கண்களில் இருந்து நீர் பெருகி வழியத் தொடங்கியது.

நாடாளுமன்றத்தில் நடந்த பரபரப்பான விவாதங்கள், அரசாங்கத் துறைகளுக்குள் நடைபெற்ற விவாதங்கள், அமெரிக்காவுடனான பேச்சுவார்த்தைகள், ஊடகங்களுடனான என் பேச்சுவார்த்தைகள், சக பணியாளர்களுடனான விவாதங்கள் அரசியல்வாதிகளுடனான விவாதங்கள் இவையெல்லாம் என் நினைவில் நிழலாடின. அந்த ஒப்பந்தம் ஆரம்பித்த நாளில் இருந்து அந்த நிகழ்வுகள் நடந்த மூன்று வருடங்கள் முழுவதும் நான் அதில் ஓர் அங்கமாக இருந்தேன். இன்று அந்த ஒப்பந்தம் கையெழுத்தாகும் நாளில் எங்கோ ஓர் அந்நிய நாட்டில் பல்கலைக்கழக வளாகத்தில் தனியாக இருந்தேன்.

இப்போது சிங்கப்பூரின் ஹை கமிஷனராக இருக்கும் ஜெய் சங்கர், அணு ஒப்பந்தம் பற்றி ஊடகங்களில் எழுதி வந்தவரும் முக்கியமான ஆய்வாளருமான ராஜ்மோகன் ஆகியோரிடம் தொலைபேசியில் பேசினேன். ராஜ்மோகன் என்னைப் போலவே சிங்கப்பூர் பல்கலையில் பேராசிரியராக இருந்தார். ஜெய்சங்கரும் கே.சுப்பிரமணியமின் மகனான ராஜாவும் நானும் ஜுலை 18, 2005-ல் வாஷிங்டன் டி.சி.யில் இருந்தோம். அமெரிக்கா இந்தியாவை ஒரு அணு வல்லமைகொண்ட நாடாக வெளிப்படையாக அங்கீகரித்த நாள் அது. நாங்கள் மூவருமே எங்கள் வழிகளில் அந்த ஒப்பந்தத்தில் முக்கிய பங்காற்றினோம். சிங்கப்பூருக்கு இடம் பெயர்ந்த பிறகும் பிரதமர் ஜெய்சங்கரைப் பேச்சு வார்த்தைகளுக்குப் பயன்படுத்திக்கொண்டார். ராஜா தொடர்ந்து கட்டுரைகள் எழுதி வந்தார். நான் தொடர்ந்து பிரதமருக்கு உரைகள் தயாரித்துக் கொடுத்து வந்தேன். வீட்டில் சமைத்துக் கொண்டும் கல்லூரியில் கற்பித்துக்கொண்டும் இடையில் கிடைத்த நேரத்தில் பிரதமருக்கு உரைகள் எழுதி மின் அஞ்சலில் அனுப்பிவந்தேன். நாங்கள் மூவரும் மறுநாள் சந்தித்து அந்த மகிழ்ச்சியைக் கொண்டாடுவது என்று முடிவெடுத்தோம்.

பகிட் திமாவில் இறங்கி தோட்டத்தில் சிறிது காலாற நடந்தேன். என் மனம் முழுவதும் தில்லியின் கொண்டாட்டங்களைக் கற்பனை செய்த வண்ணம் இருந்தது. பிரதமருக்கு என் வாழ்த்துகளைத் தெரிவிக்கும் படி ஜெய்தீபிடம் கேட்டுக்கொண்டேன். அவர் அதைச் செய்வார் என்று எனக்குத் தெரியும். ஆனால், நான் பிரதமரின் உற்சாகத்தையும் மகிழ்ச்சியையும் நேரில் கேட்டு அனுபவிக்கவேண்டும் என்று

விரும்பினேன். போன் செய்து பிரதமரிடம் கொடுக்கச் சொன்னால் ஜெய்தீப் நிச்சயம் தருவார்தான். ஆனால், பிரதமரும் ஜெய்தீபும் மிகவும் பரபரப்பாக இருப்பார்கள். மாலையில் பேசிக் கொள்ளலாம் என்று ஜெய்தீப் சொல்லவும்கூடும். எனவே, நான் எனது ஹாட் லைனான முரளிதரனைப் பயன்படுத்திக்கொள்ளலாம் என்று முடிவு செய்தேன். அவர் பிரதமரின் உதவியாளர். அவர் மூலமாக பிரதமருடன் நேரடியாகப் பேசிவிட முடியும்.

முரளி எப்போதுமே பிரதமருக்கு வெகு அருகில்தான் இருப்பார். பிரதமரின் செயலர்களைத் தாண்டி பிரதமரைச் சென்றடைவதைவிட முரளிமூலம் அவரை அணுகுவது மிகவும் எளிது. நான் முரளிக்கு போன் செய்து விஷயத்தைச் சொன்னால் அவர் நேராக போனை எடுத்துக்கொண்டு பிரதமரிடம் சென்று கொடுத்துவிடுவார். சிங்கப்பூர் தோட்டத்தில் நடந்தபடியே இதையே செய்தேன். நான் எதிர்பார்த்ததையே முரளியும் செய்தார்.

டாக்டர் சிங் பேசினார்.

மென்மையான குரலில், 'ஹலோ' என்றார்.

வாழ்த்துகள் சார். நீங்கள் நினைத்ததை சாதித்துவிட்டீர்கள்.

நாம் சாதித்துவிட்டோம் என்று சொல்லுங்கள் என்றார் அரிதாகத் தென்படும் பரபரப்புடன். நீங்கள் இப்போது தில்லியில்தான் இருக்கிறீர்களா?

இல்லை சார் சிங்கப்பூரில் இருக்கிறேன்.

எப்போது திரும்பி வருவீர்கள்?

சார், கல்லூரி செமஸ்டரின் பாதியில் இருக்கிறோம். டிசம்பர் வாக்கில் தான் தில்லி வரமுடியும். தில்லி வந்ததும் உங்களை வந்து சந்திக்கிறேன்.

ஓகே. எப்போது முடியுமோ உடனே திரும்பிவாருங்கள். உங்கள் இடத்தில் நான் வேறு யாரையும் இன்னும் நியமிக்கவில்லை.

இதைக் கேட்டதும் ஆச்சரிய அதிர்ச்சியில் உறைந்துவிட்டேன். என்னை ஏன் உடனே திரும்பச் சொல்கிறார். அவர் ஒரு பேராசிரியராக இருந்திருக்கிறார். பாதி செமஸ்டரில் எந்தப் பேராசிரியரும் பணியை விட்டு விலக முடியாது. ஓர் ஒப்பந்தம் வெற்றிகரமாக முடிந்த கொண்டாட்ட நிகழ்வுகளின் மத்தியில் என்னைத் திரும்பிவரும்படி ஏன் அழைக்கிறார். அரசியல்ரீதியாகத் தான் பலம் பெற்றுவிட்டதாக உணர்கிறாரா? முதல் ஆட்சியை வெற்றிகரமாக முடிப்பதோடு

நில்லாமல் இரண்டாவது முறையும் வென்றுவிடுவோம் என்று நம்புகிறாரா? இப்போது என்னை ஏன் திரும்ப வரும்படி அழைக்கிறார்?

என் இடத்தில் வேறொருவரை ஊடக ஆலோசகராக நியமிக்க வில்லை என்பது உண்மைதான். ஆனால், அரசாங்கத்தில் அதற்காக இருந்தவர்களின் உதவியை அவர் பயன்படுத்திக்கொண்டிருந்தார். நான் ஆகஸ்டில் பதவி விலகியதும் பிரதமர் அலுவலகத்தில் இருந்த கோபாலகிருஷ்ணனை ஊடகத் தொடர்புப் பணிகளையும் சேர்த்துப் பார்த்துக்கொள்ளும்படி நியமித்திருந்தார்கள். டிசம்பரில் பிரதான தகவல்துறை அதிகாரி தீபக் சந்து அந்தப் பணியில் நியமிக்கப்பட்டார். பிரதமருடைய உரைகளைத் தயாரிப்பதில் நான் அவருக்கு உதவ வேண்டும் என்று கேட்டுக்கொண்டிருந்தார்கள். பிரதமர் என்னிடம் எப்போதும் சொல்வார், அவருக்குத் தேவைப்பட்டதெல்லாம் அவருடைய உரைகளை எழுதிக் கொடுக்க ஒரு நபர் மட்டுமே. ஊடகங்களில் அவருடைய பிம்பத்தை முன்னிறுத்த தனியாக யாரும் தேவை இல்லை. இதுதான் அவருடைய எண்ணமாக இருந்தது. அது இப்போது மாறிவிட்டதா? எனக்கு ஆச்சரியமாக இருந்தது. அணு ஒப்பந்தம் வெற்றிகரமாகக் கையெழுத்தாகிவிட்டிருக்கும் நிலையில் எனக்கு ஊடக ஆலோசகராகக் கூடுதல் சுதந்தரம் தர முடிவெடுத்து விட்டிருக்கிறாரா? தன்னை அரசியல்ரீதியாக பலப்படுத்திக்கொள்ள விரும்புகிறாரா?

இப்படி என் மனதில் எழுந்த கேள்விகளுக்கு எந்த பதிலும் எனக்குக் கிடைத்திருக்கவில்லை. எனினும் டாக்டர் சிங் என்னைத் திரும்பி வரச் சொன்னது எனக்கு மகிழ்ச்சியைத் தந்தது. சரி என்று சொன்னேன். என் சொந்தப் பணிகளை முடித்துவிட்டு எவ்வளவு சீக்கிரம் முடியுமோ அவ்வளவு சீக்கிரம் திரும்புகிறேன். ஆனால், தேர்தலுக்கு முன்பாக வரமுடியும் என்று தோன்றவில்லை என்றேன். வியன்னா வெற்றியைத் தொடர்ந்து நீங்கள் இனி விரும்புவதுபோன்ற கொள்கை மாற்றங்களைத் துணிந்து முன்னெடுக்கலாம் என்று சொன்னேன். அணு ஒப்பந்தப் பேச்சுவார்த்தைகளில் கிடைத்திருக்கும் வெற்றி யானது அரசியல்ரீதியாக உங்களை வலிமையாக்கியிருக்கிறது. எனவே, இனிமேல் முடிவுகளை சுயமாகவே எடுக்கமுடியும். இந்த வாய்ப்பை நன்கு பயன்படுத்திக்கொள்ளவேண்டும். உங்களை விமர் சிப்பவர்களைப் புறமொதுக்கும்வகையில் நீங்கள் உங்கள் அதிகாரத்தை நிலைநாட்டிக்கொள்ளவேண்டிய நேரம் இது என்று சொன்னேன்.

'பார்க்கலாம்' என்றார் பிரதமர் தளர்வாக. அழைப்பு முடிந்தது.

டிசம்பரில் தில்லிக்கு வந்தேன். பிரதமர் மனதில் பல எண்ணங்கள் ஓடின. மும்பை தீவிரவாதத் தாக்குதல் நவம்பர் 26-ல் நடந்திருந்தது. லேமன் பிரதர்ஸ் வீழ்ச்சிக்குப் பிறகு சர்வதேசப் பொருளாதாரம் நெருக்கடிக்கு ஆளாகியிருந்தது. இப்படியான நெருக்கடிகள் அவரைச் சூழ்ந்திருந்தன. இந்த இரண்டு பெரிய நெருக்கடிகளும் அவரை எந்த அளவுக்கு பாதித்திருந்தன என்பதை அவரைப் பார்த்த உடனேயே என்னால் புரிந்துகொள்ளமுடிந்தது. அதிகமாக என்னிடம் எதுவும் பேசவில்லை. குடும்பத்தைப் பற்றி வழக்கம்போல் நலம் விசாரித்தார். நான் சிங்கப்பூரில் சந்தோஷமாக இருக்கிறேனா என்று ஒன்றுக்கு இரண்டு தடவை கேட்டார். சிங்கப்பூரின் சிற்பியான லீ க்வான் யூவுடனான உரையாடல்களை நினைவுகூர்ந்தார். சீனாவைப் பற்றியும் தலைமைப் பண்புகளைப் பற்றியும் அவரிடமிருந்து பல விஷயங்களைத் தெரிந்துகொண்டதைச் சொன்னார்.

சிங்கப்பூர் திரும்பிய சில நாட்களில் பிரதமரின் இதய நோய் அதிகரித்த தகவலைக் கேட்டபோது எனக்கு அது ஒன்றும் அதிர்ச்சியைத் தரவில்லை. ஜனவரி மாதத்தில் மிகப் பெரிய அறுவை சிகிச்சைக்காக மருத்துவமனையில் சேர்க்கப்பட்டார். முரளி அவருடைய உடல்நிலை பற்றித் தொடர்ந்து எனக்குத் தகவல் தெரிவித்து வந்தார். மருத்துவமனையில் இருந்து வீட்டுக்குச் சென்ற தகவல் கிடைத்ததும் தில்லிக்குச் சென்று அவரை நேரில் பார்க்க விரும்பினேன். தில்லிக்கு பிப்ரவரி மாதம் வந்து சேர்ந்தேன். ஜெய்தீபுக்கும் இந்துவுக்கும் போன் செய்தேன். டாக்டர் சிங் 5, ஆர்.சி.ஆரில் இருப்பதாகத் தகவல் கிடைத்தது. அது கிட்டத்தட்ட குட்டி மருத்துவமனைபோல் மாற்றப் பட்டிருந்தது. பார்வையாளர்கள் யாரையும் சந்திக்க அனுமதிக்க வில்லை. முழு மருத்துவ சிகிச்சையில் இருந்துவந்தார். எதிர் பார்த்ததைவிட அவருடைய உடல் நிலை மிக மெதுவாக சீராகி வந்ததால் வேறு ஆட்களைச் சந்திப்பதில் கடும் கட்டுப்பாடுகள் விதிக்கப்பட்டிருந்தன என்று பின்னர் தெரிந்துகொண்டேன்.

திருமதி சிங்கைச் சந்தித்துவிட்டு சிங்கப்பூர் திரும்புவது என்றும் டாக்டர் சிங் பூரண குணமான பிறகே அவரைச் சந்திப்பது என்றும் முடிவு செய்தேன். முரளிக்கு போன் செய்து திருமதி சிங்கைச் சந்திக்க நேரம் கேட்கச் சொன்னேன். திருமதி சிங் உடனே வரும்படிச் சொன்னார். 3, ஆர்.சி.ஆருக்குச் சென்றேன். 5, ஆர்.சி.ஆருக்குச் செல்லும்படிச் சொன்னார்கள். அங்கு போனதும் போர்டிகோவில் நின்று வரவேற்ற திருமதி சிங் என்னை உள்ளே அழைத்துச் சென்றார். மருத்துவர்கள் குழு வரவேற்பறையில் உட்கார்ந்திருந்தார்கள். நான் என் காலணிகளைக் கழட்டினேன். கைகளைக் கழுவிக்கொண்டேன். உள்ளே சென்றேன். டாக்டர் சிங் நல்ல தூக்கத்தில் இருந்தார்.

சஞ்சய் பாரு வந்திருக்கிறார் என்று திருமதி சிங் மெள்ளக் குனிந்து பிரதமரின் காதில் சொன்னார். பிரதமர் கண் முழித்துப் பார்த்தார். லேசாகப் புன்னகைத்தார். பிறகு கண்களை மூடிக்கொண்டார். கொஞ்சம் தேநீர் அருந்துகிறீர்களா என்று தன் கணவரிடம் கேட்டார். பிரதமர் கண்ணைத் திறந்து என் பக்கம் பார்த்தார். நான் கொஞ்சம் தேநீர் குடிக்கிறேன். நீங்களும் அருந்துங்கள் என்றார்.

இந்த முறை கண்களை மூடாமல் அவர் இருந்ததைப் பார்த்த திருமதி சிங், பிரதமரைக் கைத்தாங்கலாகத் தூக்கி உட்காரவைத்தார். ஒரு தலையணையை முதுகுப்பக்கம் அண்டை கொடுத்தார். தேநீர் கொண்டுவரச் சொல்லி பணியாளருக்கு உத்தரவிட்டார். பிரதமர் பிஸ்கெட்டும் வேண்டும் என்று கேட்டார். அவருக்குப் பிடித்தமான மாரி பிஸ்கெட் தேநீருடன் வந்தது. அமைதியாக உட்கார்ந்திருந்தார். திருமதி சிங் தேநீர் கோப்பையைத் தன் கையில் பிடித்தபடி பிரதமர் அருந்த உதவினார். என்னைப் பற்றி நலம் விசாரித்தார். அதன் பிறகு ரமா, தன்விகா, என் அப்பா எல்லாரையும் பற்றிக் கேட்டார். சிறிது நேரம் நாங்கள் பேசினோம். அப்போது மருத்துவர் குழுவின் தலைவரும் என் பால்ய கால நண்பருமான ஸ்ரீநாத் ரெட்டி அறைக்குள் நுழைந்தார். டாக்டர் சிங்குக்கு ஓய்வு தேவை, நீங்கள் புறப்படுங்கள் என்று சைகை காட்டினார்.

வெளியே போகும்போது ஸ்ரீநாத் என்னிடம் தணிந்த குரலில் சொன்னார்: அறுவை சிகிச்சைக்குப் பிறகு பிரதமரை அவருடைய குடும்பத்தினர், என்.எஸ்.ஏவைச் சேர்ந்த சிலர் தவிர வேறு யாரும் பார்க்க அனுமதிக்கவில்லை என்றார். பிரதிபா பாட்டீலும் சோனியா காந்தியும் பிரதமரைச் சந்திக்கக் காத்துக்கொண்டிருக்கிறார்கள். பிரதமர் அவர்களுக்கே அனுமதி தரவில்லை. எனவே நீங்கள் சந்தித்ததை வெளியே சொல்லவேண்டாம் என்று முரளி கேட்டுக் கொண்டார். அவர்களுக்கு இந்தத் தகவல் தெரியவந்தால் நான் வரிசையில் முந்திச் சென்றது வருத்தத்தைத் தரலாம். என் குடும்பத்தினரைத் தவிர வேறு யாருக்கும் இந்த விஷயம் தெரியாமல் பார்த்துக்கொள்கிறேன். நான் இப்போதே சிங்கப்பூர் திரும்பிப் போகப்போகிறேன் என்று சொன்னேன்.

பிரதமர் மிகவும் பலவீனமாக இருக்கிறார். அவர் நோயை எதிர்த்துப் போராட மறுக்கிறார். எழுந்து நடக்கத் தேவையான அளவுக்குக்கூட எதுவும் சாப்பிட மறுக்கிறார். நீங்கள் வந்திருப்பதாகச் சொன்னதும் உங்களைப் பார்த்தாலாவது பிரதமருக்கு உற்சாகம் பிறக்குமா என்று நினைத்துத்தான் உங்களைச் சந்திக்க திருமதி சிங் அனுமதித் திருக்கிறார். நீங்கள் வந்து போனது பிரதமருக்கு கொஞ்சம் தெம்பைத் தந்திருக்கிறது. இன்று முழுவதும் அவர் எதுவுமே பேசவில்லை. உங்களிடம் பேசியதுதான் இன்றைய முதல் வார்த்தைகள் என்றார்.

விமான நிலையத்துக்குச் செல்லும் வழியில் பிரதமர் முன்பு சொன்னதை நினைத்துப் பார்த்தபடியே சென்றேன். 7, ஆர்.சி.ஆரில் நான் பணியில் இருந்து ராஜினாமா செய்ததை ஒட்டி எனக்குத் தந்த பிரிவுபசார விருந்தில் பிரதமர் சொன்னது நினைவுக்கு வந்தது. மாண்டேக், ரங்கராஜன், அனைத்து பிரதமர் அலுவலக மூத்த அதிகாரிகள், பிருத்வி ராஜ் சவான், நாராயணன், நாயர், கேபினட் செயலர் கே.எம்.சந்திர சேகர், அயலுறவுத்துறை செயலர் சிவ்சங்கர் மேனன், நிதித்துறைச் செயலர் சுப்பாராவ் ஆகியோரை பிரதமர் அந்த விருந்துக்கு அழைத்திருந்தார். அந்த விருந்து மிக கண்ணியமான உயர் தர விருந்தாக இருக்கவேண்டும் என்று அவர் விரும்பினார். என் தரப்பில் என் குரு கே.சுப்பிரமணியம், ரிசர்வ் வங்கி கவர்னர் பிமல் ஜலான் ஆகிய இருவரும் இருக்கவேண்டும் என்று விரும்பி யிருந்தேன். அவர்களும் அழைக்கப்பட்டிருந்தனர்.

ஓர் அதிகாரபூர்வ விருந்து போலவே எல்லா ஏற்பாடுகளும் செய்யப் பட்டிருந்தன. பிரதமருக்கு நேர் எதிரில் எனக்கு இருக்கை போடப் பட்டிருந்தது. மற்றவர்கள் அவரவர் படிநிலைக்கு ஏற்ப அமரவைக்கப் பட்டிருந்தனர். பிரதமர் அலுவலகத்தில் நடந்த வெற்றி தோல்விகள் பற்றி அனைவரும் பகிர்ந்துகொண்டோம். டாக்டர் சிங் என்னுடைய பணியைப் பாராட்டி நன்றி தெரிவித்தார். என் பிரிவு அவருக்கு வருத்தத்தைத் தரும் என்றார்.

நாங்கள் இருவரும் கூட்டாளிகள்போல் இருந்தோம் என்று மற்றவர் களைப் பார்த்துச் சொன்னார்.

உணர்ச்சிபூர்வமான மதிய விருந்து அது. எனக்கும் பிரதமருக்கும் இடையிலான ஏற்றத்தாழ்வுகள் நிறைந்த உறவைப் பிரதிபலிக்கும் வகையில் அது இருந்தது.

ஆரம்பத்தில் நான் ஒரு பத்திரிகைத்துறை நிபுணராக இருந்தேன். டாக்டர் சிங்கை அப்போதே நன்கு தெரியும். ஆனால், அந்நியோன்னியமான நட்பு இருந்திருக்கவில்லை. அவருடைய ஊடக ஆலோசகராகப் பதவியேற்ற பிறகுதான் நெருக்கம் அதிகரித்தது. பிரதமர் அலுவலகத்தில் மணி தீட்சித்தான் பிரதமருக்கு மிகவும் நெருக்க மானவர். ஆனால், அவருடைய மரணத்துக்குப் பிறகு அந்த இழப்பை நான் ஓரளவுக்குப் பூர்த்தி செய்திருக்கிறேன். அவருடைய நம்பிக்கைக்குப் பாத்திரமாகியிருந்தேன். 24 மணி நேரமும் பிரதமருடைய பணிகளையே மனதில் நினைத்து வாழ்ந்திருந்தேன். என் மனைவிக்கு அது தொடர்பாக என் மீது கோபம் கூட உண்டு. அந்தக் காலகட்டத்தில் வீட்டு வேலை என்று நான் செய்தது ஒன்றே ஒன்றுதான்: என் மகளைத் தினமும் காலையில் பள்ளிக்கான பேருந்து நிறுத்தத்தில் கொண்டுசென்று விடுவது மட்டுமே.

காங்கிரஸ் கட்சியில் இருந்த பலர் என்னைப் பதவியில் இருந்து நீக்கப் பலமுறை முயன்றபோதும் பிரதமர் எனக்காக வாதாடியது எனக்கு நன்கு தெரியும். நான் ராஜினாமா செய்தது அவருக்கு வேதனையைத் தந்திருக்கலாம். ஆனால், அதை வெளிக்காட்டிக்கொள்ளவில்லை. எனக்கு இருந்த தனிப்பட்ட நிர்பந்தங்கள் குறித்து குடும்பத்தின் மூத்த உறுப்பினர்போல் அவர் நன்கு புரிந்துவைத்திருந்தார். ஏற்றத் தாழ்வுகள் நிறைந்த பணிக்காலகட்டம். நாங்கள் இருவரும் கூட்டாளிகள்போல் இருந்தோம் என்று அவர் வெளிப்படையாகச் சொன்னது எனக்கு ஆச்சரியத்தையும் மகிழ்ச்சியையும் தந்தது.

மதிய விருந்து முடிந்து நான் விடைபெற்றுக்கொண்டபோது என்னை இரு கைகளால் சேர்த்துக் கட்டி அணைத்தார்.

பஞ்சாபியில் அதை 'ஜாப்பி' என்பார்கள் என்றார் காரை நோக்கி நடந்து செல்கையில் உடன் வந்த மாண்டேக்.

மார்ச் கடைசியில் மீண்டும் தில்லி சென்று பிரதமரைச் சந்தித்தேன். தேர்தல் தேதிகள் அறிவிக்கப்பட்டிருந்தன. டாக்டர் சிங் நோயில் இருந்து பூரணமாகக் குணமடைந்துவிட்டிருந்தார். திருமதி சிங்கும் சோர்வுகள் நீங்கி நல்ல உற்சாகமாக இருந்தார். 3, ஆர்.சி.ஆர். வீட்டின் வரவேற்பறையில் அமர்ந்திருந்தோம். மேஜையில் அப்போது அவர்கள் படித்த/படிக்கவிருந்த புத்தகங்கள் இருந்தன. வழக்கம் போல் என் குடும்பத்தினர் பற்றிய நலம் விசாரிப்புகளோடு உரையாடல் தொடங்கியது.

தேர்தல் அறிவிக்கப்பட்டிருப்பதால் மக்களவைக்கு அவர் போட்டியிடவேண்டும் என்று கேட்டுக்கொண்டேன். காங்கிரஸ் வெற்றிபெற்றால் டாக்டர் சிங்தான் மறுபடியும் பிரதமர் ஆவார். ஆனால் இந்தத் தடவை அவர் மக்களவைக்குத் தேர்ந்தெடுக்கப்பட வேண்டும் என்று சொன்னேன். காங்கிரஸ் தோற்றால்கூட மக்கள வைக்குத் தேர்ந்தெடுக்கப்பட்டவராகத் தன் அரசியல் வாழ்க்கையை முடித்துகொள்ள வழிபிறக்கும். 1999-ல் தென் தில்லி தொகுதியில் போட்டியிட்டுத் தோற்றிருந்தார். பிரதமரின் குடும்பத்தினரும் நண்பர்களும் அந்தத் தோல்விக்கு காங்கிரஸ் கட்சியினரின் உள்ளடி வேலைகளே காரணம் என்று சந்தேகித்தனர்.

நான் சொன்னதற்கு பிரதமர் எந்த பதிலும் சொல்லவில்லை. திருமதி சிங் என்னைப் பார்த்துப் புன்னகைத்தார். தன் கணவரை கேள்விக் குறியுடன் பார்த்தார். அஸ்ஸாமிலும் அமிர்தசரஸிலும் அவர்

போட்டியிட வேண்டும் என்று சொன்னேன். 1991-ல் இருந்து அவர் அஸ்ஸாம் சார்பாகத்தான் ராஜ்ய சபா உறுப்பினராக இருக்கிறார். எனவே அந்தப் பகுதி மக்களுக்கு அவர் நன்றி தெரிவித்தாகவேண்டும். அமிர்தசரஸ் திருமதி சிங்கின் சொந்த ஊர். அதோடு பிரதமருக்கு மிகவும் நெருக்கமான ஊரும்கூட. இரண்டு தொகுதிகளிலும் நிச்சயம் வெற்றி பெறுவார். எந்தத் தொகுதியைத் தக்கவைப்பது என்பதைப் பின்னர் பிரதமரே தீர்மானித்துக்கொள்ளலாம்.

தேர்தல் பிரசாரங்களுக்கு என் உடல் நிலை ஒத்துழைக்காது. மேலும் கட்சிதான் இந்த முடிவை எடுக்கவேண்டும் என்றார்.

நான் விட்டுக்கொடுக்கவில்லை. பிரசாரங்கள் பற்றி நீங்கள் கவலைப் படவேண்டாம். சில வீடியோ பதிவுகளில் நீங்கள் பேசினால் போதும். பிரசாரப் பிரதிநிதிகள் அதை ஊர் ஊராகக் கொண்டுசென்று காட்டினால் போதும். திருமதி சிங் பிரசாரத்துக்குப் போனால் அதுவே பெரிய விஷயமாக இருக்கும். மேடம் தேர்தல் பிரசாரத்துக்குச் சென்றால் அவரைப் பார்க்கக் கூட்டம் அலைமோதும். உங்கள் சார்பில் அவர் பேசி வாக்குகளை எளிதில் அள்ளிவிடுவார் என்றேன்.

இருவரும் சிரித்தார்கள். திருமதி சிங் உற்சாகமாக, ஆமாம், என்னால் பொதுக்கூட்டங்களில் நன்றாகப் பேச முடியும் என்று அந்த யோசனையை வரவேற்றார்.

இரும்பு சூடாக இருக்கும்போதே அடித்து வளைத்துவிட வேண்டும் என்று தீர்மானித்து மேலும் சொன்னேன்: ராஜ்ய சபை உறுப்பினராகவே நீடித்தால் போதும் என்று சொன்னால் பிரதமராகத் தொடர விருப்பமில்லை என்று சொல்லிவிடுங்கள். உங்களுக்கான முடிவை நீங்களே எடுங்கள். கட்சியிடம் அந்தப் பொறுப்பை ஏன் விடுகிறீர்கள். இதை ஒரு நிபந்தனையாக முன்வையுங்கள். கட்டாயம் மக்களவைக்குப் போட்டியிடுவேன் என்று சொல்லுங்கள். 2004-ல் நீங்கள் தற்செயலாகப் பிரதமர் ஆனீர்கள். 2009-ல் உங்களுடைய ஆட்சியின் சாதனையின் பலத்தில் நீங்கள் ஆட்சிக்கட்டிலில் ஏற முடியும். நீங்கள் கூட்டணியைத் திறம்பட நிர்வகித்திருக்கிறீர்கள். அணு ஒப்பந்தத்தை மிகத் திறமையாக வெற்றிபெற வைத்திருக் கிறீர்கள். இடதுசாரிகளுடனான அனைத்து நெருக்கடிகளையும் மீறி பொருளாதாரம் சிறப்பாக இருந்துவருகிறது. வீழ்ச்சியில் இருந்து அதை நீங்கள் காப்பாற்றியிருக்கிறீர்கள்.

காங்கிரஸ் கட்சி உங்கள் பெயரைச் சொல்லித்தான் இந்தத் தேர்தலில் வாக்குகளைச் சேகரிக்கப்போகிறது. உங்களையே அடுத்த முறையும் பிரதமராக ஆக்கப்போகிறது. காங்கிரஸ் கட்சி தோற்றால் உங்கள் மீது பழியைப் போடுவார்கள். உங்கள் கொள்கைகளினால்தான்

தோற்றோம் என்பார்கள். எனவே, வெற்றி கிடைத்தால் அது உங்களால்தான் கிடைத்தது என்றே இருக்கவேண்டும். எனவே, மக்களவைக்குப் போட்டியிடுங்கள் என்றேன்.

அப்படி அவர் கேட்காமலேயே ஆலோசனை சொன்ன நான் அதன் பிறகு சிங்கப்பூர் திரும்பிவிட்டேன். பிரதமர் தேர்தலில் போட்டியிட வில்லை. நீங்கள் உங்கள் விருப்பத்தைத் தெரிவித்து அதன்பிறகு கட்சி நிராகரித்துவிட்டதா... நீங்களே ராஜ்ய சபை உறுப்பினராக இருந்தாலே போதும் என்று முடிவெடுத்துவிட்டீர்களா என்று நான் அவரிடம் கேட்கவே இல்லை.

சிங்கப்பூரில் நான் இருந்தபோது இந்திய பத்திரிகையாளர் ஒருவர் அவ்வப்போது தொலைபேசியிலோ மின்னஞ்சலிலோ தேர்தல் செய்திகள், அரசியல் வம்புகள் பற்றித் தெரிவிப்பார். பலர் தேர்தல் அறிக்கைகளிலும் போஸ்டர்களிலும் டாக்டர் சிங்கின் படத்தையே அச்சிடவேண்டும். எப்படியும் அந்தத் தேர்தலில் காங்கிரஸ் கட்சி தோற்றுவிடும். டாக்டர் சிங்கைப் பலிகடாவாக்கிவிட்டு ராகுல் காந்தியை முன்னுக்குக் கொண்டுவந்துவிடவேண்டும். அவரை மாற்றத்தின் நாயகராக முன்னிறுத்திக்கொள்ள அது ஒரு வாய்ப்பைத் தரும் என்று சொல்லியிருக்கிறார்கள்.

அஹமது படேலிடம் பேசிய ஒரு பத்திரிகையாளர் என்னிடம் சொன்னார்: ராகுல் காந்தி எதிர்க்கட்சித்தலைவராக இருந்து தன் அரசியல் வலிமையைப் பெருக்கிக்கொண்ட பிறகு பிரதமர் பதவிக்குப் போட்டியிடலாம் என்று தீர்மானித்திருக்கிறார். அதனால் டாக்டர் சிங்கிடமிருந்து தன்னை விலக்கிக்கொள்ள விரும்புகிறார் என்றார்.

தேர்தல் பிரசாரம் முடிவடையும் வரையிலும் காங்கிரஸ் ஆட்சிக்கு வரும் என்ற நம்பிக்கை யாருக்கும் இருந்திருக்கவில்லை. அவர்கள் அனைவரும் டாக்டர் சிங்கின் செல்வாக்கையும் ஆளுமையையும் குறைத்து மதிப்பிட்டனர்.

தேர்தல் முடிவுகள் வந்தன. ஐ.மு.கூ கூட்டணி தனிப் பெரும்பான்மை பெற்றதோடு நில்லாமல் காங்கிரஸ் கட்சிக்கு 206 இடங்கள் கிடைத்தன. 2004-ல் அது 145-ல்மட்டுமே வெற்றிபெற்றிருந்தது. வாக்குவிகிதத்தில் 2.02 சதவிகிதம் மட்டுமே அதிகரித்திருந்தது என்றாலும் அதிகத் தொகுதிகளில் வெற்றி கிடைத்திருந்தது. நகர்ப்புறங்களில் காங்கிரஸுக்கு நல்ல ஆதரவு பெருகியிருந்தது.

பெங்களூரு நீங்கலாக அனைத்து மெட்ரோக்களிலும் காங்கிரஸ் போட்டியிட்ட அனைத்து தொகுதிகளிலும் வெற்றி பெற்றிருந்தது. அதோடு நகர்ப்புற வாக்கு விகிதத்தில் 19 சதவிகித வளர்ச்சி இருந்தது. கிராமப்புறத்தில் 14 சதவிகித வளர்ச்சி மட்டுமே இருந்தது.

ராஜீவ் காந்தி ஐந்து ஆண்டுகள் ஆட்சியில் இருந்த பிறகு நடந்த 1989 தேர்தலில் 197 தொகுதிகளில் மட்டுமே அவரால் வெல்ல முடிந்திருந்தது. டாக்டர் சிங்கின் ஆட்சி காலம் முடிந்த பிறகு நடந்த தேர்தலில் 206 தொகுதிகளில் வெல்ல முடிந்திருக்கிறது. பஞ்சாபில் 11% வாக்குகள் அதிகம் கிடைத்திருந்தது. தேசம் முழுவதும் காங்கிரஸின் வாக்கு விகிதம் உயர்ந்திருந்ததைவிட ஐந்து மடங்கு அதிகம் இது. அமிர்தசரஸில் பிரதமர் போட்டியிட்டிருந்தால் நிச்சயம் மிகப் பெரிய வெற்றி பெற்றிருப்பார்.

அவருடைய ஆட்சி காலத்தில் நாடு 9 சதவிகித வளர்ச்சி அடைந்திருக்கிறது. அணு ஒப்பந்தத்தில் தேச நலனை மட்டுமே குறிக்கோளாகக்கொண்டு இடதுசாரிகளைத் துணிந்து எதிர்த்து நின்றிருக்கிறார். பி.ஜே.பி.யின் தலைவராக அத்வானி இருந்ததால் பி.ஜே.பி. வாக்காளர்கள் சோர்வடைந்திருந்தனர். இதனால் நகர்ப்புற வாக்குகள் டாக்டர் சிங்குக்கு அதிகம் கிடைத்தன.

அமெரிக்காவுடன் அணு ஒப்பந்தம் செய்துகொண்டதால் முஸ்லிம் வாக்காளர்கள் நம்மை விட்டுப் போய்விடுவார்கள் என்று காங்கிரஸ் கட்சியில் சிலர் சொன்னது பொய்யாகிப்போனது. மகாத்மா காந்தி கிராமப்புற வேலை வாய்ப்புத் திட்டம் காங்கிரஸுக்கு உதவும் என்ற நம்பிக்கை பொய்த்துப்போனது. பின் தங்கிய மாநிலங்களில் இருந்தவர்கள் பி.ஜே.பி.க்கும் பிற கட்சிகளுக்குமே வாக்களித் திருந்தனர். உத்தரபிரதேசம், ஆந்திரம் மற்றும் நகர்ப்புறத் தொகுதிகள் இவையே காங்கிரஸுக்கு வெற்றி தேடித் தந்திருந்தன. கிராமப் புறத்தினரிடமும் முஸ்லிம் வாக்காளர்களிடமும் தி இந்து பத்திரிகையின் வித்யா சுப்பிரமணியம் யாருக்கு உங்கள் ஆதரவு என்று கேட்டபோது ‘காங்கிரஸுக்கு... சர்தார்ஜிக்கு’ என்று சொன்னது அனைத்தையும் விளக்கிவிட்டது. பிரதமரை அவர்கள் நேர்மையான மனிதர் என்றும் காரணம் சொல்லியிருந்தார்கள்.

இது ஒருவகையில் சரித்திர சாதனையும் கூட. 1962க்குப் பிறகு ஐந்தாண்டு காலம் ஆட்சியில் இருந்த ஒருவரே முன்பைவிட அதிக இடங்களை வென்று மீண்டும் பிரதமராகத் தேர்ந்தெடுக்கப்பட்டது இப்போது மட்டுமே. இந்திரா காந்தி ஒரு ஆட்சி காலத்தின் நடுப்பகுதியில் ஆட்சியில் அமர்ந்தார். அதன் பிறகு 1971 தேர்தலில் வெற்றி பெற்றார். பாகிஸ்தானுடனான போருக்குப் பிறகு நடந்த

தேர்தல் அது. முந்தைய ஆட்சியில் முழு ஐந்து வருடங்களும் அவர் ஆட்சிசெய்திருக்கவில்லை. எனவே, தொடர்ச்சியாக இரண்டு முழு ஆட்சிகாலம் ஆட்சி செய்தவராக அவரைச் சொல்ல முடியாது.

நேருவுக்கு அடுத்ததாக வேறு யாரும் முழு ஐந்து ஆண்டுகள் ஆட்சிசெய்துவிட்டு மீண்டும் ஆட்சியைப் பிடிக்கவில்லை. வாஜ்பாய் இரண்டு முறை தொடர்ந்து தேர்ந்தெடுக்கப்பட்டார். ஆனால், அவருடைய முதல் ஆட்சி காலம் சொற்ப நாட்களே நீடித்திருந்தது. அந்தவகையில் டாக்டர் சிங் பெற்ற வெற்றி அசாதாரணமானது.

தேர்தல் வெற்றி அறிவிப்புகள் வெளியான நாளில் நான் என் மடிக் கணினியில் சி.என்.என். ஐ.பி.என். செய்தியைப் பார்த்துக் கொண்டிருந்தேன். இந்த அபாரமான வெற்றிக்குக் காரணம் மன்மோகன் சிங்தானா என்று விவாதித்துக்கொண்டிருந்தார்கள். சேனலில் அரசியல் நிருபர் பல்லவி கோஷ் காங்கிரஸ் கட்சியின் தலைமை அலுவலகத்தில் இருந்து செய்தி வழங்கினார். பிருத்வி ராஜ் சவானிடம் பேட்டி எடுத்தார்.

இந்த வெற்றிக்கு சோனியா காந்தியா மன்மோகன் சிங்கா யார் காரணம் என்று கேட்டார்.

அவர் ஒரு தேர்ந்த அரசியல்வாதிபோல் பதில் சொன்னார்: இருவருமேதான்.

இத்தனைக்கும் பிருத்வி ராஜ் சவானை அமைச்சர் பதவியில் நியமித்தது டாக்டர் சிங்தான். சவானின் செயல் திறமை குறைவாக இருந்த நிலையிலும் ஐந்து ஆண்டுகள் அவரை பதவியில் இருந்து நீக்காமலும் வைத்திருந்தார்.

சவுகான் வேறொரு தந்திரமும் செய்தார். இந்த வெற்றி ராகுல் காந்திக்குக் கிடைத்த வெற்றி. அவருடைய தீவிர பணிகள் கட்சிக்கு வெற்றியைத் தேடித் தந்துள்ளன என்றும் சொன்னார்.

அதை அனைத்து காங்கிரஸ் கட்சியினரும் பிடித்துக்கொண்டார்கள். 2009 வெற்றிக்கு ராகுல் காந்தியே காரணம் என்று முழங்க ஆரம்பித்துவிட்டனர். வெற்றி கிடைத்த அந்த நொடியிலேயே அதைச் சாதித்தவருக்கு அந்தப் புகழ் இல்லாமல் ஆக்கப்பட்டது.

ஒருவேளை காங்கிரஸ் தோற்றிருந்தால் டாக்டர் சிங்கைத்தான் அனைவரும் காரணம் சொல்லியிருப்பார்கள். அணு ஒப்பந்தத்தில்

அவர் காட்டிய தீவிரம்தான் இடதுசாரிகளையும் முஸ்லிம்களையும் நம்மிடமிருந்து பிரித்துத் தோல்விக்கு வழிவகுத்துவிட்டது என்று சொல்லியிருப்பார்கள். அவருடைய 'நவ தாராளவாத' பொருளாதாரக் கொள்கைகள் ஏழைகளை அந்நியப்படுத்திவிட்டதாகச் சொல்லி யிருப்பார்கள். முஷாரஃபுடன் காட்டிய நெருக்கம் இந்துக்களை விலக்கிவிட்டதாகச் சொல்லியிருப்பார்கள். டாக்டர் சிங் மேல் பழிபோட நூறு காரணங்களைக் கண்டுபிடித்துச் சொல்லி யிருப்பார்கள். ஆனால், இப்போதோ யாரும் எதிர்பார்த்திராத அளவு வெற்றி பெற்று டாக்டர் சிங் ஆட்சியைப் பிடித்துவிட்டிருக்கிறார். ஆனால், அதன் பெருமையோ முழுவதும் 'முதல் குடும்ப'த்துக்குத் தரப்பட்டது. வாரிசும் வருங்காலத் தலைவருமான ராகுலின் வெற்றி அது. மன்மோகன் சிங்கின் வெற்றி அல்ல.

இந்த முறை பிரதமர் கொஞ்சம் உறுதியுடன் நடந்துகொண்டார். யாரை அமைச்சரவையில் சேர்ப்பது யாரைத் தவிர்ப்பது என்பதில் தெளிவாக இருந்தார். ஊழல் குற்றச்சாட்டுகளில் சிக்கிய தி.மு.க.வின் ஆ.ராசா, டி.ஆர். பாலு ஆகியோருக்கு அமைச்சர் பதவி தரமறுத்தார். எந்தவித நெருக்குதலுக்கும் இந்த முறை விட்டுக்கொடுக்கமாட்டார் என்று நினைத்தேன். பாலுவுக்கு அமைச்சர் பதவி தராமல் தவிர்த்துவிட்டார். ஆனால், ராசா விஷயத்தில் அப்படிக் கறாராக இருக்கமுடியாமல் போய்விட்டது. இந்த விஷயத்தில் காங்கிரஸ் கட்சியே மிகுந்த நெருக்கடி கொடுத்தது. வெற்றிக்குக் காரணம் மன்மோகன் சிங் அல்ல 'காந்தி குடும்பமே' காரணம் என்பதை உறுதிப்படுத்தும் நிகழ்ச்சியாகவே அதைப் பார்த்தேன்.

ஜூன் 2, 2009-ல் தில்லிக்கு வந்து பிரதமரைச் சந்தித்தேன். 7, ஆர்.சி.ஆரில் அவரைச் சந்திக்கலாம் என்று சொன்னார்கள். அங்கு போனேன். டாக்டர் சிங் 3, ஆர்.சி.ஆரில் இருக்கிறார் என்றும் அங்கு செல்லுங்கள் என்றும் சொன்னார்கள். 7 ஆர்.சி.ஆருக்கும் 5, ஆர்.சி.ஆருக்கும் இடையிலான புல்வெளி வழியாகத் தினமும் பிரதமர் நடந்து செல்லும் வழியில் நடந்து சென்றேன். இதனிடையில் நான் 7, ஆர்.சி.ஆருக்கு வந்துவிட்டிருக்கும் தகவலைப் பிரதமரிடம் சொல்லியிருக்கிறார்கள். அவரும் உடனே அந்த வழியில் 7, ஆர்.சி.ஆரை நோக்கி வந்தார். வழியில் 5, ஆர்.சி.ஆரில் இருவரும் சந்தித்துக்கொண்டோம். ஜூன் மாதம் பத்து மணிக்கு மேல் ஆகிவிட்டிருந்தது. வெப்பம் சுமார் 38 டிகிரிக்கு மேல் இருந்தது. ஏன் இத்தனை வெய்யிலில் வெளியில் வருகிறீர்கள் என்று பதறிப் போய் கேட்டேன்.

அதெல்லாம் ஒன்றுமில்லை. இந்த வெப்பத்தில் நான் தேர்தல் பிரசாரங்களிலேயே ஈடுபட்டிருக்கிறேன் என்றார்.

இதைப் பற்றி நான் சிங்கப்பூரில் இருந்தபோது படித்திருந்தேன். பிப்ரவரி மாதத்தில் முக்கிய அறுவை சிகிச்சை செய்துகொண்டவர் ஏப்ரல்-மேயில் தீவிரமாகப் பிரசாரம் மேற்கொண்டதைப் பார்த்து அனைவரும் அதிசயித்தனர். டாக்டர் சிங் முன்னால் நடந்து சென்றார். எஸ்.பி.ஜி. பாதுகாவலர்கள் ஒரு அடி பின்னால் வந்தார்கள். நானும் முரளியும் அவர்களுக்குப் பின்னால் வந்தோம்.

என் பக்கம் திரும்பி, 'அந்த வெற்றிக்காக என் வாழ்க்கையையே தியாகம் செய்யத் தயாராக இருந்தேன்' என்றார் பெருமிதமாக.

என் திட்டம் என்ன என்று கேட்டார். ராஜினாமா செய்வதானால் இரண்டு மாதங்களுக்கு முன்பாகவே எங்கள் நிறுவனத்துக்கு நான் தகவல் தெரிவிக்கவேண்டும் என்றேன். இன்றே நான் ராஜினாமா கடிதம் கொடுத்தாலும் ஆகஸ்ட் 1லிருந்துதான் விடுவிப்பார்கள். நான் ஒரு விஷயத்தைத் தெளிவுபடுத்தினேன். இந்த முறை நான் ஊடக ஆலோசகராகப் பணி பெற விரும்பவில்லை. தீபக் சந்து அந்தப் பணியைச் சிறப்பாகச் செய்து வருகிறார். அவருக்கு நான் உதவிகள் செய்யத் தயார். எனவே, அவரே அந்தப் பதவியில் இருக்கட்டும். என்னை 'பிரதமருக்கு ஆலோசகர்' என்ற பதவி கொடுத்து எடுத்துக் கொள்ளும்படியும் என்னை என்ன பணி செய்யச் சொன்னாலும் செய்வதாகவும் சொன்னேன்.

பிரதமரின் செயலர் என்ற பொறுப்பு தருகிறேன். தார் சாஹேப் பிரதமருக்கு செயலராகத்தான் இருந்தார் என்றார் பிரதமர்.

பேராசிரியர் பி.என்.தார் பற்றிச் சொன்னதைக் கேட்டதும் எனக்குப் பெருமிதமாக இருந்தது. அவர் இந்திராகாந்தியின் காலத்தில் பிரதமர் அலுவலகத்தில் அந்தப் பதவியில் இருந்தார். பி.என்.ஹஸ்கருடன் இணைந்து பணிபுரிந்தார். பேரா. தார் மீது மிகுந்த மரியாதை வைத்திருந்தேன். டைம்ஸ் ஆஃப் இந்தியாவில் நான் செய்தி ஆசிரியராக இருந்தபோது அவருடன் நெருங்கிய நட்பு இருந்தது. 1972-ல் இந்திரா காந்திக்கும் ஜுல்ஃபிகர் அலி பூட்டோவுக்கும் இடையில் நடைபெற்ற பேச்சுவார்த்தை பற்றி எழுதச் சொல்லிக் கேட்டேன். அந்தச் சந்திப்பில் காஷ்மீர் பிரச்னையைத் தீர்க்க பூட்டோ முன்வந்ததாகவும் இந்திய தரப்பு நிபந்தனைகளுக்கு பூட்டோவால் உள் நாட்டில் போதிய ஆதரவைப் பெறமுடியாது என்பதால் இந்திரா அதை நாகரிகமாக ஒரு ஸ்டேட்ஸ்மென்போல் நடந்துகொண்டிருந்தார் என்றும் சொல்லியிருந்தார். அந்தக் கட்டுரை வெளிவந்தபோது பாகிஸ்தானிலும் இந்தியாவிலும் பெரும் கவனத்தை ஈர்த்தது. அது

குறித்து நாங்கள் விரிவாகப் பேசியிருக்கிறோம். இந்திரா காந்திக்கும், வெறும் அரசு அதிகாரியாக அல்லாமல் அகடமிக் அறிவுஜீவியாகவும் இருந்த அவருக்கும் இடையிலான நல்லுறவு பற்றியும் நிறையத் தெரிந்துகொண்டேன்.

டாக்டர் சிங் பி.என்.தார் பற்றிச் சொன்னதும் எனக்கு மகிழ்ச்சியாக இருந்தது. பிரதமர் அலுவலகத்தில் அதுபோன்ற ஒரு பணி செய்ய விருப்பமாக இருந்தது. ஆனால் செயலர் என்ற பொறுப்பு எனக்கு அசௌகரியமாகப்பட்டது. ஊடக ஆலோசகர் என்ற நிலையிலும் அப்படியான ஒரு படிநிலையில்தான் இருந்தேன். செயலர் என்று பதவி கொடுத்தால் பிரதான செயலருக்கு நான் பதில் சொல்லக் கடமைப்பட்டிருப்பேன். ஆனால், ஊடக ஆலோசகராக இருந்தபோது பிரதமருக்கு மட்டுமே பதில் சொல்லக் கடமைப்பட்டிருந்தேன். எனவே, என் பதவியை செயலர் என்பதற்குப் பதிலாக ஆலோசகர் என்று நியமிக்கும்படிக் கேட்டுக்கொண்டேன். அவர் அதை ஏற்றுக்கொண்டார். நான் சிங்கப்பூர் திரும்பினேன்.

3 ஜூனில் நான் பேராசிரியராக இருந்த லீ குவான் யூ ஸ்கூல் ஆஃப் பப்ளிக் பாலிசி பள்ளியின் டீன் கிஷோர் மஹ்பூபானியிடம் என் ராஜினாமாவைக் கொடுத்தேன். ராஜினாமா செய்வதற்கான காரணத்தைச் சொன்னேன். ஆனால் இதை ரகசியமாக வைத்துக் கொள்ளும்படிச் சொன்னேன். சில நாட்கள் கழித்து www.whispersinthecorridors.com என்ற வலைதளத்தில் நான் பிரதமர் அலுவலக வேலைக்குத் திரும்பப்போவதாகச் செய்தி வெளியானது. இந்தச் செய்தி எப்படி வெளிவந்தது என்று எனக்குத் தெரியவில்லை. இது ஒருவகை யூகத்தில் வெளியிடப்பட்ட செய்தி என்று நினைத்துப் புறக்கணித்துவிட்டேன். பொதுவாக அந்த வலைதளத்துக்கு தலைமைச் செயலகம் மற்றும் நிருபர்கள் மூலம் தகவல்கள் போய்ச்சேரும். என்னை ஆர்.சி.ஆரில் பார்த்த யாரோ ஒருவர் கூட்டிக் கழித்துப் பார்த்து அந்த 'செய்தி'யைப் பரப்பியிருப்பார்.

பிசினஸ் ஸ்டேண்டர்டு பத்திரிகையின் ஆசிரியர் டி.என்.நினானிட மிருந்து அழைப்பு வந்தது. நான் பிரதமர் அலுவலகத்துக்குத் திரும்பப் போவதாகவும் ஐ.மு.கூ-வின் முக்கிய திட்டங்களின் அமலாக்கத்தை மேற்பார்வையிடும் பொறுப்பு எனக்குத் தரப்படப்போவதாகவும் அவருடைய நிருபர் மூலம் தகவல் கிடைத்ததாகவும் இது உண்மையா என்றும் கேட்டார். எனக்குத் தெரியாதே என்றேன். பிருத்வி ராஜ் சவான் மூலம் அந்தத் தகவல் கிடைத்ததாகவும் அவருடைய பத்திரிகை நான் மறுப்புத் தெரிவிக்கவில்லையென்றால் அந்தச் செய்தியை வெளியிட விரும்புவதாகவும் சொன்னார். பிரதமர்

பிருத்வி ராஜ் சவானிடம் இது பற்றிப் பேசியிருப்பார். அதனால்தான் அவர் நிருபரிடம் இந்தச் செய்தியைப் பகிர்ந்துகொண்டிருக்கிறார் என்று யூகித்தேன். எனவே எனக்கு மறுப்பு இல்லை. எதற்கும் பிரதமர் அலுவலகத்தில் இந்தச் செய்தி உண்மைதானா என்று கேட்டு உறுதிப்படுத்திக்கொள்ளுங்கள் என்று சொன்னேன். ஆனால், நான் பிரதமர் அலுவலகப் பதவிக்குத் திரும்பி வருவதை அந்தச் செய்தி தடுத்துவிடும் என்று எனக்கு அப்போது தெரிந்திருக்கவில்லை.

பிஸினஸ் ஸ்டேண்டர்டில் அந்தச் செய்தி வெளியான மறு நாள் ஜெய்தீப்பிடமிருந்து எனக்கு அழைப்பு வந்தது. கட்சியில் அந்தச் செய்தி குழப்பத்தை ஏற்படுத்தியிருப்பதாகவும் நான் இப்போது இந்தியா திரும்பவேண்டாம் என்று பிரதமர் கேட்டுக்கொண்டதாகவும் சொன்னார். நான் ஏற்கெனவே ராஜினாமா கடிதம் கொடுத்துவிட்டேன். எனவே, பிரதமரிடமிருந்து அழைப்பு வரும்வரை வேறு எதுவும் செய்யாமல் என்னால் சும்மா இருக்கமுடியாது என்று சொன்னேன். ஒன்று நான் ஆகஸ்ட் ஒன்றாம் தேதி பிரதமர் அலுவலகப் பணியில் சேரவேண்டும். அல்லது ஒரு செமஸ்டர் வகுப்புகள் எடுத்துவிட்டு ஜனவரி 1ம் தேதி இந்தியா திரும்பவேண்டும். இரண்டில் ஏதாவது ஒன்றுதான் சாத்தியம் என்றேன். நீங்கள் தில்லி வந்து பிரதமரைச் சந்தியுங்கள் என்று ஜெய்தீப் கேட்டுக்கொண்டார்.

எனக்கு அப்போது கல்லூரிப் பணிகளும் வேறு பணிகளும் இருந்தன. எனவே என்னால் தில்லிக்கு வரமுடிந்திருக்கவில்லை. மேலும் நடந்த விஷயங்கள் எனக்கு எரிச்சலை ஏற்படுத்தியிருந்தன. வலுவான வெற்றி பெற்ற பிறகும் பிரதமர் இப்படி முதுகெலும்பில்லாதவராக நடந்துகொள்வது குறித்து எனக்கு அதிர்ச்சியாக இருந்தது. தனது நேரடிக் கட்டுப்பாட்டில் இருக்கும் அலுவலகத்தில் கூட அவரால் விரும்பிய ஒருவரைப் பணியில் அமர்த்த முடியவில்லை என்றால் அவர் இத்தனை சீக்கிரமே விட்டுக் கொடுக்க ஆரம்பித்துவிட்டார் என்றுதான் அர்த்தம். 'விட்டுக் கொடுத்தல்' என்ற பதத்தை அவரிட மிருந்துதான் கற்றுக்கொண்டிருந்தேன். ஒருமுறை அவருடனான பயணம் தொடர்பான சிக்கல் வந்தபோது உன் இடத்தை விட்டுக் கொடுத்தால் வேறு யாரேனும் அதை எடுத்துக்கொண்டுவிடுவார்கள் என்று எச்சரித்திருந்தார். அன்று அப்படிச் சொன்னவர் இன்று தானே ஏன் விட்டுக்கொடுக்கிறார். என்னைப் பணியில் சேர்க்க முடியாமல் எந்த நிர்பந்தத்துக்குப் பணிகிறார். ஒரு கட்சியானது தன் பிரதமரை இந்த அளவுக்கு மட்டம் தட்டுமா என்று என்னால் புரிந்துகொள்ளவே முடியவில்லை.

இப்போதுதான் தில்லிக்கு என் சொந்தக் காசில் வந்துவிட்டுப்

போயிருக்கிறேன். எனவே, மீண்டுமொருமுறை செலவழித்து வரமுடியாது. ஜூலை மாதத்தில் ஆசிய வளர்ச்சி வங்கி சார்பில் காத்மாண்டுவுக்கு வரவிருக்கிறேன். அந்த வங்கிக்கு சார்க் மாநாடு பற்றி ஒரு அறிக்கை தயாரித்துக் கொடுக்கவிருக்கிறேன். அப்போது தில்லி வருகிறேன் என்றேன். 11 ஜூலையன்று காத்மாண்டுவில் இருந்து தில்லிக்குச் சென்று பிரதமரைச் சந்தித்தேன்.

சில பிரச்னைகள் எழுந்துள்ளன. நீங்கள் வருவதைக் கொஞ்சம் தள்ளிப் போடமுடியுமா என்று பிரதமர் கேட்டார். என் பிரச்னைகளைப் பற்றிச் சொன்னேன்.

சரி... ஆகஸ்டில் திரும்பிவிடுங்கள். அதற்குள் நான் நிலைமையைச் சீராக்கிவிடுகிறேன் என்றார்.

சிறிது நேர பேச்சுகளுக்குப் பிறகு இந்த ஆட்சி காலத்தில் என்னென்ன செய்ய பிரதமர் திட்டமிட்டிருக்கிறார் என்பது பற்றிப் பேசினோம். பாகிஸ்தானிய பிரதமர் சையது யுசுஃப் ராஸா கிலானியை ஷரம் ஏ செய்க்கில் விரைவில் சந்திக்கவிருந்தார். எனவே பாகிஸ்தானுடனான விஷயத்தில் விட்ட இடத்தில் இருந்து தொடங்கவேண்டும் என்று விரும்பினார். பொருளாதாரத் திட்டங்கள், பராக் ஒபாமா தலைமையிலான அமெரிக்காவுடனான உறவு பற்றியெல்லாம் பேசினோம். அமெரிக்க-இந்திய அணு ஒப்பந்தத்துக்கு ஒபாமா எதிர்ப்பு தெரிவித்திருந்தார். பி.ஜே.பி. இரண்டாவது ஆட்சி காலத்தில் மேலும் அதிகமாக அவரை விமர்சிக்கும். ஏனென்றால் 2004 தேர்தலைவிட 2009 தேர்தலில் அந்தக் கட்சி மிக மோசமாகத் தோற்றிருக்கிறது என்று சொன்னேன். இப்படியாகப் பல விஷயங்களைப் பேசிவிட்டுப் புறப்பட்டேன்.

பிரதமர் கேட்டுக்கொண்டது போலவே சனி, ஆகஸ்ட் 1 காலையில் தில்லி திரும்பினேன். மூன்றாம் தேதியன்று பிரதமருடன் சந்திக்க நேரம் கேட்டேன். பிரதமர் அலுவலகத்தில் இருந்து அடுத்த நான்கு நாட்களுக்கு எந்தத் தகவலும் வரவில்லை. ஏதோ பிரச்னை என்பது புரிந்தது. சனிக்கிழமை ஆகஸ்ட் 8 அன்று மாலை ஐந்து மணி அளவில் பிரதமரை 3, ஆர்.சி.ஆரில் சந்திக்கும்படித் தகவல் வந்தது. ஒரு வருடம் முன்பு சரியாக இதே நாளில்தான் பதவியில் இருந்து விலகியிருந்தேன்.

நான் சொன்ன நேரத்தில் போனபோது பிரதமருடன் நாயர் இருந்தார். என்னை ஓர் அறையில் காத்திருக்கச் சொன்னார்கள். உள்ளே பேசிய அவர்களுடைய குரலைக் கேட்க முடிந்தது. சிறிது நேரத்தில் மவுனம் நிலவியது. கதவு திறந்தது. முரளி என்னை அழைத்தார். நாயர் வேறு வாசல் வழியாக வெளியே போயிருந்தார். பிரதமர் மட்டும் தனியாக

சோஃபாவில் வெளிறிய முகத்துடன் அமர்ந்திருந்தார். முன்பு ஸ்ரீநகரில் தாக்குதல் நடந்த இரவில் இப்படிப் பேயறைந்ததுபோல் அமர்ந்திருந்ததைப் பார்த்திருந்தேன். மறுநாள் காஷ்மீருக்குச் செல்ல வேண்டாம் என்று பாதுகாப்பு அதிகாரிகள் ஆலோசனை சொல்லி யிருந்தார்கள். ஸ்ரீநகர் - முஸாஃபரபாத் பேருந்து சேவையைத் தொடங்கி வைக்கப் போவதா வேண்டாமா என்ற குழப்பத்தில் பிரதமர் இருந்தார்.

நான் அருகில் இருந்த இருக்கையில் அமர்ந்தேன். பிரதமர் பேசட்டும் என்று காத்திருந்தேன். எப்படி இருக்கிறீர்கள் என்பது போன்ற வழமையான சம்பிரதாயப் பேச்சுகளைத் தவிர்த்திருந்தேன். பிரதமர் அசையாமல் உட்கார்ந்திருந்தார். புல்வெளியில் குரல் எழுப்பிக் கொண்டிருக்கும் மயில்கள்கூட அமைதியாகிவிட்டிருந்தன. அந்த அமைதியை பிரதமரே உடைத்தார்.

உங்களை பிரதமர் அலுவலகப் பணிக்கு இப்போது என்னால் எடுத்துக் கொள்ளமுடியாது. நீங்கள் ஏன் திட்ட கமிஷனில் சேர்ந்துகொள்ளக் கூடாது. நான் பின்னர் உங்களை இங்கு வரவழைத்துக்கொள்கிறேன்.

இது நான் எதிர்பார்த்ததுதான். என்ன நடந்தது என்று கேட்டு அவரை தர்மசங்கடத்துக்கு ஆளாக்க விரும்பியிருக்கவில்லை. பிரதமரின் சுதந்தரத்தை மட்டுப்படுத்துவதில் கட்சி எடுத்திருக்கும் கட்டுப்பாடாக இருக்கலாம். அல்லது அவரைச் சுற்றி இருப்பவர்களில் என்னைப் பிடிக்காத சிலரின் வேலையாகவும் இருக்கலாம். ஐ.மு.கூ-1 கால கட்டத்தில் பிரச்னைகளைத் தீர்ப்பவராகவும் பிரச்னைகளை உருவாக்குபவராகவும் இருந்திருக்கிறேன். கட்சி மேலிடத்துக்கு நான் கீழ்பணிந்து நடக்க விரும்பியிருக்கவில்லை. மேலும் மூத்த பணியாளர்களுக்கு என் இடத்தை விட்டுக் கொடுக்கவும் தயாராக இருந்திருக்கவில்லை.

அணு ஒப்பந்தத்தில் பிரதமரைத் தன் மனதுக்கு சரியென்று பட்டதைச் செய்யும்படி தூண்டியிருந்தேன். ராகுலையோ சோனியாவையோ முன்னிறுத்தாமல் பிரதமரையே முன்னிறுத்திச் செயல்பட்டிருக் கிறேன். இப்படிப் பல விஷயங்கள். பிறகு நான் என்ன சொல்ல வேண்டும் என்று தீர்மானித்து வந்திருந்தேனோ அதைச் சொன்னேன்.

சார், நான் 2004-ல் பிரதமர் அலுவலகப் பணியில் சேர்ந்தேன். ஏனென்றால் நீங்கள் அழைப்பு விடுத்திருந்தீர்கள். நான் உங்களுக் காகத்தான் பணிபுரிந்தேன். உங்கள் அரசுக்கு அல்ல. நான் அரசு வேலை கிடைக்கவேண்டும் என்று ஒருநாளும் விரும்பியதில்லை. உங்களுக்கு ஏதேனும் பிரச்னைகள் இருந்தால் நான் அரசாங்கத்துக்கு வெளியே வேறு வேலை தேடிக் கொள்கிறேன். ஏற்கெனவே டி.என்.நினன் அவருக்கு அடுத்ததாக பிஸினஸ் ஸ்டேண்டர்ட்

பத்திரிகையின் ஆசிரியராக ஆக விருப்பமிருக்கிறதா என்று கேட்டிருந்தார். நான் அந்த வேலையை ஏற்கத் தயாராகவே இருக்கிறேன் என்றேன்.

இதைக் கேட்டதும் பிரதமருக்குக் கொஞ்சம் நிம்மதி பிறந்தது.

ஓ அப்படியா, அது திட்ட கமிஷன் பணியை விட மேலானதுதான் என்றார்.

நான் பிரதமரிடம் விடைபெற்றுக்கொண்டு அரை கிலோமீட்டருக்கு மேல் தொலைவில் இருந்த என் காரை நோக்கி தன்னந்தனியாக நடக்கத் தொடங்கினேன்.

பிஸினஸ் ஸ்டேண்டர்டில் சேர்ந்த சில தினங்கள் கழித்து 7, ஆர்.சி.ஆரில் ஒரு விழாவுக்காக அழைக்கப்பட்டேன். விருந்தினர்களுடன் பேசிக்கொண்டிருந்த பிரதமர் என்னை நோக்கி வந்தார். இத்தனை நாட்களாக ஏன் வந்து பார்க்கவே இல்லை என்று கேட்டார். மறு நாள் பிரதமரைச் சந்திக்க நேரம் வாங்கிக்கொண்டேன். நேரில் சென்று சந்தித்தேன். நிறைய விஷயங்கள் பேசினோம். இறுதியாக இருவர் மனதிலும் இருந்த கனத்த விஷயத்தைப் பற்றிப் பேசினார்.

நடந்தது குறித்து வருந்துகிறேன். நீங்கள் ஒரு விஷயத்தைப் புரிந்து கொள்ளவேண்டும். இரண்டு அதிகார மையங்கள் இருக்கக்கூடாது. அது குழப்பத்தையே ஏற்படுத்தும். கட்சித் தலைவரே முழு அதிகாரமும் கொண்டவர். அரசாங்கம் என்பது அவருக்குப் பதில் சொல்லக் கடமைப்பட்டதே.

அவர் சொல்வதை மறுப்பதிலோ எதிர்த்து பதில் சொல்வதிலோ என்ன பலனும் இல்லை என்பது எனக்குப் புரிந்திருந்தது. ஆனால், அவர் சொல்வதை நான் மறுக்கிறேன் என்பது முழு உண்மை. பிரதமர் நாடாளுமன்றத்துக்கு மட்டுமே கட்டுப்பட்டவர். அரசாங்கமோ அரசியல் சாசனத்துக்குக் கட்டுப்பட்டது. கட்சித் தலைவர் என்பவர் வெறும் ஒரு கட்சியின் தலைவர் மட்டுமே. பிரதமர் என்பவர் ஒட்டு மொத்த தேசத்தின் தலைவர். அரசாங்கத்தின் தலைவரும் அவரே. இப்படி ஒருவர் வாதிட்டுக் கொண்டே போகலாம். ஆனால் அதற்கான இடமும் நேரமும் இது அல்ல. ஒவ்வொருவரும் ஒரு செயலைச் செய்வதற்கும் செய்யாமல் விடுவதற்கும் தத்தமது நியாயங்களை உருவாக்கிக் கொள்கிறார்கள். அவர் தனக்கான ஒரு நியாயத்தைக் கண்டடைந்திருக்கிறார்.

இறுதியாக

மன்மோகன் சிங்கின் சகாப்தம்

நான் பிரச்னையில் இருக்கிறேனா?

- மன்மோகன் சிங், அக்டோபர் 2010

அந்தத் தேர்தல் வெற்றிக்காக என் உயிரைக்கூடக் கொடுக்கத் தயாராக இருந்தேன் என்று பிரதமர் ஜூன் 2, 2009-ல் என்னிடம் சொன்னதைத் தொடர்ந்து நாங்கள் பேசிய நாளில் சோஃபாவில் பிரதமர் அமர்ந்திருந்தவிதம் என் மனதில் வெகு ஆழமாகப் பதிந்திருக்கிறது. அவர் அப்படிக் கம்பீரமாக அமர்ந்து நான் பார்த்ததேயில்லை. எப்போதும் நாற்காலியில் இயல்பாக அமர்ந்திருப்பார். முதுகு நிமிர்ந்த நிலையில் கைகள் கைப்பிடிமேல் ஊன்றியிருக்கும். அல்லது மடியில் இருக்கும். வெளிநாட்டு விருந்தினர் வந்திருந்தால் அவருடன் எப்படி அமர்ந்து பேசுவாரோ அதுபோல்தான் என்னுடனும் பேசுவார். ஆனால், தேர்தல் முடிவுகள் பற்றி இப்போது நாங்கள் பேசியபோது, அவர் மிகவும் லகுவாக அமர்ந்திருந்தார். நீட்டி வைக்கப்பட்டிருந்த இடது காலின் முட்டின் மேல் வலது கணுக்காலைப் போட்டிருந்தார். அது மிகவும் தன்னம்பிக்கை மிகுந்த உடல் மொழி. அந்த நிமிடத்தில் அவர் அனைத்தையும் தன் கட்டுப்பாட்டில் வைத்திருப்பவர்போல் இருந்தார். முன்னர் 2007-ல் 123 ஒப்பந்தம் கையெழுத்தானதைத் தொடர்ந்து அவர் அப்படி அமர்ந்திருந்ததைப் பார்த்திருக்கிறேன்.

டாக்டர் சிங்கின் முதல் ஆட்சி கட்டத்தின் மணி மகுடம் அந்த ஒப்பந்தம். நரசிம்மராவின் ஆட்சி காலத்தில் இந்தியப் பொருளாதாரத்தை சர்வதேசத்துக்குத் திறந்துவிட்ட சாதனையைச் செய்திருந்தார். இப்போது மீண்டும் சரித்திர சாதனையைச் செய்திருக்கிறார். இந்தியாவுக்கு அணு வல்லமை அந்தஸ்து பெற்றுத் தந்திருக்கிறார். பிரதமர் நாற்காலியை சோனியாவுக்கும் பிற மூத்த

தலைவர்களுக்கும் பங்கிட்டுக் கொடுத்தவர் அயலுறவுத்துறையில் யாரையும் நெருங்கவிடவில்லை. சிதம்பரம், மாண்டேக் மூலமாகப் பொருளாதாரக் கொள்கைகளிலும் தன் ஆளுமையைத் தக்க வைத்திருந்தார் என்பது உண்மையே. எனினும் அயலுறவுத்துறை பிரதமரின் முழுக் கட்டுப்பாட்டில் இருந்தது. ஐ.மு.கூ-1 அங்கத்தினர் யாருக்கும் எட்டாத இடத்தில் அதை வைத்திருந்தார். மாறிவரும் உலகில் இந்தியாவின் இடம் என்ன என்பதை வரையறை செய்யும் தன் பார்வையை அதில் முன்னெடுத்தார். காங்கிரஸ் கட்சியின் தலைவருடன் எந்த மோதலிலும் ஈடுபடவேண்டியிராமல் தன் ஆளுமையை நிலைநாட்டவும் செய்திருந்தார்.

அணு ஒப்பந்தத்துக்கு எந்த எதிர்ப்பும் வராமல் இருந்திருந்தால், அவரை விமர்சித்தவர்கள் மத்தியில் அவருக்கு எந்த இழுக்கும் வராமல் இருந்திருக்கும். அதேநேரம் உள்நாட்டிலும் வெளிநாடு களிலும் அவருக்குக் கிடைத்த ராஜ தந்திரி என்ற மரியாதை கிடைக்காமலும் போயிருக்கும். பி.ஜே.பி.யினர் தாங்கள்தான் இதை ஆரம்பித்தோம் என்று சொல்லியிருக்கமுடியும். இடதுசாரிகளில் இருக்கும் சில மிதமானவர்கள் தமது ஒழுங்குபடுத்தலினால்தான் இந்த ஒப்பந்தம் இப்படியான விதிமுறைகளுடன் கையெழுத்தானது என்று உரிமை கொண்டாடியிருக்க முடியும். அப்படியெல்லாம் அவர்கள் செய்திருந்தால் இந்த ஒப்பந்தத்தைக் கொண்டுவந்த பெருமையில் அவர்களுக்கும் பங்கு கொடுக்கவேண்டிவந்திருக்கும். நேருதான் இந்தியாவின் முதல் அணு செயல்திட்டங்களை ஆரம்பித்தவர்; இந்திரா காந்திதான் முதல் அணு வெடி குண்டு சோதனையை நடத்தியவர்; ராஜீவ் காந்தி ராணுவ ஆயுதக் குவிப்புக்கு முன் கை எடுத்தவர் என்ற வகையில் சோனியா இந்த விஷயத்தில் பிரதமருக்கு முழு ஆதரவும் தந்திருந்தால் காங்கிரஸ் கட்சி அதற்கான பெருமையைத் தட்டிச் சென்றிருக்கமுடியும்.

ஆனால், இவை எதுவும் நடக்கவில்லை. பிரதமர் தனது ஆதரவு சக்திகளை வைத்து தானாகப் போராடும்படி தனித்துவிடப்பட்டார். அதில் அவர் வெற்றியும் பெற்றார். அணு சக்தித்துறையை மெள்ளத் தன் வழிக்குக் கொண்டுவந்தார். நாராயணனை முடுக்கிவிட்டு ஒப்பந்தம் கையெழுத்தாக வழிவகுத்தார். அயலுறவுத்துறையில் ஒப்பந்தத்தின் மீது சந்தேகம் கொண்டிருந்தவர்களைப் புறக்கணித்தார். அதில் நம்பிக்கை கொண்டிருந்தவர்களுக்கு அதிக அதிகாரம் கிடைக்கச் செய்தார். உள்நாட்டிலும் வெளிநாட்டிலும் அந்த ஒப்பந்தத்துக்கு ஆதரவு கிடைக்கச் செய்வதில் அமெரிக்க நலனும் இருக்கிறது என்பதை அதிபர் புஷ்ஷுக்குப் புரியவைத்தார். டிராம்பேக்குச் சென்று அங்கிருந்த விஞ்ஞானிகளுக்கு எடுத்துச்

சொன்னார். வாஷிங்டன் டி.சிக்குச் சென்று அமெரிக்க நாடாளு மன்றத்தில் பேசினார். சீனா, பாகிஸ்தானுடன் பேசி அவர்களுடைய எதிர்ப்பை மட்டுப்படுத்தினார். நாடாளுமன்றத்தில் இது பற்றித் தொடர்ந்து விரிவாக ஆணித்தரமாகப் பேசினார். மக்களிடையே இந்த ஒப்பந்தத்துக்கு ஆதரவு கிடைக்கச் செய்தார்.

இந்த ஒப்பந்தம் தொடர்பாக சோனியா காந்தி தடுமாற்றங்களுடன் இருந்தபோது உறுதியாக நின்ற பிரதமர் தன் அரசியல் முக்கியத்துவத்தை அடிக்கோடிட்டுக் காட்டினார். பிரதமர் ராஜினாமா கொடுத்தபோது சோனியா அதை ஏற்றுக்கொண்டுவிடுவார் என்றுதான் காங்கிரஸ் கட்சியினரும் இடதுசாரிகளும் நினைத்தார்கள். ஆனால், அவர் பிரதமருக்கு ஆதரவாகவே நின்றார். பிரதமருக்கு இருந்த விசுவாசமும் திறமையும் கட்சியில் வேறு யாருக்கும் இருந்திருக்கவில்லை. பிரணாப் முகர்ஜியை பிரதமராகவோ துணை பிரதமராகவோ கூட நியமிக்க சோனியா தயாராக இருந்திருக்கவில்லை.

டாக்டர் சிங் யாரும் எதிர்பார்த்திராத அரசியல் திறமைகளை வெளிப்படுத்தினார். இடதுசாரிகள் ஆதரவை வாபஸ் பெற்றதைத் தொடர்ந்து அமர் சிங், முலாயம் சிங் ஆகியோரை அரசுக்கு ஆதரவு தரும்படிச் செய்தார். முன் தீர்மானங்களும் வறட்டு கொள்கை சார்ந்தும் செயல்பட்ட அயலுறவுக் கொள்கையை விட்டுவிட்டு தன் சுய மதிப்பீட்டின் அடிப்படையில் துணிந்து எடுத்த முடிவு வெற்றியைத் தந்திருக்கிறது. பிரதமரின் மதிப்பு உயர்ந்தது. 1999 மற்றும் 2004லில் காங்கிரஸை விலக்கி அடல் பிகாரி வாஜ்பாய்க்கு வாக்களித்த நகர்ப்புற மத்திய தர வர்க்கம் 2009-ல் காங்கிரஸ் பக்கம் திரும்பியது.

தேர்தலில் வெற்றி பெற்று இரண்டாவது முறை ஆட்சி அமைத்ததில் இன்னொரு சரித்திர சாதனையையும் புரிந்திருந்தார். இதற்கு முன்னால் ஜவாஹர்லால் நேரு மட்டுமே முழு ஐந்து ஆண்டு கால ஆட்சியை முடித்த பிறகு மீண்டும் தேர்தலில் வெற்றி பெற்றிருந்தார். அவருக்கு அடுத்ததாக முன்பைவிடக் கூடுதல் தொகுதிகளை வென்று ஆட்சிக்கு வந்த ஒரே பிரதமர் டாக்டர் சிங்தான். நேருவும் 1957-ல் தான் அந்த சாதனையைச் செய்ய முடிந்திருந்தது. 1962-ல் அல்ல. 2009 தேர்தலில் டாக்டர் சிங் மக்களவைக்குப் போட்டியிடவில்லை. இருந்தும் யாராலும் சோனியாவால்கூட டாக்டர் சிங்குக்கு பிரதமர் பதவியைத் தராமல் இருந்திருக்க முடியவில்லை. ஜனநாயக அமைப்பில் ஒரு அரசியல்வாதி மிகவும் பெருமையாக நினைக்கக்கூடியது தேர்தல் வெற்றிதான். 2009-ல் தேர்தல் முடிந்த பிறகு அவரைப் பார்த்தபோது அவர் காட்டிய பெருமித உடல் மொழிக்கு அதுவே காரணம். ஆனால், அவர் செய்த மிகப் பெரிய தவறு என்னவென்றால் அந்த வெற்றியை அவர் தன்னுடைய வெற்றியாக நினைத்துக்கொண்டிருந்தார்.

என்னை சிங்கப்பூரில் இருந்து திரும்பவும் பிரதமர் அலுவலகப் பணிக்குத் திரும்பும்படி அவர் கேட்டுக்கொண்டபோது என்னை அவருடைய பி.என்.தார் ஆக நான் நினைத்துப் பெருமைப் பட்டிருந்தேன். ஆனால், உண்மையில் அவர் தன்னை இந்திராவாக நினைத்துக்கொண்டுதான் அன்று அப்படிச் சொல்லியிருக்கிறார் என்பது பின்னர் நினைத்துப் பார்த்தபோதுதான் தெரிந்தது. இந்த முறை அவருக்குப் பிரதமர் பதவி கிடைத்ததற்கு அவருடைய சாதனைகளும் விதியுமே காரணம் சோனியா அல்ல என்று நினைத்திருக்கலாம்.

சில வாரங்களிலேயே சிறுகச் சிறுக பிரதமர் மட்டம் தட்டப்பட்டார். தான் விரும்பும் நபர்களை தன் குழுவில் இடம்பெறச் செய்யமுடியும் என்று அவர் நம்பினார். பிரணாபுக்கு நிதியமைச்சர் பதவியை டாக்டர் சிங்கைக் கலந்தாலோசிக்காமலேயே தந்து அந்த எண்ணத்தை முளையிலேயே சோனியா கிள்ளி எறிந்தார். 1992-ல் ஏற்பட்ட நிதி நெருக்கடியைச் சமாளிக்க தன்னுடன் கை கோர்த்து நின்ற தன் நண்பர் சி.ரங்கராஜனுக்கு பிரதான பொருளாதார ஆலோசகர் பதவி தரலாம் என்று பிரதமர் நினைத்தார். திமுகவின் ஆ.ராசாவுக்கு மீண்டும் மந்திரி பதவி கொடுக்காமல் இருக்க முயன்றார் (2-ஜி விவகாரம் 2010-ல் தான் உலகுக்குத் தெரிந்தது. ஆனால், பிரதமருக்கு அதற்கு முன்பே ஆ.ராசாவின் பங்கிருப்பது தெரிந்திருக்கும்). ஒரு நாள் முழுவதும் அந்த நியமனத்துக்கு எதிர்ப்புத் தெரிவித்தவர் பிறகு தன் கட்சியில் இருந்தும் திமுகவிடமிருந்தும் வந்த நெருக்குதலுக்குப் பணிந்து போனார்.

அதன் பிறகுதான் ஷரம் எல்-செய்க் நிகழ்ச்சி நடந்தது. டாக்டர் சிங்கும் பாகிஸ்தான் பிரதமரும் சேர்ந்து வெளியிட்ட அறிக்கையை தேர்தல் தோல்வியால் துவண்டிருந்த பி.ஜே.பி. நல்ல வாய்ப்பாகப் பயன் படுத்திக்கொண்டு பிரதமரை நார்நாராகக் கிழித்தது. அது எதிர்பார்த்த விஷயம்தான். ஆனால், ஆச்சரியமும் அதிர்ச்சியும் தந்த விஷயம் என்னவென்றால், காங்கிரஸ் கட்சியும் பிரதமரை அந்த விஷயத்தில் எதிர்த்தது. இத்தனைக்கும் பிரதமர் தன் தரப்பை நியாயப்படுத்தி நாடாளுமன்றத்திலும் பேசியிருந்தார்.

அதிர்ச்சியடைந்த பிரதமர் கடைசியில் அடி பணிந்தார். என்னை மீண்டும் பணிக்கு எடுத்துக்கொள்ள முடியாமல் போனபோது இரண்டு அதிகார மையங்கள் இருக்கக்கூடாது என்று காரணத்தைச் சொன்னார். என்னைப் பணிக்குத் திரும்ப அழைத்தால் டாக்டர் சிங் தன்னை வலுவான பிரதமராக முன்னெடுத்துக்கொள்ள விரும்புகிறார் என்ற அர்த்தம் வந்துவிடுமென்று நினைத்தார். எனவே, விட்டுக்கொடுக்க விரும்பினார். அணு ஒப்பந்தத்தில் வெற்றி பெற்றபோது இருந்த

பிரதமரல்ல இவர். 2009 தேர்தலில் வெற்றிபெற்ற டாக்டர் சிங் அல்ல இவர். மழைக்காலம் அவருடைய எண்ணங்களில் ஏற்படுத்திய தாக்கத்தை நினைத்து மிகவும் அதிசயித்தேன்.

டாக்டர் சிங் தொடக்கத்தில் விட்டுக் கொடுத்த அதிகாரத்தை அதன் பிறகு மீட்கவே முடியவில்லை. அது அவருடைய ஆட்சியைப் பல வழிகளில் பாதித்தது. ஐ.மு.கூ-2 காலகட்டத்தின் தொடக்கத்தில் பொருளாதாரம் சிறப்பாகவே வளர்ந்தது. 2011 வாக்கில் லேசான தளர்ச்சியும் பற்றாக்குறையும் தென்பட ஆரம்பித்தன. பிரணாபுக்கு நார்த் பிளாக்கில் அதிக இடம் கொடுத்ததைத் தொடர்ந்து பொருளாதாரக் கொள்கைகள் மேல் டாக்டர் சிங்குக்கு கட்டுப்பாடு போய்விட்டது.

பிரதமர் விரும்பித் தேர்ந்தெடுத்த அயலுறவுத்துறையில் ஐ.மு.கூ-2 காலகட்டத்தில் பெரிதாக எதுவும் செய்ய முடிந்திருக்கவில்லை. பராக் ஒபாமா அமெரிக்க அதிபராக இருந்ததால் ஜார்ஜ் புஷ் காலகட்ட சாதகங்கள் இல்லாமல் போனது. பராக் ஒபாமா உள்நாட்டு பொருளாதாரப் பிரச்னைகளுக்குள் சிக்கிக் கொண்டிருந்தார். சர்வதேச பொருளாதார நெருக்கடியில் அமெரிக்காவுக்கு சீனாவின் உதவி தேவைப்பட்டதால் பீஜிங் முன்னுக்கு வந்து புது தில்லி பின்னுக்குத் தள்ளப்பட்டது. மேலும் ஒபாமாவும் அவருடைய செகரட்டரி ஆஃப் ஸ்டேட் ஹில்லாரி கிளிண்டன் ஆகியோரும் அணு ஒப்பந்தத்துக்கு எதிராக வாக்களித்திருந்தனர்.

ஆஃப்கானிஸ்தானில் இருந்து தன் படைகளை விலக்கிக் கொண்டு விட்டதால் அமெரிக்காவுக்கு பாகிஸ்தானை அதிகம் சார்ந்திருக்க வேண்டிய அவசியம் ஏற்பட்டது. இது இந்தியா, தெற்கு ஆசியா தொடர்பான அமெரிக்காவின் பார்வையில் எதிர்மறையான விளைவையே ஏற்படுத்தியது.

ஐ.மு.கூ-2வின் நிர்வாகத் திறனின்மையினால் அணு மின்சார சட்டத்தில் பெரும் சிக்கல் ஏற்பட்டது. ஆரம்ப வரைவின் படியே அந்தச் சட்டத்தைக் கொண்டுவந்திருந்தால் இந்தியா அணு வர்த்தகத்தை உலக நாடுகளுடன் எளிதில் மேற்கொண்டிருக்க முடியும். இந்தியாவின் அணு நிறுவனங்கள் சர்வதேசச் சந்தைக்குள் நுழைந்திருக்கவும் முடியும். ஆனால், பி.ஜே.பியும் இடதுசாரிகளும் கைகோர்த்துக்கொண்டு பிழையான அரசியலை முன்னெடுத்ததால், அந்த சட்டத்தில் திருத்தங்கள் கொண்டுவர வேண்டிவந்தது. அந்த மாற்றங்கள் சர்வதேச நிறுவனங்களுக்கு உவப்பாக இருந்திருக்க வில்லை. இந்திய நிறுவனங்களுக்கும் ஏற்புடையதாக இருக்கவில்லை.

ஐ.மு.கூ-1 காலகட்டத்தில் பெரிய சாதனையாக இருந்த அணு ஒப்பந்தம் சிதைந்துபோனது. எனினும் அவர் விசுவாசமான கட்சி உறுப்பினராகத் தொடர்ந்து செயல்பட்டார்.

இந்திய - அமெரிக்க உறவில் ஏற்பட்ட பின்னடைவு பல பிராந்திய சக்திகளுடனான உறவுகளைப் பாதித்தன. சீனா பல வருடங்களுக்குப் பிறகு இந்திய எல்லையில் பிரச்னைகளைக் கிளப்ப ஆரம்பித்தது. பாகிஸ்தானில் இருந்த ராணுவ ஆட்சி காஷ்மீர் தொடர்பான மன்மோகன் சிங் - முஷாரஃப் ஒப்பந்தத்தை நிராகரித்தது. டாக்டர் சிங்கினால் பாகிஸ்தானுக்கு அதன் பிறகு போகவே முடியவில்லை. அவர் பிறந்த ஊருக்குக்கூடப் போய்வர முடியவில்லை. இந்த நிலையில் இந்தியாவின் ஒரே ஒரு நம்பிக்கைக் கீற்றாக ஜப்பானுடனான உறவு மட்டுமே இருந்தது.

இந்தியாவுக்குள் நிலைமை இதைவிட மோசமாக இருந்தது. கேபினட் அமைச்சர்கள்மீது ஊழல் குற்றச்சாட்டுகள் சுமத்தப்பட்ட போது பிரதமரால் முடிவுகள் எடுக்கப்பட்டதில் தன் பங்குபற்றி எதுவும் சொல்ல முடியாமல் போனது. ஐ.மு.கூ-1 காலகட்டத்தில் பிரதமரின் ஆளுமை, நேர்மையை எதிர்கட்சியினர் சிதைக்க முயன்றனர். அது முடியாமல் போனது. ஆனால், ஐ.மு.கூ-2 காலகட்டத்தில் ரத்தக் காயம் வரும் அளவுக்கு ஆழமாகத் தாக்கினர்.

ஐ.மு.கூ-1-ல் காங்கிரஸ் கட்சிக்கும் சோனியாவுக்கும் பிளான் -பி என்று எதுவும் இருந்திருக்கவில்லை. பிரதமராகும் தகுதி ராகுலுக்கு இருந்திருக்கவில்லை. சோனியா டாக்டர் சிங்கைத் தவிர வேறு யாரையும் நம்பியிருக்கவும் இல்லை. ஐ.மு.கூ-2 காலகட்டத்தில் ராகுல் பிரதமர் பதவிக்குத் தயாராகத் தொடங்கினார். உத்தர பிரதேசம், பிகார் தேர்தல்களில் காங்கிரஸ் கட்சி மிக மோசமாகத் தோற்றிருந்ததால் ராகுலால் வேகமாக வளர முடிந்திருக்கவில்லை. ஆனால் அவருடைய ஆதரவாளர்களும் சரி, டாக்டர் சிங்கின் விமர்சகர் களும் சரி தலைமையில் மாற்றம் தேவை என்று முழங்கினார்கள். அந்தத் தோல்விகள் எந்தவகையிலும் அவர்களைத் தடுத்திருக்க வில்லை. டாக்டர் சிங்குக்கும் சோனியாவுக்கும் இடையில் ஐ.மு.கூ-வின் முதல் ஆட்சி காலத்தில் இருந்த நம்பிக்கை உணர்வானது இரண்டாவது ஆட்சி காலத்தில் ஏற்பட்ட இதுபோன்ற பிரச்னைகளை எப்படி எதிர்கொண்டது என்ற கேள்வி என்னைப் போலவே பலர் மனதில் இருந்தது.

ஏதோ பிரச்னை இருக்கிறது என்று யூகங்கள் கிளம்பின. டாக்டர் சிங் இப்போது அரசுக்கு பெரும் சுமையாக மாறிவிட்டிருக்கிறார் என்று ராகுலின் குடும்ப நண்பர் ஒருவர் ஒரு பத்திரிகையில் கட்டுரை

எழுதினார். அயல் நாட்டு நிறுவனத்தில் பணிபுரிந்த அவர் எழுதிய கட்டுரை ஏகப்பட்ட யூகங்களைக் கொண்டதாக இருந்தது. 'முதல் குடும்பமே' சில செய்திகளைக் கட்டுரை மூலம் வெளியிட விரும்பியதா? இதுபோன்ற பல்வேறு அவமானங்கள் தொடர்ந்து வரவே இதற்கு எதிர்ப்பு தெரிவிக்கும் வகையில் ஏன் டாக்டர் சிங் பதவி விலகவில்லை என்று பலரும் ஆச்சரியப்பட்டனர். தான் கஷ்டப்பட்டு சம்பாதித்ததாக அவர் நினைக்கும் பதவியை முழு ஆட்சி காலமும் இருந்து முடித்துவிட்டுத்தான் போவேன் என்று பிடிவாத மாக இருக்கிறாரா? பதவி விலகச் சொன்னால் விலகிவிடுவேன் என்று சொன்ன அவர் தன்னை அவர்களாகவே விலக்கவேண்டும் என்று விரும்புகிறாரா? அல்லது ராகுலை வளர்த்தெடுப்பதற்கு சோனியாவுக்கு உரிய அவகாசம் தந்துகொண்டிருக்கிறாரா? யாரும் விரும்பாத தலைவராக பதவியில் ஒட்டிக்கொண்டிருக்கிறாரா? தன்னை யாரும் அசைக்க முடியாதபடி வலுவாக நிலைபெற்று இருக்கிறாரா? எந்தக் கேள்விக்கும் பதில் இல்லை. ஆனால், ஊடகங்களிலும் அரசியல் வட்டங்களிலும் இது பற்றி எழுதப்பட்ட யூகங்கள் பிரதமரின் ஆளுமையைச் சிதைத்தன.

ஐ.மு.கூ-1 காலகட்டத்தில் நினைத்த நேரத்தில் ராஜினாமா செய்து விட்டுப் போகும் துணிச்சல் கொண்டவராக ஊடகங்கள் டாக்டர் சிங்கைப் பார்த்தன. அதே ஊடகங்கள் இரண்டாவது ஆட்சி காலத்தில் டாக்டர் சிங்கை என்ன அவமானம் வந்தாலும் ஆட்சியைப் பிடித்துத் தொங்கும் நபராகப் பார்த்தன. ஐ.மு.கூ-1 காலகட்டத்தில் டாக்டர் சிங் கொள்கை வடிவமைப்பில் தனக்காக ஒரு சிறிய இடத்தைத் தக்கவைப்பதில் ஆர்வம் கொண்டிருந்தார். அதில் வெற்றியும் பெற்றிருந்தார். இரண்டாவது ஆட்சி காலத்தில் முழுவதுமாகத் தன்னைக் கட்சிக்கும் கூட்டணிக் கட்சிகளுக்கும் ஒப்புக்கொடுத்து விட்டார்.

ஐ.மு.கூ-2 காலகட்டத்தில் சில நேரங்கள் முதல் கட்டத்தில் சொன்னது போலவே கூட்டணி நிர்பந்தத்தை ஒரு சாக்காகச் சொன்னார். ஆனால், இந்தத் தடவை யாரும் அதைக் கேட்கத் தயாராக இல்லை. தனது பதவிக்கான அதிகாரத்தை அவர் செயல்படுத்தாததன் மூலம் அதை அவமானப்படுத்திவிட்டதாகவே பலரும் கருதினர். ஐ.மு.கூ அரசாங்கத்தை இரண்டாவது முறை நம்பித் தேர்ந்தெடுத்த மக்களின் எதிர்பார்ப்புகளுக்கு ஏற்ப அவர் நடந்து கொள்ளத் தவறிவிட்டார்.

முதல் ஆட்சி காலத்தில் டாக்டர் சிங் செய்த சமரசங்கள் பொது வெளியில் அவ்வளவாக வெளிவரவில்லை. அந்தக் காலகட்டத்தில் எந்தவித ஊழல் குற்றச்சாட்டுகளும் வெளிவந்திருக்கவில்லை. மேலும் அப்போது பொருளாதாரம் சிறப்பாகவே இருந்தது. அதோடு

அணு ஒப்பந்தத்தில் அவர் துணிந்து தன் கொள்கையை விட்டுக்கொடுக்காமல் இருந்தார். சோனியாவின் ஆணைக்குக் கட்டுப் பட்டவர் என்ற பிம்பத்தை அது முற்றாக அழித்துவிட்டிருந்தது. அன்று சிங் உண்மையிலேயே கிங்காக இருந்தார். ஆனால், இரண்டாவது ஆட்சி காலத்தில் அவர் பெரும் மவுனியாக இருந்தார். நிர்வாகக் கண்காணிப்பு குறைந்துவிட்டிருந்தது. ஊழல்கள் அம்பலமாகத் தொடங்கின. ஊடகங்கள் சொன்னதுபோல் கொள்கை வடிவமைப்பில் முடக்குவாதம் ஏற்பட்டிருந்தது. எல்லாவற்றுக்கு மேலாக கட்சியினரும் கூட்டணிக் கட்சிகளும் இழுத்த இழுப்புக்கெல்லாம் வளைந்துகொடுக்க ஆரம்பித்தார். டாக்டர் சிங் எடுத்த முடிவுகளை பொது வெளியில் ராகுல் கேள்வி கேட்க ஆரம்பித்தார். அது பிரதமரின் பிம்பத்தை வெகுவாகச் சிதைத்தது.

2013 அக்டோபரில் சீனப் பயணத்தை வெற்றிகரமாக முடித்துவிட்டுத் திரும்பிய பிரதமர், தனது ஆட்சி காலம் எப்படிப்பட்டது என்ற தீர்மானத்தை வரலாற்றின் கைகளில் ஒப்படைப்பதாகச் சொன்னார். ஜனவரி 3, 2014-ல் ஆற்றிய தனது கடைசி தேசிய பத்திரிகையாளர் சந்திப்பு மாநாட்டு உரையிலும் வரலாறு பற்றிக் குறிப்பிட்டார்:

> சமகால ஊடகங்களையும் எதிர்கட்சிகளையும்விட சரித்திரம் என் மீது கூடுதல் கருணையுடன் இருக்கும் என்று மனப்பூர்வ மாக நம்புகிறேன். கேபினட் அமைச்சர்களைக் கொண்டு இயக்கும் ஓர் அரசமைப்பில் எல்லாவற்றையும் என்னால் கவனித்துக்கொண்டிருக்க முடியாது. கூட்டணி நிர்பந்தங்கள், பிற சூழல்கள் இவற்றைக் கணக்கில் கொண்டு பார்த்தால் நான் என்னால் முடிந்ததைச் சிறப்பாகவே செய்திருக்கிறேன்.

தேசத்தின் பொருளாதாரம் சுதந்தரத்துக்குப் பிறகு ஐ.மு.கூ-1 கால கட்டத்தில்தான் மிகப் பெரிய வளர்ச்சி விகிதத்தை அடைந் திருக்கிறது. கிராமப்புற வளர்ச்சித் திட்டங்கள், உள் கட்டுமானம், கல்வி, பாதுகாப்பு போன்றவற்றுக்குத் தேவையான மிக அதிக வருவாய் முதல் ஆட்சிக் காலகட்ட பொருளாதார வளர்ச்சி மூலமே கிடைத்தது. சர்வதேச அளவில் இந்தியாவின் பிம்பம் முன்னெப் போதையும் விட உயர்ந்தது. இந்தியாவுக்கு அணு ஆயுத நாடு என்ற புகழும் கிடைத்தது. எல்லாவற்றுக்கும் மேலாக இரண்டுமுறை தொடர்ந்து ஆட்சியைக் கைப்பற்றிய சாதனையையும் டாக்டர் சிங் நிகழ்த்தியிருந்தார். இவையெல்லாவற்றையும் வரலாற்றாசிரியர்கள் நிச்சயம் குறிப்பிடத்தான் செய்வார்கள். ஆனால், ஐ.மு.கூ-2 ஆட்சி காலத்தில் பல்வேறு நல்ல வாய்ப்புகள் தவறவிடப்பட்டன. தலைமை பலவீனமாகவும் இலக்கில்லாமலும் செயல்பட்டது.

அயலுறவுக் கொள்கை மிகவும் குழப்பமாக இருந்தது என்பதையும் சேர்த்தே சொல்வார்கள்.

ஐ.மு.கூ-1 காலகட்டத்தில் தான் பிரதமராகத் தகுதியானவர்தான் என்பதைக் கட்சியினருக்கும் நாட்டு மக்களுக்கும் நிரூபித்துக்காட்டி யிருந்தார். அவருக்கு இருந்த நிர்பந்தங்களையும் மீறி இந்தச் சாதனையை அவர் செய்ததற்கு வரலாற்றாய்வாளர்கள் நிச்சயம் அவரைப் பாராட்டத்தான் செய்வார்கள். ஐ.மு.கூ-2 காலகட்டத்தில் மக்கள் ஆட்சி மீது வைத்த நம்பிக்கை பாதுகாக்கப்பட்டிருக்கிறதா என்பதை அடுத்துவரும் தேர்தல் வரும் முடிவுகள் தெரிவிக்கும். ஒருவேளை காங்கிரஸ் தோற்றுப்போனால் இரண்டாவது ஆட்சி காலகட்டத்தில் செய்த தவறுகளை டாக்டர் சிங்கிடமிருந்து பிரித்து விட்டு முதல் ஆட்சி காலத்தில் அவர் செய்த சாதனைகளைமட்டும் மனதில் கொண்டு அவரை வரலாறு மதிப்பிடுமா என்பதையும் பொறுத் திருந்துதான் பார்க்கவேண்டும்.

இப்படியான சூழ்நிலைகளின் பின்னணியில்தான் ஒரு தேசத்தின் மரியாதை என்பது அதன் பிரதமரின் மரியாதையோடு பின்னிப் பிணைந்தது என்று பிரணாப் முகர்ஜி என்னிடம் 2011-ல் சொன்னார். அவர் சொன்னது சரிதான். பிரதமரை பலவீனப்படுத்தியதன் மூலம் மன்மோகன் சிங் மட்டுமல்ல, அவருடைய ஆட்சியும் இறுதியில் தேசமுமே வீழ்ச்சியைச் சந்திக்க நேர்ந்தது.

2010 அக்டோபரில் இந்துஸ்தான் டைம்ஸ் கருத்தரங்கில் உரையாற்ற ஷோபனா பார்தியா டாக்டர் சிங்கை அழைத்திருந்தார். 2004-ல் இருந்தே அவரை பேச அழைப்பது வழக்கம். ஆனால், இந்த முறை பிரதமரிடமிருந்து எந்த பதிலும் வரவில்லை. ஷோபனா எனக்கு போன் செய்தார். 2-ஜி அலைக்கற்றை விவகாரப் பிரச்னைகளினால் பொதுவெளியில் வந்து பேசத் தயங்குகிறாரா பிரதமர் என்று அவர் கேட்டார். உங்கள் தலைமையில்தான் அந்தக் கருத்தரங்கு நடக்கும் என்று சொன்னால் அவர் நம்பிக்கையுடன் வந்து பேசுவாரா என்றும் கேட்டார். எனக்கு அது ஆச்சரியத்தைத் தந்தது. நான் அப்போது வேறொரு செய்தித்தாளின் ஆசிரியராக இருந்தபோதிலும் இந்துஸ்தான் டைம்ஸ் கருத்தரங்குக்குத் தலைமை தாங்குவதில் எனக்கு எந்த ஆட்சேபணையும் இல்லை என்று சொன்னேன். இரண்டு நாட்கள் கழித்து ஷோபனா போன் செய்தார். நீங்கள் அந்த கருத்தரங்குக்குத் தலைமை தாங்கப் போவதாக பிரதமரிடம் சொன்னேன். டாக்டர் சிங் கருத்தரங்குக்கு வர சம்மதித்துவிட்டார் என்றார்.

7, ஆர்.சி.ஆருக்கு போன் செய்து இந்து சதுர்வேதியிடம் பேசினேன். 2-ஜி அலைக்கற்றை பற்றி யாரேனும் கேள்வி கேட்பதாக இருந்தால் நான் அனுமதிப்பேன் என்று அவரிடம் சொன்னேன். இப்போது நான் ஒரு ஊடக நிறுவனத்தில் பணிபுரிகிறேன். பிரதமரின் ஊடக ஆலோசகராக இல்லை. யாரும் தர்மசங்கடமான கேள்விகளைக் கேட்டுவிடக்கூடாதென்று அவரைப் பாதுகாக்கும் பொறுப்பில் இல்லை. பிரதமர் அனைத்துக் கேள்விகளுக்கும் பதில் சொல்லத் தயாராக இருக்கிறார். அதோடு ஓர் அறிக்கையை எழுதிக்கொண்டு வந்து வாசிக்கவும் இருக்கிறார் என்று இந்து சதுர்வேதி சொன்னார்.

தாஜ் பேலஸ் ஹோட்டலில் நடைபெற்ற கருத்தரங்குக்கு வந்த டாக்டர் சிங்கை நானும் ஷோபனாவும் வரவேற்று மேடைக்கு அழைத்துச் சென்றோம். ஷோபனா வந்திருந்தவர்களை வாழ்த்தி வரவேற்றுப் பேசிக் கொண்டிருந்தபோது டாக்டர் சிங் என் பக்கம் குனிந்து, சிரித்தபடியே 'நான் சிக்கலில் மாட்டிக்கொண்டுவிட்டிருக் கிறேனா?' என்றார். பிறகு மறுநாள் அவரை வந்து சந்திக்கும்படிக் கேட்டுக்கொண்டார்.

எதிர்பார்த்தபடியே 2ஜி பற்றிய கேள்வி கேட்கப்பட்டது. எழுதிக் கொண்டுவந்திருந்த பதிலைப் படிக்க ஆரம்பித்தார்.

> இப்போது நாடாளுமன்றம் நடைபெற்றுக் கொண்டிருக்கிறது. 2-ஜி அலைக்கற்றை ஒதுக்கீடுபற்றி எதுவும் இப்போதைக்குச் சொல்ல முடியாது. எனவே இதுபற்றிச் சுருக்கமாகவே சொல்ல விரும்புகிறேன். ஒன்று மட்டும் நிச்சயம். ஏதாவது முறைகேடு நடந்திருந்தால் அதைச் செய்தது ஆணாகவோ பெண்ணாகவோ யாராக இருந்தாலும் சட்டத்தின்படி நிச்சயம் கடுமையான தண்டனை தரப்படும். இது நடக்கவேண்டுமென்றால் ஒரு ஜனநாயக நாட்டில் நாடாளுமன்றம் முறையாகச் செயல்பட அனுமதிக்கவேண்டும். இதுபற்றி நாடாளுமன்றத்தில் நாங்கள் பதில் சொல்லத் தயாராக இருக்கிறோம். விவாதத்துக்கு நாங்கள் அஞ்சவில்லை என்றார்.

7, ஆர்.சி.ஆருக்கு மறுநாள் சென்றேன். அலைக்கற்றை ஒதுக்கீட்டுக் கொள்கையை பிரதமர் கட்டாயம் நியாயப்படுத்தவேண்டும். ஆ.ராசா மீதான புகார்களை முறையாக விசாரிக்கவும் வேண்டும் என்று சொன்னேன். சி.ஏ.ஜி. அந்தக் கொள்கையில் ஒரு கணக்காளர் பாத்திரத்தை வகிக்கப் பார்க்கிறது. பலர் அப்படிச் சொல்லி யிருக்கிறார்கள். எங்கள் பிஸினஸ் ஸ்டேன்டர்ட் செய்தித்தாளில்கூட அதையேதான் தலையங்கத் தலைப்பாகவும் வைத்திருந்தோம்.

அரசாங்கத்தின் அலைக்கற்றை ஒதுக்கீட்டுக் கொள்கை குறைந்த செலவில் சேவைகளை வழங்க வழி செய்திருக்கிறது. லட்சக் கணக்கானோர் கைகளில் செல்போன் தவழ அதுவே காரணமாக இருந்திருக்கிறது. அரசுக்கு அதனால் ஏற்பட்டிருக்கும் வருவாய் இழப்பைவிட பல மடங்கு சமுதாய, பொருளாதார நன்மைகள் விளைந்திருக்கின்றன.

ஆனால், ஏதேனும் சில குறிப்பிட்ட நிறுவனங்களுக்கு சலுகைகள் தரப்பட்டிருந்தால் அந்தக் குற்றம் விசாரிக்கப்பட்டாகவேண்டும். ஓர் ஊழல் அமைச்சரை எதற்காக நீங்கள் காப்பாற்ற முயற்சி செய்ய வேண்டும். அமைச்சர்கள் செய்யும் ஊழலுக்கு பிரதமர் பொறுப்பு அல்ல. ஏனென்றால் அவர்களை அவர் நியமிக்கவில்லை. அரசாங்கக் கொள்கைகளையும் செயல் திட்டங்களையும் வடிவமைத்ததுதான் அவர் செய்தது. அரசாங்கத்தில் இருக்கும் யாரேனும் எதிர்த்துப் பேசியிருக்கும் நிலையிலும் கொள்கையில் எந்தத் தவறும் இல்லை என்று சொன்னேன்.

நான் சொன்னதை அன்று அவரும் ஏற்றுக்கொண்டார். ஆனால், அரசாங்கமோ அந்த ஒதுக்கீட்டினால் அரசுக்கு 'எந்தவொரு வருவாய் இழப்பும் ஏற்படவே இல்லை' என்று அடம்பிடித்தது. இதில் இருந்து பிரதமருக்கு அரசியல் கருத்துருவாக்கங்கள் மீது எந்தவிதக் கட்டுப்பாடும் இல்லை என்பது புலப்பட்டது.

2010-ல் காமன் வெல்த் போட்டி தொடர்பான ஊழலை அடுத்துதான் 2-ஜி அலைக்கற்றை விவகாரம் வெடித்திருந்தது. காமன்வெல்த் போட்டி முறைகேடுகள் முன்பே தெரிந்திருந்ததுதான். ஐ.மு.கூ-1 காலகட்டத்தில் விளையாட்டுத்துறை அமைச்சராக இருந்த சுனில் தத் அடிப்படை விஷயங்களில் கவனம் செலுத்தவே முடிந்திருக்க வில்லை. அவரது அமைச்சகத்துக்கும் சுரேஷ் கல்மாடி தலைமை யிலான இந்திய ஒலிம்பிக் அசோஷியேஷனுக்கும் இடையில் பெரும் பகுதி நேரமும் குடுமிப்பிடிச் சண்டை நடந்துவந்தது. இது தொடர்பாக நடக்கும் கூட்டங்கள் முடிந்து வரும்போது பிரதமர் மிகவும் சோர்ந்து போயிருப்பார்.

தத்தைத் தொடர்ந்து அந்தப் பொறுப்பில் வந்த மணி சங்கர் ஐயருக்கு அந்தப் போட்டியை நடத்துவதில் விருப்பமே கிடையாது. இந்தியா போட்டியை ரத்து செய்யவேண்டும் என்று விரும்பினார். தத்தின் மீது அதிக மதிப்பு எதுவும் வைத்திராத டாக்டர் சிங் ஐயரின் அதிரடி நடவடிக்கைகள் குறித்தும் மாற்றுக்கருத்தே கொண்டிருந்தார். ஆனால், கட்டுப்பாட்டைத் தன்வசம் வைத்துக்கொள்ளவோ வேறு நபரை நியமிக்கவோ முன்வரவில்லை. ஒருகட்டத்தில் ராகுல்

காந்தியை இந்த விஷயங்களைக் கவனித்துக்கொள்ளும்படிக் கேட்டுக் கொண்டார். 1982-ல் ஆசிய விளையாட்டுப் போட்டிகளை ராஜீவ் காந்திதான் நிர்வகித்திருந்தார். அதன் மூலம் நல்ல நிர்வாக அனுபவம் பெற்றிருந்தார். அதைச் சொல்லி ராகுலை காமன் வெல்த் போட்டி களை நிர்வகிக்கும்படிக் கேட்டுக்கொண்டார். ஆனால், ராகுல் காந்தி எந்த அக்கறையும் காட்டவில்லை. ஐ.மு.கூ-1ன் ஐந்து வருடங்கள் இந்தப் போட்டியில் எந்த அக்கறையும் காட்டாமல் முழுக்கவும் வீணடிக்கப்பட்டன. அக்டோபர் 2010-ல் நடந்த போட்டிக்கான ஏற்பாடுகள் 2009 நடுப்பகுதியில்தான் ஆரம்பிக்கப்பட்டன.

புதிய விளையாட்டுத்துறை அமைச்சர் எம்.எஸ்.கிலும் அவருடைய புதிய செயலர் சிந்துஸ்ரீ குலாரும் தீவிரமாக உழைத்து போட்டிகளைச் சிறப்பாக நடத்த முயன்றனர். அந்தப் போட்டியை நடத்திய நிறுவனம் மீதான ஊடகங்களின் எதிர்மறை மனோபாவமும் கல்மாடி மற்றும் தில்லி முதலமைச்சர் ஷீலா தீட்சித் ஆகியோர் மீது சுமத்தப்பட்ட ஊழல் குற்றச்சாட்டுகளும் அரசுக்குப் பெரும் அவமானத்தைத் தேடித்தந்தன. பல்வேறு அமைப்புகளுக்கு இடையிலான ஒத்திசை வின்மை, முறையற்ற நிர்வாகச் செயல்பாடு ஆகியவற்றால் இந்தப் போட்டி நடக்குமா என்றே சந்தேகம் வந்துவிட்டது. பிரதமர் அலுவலகம் அதன் பிறகு உள்ளே நுழைந்து கட்டுப்பாட்டை தன் கையில் எடுத்துக்கொண்டது. ஆனால், அதற்குள் தலைக்கு மேல் வெள்ளம் போய்விட்டது. போட்டிகள் ஒருவழியாக நன்றாக நடந்து முடிந்தன. ஆனால், அரசுக்கு அதனால் ஏற்பட்ட தலைக்குனிவுகள் மிக மிக அதிகம். அது மக்கள் மனதில் பெரும் அதிருப்தியை ஏற்படுத்தியது. ஐ.மு.கூ-2 ஊழலும் தடுமாற்றமும் நிறைந்த காலகட்ட மாகப் பார்க்கப்படத் தொடங்கியது.

நிலக்கரித் துறையை பிரதமர் தன் வசம் வைத்திருந்தபோது நடைபெற்ற நிலக்கரி ஒதுக்கீடு பற்றிய ஊழல் குற்றச்சாட்டுகள் வேறு வந்ததும் பிரதமரின் பிம்பம் மேலும் சிதைந்தது. இங்கும்கூட பிரதமர் ஊழல் செய்தார் என்று குற்றம்சாட்டப்படவில்லை. பிறர் ஊழல் செய்ததைக் கண்டுகொள்ளாமல்விட்டார் என்ற குற்றச்சாட்டே முன்வைக்கப்பட்டது. பிரதமருக்கான அதிகாரத்தைப் பயன் படுத்தாமலும் உரிமைகோரிப் பெறாமலும் இருப்பது தொடர்பான தன் தரப்பு நியாயங்களை அவர் இப்போது சொன்னபோது மக்கள் அதைக் கேட்கத் தயாராக இல்லை.

இப்படியான விஷயங்கள் எல்லாம் நடந்தேறும்போது எனக்கு முன்பைவிட ஒரு விஷயம் நன்கு உறுதிப்பட்டது. மக்களவை மூலமாகத் தேர்ந்தெடுக்கப்பட்டு பிரதமராகவேண்டும் என்ற முடிவை டாக்டர் சிங் எடுக்காதது மிகப் பெரிய தவறு என்று எனக்கு

உறுதிப்பட்டது. இரண்டாவது முறை ஆட்சியில் தேர்ந்தெடுக்கப்படும் ஒரு தலைவருக்குக் கிடைத்திருக்கவேண்டிய அதிகார ஆளுமையானது அவர் மேலவை உறுப்பினராகமட்டுமே இருந்ததால் கிடைக்காமல் போனது. அவரை மக்கள் வாக்களித்துத் தேர்ந்தெடுத்திருக்கவில்லை.

இரண்டாவது முறையும் ராஜ்ய சபா உறுப்பினராகவே பிரதமர் பதவிக்கு வருவதற்குப் பதிலாக நான் ராஜினாமா செய்துவிட்டுப் போகிறேன் என்று அவர் சொல்லியிருக்கலாம். அவர் வெற்றி பெறத் தோதான தொகுதியை சோனியா தர மறுத்திருந்தால் அவர் தன்னுடைய உடல்நிலையைக் காரணம் காட்டி அரசியலில் இருந்து ஓய்வெடுப்பதாகச் சொல்லியிருக்கலாம். தானாகவே ஓய்வு எடுத்துக் கொண்ட முதல் பிரதமர் என்ற புகழுரை மட்டுமல்லாமல் ஐக்கிய நாடுகள் கமிஷன்களுக்கு தலைமை தாங்கவும் உலகம் முழுவதும் சென்று பேருரைகள் ஆற்றவும் செய்திருக்கலாம். பல ஆட்சியாளர்கள் ஓய்வுக்குப் பின் அப்படித்தான் செய்துவருகிறார்கள். ஒருவேளை மக்களவையில் போட்டியிட்டு பிரதமராகியிருந்தால் தன் அதிகாரத்தை வலுவாக வெளிப்படுத்தி ஆட்சியைத் திறம்பட நடத்தியிருக்க முடியும்.

ஆரம்பத்தில் அவருடைய இந்த ஒதுங்கி நின்ற குணத்தை அவருடைய கூச்ச சுபாவமாகவும் தன்னை முன்னிறுத்திக் கொள்ளவிரும்பாத குணமாகவும் பார்த்தேன். ஆனால், போகப் போக அரசியல் களத்தில் தாக்குப்பிடிக்க அவர் மேற்கொண்ட தந்திரமாகத் தோன்ற ஆரம்பித்தது. தலைவர் மீதான கேள்விக்கு அப்பாற்பட்ட விசுவாசமா தன்னைத் தற்காத்துக்கொள்ள வாயை மூடிக்கொண்டு இருந்தாரா எது காரணமாக இருந்தாலும் அவருடைய பிம்பம் வெகுவாகச் சிதைந்தது. அதன் ஓர் வெளிப்பாடுதான் பிரதமரும் அவருடைய அலுவலகமும் லோக் பால் கண்காணிப்புக்குள் கொண்டுவரப்பட வேண்டும் என்று எழுந்த கோரிக்கை. அந்தச் சட்ட உருவாக்கம் குடிமை சமூகப் போராளிகளுக்கு மிகுந்த தன்னம்பிக்கையைத் தந்திருந்தது. அரசியல் நிலைத்தன்மையையும் தேச நலனையும் காரணம் காட்டி பல்வேறு முந்தைய பிரதமர்கள் அந்த சட்டத்தைக் கொண்டுவரவிடாமல் தடுத்துவந்தனர். டாக்டர் சிங் அதிலும் வீழ்ந்துவிட்டார்.

பொறுப்பற்ற சமூக சேவகர், எதிர்கட்சியின் ஒரே ஒரு அரசியல் தலைவர் தவிர வேறு யாரும் பிரதமர் மீது ஊழல் குற்றச்சாட்டை முன்வைத்திருக்கவில்லை. ஆனால், பலர் அவர் பிரதமரைப்போல் நடந்துகொள்ளவில்லை என்று குற்றம்சாட்டியிருக்கிறார்கள். உள்ளொடுங்கியவராக இருந்தது, உள் நாட்டில் அதிகப் பயணங்கள்

மேற்கொள்ளாமல் இருந்தது, ஓய்வு பற்றி அறிவித்தது நீங்கலாகப் பெரிதாக பத்திரிகையாளர் சந்திப்புகளைக் கூட்டாமல் இருந்தது, சமூக வலைதளங்களில் அவரைப் பற்றிக் கிண்டலும் கேலியும் பெருகி ஓடியபோது அதைத் தடுக்கும்வகையில் தன் தரப்பு நியாயங்களை முன்வைக்காமல் மவுனமாக இருந்தது ஆகியவையெல்லாம் அவரது புகழை மேலும் குறையச் செய்தன.

இந்த நெருக்கடிகள் எல்லாம் தலைதூக்கத் தொடங்கியதும் எல்லா அரசியல் ஏற்பாடுகளுடைய உள்ளார்ந்த பலவீனங்களும் வெளிவரத் தொடங்கின. அவற்றில் ஒன்று பிரதமர் அலுவலகத்தில் காணப்படும் நிர்வாகக் குழறுபடிகள். அதுபோல் நெருக்கடிகளுக்கு எதிர்வினை யாக முன்னெடுக்கப்பட்ட அரசியல் மற்றும் ஊடகச் செயல் பாடுகளில் இருந்த புத்திசாலித்தனமின்மை.

தான் முன்னெடுத்த காஷ்மீர் தீர்வுக்கு ஹுரியத் தலைவர்கள் தொலை நோக்குப் பார்வையும் புத்தி சாதுரியமும் இல்லாமல் செயல் பட்டதையும் மே 2006-ல் ஸ்ரீநகரில் நடத்திய வட்டமேஜை மாநாட்டில் பங்கெடுக்காமல் இருந்ததையும் கண்டு எரிச்சலடைந்த பிரதமர் விமானத்தில் திரும்பி வரும்வழியில் அவர்களைப் பற்றி தன் கோபத்தை வெளிப்படுத்தினார். ‘பெரிய இருக்கைகளில் அமர்ந்திருக்கும் சிறிய மனிதர்கள்’ என்று அவர்களை விமர்சித்தார். நீங்களும் அப்படியானவர்தானே என்று 2013 கடைசி வாக்கில் பத்திரிகையாளர்கள், சமூகப் போராளிகள், அரசியல் விமர்சகர்கள் எல்லாரும் பிரதமரைப் பார்த்தும் அப்படிக் கேட்கத் தொடங்கி விட்டனர். இன்னும் சிலர் அந்தப் பதவியில் இறுக ஒட்டிக் கொண்டிருப்பதன் மூலம் அதன் மதிப்பை மேலும் தரமிறக்குவதாகக் கூடக் கடிந்துகொண்டனர்.

முதல் ஊழல் குற்றச்சாட்டு வந்த உடனேயே தனது தார்மிகப் பொறுப்பை உணர்ந்து பதவி விலகியிருக்கவேண்டுமா. அரசாங்கத்தை நியாயப்படுத்திக் கொண்டு நின்றது தவறுதானா? இருக்கலாம். அவர் ராஜினாமா செய்திருக்கமுடியுமா? முடியாமல் போயிருக்கலாம். கட்சியைக் கைவிட்டுவிட்டதாகக் கட்சியினர் கோபப்படலாம். சரியாகச் செயல்படவில்லை என்று பதவி விலக்கி விடுவார்கள் என்று அஞ்சிக் கொண்டு தார்மிக நியாயம் கற்பித்துக் கொண்டு ராஜினாமா செய்ய முன்வந்திருக்கிறார் என்று விமர்சிக்கக் கூடும். நீங்கள் சவாரி செய்யும் குதிரை புலியாக மாறிவிட்டதென்றால் அதில் இருந்து இறங்குவது மிகவும் கடினமே.

ஊழல் குற்றச்சாட்டுகளோடு 2012க்குப் பிந்தைய பொருளாதார நெருக்கடிகள், தொடர் பண வீக்கம் போன்றவை பிரதமரின் ஆதரவு தளமான நகர்ப்புற மத்தியதரவர்க்கத்தினரிடையே அதிருப்தியைத் தோற்றுவித்தன. அரசின் புகழ் மங்கத் தொடங்கியதும் ராகுல் காந்தியை அடுத்த தலைவராக முன்னெடுக்கும் முயற்சிகள் முடுக்கி விடப்பட்டன. பிரதமர் ஓய்வு அறிவிக்கப்போகிறார் என்று செய்தி விதைகள் ஊடகங்களில் ஊன்றப்பட்டன. ஆனால், தொடர்ந்து நடந்த மாநிலத் தேர்தல்களில் ராகுல் காந்தியால் கட்சிக்கு எந்த வெற்றியும் பெற்றுத் தரமுடியவில்லையென்பதால் டாக்டர் சிங் 'ஓய்வெடுக்க' முடியாமல் போனது.

ராகுல் காந்தி தனது அரசியல் முக்கியத்துவத்தை ஒரு வாரிசாக அல்லாமல் அதிகாரத்தை எதிர்த்து நிற்கும் 'கலகக்காரராக'வே பெற முயற்சி செய்தார். 2009-ல் அதை அவர் வெளிப்படையாகவே, டாக்டர் சிங்குக்கு அடுத்து பதவிக்கு வருபவராக அல்லாமல் அவரை எதிர்த்து பதவிக்கு வருபவராகவே இருப்பேன் என்று சொல்லியிருந்தார்.

2009-ல் ஜே.என்.யு.வில் பேசும்போது சொன்னார்: காங்கிரஸில் அதிகாரப் படிநிலை நிலவுகிறது. அது உண்மைதான். ஆனால், என் முன் வேறு என்ன வழிதான் இருக்கிறது? ஒன்று நான் அதை ஆதரித்து முன்னெடுக்கவேண்டும். அல்லது மாற்றியமைக்க வேண்டும். நான் அதை ஆதரிப்பவன் அல்ல. எனவே அதை மாற்றவே போகிறேன். உங்களுக்கும் அது பிடிக்கவில்லை. எனக்கும் பிடிக்கவில்லை. நாம் இரு தரப்பும் சேர்ந்து அதை மாற்றவேண்டும் என்றார்.

கட்சியின் துணைத் தலைவராகவும் கட்சித் தலைவரின் மகனுமான ஒருவர் ஆட்சியில் இருக்கும் பிரதமரை எதிர்க்காமல் எப்படி மாற்றத்தின் பிரதிநிதியாக முடியும்?

ராகுலின் இந்தச் செயல்திட்டம் எனக்கு நன்கு தெரியும். எனவே செப்டெம்பர் 2013-ல் அவர் பிரதமரை எதிர்த்து ஓர் அறிவிப்பை வெளியிட்டபோது நான் எந்த அதிர்ச்சியும் அடையவில்லை. சட்டத்தை மீறுபவர்களே அதைக் கையிலெடுப்பதைத் தடுக்கும் வகையில் மக்கள் பிரதிநிதித்துவ சட்டம் (1951) ல் சில திருத்தங்களை மந்திரிசபை கொண்டுவந்திருந்தது. 2012-ல் உச்ச நீதிமன்றம் ஒரு தீர்ப்பு வழங்கியிருந்தது. நாடாளுமன்ற உறுப்பினர் அல்லது சட்டமன்ற உறுப்பினர் ஒருவர் மீது நீதிமன்றம் கிரிமினல் குற்றம் செய்ததாகச் சொல்லித் தண்டனை வழங்கியிருந்தால் அந்த நபர் உடனே தன் பதவியை இழந்துவிடுவார். அவருக்கு இரண்டு அல்லது அதற்கு மேற்பட்ட ஆண்டுகள் சிறை தண்டனையும் வழங்கப்படும் என்று அந்தத் தீர்ப்பு சொல்லியிருந்தது.

கீழ் நீதிமன்றத்தில் தண்டனை வழங்கப்பட்ட உறுப்பினர்கள் மேல் நீதி மன்றத்தில் மூன்று மாதங்களுக்குள் மேல் முறையீட்டு மனு தாக்கல் செய்திருந்தால் அவருடைய பதவியைப் பறிக்கவேண்டிய அவசியமில்லை. இதற்கான சட்டத் திருத்தத்தை நாடாளுமன்றத்தில் கொண்டுவந்து வெற்றிபெற வைக்க முடியவில்லை. எனவே அரசாங்கம், வேறு வகையில் அதைக் கொண்டுவர முயன்றது. பொது தளத்தில் எழுந்த கடும் எதிர்ப்பினால் அரசு அந்த முயற்சியைக் கைவிட வேண்டிவந்தது.

பொது தளத்தில் எழுந்த எதிர்ப்புக்கு அரசு பதில் சொல்லவேண்டும். பிரதமர் அமெரிக்கப் பயணத்தை முடித்துவிட்டு வந்த பிறகு இந்த விஷயத்தில் ஒரு முடிவெடுக்கட்டும் என்றுதான் ராகுல் காந்தி சொல்லியிருக்கவேண்டும். ஆனால், அவரோ அந்த சட்டத்திருத்தத்தை வாபஸ் பெறச் சொல்லி பொதுவெளியில் பேசினார். மேலும் அந்தத் திருத்தத்தை மடத்தனமானது என்று தொலைகாட்சி முன்னால் விமர்சிக்கவும் செய்தார். இத்தனைக்கும் டாக்டர் சிங் ஒபாமாவை அன்று சந்திக்கவிருந்தார். அந்தச் சந்திப்புக்குச் சில மணிநேரங்கள் முன்பாக ராகுல் காந்தி இப்படிப் பேசினார். டாக்டர் சிங்கை இவ்வளவு அவமானமாகவும் பிரதமர் நாற்காலியை இவ்வளவு கேவலமாகவும் வெளிப்படையாக அதுவும் மிக முக்கியமான நாளொன்றில் பேசியது மிகப் பெரிய தவறு. டாக்டர் சிங் அந்த ஒன்றைச் சொல்லியே தன் பதவியை ராஜினாமா செய்திருக்கலாம். ஆனால், செய்யவில்லை.

இப்படியான வெளிப்படையான எதிர்ப்பு வந்த பிறகு காங்கிரஸ் கட்சி டாக்டர் சிங்கை இந்த விஷயத்தில் ஆதரிக்க வாய்ப்பே இல்லை என்பது டாக்டர் சிங்குக்கும் அவருடைய ஆலோசகர்களுக்கும் தெரிந்திருக்கவேண்டும். ஐ.மு.கூ-1 காலகட்டத்தில் பிரதமரின் சில செயல்பாடுகளில் ஏற்பு இல்லாதபோதும் அவரை விட்டுக் கொடுக்காமல் ஆதரிக்கவேண்டும்; முதல் பரிசோதனை கூட்டணி ஆட்சி கவிழ்ந்துவிடக்கூடாது என்று நிர்பந்திக்கப்பட்டிருந்தது. ஆனால், அந்த நிர்பந்தம் இப்போது இல்லாமல் போய்விட்டது. ராகுல் காந்தி இப்போது ஆட்சிக் கட்டிலில் ஏறத் துடித்துக்கொண்டிருந்தார்.

பத்திரிகையாளராக இருந்தபோதிலிருந்தே நான் டாக்டர் சிங்கின் பல கொள்கைகளை விமர்சித்து வந்திருக்கிறேன். அவருடன் பணிபுரிய ஆரம்பித்ததும் அவர் மேல் மிகுந்த மரியாதை உருவானது. அவருடைய புத்திசாலித்தனம், ஆளுமை, இதமான குடிமைப் பண்புகள், அரசியல் உள்ளுணர்வுகள், ஆழமான தேச பக்தி இவையெல்லாம் என்னை அதிசயிக்கவைத்தன. தாராளவாத, பன்மைத்துவ, மதச்சார்பற்ற இந்தியா; திறந்த சந்தை, அனைவரையும் உள்ளடக்கிய

வளர்ச்சி, அண்டை நாடுகளுடன் அமைதி என 21-ம் நூற்றாண்டில் இந்தியா எப்படி இருக்கவேண்டும் என்ற அவருடைய கனவை நானும் பகிர்ந்துகொண்டேன்.

டாக்டர் சிங் வாஜ்பாய்போல் மக்கள் மத்தியில் புகழ் பெற்றவர் அல்ல. நரசிம்மராவ்போல் அனுபவம் வாய்ந்த அரசியல்வாதியும் அல்ல. ஆனால், எளிய, நேர்மையான ஓர் இந்தியர் இன்றைய நிலையில் பெரிதும் பயன்படுத்தப்படும் வார்த்தையில் சொல்வதென்றால் ஒரு ஆம் ஆத்மி தன்னுடைய கடின உழைப்பின் மூலமும் அர்ப்பண உணர்வின் மூலமும் பிரதமராகிவிட முடியும் என்பதை நிரூபித்துக் காட்டியிருக்கிறார்.

எனவே, இரண்டாம் ஆட்சி காலத்தில் அவர் தன்னையும் தான் வகித்த உயர் அதிகார பதவியையும் சிறுமைப்படுத்தியது லட்சக்கணக்கான மத்திய தர ஆதரவாளர்களைப் போலவே என்னையும் வருத்தத்தில் ஆழ்த்தியது. டாக்டர் சிங்கின் ஆளுமை பற்றியும் பிரதமராக அவர் ஆற்றிய சாதனைகள் பற்றியும் சமநிலையோடு ஒரு மதிப்பீட்டை முன்வைப்பதே இந்தப் புத்தகத்தின் நோக்கமாகும்.

இந்தியாவின் பெரும்பாலான திரைப்படங்களும் தொலைகாட்சி தொடர்களும் மகாபாரதத்தின் சாயலிலேயே தமது கதாபாத்திரங்களை உருவாக்குகின்றன. அதுவே அந்த மாபெரும் இந்து காவியத்தின் பெருமைக்கு சாட்சி. மகாபாரதத்தின் அடிப்படையில் அடையாளப் படுத்துவது அரசியல் களத்துக்கும் இயல்பாகவே நகர்ந்திருக்கிறது. டாக்டர் சிங்கை மகாபாரதத்தில் வரும் ஆண்-பெண் கதாபாத்திரமான சிகண்டி என்று யஷ்வந்த சின்ஹா அவதூறாகப் பேசியது பற்றி முன்பே குறிப்பிட்டிருக்கிறேன். இதையே பின்னர் ஆம் ஆத்மி கட்சியினர் சிலரும் சொன்னார்கள்.

மகாபாரதத்தின் மாபெரும் போர் வீரரும் பிதாமகருமான பீஷ்மர் பெண்ணுக்கு எதிராக ஆயுதத்தைத் தூக்கமாட்டார் என்பதால் அர்ஜுனன் பீஷ்மரோடு சண்டையிடும்போது சிகண்டிக்குப் பின்னால் மறைந்திருந்து சண்டையிடுகிறார். காங்கிரஸின் அர்ஜுனர்கள் பி.ஜே.பி.யின் பீஷ்மர்களை வீழ்த்த சிகண்டி பிரதமரின் பின்னால் மறைந்து நின்று போரிடுகிறார்கள் என்று சொல்கிறாரா யஷ்வந்த சின்ஹா? டாக்டர் சிங்கின் ஆளுமை மட்டும் முன்னிறுத்தப் பட்டிருக்காவிட்டால் சோனியாவும் காங்கிரஸ் கட்சியினரும் பி.ஜே.பி.க்கு எதிரான கூட்டணி ஒன்றை உருவாக்கியிருக்கமுடியாது

என்கிறாரா? அல்லது டாக்டர் சிங் ஆண்மையற்றவர் என்றோ உண்மையான தலைவர் இல்லை என்றோ சொல்லவருகிறாரா?

ஐ.மு.கூ-2 காலகட்டத்தில் டாக்டர் சிங்கின் நடவடிக்கைகள் வேறொரு மகாபாரத கதாபாத்திரத்தை அவருடைய விமர்சகர்களுக்கு நினைவுபடுத்தியது. பெரும் குழப்பங்கள் நிறைந்த சாம்ராஜ்ஜியத்தை தலைமை தாங்கிய திருதிராஷ்டிரனுடன் ஒப்பிட்டு விமர்சித்தார்கள். 'சிங் ஈஸ் கிங்' என்ற பட்டத்தை வென்றெடுத்த ஒரு நபரைப் பார்த்து இப்படியான விமர்சனம் வைக்கப்படுவதை நான் ஏற்கவே மாட்டேன். கண் தெரியாதவர் என்று பழிப்பதைவிடக் கூட்டணி ஆட்சி தொடரவேண்டும் என்பதற்காகக் கண்களை மூடிக்கொண்டு இருந்தவர் என்று சொல்வேன்.

ஒவ்வொரு மந்திரிகள் தொடர்பான அன்றன்றைய செயல்பாடுகள் பற்றிய தகவல்களைத் தெரிந்துகொள்வதில் அவர் ஆர்வம் காட்டியிருக்கவில்லை. உலகின் எல்லா சாம்ராஜ்ஜிய அதிபதிகளும் செய்யும் சாதாரண செயல்தான் இது. லஞ்ச லாவண்யங்கள் நடந்த போது தன் பார்வையை அங்கிருந்து திருப்பிக்கொண்டார்.

என்னைப் பொறுத்தவரையில் அவர் பீஷ்மரைப் போன்றவரே. நிறைவேற்ற மிகவும் கடினமான ஒரு சபதத்தை எடுத்துக்கொள் வதோடு அதை நிறைவேற்றவும் செய்பவரான தேவ விரதருக்கு பீஷ்மர் என்ற பட்டம் தரப்படுகிறது. புத்திசாலித்தனமும் வீரமும் நிறைந்தவர். ஆனால், தவறான இடத்தில் இருப்பவர். முறை கேடானவர்களுக்கு ஆதரவாக நிற்பவர். பீஷ்மர் பரிதாபப்பட வேண்டியவர் அல்ல. துரதிஷ்டமான நாயகன். நிச்சயமற்ற நிலை, அசௌகரியமான இருப்பு, அவமானகரமான விடைபெறல் என முள் படுக்கையில் கிடத்தப்பட்டவர்.

அத்தனை அறிவும் ராஜ தந்திரமும் இரண்டு குடும்பங்களிடமும் அபரிமித மரியாதையும் இருந்த பிறகும் திரௌபதி துகிலுரியப் படுகையில் அவர் முன் கதறியபடி என்னை ஏன் காப்பாற்றவில்லை என்று கேட்டபோது மிகவும் தலைகுனிந்தே நின்றார். தர்மத்தின் இண்டுஇடுக்குகளில் ஒளிந்துகொண்டதாகச் சொல்லி எள்ளிநகை யாடுகிறாள். அப்போதும் கோபமும் வேதனையும் நிறைந்த பீஷ்மர் தலை குனிந்து மவுனமாகவே நிற்கிறார்.

ஐ.மு.கூ இரண்டாம் ஆட்சி காலத்தில் டாக்டர் சிங்கின் மவுனங் களுக்காக ஊடகங்கள் அவரைக் கிண்டலடித்தன. ஒருவேளை பீஷ்மரைப் போலவே டாக்டர் சிங்கும் ஸ்தம்பித்துவிட்டாரோ என்று எனக்குத் தோன்றியது.

கிரேக்க காவியங்கள், ஷேக்ஸ்பியருடைய நாடகங்கள் போலவே கறைபடியாத நாயகர்கள் இந்திய காவியங்களிலும் இல்லை. மனிதக் கதாபாத்திரங்களை விடுங்கள், தெய்வங்களே குறையுடன்தான் இருக்கின்றன. சீதையை ராமர் நடத்திய விதம் குறித்த கேள்விகளுக்கு பதிலே இல்லை. டாக்டர் சிங்கையும் சில கேள்விகள் விடாது துரத்தும்: ஆட்சியின் மீதான கட்டுப்பாடு முழுமையாகக் கைவிட்டுப் போன பிறகும் ஏன் அவர் பதவி விலகவில்லை? கட்சி விசுவாசம் அல்லது சோனியாவுக்குக் கொடுத்த வாக்குறுதி என எது காரணமாக இருந்தாலும் அது தவறான இடத்தில் வைக்கப்பட்ட விசுவாசமாகி விட்டது. எந்தப் பலனும் இல்லாமலும் போய்விட்டது. பீஷ்மரின் தோல்வியும் அதுவே. கௌரவர்களுடைய பரம்பரை ஆட்சியை அவர் தடுத்திருக்கவேண்டும். மேலும் ராஜ விசுவாசம் என்பது மன்னராட்சி கால மனோபாவம். மக்களாட்சி கால மனநிலை அல்ல. டாக்டர் சிங் செய்த மாபெரும் பிழை அதுவே.

நன்றியுரை

சிக்கி சர்காரும் காமினி மகாதேவனும் தந்த தொடர் உற்சாகம் மட்டும் இல்லையென்றால் இந்தப் புத்தகம் நிச்சயம் எழுதப்பட்டிருக்காது. அவர்களுடைய முன்னாள் நண்பர் ரஞ்சனா சென் குப்தாதான் முதலில் என்னைச் சந்தித்து இந்தப் புத்தகத்தை எழுதத் தூண்டினார். நான் எழுத ஆரம்பித்ததும் பல நண்பர்கள் எனக்குத் தெரிந்ததையெல்லாம் நேர்மையாக எழுதும்படி உற்சாகம் கொடுத்தார்கள். அவர்கள் கொடுத்த தைரியத்துக்கு நன்றி.

இப்போது உங்கள் கையில் இருப்பது சிக்கி, காமினி ஆகியோரின் ஆசிரியத்துவ வழிகாட்டலாலும், ஆரம்பகட்ட பிரதிகளை கழுகுப் பார்வையுடன் விமர்சனபூர்வமாக ஒழுங்குபடுத்திய என் தந்தை பி.பி.ஆர்.வித்தல் அவர்களின் வழிகாட்டலாலும் என் எடிட்டர் அஞ்சலி பூரியாலும் செழுமைப்படுத்தப்பட்ட பிரதி.

ஊடகங்களில் இருக்கும் பல நண்பர்களுக்கும் என் நன்றிகளைச் சொல்லிக்கொள்ள விரும்புகிறேன். இந்தப் புத்தகத்தை எழுதும்படித் தொடர்ந்து சொல்லி வந்த அவர்கள் என் நினைவுகளில் இருந்து பல தகவல்களைத் தோண்டி எடுக்க உதவியும் இருக்கிறார்கள்.

முஸாஃபர் ராஸ்மியின் உருது கவிதையை ஆங்கிலத்தில் மொழி பெயர்த்துக் கொடுத்த என் நண்பர் ஷிரீஷ் குமாருக்கு நன்றிகள். பல தகவல்களைச் சரிபார்த்துக்கொள்ள உதவிய முன்னாள் அரசு சக பணியாளர்களுக்கு நன்றிகள்.

இந்தப் புத்தகத்தை எழுத என் நிறுவனப் பொறுப்புகளில் இருந்து விடுப்பு கொடுத்த இண்டர்நேஷனல் இன்ஸ்டிடியூட் ஃபார் ஸ்ட்ராடஜிக் ஸ்டடீஸின் ஜான் சிப்மனுக்கு நன்றிகள். செண்டர் ஃபார் பாலிஸி ரிசர்ச் அமைப்பின் கே.சி.சிவராம கிருஷ்ணன் மற்றும் பிரதாப் பானு மேத்தா ஆகியோருக்கு அவர்கள் காட்டிய அன்பான அணுகுமுறைக்கு நன்றி.

இந்தப் புத்தகத்தை எழுதிய காலத்தில் வீட்டில் முழுநேரமும் தங்கியிருந்த என்னைப் பொறுத்துக்கொண்ட ரமா, தன்விகாவுக்குத் தனி நன்றிகள். பிரதமர் அலுவலகப் பணியில் இருந்தபோது வீட்டாருடன் நேரமே செலவிடவில்லை என்று அவர்களுக்கு இருந்த வருத்தத்தை இந்தப் புத்தகம் எழுதிய காலகட்டம் போக்கியிருக்கும் என்று நம்புகிறேன். இறுதியாக டாக்டர் சிங்குக்கு அவருடன் அவருக்காகப் பணி புரிய வாய்ப்புக் கொடுத்ததற்காக நன்றி.

www.ingramcontent.com/pod-product-compliance
Lightning Source LLC
LaVergne TN
LVHW100433051026
849518LV00004B/1481